೮೦ನೆಯ ಅಖಿಲ ಭಾರತ ಕನ್ನಡ ಸಾಹಿತ್ಯ ಸಮ್ಮೇಳನ, ಮಂಡ್ಯ

ಕೊಡಗಿನ ಗೌರಮ್ಮ ಬರೆದ ಕಥೆಗಳು

ಸಂಪಾದಕರು
ಪ್ರೊ. ಕಾಳೇಗೌಡ ನಾಗವಾರ

ಕನ್ನಡ ಸಾಹಿತ್ಯ ಪರಿಷತ್ತು
ಪಂಪ ಮಹಾಕವಿ ರಸ್ತೆ, ಚಾಮರಾಜಪೇಟೆ
ಬೆಂಗಳೂರು - ೫೬೦ ೦೧೮

KODAGINA GOWRAMMA BAREDA KATHEGALU- A collection of short stories by Kodagina Gowramma, Edited by: **prof. Kalegowda Nagavara**, Published by : **Nadoja Dr. Mahesh Joshi**, President, on behalf of **Kannada Sahitya Parishattu**, Pampa Mahakavi Road, Chamarajapete, Bengaluru - 560 018. Karnataka. INDIA

© : ಹಕ್ಕುಗಳನ್ನು ಕಾಯ್ದಿರಿಸಿದೆ

Pages	:	**264**
Year of Print	:	**2024**
Copies	:	**500**
Price	:	**Rs. 230 /-**
ಪುಟಗಳು	:	೨೬೪
ಮುದ್ರಣದ ವರ್ಷ	:	೨೦೨೪
ಪ್ರತಿಗಳು	:	೫೦೦
ಬೆಲೆ	:	ಎರಡು ನೂರ ಮೂವತ್ತು ರೂಪಾಯಿಗಳು

ಗ್ರಂಥ ಪ್ರಕಟಣಾ ಸಮಿತಿ

ನಾಡೋಜ ಡಾ. ಮಹೇಶ ಜೋಶಿ
ಅಧ್ಯಕ್ಷರು

ಸದಸ್ಯರು

ನೇ.ಭ. ರಾಮಲಿಂಗಶೆಟ್ಟಿ, ಗೌರವ ಕಾರ್ಯದರ್ಶಿಗಳು
ಡಾ. ಪದ್ಮಿನಿ ನಾಗರಾಜು, ಗೌರವ ಕಾರ್ಯದರ್ಶಿಗಳು
ಬಿ.ಎಂ. ಪಟೇಲ್‌ಪಾಂಡು, ಗೌರವ ಕೋಶಾಧ್ಯಕ್ಷರು

ಡಾ. ಪ್ರಧಾನ ಗುರುದತ್ತ
ಹಿರಿಯ ವಿದ್ವಾಂಸರು, ಮೈಸೂರು
ಕಲಾವತಿ ಜಿ.ಕೆ. ಹೊಳ್ಳ
ಲೇಖಕರು, ಬೆಂಗಳೂರು
ಯು.ಎನ್. ಕುಂಟೋಜಿ
ಲೇಖಕರು, ವಿಜಯಪುರ
ಅಧ್ಯಕ್ಷರು, ಉಡುಪಿ ಜಿಲ್ಲಾ ಕಸಾಪ
ನೀಲಾವರ ಸುರೇಂದ್ರ ಅಡಿಗ
ಅಧ್ಯಕ್ಷರು, ಚಿಕ್ಕಬಳ್ಳಾಪುರ ಜಿಲ್ಲಾ ಕಸಾಪ
ಕೋಡಿ ರಂಗಪ್ಪ

ನಿರ್ದೇಶಕರು, ಕನ್ನಡ ಮತ್ತು ಸಂಸ್ಕೃತಿ ಇಲಾಖೆ,
ಬೆಂಗಳೂರು
ನಿರ್ದೇಶಕರು
ಕರ್ನಾಟಕ ರಾಜ್ಯ ಸರ್ಕಾರಿ ಮುದ್ರಣಾಲಯ,
ಬೆಂಗಳೂರು
ನಿರ್ದೇಶಕರು
ಕರ್ನಾಟಕ ಸಾರ್ವಜನಿಕ ಗ್ರಂಥಾಲಯ, ಬೆಂಗಳೂರು
ಅಧ್ಯಕ್ಷರು, ಕರ್ನಾಟಕ ಪ್ರಕಾಶಕರ ಸಂಘ,
ಬೆಂಗಳೂರು
ಮಾಲೀಕರು, ಸಾಹಿತ್ಯ ಪ್ರಕಾಶನ, ಧಾರವಾಡ

ಪ್ರಕಟಣಾ ವಿಭಾಗದ ಸಹ ಸಂಚಾಲಕರು : ಎನ್.ಎಸ್. ಶ್ರೀಧರಮೂರ್ತಿ
ಮುಖಪುಟ ಮತ್ತು ಒಳಪುಟ ವಿನ್ಯಾಸ : ಉದಯ ಕುಮಾರ ಹೆಚ್.

ಮುದ್ರಣ : ಬಿ.ಎಂ.ಶ್ರೀ. ಆಫ್‌ಸೆಟ್ ಅಚ್ಚುಕೂಟ,
ಕನ್ನಡ ಸಾಹಿತ್ಯ ಪರಿಷತ್ತು, ಪಂಪಮಹಾಕವಿ ರಸ್ತೆ, ಚಾಮರಾಜಪೇಟೆ, ಬೆಂಗಳೂರು-೧೮

ಅಧ್ಯಕ್ಷರ ನುಡಿ

ಕನ್ನಡ ಸಾಹಿತ್ಯ ಪರಿಷತ್ತಿನ ಪ್ರಮುಖ ಕಾರ್ಯ ಚಟುವಟಿಕೆಗಳಲ್ಲಿ ಪುಸ್ತಕ ಪ್ರಕಟಣೆ ಬಹಳ ಮುಖ್ಯವಾದದ್ದು. ಇದುವರೆಗೂ ೧,೮೦೦ಕ್ಕೂ ಹೆಚ್ಚು ಪುಸ್ತಕಗಳನ್ನು ಪರಿಷತ್ತು ಪ್ರಕಟಿಸಿದ್ದು ಅದು ಒಂದು ರೀತಿಯಲ್ಲಿ ಆಧುನಿಕ ಕನ್ನಡ ಸಾಹಿತ್ಯ ಚರಿತ್ರೆಯನ್ನೇ ಬಿಂಬಿಸುತ್ತದೆ ಎಂದರೆ ತಪ್ಪಾಗಲಾರದು. ಪರಿಷತ್ತು ಪ್ರಕಟಿಸುವ ಪುಸ್ತಕಗಳು ಎಂದರೆ ಹೂರಣ ಮತ್ತು ಮುದ್ರಣಗಳೆರಡರಲ್ಲಿಯೂ ಶ್ರೇಷ್ಠ ಗುಣಮಟ್ಟವನ್ನು ಹೊಂದಿರುತ್ತದೆ ಎಂದು ಕನ್ನಡಿಗರು ನಂಬಿ ಪ್ರೋತ್ಸಾಹಿಸಿಕೊಂಡು ಬಂದಿದ್ದಾರೆ. ಈ ನಂಬಿಕೆಯನ್ನು ಉಳಿಸಿಕೊಳ್ಳಲು ಕನ್ನಡ ಸಾಹಿತ್ಯ ಪರಿಷತ್ತು ನಿರಂತರವಾಗಿ ಪ್ರಯತ್ನಿಸುತ್ತಾ ಬಂದಿದೆ. ಪರಿಷತ್ತಿನ ಪ್ರಕಟಣೆಗಳಲ್ಲಿ ಬಹಳ ವಿಶೇಷವಾದದ್ದು ಅಖಿಲ ಭಾರತ ಕನ್ನಡ ಸಾಹಿತ್ಯ ಸಮ್ಮೇಳನದಲ್ಲಿ ಆಗುವ ಪ್ರಕಟಣೆಗಳು. ಎಷ್ಟನೆಯ ಸಮ್ಮೇಳನ ನಡೆಯುತ್ತದೆಯೋ ಅಷ್ಟು ಸಂಖ್ಯೆಯ ಪುಸ್ತಕಗಳನ್ನು ಪ್ರಕಟಿಸುವ ಉನ್ನತ ಪರಂಪರೆಯೊಂದು ಪರಿಷತ್ತಿನಲ್ಲಿತ್ತು. ಕಾರಣಾಂತರಗಳಿಂದ ಅದು ನಿರಂತರವಾಗಿರಲಿಲ್ಲ. ನನ್ನ ಅವಧಿಯಲ್ಲಿ ಅದನ್ನು ಮುಂದುವರಿಸಲು ಸಂಕಲ್ಪಿಸಿದ್ದೇನೆ. ಹಾವೇರಿಯಲ್ಲಿ ನಡೆದ ೮೬ನೆಯ ಅಖಿಲ ಭಾರತ ಕನ್ನಡ ಸಾಹಿತ್ಯ ಸಮ್ಮೇಳನದಲ್ಲಿ ೮೬ ಪುಸ್ತಕಗಳು ಪ್ರಕಟವಾಗಿ ನಾಡಿನ ಸಾಹಿತ್ಯಾಸಕ್ತರ ಮೆಚ್ಚುಗೆಯನ್ನು ಪಡೆದಿದ್ದವು. ಪ್ರಸ್ತುತ ಮಂಡ್ಯದಲ್ಲಿ ಆಯೋಜಿತವಾಗಿರುವ ೮೭ನೆಯ ಅಖಿಲ ಭಾರತ ಕನ್ನಡ ಸಾಹಿತ್ಯ ಸಮ್ಮೇಳನದಲ್ಲಿ ೮೭ ಪುಸ್ತಕಗಳು ಪ್ರಕಟವಾಗುತ್ತಿವೆ. ಇಲ್ಲಿ ಸಂಖ್ಯೆಗೆ ಮಾತ್ರವಲ್ಲದೆ ಗುಣಮಟ್ಟಕ್ಕೂ ಕೂಡ ಮಹತ್ವವನ್ನು ನೀಡುತ್ತಿದ್ದು ಪ್ರಾದೇಶಿಕ, ಸಾಮಾಜಿಕ, ಪ್ರತಿಭಾ ನ್ಯಾಯಗಳನ್ನೂ ಗಮನದಲ್ಲಿರಿಸಿಕೊಳ್ಳಲಾಗಿದೆ. ವಸ್ತು ವೈವಿಧ್ಯಕ್ಕೂ ಗಮನ ನೀಡಿದ್ದು ಪ್ರಾಚೀನ ಸಾಹಿತ್ಯದಿಂದ ಹಿಡಿದು ಆಧುನಿಕ ಬೆಳವಣಿಗೆಗಳವರೆಗೂ ಪುಸ್ತಕಗಳು ಈ ಮಾಲಿಕೆಯಲ್ಲಿವೆ. ಇದು ಕನ್ನಡ ಸಾಹಿತ್ಯ ಪರಿಷತ್ತು ಮೌಲಿಕತೆ ಮತ್ತು ಸಮತೋಲನಕ್ಕೆ ನೀಡುವ ಮಹತ್ವಕ್ಕೂ ಸಾಕ್ಷಿಯಾಗಿದೆ.

ಕನ್ನಡ ಕಥಾಲೋಕದಲ್ಲಿ ಕೊಡಗಿನ ಗೌರಮ್ಮನವರದ್ದು ಬಹು ದೊಡ್ಡ ಹೆಸರು. ದಕ್ಷಿಣ ಕರ್ನಾಟಕದ ಕೊಡಗಿನಲ್ಲಿ ಗೌರಮ್ಮನವರು ಕ್ರಿಯಾಶೀಲ ಲೇಖಕಿಯಾಗಿದ್ದು ಸಾಮಾಜಿಕ ಸುಧಾರಕಿ ಹಾಗೂ ಸ್ವಾತಂತ್ರ್ಯ ಹೋರಾಟಗಾರ್ತಿಯೂ ಆಗಿದ್ದರು. ಗಾಂಧೀಜಿಯವರನ್ನು ಭೇಟಿ ಮಾಡುವ ಸದವಕಾಶವನ್ನು ಪಡೆದವರು. ಸಾಮಾಜಿಕ ಸಮಸ್ಯೆಗಳನ್ನು ಚಿಕಿತ್ಸಕ ದೃಷ್ಟಿಯಿಂದ ನೋಡುವ ಇವರ ಕೃತಿಗಳಲ್ಲಿ ಮಹಿಳೆಯರ ಅದರಲ್ಲಿಯೂ ತುಳಿತಕ್ಕೆ ಒಳಗಾದ ವರ್ಗದ ಮಹಿಳೆಯರ ಸಮಸ್ಯೆಗಳು ಪ್ರಧಾನವಾಗಿ ಬಂದಿದೆ. ಪ್ರೊ. ಕಾಳೇಗೌಡ ನಾಗವಾರ ಇವರು 'ಕೊಡಗಿನ ಗೌರಮ್ಮ ಬರೆದ ಕಥೆಗಳು' ಎಂಬ ಪುಸ್ತಕದಲ್ಲಿ ಅವರ ಬದುಕಿನ ಚಿತ್ರಣದ ಜೊತೆಗೆ ಕಥೆಗಳನ್ನು ಸಂಪಾದಿಸಿ ನೀಡಿದ್ದಾರೆ. ಇಂತಹ ವಿಶಿಷ್ಟ ಕೃತಿಯನ್ನು ಕನ್ನಡಿಗರಿಗೆ ಹೆಮ್ಮೆಯಿಂದ ಕನ್ನಡ ಸಾಹಿತ್ಯ ಪರಿಷತ್ತು ನೀಡುತ್ತಿದೆ. ಇದನ್ನು ಕನ್ನಡಿಗರು ಪ್ರೀತಿಯಿಂದ ಸ್ವೀಕರಿಸುತ್ತಾರೆ ಎಂಬ ಭರವಸೆ ನನ್ನದು.

ಇದನ್ನು ಅಚ್ಚುಕಟ್ಟಾಗಿ ಮುದ್ರಿಸಿದ ಬಿ.ಎಂ.ಶ್ರೀ ಅಚ್ಚುಕೂಟದ ಸಿಬ್ಬಂದಿವರ್ಗಕ್ಕೆ ಹಾಗೂ ಈ ಕಾರ್ಯದಲ್ಲಿ ಸಹಕಾರ ನೀಡಿದ ಪ್ರಕಟಣಾ ಸಮಿತಿಯ ಎಲ್ಲಾ ಸದಸ್ಯರಿಗೆ ನನ್ನ ಕೃತಜ್ಞತೆಗಳು ಸಲ್ಲುತ್ತವೆ.

ನಾಡೋಜ ಡಾ. ಮಹೇಶ ಜೋಶಿ
ಅಧ್ಯಕ್ಷರು

ಕನ್ನಡ ಸಾಹಿತ್ಯ ಪರಿಷತ್ತು ಬೆಂಗಳೂರು

ಕಾರ್ಯಕಾರಿ ಸಮಿತಿ

ನಾಡೋಜ ಡಾ. ಮಹೇಶ ಜೋಶಿ

ಅಧ್ಯಕ್ಷರು

ಶ್ರೀ ನೇ.ಭ. ರಾಮಲಿಂಗಶೆಟ್ಟಿ	ಡಾ. ಪದ್ಮಿನಿ ನಾಗರಾಜು	ಶ್ರೀ ಬಿ. ಎಂ. ಪಟೇಲ್‌ಪಾಂಡು
ಗೌರವ ಕಾರ್ಯದರ್ಶಿಗಳು	ಗೌರವ ಕಾರ್ಯದರ್ಶಿಗಳು	ಗೌರವ ಕೋಶಾಧ್ಯಕ್ಷರು

ಸದಸ್ಯರು

ಶ್ರೀ ಬಿ.ಎನ್. ಕೃಷ್ಣಪ್ಪ, ಬೆಂಗಳೂರು ಗ್ರಾಮಾಂತರ
ಶ್ರೀ ಎನ್.ಬಿ. ಗೋಪಾಲಗೌಡ, ಕೋಲಾರ
ಡಾ. ಕೋಡಿರಂಗಪ್ಪ, ಚಿಕ್ಕಬಳ್ಳಾಪುರ
ಶ್ರೀ ಬಿ.ಟಿ. ನಾಗೇಶ್, ರಾಮನಗರ
ಶ್ರೀ ಕೆ.ಎಸ್. ಸಿದ್ದಲಿಂಗಪ್ಪ, ತುಮಕೂರು
ಶ್ರೀ ಕೆ.ಎಂ. ಶಿವಸ್ವಾಮಿ, ಚಿತ್ರದುರ್ಗ
ಶ್ರೀ ಬಿ. ವಾಮದೇವಪ್ಪ, ದಾವಣಗೆರೆ
ಶ್ರೀ ಡಿ. ಮಂಜುನಾಥ್, ಶಿವಮೊಗ್ಗ
ಶ್ರೀ ಮಡ್ಡೀಕೆರೆ ಗೋಪಾಲ್, ಮೈಸೂರು
ಶ್ರೀ ಎಂ. ಶೈಲಕುಮಾರ್, ಚಾಮರಾಜನಗರ
ಡಾ. ಎಚ್.ಎಲ್. ಮಲ್ಲೇಶಗೌಡ, ಹಾಸನ
ಶ್ರೀ ಸೂರಿ ಶ್ರೀನಿವಾಸ್, ಚಿಕ್ಕಮಗಳೂರು
ಶ್ರೀ ಎಂ.ಪಿ. ಕೇಶವ ಕಾಮತ್, ಕೊಡಗು
ಡಾ. ಎಂ.ಪಿ. ಶ್ರೀನಾಥ್, ದಕ್ಷಿಣ ಕನ್ನಡ
ಶ್ರೀ ನೀಲಾವರ ಸುರೇಂದ್ರ ಅಡಿಗ, ಉಡುಪಿ
ಶ್ರೀಮತಿ ಮಂಗಲಾ ಮೆಟಗುಡ್ಡ, ಬೆಳಗಾವಿ
ಶ್ರೀ ಬಿ.ಎನ್. ವಾಸರೆ, ಉತ್ತರ ಕನ್ನಡ
ಶ್ರೀ ವಿವೇಕಾನಂದಗೌಡ ಪಾಟೀಲ್, ಗದಗ
ಡಾ. ಲಿಂಗರಾಜ ಅಂಗಡಿ, ಧಾರವಾಡ
ಶ್ರೀ ಲಿಂಗಯ್ಯ ಬಿ. ಹಿರೇಮಠ, ಹಾವೇರಿ
ಶ್ರೀ ಹಾಸಿಂಪೀರ ವಾಲೀಕಾರ, ವಿಜಯಪುರ
ಶ್ರೀ ಶಿವಾನಂದ ಶೆಲ್ಲಿಕೇರಿ, ಬಾಗಲಕೋಟೆ
ಶ್ರೀ ವಿಜಯಕುಮಾರ್ ಪಾಟೀಲ ತೇಗಲತಿಪ್ಪಿ, ಕಲಬುರಗಿ
ಶ್ರೀ ಸಿದ್ದಪ್ಪ ಹೊಟ್ಟಿ, ಯಾದಗಿರಿ
ಶ್ರೀ ರಂಗಣ್ಣ ಪಾಟೀಲ್ ಅಳ್ಳುಂಡಿ, ರಾಯಚೂರು
ಶ್ರೀ ಶರಣೇಗೌಡ ಪೊಲೀಸ್ ಪಾಟೀಲ, ಕೊಪ್ಪಳ
ಡಾ. ನಿಷ್ಠಿ ರುದ್ರಪ್ಪ, ಬಳ್ಳಾರಿ
ಶ್ರೀ ಸುರೇಶ ಚನಶೆಟ್ಟಿ, ಬೀದರ್
ಶ್ರೀ ಎಂ. ಪ್ರಕಾಶಮೂರ್ತಿ, ಬೆಂಗಳೂರು ನಗರ
ಶ್ರೀ ಅಂಜನ್ ಕುಮಾರ್, ಆಂಧ್ರ ಪ್ರದೇಶ ಘಟಕ
ಡಾ. ಟಿ.ಕೆ. ಜಯಪ್ರಕಾಶ ನಾರಾಯಣ, ಕೇರಳ ಘಟಕ
ಡಾ. ತಮಿಳ್ ಸೆಲ್ವಿ, ತಮಿಳುನಾಡು ಘಟಕ
ಶ್ರೀ ಸೋಮಶೇಖರ ಜಮಶೆಟ್ಟಿ, ಮಹಾರಾಷ್ಟ್ರ ಘಟಕ
ಶ್ರೀ ಸಿದ್ದಪ್ಪ ಸಂಗಪ್ಪ ಮೇಟಿ, ಗೋವಾ ಘಟಕ
ಡಾ. ಗುಡಗಂಟಿ ವಿಠ್ಠಲ್, ತೆಲಂಗಾಣ ಘಟಕ
ನಾಡೋಜ ಡಾ. ಮನು ಬಳಿಗಾರ್, ನಿಕಟಪೂರ್ವ ಅಧ್ಯಕ್ಷರು
ಡಾ. ದೊಡ್ಡರಂಗೇಗೌಡ, ನಿಕಟಪೂರ್ವ ಸಮ್ಮೇಳನಾಧ್ಯಕ್ಷರು
ವಿಶ್ವವಿದ್ಯಾಲಯದ ಪ್ರತಿನಿಧಿಗಳು
ಡಾ. ಮಾಧವ ಎಂ.ಕೆ., ಮಂಗಳೂರು ವಿ.ವಿ.
ಡಾ. ಅಮರೇಶ ಯತಗಲ್, ಕನ್ನಡ ವಿ.ವಿ. ಹಂಪಿ
ಪ್ರೊ. ಮಲ್ಲಮ್ಮ ಆರ್. ಪಾಟೀಲ ಭಾಲ್ಕಿ, ಮಹಿಳಾ ಪ್ರತಿನಿಧಿ
ಶ್ರೀರಂಜಿನಿ ದತ್ತಾತ್ರಿ, ಶಿವಮೊಗ್ಗ, ಮಹಿಳಾ ಪ್ರತಿನಿಧಿ
ಶ್ರೀ ಎಲ್. ಕೃಷ್ಣಮೂರ್ತಿ, ಪರಿಶಿಷ್ಟ ಜಾತಿ ಪ್ರತಿನಿಧಿ
ಡಾ. ಗೋವಿಂದರಾಯ ಎಂ., ಪರಿಶಿಷ್ಟ ಜಾತಿ ಪ್ರತಿನಿಧಿ
ಶ್ರೀ ಜಿ.ಕೆ. ತಳವಾರ, ಪರಿಶಿಷ್ಟ ಪಂಗಡ ಪ್ರತಿನಿಧಿ
ಶ್ರೀ ಸುನಿಲ್ ಹೆಳವರ, ಹಿಂದುಳಿದ ವರ್ಗಗಳ ಪ್ರತಿನಿಧಿ
ಶ್ರೀ ಸರ್ದಾರ್ ಬಲ್ಜಿತ್‌ಸಿಂಗ್, ಅಲ್ಪಸಂಖ್ಯಾತರ ಪ್ರತಿನಿಧಿ
ಶ್ರೀ ಡ್ಯಾನಿ ಪಿರೇರಾ, ಅಲ್ಪಸಂಖ್ಯಾತರ ಪ್ರತಿನಿಧಿ
ಶ್ರೀ ನಬಿಸಾಬ ಕುಷ್ಟಗಿ, ಸಂಘ–ಸಂಸ್ಥೆಗಳ ಪ್ರತಿನಿಧಿ
ಶ್ರೀ ಬಿ.ಎಚ್. ಸತೀಶ್‌ಗೌಡ, ಸಂಘ–ಸಂಸ್ಥೆಗಳ ಪ್ರತಿನಿಧಿ
ಡಾ. ಎಚ್.ಎಸ್. ಮುದ್ದೇಗೌಡ, ಸಂಘ–ಸಂಸ್ಥೆಗಳ ಪ್ರತಿನಿಧಿ
ಶ್ರೀ ಜಿ. ರುದ್ರಯ್ಯ, ಸಂಘ–ಸಂಸ್ಥೆಗಳ ಪ್ರತಿನಿಧಿ
ಡಾ. ಮೀರಾ ಶಿವಲಿಂಗಯ್ಯ, ಸಂಚಾಲಕರು, ಮಂಡ್ಯ
ನಿರ್ದೇಶಕರು, ಕನ್ನಡ ಮತ್ತು ಸಂಸ್ಕೃತಿ ಇಲಾಖೆ, ಸರ್ಕಾರದ ಪ್ರತಿನಿಧಿ (ಪದನಿಮಿತ್ತ)
ಸಂಘ ಸಂಸ್ಥೆಗಳ ಉಪನಿಬಂಧಕರು, ಸರ್ಕಾರದ ಪ್ರತಿನಿಧಿ(ಪದನಿಮಿತ್ತ)
ಆಯುಕ್ತರು, ವಾರ್ತಾ ಮತ್ತು ಸಾರ್ವಜನಿಕ ಸಂಪರ್ಕ ಇಲಾಖೆ (ಪದನಿಮಿತ್ತ)

ಬೆಚ್ಚನೆಯ ಸಂವೇದನೆ

ಸಮಕಾಲೀನ ಕನ್ನಡ ಸಾಹಿತ್ಯದ ಸಂದರ್ಭದಲ್ಲಿ ಪ್ರಚಲಿತವಾಗಿರುವ ಸ್ತ್ರೀವಾದವನ್ನು ಕುರಿತಾದ ತಾತ್ವಿಕ ಚಿಂತನೆಯು ಕಳೆದ ಶತಮಾನದ ತೊಂಭತ್ತರ ದಶಕದಿಂದೀಚೆಗೆ ಹೆಚ್ಚು ಒತ್ತನ್ನು ಪಡೆದುಕೊಳ್ಳುತ್ತಿದೆ. ಎಪ್ಪತ್ತು - ಎಂಭತ್ತರ ದಶಕಗಳಲ್ಲಿ ಕರ್ನಾಟಕದಲ್ಲಾದ ಕೆಲವು ರಾಜಕೀಯ ಪಲ್ಲಟಗಳಿಂದಾಗಿ ಇತಿಹಾಸದಲ್ಲಿ ಮೊದಲ ಬಾರಿಗೆ ಚಲನೆ ಪಡೆದುಕೊಂಡ ಕೆಳಜಾತಿ-ಕೆಳವರ್ಗ ಮತ್ತು ಅಲ್ಪಸಂಖ್ಯಾತರ ಜಾಗೃತಿಯು ಅತ್ಯಂತ ಮಹತ್ವಪೂರ್ಣವಾದುದು. ಇದರ ಬೆನ್ನಲ್ಲೇ ತೊಂಭತ್ತರ ದಶಕದಲ್ಲಿ ಕಾಣಿಸಿಕೊಂಡ ಮಹಿಳಾ ಚಳುವಳಿಯ ಆಶಯಗಳ ಪ್ರಭಾವವು ರಾಜಕೀಯವಾಗಿ ಮತ್ತು ಸಾಮಾಜಿಕವಾಗಿ ಹಾಗೆಯೇ ಕಲೆ - ಸಾಹಿತ್ಯ -ಶಿಕ್ಷಣ ಕ್ಷೇತ್ರದಲ್ಲಿ ಸಹ ಉಂಟಾಗುತ್ತಿರುವ ಆರೋಗ್ಯಕರ ಸಂಗತಿಯಾಗಿದೆ. ಇಂದು ವ್ಯಾಪಕವಾಗುತ್ತಿರುವ ಅಕ್ಷರಜ್ಞಾನ ಮತ್ತು ತೀವ್ರ ನಗರೀಕರಣಗಳಿಂದಾಗಿ ಜಾಗೃತಿಕೊಂಡ ನಮ್ಮ ಮಹಿಳಾ ಸಮುದಾಯವು, ಪುರುಷಪ್ರಧಾನ ವ್ಯವಸ್ಥೆಯ ದಬ್ಬಾಳಿಕೆಯನ್ನು ಪ್ರಶ್ನಿಸುತ್ತಾ ಸ್ವಾತಂತ್ರ್ಯ ಮತ್ತು ಸಮಾನತೆಯ ದಿಕ್ಕಿನಲ್ಲಿ ಹೆಜ್ಜೆ ಹಾಕುತ್ತಿರುವುದು ಆಶಾದಾಯಕ ಸಂಗತಿಯಾಗಿದೆ.

ಹಾಗೆ ನೋಡಿದರೆ ಇಂದು ತೀವ್ರವಾಗಿರುವ ಸ್ತ್ರೀವಾದದ ಚಿಂತನೆಯು ಕನ್ನಡ ಸಾಹಿತ್ಯ ಪರಂಪರೆಗೆ ಹೊಸದೇನೂ ಅಲ್ಲ ! ಹನ್ನೆರಡನೆಯ ಶತಮಾನದ ಅಕ್ಕಮಹಾದೇವಿಯು ಪುರುಷ ಪ್ರಧಾನ ವ್ಯವಸ್ಥೆಯಲ್ಲಿನ ಲಿಂಗಭೇದ ಸಂಬಂಧದ ಒಣ ಕಟ್ಟಳೆಗಳನ್ನು ಹಾಗೂ ಅವುಗಳಿಗೆ ತಹಳದಿಯೂ, ಬೆಂಗಾವಲೂ ಆಗಿ ನಿಂತಿದ್ದ ವೇದ-ಶಾಸ್ತ್ರ-ಪುರಾಣ-ಆಗಮಗಳ ನೈತಿಕತೆಯನ್ನು ನಿರ್ಭೀತಿಯಿಂದ ಪ್ರಶ್ನಿಸಿ ಬಯಲಿಗೆಳೆದ ಕಾಲಘಟ್ಟವು ಐತಿಹಾಸಿಕವಾಗಿ ಅತ್ಯಂತ ಮಹತ್ವಪೂರ್ಣವಾದುದು. ಇದರ ಜೊತೆಗೆ ಪರಿಶುದ್ಧವಾದ ಮನಸ್ಸನ್ನು ಇಡಿಯಾಗಿ ತುಂಬಿಕೊಂಡ ಸೌಂದರ್ಯ, ಆಯ್ಕೆಯ ಸ್ವಾತಂತ್ರ್ಯ ಮತ್ತು ಆಧ್ಯಾತ್ಮಿಕ ಸಮಾನತೆಯ ಬಗ್ಗೆ ದನಿಯೆತ್ತಿದ ಕನ್ನಡದ ಮೊದಲ ಮಹಿಳೆ ಈ ಅಕ್ಕ. ನಮ್ಮ ನಡುವಣ ಲಿಂಗಬೇಧನೀತಿಯ ವಿಕೃತಕ್ಕೆ ಬದಲಿಯಾಗಿ, ನಮ್ಮದೇ ಪುರಾಣಗಳಲ್ಲಿ ಆಶ್ಚರ್ಯಕರವಾಗಿ ಅಭಿವ್ಯಕ್ತಗೊಂಡಿರುವ ಅರ್ಧನಾರೀಶ್ವರ ಕಲ್ಪನೆಯನ್ನು ನಾವು ಮನದಟ್ಟು ಮಾಡಿಕೊಳ್ಳಬೇಕಾದುದು ಅವಶ್ಯಕವಾಗಿದೆ. ಹಾಗೆಯೇ ಮಾನವಜೀವಿಗಳ ನಡುವಣ (ಅದರಲ್ಲೂ ಹೆಣ್ಣು ಗಂಡಿನ) ಸ್ನೇಹ-ಪ್ರೇಮಗಳ ಆಧಿಕ್ಯ - ಅಗ್ಗಳಿಕೆ ಮತ್ತು ಆನಂದದ ಅನೇಕ ಮಗ್ಗಲುಗಳನ್ನು ತನ್ನೆಲ್ಲ ತೀಕ್ಷ್ಣತೆಯ ಮೂಲಕ ಇನ್ನಿಲ್ಲದಂತೆ ತಿಳಿಯ ಹೇಳುವ ಬಾಣಕವಿಯ 'ಕಾದಂಬರಿ' ಯಂತಹ ಶ್ರೇಷ್ಠ ಸೃಜನಶೀಲ ಕೃತಿಯ ಸಾಧ್ಯತೆಗಳನ್ನು ಗಮನಿಸುವುದು ನಮ್ಮ ಬೆಳವಣಿಗೆಯ ದೃಷ್ಟಿಯಿಂದ ತುಂಬಾ ಒಳ್ಳೆಯದು.

ಈ ಜೀವಪರ ಆಶಯಗಳ ಹಿನ್ನೆಲೆಯಲ್ಲಿ ನಮ್ಮ ಜನಪದ ಸಾಹಿತ್ಯದಲ್ಲಿ ಕಂಡುಬರುವ ಮಹಿಳಾ ಚಿಂತನೆಯ ತೀರಾ ಅಪರೂಪವೂ, ವೈವಿಧ್ಯಮಯವೂ ಆಗಿರುವ ಸೂಕ್ಷ್ಮಭಾಗಗಳನ್ನು ಮನದಟ್ಟುಮಾಡಿಕೊಳ್ಳುವುದು ಅವಶ್ಯಕವಾಗಿದೆ. ಜಗತ್ತಿನಾದ್ಯಂತ ಜನಪದ ಗೀತೆಗಳು ....ಮಾನವ ಚೇತನಗಳ ನಡುವಣ ಪರಸ್ಪರ ಪ್ರೇಮಕ್ಕೆ, ಸ್ನೇಹಕ್ಕೆ, ಜೀವನಪೂರ್ತಿ ಹಂಬಲಿಸಿ ಹಣ್ಣಾಗುತ್ತಾ ನಡೆದ ತುಂಬುಮನಸ್ಸುಗಳ ಸೃಷ್ಟಿಯಾಗಿವೆ. ವಾಸ್ತವವಾಗಿ ಜನಸಮುದಾಯದ ಒಟ್ಟು ಬದುಕನ್ನು ಒಳಗೊಂಡಂತೆ ತೀವ್ರ ಆಶಾವಾದದ, ಅಲ್ಲಿನ ಸೋಲುಗಳನ್ನೇ ಮೆಟ್ಟಿಲಾಗಿಸಿಕೊಂಡ ಕನಸುಗಳ, ಹಲವು ಹತ್ತು ದುರಂತಗಳ ನಡುವೆಯೂ ಬೇಕುಗಳ ಪಟ್ಟಿಯ ಕೊನೆಗಾಣದ ಬಯಕೆಗಳನ್ನು ಸಂಕೇತಿಸುವ ವೈಶಿಷ್ಟ್ಯಪೂರ್ಣ ಯಶಸ್ವೀ ಪ್ರಯತ್ನಗಳನ್ನು ಈ ಗೀತೆಗಳಲ್ಲಿ ಎಡೆಬಿಡದೆ ಕಾಣುತ್ತೇವೆ.

ಶಿಷ್ಟ ಸಾಹಿತ್ಯದಲ್ಲಿ ಕೇವಲ ಗಂಡಿನ ಚಿಂತನೆ, ಆಶಯಗಳಷ್ಟೇ ಈತನಕ ಪ್ರಕಟಗೊಂಡು ಅದು ಅಲ್ಲಿನ ಮಿತಿಗಳನ್ನು ಸೂಚಿಸುತ್ತದೆ. ಮನುಷ್ಯ ಸಹಜವಾದ ಹಕ್ಕು - ಅವಕಾಶಗಳನ್ನೇ ಹತ್ತಿಕ್ಕಲಾದ ಸಂದರ್ಭದಲ್ಲಿ ನಿರಾಳವಾದ ಅನಿಸಿಕೆ, ಲವಲವಿಕೆಗಳಿಗೆ ಜಾಗ ಇನ್ನೆಲ್ಲಿರುತ್ತದೆ? ಆದರೆ, ಕಾಲಕಾಲಕ್ಕೆ ಜಗತ್ತಿನಾದ್ಯಂತ ಸಮಾಜದ ಪ್ರತಿಷ್ಠಿತ ಮೌಲ್ಯಗಳ ಇಕ್ಕಟ್ಟಿನಲ್ಲಿ ನರಳುತ್ತಲೇ ನಾನಾ ಬಗೆಗಳಲ್ಲಿ ಆ ಒರಟು ಚೌಕಟ್ಟಿಗೆ ಕೂಡ ಪ್ರತಿಕ್ರಿಯೆ ಸೂಚಿಸುತ್ತಾ, ಅಲ್ಲಲ್ಲಿ ಅದಕ್ಕೆ ಹೊರತಾಗಿ ಬದುಕುತ್ತಾ ಬಂದ ಮೂಕ ಜನವರ್ಗಗಳು ತಮ್ಮಲ್ಲಿ ಬವಣೆ, ಆಶೋತ್ತರಗಳನ್ನು ಎರಕಹೊಯ್ಯುತ್ತಾ ಅದನ್ನೆಲ್ಲಾ ತಿದ್ದುತ್ತಾ, ತೂಗುತ್ತಾ; ಹಲವೊಮ್ಮೆ ಮೈಮರೆಯುತ್ತಾ, ದಿಕ್ಕುತಪ್ಪುತ್ತಾ ಸಾಗಿಬಂದ ವಿವಿಧ ಪ್ರಮಾಣದ ಸಂಪೂರ್ಣ ದೀರ್ಘಕಥನ ಜಾನಪದದ ವಿವರಣೆಗಳಲ್ಲಿ ಅಡಗಿದೆ. ಅದೇ ರೀತಿಯಲ್ಲಿ ಇಂಡಿಯಾದ ಪರಿಸ್ಥಿತಿಯಲ್ಲಿ ಸುಮಾರು ಐದು ಸಾವಿರ ವರ್ಷಗಳಿಂದ ಮಾತು ಕಳೆದುಕೊಂಡ ಶೂದ್ರಾತಿಶೂದ್ರ ವರ್ಗಗಳ ಹಿಂಚೂಣಿಯಲ್ಲಿ ನಿಂತ ಸ್ತ್ರೀ ಸಮೂಹ ಕೂಡ ತನ್ನ ಎದೆಯಾಳದ ದಾಖಲೆಗಳನ್ನು ಭಾರತೀಯ ಭಾಷೆಗಳ ಜನಪದ ಸಾಹಿತ್ಯದಲ್ಲಿ ಕೂಡಿಟ್ಟುಕೊಂಡಿದೆ. ಈ ಅಮೂಲ್ಯ ಭಂಡಾರದ ಮುದ್ರೆಯನ್ನೊಡೆದು ಅಲ್ಲಿನ ಸಂಪತ್ತನ್ನು ಕಾಣುವ, ಸಾಧ್ಯವಾದಲ್ಲಿ ಹೊಸ ಸಾಂಸ್ಕೃತಿಕ ಚೌಕಟ್ಟಿನ ಗಟ್ಟಿತನಕ್ಕೆ ಅದರಿಂದ ಅಗತ್ಯ ನೆರವು ಪಡೆಯುವ ಮುಖ್ಯ ಕಾರ್ಯದಲ್ಲಿ ನಾವು ತೊಡಗಬೇಕಾಗಿದೆ.

ನಮ್ಮ ಒಟ್ಟು ಜನಸಂಖ್ಯೆಯ ಅರ್ಧದಷ್ಟು ಜನರು ಪ್ರಕೃತಿದತ್ತವಾದ ದೈಹಿಕ ರಚನೆಯಲ್ಲಿ ಗಂಡಿಗಿಂತ ಭಿನ್ನರೂ , ಮೊಲೆಮುಡಿಯುಳ್ಳವರೂ ಆಗಿರುವ ವೈಶಿಷ್ಟ್ಯ ಪೂರ್ಣ ಕಾರಣಕ್ಕಾಗಿಯೇ ಉಳಿದ ಮಾನವ ಜೀವಿಗಳೊಡನೆ ಸಮಾನತೆ, ಸಹಭಾಗಿತ್ವವನ್ನು ಪಡೆದುಕೊಳ್ಳಲು ಗಂಡಿನೊಡನೆ ಆಳವಾದ ಆತ್ಮೀಯತೆಯನ್ನು ಹಂಚಿಕೊಳ್ಳಲು ಸಾಧ್ಯವಾಗದೆ ಹೋದ ಅನೇಕ ವಿವರಗಳನ್ನು , ಅದರ ಬೆಳವಣಿಗೆಯ ಕ್ರಮವನ್ನು ನಾವು ಗುರುತಿಸಬಹುದಾಗಿದೆ. ಇದರ ಫಲವಾಗಿಯೇ ನಮ್ಮ ಕಲೆ, ಸಾಹಿತ್ಯ,

ತತ್ವಜ್ಞಾನ ಮತ್ತಿತರ ಕ್ಷೇತ್ರಗಳು ಸಾಕಷ್ಟು ಪ್ರಮಾಣದಲ್ಲಿ ಅಪೂರ್ಣವೂ, ಏಕಮುಖವೂ, ಉಪಾಧಿಗ್ರಸ್ತವೂ ಆಗಿದ್ದು ಅನೇಕ ಮಿತಿಗಳನ್ನು ತಂತಾನೆ ಸ್ಥಾಪಿಸಿಕೊಂಡಿರುವ ದಾಖಲೆಗಳನ್ನು ಕುರಿತು ನಾವೀಗ ಚರ್ಚಿಸಬೇಕಾಗಿದೆ.

ಜಾತಿಪದ್ಧತಿ, ಲಿಂಗಭೇದನೀತಿ ಹಾಗೂ ಅಸ್ಪೃಶ್ಯತೆಯ ಆಚರಣೆಯಿಂದ ರೋಗಗ್ರಸ್ತವಾಗಿರುವ ಭಾರತೀಯ ಸಮಾಜದಲ್ಲಿನ ಅಸಂಖ್ಯ ಶೂದ್ರ ಮತ್ತು ದಲಿತ ಜನಸಮೂಹದ ಜೊತೆಯಲ್ಲಿಯೇ ಹೆಚ್ಚಿನ ರೀತಿಯ ಸುಲಿಗೆ ಮತ್ತು ದಬ್ಬಾಳಿಕೆಗೆ, ಇಡೀ ಜನಸಂಖ್ಯೆಯ ಅರ್ಧಸಂಪತ್ತಾಗಿಯೇ ಉದ್ದಕ್ಕೂ ಸಾಗಿ ಬರುತ್ತಿರುವ ಮಹಿಳಾ ಸಮುದಾಯವೂ ಒಳಗಾಗಿದೆ.

ಇಪ್ಪತ್ತನೇ ಶತಮಾನದಲ್ಲಿ ಕನ್ನಡ ಸಾಹಿತ್ಯ ಮತ್ತು ಸಾಮಾಜಿಕ ಹಾಗೂ ರಾಜಕೀಯ ರಂಗಗಳಲ್ಲಾದ ಅನೇಕ ಮಹತ್ವದ ಬದಲಾವಣೆಗಳು, ವಸಹಾತುಶಾಹಿಯ ಪ್ರವೇಶದಿಂದಾಗಿ ಸಮಾಜದ ಎಲ್ಲಾ ವರ್ಗಗಳೂ ತಲುಪಿದ ಶಿಕ್ಷಣ ವ್ಯವಸ್ಥೆ ಸುಧಾರಣಾವಾದಿ ಚಳುವಳಿಗಳು, ಫುಲೆ, ಗಾಂಧಿ, ಅಂಬೇಡ್ಕರ್, ಲೋಹಿಯಾ, ಪೆರಿಯಾರ್, ನಾರಾಯಣಗುರು ಮುಂತಾದವರ ಚಿಂತನೆ ಮತ್ತು ಹೋರಾಟಗಳು ನಮ್ಮ ಶೋಷಿತ ಸಮುದಾಯಗಳ ಸ್ಥಗಿತಗೊಂಡಿದ್ದ ಇತಿಹಾಸಕ್ಕೆ ಹೊಸ ಚಾಲನೆ ನೀಡಿದವು. ಈ ಹಿನ್ನೆಲೆಯಲ್ಲಿ ಆಧುನಿಕ ಕನ್ನಡ ಸಾಹಿತ್ಯದಲ್ಲಿ ಮೈದೋರಿದ ಹಲವಾರು ಮಹಿಳಾ ಅಭಿವ್ಯಕ್ತಿಗಳು ಕೆಲವು ಅಚ್ಚರಿಯ ಅಧ್ಯಯನಗಳಿಗೆ ತೆರೆದುಕೊಳ್ಳುತ್ತವೆ.

ನಂಜನಗೂಡು ತಿರುಮಲಾಂಬ ಹಾಗೂ ಕಲ್ಯಾಣಮ್ಮನವರನ್ನು ಆಧುನಿಕ ಕನ್ನಡ ಸಾಹಿತ್ಯದ ಮೊದಲ ಲೇಖಕಿಯರೆಂದು ಗುರುತಿಸುವುದು ತಾತ್ವಿಕವಾಗಿ ಸರಿಯಾಗಿದೆ. ಹಾಗೆಯೇ ಕುವೆಂಪು, ಮಾಸ್ತಿ, ಮಧುರಚೆನ್ನ, ಕಾರಂತ, ಮುಂತಾದ ನವೋದಯ ಕಾಲಘಟ್ಟದ ಲೇಖಕರಲ್ಲಿ ಮಹಿಳಾಪರವಾದ ಕಾಳಜಿಗಳು ಅನನ್ಯ ರೀತಿಯಲ್ಲಿ ಅಭಿವ್ಯಕ್ತಗೊಂಡಿರುವುದನ್ನು ನಾವು ಮರೆಯುವಂತಿಲ್ಲ.

ತಿರುಮಲಾಂಬ, ಕಲ್ಯಾಣಮ್ಮ,, ಕೊಡಗಿನ ಗೌರಮ್ಮ ಮುಂತಾದ ನಮ್ಮ ಮೊದಲ ತಲೆಮಾರಿನ ಲೇಖಕಿಯರೆಲ್ಲಾ ಅಕ್ಷರ ಜ್ಞಾನದ ಹಿನ್ನೆಲೆಯನ್ನು ಹೊಂದಿದ್ದ ಮೇಲುಜಾತಿಯ ಮಧ್ಯಮ ವರ್ಗದ ಕುಟುಂಬಗಳ ಪರಿಸರದಿಂದ ಬಂದವರೇ ಆಗಿದ್ದಾರೆ. ಹೀಗಾಗಿ ಅವರ ಕೌಟುಂಬಿಕ ಪರಿಸರ, ಅಲ್ಲಿನ ಉಸಿರುಕಟ್ಟಿಸುವ ವಾತಾವರಣ, ಅದೇ ಚೌಕಟ್ಟಿನಲ್ಲಿ ಕಂಡುಬರುವ ಉಲ್ಲಾಸದ ವಿವರಗಳು, ಈ ಲೇಖಕಿಯರ ಬಹುಪಾಲು ಕಥೆಗಳಲ್ಲಿ ತೀವ್ರವಾಗಿ ಕಾಣಿಸಿಕೊಳ್ಳುತ್ತವೆ. ಇವರ ಕಥೆಗಳ ಕೇಂದ್ರವೂ ಸಹ ಸಹಜವಾಗಿಯೇ ಸುಶಿಕ್ಷಿತ ಹೆಣ್ಣೇ ಆಗಿರುವುದು ಗಮನಿಸಬಹುದಾದ ಸಂಗತಿಯಾಗಿದೆ. ಇನ್ನುಳಿದಂತೆ ದೊಡ್ಡ ಪ್ರಮಾಣದಲ್ಲಿ ಇರುವ ಶೂದ್ರರು, ದಲಿತರು ಹಾಗೂ ಪದದಲಿತ ಸಮೂಹದ ಬದುಕಿನ ಜೀವಂತ ವಿವರಗಳು ಇವರ ಕತೆಗಳಲ್ಲಿ ಸಂಪೂರ್ಣವಾಗಿ ಗೈರುಹಾಜರಾಗಿವೆ.

ಒಂದುವೇಳೆ ಅಪರೂಪಕ್ಕೆ ಕಾಣಿಸಿಕೊಂಡರೂ ಅಂತಹ ಶೂದ್ರಪಾತ್ರಗಳು ಪರಿಪೂರ್ಣವಾಗಿ ತಮ್ಮೆಲ್ಲ ವ್ಯಕ್ತಿತ್ವದೊಂದಿಗೆ ಅರಳಿರುವುದು ತೀರಾ ವಿರಳ ! ಆದರೆ ಇದೇ ಅವಧಿಯಲ್ಲಿ ಉತ್ತರ ಕರ್ನಾಟಕದ ಬೆಳಗಾವಿ ಪ್ರದೇಶದ ನಮ್ಮ ಹಿಂದುಳಿದ ಜಾತಿ- ವರ್ಗದ ಹಿನ್ನೆಲೆಯಲ್ಲಿ ಹುಟ್ಟಿ ಬೆಳೆದ ಪ್ರಜ್ಞಾವಂತ ಲೇಖಕಿಯೂ, ಸಮಾಜ ಸುಧಾರಕಿಯೂ ಆಗಿದ್ದ ಬೆಳಗಾವಿ ಶ್ಯಾಮಲಾದೇವಿ (೧೯೧೦-೧೯೪೩) ಅವರ ಕಥಾ ಸಾಹಿತ್ಯದಲ್ಲಿನ ಸೂಕ್ಷ್ಮಗಳು ಹಾಗೂ ಅಪಮಾನಿತ ಜನವರ್ಗದ ನಿಸ್ಸಹಾಯಕತೆಯ ಒಡಲಲ್ಲೇ ಅಡಗಿರುವ ಸಂವೇದನಾಶೀಲ ಮನಸ್ಸುಗಳ ಚಿತ್ರಣವು ಅಪರೂಪದ್ದಾಗಿದೆ.

ಇದು ಆ ತಲೆಮಾರಿನ ಲೇಖಕಿಯರ ಮಿತಿ ಎನ್ನಬಹುದಾದರೂ, ಇದಕ್ಕೆ ಪೂರಕವಾಗಿ ಆ ಕಾಲಘಟ್ಟದಲ್ಲಿ ಶೂದ್ರ ಮಹಿಳಾ ಸಮುದಾಯವು ಶಿಕ್ಷಣ ವ್ಯವಸ್ಥೆಯಿಂದ ಬಹುದೂರ ಇದ್ದದ್ದೂ ಒಂದು ಪ್ರಮುಖ ಸಾಮಾಜಿಕ ಕಾರಣವಾಗಿದೆ. ಆದ್ದರಿಂದ ಒಟ್ಟು ನಮ್ಮ ವ್ಯವಸ್ಥೆಯಲ್ಲಿರುವ ಬಹುಸಂಖ್ಯಾತ ಶೂದ್ರ ಮತ್ತು ದಲಿತ ಮಹಿಳಾಲೋಕದ ಸೂಕ್ಷ್ಮಾತಿಸೂಕ್ಷ್ಮ ಅನುಭವಗಳು ವಿರಳವಾಗಿವೆ. ಈ ಕೊರತೆಯನ್ನು ನೀಗಿಸುವ ದಿಸೆಯಲ್ಲಿ ಕುವೆಂಪು ಮತ್ತು ಶಿವರಾಮ ಕಾರಂತರ ಕಾದಂಬರಿಗಳೇ ಇವತ್ತಿಗೂ ನಮ್ಮ ಪ್ರಾತಿನಿಧಿಕ ಸ್ತ್ರೀವಾದಿ ಕೃತಿಗಳು. ಮಲೆನಾಡು ಪ್ರದೇಶದ ಎಲ್ಲ ಹಿನ್ನೆಲೆಯ ಹೆಣ್ಣು ಮಕ್ಕಳು ವೈವಿಧ್ಯಮಯ ಅನುಭವಗಳನ್ನು ತನ್ನ ಆತ್ಮವನ್ನಾಗಿ ಮಾಡಿಕೊಂಡಿರುವ ಮಹಾಕಾವ್ಯದ ಹರಹುಳ್ಳ ಕುವೆಂಪು ಅವರ ಕಾದಂಬರಿಗಳು ಈ ದಿಶೆಯಲ್ಲಿನ ಮಹತ್ವದ ಕೃತಿಗಳಾಗಿವೆ. ಹಾಗೆಯೇ ಮಹಿಳಾ ಸಂವೇದನೆಯ ಸಕಲ ವೈವಿಧ್ಯವನ್ನು ಅರಿಯಬೇಕಾದಲ್ಲಿ ಆಯಾಯ ಭಾಷೆಗಳಲ್ಲಿರುವ ಜಾನಪದವನ್ನು ಮೊರೆಹೋಗಬೇಕಾಗಿದೆ; ಕನ್ನಡ ಜಾನಪದದಲ್ಲಂತೂ ಇದರ ಸಮೃದ್ಧಿಯನ್ನೇ ಕಾಣುತ್ತಿದ್ದೇವೆ.

ಇಪ್ಪತ್ತನೆಯ ಶತಮಾನದ ಮುವ್ವತ್ತರ ದಶಕದಲ್ಲಿ ಕಾಣಿಸಿಕೊಂಡ ಕೊಡಗಿನ ಗೌರಮ್ಮ ಕನ್ನಡ ಕಥಾಲೋಕ ಕಂಡ ಸಂವೇದನಾಶೀಲ ಕತೆಗಾರ್ತಿಯಾಗಿದ್ದಾರೆ. ಮೇಲುಜಾತಿಯ ಸುಶಿಕ್ಷಿತ ಮಧ್ಯಮ ವರ್ಗದಲ್ಲಿ ಹುಟ್ಟಿ ಬೆಳೆದ ಕುಟುಂಬದಲ್ಲಿ ಗೌರಮ್ಮ ದಟ್ಟ ಮಲೆನಾಡಿನ ನಡುವಿನಿಂದ ಬಂದ ಲೇಖಕಿ. ತನ್ನ ಇಪ್ಪತ್ತೇಳನೆಯ ವಯಸ್ಸಿಗೇ ಅಕಾಲ ಮರಣಕ್ಕೆ ತುತ್ತಾದ ಗೌರಮ್ಮ ತಮ್ಮ ಕಂಬನಿ (೧೯೩೯) ಮತ್ತು ಚಿಗುರು (೧೯೪೨) ಎಂಬ ಎರಡು ಕಥಾಸಂಕಲನಗಳ ಮೂಲಕ ನಮ್ಮ ಉತ್ತಮ ಕತೆಗಾರ್ತಿಯರಲ್ಲಿ ಒಬ್ಬರಾಗಿದ್ದು ಸಾಹಿತ್ಯಾಸಕ್ತರೆಲ್ಲರ ಮೆಚ್ಚುಗೆಗೆ ಪಾತ್ರರಾಗಿದ್ದಾರೆ.

ಸಂಪ್ರದಾಯಸ್ಥ ಸಮಾಜವೊಂದರಲ್ಲಿರುವ ವಿಧವಾ ಸಮಸ್ಯೆ, ಹದಿಹರೆಯದವರ ಪ್ರೇಮ, ಕೌಟುಂಬಿಕ ಪ್ರೀತಿ, ಅಲ್ಲಿನ ಮಾನವೀಯ ಸಂಬಂಧಗಳು, ಶಿಕ್ಷಣ, ವರದಕ್ಷಿಣೆ, ಸೌಂದರ್ಯ ಪ್ರಜ್ಞೆ, ಜೀವನ ಪ್ರೀತಿ, ಜಾತಿ ಸಂಘರ್ಷ ಮುಂತಾದ ಹಲವು ಹತ್ತು ಸುಡುವಾಸ್ತವಗಳು ಗೌರಮ್ಮನವರ ಕಿರಿದಾದ ಕಥೆಗಳ ಆವರಣದಲ್ಲಿ ಅತ್ಯಂತ ನವಿರಾಗಿ

ಚಿತ್ರಣಗೊಂಡಿವೆ. ಸಹಜವಾಗಿ ಮಹಿಳೆಯೇ ಇವರ ಎಲ್ಲ ಕಥೆಗಳ ಕೇಂದ್ರ ಕಾಳಜಿಯಾಗಿ ರೂಪುಗೊಂಡಿದ್ದಾಳೆ. ಇದರಿಂದಾಗಿ ಆ ಕಾಲಘಟ್ಟದಲ್ಲಿ ಸುಶಿಕ್ಷಿತ ಸಂಪ್ರದಾಯಸ್ಥ ಮಹಿಳೆಯರು ಎದುರಿಸುತ್ತಿದ್ದ ಕೌಟುಂಬಿಕ ಹಾಗೂ ಸಾಮಾಜಿಕ ಸಮಸ್ಯೆಗಳೇ ಗೌರಮ್ಮನವರ ಕಥೆಗಳ ದ್ರವ್ಯಗಳಾಗಿವೆ. ಅಪಾರವಾದ ಜೀವನಪ್ರೀತಿಯನ್ನು ಒಳಗೊಂಡಿರುವ ಇವರ ಕಥೆಗಳು ಎಂಥದ್ದೇ ಸಂದರ್ಭದಲ್ಲೂ ನಿರಾಶವಾದದ ಕೂಪಕ್ಕೆ ಬೀಳುವುದಿಲ್ಲ! ಕೌಟುಂಬಿಕ ಸಮಸ್ಯೆಗಳು, ಒಂಟಿತನ, ಬಡತನದ ಸ್ಥಿತಿಯಲ್ಲಿದಿದ್ದರೂ ಇಲ್ಲಿನ ಪಾತ್ರಗಳು ಯಾವುದೇ ಹಂತದಲ್ಲೂ ದ್ವೇಷ, ಅಸೂಯೆಗಳನ್ನು ವ್ಯಕ್ತಪಡಿಸದೇ ಎಲ್ಲ ಬಗೆಯ ಮಿತಿಯನ್ನು ಮೀರಿ ಅಪರಿಮಿತ ಜೀವನೋತ್ಸಾಹದಿಂದ ತುಳುಕುತ್ತವೆ. ಸಣ್ಣತನಗಳಿಂದ ಹೊರತಾಗಿರುವ ಮತ್ತು ಅದೇ ಹೊತ್ತಲ್ಲಿ ಜಾತಿ-ಮತಗಳನ್ನು ಮೀರಿದ ಮಾನವೀಯ ಪರಿಸರಕ್ಕಾಗಿ ನಿರಂತರವಾಗಿ ಹಂಬಲಿಸುತ್ತವೆ.

ಕರ್ನಾಟಕದ ಪಶ್ಚಿಮಘಟ್ಟ ಶ್ರೇಣಿಯಲ್ಲಿ ಬರುವ ಸುಂದರವಾದ ತಾಣಗಳಲ್ಲಿ ಕೊಡಗು ತುಂಬಾ ವಿಶಿಷ್ಟವಾದುದು. ಇಲ್ಲಿನ ಪರಿಶುದ್ಧ ಮತ್ತು ತಂಪು ಹವೆಯ ಆನಂದವನ್ನು ಅನುಭವಿಸಿದ ದೇಹ ಮತ್ತು ಮನಸ್ಸುಗಳು ಎಲ್ಲ ಕಾಲಕ್ಕೂ ಅದನ್ನು ನೆನಪಿನಲ್ಲಿ ಇಟ್ಟುಕೊಂಡಿರುತ್ತವೆ. ಇಂತಹ ಸಹಜ, ಸುಂದರ, ಗಿರಿಜನ ಪ್ರದೇಶದಲ್ಲಿ ೫-೩-೧೯೧೨ರಂದು ಹುಟ್ಟಿ ಆಡಿ ಬೆಳೆದ ಗೌರಮ್ಮ ಸಾಹಿತ್ಯ ಸಂಸ್ಕೃತಿ ಮತ್ತು ಪ್ರೀತಿ ತುಂಬಿದ ಆತ್ಮೀಯ ಬದುಕಿಗಾಗಿ ನಿರಂತರವಾಗಿ ಹಾರೈಸಿದ ಅಸಲೀ ಸ್ತ್ರೀಚೇತನ. ಈ ಬಗೆಯ ಆರೋಗ್ಯಕರ ಚಿಂತನೆಯ ದಾರಿಯಲ್ಲಿ ಹೊಸ ಹೆಜ್ಜೆಗಳನ್ನು ಸ್ಪಷ್ಟವಾಗಿ ಇಡುತ್ತಿದ್ದ ಕತೆಗಾರ್ತಿ ಗೌರಮ್ಮ ೧೩-೪-೧೯೩೯ರಂದು ತಾವು ವಾಸವಾಗಿದ್ದ ಮನೆಗೆ ಕೇವಲ ಮೂರು ಮೈಲಿಗಳ ಅಂತರದಲ್ಲಿ ಹರಿಯುತ್ತಿದ್ದ ಹಟ್ಟಿಹೊಳೆಯಲ್ಲಿ (ಇದನ್ನು ಹರದೂರು ಹೊಳೆ ಅಂತಲೂ ಕರೆಯುತ್ತಾರೆ) ಈಜಾಡಲು ಹೋಗಿದ್ದಾಗ ಸುಳಿಯಲ್ಲಿ ಸಿಕ್ಕಿ, ಕೂಡಲೇ ಮೇಲೇಳಲು ಸಾಧ್ಯವಾಗದೆ ಪ್ರಾಣಬಿಟ್ಟರು. (ಈ ಹೊಳೆಯೇ ಮುಂದೆ ಮಾದಾಪುರ ಹೊಳೆಯನ್ನು ಸೇರಿ, ಅಲ್ಲಿಂದ ಮುಂದಕ್ಕೆ ಸಾಗಿ ಹಾರಂಗಿ ಹೊಳೆಯಾಗುತ್ತದೆ. ಹಾರಂಗಿ ಹೊಳೆಯು ಸ್ವಲ್ಪ ಸಮಯ ಹರಿದ ನಂತರ ಕಾವೇರಿ ನದಿಯನ್ನು ಸೇರುತ್ತದೆ) ಹೀಗೆ ಈಜು ಕಲಿತು, ಟೆನ್ನಿಸ್ ಆಡುತ್ತಿದ್ದ ಲವಲವಿಕೆಯ ಜೀವ ಗೌರಮ್ಮ ಸ್ವಾತಂತ್ರ್ಯ ಚಳುವಳಿಯಲ್ಲಿ ತೀವ್ರವಾದ ಆಸಕ್ತಿಯನ್ನು ಹೊಂದಿದ್ದರು. ಖಾದಿ ಬಟ್ಟೆ ತೊಡುತ್ತಿದ್ದರು. ಮಹಾತ್ಮಾಗಾಂಧೀಜಿಯವರ ಪರಮ ಅನುಯಾಯಿಯಾಗಿದ್ದ ಆಕೆಯು ತಮ್ಮ ಇಪ್ಪತ್ತೊಂದನೆಯ ವಯಸ್ಸಿನಲ್ಲಿ ಆಶ್ಚರ್ಯಕರವಾಗಿ ಗಾಂಧೀಜಿಯವರ ಮನಸ್ಸನ್ನು ಸೂರೆಗೊಂಡಿದ್ದ ಹೆಮ್ಮೆಪಡುವ ಸಂಗತಿಯಾಗಿ ದಾಖಲಾಗಿದೆ. ೧೯೩೩ನೇ ವರ್ಷದ ಕೊನೆಯಲ್ಲಿ ಗಾಂಧೀಜಿಯವರು ಕರ್ನಾಟಕ ಪ್ರವಾಸದಲ್ಲಿದ್ದಾಗ ಕೊಡಗಿನಲ್ಲಿ ಎರಡು ದಿನಗಳ ಕಾಲ ಇದ್ದರು. ತಮ್ಮಂತಹ ಸಾಧಾರಣ ಕುಟುಂಬದವರ ಮನೆಗಳಿಗೂ ಮಹಾತ್ಮರ ಆಗಮನ ಆಗಬೇಕೆಂದು ಹಠ ಹಿಡಿದ ಗೌರಮ್ಮ ಉಪವಾಸ ಸತ್ಯಾಗ್ರಹ ಆರಂಭಿಸಿದರು.

ಆರಂಭದಲ್ಲಿ ಇದನ್ನೆಲ್ಲ ಗಮನಿಸದಿದ್ದ ಗಾಂಧೀಜಿಯವರು ನಿಜಸಂಗತಿ ತಿಳಿದು ಹೌಹಾರಿದರು. ಈ ಎಳೆಯ ಚೆಲುವೆಯ ಮನೆಯಂಗಳಕ್ಕೆ ತಾವೇ ಬಂದು ತಮ್ಮ ಕೈಯಾರೆ ಅದೇ ಕೊಡಗಿನ ಕಿತ್ತಲೆ ಹಣ್ಣು ನೀಡಿ ಉಪವಾಸ ನಿಲ್ಲಿಸಬೇಕೆಂದು ವಾತ್ಸಲ್ಯಪೂರ್ವಕವಾಗಿ ಕೇಳಿಕೊಂಡರು. ಆಕೆಗೆ ಪರಮಾನಂದವಾಯಿತು. ಗಾಂಧೀಜಿವರ ಸ್ವಾತಂತ್ರ್ಯ ಸಂಗ್ರಾಮ ಮತ್ತು ಹರಿಜನೋದ್ಧಾರ ಸಂಬಂಧದ ನಿಧಿಗೆ ತನ್ನ ಮೈಮೇಲಿದ್ದ ಆಭರಣಗಳನ್ನು ನೀಡಿದರು ; ಕೊರಳಿನ ಮಂಗಳಸೂತ್ರ, ಕಿವಿಯ ಓಲೆ ಮತ್ತು ಮೂಗುಬಟ್ಟಿನ ಹೊರತಾಗಿ ಉಳಿದೆಲ್ಲ ಒಡವೆಗಳು ಮಹಾತ್ಮರ ಕೈಸೇರಿದಾಗ ಅವರು ಅವಾಕ್ಕಾದರು. ಆ ದಂಪತಿಗಳ ಆಗಿನ ತಿಂಗಳ ಆದಾಯ (ಕಾಫಿ ತೋಟದ ಒಡೆಯರೊಬ್ಬರಲ್ಲಿ ವ್ಯವಸ್ಥಾಪಕರಾಗಿದ್ದ ಗೌರಮ್ಮನವರ ಜೀವನಸಂಗಾತಿ ಬಿ.ಟಿ. ಗೋಪಾಲಕೃಷ್ಣ ಅವರ ಸಂಬಳ) ಕೇವಲ ನಲವತ್ತು ರೂಪಾಯಿ ಮಾತ್ರ ಆಗಿತ್ತು. ಗಂಡ -ಹೆಂಡತಿಯ ಸಂತೋಷ ತುಳುಕುವ ಜೋಡಿ ಒಪ್ಪಿಗೆಯ ಮೇಲೆಯೇ ಈ ನಿರ್ಧಾರ ಆಗಿದೆಯೆಂಬುದನ್ನು ಗಾಂಧೀಜಿ ಖಚಿತಪಡಿಸಿಕೊಂಡರು. **ಅಷ್ಟೇ ಅಲ್ಲ ಗಾಂಧೀಜಿ, ಮತ್ತೆಂದೂ ಚಿನ್ನಾಭರಣಗಳನ್ನು ನಾನು ತೊಡುವುದಿಲ್ಲ** ಎಂದು ದೃಢವಾದ ದನಿಯಲ್ಲಿ ಗೌರಮ್ಮ ಹೇಳಿದರು. ಈ ಘಟನೆಯ ನಂತರ ಹೊರಬಂದ ಹರಿಜನ ಪತ್ರಿಕೆಯ ೨-೩-೧೯೩೪ರ ಸಂಚಿಕೆಯಲ್ಲಿ ಈ ಬಗ್ಗೆ ವಿವರಗಳು ಪ್ರಕಟವಾದವು. ಗಾಂಧೀಜಿಯವರು ತಾವಿದ್ದ ಹರದೂರಿನಲ್ಲಿ ಬಳಸಿದ್ದ ಮೈಸೂರು ಸ್ಯಾಂಡಲ್ ಸೋಪನ್ನು ಗೌರಮ್ಮನವರು ತುಂಬ ಗೌರವಾದರಗಳಿಂದ (ರಹಸ್ಯವಾಗಿ) ತೆಗೆದಿಟ್ಟುಕೊಂಡಿದ್ದರು ; ತಮ್ಮೊಡನಿರುತ್ತಿದ್ದ ಖಾದಿಯ ಕೈಚೀಲದಲ್ಲಿ ಅದನ್ನು ತಾವು ಬದುಕಿರುವ ತನಕ ಆಸ್ಥೆಯಿಂದ ರಕ್ಷಿಸುತ್ತಿದ್ದರು. ಆ ಮೇಲಿನ ದಿನಗಳಲ್ಲಿ ಈ ಸೋಪನ್ನು ಚಿತ್ರಕಲಾವಿದರಾಗಿದ್ದ ಪಿ.ಆರ್. ತಿಪ್ಪೇಸ್ವಾಮಿಯವರು ತಮ್ಮ ಜಾನಪದ ಕ್ಷೇತ್ರ ಕಾರ್ಯದ ಅವಧಿಯಲ್ಲಿ ಗುರುತಿಸಿ, ಮೈಸೂರು ವಿಶ್ವವಿದ್ಯಾನಿಲಯದ ಮಾನಸಗಂಗೋತ್ರಿಯಲ್ಲಿರುವ ಜಾನಪದ ವಸ್ತುಸಂಗ್ರಹಾಲಯದಲ್ಲಿ ಗೌರಮ್ಮನವರ ಇತರ ವಸ್ತುಗಳ ಜೊತೆಯಲ್ಲಿ ತಂದಿಟ್ಟರು.

ಗೌರಮ್ಮನವರ ಪೂರ್ವಜರು ಮೂಲತಃ ವಿಟ್ಲ ಸೀಮೆಯವರಾಗಿದ್ದು ಕ್ರಮೇಣ ಕುಕ್ಕೆ ಸುಬ್ರಹ್ಮಣ್ಯ ಭಾಗದಿಂದ ಘಟ್ಟದ ಮೇಲಿನ ಮಲೆನಾಡು ಪ್ರದೇಶವಾದ ಕೊಡಗಿನಲ್ಲಿ ಬಂದು ನೆಲೆಸಿದ ಹವ್ಯಕ ಬ್ರಾಹ್ಮಣ ಸಂಪ್ರದಾಯದವರು. ವಕೀಲರು ಮತ್ತು ಪ್ಲಾಂಟರ್‌ಆಗಿದ್ದ ಎನ್.ಎಸ್. ರಾಮಯ್ಯನವರು ಗೌರಮ್ಮನವರ ತಂದೆ ; ತಾಯಿ ನಂಜಕ್ಕ. ಮಡಿಕೇರಿಯ ಸೆಂಟ್ರಲ್ ಹೈಸ್ಕೂಲ್‌ನಲ್ಲಿ ಆಕೆ ಎಸ್.ಎಸ್.ಎಲ್.ಸಿ. ತನಕ ಓದಿದ್ದರು. ಆರು ವರ್ಷದ ಮಗುವಾಗಿದ್ದಾಗ ಗೌರಮ್ಮ ತಂದೆತಾಯಿಯ ಜೊತೆಯಲ್ಲಿ ಕಾಶಿಗೆ ಹೋಗಿದ್ದರು. ಅಲ್ಲೇ ತಾಯಿ ತೀರಿಕೊಂಡರು ; ಮಗು ಗೌರಿ ಕಾಶೀ ಪಟ್ಟಣದ ನಡುವಣ ಗದ್ದಲದಲ್ಲಿ ಕಣ್ಮರೆಯಾಯಿತು ; ತಂದೆಯ ತೀವ್ರಾತಂಕದ ಕೊನೆಯಲ್ಲಿ ಮೂರು ದಿನಗಳ ನಂತರ ಪೊಲೀಸ್ ಠಾಣೆಯಲ್ಲಿ ಮಗು ಸಿಕ್ಕಿತು. ಗೌರಮ್ಮನ

ಹದಿಹರೆಯದ ದಿನಗಳು ಮಡಿಕೇರಿಯ ಸುಂದರವಾತಾವರಣದಲ್ಲಿ ಆಹ್ಲಾದಕರವಾಗಿಯೇ ಕಳೆದವು. **ಕೊಡಗಿನ ಹುಡುಗಿ ಮುತ್ತಮ್ಮ** ಕೃತಿ ಬರೆದ ಪದ್ಮಾವತಿ ರಸ್ತೋಗಿ ಆ ಕಾಲಕ್ಕೆ ಹಿಂದಿ, ಇಂಗ್ಲಿಷ್ ಮತ್ತು ಕನ್ನಡದಲ್ಲಿ ಬರೆಯುತ್ತಿದ್ದ ಆತ್ಮೀಯ ಗೆಳತಿಯಾಗಿದ್ದರು. ಪ್ರಸಿದ್ಧ ಸಾಮಾಜಿಕ ಕಾರ್ಯಕರ್ತೆ ಮತ್ತು ಲೇಖಕಿಯಾಗಿದ್ದ ಆರ್. ಕಲ್ಯಾಣಮ್ಮ ಅವರೊಡನೆ ಗೌರಮ್ಮ ಸಂಪರ್ಕವನ್ನು ಹೊಂದಿದ್ದರು. ಮಾಸ್ತಿ ಮತ್ತು ಬೇಂದ್ರೆಯವರು ಇವರಲ್ಲಿಗೆ ಅಪರೂಪಕ್ಕೆ ಬಂದು ಹೋಗುತ್ತಿದ್ದರು; ಪ್ರವಾಸಪ್ರಿಯರಾಗಿದ್ದ ಸಾಹಸಿ ಶಿವರಾಮಕಾರಂತರ ಪರಿಚಯವೂ ಇತ್ತು. ಹೀಗಾಗಿ ಸಾಹಿತ್ಯ ಮತ್ತು ಸಾಂಸ್ಕೃತಿಕ ವಲಯದ ಚರ್ಚೆ, ಬದಲಾವಣೆಗಳು ಮತ್ತು ಹೊಸ ಬರವಣಿಗೆಯ ಸಂಪರ್ಕ ಈ ಲೇಖಕಿಯ ಬರವಣಿಗೆಗೆ ಪೂರಕವಾಗಿದ್ದವು. ಯಕ್ಷಗಾನ ಮತ್ತು ತಾಳಮದ್ದಲೆಯ ಪ್ರಭಾವದ ಜೊತೆಗೆ ಕುಮಾರವ್ಯಾಸ ಮತ್ತು ಉಮರ್‌ಖಯಾಮ್ ಕಾವ್ಯದ ಬಗ್ಗೆ ಅತೀವವಾದ ಆಸಕ್ತಿಯನ್ನು ಹೊಂದಿದ್ದರು. ಜಾನಪದದ ಬಗ್ಗೆ ಮನತೆರೆದು ಅರಿಯುವ ಕುತೂಹಲ ಇದ್ದ ಇವರು ಕೆಲವು ಜನಪದ ಗೀತೆಗಳನ್ನು ಸಹ ಸಂಗ್ರಹಿಸಿದ್ದರು. ದೂರದ ಜಮಖಂಡಿಗೆ ಹೋಗಿ ಅಲ್ಲಿನ ಕನ್ನಡ ಸಾಹಿತ್ಯ ಸಮ್ಮೇಳನದಲ್ಲಿ ಕೊಡಗಿನ ಪ್ರತಿನಿಧಿಯಾಗಿ ಭಾಗವಹಿಸಿದ್ದರು. ಹಾಗೆಯೇ ಮಡಿಕೇರಿಯಲ್ಲಿ ನಡೆದ ಆ ಕಾಲದ ಐತಿಹಾಸಿಕ ಸಾಹಿತ್ಯ ಸಮ್ಮೇಳನದಲ್ಲಿ ಕೊಡಗಿನ ಪ್ರತಿನಿಧಿಯಾಗಿ ಭಾಗವಹಿಸಿದ್ದರು. ಸಕ್ರಿಯವಾಗಿ ಪಾಲ್ಗೊಂಡಿದ್ದರು. ಇವರ ಒಂದು ಕಥೆಗೆ ಉಡುಪಿ ಗೆಳೆಯರ ಬಳಗದಿಂದ ಚಿನ್ನದ ಪದಕ ದೊರೆಯಿತು. ಕೊಡಗಿನ ಮತ್ತೊಬ್ಬ ತರುಣ ಸಾಹಿತಿ ಭಾರತೀಸುತರು ಇವರನ್ನು ಗೌರವದಿಂದ ಕಂಡು ಸಲಹೆ ಸೂಚನೆಗಳನ್ನು ಪಡೆಯುತ್ತಿದ್ದರು. ಮುಳಿಯ ತಿಮ್ಮಪ್ಪಯ್ಯನವರು ಇವರ ಕೆಲವು ಕಥೆಗಳನ್ನು ಮೆಚ್ಚಿದ್ದರು. ತಮ್ಮ ಮಿತವಾದ ಆದಾಯದಲ್ಲಿಯೇ ಗೌರಮ್ಮ ಸಂಸಾರದ ಖರ್ಚು ವೆಚ್ಚಗಳನ್ನು ಸರಿದೂಗಿಸುತ್ತಿದ್ದರು. ಸದಭಿರುಚಿಯನ್ನು ಕಾಯ್ದಿಟ್ಟುಕೊಳ್ಳುತ್ತಲೇ ತಮ್ಮ ಸಂಪರ್ಕಕ್ಕೆ ಬಂದವರನ್ನು ಅಕ್ಕರೆಯಿಂದ ಸತ್ಕರಿಸುತ್ತಿದ್ದರು. ಸ್ನೇಹಜೀವಿಯಾಗಿದ್ದ ಈಕೆ ಉತ್ತಮ ಮಾತುಗಾರ್ತಿಯಾಗಿದ್ದರು. ಆದರೆ ಸಾರ್ವಜನಿಕ ಸಭೆಗಳಲ್ಲಿ ಭಾಗವಹಿಸಲು, ಮಾತನಾಡಲು ಹಿಂಜರಿಯುತ್ತಿದ್ದರು.

ಸೂಕ್ಷ್ಮವಾದ ರಾಜಕೀಯ ಪರಿಜ್ಞಾನವನ್ನು ಹೊಂದಿದ್ದ ಗೌರಮ್ಮ ಗಾಂಧೀಜಿ ನೇತೃತ್ವದ ಕಾಂಗ್ರೆಸ್‌ಗಾಗಿ ಕೈಲಾದ ಮಟ್ಟಿಗೆ ದುಡಿದರು ; ತೀವ್ರಾಸಕ್ತಿಯಿಂದ ಅನೇಕರನ್ನು ಕಾಂಗ್ರೆಸ್ ಪಕ್ಷದ ಸದಸ್ಯರನ್ನಾಗಿ ನೊಂದಾಯಿಸುತ್ತಿದ್ದರು. ಕೊಡಗಿನಲ್ಲಿ ಸತ್ಯಾಗ್ರಹಿಗಳಾಗಿ ದುಡಿಯುತ್ತಿದ್ದ ಸಿ.ಎಂ. ಪೂಣಚ್ಚ ಮುಂತಾದ ಪ್ರಾಮಾಣಿಕ ಕಾರ್ಯಕರ್ತರಿಗೆ ನೆರವಾಗುತ್ತಿದ್ದರು. ಈ ಎಲ್ಲ ಚಟುವಟಿಕೆಗಳ ನಡುವೆ ತನ್ನ ಸುತ್ತಲಿನ ಬದುಕಿನಲ್ಲಿ ಕಂಡುಂಡ ಅನುಭವದ ಹಿನ್ನೆಲೆಯಲ್ಲಿ ಮಹಿಳಾಲೋಕದ ಕನಸುಗಳ, ಆದರ್ಶಗಳ ಚಿತ್ರಣವನ್ನು ತಮ್ಮ ಕಥೆಗಳಲ್ಲಿ ನೀಡಲು ಪ್ರಯತ್ನಿಸಿದರು. ಇವರ ಕಥೆಗಳು ಜಯಕರ್ನಾಟಕ, ರಾಷ್ಟ್ರಬಂಧು, ಜಯಂತಿ, ಪ್ರಜಾಮತ ಮುಂತಾದ ನಿಯತಕಾಲಿಕಗಳಲ್ಲಿ ಕಾಲಕಾಲಕ್ಕೆ

ಪ್ರಕಟವಾದುವು; ಸಾಹಿತ್ಯಾಸಕ್ತರ ಮೆಚ್ಚುಗೆಯನ್ನು ಗಳಿಸಿದ್ದವು. ೧೯೩೯ರಲ್ಲಿ ಗೌರಮ್ಮನವರು ಅಕಾಲಿಕವಾಗಿ ಮರಣಹೊಂದಿದ ಮೇಲೆ **ಕಂಬನಿ ಮತ್ತು ಚಿಗುರು** ಎಂಬ ಎರಡು ಕಥಾ ಸಂಕಲನಗಳಲ್ಲಿ ಅವರ ಇಪ್ಪತ್ತೊಂದು ಕತೆಗಳು ಪ್ರಕಟವಾದುವು. ದ.ರಾ ಬೇಂದ್ರೆಯವರು ಈ ಎರಡೂ ಸಂಕಲನಗಳಿಗೆ ತಮ್ಮ ಆತ್ಮೀಯ ಧಾಟಿಯ ಮುನ್ನುಡಿಯನ್ನು ಬರೆದು ಈ ಕತೆಗಳ ಸರಳತೆ ಮತ್ತು ಚೆಲುವನ್ನು ವಿಶ್ಲೇಷಿಸಿದರು.

ಕೊಡಗಿನ ಹೊರಗಿರುವ ಓದುಗರು, ಸಾಹಿತ್ಯಪ್ರೇಮಿಗಳು, ಸಾಂಸ್ಕೃತಿಕ ಲೋಕದ ಸಂಗಾತಿಗಳು (ಮೊದಲಿಗೆ ಶ್ರೀಮತಿ ಬಿ.ಟಿ.ಜಿ. ಕೃಷ್ಣ ಎಂದೇ ತಮ್ಮ ಹೆಸರನ್ನು ಬರೆದುಕೊಳ್ಳುತ್ತಿದ್ದ) ಗೌರಮ್ಮನವರನ್ನು ಅಕ್ಕರೆಯಿಂದ ಕೊಡಗಿನ ಗೌರಮ್ಮ ಎಂದು ಕರೆದು ಜನಪ್ರಿಯಗೊಳಿಸಿದರು. ಈಕೆಯು ಹೊಸಕಾಲದ ಮಹಿಳಾ ಆಶಯಗಳ ತುಡಿತಗಳನ್ನು ಆಗ ತಾನೇ ಹೇಳಲು ಹೊರಟಿದ್ದರು. ಬ್ರಿಟಿಷರ ಆಳ್ವಿಕೆಯ ಕಾರಣದಿಂದಾಗಿ ಕೆಲವು ವಿಷಯಗಳಲ್ಲಿ ಆಧುನಿಕತೆಯ ಸ್ಪರ್ಶವು ಇತರ ಭಾಗಗಳಿಗಿಂತ ಹೆಚ್ಚಾಗಿ ಕೊಡಗಿನ ನೆಲದಲ್ಲಿ ಆಶ್ಚರ್ಯಕರವಾಗಿ ಕಾಣಿಸಿಕೊಂಡಿತು. ಅದರಲ್ಲೂ ಕೊಡವ ಜನಾಂಗದ ಹೆಚ್ಚಿನವರಲ್ಲಿ ಶಿಕ್ಷಣ, ಆರೋಗ್ಯ, ಸಹಬಾಳ್ವೆ ಹಾಗೂ ಸದಭಿರುಚಿಯ ಬಗೆಗಿನ ವಿಚಿತ್ರತರ ಆಕರ್ಷಣೆಯ ಅಂಶಗಳಿಗೆ ಒತ್ತುಸಿಕ್ಕಿತು. ಇದೇ ವಾತಾರವಣದಲ್ಲಿದ್ದ ಸಂಪ್ರದಾಯವಾದಿ ಬ್ರಾಹ್ಮಣರಿಂದ ಮೊದಲುಗೊಂಡು ಇತರ ಜನಜಾತಿಗಳ ಅರಿವಿನಲ್ಲಿಯೂ ಸಹ ಕ್ರಮೇಣವಾಗಿ ಒಂದು ಬಗೆಯ ಅಸ್ಪಷ್ಟವೂ, ಅಗೋಚರವೂ ಆದ ರೀತಿಯ ಹೊಸ ಮನಸ್ಸಿನ ಸ್ಪಂದನದ ಎಳೆಗಳನ್ನು ಕಾಣಲು ಸಾಧ್ಯವಾದ ಹಾಗೆ ಗೋಚರಿಸುತ್ತದೆ. ಇಪ್ಪತ್ತನೆಯ ಶತಮಾನದ ಎರಡನೆಯ ದಶಕದ ಆರಂಭದಲ್ಲಿ ಹುಟ್ಟಿ ನಾಲ್ಕನೆಯ ದಶಕದಲ್ಲಿ (ಸುಮಾರು ೧೯೩೧ರಿಂದ೧೯೩೯ರವರೆಗೆ) ಎಂಟು ವರ್ಷಗಳ ಅವಧಿಯಲ್ಲಿ ಬರೆಯಲಾಗಿರುವ ಇಲ್ಲಿನ ಇಪ್ಪತ್ತೊಂದು ಕಥೆಗಳಲ್ಲಿ ಎಲ್ಲ ಮಾನವಜೀವಿಗಳ ಸ್ವಾತಂತ್ರ್ಯ, ಸದಭಿರುಚಿ ಹಾಗೂ ಮನದಾಳದ ಅನ್ನಿಸಿಕೆಗಳಿಗೆ ಪೂರಕವಾಗಿ ನಿಲ್ಲಬಲ್ಲ ಹೊಸ ಸಮಾಜವೊಂದರ ಆಶಯಗಳನ್ನು ಪ್ರತಿಬಿಂಬಿಸುವ ತ್ರಾಣವಿರುವುದನ್ನು ಸ್ಪಷ್ಟವಾಗಿ ಕಾಣಬಹುದು. ಸಾಂಪ್ರದಾಯಿಕ ವಾತಾವರಣದಲ್ಲಿ ಹುಟ್ಟಿ ಕೂಡ ಗೌರಮ್ಮ ತೀರಾ ಆರೋಗ್ಯಕರ ನಿಲುವಿನ, ಜಾತ್ಯಾತೀತ ಮನೋಧರ್ಮದ, ಮಾನವೀಯ ವಿವರಗಳಲ್ಲಿ ಹೆಚ್ಚಿನ ಆಸಕ್ತಿಯನ್ನು ಹೊಂದಿರುವ ಅಪಾರ ಜೀವನಪ್ರೀತಿಯ ಕತೆಗಾರ್ತಿಯಾಗಿದ್ದಾರೆ. ನಮ್ಮ ಭಾರತೀಯ ಸಮಾಜದಲ್ಲಿ ಎಲ್ಲ ರೀತಿಯ ಹಿನ್ನೆಲೆಗಳಿಂದ ಬಂದ ಮಹಿಳೆಯರೂ ತಮ್ಮದೇ ಆದ ಸಂಕೋಲೆಗಳು ಮತ್ತು ನಿಸ್ಸಹಾಯಕತೆಯ ಇಕ್ಕಟ್ಟಿನಲ್ಲಿ ನರಳುತ್ತಿರುವ ರೀತಿಯನ್ನು ಇವರು ಸ್ಪಷ್ಟವಾಗಿ ಗ್ರಹಿಸಿರುವುದು ಸಂತೋಷದ ಸಂಗತಿಯಾಗಿದೆ. ಸಮಾಜದ ವಿಕೃತ ಮತ್ತು ಕ್ರೌರ್ಯದ ನಾನಾ ಮುಖಗಳ ಸೂಕ್ಷ್ಮವಾದ ಅನಾವರಣವು ಹೆಚ್ಚಿನ ಕಥೆಗಳಲ್ಲಿ ಆಗಿರುವುದನ್ನು ಇಲ್ಲಿ ಕಾಣುತ್ತೇವೆ. ಹೊಸ ಬದುಕಿನ ಕನಸಿನ ಕಿರಣಗಳ ಬಾಲವಿಧವೆಯರು ಹಾಗೂ ಜೀವನ ಪ್ರೀತಿಯ ದ್ಯೋತಕವಾಗಿರುವ ವಿವಿಧ

ಪಾತ್ರಗಳಲ್ಲಿ ಕಂಡು ಬರುವ ಸ್ವಾಭಿಮಾನ ಮತ್ತು ಸ್ವಪ್ರಯತ್ನಗಳ ಮೂಲಕ ಹೊಸ ಸಾಧ್ಯತೆಗಳನ್ನು ಅರಸುವ ಸ್ತ್ರೀಚೇತನಗಳ ಆಶಾವಾದ ನಿಜಕ್ಕೂ ದೊಡ್ಡದು. ಇಲ್ಲಿನ ಬೇರೆ ಬೇರೆ ಹಿನ್ನೆಲೆಗಳ ಪ್ರೇಮಿಗಳು ತಮ್ಮ ದಾರಿಗಳಲ್ಲಿ ಕಾಣುವ ಆತಂಕಗಳ, ಉಸಿರು ಕಟ್ಟಿಸುವ ಚಿತ್ರಣವು ದಿಗಿಲು ಹುಟ್ಟಿಸುತ್ತದೆ. ಈ ಕತೆಗಾರ್ತಿಯು ತನ್ನ ಸಾವಿನ ಹಿಂದಿನ ದಿನ ಬರೆದಿರುವ **ಮುನ್ನಾದಿನ** ಹಾಗೂ **ಹೋಗಿಯೇಬಿಟ್ಟಿದ್ದ** ಕಥೆಗಳಲ್ಲಿ ಕಾರ್ಮಿಕಲೋಕದ ಪ್ರಾಮಾಣಿಕ ಮನಸ್ಸುಗಳು ಜಾತಿ, ಮತ, ಧರ್ಮದ ಒಣಚೌಕಟ್ಟುಗಳನ್ನು ದಾಟುತ್ತ ಹೇಗೆ ಕ್ರಿಯಾಶೀಲವಾಗುತ್ತವೆಂಬುದರ ವಿವರಗಳಿವೆ.

ಇಷ್ಟೆಲ್ಲಾ ಹೊಸಬದುಕಿನ ಕಾಳಜಿಯನ್ನು ಹೊಂದಿದ್ದ ಗೌರಮ್ಮ, ಆ ಕಾಲದ ಮಹಿಳಾ ಸದಭಿರುಚಿಯ ದ್ಯೋತಕವಾಗಿದ್ದರು. ನನ್ನ ವೃತ್ತಿಜೀವನದ ಆರಂಭದ ವರ್ಷಗಳನ್ನು ನಾನು ಕೊಡಗಿನಲ್ಲಿ ಅತ್ಯಂತ ಸಂತೋಷದಿಂದ ಕಳೆದವನು.; ಸರ್ವರೀತಿಯ ಕುತೂಹಲದಿಂದ ಆ ಪ್ರದೇಶವನ್ನು ಕಂಡವನು. ಈತನಕವೂ ನಿರಂತರವಾಗಿ ಕೊಡಗಿನ ಸಂಪರ್ಕದಲ್ಲಿ ನಾನಿದ್ದೇನೆ. ಈ ಎಲ್ಲಾ ಅಲೆದಾಟದ ನಡುವೆ ನಾನು ೧೯೯೪ರ ಫೆಬ್ರವರಿ ತಿಂಗಳ ಕೊನೆಯಲ್ಲಿ ನಾಲ್ಕೈದು ದಿನಗಳ ಕಾಲ - ಗೌರಮ್ಮನವರು ಹುಟ್ಟಿ ಬೆಳೆದ, ವಾಸವಾಗಿದ್ದ ಸ್ಥಳಗಳಲ್ಲಿ ಗೆಳೆಯರೊಡನೆ ಅಡ್ಡಾಡಿದೆ. ಅವರ ಮಗ ಮತ್ತು ಇತರ ರಕ್ತಸಂಬಂಧಿಗಳು ಹಾಗೂ ಪರಿಚಿತರನ್ನು ಸಂಪರ್ಕಿಸಿ ವಿವರವಾಗಿ ಚರ್ಚಿಸಿದೆ. ಮಡಿಕೇರಿ, ಸುಂಟಿಕೊಪ್ಪ, ಗುಂಡುಕುಟ್ಟಿ ಹರದೂರು ಮುಂತಾದ ರಮಣೀಯವಾದ ಸ್ಥಳಗಳು ಹಾಗೂ ಇಲ್ಲಿನ ನದಿ, ಹೊಳೆ , ತೋಡು, ಗಿರಿಕಂದರಗಳನ್ನು ಮುಚ್ಚಿರುವ ಅಚ್ಚ ಹಸುರಿನ ಗಿಡಮರಬಳ್ಳಿಯ ಚೆಲುವು ಈ ಕತೆಗಾರ್ತಿಯ ತೆರೆದ ಮನಸ್ಸನ್ನು ರೂಪಿಸುವಲ್ಲಿ ನೆರವಾಗಿರುವ ಬಗೆಯನ್ನು ಕುರಿತು ಆಲೋಚಿಸಿದೆ. ಈ ಪಯಣದ ಹಾದಿಯಲ್ಲಿ ನನ್ನೊಡನೆ ಪ್ರೀತ್ಯಾದರಗಳಿಂದ ಹೆಜ್ಜೆ ಹಾಕಿದ ರವಿರಾಜ ವಲಂಬೆ, ವಿದ್ಯಾಧರ ಬಡ್ಡಕ್ಕ, ತಂಬಂಡ ವಿಜಯ್ ಪೂಣಚ್ಚ, ಜೆ. ಸೋಮಣ್ಣ ಮುಂತಾದ ಗೆಳೆಯರು ಸಹ ನನ್ನಷ್ಟೇ ಅಚ್ಚರಿ ಮತ್ತು ಆನಂದದಿಂದ ಇದ್ದುದನ್ನು ಕಂಡು ಇನ್ನಷ್ಟು ಉಲ್ಲಸಿತನಾದೆ.

ದಕ್ಷಿಣ ಕರ್ನಾಟಕದ ಕೊಡಗಿನಲ್ಲಿ ಗೌರಮ್ಮನವರು ಕ್ರಿಯಾಶೀಲ ಲೇಖಕಿಯಾಗಿದ್ದು, ತಾನು ಕಂಡುಂಡ ಸಮಾಜದ ಚಿತ್ರಣವನ್ನು ಕಥೆಗಳಲ್ಲಿ ನೀಡುತ್ತಿದ್ದ ಕಾಲದಲ್ಲಿಯೇ ಉತ್ತರ ಕರ್ನಾಟಕದ ಧಾರವಾಡಲ್ಲಿ ಉತ್ತಮ ಕತೆಗಾರ್ತಿ, ಪತ್ರಕರ್ತೆ ಮತ್ತು ಸಮಾಜ ಸುಧಾರಕಿಯಾಗಿದ್ದು ಅಸಾಧಾರಣ ರೀತಿಯಲ್ಲಿ ದುಡಿದ ಬೆಳಗಾವಿ **ಶ್ಯಾಮಲಾದೇವಿ** ಅವರ ಸಾಧನೆಯು ಮಹತ್ವಪೂರ್ಣವಾದುದು. ವೇಶ್ಯಾಕುಲದ ಸಂಪ್ರದಾಯದ ಹಿನ್ನೆಲೆಯಲ್ಲಿ ಹುಟ್ಟಿ ಬೆಳೆದ ಶ್ಯಾಮಲಾದೇವಿ ಅವರು ಆಶ್ಚರ್ಯಕರವಾದ ರೀತಿಯಲ್ಲಿ ವಿದ್ಯಾಭ್ಯಾಸವನ್ನು ಪಡೆದು, ಅಂತರ್ಜಾತಿಯ ವಿವಾಹವಾಗಿ ಸಮಾಜವನ್ನು ಆರೋಗ್ಯಕರವಾದ ಸ್ಥಿತಿಗೆ ತರುವಲ್ಲಿ ಅಪಾರವಾದ ಆಸ್ಥೆಯಿಂದ ದುಡಿದವರು. ಎಲ್ಲಾ

ಬಗೆಯ ಸೃಜನಶೀಲ ಚಟುವಟಿಕೆಗಳಲ್ಲೂ ಹೆಚ್ಚಿನ ಉತ್ಸಾಹದಿಂದ ತೊಡಗಿರುತ್ತಿದ್ದ ಇವರು, ಶ್ರಮಜೀವಿಯೂ ಸ್ನೇಹಪೂರ್ಣೆಯೂ ಆಗಿದ್ದು , ರಾಷ್ಟ್ರಮಟ್ಟದ ಮಹಿಳಾ ಸಂಘಟನೆಯಲ್ಲಿ ಕ್ರಿಯಾಶೀಲರಾಗಿದ್ದರು. ಇಪ್ಪತ್ತನೆಯ ಶತಮಾನದ ಮುವ್ವತ್ತು ಮತ್ತು ನಲವತ್ತರ ದಶಕದ ಲೇಖಕಿಯರ ಕಷ್ಟಕೋಟಲೆ ತಾಕಲಾಟಗಳನ್ನು ಅರಿಯುವಲ್ಲಿ ಶ್ಯಾಮಲಾದೇವಿಯವರ ಬದುಕು ಮತ್ತು ಬರವಣಿಗೆಯು ನಮಗೆ ಹೆಚ್ಚಾಗಿ ನೆರವಾಗುತ್ತವೆ. ಹಾಗೆಯೇ ನಮ್ಮ ಕೆಳಜಾತಿ- ಕೆಳವರ್ಗದ ಮಹಿಳೆಯರ ಸಮಸ್ಯೆಗಳು ಮತ್ತು ಜೀವನವಿಧಾನವನ್ನು ಕನ್ನಡ ಕಥಾಲೋಕಕ್ಕೆ ಮೊದಲಿಗೆ ತಂದ ಈ ಕತೆಗಾರ್ತಿಯು ಐತಿಹಾಸಿಕ ಮಹತ್ವವನ್ನು ಪಡೆದಿದ್ದಾರೆ.

ಕನ್ನಡ ಪುಸ್ತಕ ಪ್ರಾಧಿಕಾರದ ಅಧ್ಯಕ್ಷರೂ ನನ್ನ ಪ್ರಿಯಮಿತ್ರರೂ ಆದ ಪ್ರೊ. ಮಲ್ಲೇಪುರಂ ಜಿ. ವೆಂಕಟೇಶ ಅವರು ಈ ಕೃತಿಯನ್ನು ಅಂದವಾಗಿ ಹೊರತಂದಿದ್ದಾರೆ. ಹಾಗೆಯೇ ಗೆಳೆಯರಾದ ಶ್ರೀ ಜಿ.ವಿ. ಆನಂದಮೂರ್ತಿ ಮತ್ತು ಕಲಾವಿದರಾದ ಶ್ರೀ ಜಿ.ಕೆ. ಶಿವಣ್ಣ ಅವರು ಈ ಸಂಕಲನವನ್ನು ರೂಪಿಸುವಲ್ಲಿ ನೆರವಾಗಿದ್ದಾರೆ. ಇವರಿಗೆ ನನ್ನ ಕೃತಜ್ಞತೆಗಳು ಸಲ್ಲುತ್ತವೆ.

-ಪ್ರೊ. ಕಾಳೇಗೌಡ ನಾಗವಾರ
೨೪-೧೦-೨೦೦೨
ಕುವೆಂಪು ಕನ್ನಡ ಅಧ್ಯಯನ ಸಂಸ್ಥೆ
ಮಾನಸ ಗಂಗೋತ್ರಿ ಮೈಸೂರು - ೫೭೦೦೦೬

ಒಳಗಿನ ವಿವರ

ವಾಣಿಯ ಸಮಸ್ಯೆ

ಇಂದು ಆ ದಿನ ಬೆಳಿಗ್ಗೆ ಎದ್ದು ಹೊರಗೆ ಬರುವಾಗ ಬಹಳ ವರ್ಷಗಳಿಂದ ಖಾಲಿಯಾಗಿದ್ದ ನೆರೆಮನೆಗೆ ಯಾರೋ ಒಕ್ಕಲು ಬಂದಿದ್ದಂತೆ ತೋರಿತು. ಮನೆಯ ಇದಿರೊಂದು ಸಾಮಾನು ತುಂಬಿದ ಲಾರಿ ನಿಂತಿತ್ತು. ಒಳಗಿನಿಂದ ಮಾತು ಕೇಳಿಸುತ್ತಿತ್ತು. ಐದಾರು ವರ್ಷಗಳಿಂದ ಖಾಲಿ ಬಿದ್ದಿದ್ದ ಆ ಮನೆಗೆ ಬಂದವರು ಯಾರು ಎಂದು ನೋಡಿ ತಿಳಿದುಕೊಳ್ಳುವ ಕುತೂಹಲಕ್ಕಿಂತಲೂ ಹೆಚ್ಚಾಗಿ ಇಂದುವಿಗೆ ಬೇಸರ ವಾಯ್ತು. 'ನೆರೆಮನೆ **ಅಜ್ಜಿ ಹೋದರೆ ಕರು ಕಟ್ಟಲು ಸ್ಥಳವಾಯ್ತು'** ಎನ್ನುವ ಸ್ವಭಾವ ಇಂದುವಿನದಲ್ಲವಾದರೂ ಆ ಮನೆಗೆ ಒಕ್ಕಲು ಬಂದುದರಿಂದ ಅವಳಿಗೆ ಸಂತೋಷಕ್ಕಿಂತ ವ್ಯಸನವೇ ಹೆಚ್ಚಾಯ್ತು ಎಂದರೆ ತಪ್ಪಾಗಲಾರದು. ಅವಳಿಗೆ ಹಾಗಾಗಲು ಕಾರಣವೂ ಇತ್ತು.

ಇಂದು ಹುಟ್ಟುವ ಮೊದಲೇ ತಂದೆಯನ್ನು, ಹುಟ್ಟುವಾಗ ತಾಯಿಯನ್ನೂ ಕಳೆದುಕೊಂಡು ದಾಯಾದಿಗಳ ಮನೆಯಲ್ಲಿ ಎಲ್ಲರಿಗೂ ಹೊರೆಯಾಗಿ ಬೆಳೆದವಳು. ಇಷ್ಟೇ ಸಾಲದು ಎಂದೇನೋ-ಮದುವೆಯಾಗಿ ಆರು ತಿಂಗಳಾಗುವ ಮೊದಲೇ ವೈಧವ್ಯ ಬೇರೆ ಪ್ರಾಪ್ತವಾಗಿ ಹೋಗಿತ್ತು. ಅವಳೀಗ ವಾಸಿಸುತ್ತಿರುವ ಆ ಪುಟ್ಟ ಮನೆಯೇ ಅವಳಿಗೆ ಒಂದಾನೊಂದು ಕಾಲದಲ್ಲಿ ಮದುವೆಯಾಗಿತ್ತು ಎಂಬುದರ ಗುರುತು. ತಾನು ಬದುಕುವುದು ಅಸಂಭವ ಎಂದು ತಿಳಿದಾಗ ಅವಳ ಗಂಡ ಅವಳ ಹೆಸರಿಗೆ ಮಾಡಿಟ್ಟಿದ್ದ ಸ್ವಲ್ಪ ಹಣವೂ ಆ ಮನೆಯೂ ಸಿಕ್ಕಿ, ಇಂದುವಿಗೆ ಜೀವನವೇನೋ ಇತರರ ಹಂಗಿಲ್ಲದೆ ಸುಸೂತ್ರವಾಗಿ ಸಾಗುತ್ತಿತ್ತು.

ಆ ಮನೆ ಎಂದರೆ ಅವಳಿಗೆ ಬಹು ಪ್ರೀತಿ. ಅದನ್ನು ಸುಂದರವಾಗಿಟ್ಟು ಕೊಳ್ಳುವುದೊಂದೇ ಅವಳ ಜೀವನದ ಗುರಿ. ತಾನು ತನ್ನದು ಎಂಬುದಕ್ಕೆ ಎಡೆಯಿಲ್ಲದೆ ಬೆಳೆದು ಬೇಸತ್ತ ಅವಳಿಗೆ ಆ ಮನೆಯ ಮೇಲೆ ಅಷ್ಟೊಂದು ಪ್ರೀತಿ ಇದ್ದುದೇನೂ ಆಶ್ಚರ್ಯವಲ್ಲ, ಮತ್ತೆ , ಅವಳ ಜೀವನದಲ್ಲಿ ಸ್ವಲ್ಪವಾದರೂ ಸುಖವನ್ನು ಕಂಡಿದ್ದರೆ ಅದೂ ಆ ಮನೆಯಲ್ಲಿಯೇ. ಅವನು ಸತ್ತುಹೋದರೆ ತನ್ನ ಜೀವನವೇ ಹಾಳಾಯ್ತು ಎಂಬ ತಿಳುವಳಿಕೆ ಬರುವ ಮೊದಲೇ ಗಂಡ ಸತ್ತುಹೋಗಿದ್ದ. ಮದುವೆಯಲ್ಲವನ ಮುಖ ಕಂಡವಳು ಮತ್ತೊಮ್ಮೆ ನೋಡಿದ್ದು ಸತ್ತಮೇಲೆ. ಹಾಗೆ ನೋಡುವುದಾದರೆ ಅವನು ಸತ್ತ ಮೇಲೆಯೇ ಅವಳ ಜೀವನ ಕೊಂಚ ಸುಖಮಯವಾಯಿತೆನ್ನಬೇಕು. ಏಕೆಂದರೆ ಅವಳಿಗಾಗಿ ಅವನಿಟ್ಟಿದ್ದ ಧನದ ಲೋಭದಿಂದ ಮನೆಯವರ ಪ್ರೀತಿ ಅವಳ ಮೇಲೆ ಹೆಚ್ಚಾಯಿತು. ಆದರೆ, ಇಂದು ಬುದ್ಧಿ ಬಂದು ತಿಳಿದುಕೊಳ್ಳುವಷ್ಟಾದ ಮೇಲೆ ತಾನೇ ಬೇರೆಯಾಗಿ ಸ್ವತಂತ್ರವಾಗಿರಲು ಬಯಸಿದಳು. ಅವಳ ಮೇಲಲ್ಲದಿದ್ದರೂ ಅವಳ ಹಣದ ಮೇಲಿನ ಪ್ರೀತಿಯಿಂದ ಮನೆಯವರು 'ತರುಣಿಯಾದ ನೀನೊಬ್ಬಳೇ ಒಂದು ಮನೆಯಲ್ಲಿರುವುದು ಸರಿಯಲ್ಲ' ಎಂದು ಎಷ್ಟೋ ಹೇಳಿದರೂ ಇಂದು ಮಾತ್ರ ತನ್ನ ನಿಶ್ಚಯವನ್ನು ಬದಲಾಯಿಸಲಿಲ್ಲ.

ಇದು ಆರು ವರ್ಷಗಳ ಹಿಂದಿನ ಮಾತು. ಆಗವಳಿಗೆ ಇಪ್ಪತ್ತು ವರ್ಷ ವಯಸ್ಸು. ಅವಳು ಊರು ಬಿಟ್ಟು ಆ ಮನೆಗೆ ಬರುವಾಗಲೇ ನೆರೆಮನೆ ಖಾಲಿಯಿತ್ತು. ಅಂದಿನಿಂದ ಇಂದಿನವರೆಗೂ ಇಂದುವಿಗೆ ತನ್ನ ಮನೆಯ ಹಿತ್ತಲಷ್ಟೇ ಸ್ವತಂತ್ರದಿಂದ ನೆರೆಮನೆಯ ಹಿತ್ತಲಲ್ಲೂ ಹೋಗಿ ಬರುವುದು ವಾಡಿಕೆಯಾಗಿ ಹೋಗಿತ್ತು. ಕಾಲಕ್ರಮದಲ್ಲಿ ಮುರಿದ ಮಧ್ಯದ ಬೇಲಿಯನ್ನು ಸಹ ಕಟ್ಟಿಸುವ ಅವಶ್ಯಕತೆ ಅವಳಿಗೆ ತೋರಿಬರಲಿಲ್ಲ. ಅವಳದು ಏಕಾಂತವನ್ನು ಬಯಸುವ ಜೀವ. ಹುಟ್ಟಿದಂದಿನಿಂದ ತನ್ನವರು, ತನ್ನದು ಎಂಬುದಿಲ್ಲದೆ ಒಂಟಿಯಾಗಿ ಬೆಳೆದಿದ್ದ ಅವಳಿಗೆ ಸ್ವತಂತ್ರವಾದ ಮೇಲೂ ಬೇರೆಯವರ ಸಹವಾಸ, ಸ್ನೇಹ, ಪ್ರೀತಿಗಳು ಅಗತ್ಯವಾಗಿ ಕಾಣಬರಲಿಲ್ಲ. ಹಾಗೊಮ್ಮೆ ಅವಶ್ಯವೆಂದು ತೋರಿದ್ದರೂ ತಾನಾಗಿ ಇನ್ನೊಬ್ಬರ ಸ್ನೇಹವನ್ನು ಕೋರದಷ್ಟು ಸಂಕೋಚವುಳ್ಳ ಪ್ರಕೃತಿ ಅವಳದು.

ಅದರಿಂದ ತಾನೇ ತಾನಾಗಿದ್ದ ಅವಳಿಗೆ ನೆರೆಮನೆಗೆ ಒಕ್ಕಲು ಬಂದಿರುವುದು ಎಂದು ತಿಳಿದಾಗ ಸಂತೋಷವಾಗದಿದ್ದುದು ಆಶ್ಚರ್ಯವಲ್ಲ. ಆದರೆ ಅವಳ ಸಂತೋಷವನ್ನೇನೂ ನೆರೆಮನೆಯ ಒಕ್ಕಲು ಹೊಂದಿಕೊಂಡಿರಲಿಲ್ಲ. ಅದು ಅವಳಿಗೂ ತಿಳಿದಿದ್ದರೂ 'ಬಂದರಲ್ಲಾ' ಎಂದಾಗದೆ ಮಾತ್ರ ಹೋಗಲಿಲ್ಲ, ಇನ್ನು ಮುರಿದ ಬೇಲಿಯನ್ನು ಕಟ್ಟಿಸದಿದ್ದರೆ ತನ್ನ ಏಕಾಂತಕ್ಕೆ ಭಂಗಬರುವುದೆಂದುಕೊಂಡು ಇಂದು ಒಳಗೆ ಹೋದವಳು ಆ ದಿನ ಮತ್ತೆ ಹಿತ್ತಲ ಕಡೆಗೆ ಹೋಗಲಿಲ್ಲ.

* * *

ಮರುದಿನ ಇಂದು ಮುರಿದ ಬೇಲಿಯನ್ನು ಸರಿಮಾಡಿಸುತ್ತಿದ್ದಾಗ, ನೆರೆಮನೆಯ ಹಿತ್ತಲ ಬಾವಿಯ ಹತ್ತಿರ ಪ್ರಾಯದ ಹೆಂಗಸೊಬ್ಬಳನ್ನು ನೋಡಿದಳು. ಅವಳೂ ಇವಳನ್ನು ನೋಡಿದಳು. ನೋಡಿ ಮುಗುಳ್ನಕ್ಕಳು. ಆ ನಗುವಿನ ಪ್ರತಿಬಿಂಬ ಇಂದುವಿನ ಮೋರೆಯಲ್ಲೂ ಮೂಡಿತು. ಸರಿ, ಮತ್ತೆರಡು ದಿನಗಳ ಕೆಲಸವಿದ್ದರೂ ಆ ದಿನದ ತರುವಾಯ ಬೇಲಿಯ ಕೆಲಸವು ಮುಂದುವರಿಯಲಿಲ್ಲ.

ಈ ರೀತಿ ನಗುವಿನಿಂದ ಮೊದಲಾದ ಇಂದು ಮತ್ತು ನೆರೆಮನೆಯ ವಾಣಿಯ ಪರಿಚಯವೂ ಒಂದು ವಾರ ತುಂಬುವುದರೊಳಗೆ ಸ್ನೇಹದ ದಾರಿ ಹಿಡಿದಿತ್ತು. ಯಾರ ಸ್ನೇಹವನ್ನೂ ಬಯಸದ ಇಂದುವಿಗೆ ವಾಣಿಯ ವಿಷಯಕ್ಕೆ ತನ್ನಲ್ಲಿ ಮೂಡಿದ್ದ ಆದರವನ್ನು ನೋಡಿ ಆಶ್ಚರ್ಯವಾಗುತ್ತಿತ್ತು. ವಾಣಿಯೇನೋ ಊರಿಗೆ ಹೊಸಬಳು. ಯಾರೊಬ್ಬರ ಗುರುತು ಪರಿಚಯವೂ ಇಲ್ಲ. ದಿನ ಬೆಳಗಾದರೆ ನೆರೆಮನೆಯ ಇಂದುವಿನ ಮುಖ ಕಾಣುವುದು. ವಾಣಿಗೆ ಅವಳ ಪರಿಚಯ ಕ್ರಮವಾಗಿ ಸ್ನೇಹವಾದುದು ಆಶ್ಚರ್ಯದ ಮಾತಲ್ಲ. ಆದರೆ ಅಷ್ಟೇ ಸಹಜಸ್ನೇಹದ ಸುಳಿವನ್ನೇ ಅರಿಯದ ತನ್ನ ಹೃದಯದಲ್ಲೂ ಆ ಸ್ನೇಹ ಪ್ರತಿಬಿಂಬಿಸುವುದೆಂದು ಮಾತ್ರ ಇಂದುವಿಗೆ ತಿಳಿಯದು.

ಆ ಮನೆಯಲ್ಲಿ ವಾಣಿ ಮತ್ತು ಅವಳ ಗಂಡ ರತ್ನ ಇಬ್ಬರೇ. ರತ್ನ ಆ ಊರಿಗೆ ಹೊಸದಾಗಿ ವರ್ಗವಾಗಿ ಬಂದ ಡಾಕ್ಟರ್. ಊರಿಗೆ ಒಬ್ಬನೇ ಡಾಕ್ಟರ್ ಆದುದರಿಂದ ಊಟ ತಿಂಡಿಗಳಿಗೆ ಸಹ ಬಿಡುವಿಲ್ಲದಷ್ಟು ಕೆಲಸ ಅವನಿಗೆ. ವಾಣಿಗಂತೂ ಮನೆಯೊಳಗೊಬ್ಬಳೆ ಇರುವುದಕ್ಕೆ ಬೇಸರ. ಆದ್ದರಿಂದ ಅವಳ ಮುಕ್ಕಾಲು ಸಮಯವೆಲ್ಲಾ ಇಂದುವಿನ ಮನೆಯಲ್ಲಿ ಕಳೆಯುತ್ತಿತ್ತು. ಇಂದುವೂ ಒಂದೆರಡು ಸಾರಿ ಅವಳ ಮನೆಗೆ ಹೋಗಿದ್ದಳು.

ಇಂದು ಮೊಟ್ಟಮೊದಲು ವಾಣಿಯ ಮನೆಗೆ ಹೋದಾಗ ಬಟ್ಟೆ-ಬರೆ ಪಾತ್ರೆ-ಪದಾರ್ಥಗಳೆಲ್ಲಾ ಮನೆ ತುಂಬಾ ಅಸ್ತವ್ಯಸ್ತವಾಗಿ ಬಿದ್ದಿದ್ದುವು. ವಾಣಿ 'ಏನೋ ಹೊಸದಾಗಿ ಬಂದುದರಿಂದ ಮನೆಯನ್ನಿನ್ನೂ ವ್ಯವಸ್ಥಿತ ರೀತಿಗೆ ತರಲು ಸಮಯವಾಗಲಿಲ್ಲ' ಎಂದು ಹೇಳಿದರೂ ತನ್ನ ಮನೆಯನ್ನು ಸದಾ ಸುವ್ಯವಸ್ಥಿತ ರೀತಿಯಲ್ಲಿಟ್ಟುಕೊಂಡಿದ್ದ ಇಂದುವಿಗೆ 'ಬಂದು ಹದಿನೈದು ದಿನಗಳಾದರೂ ಇನ್ನೂ ಸಮಯವಾಗಿಲ್ಲವೆ?'

ಎಂದು ಆಶ್ಚರ್ಯ. ಆ ದಿನ ಅವುಗಳನ್ನೆಲ್ಲಾ ಸರಿಮಾಡಿಡಲು ವಾಣಿಗೆ ನೆರವಾದಳು. ಮಧ್ಯಾಹ್ನ ಎರಡು ಗಂಟೆಗೆ ಕೆಲಸ ಶುರು ಮಾಡಿದ್ದರೂ, ಎಲ್ಲವನ್ನೂ ಸರಿಯಾಗಿ ಮಾಡುವಾಗ ಕತ್ತಲಾಗುವ ಸಮಯವಾಗಿತ್ತು. ಅಂತೂ ಎಲ್ಲಾ ಮುಗಿಯುವಾಗ ಮನೆಯು ಸ್ವಚ್ಛವಾಗಿ, ಸುಂದರವಾಗಿ ತೋರಿತು.

ಈ ಕೆಲಸದಲ್ಲಿ ವಾಣಿಗೆ ಇಂದು ನೆರವಾದಳು ಎನ್ನುವದಕ್ಕಿಂತ ಇಂದುಗೆ ವಾಣಿ ನೆರವಾದಳು ಎಂದರೆ ಸರಿಯಾಗಬಹುದು. ಮುಕ್ಕಾಲು ಕೆಲಸ ಮಾಡಿದವಳು ಇಂದು. ಯಾವ ಯಾವ ಪದಾರ್ಥವನ್ನು ಎಲ್ಲೆಲ್ಲಿ ಇಡಬೇಕು ; ಹೇಗೆ ಇಟ್ಟರೆ ಹೆಚ್ಚು ಸುಂದರವಾಗಿ ತೋರಬಹುದು ಎಂದು ಆಲೋಚಿಸಿ ಸರಿಮಾಡಿ ಅಣಿಯಾಗಿಟ್ಟವಳು ಇಂದು. ಇಂದು ಹೊರಲಾರದ ದೊಡ್ಡ ದೊಡ್ಡ ವಸ್ತುಗಳನ್ನು ಎತ್ತಿಡಲು ಸಹಾಯ ಮಾಡುವುದು ಅಥವಾ ಅವಳು ಹೇಳಿದ ಸಾಮಾನುಗಳನ್ನು ತಂದುಕೊಡುವುದು - ಇವು ವಾಣಿ ಮಾಡಿದ ಕೆಲಸ. ಅಂತೂ ಅವರ ಕೆಲಸ ಮುಗಿಯುವಾಗ ಮನೆಯೊಂದು ಹೊಸ ಕಳೆ ತಳೆದಿತ್ತು. ವಾಣಿಗಂತೂ ರೂಪು ಬದಲಾದ ತನ್ನ ಮನೆಯನ್ನು ನೋಡಿ ಹಿಡಿಸಲಾರದಷ್ಟು ಆಶ್ಚರ್ಯ-ಆನಂದ.

ಅವಳದು ಜನ್ಮತಃ ಉದಾಸೀನ ಪ್ರವೃತ್ತಿ. ಯಾವ ಕೆಲಸವನ್ನಾದರೂ ನಾಳೆ ಮಾಡಿದರಾಯ್ತು ಎನ್ನುವ ಪ್ರಕೃತಿ. ನಾಳೆ ನಾಳೆ ಎಂದು ಯಾವಾಗಲೂ ಅವಳ ಕೆಲಸಗಳು ನಾಳೆಗಾಗಿ ಬಿದ್ದಿರುತ್ತಿದ್ದುವು. ಅದರಿಂದ ಸಹಜವಾಗಿಯೇ ಅವಳ ಮನೆ ಎಂದೂ ಅಂದಿನಷ್ಟು ಸುಂದರವಾಗಿ ತೋರಿರಲಿಲ್ಲ.

ಆ ದಿನ ಸಾಯಂಕಾಲ ರತ್ನ ಸ್ವಲ್ಪ ಬೇಗನೆ ಬಂದ. ಅವನಿಗೂ ತನ್ನ ಮನೆಯ ಸುವ್ಯವಸ್ಥಿತ ರೀತಿಯನ್ನು ನೋಡಿ ಬಹಳ ಆಶ್ಚರ್ಯವಾಗದಿರಲಿಲ್ಲ. ಆದರೆ, ಕಾಫಿ ಕುಡಿದು ಮುಗಿಯುವ ಮೊದಲೇ ವಾಣಿಯ ಬಾಯಿಯಿಂದ ಮನೆಯ ಈ ರೂಪಿಗೆ ಕಾರಣಳಾದವಳು ನೆರೆಮನೆಯ ಇಂದು ಎಂದು ತಿಳಿಯಿತು. ತಿಳಿದು – 'ನನ್ನ ವಾಣಿಯೂ ಗೃಹಕಾರ್ಯಗಳಲ್ಲಿ ಹೆಚ್ಚಿನ ಆಸಕ್ತಿಯನ್ನು ವಹಿಸುವಂತಾಗಿದ್ದರೆ' ಎಂದೆನ್ನಿಸಿತವನಿಗೆ. ನನ್ನ ಬಯಕೆಗಳು ಪೂರ್ತಿಯಾಗುವುದು ತಾನು ಬಯಸಿದಷ್ಟು ಸುಲಭವಲ್ಲ ಎಂಬುದು ರತ್ನನ ಐದು ವರ್ಷಗಳ ದಾಂಪತ್ಯ ಜೀವನದ ಅನುಭವ. ಆದರೆ ಇನ್ನೂ ರತ್ನನಿಗೆ 'ಹಾಗಾಗಿದ್ದರೆ-ಹೀಗಾಗಿದ್ದರೆ' ಎಂದು ಅಂದುಕೊಳ್ಳದಿರುವಷ್ಟು ನಿರಾಶೆಯಾಗಿರಲಿಲ್ಲ.

ರತ್ನ ಕೆಲಸ ತೀರಿಸಿ ದಣಿದು ಬರುವಾಗ, ವಾಣಿ ಇಂದುವಿನ ಮನೆಯಲ್ಲಿ ಹರಟೆ ಹೊಡೆಯುತ್ತಾ ಕೂತುಬಿಡುತ್ತಿದ್ದಳು. ರತ್ನ ಬಂದ ಮೇಲೆ ಓಡಿ ಹೋಗಿ ಕಾಫಿ ಮಾಡಬೇಕು. ವಾಣಿಯ ಕಾಫಿಯಾಗುವುದರೊಳಗೆ ರತ್ನನನ್ನು ಕೂಗಲು ಯಾರಾದರೂ ಬಂದೇಬರುವರು. ಎಷ್ಟೋ ಸಾರಿ ಅವನು ಏನನ್ನೂ ತೆಗೆದುಕೊಳ್ಳದೆ ಹಾಗೆಯೇ ಹೊರಟು ಹೋಗಿಬಿಡಬೇಕಾಗುತ್ತಿತ್ತು. ಆಮೇಲೆ ಸ್ವಲ್ಪ ಹೊತ್ತು 'ಅಯ್ಯೋ ಬೇಗನೆ ಕಾಫಿ ತಿಂಡಿ ಮಾಡಿಟ್ಟಿರಬೇಕಿತ್ತು' ಎಂದು ವಾಣಿ ನೊಂದುಕೊಳ್ಳುತ್ತಿದ್ದಳೇನೋ ನಿಜ ; ಆದರೆ ಅದು ಸ್ವಲ್ಪ ಹೊತ್ತು ಮಾತ್ರ. ಮರುದಿನ ಯಥಾಪ್ರಕಾರ ..... ರತ್ನನ ಬಟ್ಟೆಬರೆಗಳೂ ಹಾಗೆಯೇ-ಅವನಿಗೆ ಬೇಕಾದಷ್ಟು ಬಟ್ಟೆಬರೆಗಳಿದ್ದರೂ ಬೇಕಾದಾಗ ಒಂದು ಟೈ ಸಹ ಸರಿಯಾಗಿ ಸಿಕ್ಕುವುದು ಕಷ್ಟವಾಗುತ್ತಿತ್ತು

ಮದುವೆಯಾದ ಹೊಸತರಲ್ಲಿ ರತ್ನನಿಗೆ ನವಪ್ರಣಯದ ಭರದಲ್ಲಿ ವಾಣಿಯ ಈ ಕುಂದುಕೊರತೆಗಳೊಂದೂ ತಿಳಿಯದಿದ್ದರೂ ದಿನಗಳು ಕಳೆದಂತೆ ಅವನಿಗೆ 'ನನ್ನ ವಾಣಿಯು ಹೀಗೇಕೆ? ' ಎಂದಾಗದೆ ಹೋಗುತ್ತಿರಲಿಲ್ಲ. ಆದರೆ, ಅವಳ ಪಶ್ಚಾತ್ತಾಪದಿಂದ ಕೂಡಿದ ಮುಖ, ತುಂಬಿದ ಕಣ್ಣುಗಳನ್ನು ನೋಡುವಾಗ ಅವನಿಗೆ ಏನೆನ್ನುವುದಕ್ಕೂ ತೋರದೆ ಅವಳನ್ನು ಸಂತೈಸಿ, ನಗಿಸಿ, ನಕ್ಕು ನಲಿಯುತ್ತಿದ್ದ. ಇನ್ನು ಮುಂದೆ ಹೀಗೆ ಮಾಡಬೇಡವೆಂದು ಹೇಳಿ ಸ್ವಲ್ಪ ಕೋಪಿಸಿ ವಾಣಿಗೆ ಬುದ್ಧಿಕಲಿಸಬೇಕೆನ್ನುವ ಅವನ ಪ್ರಯತ್ನಗಳಿಗೆಲ್ಲಾ ಇದೇ ರೀತಿಯ ಅಂತ್ಯಗಳಾಗುತ್ತಿದ್ದುವು.

ದಿನ ಕಳೆದಂತೆ, ಅವರವರ ಸ್ನೇಹ ಬೆಳೆದಂತೆ ವಾಣಿಯ ಈ ತರದ ಅಲಕ್ಷ್ಯತನ ಇಂದುವಿಗೆ ತಿಳಿಯದಿರಲಿಲ್ಲ. ಅವಳಿಗೆ ತಿಳಿಯದಿದ್ದರೂ ಹೀಗೇನಾದರೂ ನಡೆದಾಗಲೆಲ್ಲ

ವಾಣಿ ಇಂದುವಿನೆದುರು ತಾನೇ ಹೇಳುತ್ತಿದ್ದಳು. ತನ್ನ ತಿಳಿಗೇಡಿತನವನ್ನು ಹಳಿದು ಕೊಳ್ಳುತ್ತಿದ್ದಳು. ಮೊದಮೊದಲು ಇಂದು ವಾಣಿಯನ್ನು ಸಮಾಧಾನಪಡಿಸುತ್ತಿದ್ದಳು. ಆದರೆ, ಯಾವಾಗಲೂ ಅವಳ ಪ್ರಕೃತಿಯೇ ಹೀಗೆಂದು ತಿಳಿದ ಮೇಲೆ ಮಾತ್ರ ಇಂದುವಿಗೆ ರತ್ನನಂಥ ಗಂಡನನ್ನು ಪಡೆದೂ ಅವನನ್ನು ಸುಖದಲ್ಲಿಟ್ಟಿರಲಾರಳಲ್ಲ ಈ ವಾಣಿ ! ಎಂದು ಆಶ್ಚರ್ಯ. 'ತನ್ನ ಪತಿಯಾಗಿದ್ದರೆ ತಾನು ಹೇಗೆ ನೋಡಿಕೊಳ್ಳುತ್ತಿದ್ದೆ' ಎಂದು ಒಂದು ನಿಟ್ಟುಸಿರು. ಮತ್ತೆ 'ಥೂ, ಹುಚ್ಚು ಯೋಚನೆ' ಎಂದೊಂದು ಮೋಡ ಮುಚ್ಚಿದ ನಗು.

* * *

ಒಂದು ದಿನ ಬೆಳಗ್ಗೆ ಸುಮಾರು ಹನ್ನೊಂದು ಗಂಟೆಯ ಹೊತ್ತಿನಲ್ಲಿ ಇಂದು ಅಡಿಗೆ ಮಾಡುತ್ತಿರುವಾಗ ವಾಣಿ ಬಂದಳು. ಇಂದುವಿನ ಮನೆಗೆ ವಾಣಿ ಬರುವುದಕ್ಕೆ ಸಮಯಾಸಮಯಗಳ ಕಟ್ಟುಗಳಿರಲಿಲ್ಲ. ಬೆಳಗ್ಗೆ ಎದ್ದಂದಿನಿಂದ ರಾತ್ರಿ ಮಲಗುವ ತನಕ ಆ ಮನೆಯಿಂದ ಈ ಮನೆಗೆ, ಈ ಮನೆಯಿಂದ ಆ ಮನೆಗೆ ಓಡಾಡುವುದು ಅವಳ ಪದ್ಧತಿ. ಅವಳು ಬಂದುಹೋಗುವುದರಲ್ಲಿ ವಿಶೇಷವೇನೂ ಇಲ್ಲ. ಆದರೆ, ಆ ದಿನದ ವಾಣಿಯ ಬರುವು ಇಂದುವಿನ ಶಾಂತಜೀವನ ಪ್ರವಾಹವನ್ನು ಅಲ್ಲೋಲಕಲ್ಲೋಲ ಮಾಡಲು ಕಾರಣವಾಯ್ತು. ವಾಣಿ ಬಂದುದು ಹೆಚ್ಚಿನ ಕೆಲಸಕ್ಕೇನೂ ಅಲ್ಲ, ಸಾರಿಗೆ ಬೇಳೆ ಬೇಯಲು ಹಾಕಿ ಅದು ಬೇಯುವತನಕ ಸುಮ್ಮನೆ ಕೂತಿರಬೇಕೆಂದು ಇಂದುವಿನ ಮನೆಗೆ ಹರಟೆ ಹೊಡೆಯಲು ಬಂದಿದ್ದಳಷ್ಟೆ.

ಮಧ್ಯಾಹ್ನದ ಮೇಲೆ ತುಂಬಾ ಕೆಲಸವಿದ್ದ ರತ್ನ , ಬೇಗನೆ ಊಟ ತೀರಿಸಿ ಹೋಗಬೇಕೆಂದು ಆ ದಿನ ಬೇಗನೆ ಮನೆಗೆ ಬಂದ. ಮನೆಯಲ್ಲಿ ವಾಣಿ ಇಲ್ಲ , ಒಂದೆರಡು ಬಾರಿ ಕೂಗಿದ. ಪ್ರತ್ಯುತ್ತರವೂ ಇಲ್ಲ. ಕೊನೆಗೆ ಹಿತ್ತಲಲ್ಲಿರಬಹುದೇನೋ ಎಂದು ಬಂದು ನೋಡುವಾಗ ಇಂದುವಿನ ಮನೆಯಿಂದ ವಾಣಿಯ ಮಾತು ಕೇಳಿಸಿತು. ಮಧ್ಯಾಹ್ನದ ವೇಳೆಯಲ್ಲಿ ಮಾಡುವ ಕೆಲಸ ಬಿಟ್ಟು ನೆರೆಮನೆಗೆ ಹೋಗಿ ಸಮಯ ಕಳೆಯುತ್ತಿರುವಳಲ್ಲ ಎಂದು ಸ್ವಲ್ಪ ಕೋಪವೂ ಬಂತು. 'ವಾಣೀ' ಎಂದು ಸ್ವಲ್ಪ ಗಟ್ಟಿಯಾಗಿಯೇ ಕೂಗಿದ. ಮಾತಿನ ಸಂಭ್ರಮದಲ್ಲಿ ಅವಳಿಗದು ಕೇಳಲಿಲ್ಲ. ಅವಳ ಮಾತಿನ ಗಲಾಟೆಯಲ್ಲಿ ಇಂದುವಿಗೂ ಕೇಳಿಸುವಂತಿರಲಿಲ್ಲ. ಆದುದರಿಂದ, ಮಾತಿನಲ್ಲಿ ಮುಳುಗಿದ್ದ ಅವರಿಗೆ ರತ್ನ ಹಿತ್ತಲ ಬೇಲಿಯ ಹತ್ತಿರ ಬಂದು ಪುನಃ ಜೋರಾಗಿ 'ವಾಣೀ' ಎನ್ನುವಾಗ ತುಂಬ ಗಾಬರಿಯಾಯ್ತು. ವಾಣಿಯಂತೂ 'ಅಯ್ಯೋ ಇಂದೂ, ಇನ್ನೂ ಅಡಿಗೆ ಆಗಿಲ್ಲ' ಎಂದು ಅವಸರದಿಂದ ಹೊರಗೆ ಬಂದಳು. ಇಂದುವೂ ಅವಳನ್ನು ಹಿಂಬಾಲಿಸಿ ಬಾಗಿಲ ಹತ್ತಿರ ಬರುವಾಗ ಬೇಲಿಯ ಹತ್ತಿರ ನಿಂತಿದ್ದ ದಣಿದ ರತ್ನನನ್ನು ನೋಡಿದಳು. ವಾಣಿ 'ಎಷ್ಟೊತ್ತಾಯ್ತು ಬಂದೂ. ಈಗ್ಲೇ ಆಸ್ಪತ್ರೆಗೆ ಮತ್ತೆ ಹೋಗ್ಬೇಕೆ?' ಎಂದು ಕೇಳುತ್ತಿದ್ದಳು. ಇಂದು ಅವಳ ಮಾತುಗಳನ್ನು ಕೇಳಿ ರತ್ನನಿಗೆ ಪುನಃ ಉಪವಾಸವ್ರತ

ಎಂದು ತಿಳಿದುಕೊಂಡಳು. ರತ್ನನಿಗೇನೋ ಹಿಂದೆ ಅನೇಕ ಸಾರಿ ಈ ತರದ ಅನುಭವಗಳಾಗಿದ್ದರೂ ಇಂದುವಿಗೆ ಆಗಲೇ ಅದರ ಖುದ್ದಾದ ಅನುಭವ. ತಾನು ವಾಣಿಯ ಸಮಯವನ್ನು ಹಾಳು ಹರಟೆಯಲ್ಲುಪಯೋಗಿಸಲು ಸಹಾಯಕಳಾದೆನಲ್ಲಾ ಎಂದು ಬಹಳ ಬೇಸರವೂ ಆಯ್ತು. ಬಾಗಿಲ ಸಂದಿನಿಂದ ದಣಿದು ಬೆಂಡಾಗಿದ್ದ ರತ್ನನನ್ನು ನೋಡುತ್ತಿದ್ದಂತೆ ಮನಸ್ಸಿನಲ್ಲಿ ಈ ಭಾವನೆಗಳು ಮೂಡುತ್ತಿದ್ದುವು. ಅವುಗಳನ್ನೇ ಹಿಂಬಾಲಿಸುವಂತೆ ನಿಡಿದಾದ ನಿಟ್ಟುಸಿರೊಂದು ಹೊರಬಿತ್ತು. ಕಣ್ಣೀರ ಕಾಲುವೆ ಯೊಡೆಯಲು ಇಷ್ಟೇ ಸಾಕಾಗಿತ್ತು. 'ಅಯ್ಯೋ ದೇವರೇ' ಎಂದು ಉಕ್ಕುತ್ತಿದ್ದ ಕಣ್ಣೀರನ್ನು ಸೆರಗಿನಿಂದ ಒರೆಸುತ್ತಾ ಒಳಗೆ ಬಂದಳು. ಅಷ್ಟು ಹೊತ್ತಿಗೆ ವಾಣಿ ರತ್ನರೂ ತಮ್ಮ ಮನೆಯ ಜಗುಲಿ ತಲುಪಿದ್ದರು.

* * *

ಇಂದು ಒಳಗೆ ಬಂದಳು. ಒಂದೇ ಒಂದು ಗಳಿಗೆಯ ಹಿಂದೆ ಅವಳ ಜೀವನದಲ್ಲಿ ಶಾಂತಿಯಿತ್ತು - ಸಂತೋಷವಿತ್ತು. ಏನೋ ಒಂದು ತರದ ತೃಪ್ತಿಯೂ ಇತ್ತು. ಮತ್ತೆ ತನ್ನ ಮನೆ, ಅದರ ಸೌಂದರ್ಯ ಸ್ವಚ್ಛತೆಗಳಿಗಾಗಿ ಅಭಿಮಾನವಿತ್ತು. ಅದೇಕೋ-ಆ ಒಂದು ಗಳಿಗೆಯ ಹಿಂದಿದ್ದ ಅವಳ ಆನಂದ, ಅಭಿಮಾನ, ಶಾಂತಿ, ತೃಪ್ತಿ ಎಲ್ಲಾ ಇಂದು ಒಳಗೆ ಬರುವಾಗ ಮಾಯವಾಗಿದ್ದುವು. ಬದಲಾಗಿ ಅವುಗಳ ಸ್ಥಾನವನ್ನು ಹಿಂದೆಂದೂ ಇಂದುವನ್ನು ಬಾಧಿಸದ ಪ್ರಶ್ನೆಗಳು ಬಂದು ಆವರಿಸಿದ್ದುವು. 'ಯಾವುದರ ಬೆಲೆಯನ್ನೂ ಅರಿಯದ ವಾಣಿಗೆ - ಎಲ್ಲವನ್ನೂ ಕೊಟ್ಟ ದೇವರು ತನ್ನ ಜೀವನವನ್ನೇಕೆ ಅಂಧಕಾರಮಯವನ್ನಾಗಿ ಮಾಡಿದ ?' ಎಂಬುದು ಎಲ್ಲದುದಕ್ಕಿಂತಲೂ ಅವಳಿಗೆ ಬಲು ದೊಡ್ಡದಾದ ಪ್ರಶ್ನೆಯಾಗಿ ತೋರಿತು. ಎಷ್ಟು ಯೋಚಿಸಿದರೂ ಪ್ರತ್ಯುತ್ತರ ದೊರೆಯದ ಈ ಪ್ರಶ್ನೆಗಳಿಗೆ ಉತ್ತರವನ್ನು ಹುಡುಕುವುದರಲ್ಲೇ ತಲ್ಲೀನಳಾದ ಇಂದು ಈ ದಿನ ಸಾಯಂಕಾಲ ಪುನಃ ವಾಣಿ ಬರುವ ತನಕವೂ ಕೂತಲ್ಲಿಂದ ಎದ್ದಿರಲಿಲ್ಲ. ಮಾಡಿಟ್ಟಿದ್ದ ಅಡಿಗೆಯೂ ಹಾಗೆಯೇ ಇತ್ತು.

ವಾಣಿಯ ದೀನ ಮುಖಮುದ್ರೆಯನ್ನು ನೋಡಿ ಹಿಂದೆ ಮರುಕಗೊಳ್ಳುತ್ತಿದ್ದ ಇಂದುವಿಗೆ ಆ ದಿನ ಅವಳ ಅಳುಮೋರೆಯನ್ನು ನೋಡಿ ಸ್ವಲ್ಪ ಸಂತೋಷವೇ ಆಯಿತು. 'ದೇವರು ತನಗೊಬ್ಬಳಿಗೆಂದೇ ದುಃಖವನ್ನು ಮೀಸಲಾಗಿರಿಸಬೇಕೆ? ವಾಣಿಗೂ ಅದರ ರುಚಿ ಕೊಂಚ ಗೊತ್ತಾಗಲಿ'ಎಂದು ಮನದಲ್ಲೇ ಹೇಳಿಕೊಂಡಳು. ತಾನು ಈ ರೀತಿ ಬಯಸುವುದು ಸ್ವಾರ್ಥವೆಂದೂ ತನ್ನ ದುಃಖಕ್ಕೆ ಕಾರಣಳು ವಾಣಿ ಅಲ್ಲವೆಂದೂ ಇಂದುವಿಗೆ ತಿಳಿದಿದ್ದರೂ ವಾಣಿಯ ಬಾಡಿದ ಮುಖವು ಅವಳಲ್ಲಿ ಕರುಣೆಯನ್ನು ಹುಟ್ಟಿಸಲಿಲ್ಲ. ವಾಣಿ ಅಳುತ್ತಾ 'ಎಂದೂ ಏನೂ ಅನ್ನದಿದ್ದವರು ಕೋಪಿಸಿಕೊಂಡು ಹೊರಟುಹೋದರು' ಎಂದು ಹೇಳುವಾಗ ಇಂದುವಿಗೆ ಒಂದು ತರಹ ಆನಂದವೇ ಆಯ್ತು. ಆದರೆ, ಮರುಕ್ಷಣದಲ್ಲಿ ಈ ರೀತಿ ಸಂತೋಷಪಡುವುದು ತಪ್ಪು ಎಂದು,

ಎಂದೂ ಆ ತರದ ಭಾವನೆಗಳಿಗೆ ಎಡೆಕೊಡದಿದ್ದ ಇಂದುವಿನ ಮನವು ಎಚ್ಚರಿಸಿದಾಗ ಅವಳಿಗೆ ತನ್ನ ನೀಚ ಭಾವನೆಗಳಿಗಾಗಿ ನಾಚಿಕೆಯಾಯ್ತು. ಆ ಭಾವನೆಗಳಿಗೆ ಎಡೆಕೊಟ್ಟ ತಪ್ಪಿನ ಪ್ರಾಯಶ್ಚಿತ್ತ ಸ್ವರೂಪವಾಗಿ ವಾಣಿಯನ್ನು ಸಂತೈಸಿ ಅವಳ ಕೆಲಸಕ್ಕೆ ನೆರವಾದಳು.

ಎಲ್ಲ ಕೆಲಸಗಳನ್ನು ತೀರಿಸಿ ಇಂದು ತನ್ನ ಮನೆಗೆ ಹಿಂತಿರುಗುವುದೂ ರತ್ನ ತನ್ನ ಮನೆಗೆ ಬರುವುದೂ ಸರಿಯಾಯ್ತು. ಅವನಿಗೂ ಮಧ್ಯಾಹ್ನದಿಂದ ನೆಮ್ಮದಿ ಇಲ್ಲ. ಎಂದೂ ವಾಣಿಯೊಡನೆ ಕೋಪಿಸಿಕೊಂಡವನಲ್ಲ. ಬಹಳ ದಿನದಿಂದ ತಡೆದಿದ್ದ ಅವನ ಅಸಮಾಧಾನವು ಆ ದಿನ ಹಸಿವಿನ ಭರದಲ್ಲಿ ತಡೆಯಲಾರದೆ ಕೋಪಕ್ಕೆ ಎಡೆಕೊಟ್ಟಿತ್ತು. ಕೋಪ ಇಳಿಯುತ್ತ ಬಂದಂತೆ ಅವನಿಗೆ ತನ್ನ ವರ್ತನೆಗಾಗಿ ಸ್ವಲ್ಪ ನಾಚಿಕೆಯಾಯ್ತು. ವಾಣಿ ಎಷ್ಟು ನೊಂದುಕೊಂಡಿರುವಳೋ ಎಂದು ಕ್ಲಬ್ಬಿಗೆ ಸಹ ಹೋಗದೆ ಮನೆಗೇ ನೇರವಾಗಿ ಬಂದಿದ್ದ. ಆದರೆ, ಅವನೆಣಿಸಿದಂತೆ ವಾಣಿ ದೀಪವನ್ನು ಸಹ ಹತ್ತಿಸದೆ ಅಳುತ್ತ ಮಲಗಿರಲಿಲ್ಲ. ಅವನ ಮನೆ ಇಂದುವಿನ ಕೈವಾಡದಿಂದ ನೂತನ ರೂಪ ತಳೆದು ದೀಪದ ಬೆಳಕಿನಲ್ಲಿ ಬೆಳಗುತ್ತಿತ್ತು. ನಗುಮುಖದ ವಾಣಿ ಅವನ ಬರುವನ್ನೇ ಇದಿರು ನೋಡುತ್ತ ಅಡಿಗೆಯನ್ನು ಸಿದ್ಧಪಡಿಸಿ ಕಾಯುತ್ತಿದ್ದಳು.

ಆದರೆ ಇದೆಲ್ಲಾ ನೋಡಿ ಅವನಿಗಾದ ಆಶ್ಚರ್ಯ–ಆನಂದ ಕೇವಲ ಒಂದೇ ಒಂದು ಗಳಿಗೆ ಮಾತ್ರ. ವಾಣಿಯು ಬಡಿಸುತ್ತಿದ್ದ ಅಡಿಗೆಯನ್ನು ಊಟ ಮಾಡುತ್ತಿರುವಾಗಲೇ ನೆರೆಮನೆಯ ಇಂದುವಿನ ಕೃತಿ ಇದು ಎಂದವನಿಗೆ ತಿಳಿಯದೆ ಹೋಗಲಿಲ್ಲ. ತಿಳಿದು ಹಿಂದಿನಂತೆ 'ನನ್ನ ವಾಣಿಯೂ ಹೀಗೆಯೇ ಕಾರ್ಯಕುಶಲೆಯಾಗಿದ್ದರೆ' – ಎಂದೆಂದುಕೊಳ್ಳುವ ಬದಲು ತಾನೆಂದೂ ನೋಡದ ಇಂದುವಿನ ರೂಪವನ್ನು ಕಲ್ಪಿಸತೊಡಗಿದ. ಅವನನ್ನು ಮೆಚ್ಚಿಸಬೇಕೆಂದು ಆ ದಿನ ವಾಣಿಯು ಆಡಿದ ಮಾತುಗಳೆಲ್ಲಾ ಅವನಿಗೆ ಬಲು ದೂರದಿಂದ ಕೇಳಿಸಿದಂತಿದ್ದವು. ಅವನ ಅನ್ಯಮನಸ್ಕತೆಯನ್ನು ಕಂಡು ವಾಣಿ 'ಬೆಳಗಿನಿಂದಲೂ ಊಟವಿಲ್ಲದೆ ಬಹಳ ದಣಿದಿರುವರು' ಎಂದು ಮನದಲ್ಲಿಯೇ ಹಲುಬಿದಳು. 'ಇನ್ನು ಮುಂದೆಂದೂ ಹೀಗಾಗಗೊಡುವುದಿಲ್ಲ' ಎಂದು ಪ್ರತಿಜ್ಞೆಯನ್ನು ಮಾಡಿಕೊಂಡಳು. ಹಿಂದೆಷ್ಟೋ ಸಾರಿ ವಾಣಿ ಇದೇ ರೀತಿಯ ಪ್ರತಿಜ್ಞೆಗಳನ್ನು ಮಾಡಿಕೊಂಡಿದ್ದರೂ ಅವುಗಳೆಂದೂ ನೆರವೇರಿರಲಿಲ್ಲ. ಆದರೆ ಈ ಸಾರಿ ದಿನಬೆಳಗಾದರೆ ಇಂದು ಕೆಲಸಕ್ಕೆ ನೆರವಾಗುತ್ತಿದ್ದುದರಿಂದ ವಾಣಿಗೆ ಪ್ರತಿಜ್ಞೆ ಪಾಲನೆಯು ಕಷ್ಟವಾಗಿ ತೋರಲಿಲ್ಲ. ನಿಜವಾಗಿ ನೋಡಿದರೆ ಇಂದುವೇ ವಾಣಿಯ ಪ್ರತಿಜ್ಞೆಯನ್ನು ಪಾಲಿಸುವವಳಾಗಿದ್ದಳು.

* * *

ಯೋಚನೆಗಳಿಗೆ ಎಡೆಕೊಡಬಾರದೆಂದು ಇಂದು ತನ್ನ ಹೆಚ್ಚಿನ ಸಮಯವನ್ನು ವಾಣಿಯ ಗೃಹಕೃತ್ಯಗಳಿಗಾಗಿ ಉಪಯೋಗಿಸತೊಡಗಿದಂದಿನಿಂದ ಅವಳ ಗೃಹ

ಕಾರ್ಯಗಳು ಸುಸೂತ್ರವಾಗಿ ನಡೆಯತೊಡಗಿದವು. ತನ್ನ ಮನೆಯಲ್ಲಾದ ಈ ಮಾರ್ಪಾಡನ್ನು ರತ್ನ ನೋಡದಿರಲಿಲ್ಲ. ನೋಡುತ್ತಿದ್ದಂತೆ ತಾನೆಂದೂ ನೋಡದಿದ್ದ ಇಂದುವಿನ ಕಾರ್ಯಕುಶಲತೆಗಾಗಿ ಅವನ ಮೆಚ್ಚಿಕೆಯೂ ಬೆಳೆಯದಿರಲಿಲ್ಲ. ಮನೆಯ ಪ್ರತಿಯೊಂದು ವಸ್ತುವಿನ ಸುವ್ಯವಸ್ಥಿತ ಶಿಸ್ತಿನಲ್ಲಿಯೂ ಅವನಿಗೆ ಇಂದುವಿನ ನೆನಪಾಗುತ್ತಿತ್ತು. ಅವಳನ್ನು ಅವನು ಪ್ರತ್ಯಕ್ಷವಾಗಿ ನೋಡಿರದಿದ್ದರೂ ಅವಳ ಕೆಲಸಗಳನ್ನು ನೋಡಿ ಅವಳ ಚಿತ್ರವನ್ನು ಕಲ್ಪಿಸಿಕೊಂಡಿದ್ದನು. ಅವನ ಆ ಕಾಲ್ಪನಿಕ ಇಂದುವು ಆದರ್ಶಸ್ತ್ರೀಯಾಗಿದ್ದಳು. ಸುಯೋಗ್ಯ ಗೃಹಿಣಿಯಾಗಲು ಬೇಕಾದ ಎಲ್ಲಾ ಸುಗುಣಗಳೊಡನೆ ಅವಳಿಗೆ ಅಪೂರ್ವ ಸೌಂದರ್ಯವೂ ಇತ್ತು. ಆದರೆ ಅದೇಕೋ ! ಇಷ್ಟೆಲ್ಲ ಸುಂದರವಾಗಿ ಚಿತ್ರಿಸಿದ ಆ ಇಂದುವಿನ ಮೋರೆಯಲ್ಲಿ ನಗುವಿಲ್ಲ - ಅವಳ ಕಣ್ಣುಗಳಲ್ಲಿ ಹಾಸ್ಯವಿಲ್ಲ. ಬಹುಶಃ ಯಾವಾಗಲೂ ನಗುನಗುತ್ತಿರುವ ವಾಣಿಯನ್ನು ನೋಡಿಕೊಂಡಿದ್ದರಿಂದಲೇನೋ ! ಅವಳಿಗಿಂತ ಎಲ್ಲಾ ತರದಲ್ಲೂ ಬೇರೆಯಾದ ಇಂದುವಿನ ಮುಖದಲ್ಲಿ ನಗುವಿರ ಬಾರದೆಂದು ಹಾಗೆ ಚಿತ್ರಿಸಿರಬಹುದು.

ಮೊದಲಮೊದಲು ಅವಳ ಕೆಲಸಗಳನ್ನು ಮೆಚ್ಚಿ ಇಷ್ಟೊಂದು ಕಾರ್ಯ ಕುಶಲತೆಯಾದ ಇಂದು ಹೇಗಿರಬಹುದು ಎಂದು ಒಂದು ತರಹ ಕುತೂಹಲದಿಂದ ಇಂದುವಿನ ಚಿತ್ರವನ್ನು ಮನದೊಳಗೇ ಚಿತ್ರಿಸತೊಡಗಿದ್ದ ರತ್ನನಿಗೆ ಬರಬರುತ್ತ ಅವಳನ್ನು ಯಾವಾಗಲೂ ಚಿತ್ರಿಸುವುದೇ ಒಂದು ಹವ್ಯಾಸವಾಗಿ ಹೋಯ್ತು. ಒಮ್ಮೊಮ್ಮೆ ತುಂಬ ಕೆಲಸದ ಮಧ್ಯದಲ್ಲೂ ಅವನಿಗೆ ಇಂದುವಿನ ಯೋಚನೆ ಬಂದುಬಿಡುತ್ತಿತ್ತು. ತಾನು ಯತ್ನಿಸದಿದ್ದರೂ ತಾನಾಗಿ ಮೂಡುವ ಅವಳ ಯೋಚನೆ, ರೂಪಗಳಿಗಾಗಿ ಅವನಿಗೇ ಆಶ್ಚರ್ಯವಾಗುತ್ತಿತ್ತು. ಇದೆಂಥಾ ಭ್ರಾಂತಿ ! ಎಂದು ಸ್ವಲ್ಪ ಕೋಪವೂ ಬರುತ್ತಿತ್ತು. ಆದರಿದೆಲ್ಲಾ ವಾಣಿಯ ಪ್ರತಿಜ್ಞೆಗಳಂತೆ ಒಂದು ಸ್ವಲ್ಪ ಹೊತ್ತಿಗೆ ಮಾತ್ರವಷ್ಟೆ. ಇತರರ ಅಸಾಧ್ಯ ರೋಗಗಳನ್ನು ತನ್ನ ಔಷಧಿಗಳ ಬಲದಿಂದ ವಾಸಿಮಾಡುತ್ತಿದ್ದ ರತ್ನನಿಗೆ ಕೊನೆಕೊನೆಗೆ ಇಂದುವನ್ನು ಚಿತ್ರಿಸುವ ರೋಗದಿಂದ ಪಾರಾಗಲು ಅಸಾಧ್ಯವಾಗಿ ತೋರಿತು. ಏನೇನು ಮಾಡಿದರೂ ತನ್ನ ಮನೋರಾಜ್ಯದಿಂದ ಮಾಸದ ಇಂದುವಿನ ಕಾಲ್ಪನಿಕ ರೂಪವನ್ನು ಸಂಪೂರ್ಣವಾಗಿ ಉಜ್ಜಿಬಿಡಲು ಅವನಿಗೆ ಕೊನೆಗೆ ತೋರಿದ ಒಂದೇ ಒಂದು ಉಪಾಯವೆಂದರೆ ಅವಳನ್ನು ಪ್ರತ್ಯಕ್ಷವಾಗಿ ನೋಡಿಬಿಡುವುದು. ತಾನು ಚಿತ್ರಿಸಿದಷ್ಟು ಸುಂದರವಾಗಿರದ ಅವಳನ್ನು ಸ್ವತಃ ನೋಡಿದರೆ ತನ್ನ ಭ್ರಾಂತಿ ಮಾಸಬಹುದೆಂದು ಅವನಿಗೆ ತೋರಿತು.

ರತ್ನನಿಗೆ ಇಂದುವನ್ನು ಪ್ರತ್ಯಕ್ಷಮಾಡಿಕೊಳ್ಳುವುದೇನೂ ಕಷ್ಟದ ಮಾತಾಗಿರಲಿಲ್ಲ. ತಾನು ಮನೆಯಲ್ಲಿಲ್ಲದ ವೇಳೆಯಲ್ಲೆಲ್ಲಾ ಅವಳು ತನ್ನ ಮನೆಗೆ ಬರುವಳೆಂಬುದು ಅವನಿಗೆ ಗೊತ್ತಿದ್ದ ವಿಷಯ. ಅನಿರೀಕ್ಷಿತವಾಗಿ ತಾನು ಮನೆಗೆ ಬಂದುದಾದರೆ ಅವಳು ಕಾಣ ಸಿಕ್ಕುವಳೆಂದೂ ಅವನಿಗೆ ಗೊತ್ತು. ಅದೇ ಒಂದು ದಿನ ಸಾಯಂಕಾಲ ಮನೆಗೆ ಬರಲು

ಹೊತ್ತಾಗುವದೆಂದು ಹೇಳಿ ಹೋದವನು ಮೂರು ಗಂಟೆ ಹೊಡೆಯುವ ಮೊದಲೇ ಮನೆಗೆ ಬಂದ. ತನ್ನೆಣಿಕೆಯಂತೆ ಇಂದುವು ಮನೆಯಲ್ಲಿರುವಳೆಂದು ಬಾಗಿಲಿಗೆ ಬರುವಾಗಲೇ ಒಳಗೆ ನಡೆಯುತ್ತಿದ್ದ ಸಂಭಾಷಣೆಯಿಂದ ಅವನಿಗೆ ತಿಳಿಯಿತು. ನಿಧಾನವಾಗಿ ಒಳಗೆ ಹೋದ.

ನಡುಮನೆಯ ಮೇಜಿನ ಮೇಲೆ ಬಿದ್ದಿದ್ದ ಅವನ ಒಂದು ಮೂಟೆ ಬಟ್ಟೆಗಳನ್ನು ಇಸ್ತ್ರೀಮಾಡಿ ಮಡಿಸಿಡುತ್ತಾ, ಬಾಗಿಲಿಗೆ ಬೆನ್ನು ಹಾಕಿ ನಿಂತಿದ್ದಳು ಇಂದು. ವಾಣಿ ಅದೇ ಮೇಜಿನ ಒಂದು ಕೊನೆಯಲ್ಲಿ ಕಾಲುಗಳನ್ನಿಳಿಬಿಟ್ಟುಕೊಂಡು ಕುಳಿತು ಮಾತಿನ ಸಂಭ್ರಮದಲ್ಲಿ ಮೈಮರೆತಿದ್ದಳು.

ಬಾಗಿಲ ಹತ್ತಿರವೇ ಐದಾರು ನಿಮಿಷಗಳಿಂದ ರತ್ನ ನಿಂತಿದ್ದರೂ ಇಬ್ಬರಿಗೂ ಅವನು ಬಂದುದು ತಿಳಿಯಲಿಲ್ಲ; ರತ್ನ ಮಾತಿನ ಮಳೆ ಸುರಿಸುತ್ತಿದ್ದ ತನ್ನ ಹೆಂಡತಿಯನ್ನೂ ಕೆಲಸದಲ್ಲಿ ಮುಳುಗಿದ್ದರೂ ಅವಳಿಗೆ ಸಮಯೋಚಿತ ವಾದ ಉತ್ತರಗಳನ್ನು ಹೇಳುತ್ತಿದ್ದ ಇಂದುವನ್ನೂ ಜೊತೆಯಾಗಿ ನೋಡಿದ. ಅವರಿಬ್ಬರೊಳಗಿನ ಅಜಗಜಾಂತರ ವ್ಯತ್ಯಾಸವನ್ನೂ ನೋಡಿ ಇಂದುವಿನ ಚಿತ್ರವನ್ನು ಸಂಪೂರ್ಣವಾಗಿ ಉಜ್ಜಿ ಬಿಡಬೇಕೆಂದು ಬಂದಿದ್ದವನು ಹೊಸದಾಗಿ ಚಿತ್ರಿಸತೊಡಗಿದ. ಹೌದು; ಅವನ ಕಾಲ್ಪನಿಕ ಇಂದುವಿನ ಅಪ್ರತಿಮ ಸೌಂದರ್ಯವು ನಿಜವಾದ ಇಂದುವಿಗಿಲ್ಲದಿದ್ದರೂ ಅವಳ ಕಾರ್ಯತತ್ಪರತೆಯು ಆ ಕಮ್ಮಿಯನ್ನು ತುಂಬಿಕೊಟ್ಟಿತು. ಐದು, ಹತ್ತು ಹದಿನೈದು ನಿಮಿಷಗಳಾದರೂ ರತ್ನ ನಿಂತಲ್ಲಿಂದ ಕದಲಲಿಲ್ಲ. ಈ ಮಧ್ಯೆ ವಾಣಿ ಅದೇಕೋ ಬಾಗಿಲಕಡೆ ತಿರುಗಿದವಳು ರತ್ನನನ್ನು ನೋಡಿ 'ಏನು ಇಷ್ಟೊಂದು ಬೇಗ? ಸಿನಿಮಾಕ್ಹೋಗೋದಕ್ಕೋ....' ಎಂದು ಮೇಜಿನಿಂದ ಕೆಳಗಿಳಿದಳು. ಆಗಲೇ ಇಂದುವಿಗೂ ರತ್ನ ಬಂದುದರ ಅರಿವಾದುದು. ಅವನ ಆಕಸ್ಮಿಕ ಬರುವಿನಿಂದ ಅಪ್ರತಿಭಳಾದ ಅವಳು, ಪಕ್ಕನೆ ಇಸ್ತ್ರಿಪೆಟ್ಟಿಗೆಯನ್ನು ಕೆಳಗಿಟ್ಟು ತಿರುಗಿದಳು; ಸರಿ, ರತ್ನನ ಚಿತ್ರದಲ್ಲಿ ಬಾಕಿ ಉಳಿದಿದ್ದ ಮುಖವೂ ಪೂರ್ಣವಾಯ್ತು.

ತಿರುಗಿದ ಇಂದು-ಎವೆಯಿಕ್ಕದೆ ತನ್ನ ಮುಖ ನೋಡುತ್ತಿದ್ದ ರತ್ನನನ್ನು ನೋಡಿ, ಸಂಕೋಚದಿಂದ ಮಾಡುವ ಕೆಲಸವನ್ನು ಅಷ್ಟಕ್ಕೇ ಬಿಟ್ಟು, ಹಿತ್ತಲ ಬಾಗಿಲಿನಿಂದ ತನ್ನ ಮನೆಗೆ ನಡೆದುಬಿಟ್ಟಳು. ರತ್ನ ತನ್ನನ್ನು ಸಿನಿಮಾಕ್ಕೆ ಕರೆದುಕೊಂಡು ಹೋಗುವ ಸಲುವಾಗಿ ಬೇಗ ಬಂದಿರುವನೆಂದೆಣಿಸಿದ ವಾಣಿ ಅವನೊಡನೆ ಪ್ರಶ್ನೆ ಕೇಳುವ ಸಂಭ್ರಮದಲ್ಲಿ ಅವಳನ್ನು ತಡೆಯಲೂ ಇಲ್ಲ.

ಮತ್ತೂ ಒಂದೂವರೆ ಗಂಟೆಯ ತರುವಾಯ ವಾಣಿ ಇಂದುವನ್ನೂ ತಮ್ಮೊಡನೆ ಸಿನಿಮಾಕ್ಕೆ ಕರೆದುಕೊಂಡು ಹೋಗುವ ಸಲುವಾಗಿ ಅವಳ ಮನೆಗೆ ಹೋದಾಗ, ಇಂದು ತಲೆನೋವೆಂದು ಮಲಗಿದ್ದಳು. ವಾಣಿ 'ಸಿನಿಮಾಕ್ಕೆ ಬಾ' ಎಂದು ಮಾಡಿದ ಬಲವಂತವೆಲ್ಲವೂ ವ್ಯರ್ಥವಾಯ್ತು. ನಿಜಕ್ಕೂ ಅವಳಿಗೆ ತಲೆನೋವಿದ್ದುದೇನೋ ಹೌದು. ಆದರೆ, ಆ ತಲೆನೋವು ಬರಲು ಕಾಣ ಬಗೆಹರಿಯದಿದ್ದೊಂದು ಸಮಸ್ಯೆ ಎಂದು ಮಾತ್ರ

ವಾಣಿಗೆ ತಿಳಿಯಲಿಲ್ಲ. ತಿಳಿದಿದ್ದರವಳು ಸಿನಿಮಾಕ್ಕೆಂದು ಹೊರಟು ನಿಂತಿದ್ದ ರತ್ನನನ್ನು ಇಂದುವಿನ ಮನೆಗೆ ಕರೆತರುತ್ತಿರಲಿಲ್ಲ.

ಸಿನಿಮಾವನ್ನು ನೋಡಿಯಾದರೂ ಇಂದುವಿನ ಚಿತ್ರವು ಅಳಿಸಿ ಹೋಗಬಹುದೆಂದು ರತ್ನ ವಾಣಿಯ ಇಚ್ಛೆಯಂತೆ ಸಿನಿಮಾಕ್ಕೆ ಹೊರಟಿದ್ದ. ಆದರೆ, ಅಷ್ಟಕ್ಕೇ ಹುಡುಗಾಟಿಕೆಯ ವಾಣಿ ಸುಮ್ಮನಾಗದೆ 'ಇಂದುವನ್ನೂ ಕರೆದುಕೊಂಡು ಹೋಗೋಣ' ಎಂದು ರತ್ನ ವಿರೋಧಿಸುತ್ತಿದ್ದಂತೆಯೇ ಇಂದುವನ್ನು ಕರೆದುಕೊಂಡು ಬರಲು ಓಡಿದಳು. ವಾಣಿ ಹಿಂತಿರುಗುವಾಗ ಇಂದು ಅವಳ ಜೊತೆಯಲ್ಲಿಲ್ಲದುದನ್ನು ನೋಡಿ ರತ್ನನಿಗೆ ಸಮಾಧಾನವಾಯ್ತು. ಆದರೆ, ವಾಣಿ ಬಂದು 'ಇಂದುವನ್ನು ಸ್ವಲ್ಪ ನೋಡಿ ಔಷಧಿ ಮಾಡಿಕೊಡಿ' ಎನ್ನುವಾಗ ಅವನಿಗೆ ವಾಣಿಯ ಹುಡುಗಾಟಿಕೆಗಾಗಿ ಕೋಪಬಂತು. 'ಸ್ವಲ್ಪ ತಲೆನೋವಾದ್ರೆ ಏನ್ಮಹಾ ! ಒಂದು ಏಸ್ಪರಿನ್ ಮಾತ್ರೆ ಕೊಟ್ಟು ಬೇಗ ಬಾ- ಹೊತ್ತಾಗಿ ಹೋಗುತ್ತೆ ' ಎಂದು ಸ್ವಲ್ಪ ಒರಟಾಗಿಯೇ ಹೇಳಿದ. ಬೇರೆ ಸಮಯದಲ್ಲಾಗಿದ್ದರೆ ಇಂದುವನ್ನು ನೋಡಿ ಔಷಧಿಕೊಡಲು ಅವನಿಗೆ ಯಾವ ಅಭ್ಯಂತರವೂ ಇರುತ್ತಿರಲಿಲ್ಲ. ದಿನ ಬೆಳಗಾದರೆ ನೋಡುವ ಇತರ ರೋಗಿಗಳ ಗುಂಪಿಗೆ ಅವಳು ಸೇರಿಹೋಗುತ್ತಿದ್ದಳು.

ಆದರೆ ಈಗ, ಇಂದುವನ್ನು ಮರೆಯಬೇಕೆಂದು ಯತ್ನಿಸುತ್ತಿರವಾಗ, ಅವಳ ಮನೆಗೇ ಹೋಗಿ ಔಷಧಿ ಮಾಡಿಕೊಡಬೇಕೆಂದು ಬಲವಂತಪಡಿಸುವ ವಾಣಿಯ ಮಾತುಗಳು ಅವನಿಗೆ ಅಸಹ್ಯವಾಗಿದ್ದವು. ಇದು ವಾಣಿಯ ಹುಡುಗಾಟಿಕೆಯ ಸರಳ ಬುದ್ಧಿಗೆ ತಿಳಿಯುವುದು ಹೇಗೆ? ಒಂದೇ ಸಮನೆ ಹಠಮಾಡಿ ಕೊನೆಗೂ ರತ್ನನನ್ನು ಇಂದುನಿನ ಮನೆಗೆ ಎಳೆದೊಯ್ದಳು.

ಒಂದೇ ದಿನದಲ್ಲಿ, ಕೆಲವೇ ಗಂಟೆಗಳ ಅಂತರದಲ್ಲಿ, ಅದೂ ಅವಳ ಮನೆಯಲ್ಲೇ ರೋಗಿಯ ಅವಸ್ಥೆಯಲ್ಲಿ ಇಂದುವನ್ನು ಪುನಃ ನೋಡುವ ಪ್ರಸಂಗವು ಬರಬಹುದೆಂದು ರತ್ನ ಎಂದೂ ಯೋಚಿಸಿರಲಿಲ್ಲ. ಅದರಲ್ಲೂ ತಾನು ಇನ್ನೊಮ್ಮೆ ನೋಡುವಾಗ ಅವಳಳುವುದನ್ನು ನೋಡಬಹುದು ಎಂಬುದು ಅವನು ಕನಸಿನಲ್ಲಿ ಸಹ ಊಹಿಸದ ಮಾತು. ಹೌದು ; ಇಂದು ಅಳುತ್ತಿದ್ದಳು -ಬಿಕ್ಕಿ ಬಿಕ್ಕಿ ಚಿಕ್ಕಮಕ್ಕಳಂತೆ ಅಳುತ್ತಿದ್ದಳು. ತಲೆನೋವಿನ ಬಾಧೆಗಾಗಿ ತಾನಳುವುದಲ್ಲವೆಂದು ಗೊತ್ತಿದ್ದರೂ, ಅಳುವ ಕಾರಣವು ಏನೆಂದು ಅವಳಿಗೇ ತಿಳಿಯದಷ್ಟು ಸೂಕ್ಷ್ಮವಾಗಿತ್ತು.

ವಾಣಿ ಮೊದಲನೆಯ ಸಾರಿ ಬಂದು ಹೋದ ತರುವಾಯ ಅವಳ ಅಳು ಶುರುವಾಗಿತ್ತು. ತಾನತ್ತರೂ -ಸತ್ತರೂ ಬಂದು ನೋಡುವವರು ಯಾರೂ ಇಲ್ಲವೆಂದು ಧೈರ್ಯದಿಂದಲೇ ಅಳುವೂ ನಿರಾತಂಕವಾಗಿ ಸಾಗಿತ್ತು. ಅವಳೆಣಿಸಿದಂತೆ ವಾಣಿ ಸಿನೆಮಾಕ್ಕೆ ಹೋಗದೆ ರತ್ನನನ್ನು ತಮ್ಮ ಮನೆಗೆ ಕರೆದುಕೊಂಡುಬರುವಳೆಂದು ಅವಳಿಗೆ ಹೇಗೆ ಗೊತ್ತಾಗಬೇಕು?

ಅವಳಳುವಿಗೆ ವಾಣಿ ರತ್ನ ಇಬ್ಬರಿಗೂ ತೋರಿದ ಒಂದೇ ಒಂದು ಕಾರಣ ಅವಳ ಅಸಾಧ್ಯವಾದ ತಲೆನೋವು. ಎಷ್ಟು ಆಕಸ್ಮಾತ್ತಾಗಿ ಇಂದುವಿನ ಅಳುವು ಸುರುವಾಗಿತ್ತೋ ಅಷ್ಟೇ ಬೇಗನೆ ರತ್ನ ವಾಣಿಯರನ್ನು ನೋಡಿ ನಿಂತುಹೋಯ್ತು. ಚಿಕ್ಕ ಮಕ್ಕಳಂತೆ ತಾನಳುವುದನ್ನು ಅವರು ನೋಡಿಬಿಟ್ಟರಲ್ಲಾ ಎಂದು ಅವಳು ಭೂಮಿಗಿಳಿದು ಹೋದಳು. ಮತ್ತೆ ತನಗೆ ಹೇಳದೆಯೇ ವಾಣಿ ರತ್ನನನ್ನು ಕರೆದುಕೊಂಡು ಬಂದಳಲ್ಲಾ ಎಂದು ಬೇರೆ. ರತ್ನನಿಗೂ ಹಾಗೆಯೇ-ಇಂದು ಅಳುತ್ತಿರುವ ಇಂದುವನ್ನು ನೋಡಿ ಮನಸ್ಸಿನ ಬೇರೆಲ್ಲಾ ಯೋಚನೆಗಳೂ ಮಾಯವಾಗಿ, ಚಿಕ್ಕಮಕ್ಕಳನ್ನು ಸಂತೈಸುವಂತೆ ಅವಳನ್ನೂ ಸಂತೈಸಿ ಸಮಾಧಾನಪಡಿಸಬೇಕೆಂದು ತೋರಿತು. ಆದರೆ, ಪಕ್ಕದಲ್ಲೇ ನಿಂತಿದ್ದ ವಾಣಿಯೂ ಅವನ ನಾಲ್ಕಾರು ವರ್ಷಗಳ ರೋಗಿಗಳನ್ನು ನೋಡಿದ ಅಭ್ಯಾಸಬಲವೂ ಅವನನ್ನು ಬದುಕಿಸಿತು. ಮನದೊಳಗೆ ಯೋಚನೆಗಳ ಯುದ್ಧವೇ ನಡೆಯುತ್ತಿದ್ದರೂ ಹೊರಗೆ ಗಂಭೀರವಾಗಿ ಅವಳ ತಲೆಮುಟ್ಟಿ ನೋಡಿದ. ಮತ್ತೆ ವಾಣಿಯ ಕಡೆ ತಿರುಗಿ ಜ್ವರವೂ ಇದೆ ಎಂದ. ಅದಕ್ಕೆ ವಾಣಿ 'ನೀವು ಔಷಧಿ ಮಾಡಿಕೊಟ್ಟು ಸಿನಾಮಕ್ಕೆ ಹೋಗಿ ; ನಾನಿಲ್ಲೇ ಇರುತ್ತೇನೆ' ಎಂದು ಇಂದುವಿನ ನಿರೋಧವನ್ನು ಮೂಲೆಗೊತ್ತಿ, ಅಲ್ಲೇ ಕುಳಿತುಬಿಟ್ಟಳು. ರತ್ನ ಒಬ್ಬನೇ ಸಿನಿಮಾಕ್ಕೆ ಹೋದ; ಆದರೆ, ಆ ದಿನ ರಾತ್ರಿ ವಾಣಿ 'ನೀವು ನೋಡಿದ ಚಿತ್ರ ಯಾವುದು?' ಎಂದು ಕೇಳಿದ್ದರೆ 'ಅಳುತ್ತಿದ್ದ ಇಂದುವಿನ ಮುಖ' ಎಂದವನು ಹೇಳಬೇಕಾಗುತ್ತಿತ್ತು.

* * *

ಅಂದಿನ ತಲೆನೋವು ಇಂದು ರತ್ನರ ಪರಿಚಯಕ್ಕೆ ಅಡಿಗಲ್ಲಾಯಿತು. ಮೊದಮೊದಲು ರತ್ನನಿದಿರು ಹೋಗಲು ನಾಚುತ್ತಿದ್ದ ಇಂದು ಇಗ ಅವನೊಡನೆ ನಿಸ್ಸಂಕೋಚವಾಗಿ ಮಾತಾಡುತ್ತಿದ್ದಳು. ಅವರಿಬ್ಬರೊಡನೆ ಸಿನಿಮಾಕ್ಕೆ ಹೋಗುವುದು ಸಹ ಅವಳ ಕಾರ್ಯಕ್ರಮಗಳಲ್ಲಿ ಸೇರಿಹೋಯ್ತು. ಹೀಗೆ, ನೆರೆಮನೆಯ ಒಕ್ಕಲು ಬಂದು ಆರು ತಿಂಗಳು ತುಂಬುವ ಮೊದಲು, ಇಂದುವಿನ ಏಕಾಂತ ಜೀವನ ಸಂಪೂರ್ಣ ಬದಲಾಯಿತು; ಬದಲಾಯಿತು ಅಷ್ಟೆ...

ಅದರಿಂದವಳಿಗೆ ಹೆಚ್ಚಿನ ಶಾಂತಿ ಯಾ ಸುಖದೊರೆಯಿತೆಂದರೆ ತಪ್ಪಾಗುವುದು. ಆ ಮನೆಗೆ ಮೊದಲು ಬಂದಾಗಿದ್ದ ನನ್ನ ಮನೆ, ತಾನು, ಸ್ವತಂತ್ರವಾಗಿ ಸುಖವಾಗಿದ್ದೇನೆ ಎಂಬ ಅಭಿಮಾನವೂ ತೃಪ್ತಿಯೂ ಈಗಿರಲಿಲ್ಲ. ಅಷ್ಟರಲ್ಲೇ ನಾನು ಸುಖವಾಗಿದ್ದೇನೆ-ಇರಬಲ್ಲೆ ಎಂದಿದ್ದ **ಅವಳ ಭಾವನೆಯು ವಾಣಿ-ರತ್ನರ ಸಂಸಾರವನ್ನು ನೋಡಿದಂದಿನಿಂದ ತನ್ನ ಜೀವನದಲ್ಲೂ ಒಂದು ದೊಡ್ಡ ಅಭಾವವಿದೆ ಎಂಬುದನ್ನು ಕಂಡುಕೊಂಡಿತ್ತು.** ಮೊದಲು ಬಲು ಅಸ್ಪಷ್ಟವಾಗಿ ಮೊಳೆತ ಈ ಭಾವನೆಯು ವಾಣಿ - ರತ್ನರಲ್ಲಿ ಹೆಚ್ಚಿನ ಬಳಕೆಯಾದಂತೆಲ್ಲಾ ಚಿಗುರುತ್ತಲೇ ಇತ್ತು. ಮತ್ತೆ ರತ್ನನೂ ಸದಾ ಇವಳನ್ನು ಯೋಚಿಸುತ್ತಿದುದ್ದರಿಂದಲೇನೋ ! **ಅವಳ ಮನವು ಇಚ್ಛೆಗೆ ವಿರೋಧವಾಗಿ ರತ್ನನ ಕಡೆ ಒಲಿಯತೊಡಗಿತು.**

ಇಂದು-ರತ್ನರ ಮನಸ್ಸಿನಲ್ಲಿ ಒಬ್ಬರದೊಬ್ಬರಿಗೆ ತಿಳಿಯದಂತೆ ಈ ರೀತಿಯ ಭಾವನೆಗಳು ಮೂಡಿ ಮೊಳೆಯುತ್ತಿದ್ದಾಗ, ವಾಣಿಗೆ ಅಕಸ್ಮಾತ್ತಾಗಿ ತೌರುಮನೆಗೆ ಹೋಗುವ ಪ್ರಸಂಗ ಬಂದಿತು. ಬೇಸಿಗೆಯಲ್ಲಿ ಒಂದು ತಿಂಗಳು ರಜಾಪಡೆದು ಗಂಡಹೆಂಡಿರಿಬ್ಬರೂ ಜೊತೆಯಾಗಿ ಹೋಗುವುದೆಂದು ಮೊದಲೇ ನಿಶ್ಚಯವಾಗಿತ್ತು. ಆದರೆ, ಅನಿರೀಕ್ಷಿತವಾಗಿ ಅವಳ ತಾಯಿಗೆ ಕಾಯಿಲೆ ಎಂದು ಅವಳಣ್ಣ ಅವಳನ್ನು ಕರೆದುಕೊಂಡು ಹೋಗಲು ಬಂದುಬಿಟ್ಟ. ರತ್ನನಿಗೆ ಆಗ ರಜಾ ಸಿಕ್ಕುವಂತಿರಲಿಲ್ಲ. ಆದುದರಿಂದ ವಾಣಿಯೊಬ್ಬಳೇ ಅಣ್ಣನೊಡನೆ ಹೊರಟುಹೋದಳು.

ಹುಚ್ಚುಹುಡುಗಿ ! ಹೋಗುವಾಗ ಇಂದುವಿನೊಡನೆ 'ಇಂದೂ ಅಮ್ಮನಿಗೆ ಕಾಯಿಲೆ ; ವಾಸಿಯಾದೊಡನೇ ಬಂದುಬಿಡುತ್ತೇನೆ. ನಾನು ಬರುವತನಕ ಸ್ವಲ ನಮ್ಮನೆ ಕಡೆ ನೋಡಿಕೋ' ಎಂದಳು. ರತ್ನನೂ ಅಲ್ಲೇ ನಿಂತಿದ್ದ. ಇಂದು ಬೇರೇನೂ ಹೇಳಲಾರದೆ 'ಹೂಂ' ಎಂದಳು. ಆದರೆ, ವಾಣಿಯೊಡನೆ 'ಹೂಂ' ಎಂದುದೆಷ್ಟೋ ಅಷ್ಟೇ ಅವಳು ಹೊರಟುಹೋದ ತರುವಾಯ ಇಂದು ಆ ಕಡೆ ಹೋಗಲಿಲ್ಲ. **ಅವಳು ಸ್ವಭಾವತಃ ಪಾಪಭೀರು. ಸಮಾಜದ ಕಟ್ಟು-ಕಟ್ಟಲೆಗಳನ್ನೇ ದೇವರ ನಿಯಮಗಳು ಎಂದು ತಿಳಿದು ಬೆಳೆದವಳು. ಅವಳಿಗೆ ತನ್ನೊಲುವು ರತ್ನನ ಕಡೆ ತಿರುಗಿದೆ ಎಂಬುದರ ಅರಿವು ಆದಾಗಲೇ ಬಹಳ ಭಯವಾಯಿತು.** ವಾಣಿ ಹೊರಟುಹೋದ ಮೇಲಂತೂ ಅವಳ ಭಯವು ಒಂದಕ್ಕೆ ಹತ್ತಾಗಿ ಬೆಳೆಯತೊಡಗಿತು. ತನ್ನ ಶಾಂತ ಜೀವನ ಪ್ರವಾಹವನ್ನು ಕಲಕಿ ಕದಡಿಸುವ ಯೋಚನೆಗಳಿಗೆ ಹೃದಯದಲ್ಲೆಡೆ ಕೊಟ್ಟೆ ಹೇಗೆ ? ಏಕೆ? ಎಂಬ ಪ್ರಶ್ನೆಗಳು ಸದಾ ಅವಳನ್ನು ಬಾಧಿಸತೊಡಗಿದವು. ಆದರೆ, ಈ ಯೋಚನೆಗಳ ಜೊತೆಯಲ್ಲೇ ರತ್ನನ ಮೂರ್ತಿಯೂ ಅವಳ ಹೃದಯದಲ್ಲಿ ಮೂಡಿಹೋಗಿತ್ತು. ವಾಣಿಯ ಪತಿಯನ್ನು ತಾನು ಪ್ರೀತಿಸುವುದು ಅನುಚಿತ ಎಂಬುದು ಅವಳಿಗೆ ತಿಳಿದಿದ್ದರೂ ಆ ವಿಷಯದಲ್ಲವಳು ಏನೂ ಮಾಡಲಾರದವಳಾಗಿದ್ದಳು. ಅವನನ್ನು ಪ್ರೀತಿಸದಿರುವುದು ಅವಳ ಶಕ್ತಿಗೆ ಮೀರಿದ ಮಾತಾಗಿತ್ತು. ತನ್ನ ಈ ಅನುಚಿತ ಪ್ರೇಮವು ರತ್ನನಿಗೆಲ್ಲಿ ತಿಳಿದುಬಿಡುವುದೋ ಎಂಬ ಭಯದಿಂದಲೇ ಅವಳು ವಾಣಿ ಹೊರಟುಹೋದ ತರುವಾಯ ಆ ಕಡೆ ಸಹ ಹೋಗಲಿಲ್ಲ. ಹಿತ್ತಲಲ್ಲಿದ್ದ ಹೂಗಿಡಗಳ ಆರೈಕೆ ಮಾಡುವುದು ಸಹಾ ನಿಂತುಹೋಯ್ತು : **ತಾನಲ್ಲಿದ್ದಾಗ ನೆರೆಮನೆಯ ಹಿತ್ತಲಲ್ಲಿ ರತ್ನನ ಭೇಟಿಯಾಗಬಹುದೆಂದು ಭಯವೇ ಇದಕ್ಕೆ ಕಾರಣ.**

ಈಗಂತೂ ಹೋಗದ ಹೊತ್ತನ್ನು ಕೊಲ್ಲುವುದಕ್ಕೆ ಇಂದುವಿಗುಳಿದ ಒಂದೇ ಒಂದು ಸಾಧನ: ಭಾವನಾಪ್ರಪಂಚದಲ್ಲಿ ಹಗಲುಗನಸುಗಳನ್ನು ಹೆಣೆಯುವುದು ; ಎಷ್ಟಾದರೂ ಇವೆಲ್ಲಾ ಕನಸುಗಳೇ ಎಂದು ಕಣ್ಣೀರು ತಂದುಕೊಳ್ಳುವುದು.

ವಾಣಿ ಇದ್ದಾಗ ಪ್ರತಿದಿನ ಇಂದುವನ್ನು ನೋಡುತ್ತಿದ್ದ ರತ್ನನಿಗೆ ಈಗವರಿಬ್ಬರೂ ಜೊತೆಯಾಗಿ ಇಲ್ಲದಂತಾದುದರಿಂದ ತುಂಬಾ ಬೇಸರಾವಾಯ್ತು. ದಿನಾ ಇಂದು ಅವರ ಮನೆಗೆ ಹೋಗುತ್ತಿದ್ದಾಗ ಸ್ವಲ್ಪ ಸ್ವಲ್ಪವಾಗಿ ಅವಳ ಹೃದಯವನ್ನಾಕ್ರಮಿಸಿದ್ದರ ಅರಿವು

ಅವನಿಗಾದುದು ಅವಳು ಒಮ್ಮೆಗೇ ಆ ಕಡೆ ಹೋಗುವುದನ್ನು ನಿಲ್ಲಿಸಿದಾಗ. ಆಗ ಅವನಿಗೂ ಅವಳು ತಮ್ಮ ಮನೆಗೆ ಬರದಿರುವುದು ಒಳ್ಳೆಯದಾಯಿತು ಎಂದು ತೋರಿದರೂ ಚಪಲ ಮನಸ್ಸು ಮಾತ್ರ ಅವಳ ದರ್ಶನಕ್ಕೆ ತವಕಿಸುತ್ತಿತ್ತು.

ವಾಣಿ ಹೊರಟುಹೋದ ಮೇಲವನಿಗೆ ಹೋಟೆಲಿನಲ್ಲಿ ಊಟ ; ಕ್ಲಬ್ಬಿನಲ್ಲಿ ವಾಸ. ಮನೆಗೆ ಬರಬೇಕಾದರೆ ಬಟ್ಟೆ ಬದಲಾಯಿಸುವುದಕ್ಕೆ, ಮತ್ತೆ ರಾತ್ರಿ ನಿದ್ರೆ ಮಾಡುವುದಕ್ಕೆ ಅಷ್ಟೆ. ಕ್ಲಬ್ಬಿನಿಂದ ಕೊನೆಯ ವ್ಯಕ್ತಿ ಹೋಗುವ ತನಕವೂ ಅವನಲ್ಲೇ ಇರುತ್ತಿದ್ದ. ಮತ್ತೆ ಹೋಟೆಲಿಗೆ ಹೋಗಿ ಊಟ ಮಾಡಿ ಮನೆ ತಲುಪಬೇಕಾದರೆ ಹನ್ನೊಂದು ಗಂಟೆ ಹೊಡೆದುಹೋಗುತ್ತಿತ್ತು. ಆದರೂ ಹಗಲಲ್ಲಾದರೂ ಮನೆಗೆ ಬಂದರೆ ಹಿತ್ತಲ ಕಡೆ ಹೋಗಿ ಇಂದು ಎಲ್ಲಾದರೂ ಇರುವಳೋ ಎಂದು ನೋಡದಿರುತ್ತಿರಲಿಲ್ಲ.

ವಾಣಿ ಹೋಗಿ ಎರಡು ತಿಂಗಳಾಗಿದ್ದರೂ ಸದ್ಯದಲ್ಲೆ ಬರುವ ಸೂಚನೆ ಏನೂ ಇರಲಿಲ್ಲ. ಒಂದು ದಿನ ಬೆಳಿಗ್ಗೆ ಇಂದು ನೀರು ಸೇದುತ್ತಿರುವಾಗ ರತ್ನ ಹಿತ್ತಲಬೇಲಿಯ ಹತ್ತಿರ ಬಂದ. ವಾಣಿ ಹೊರಟುಹೋದ ಮೇಲೆ ಅದೇ ಅವರು ಮೊದಲ ಸಾರಿ ಒಬ್ಬರನ್ನೊಬ್ಬರು ನೋಡಿದ್ದು. ಅವಳಿರುವಾಗ ನಿಸ್ಸಂಕೋಚವಾಗಿ ಮಾತನಾಡಿಕೊಂಡಿದ್ದ ಅವರಿಗೆ ಮಾತಾಡಲು ಏನೂ ತೋರಲಿಲ್ಲ. ಆದರೂ ಇಂದು ತಾನು ಸುಮ್ಮನಿದ್ದರೆ ಮನದ ಭಾವನೆಗಳೆಲ್ಲಿ ಬಯಲಾಗುವುದೋ ಎಂಬ ಭಯದಿಂದ –'ವಾಣಿ ಯಾವತ್ತು ಬರ್‍ತಾಳೆ?' ಎಂದು ಕೇಳಿದಳು. ಅವಳ ಆ ಪ್ರಶ್ನೆಗೆ ಪ್ರತ್ಯುತ್ತರ ಕೊಡುವ ಬದಲು ರತ್ನ 'ಆರೋಗ್ಯವಾಗಿರುವೆಯಾ ಇಂದಿರಾ? ಇದೇನು ಇತ್ತೀಚೆಗೆ ನಿನ್ನನ್ನು ಕಾಣಲಿಲ್ಲ?' ಎಂದು ಕೇಳಿದ.

ಅದೇ ಮೊದಲವಳು ಅವನ ಬಾಯಿಂದ ತನ್ನ ಹೆಸರನ್ನು ಕೇಳಿದ್ದು, ಅಂದಿನವರೆಗೂ ಅವಳಿಗೆ ತನ್ನ ಹೆಸರು ಅಷ್ಟೊಂದು ಸುಂದರವೆಂದು ತಿಳಿದಿರಲಿಲ್ಲ.

ರತ್ನನ ಬಾಯಿಂದ ಹೊರಟ ಮಾತ್ರಕ್ಕೆ ತನ್ನ ಹೆಸರಿನಲ್ಲಾದ ಬದಲಾವಣೆಯು ಅವಳ ಮುಖವನ್ನರಳಿಸಿತು. ಕಣ್ಣುಗಳು ಹೃದಯದ ಗುಟ್ಟುಗಳನ್ನೆಲ್ಲಾ ಹೊರಗೆಡವಿ ಅವನ ಮುಖವನ್ನು ನೋಡಿದವು. ರತ್ನನ ಕಣ್ಣುಗಳೂ ಮನದ ಭಾವನೆಗಳನ್ನು ಮುಚ್ಚಿಟ್ಟು ಕೊಂಡಿರಲಿಲ್ಲ, ಅವನ ಆ ನೋಟವೇ ಭೂಮಿಯಿಂದ ಮೇಲಕ್ಕೆ ಬಹು ಮೇಲಕ್ಕೆ ಹೋಗಿದ್ದ ಇಂದುವನ್ನು ಧರೆಗಿಳಿಸಿ ಮರೆತಿದ್ದ ಕರ್ತವ್ಯವನ್ನು ಜಾಗೃತಗೊಳಿಸಿದ್ದು. **ಮರುಕ್ಷಣ ಸೇದಿದ್ದ ನೀರನ್ನು ಸಹ ತೆಗೆದುಕೊಳ್ಳದೆ ಒಳಗೆ ಹೋಗಿಬಿಟ್ಟಳು.** ರತ್ನ ಬಹಳ ಹೊತ್ತು ಅಲ್ಲೇ ನಿಂತಿದ್ದರೂ ಪುನಃ ಅವಳು ಹೊರಗೆ ಬರಲೇ ಇಲ್ಲ.

ಮರುದಿನ, ಮರುದಿನ, ಮರುದಿನವೆಂದು ಮೂರು ದಿನ ರತ್ನ ಇಂದುವನ್ನು ನಿರೀಕ್ಷಿಸಿದರೂ ಅವಳ ದರ್ಶನವಾಗಲಿಲ್ಲ, ನಾಲ್ಕನೆಯ ದಿನ ಟಪಾಲು ಮೂಲಕ ಇಂದುವಿಗೊಂದು ಕಾಗದ ಬಂತು. ರತ್ನನ ಅಕ್ಷರಗಳ ಪರಿಚಯವಿದ್ದ ಅವಳಿಗದು

ಅವನದೆಂದು ನೋಡಿದೊಡನೆಯೇ ತಿಳಿಯಿತು. ತಿಳಿದು ಬಹಳ ಹೊತ್ತು ಒಡೆಯದೆ ಅದನ್ನು ಕೈಯಲ್ಲಿ ಹಿಡಿದುಕೊಂಡು ಆಲೋಚಿಸುತ್ತ ಕುಳಿತಿದ್ದಳು. ಮತ್ತವಳು ಬಲು ಹೊತ್ತಿನ ಮೇಲೆ ಅಲ್ಲಿಂದೇಳುವಾಗಲೂ ಅದು ಒಡೆಯಲ್ಪಟ್ಟಿರಲಿಲ್ಲ; ಆದರೆ, ಅವಳ ಕಣ್ಣೀರಿನಿಂದ ಅಭಿಷಿಕ್ತವಾಗಿ ಒದ್ದೆಯಾಗಿ ಹೋಗಿತ್ತು. ಎದ್ದವಳು ಹಾಗೆಯೇ ಆ ಕಾಗದವನ್ನು ಹಿಡಿದುಕೊಂಡು ಅಡಿಗೆಮನೆಗೆ ಹೋದಳು. ಮತ್ತೊಂದು ನಿಮಿಷದಲ್ಲಿ ಒಲೆಯಲ್ಲಿ ಉರಿಯುತ್ತಿದ್ದ ಬೆಂಕಿಯಲ್ಲದು ಬೂದಿಯಾಗಿ ಹೋಯ್ತು.

ಮತ್ತೊಂದು ವಾರದ ತರುವಾಯ ವಾಣಿ ತೌರುಮನೆಯಿಂದ ಬಂದಳು. ಬಂದವಳು ನೇರವಾಗಿ ಇಂದುವಿನ ಮನೆಗೇ ಹೋದಳು. ಇಂದುವಿನ ಮನೆ ಬೀಗ ಹಾಕಿತ್ತು. ನೋಡಿ ವಾಣಿಯ ಆಶ್ಚರ್ಯಕ್ಕೆ ಮಿತಿಯಿಲ್ಲ. ತನ್ನವರೆಂಬವರಿಲ್ಲದ ಇಂದು ಅದೆಲ್ಲಿಗೆ ಹೋಗಿರಬಹುದು ಎಂದವಳಿಗೆ. ಇದಿರುಮನೆಯಲ್ಲಿ ವಿಚಾರಿಸಿದಳು. ಇಂದು ತನ್ನನ್ನು ಸಾಕಿದವರ ಮನೆಗೆ ಹೋಗಿರುವಳೆಂದು ತಿಳಿಯಿತು. ಇದನ್ನು ಕೇಳಿ ಅವಳಿಗೆ ಇನ್ನಷ್ಟು ಆಶ್ಚರ್ಯ. ತಾನೆಂದೆಂದಿಗೂ ಅವರ ಮನೆಗೆ ಹೋಗುವುದಿಲ್ಲವೆನ್ನುತ್ತಿದ್ದ ಇಂದು, ಹಾಗೇಕೆ ತಾನಾಗಿ ಅಲ್ಲಿ ಹೋದಳು ಎಂಬುದನ್ನು ತಿಳಿಯುವುದು ವಾಣಿಯ ಸರಳ ಶಕ್ತಿಗೆ ಮೀರಿದ ಮಾತಾಗಿತ್ತು. **ಕೊನೆಗೂ ಅವಳಿಗೆ ಇಂದುವಿನ ಆಶ್ಚರ್ಯಕರವಾದ ವರ್ತನೆಯ ಕಾರಣವು ತಿಳಿಯಲಿಲ್ಲ. ತಿಳಿದಿದ್ದ ರತ್ನನೂ ಹೇಳುವ ಪ್ರಯತ್ನಕ್ಕೆ ಕೈ ಹಚ್ಚದುದರಿಂದ ಕೊನೆಯತನಕವೂ ವಾಣಿಗದು ಸಮಸ್ಯೆಯಾಗಿಯೇ ಉಳಿಯಿತು.**

○

[ಜುಲೈ ೧೯೩೮]

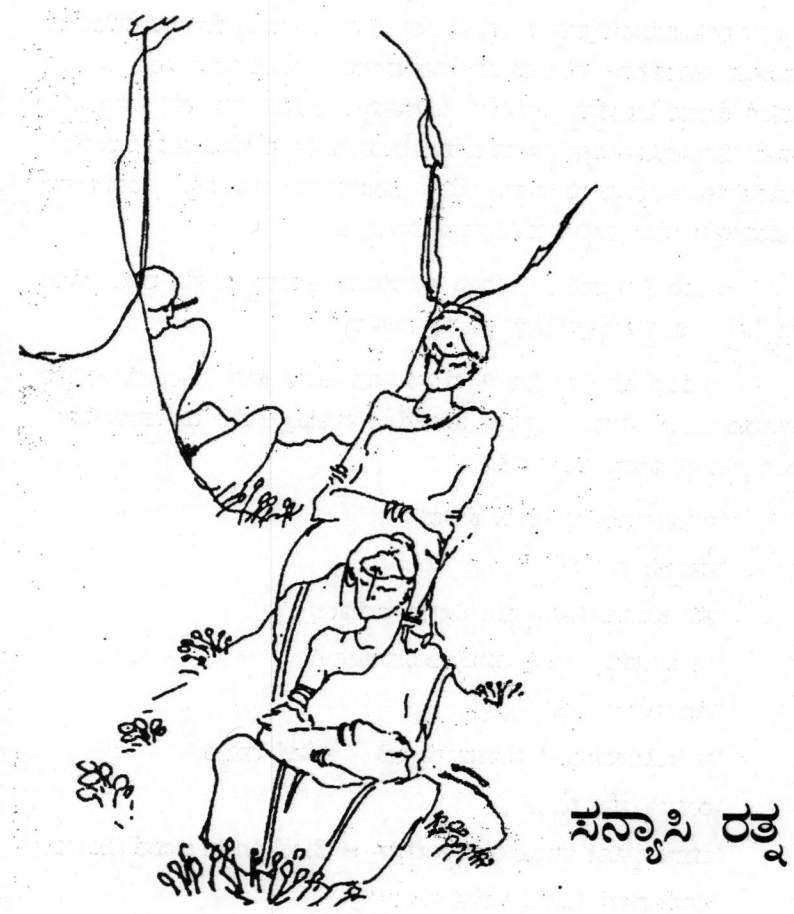

ಸನ್ಯಾಸಿ ರತ್ನ

ರಾಜ, ರತ್ನ ಇಬ್ಬರೂ ಸ್ನೇಹಿತರು. ಒಂದೇ ಕ್ಲಾಸಿನಲ್ಲಿ ಅವರಿಬ್ಬರೂ ಓದುತ್ತಿದ್ದುದು. ಒಂದೇ ಹಾಸ್ಟೆಲಿನಲ್ಲಿ ಅವರಿಬ್ಬರಿಗೂ ವಾಸ. ಇಬ್ಬರ ಪ್ರಾಯವೂ ಒಂದೇ, ಜಾತಿಯೂ ಒಂದೇ. ರಾಜ ತಂದೆತಾಯಿಯರಿಗೊಬ್ಬನೇ ಮಗ. ರತ್ನನಿಗೆ ಒಬ್ಬಳು ತಂಗಿ ಇದ್ದಳು. ಒಂದು ವಿಷಯ ಹೊರತು ಬೇರೆಲ್ಲಾ ವಿಷಯಗಳಲ್ಲೂ ಇವರಿಬ್ಬರು ಒಂದು.

ರಾಜನಿಗೆ ರತ್ನನ ತಂಗಿಯನ್ನು ಕೊಡುವುದು ನಿಶ್ಚಯವಾಗಿತ್ತು. ಚಿಕ್ಕಂದಿನಿಂದಲೂ ರಾಜನಿಗೆ ರತ್ನನ ತಂಗಿ ಸೀತೆಯಲ್ಲಿ ಪ್ರೀತಿ. ಅವಳ ತಂದೆತಾಯಿಯರೂ ರಾಜನಿಗೆ ಮಗಳನ್ನು ಕೊಡಲು ಅನುಮತಿಸಿದ್ದರು. ಸೀತೆಗೂ ಒಪ್ಪಿಗೆ ಇತ್ತು. ಬೇರೇನೂ ಅಭ್ಯಂತರಗಳಿಲ್ಲದುದರಿಂದ ರಾಜ ಬಿ.ಎ. ಆದೊಡನೆಯೇ ಮದುವೆ ಎಂದು ನಿಶ್ಚಯವಾಗಿತ್ತು.

ಈ ವಿಷಯದಲ್ಲಿ ರತ್ನನ ಒಪ್ಪಿಗೆ ಇಲ್ಲ, ರಾಜನಿಗೆ ತಂಗಿಯನ್ನು ಕೊಡಬಾರದೆಂದಲ್ಲ, ರಾಜನೂ ತನ್ನಂತೆಯೇ ಮದುವೆಯಾಗಬಾರದೆಂದು. ಮದುವೆಯ ಸುದ್ದಿ ಎತ್ತಿದರೆ ರತ್ನನಿಗೆ ಕೋಪ ಬರುತ್ತಿತ್ತು. ಕೈಗಳಿಂದ ಕಿವಿಗಳನ್ನು ಮುಚ್ಚಿಕೊಂಡು 'ಥು' ಎನ್ನುತ್ತಿದ್ದ . 'ನಾನು ಸನ್ಯಾಸಿಯಾಗುತ್ತೇನೆ – ಸದಾ ಬ್ರಹ್ಮಚಾರಿಯಾಗಿರುತ್ತೇನೆ. ನನ್ನೊಡನೆ ಮದುವೆಯ ಮಾತೆತ್ತಬೇಡಿ'–ಎನ್ನುವುದು ರತ್ನನ ಉತ್ತರ ಮದುವೆಯ ಪ್ರಸ್ತಾಪಕ್ಕೆ. ಇದೊಂದು ವಿಷಯಕ್ಕಾಗಿ ರಾಜ ರತ್ನರಿಗೆ ಪ್ರತಿದಿನವೂ ವಾಗ್ವಾದ.

ಒಂದು ದಿನ ರಾತ್ರಿ ಆ ಮಾತು ಈ ಮಾತು ಆಡುತ್ತಾ ಕೊನೆಗೆ ರಾಜ 'ಲೋ ರತ್ನ ನಿನ್ತಂಗಿ ಕಾಗ್ದ ಬಂತೇನೋ?' ಎಂದು ಕೇಳಿದ.

'ಇದೆಂಥ ಹುಚ್ಚೋ ನಿನ್ಗೆ ? ಮೊನ್ನೆ ತಾನೆ ಅವಳ ಕಾಗ್ದ ಬಂದಿದೆ. ಅದ್ಕಿನ್ನು ಉತ್ತರವೇ ಬರ್ದಿಲ್ಲ ನಾನು – ನನ್ನುತ್ರ ಹೋಗೋ ಮೊದ್ಲು ಅವಳು ಬರೀತಾಳೇನೋ', ಎಂದು ಹೇಳಿಕೊಂಡು ರತ್ನ ನಗತೊಡಗಿದ.

'ನಗೋದೇಕೋ?' ರಾಜ ಕೇಳಿದ.

'ನನ್ನುಚ್ಚು ನೋಡಿ.'

'ತಡಿ ಒಂದ್ಸಲ ನಿನ್ಗೂ ಹುಚ್ಚಿಡೀದೇ ಇರೋಲ್ಲ .'

'ಈ ಜನ್ಮದಲ್ಲಿ ಅಂಥ ಹುಚ್ಗೆ ಅವಕಾಶವಿಲ್ಲ.'

'ನೋಡೋಣ್ವಂತೆ.'

'ನೋಡೋದೇನು ! ನೋಡ್ದಾಗೆ ಇದೆ – ನಾನು ಸನ್ಯಾಸಿ.'

'ರಾವಣ ಸನ್ಯಾಸಿ.....'

'ಮುಚ್ಕೊಳೋ ಬಾಯಿ ಹೆಚ್ಮಾತಾಡ್ಬೇಡ–ಆ ಮೇಲೆ ಕೋಪ ಬರುತ್ತೆ ನೋಡು.'

'ಸನ್ಯಾಸಿಗಳಿಗೆ ಕೋಪ ಬರುತ್ತೇನೋ?'

'ನೋಡ್ಮತ್ತೆ ತೆಗೆದ್ಯಲ್ಲ ನಿನ್ನ ತರ್ಕಾನ. ನನ್ಮಾತು ನಂಬು ನಾನು ಖಂಡಿತವಾಗಿಯೂ ಮದುವೆ ಆಗೋಲ್ಲ.'

'ನೀನು ಖಂಡಿತವಾಗಿಯೂ ಮದ್ವೆ ಆಗೇ ಆಗ್ತಿ.'

'ನಿನ್ಹಾಗೆ ಸಂಸಾರದ ಹಳ್ಳಕ್ಕೆ ಬೀಳೋ ಆಸೆ ನನ್ಗೇನಿಲ್ಲ.'

'ನನ್ಗಿಂತ್ಲೂ ದೊಡ್ಡ ಹಳ್ಳದಲ್ಲಿ ಬೀಳ್ತೀಯೋಡು ನೀನು. ಅವಾಗ ಹೇಳ್ತೀನಂತೆ ತಡಿ.'

'ಆಗ್ಲಿ ಹಾಗಾದಾಗ ಹೇಳ್ಬೀನು. ಈಗುಸ್ಮನೆ ಬಾಯಿ ಮುಚ್ಕೊಂಡು ಬಿದ್ಕೋ.'

'ಬಿದ್ಕೋತೀನಿ –ಆದ್ರೆ ನೀ ಮದ್ವೆ ಆದ್ರೆ ನನ್ಗೇನು ಕೊಡ್ತಿ ಹೇಳು.'

'ಕೊಡೋದೇನು-ಕೊಡೋದು ! ಆದ್ರೆ ತಾನೆ ಕೋಡೋದು.'

'ಒಂದ್ ಪಕ್ಷ ಆದೇಂತಿಟ್ಕೋ - ಆಗೇನು ಕೊಡ್ತಿ?'

'ಆಗ್ದೆ ಹೋದ್ರೆ ನೀನೇನು ಕೊಡ್ತಿ ಹೇಳ್ಬೊಡ್ದು.'

'ಮೊನ್ನೆ ಕೊಂಡ್ಕೊಂಡ ಕೆಮರಾ ಕೊಡ್ತೇನೆ-ಈಗ್ಹೇಳು ನೀನು ಏನ್ಕೊಡ್ತಿ .'

'ನಾನೇ - ನನ್ನ ಕೈಲಿರೋ ಉಂಗ್ರ ಕೊಡ್ತೇನೆ.'

'ನಿಜ ತಾನೇ ?'

'ನಿಜ್ವೇ, ಬಿಡ್ಕೋ ಇನ್ನಾದ್ರೂ.'

'ಸ್ವಲ್ಪ ತಡಿ ಬಿಡ್ಕೋತೇನೆ, ಆದ್ರೆ....'

'ಏನೂ ಇಲ್ಲ ಎರಡು ವರ್ಷ ತುಂಬೋದ್ರೊಳ್ಗೆ ನಿನ್ಗೆ ಮದ್ವೆ ಆಗೋಗಿರುತ್ತೆ ಅಂತ.'

'ನಿನ್ನ ಕೆಮರಕ್ಕೆ ಬಂದಿದೆ ಹೊತ್ತು. ಸುಮ್ಮನೆ ಕಳಕೋತಿ ಅದನ್ನ.'

'ನಿನ್ನುಂಗ್ರಕ್ಕೆ ನನ್ನ ಬೆರಳಿನ ಮೇಲೆ ಪ್ರೀತಿ ಬಂದಿರೋ ಹಾಗಿದೆ-ಎರಡು ವರ್ಷ ಕಳೆಯೋದ್ರೊಳ್ಗೆ ಕಾಣುತ್ತಲ್ಲ ಸನ್ಯಾಸಿಗಳ ಬೇಳೇ ಕಾಳು.'

'ಬಿಡ್ಕೋಳೋ ಬಾಯ್ಮುಚ್ಕೊಂಡು.'

'ಉಂಗುರಕ್ಕೆ ಹೊತ್ತು ಬಂದಿದೆ 'ಎನ್ನುತ್ತಾ ರಾಜ ದೀಪ ಆರಿಸಿ ಮಲಗಿಕೊಂಡ.

'ಇವನಿಗೊಂದು ಹುಚ್ಚು'ಎಂದು ರತ್ನನೂ ಕಣ್ಣುಮುಚ್ಚಿಕೊಂಡ. ಆದರೆ ಆ ದಿನ ಅವರಿಗೆ ಬಹಳ ಹೊತ್ತು ನಿದ್ರೆ ಬರಲಿಲ್ಲ.

* * *

ರಾಜ ಬಿ.ಎ. ಆದ ವರ್ಷವೇ ಅವನ ಅಜ್ಜಿ ಸತ್ತುಹೋದರು. ಆದುದರಿಂದ ಆ ವರ್ಷ ರಾಜನ ಮದುವೆ ನಿಂತುಹೋಯಿತು. ಅಜ್ಜಿ ಮುದುಕಿ ; ಸತ್ತು ಹೋದರು. ಆದರೆ, ನಾನಿನ್ನೂ ಸೀತೆಯನ್ನು ಮದುವೆಯಾಗುವುದಕ್ಕೆ ಒಂದು ವರ್ಷ ಕಳೆಯಬೇಕಲ್ಲಾ ಎಂದು ರಾಜನಿಗೆ ವ್ಯಸನ. ಅದೇ ವರ್ಷ ಲಾ ಕಲಿಯುವುದಕ್ಕೆ ಮದರಾಸಿಗೂ ಹೊರಡಬೇಕಾಗಿತ್ತು. ಸೀತೆಯನ್ನು ತನ್ನವಳನ್ನಾಗಿ ಮಾಡಿಕೊಳ್ಳದೆ ರಾಜನಿಗೆ ಊರಿನಿಂದ ಹೊರಕ್ಕೆ ಹೋಗುವುದಕ್ಕೆ ಮನಸ್ಸಿಲ್ಲ. ಮದುವೆಯಾದ ಮೇಲೆ ಅಜ್ಜಿ ಸಾಯಬಾರದಿತ್ತೇ ಎಂದುಕೊಳ್ಳುವನು ರಾಜ. ರತ್ನನೊಡನೆ ಮಾತನಾಡುವ ನೆಪದಿಂದ ದಿನಕ್ಕೆ ಹತ್ತು ಸಾರಿಯಾದರೂ ಸೀತಾದರ್ಶನಕ್ಕೆ ರಾಜ ಹೋಗದ ದಿನವಿರಲಿಲ್ಲ. ರತ್ನನಿಗೆ ಈ ತರದ ವ್ಯವಹಾರದಿಂದ ತಡೆಯಲಾರದಷ್ಟು ನಗು ಬರುತ್ತಿತ್ತು. ರತ್ನ ನಕ್ಕಾಗಲೆಲ್ಲಾ ರಾಜ 'ಅತ್ತೆಗೊಂದು ಕಾಲ ಸೊಸೆಗೊಂದು ಕಾಲ' ಎನ್ನುತ್ತಿದ್ದ. ಆಗ ರತ್ನ ಸೊಸೆಗೆ ಕಾಲ

ಬಂದಾಗ ಹೇಳುವಂತೆ ಎನ್ನುತ್ತಿದ್ದ. 'ಬಂದೇ ಬರುತ್ತೆ ಬಾರದೆ ಹೋದ್ರೆ ಹೇಳ್ತೆತ್ತೆ' ಎಂದು ರಾಜ ರತ್ನನ ಬೆರಳಿನಲ್ಲಿದ್ದ ಉಂಗುರವನ್ನು ನೋಡಿ ನಗುತ್ತ ಹೇಳುತ್ತಿದ್ದ.

ರಜೆ ಕಳೆದುಹೋಯಿತು. ಜೊತೆಯಾಗಿಯೇ ಇಬ್ಬರೂ ಮದರಾಸಿಗೆ ಹೊರಟರು. ಸೀತೆಯನ್ನು ಬಿಟ್ಟು ಹೊರಡುವಾಗ ರಾಜನಿಗೆ ತಡೆಯಲಾರದಷ್ಟು ದುಃಖ. ರತ್ನನಿಗೆ ಹಿಡಿಸಲಾರದಷ್ಟು ನಗು ರಾಜನ ಅವಸ್ಥೆ ನೋಡಿ. ಅಂತೂ ಇಂತೂ ರೈಲು ಹೊರಟು ಬಿಟ್ಟಿತು. ಮದರಾಸಿಗೂ ತಲುಪಿದರು.

ಒಂದು ದಿನ ಸಾಯಂಕಾಲ ರಾಜ ಮತ್ತು ರತ್ನ ಸಮುದ್ರ ತೀರದಲ್ಲಿ ತಿರುಗಾಡುತ್ತಿದ್ದರು. ಆ ದಿನವೇ ಸೀತೆಯ ಕಾಗದ ರತ್ನನಿಗೆ ಬಂದಿದ್ದಿತು. ಅವಳ ಕಾಗದ ಬಂದಾಗಲೆಲ್ಲಾ ತಾನು ಓದಿದ ಮೇಲೆ ರಾಜನಿಗೆ ಕೊಡುವುದು ರತ್ನನ ಪದ್ಧತಿ. ಆ ದಿನ ಮಾತ್ರ ರಾಜನನ್ನು ತಮಾಷೆ ಮಾಡಬೇಕೆಂದು ಕಾಗದವನ್ನು ಕೊಟ್ಟಿರಲಿಲ್ಲ. ಏನೇನು ಬರೆದಿದೆ ಆ ಕಾಗದದಲ್ಲಿ ಎಂದು ತಿಳಿದುಕೊಳ್ಳಲು ರಾಜನಿಗೆ ಆತುರ. ಕೇಳಿದರೆ ರತ್ನ ಚೇಷ್ಟೆ ಮಾಡುತ್ತಾನೆಂದು ಭಯ. ತಾನಾಗಿ ಕೇಳದೆ ರಾಜನಿಗೆ ಕಾಗದ ಕೊಡಬಾರದೆಂದು ರತ್ನನಿಗೆ ಹಠ. ಕೊನೆಗೆ ರತ್ನನ ಹಠವೇ ಗೆದ್ದಿತು. ರಾಜ ತಾನೇ ಕೇಳಿದ 'ರತ್ನ ಊರಿಂದ ಕಾಗ್ದ ಬಂತೇನೋ?' 'ಹೂ !' 'ಏನಂತೆ?' 'ಏನೂ ಹೆಚ್ಚಿಗೆ ವಿಶೇಷವಿಲ್ಲ.' ರಾಜನಿಗೆ ಸೀತೆಯ ಸುದ್ದಿ ಕೇಳಬೇಕೆಂದು ಆಸೆ ; ಕೇಳಿದರೆ ರತ್ನನ ಹಾಸ್ಯಕ್ಕೆ ದಾರಿಮಾಡಿ ಕೊಟ್ಟಂತಾಗುತ್ತಿತ್ತು. ಕೊನೆಗೂ ಆಸೆಯೇ ಅಭಿಮಾನವನ್ನು ಗೆದ್ದು ಬಿಟ್ಟಿತು.

'ನಿನ್ನ ತಂಗಿ ಹೇಗಿದ್ದಾಳಂತೋ?'

'ಇರೋ ಹಾಗೆ ಇದ್ದಾಳಂತೆ.'

ರಾಜನಿಗೆ ಈ ಉತ್ತರದಿಂದ ತೃಪ್ತಿಯಾಗಲಿಲ್ಲ. 'ಕೊಡು ನೋಡೋಣ' ಎಂದ. 'ನನಗೆ ಬರ್ದ ಕಾಗ್ದ, ನಿನ್ಗ್ಯಾತಕ್ಕೆ ಕೊಡ್ಲಿ' ಎಂದ ರತ್ನ. ಕೊಡೋ ಸುಮ್ನೆ – ತಮಾಷೆ ಮಾಡ್ಬೇಡ.'

'ದಮ್ಮಯ್ಯ ಅನ್ನು ಕೊಡ್ತೀನಿ.'

ರಾಜನ ಆಸೆಯನ್ನು ಅಭಿಮಾನವು ಸ್ವಲ್ಪ ಹೊತ್ತಿನವರೆಗೆ ತಡೆದರೂ ಪುನಃ ಆಸೆಯೇ ಜಯಶಾಲಿಯಾಯಿತು. 'ದಮ್ಮಯ್ಯ – ಕೊಡೀಗ' ಎಂದ. 'ದಮ್ಮಯ್ಯ ಅನ್ನಲಿಕ್ಕೆ ಈ ಕಾಗ್ದದ ಚೂರೊಳ್ಗೆ ಏನಿದ್ಯೋ ದೇವ್ರೇ ಬಲ್ಲ' ಎಂದು ನಗುತ್ತಾ ರತ್ನ ಕಾಗದ ಕೊಟ್ಟ. 'ನಿನ್ಗೂ ಬರದೆ ಇರೋಲ್ಲ ಕಾಲ, ಆಗಾಗ್ಲಿ ಮಾಡ್ತೀನ್ನೋಡು' ಎಂದುಕೊಂಡು ಕಾಗದ ಓದುತ್ತಾ ಅಲ್ಲಿದ್ದ ಒಂದು ಬೆಂಚಿನ ಮೇಲೆ ರಾಜ ಕುಳಿತುಕೊಂಡ. ರತ್ನ ತನ್ನ ಕಡೆ ಬರುತ್ತಿದ್ದ ಒಬ್ಬ ಸ್ನೇಹಿತನ ಹತ್ತಿರ ಹೋಗಿ ಹರಟೆಗಾರಂಭಿಸಿದ. ಆ ಮಾತು ಈ ಮಾತು ಆಡಿ ಕೊನೆಗೆ ಆ ಸ್ನೇಹಿತ 'ಮೈಸೂರು ಸೀಮೆಯಿಂದ ಕುಮಾರಿ ವಾಣಿ ಎಂಬೋಳು ಬಂದಿದ್ದಾರೆ. ಅವಳ ಸಂಗೀತವಿದೆಯಂತೆ ಬಾರೋ ಹೋಗೋಣ' ಎಂದ. ರತ್ನನಿಗೆ

ಸಂಗೀತವೆಂದರೆ ಜೀವ. 'ರಾಜ, ಬರ್ತೀಯೇನೋ' ಎಂದು ಕೇಳಿದ. ಸೀತೆಯ ಕಾಗದ ನೂರು ಬಾರಿಯಾದರೂ ಓದದಿದ್ದರೆ ರಾಜನಿಗೆ ತೃಪ್ತಿಯಿಲ್ಲ. ಅವನು 'ನಾ ಬರೋಲ್ಲ ನೀ ಹೋಗು' ಎಂದ. ಸ್ನೇಹಿತನೊಡನೆ ರತ್ನ ಕುಮಾರಿ ವಾಣಿಯ ಸಂಗೀತಕ್ಕೆ ಹೋದ; ಸೀತೆಯ ಕಾಗದ ಕಂಠಪಾಠಮಾಡುತ್ತಾ ರಾಜ ಬೆಂಚಿನ ಮೇಲೆಯೇ ಕೂತಿದ್ದ.

* * *

ರಾತ್ರಿ ಹತ್ತು ಗಂಟೆಯಾಗಿತ್ತು. ರಾಜ ನೂರಒಂದನೆಯ ಸಲ ಸೀತೆಯ ಕಾಗದವನ್ನೋದುತ್ತಾ ಅವಳ ಚಿತ್ರದ ಮುಂದೆ ತನ್ನ ರೂಮಿನಲ್ಲಿ ಕೂತಿದ್ದ. ಕುಮಾರಿ ವಾಣಿಯ ಸಂಗೀತಕ್ಕೆ ಹೋಗಿದ್ದ ರತ್ನ ಇನ್ನೂ ಬಂದೇ ಇರಲಿಲ್ಲ. ಹತ್ತೂವರೆಗೆ ಸರಿಯಾಗಿ ರತ್ನ ಬಂದ. ರಾಜ ಇನ್ನೂ ಸೀತಾಧ್ಯಾನದಲ್ಲೇ ಇದ್ದ. ರತ್ನನೂ ಎಂದಿನಂತೆ ಹಾಸ್ಯ ಮಾಡದೆ ಸುಮ್ಮನೆ ಬಂದು ಒಂದು ಕುರ್ಚಿಯ ಮೇಲೆ ಕುಳಿತುಕೊಂಡ. ರತ್ನನನ್ನು ಕಂಡೊಡನೆ ರಾಜ ಸೀತೆಯ ಚಿತ್ರವನ್ನು ಮುಚ್ಚಿಟ್ಟು ಎದ್ದುನಿಂತ. ರಾಜನಿಗೆ ವೇಳೆ ಹೋದುದು ತಿಳಿದಿರಲಿಲ್ಲ. ಗಡಿಯಾರವನ್ನು ನೋಡಿ 'ಇಷ್ಟೊತ್ತೆಲ್ಲಿಗೆ ಹೋಗಿದ್ದ ರತ್ನ ?' ಎಂದ.

'ಆಗ್ಲೆ ಮರೆತು ಹೋಯ್ತೇನೋ-ಕುಮಾರಿ ವಾಣಿ ಸಂಗೀತ ಕೇಳೋದಕ್ಕೆ . ಈಗ್ತಾನೆ ಮುಗೀತು – ಸೀದಾ ಬಂದೆ.'

'ಹೇಗಿತ್ತೋ ಸಂಗೀತ?'

'ಹಾಡಿದವಳು ವಾಣಿ ಕಣೋ.'

'ಮೈಸೂರವಳೇನೋ?'

'ಹೌದಂತೆ ಇನ್ನೂ ಚಿಕ್ಕ ಹುಡುಗಿ. ಹದ್ನೆಂಟು ವರ್ಷಕ್ಕೆ ಹೆಚ್ಚಿಲ್ಲ. ರೂಪು ರಾಗ ಎರಡರಲ್ಲೂ ವಾಣೀನೇ ಅವಳು.'

'ಇದೇನೋ ಸನ್ಯಾಸಿ ! ರೂಪು ರಾಗದ ವರ್ಣನೆಗೆ ಹೊರಟ್ಬಿಟ್ಯಲ್ಲಾ !'

'ಸನ್ಯಾಸಿಗೆ ಕಣ್ಣಿಲ್ಲಾಂತ ತಿಳ್ಕೊಂಡ್ಯ ನೀನು ? ಇದ್ದಿದ್ದಾದ್ಹಾಗೆ ಹೇಳಿದ್ರೆ ಸನ್ಯಾಸಕ್ಕೆ ಕೊರ್ತೆ ಏನೋ ? '

'ಈಗಿಲ್ಲಾಂತನ್ನು – ಆದ್ರೆ ಸನ್ಯಾಸಿಗಳು ಸಂಗೀತಕ್ಕೂ ಸೌಂದರ್ಯಕ್ಕೂ ಮರುಳಾದ್ರೆ ಮುಂದ್ಗತಿ?'

'ತಾ ಕೆಟ್ಟ ಕಪಿ, ವನವೆಲ್ಲಾ ಕೆಡ್ಸಿತು' ಎಂತ ಗಾದೆ ಇದೆಯಲ್ಲ, ಹಾಗೆ ನಿನ್ನ ಮಾತಿಗೆ ಕಿವಿಕೊಟ್ರೆ ಸರಿ–ನೀನು ಹೇಳ್ದಾಗ್ಲೇ ಮುಂದ್ಗತಿ –ನಿನ್ಹತ್ರ ಇದೇ ಮಾತು – ನಡಿ ಊಟಕ್ಕೋಗೋಣ.'

ರಾಜ ಮರುದಿನ ಸಾಯಂಕಾಲ ಕಾಲೇಜಿನಿಂದ ಬಂದೊಡನೆಯೇ ಬಟ್ಟೆಯನ್ನು ತೆಗೆದಿಟ್ಟು, ಒಂದು ನಾವೆಲ್ ಹಿಡಿದುಕೊಂಡು ಕುರ್ಚಿಯ ಮೇಲೆ ಕುಳಿತುಬಿಟ್ಟ. ರತ್ನ ಹೊಸ ಸೂಟ್ ಹಾಕಿಕೊಂಡು ಕನ್ನಡಿಯ ಮುಂದೆ ನಿಂತು ತಲೆಬಾಚಿಕೊಳ್ಳುತ್ತಾ 'ರಾಜ ತಿರುಗಾಡೋಕ್ಕೆ ಬರೋದಿಲ್ವೇನೋ' ಎಂದು ಕೇಳಿದ. 'ಈ ನಾವೆಲ್ ಮುಗೀದೆ ನಾನೇಳೋಲ್ಲ ಇಲ್ಲಿಂದ. ನೀ ಬೇಕಾದ್ರೆ ಹೋಗು' ಎಂದ ರಾಜ. ರತ್ನನೂ ಹೆಚ್ಚಿಗೆ ಒತ್ತಾಯ ಮಾಡಲಿಲ್ಲ. ಮತ್ತೊಂದು ಸಾರಿ ಮುಖವನ್ನು ಕನ್ನಡಿಯಲ್ಲಿ ನೋಡಿಕೊಂಡು ಹೊರಗೆ ಹೋದ. ಆ ದಿನ ರತ್ನ ಹಿಂತಿರುಗಿ ಬರುವಾಗ ಒಂಬತ್ತು ಗಂಟೆ ಹೊಡೆದುಹೋಗಿತ್ತು. ರಾಜನ ನಾವೆಲ್ ಮುಗಿದಿರಲಿಲ್ಲ- ಹಾಗಾಗಿ ಅವನಿಗೂ ಹೊತ್ತು ಹೋದುದೇ ತಿಳಿದಿರಲಿಲ್ಲ. ಆದರೆ, ಮರುದಿನವೂ ರತ್ನ ತಿರುಗಾಡಲು ಹೋಗಿ ಬರುವಾಗ ಹತ್ತು ಗಂಟೆಯಾಗಿತ್ತು. ರಾಜ ಆ ದಿನ ಊರಿಗೆ ಕಾಗದ ಬರೆಯಲಿಕ್ಕಿದ್ದುದರಿಂದ ರತ್ನನೊಡನೆ ಹೋಗಿರಲಿಲ್ಲ. ರಾತ್ರಿಯ ಊಟದ ಸಮಯವಾದರೂ 'ರತ್ನ ಬರಲಿ, ಜೊತೆಯಲ್ಲಿ ಊಟ ಮಾಡಿದರಾಯಿತು' ಎಂದು ಊಟ ಮಾಡದೇ ಕೂತಿದ್ದ. ಬಹಳ ಹೊತ್ತಾದರೂ ರತ್ನ ಬರಲಿಲ್ಲ; ಕಾದು ಕಾದು ಸಾಕಾಗಿ ಹೋಯಿತು. ರಾಜನಿಗೆ ರತ್ನ ಬಂದೊಡನೆಯೇ-

'ಎಲ್ಲೋಗಿದ್ಯೋ ಇಷ್ಟೊತ್ತು ?ಕಾದು ಕಾದು ಸಾಕಾಯ್ತು.'

'ನಾರಾಯಣನ ಹತ್ರ ಮಾತಾಡ್ತಾ ವೇಳೆ ಆದ್ದೇ ತಿಳೀಲಿಲ್ಲ ಕಣೋ.'

'ನಡಿ, ಇನ್ನಾದ್ರೂ ಹೋಗೋಣ ಊಟಕ್ಕೆ- ಏನ್ಮಾತಾಡ್ತಿದ್ರೋ ಇಷ್ಟೊತ್ತು ?'

'ಏನೋ ಕಾಡುಹರಟೆ-ಹೋಗೋಣ ಊಟಕ್ಕೆ.'

ಊಟ ಮಾಡಿಕೊಂಡು ಬಂದಮೇಲೆ ರತ್ನ -'ಲೋ,ನಾಳೆ ವಾಣಿ ಸಂಗೀತ ಇದೆ, ಮಧ್ಯಾಹ್ನ ಮೂರು ಗಂಟೆಗೆ -ಬರ್ತಿಯೇನೋ?'

'ಕಾಲೇಜು !'

'ಫ್ರೆಂಚ್ ಲೀವ್ ತಕೋಳೋದು - ಬಹಳ ಚೆನ್ನಾಗಿ ಹಾಡ್ತಾಳೋ. ಕೇಳಿದರೆ ಕೇಳ್ಬೇಕು ವಾಣಿ ಸಂಗೀತ.'

'ಇದೇನೊ ! ವಾಣಿ ಸಂಗೀತ ಎಡ್ವರ್‌ಟೈಸ್ ಮಾಡೋಕ್ಕೆ ಒಪ್ಪಿದ್ದಿಯಾ ? ಯಾವಾಗ್ಲೂ ವಾಣೀನ ಹೊಗ್ಳೋಕೆ ಹೊರಟಿದ್ದೀಯಲ್ಲ .'

'ನೀನೊಂದು ಸಾರಿ ಕೇಳು ಸಂಗೀತ ಆಮೇಲೆ ಹೇಳ್ತಿನೋಡು, ನಿಜ್ವಾಗ್ಲೂ ವಾಣೀಂತ.'

'ಆಗ್ಲಿ ಹಾಗಾದ್ರೆ -ನಾಳೆ ನಿನ್ನ ವಾಣೀನ ನೋಡೋಕ್ಕೆ ಬಂದೇ ಬರ್ತೀನಿ. '

* * *

'ಹೇಗಿದ್ಯೋ ಸಂಗೀತ ? '

'ಪರವಾಗಿಲ್ಲ - ಚೆನ್ನಾಗಿ ಹಾಡ್ತಾಳೆ -ಆದ್ರೆ ..'

'ಏನು ಆದ್ರೆ ?'

'ನೀನ್ಹೇಳೋಷ್ಟು ಮಟ್ಟಿಗೆ ಹಾಡೋಲ್ಲ. ನಿನ್ಮಾತು ಕೇಳಿ ಹೇಗಿದ್ದಾಳೋ ಎಂತಿದ್ದೆ-ಈಗ.....'

'ಈಗ ?'

'ನಮ್ಹಾಗೆ ಇದ್ದಾಳೆ - ಹೆಚ್ಚೇನೂ ತೋರೋದಿಲ್ಲ ...'

'ಅಯ್ಯೊ ಮಂಕೆ -ಕೋಣನ ಮುಂದೆ ಕಿನ್ರಿ ಬಾರಿಸ್ದಾಗೆ ನಿನ್ಮುಂದೆ ಅವಳ ಸಂಗೀತ - ಆ ರೂಪು ನೋಡು -ಕಂಠಸ್ವರ ಹೇಗಿದೆ ಹೇಳು.'

'ಇದೇನೋ ಸನ್ಯಾಸೀ....'

ರಾಜನ ಮಾತು ಮುಗಿಯುವ ಮೊದಲೇ ಸಂಗೀತ ಮುಗಿಯಿತು. ಜನರು ಹೊರಗೆ ಹೊರಡತೊಡಗಿದರು. ರತ್ನ-'ಸ್ವಲ್ಪ ತಡಿ ರಾಜ-ಈಗ್ಬಂದೆ' ಎಂದು ಹೇಳಿ ಹೊರಗೆ ಹೊರಟ. 'ಈಗ್ಬಂದೆ' ಎಂದು ಹೇಳಿ ಹೋದ ರತ್ನ ಒಂದು ಗಂಟೆಯಾದರೂ ಬರಲಿಲ್ಲ. ಕೂತು ಕೂತು ರಾಜನಿಗೆ ಸಾಕಾಗಿ ಹೋಗಿತ್ತು. ಹೊರಗೆ ಹೋಗಿ ನಿಂತುಕೊಂಡ. ಅಷ್ಟರಲ್ಲಿ ರತ್ನ ಯಾರೋ ಇಬ್ಬರೊಡನೆ ಮಾತಾಡುತ್ತಾ ಅಲ್ಲೇ ನಿಂತಿದ್ದ ಒಂದು ಮೋಟಾರು ಗಾಡಿಯ ಹತ್ತಿರ ಹೋದ. ರತ್ನನೊಡನೆ ಬಂದವರು ಕಾರಿನಲ್ಲಿ ಕುಳಿತರು. ರತ್ನ ತಲೆಯ ಮೇಲಿದ್ದ ಹ್ಯಾಟನ್ನು ಕೈಯಲ್ಲಿ ಹಿಡಿದುಕೊಂಡು ಕಾರು ಕಣ್ಮರೆಯಾಗುವವರೆಗೂ ಅಲ್ಲಿಯೇ ನಿಂತಿದ್ದ. ರಾಜ ಹಿಂದಿನಿಂದ ಹೋಗಿ ಅವರ ಬೆನ್ನಿನ ಮೇಲೆ ಕೈಯಿಟ್ಟು 'ಯಾರೋ ಈಗ್ಹೋದೋರು ?' ಎಂದೆ. ಬೆಚ್ಚಿಬಿದ್ದ ರತ್ನ 'ಯಾರು' ಎಂದ-'ನಾನು ಕೇಳೋದು ಅದೇ. ಯಾರೂಂತ?' ಎಂದ ರಾಜ.

'ಅವ್ರೇ - ನಿನ್ಗವ್ರು ಗೊತ್ತಿಲ್ಲ ಯಾರೂಂತನ್ಲಿ ?'

'ಯಾರೂಂತ ಅಂದ್ರೆ ಹೇಗೆ ತಿಳಿಯೋದು- ಕುಮಾರಿ ವಾಣಿ, ಅವಳ ಅಪ್ಪ ಎಂದ್ರೆ ಚೆನ್ನಾಗಿ ತಿಳಿಯೋತ್ತೆ' ಎನ್ನುತ್ತ ನಗುವನ್ನು ಸಹಿಸಿಕೊಂಡ ರಾಜ.

ರತ್ನ ಉತ್ತರ ಕೊಡಲಿಲ್ಲ.

'ನಿನ್ಗವರ ಪರಿಚಯ ಹೇಗಾಯ್ತೋ?'

'ನಾರಾಯಣನಿಗೂ ಕುಮಾರಿ ವಾಣಿ ತಂದೆಗೂ ಗುರ್ತಿದೆ. ಅವನೇ ಮೊನ್ನೆ ಇಂಟ್ರಡ್ಯೂಸ್ ಮಾಡ್ದ.'

'ಅದೇ ಮೊನ್ನೆ ರಾತ್ರಿ ಸನ್ಯಾಸಿಗಳ ಸವಾರಿ ಬರೋಕ್ಕೆ ಅಷ್ಟೊತ್ತೋ? ಮುಚ್ಚುಮರೆ ಮಾಡೋದೂ ಸನ್ಯಾಸದ ಲಕ್ಷಣ ಅಂತ್ಕಾಣುತ್ತೆ - ಅಲ್ವೆ ?' ರತ್ನ ಜವಾಬು ಕೊಡಲಿಲ್ಲ.

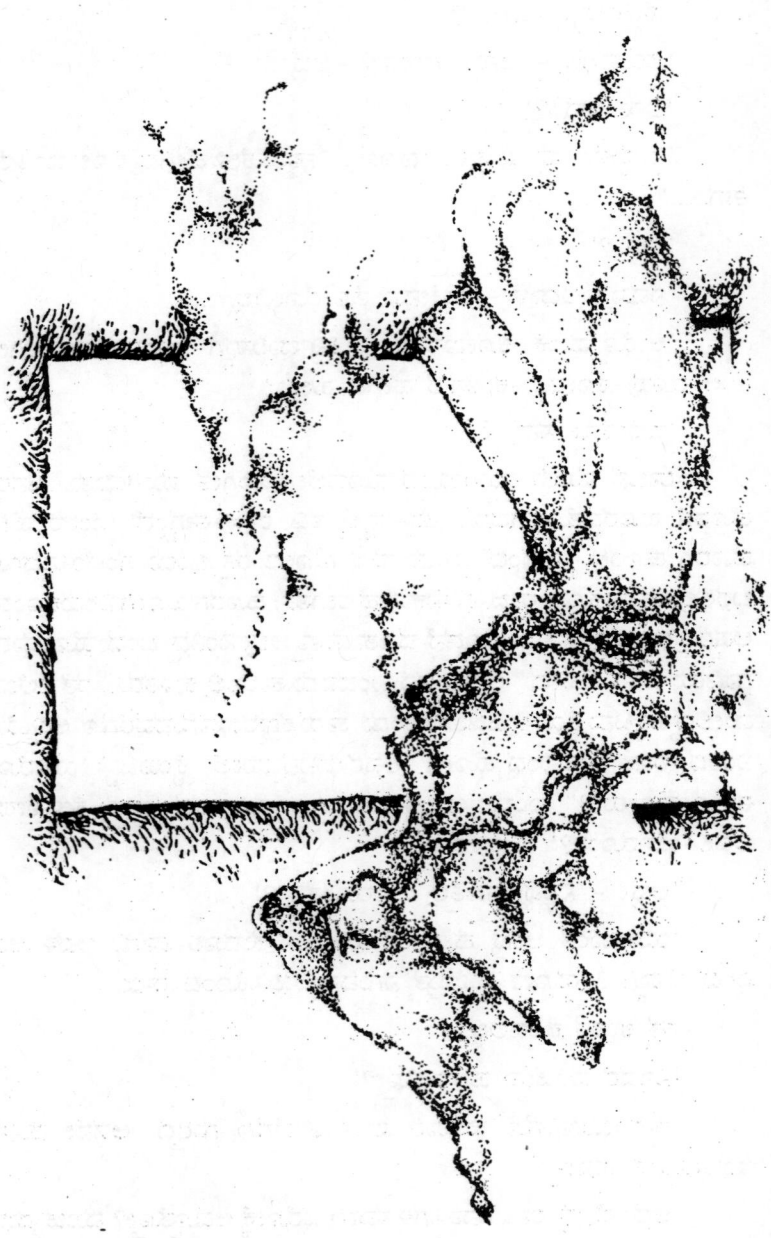

ರಾಜ ಗಟ್ಟಿಯಾಗಿ ನಗುತಾ 'ಬಂತು ನನ್ನುಂಗ್ರಕ್ಕೆ ನನ್ನ ಹತ್ತಿರ ಬರೋ ಕಾಲ' ಎಂದ. ಅದಕ್ಕೂ ರತ್ನ ನಿರುತ್ತರ. ದಾರಿಯಲ್ಲಿ ಹೋಗುತ್ತಾ ರಾಜ, 'ಉಂಗ್ರ ನಿನ್ಗೆ ಸಿಕ್ಕೋಲ್ಲ' ಎಂದ ರತ್ನ.

'ಅದ್ಯಾಕಪ್ಪಾ?'

'ನಮ್ಮಂಥಾವ್ರನ್ನೆಲ್ಲಾ ವಾಣಿ ಮದ್ವೆ ಆಗ್ತಾಳೇನೋ ? ನಾ ಮದ್ವೆ ಆದ್ರೆ ತಾನೆ ಸಿಕ್ಕೋದು ಉಂಗ್ರ ನಿನ್ಗೆ ?'

'ಇಷ್ಟರಮಟ್ಟಿಗೂ ಸಂನ್ಯಾಸ ಈಗ್ಬಂತೆ ? ಅವಳು ನಿನ್ನ ಮದ್ವೆ ಆದ್ರೆ ನೀನು ತಾಳ ಹೊಡಿಯೋಕೆ ಕಲ್ತ್ಕೋ . ಸರಿಯಾಗುತ್ತೆ ಆಗ-'

'ಲೋ Dont joke. I am really serious about this matter.'

'I am sorry- -ಆದ್ರೆ ನಿನ್ತಂದೆ - ತಾಯಿ ಒಪ್ತಾರೇನೋ?'

'ಅವರನ್ನೊಪ್ಸೋದು ನನ್ನ ಕೆಲ್ಸ -ವಾಣಿ ಒಪ್ಪಬೇಕಲ್ಲ.'

'ಅಯ್ಯೋ ಸನ್ಯಾಸೀ- ಸಂಸಾರದ ಹಳ್ಳಕ್ಕೆ ಬೀಳೋ ಕಾಲ ಬಂತೇ ನಿನ್ಗೆ ? ನಿನ್ನ ಸ್ಥಿತಿ ನೋಡಿ ಅಳು ಬರುತ್ತೆ ನನ್ಗೆ.'

'ಮುಚ್ಕೋಳೋ ಬಾಯಿನಾ.'

'ಇದು ಸೊಸೆ ಕಾಲ ಕಣೋ - ಅತ್ತೇ ಕಾಲ ಕಳೆದುಹೋಯ್ತು. '

* * *

'ರಾಜ'

ಓದುತ್ತಾ ಕೂತಿದ್ದ ರಾಜ ತಲೆ ಎತ್ತಿ 'ಏನ್ರತ್ನ' ಎಂದ.

'ಸ್ವಲ್ಪ ಬಾ ಇಲ್ಲಿ.'

'ಏನೋ ಬರೀತಿದೀಯ- ಹೇಳ್ಕೊಡಬೇಕ ನಾನೇನಾದ್ರೂ'

'ಅದ್ಕೇ ಕೂಗೋದು ಬಾ ಅಂತ. '

'ಅಯ್ಯೋ ಸನ್ಯಾಸಿ, ಲವ್ ಲೆಟರ್ ಬರೀಲಿಕ್ಕೂ ನಿನಗೆ ಅಭ್ಯಾಸವಾಗಿ ಬಿಟ್ಟಿದೆಯೇ?'

'ಹಾಸ್ಯ ಕೊನೆಗ್ಮಾಡು- ಸ್ವಲ್ಪ ನೋಡು- ಸಾಕೋ ಹೀಗಿದ್ರೆ ?'

ಓದಿನೋಡಿ ರಾಜ ಬಿದ್ದು ಇದ್ದು ನಗತೊಡಗಿದ.

'ಇದೇನ್ರತ್ನ ಸಿನಿಮಾ ನೋಡಿ ಬರೆದ ಹಾಗಿದೆ- ಓದಿದ್ಕೂಡ್ಲೆ ವಾಣಿ ನಕ್ಕು ನಕ್ಕು ಸತ್ಹೋದಾಳು.'

'ಮತ್ತೆ್ಹೇಗೋ ಬರಿಯೋದು-ಅನುಭವಸ್ಥ ನೀನಾದ್ರೂ ಸ್ವಲ್ಪ ಹೇಳ್ಕೊಡ್ಬಾರ್ದನೋ?'

'ನನ್ಗುಚ್ಚು ಯಾಕಪ್ಪಾ ಈ ಸನ್ಯಾಸಿಗೆ ಹಿಡಿಯಿತು'ಎಂದು ಹೇಳಿಕೊಂಡ ರಾಜ ರತ್ನನಿಗೆ ಕಾಗದ ಬರೆದುಕೊಟ್ಟ. ಪೋಸ್ಟ್ ಮಾಡಿದರು. ಮರುದಿನವೇ ಪ್ರತ್ಯುತ್ತರ ಬಂತು ವಾಣಿಯದು. ವಾಣಿಯ ಒಪ್ಪಿಗೆ ಓದಿ ರತ್ನ ಕುಣಿದಾಡಿದ. ರಾಜ 'ಸನ್ಯಾಸಿಯ ಬೇಳೇ ಕಾಳು ಗೊತ್ತಾಯ್ತು' ಎಂದು ನಗುತ್ತಾ ತಾನೂ ಅವನೊಡನೆ ಕುಣಿಯತೊಡಗಿದ.

ರಾಜ-ರತ್ನ ಊಹಿಸಿದಷ್ಟು ತೊಂದರೆಯಾಗಲಿಲ್ಲ ರತ್ನನ ತಂದೆ -ತಾಯಿಯರ ಅನುಮತಿಗೆ. ಸನ್ಯಾಸಿ ಸಂಸಾರಿಯಾಗುವುದಕ್ಕೆ ಒಪ್ಪಿದ್ದೆ ಸಾಕೆಂದು ಅವರು ಅದೇ ವರ್ಷ ರತ್ನನಿಗೆ ವಾಣಿಯನ್ನು ಕೊಟ್ಟು ಮದುವೆ ಮಾಡಿದರು. ಮದುವೆಯ ದಿನ ರತ್ನನ ಬೆರಳಿನಲ್ಲಿದ್ದ ವಜ್ರದ ಉಂಗುರ ರಾಜನ ಬೆರಳಿಗೆ ವರ್ಗವಾಯಿತು. **'ಸನ್ಯಾಸಿಗೆ ಮೋಕ್ಷವಾಯಿತು'** ಎಂದ ರಾಜ. ಮರುವರ್ಷವೇ ಸೀತೆ ರಾಜನವಳಾದಳು. ಈಗ ಎಲ್ಲಾ ವಿಷಯದಲ್ಲೂ ರಾಜ-ರತ್ನರು ಒಂದು. ಅನುವು ದೊರೆತಾಗಲ್ಲೆಲ್ಲಾ ರಾಜ ರತ್ನನನ್ನು ಪೀಡಿಸಿ ಹಾಸ್ಯಮಾಡುತ್ತಿದ್ದ. ಸುಮ್ಮನಿರೆಂದರೆ - 'ಇದು ಸೊಸೆ ಕಾಲ, ಅತ್ತೆ ಕಾಲ ಕಳೆದು ಹೋಯ್ತು ' ಎಂದು ಪ್ರತ್ಯುತ್ತರವಿತ್ತು ರತ್ನನ ಬಾಯಿಗೆ ಬೀಗಹಾಕುತ್ತಿದ್ದ.

○

[ಜೂನ್ ೧೯೩೪]

ಒಂದು ಪುಟ್ಟ ಚಿತ್ರ

೮-೪-೨೪

ರಘು,

ಇಲ್ಲಿಂದ ಹೊರಟು ಹೋದ ಮೇಲೆ ಕಾಗದಗಳನ್ನೇ ಬರೆಯುತ್ತಿಲ್ಲವೇಕೆ? ನೀನು ಹೋದಂದಿನಿಂದಲೂ ನಿನ್ನ ಕಾಗದಗಳನ್ನಿದಿರುನೋಡುತ್ತಿರುವುದೇ ನನಗೆ ಕೆಲಸವಾಗಿದೆ. ನೀನು ಇಲ್ಲಿದ್ದಾಗ ನನ್ನೊಡನೆ ಹೇಳಿದ ಮಾತುಗಳನ್ನೆಲ್ಲಾ ಮರೆತಂತಿದೆ. ರಘು, ಯಾವ ದಿನ ನಿನ್ನೊಡನೆ ಅಡ್ಡ ಹಾದಿಯಲ್ಲಿ ಕಾಲಿಟ್ಟೆನೋ ಆ ದಿನದಿಂದ ನನ್ನ ಮನಸ್ಸಿಗೆ ಶಾಂತಿಯಿಲ್ಲ, ಭಗವಂತನಿದಿರಿನಲ್ಲಿ ನಾನು ನಿನ್ನವಳೆ. ಆದರೂ ಜನರಿಗೆ ತಿಳಿದರೆ ಅವರು ನನ್ನನ್ನು ತಿರಸ್ಕರಿಸದಿರಲಾರಳು. ಜನರ ಕಣ್ಣಿದಿರಿನಲ್ಲೇ ನನ್ನನ್ನು ನಿನ್ನವಳನ್ನಾಗಿ ಮಾಡಿ ಕೊಳ್ಳುವೆಯೆಂದು ಹಿಂದೆ ನೀನು ಹೇಳಿದ್ದೆ. ನೀನು ಹೋಗಿ ಎರಡು ತಿಂಗಳುಗಳಾದರೂ ನಿನ್ನ ಸಮಾಚಾರವೇ ಇಲ್ಲ. ಅದೇಕೆ ? ನಾನಿನ್ನು ನಿನಗೆ ಬೇಡವೇ ? ನಾನು ಏನೂ ತಿಳಿಯದವಳಾಗಿದ್ದೇನೆ. ನೀನೇ ನನ್ನನ್ನು ಕೊಚ್ಚೆಗೆ ನೂಕಿದೆ ; ನೀನು ಅಲ್ಲಿಂದ ನನ್ನನ್ನು ಎತ್ತದಿದ್ದರೆ ಇನ್ನಾರು ತಾನೆ ಎತ್ತುವರು? ದಮ್ಮಯ್ಯ, ನನ್ನ ಕೈ ಬಿಡಬೇಡ, ರಘು.

ನಿನ್ನೆ ಕೆಲವು ವರ್ಷಗಳ ಹಿಂದೆ ಒಬ್ಬನೊಡನೆ ಹೊರಟು ಹೋಗಿದ್ದ ನಮ್ಮ ಮನೆಯ ಕೆಲಸದವಳ ಮಗಳು ಬಂದಳು. ಇಲ್ಲಿಂದ ಹೋಗುವಾಗ ಅವಳು ಹದಿನೇಳು ವರುಷದ ಹುಡುಗಿಯಾಗಿದ್ದಳಂತೆ. ನೋಡುವುದಕ್ಕೂ ಲಕ್ಷಣವಾಗಿದ್ದಿರಬಹುದೆಂದು ಈಗವಳನ್ನು ನೋಡುವಾಗ ತೋರುತ್ತೆ. ಅವಳನ್ನು ಕರೆದುಕೊಂಡು ಹೋದಾತನೀಗ ಅವಳನ್ನು ಬಿಟ್ಟು ಹೊರಟು ಹೋದನಂತೆ. ಅತ್ತಿಗೆ ಅವಳನ್ನು ನೋಡಿ ಏನೆಂದಳು ಗೊತ್ತೆ? ಸರಿಯಾದ ಶಿಕ್ಷೆ ಎಂದು. ಆಗಿನಿಂದಲೂ ನನ್ನ ಮನಸ್ಸು ಹೇಳುತ್ತಿದೆ ; ಶಿಕ್ಷೆಗೆ ತಯಾರಾಗೆಂದು.

ರಘು ಅವಳನ್ನು ಕೆಡಿಸಿದವನಿಗೆ ಶಿಕ್ಷೆಯೇ ಇಲ್ಲವೆ? ಇರಲಾರದು ; ಏಕೆಂದರೆ ಅವನು ಗಂಡಸು. ಅಪರಾಧವು ಹೆಂಗಸರದೇ. ಅವಳನ್ನು ಕೆಟ್ಟದಾರಿಯಲ್ಲಿ ಕರೆದುಕೊಂಡು ಹೋದಾತನೀಗ ಇನ್ನೊಬ್ಬಳನ್ನು ಅದೇ ಹಾದಿಯಲ್ಲಿ ಕರೆದೊಯ್ಯಲು ಯತ್ನಿಸುತ್ತಿರ ಬಹುದು. ಆದರೆ, ಗಂಡಸಾದುದರಿಂದ ಅವನಿಗೇ ಶಿಕ್ಷೆಯಿಲ್ಲ. ಆಚಾರದ ಅಧಿಕಾರ ಅಬಲೆಯರ ಮೇಲೆಯೇ.

ರಘು, ಹೀಗೆಲ್ಲಾ ಬರೆದೆನೆಂದು ಕೋಪಿಸಿಕೊಳ್ಳಬೇಡ. ಅವಳನ್ನು ನೆನೆದು ಕೊಂಡರೆ ಮನಸ್ಸಿನಲ್ಲಿ ಏನೇನೋ ಆಗುತ್ತೆ.

ನೀನು ಮಾತ್ರ ನನ್ನನ್ನು ಅವಳ ಸ್ಥಿತಿಗೆ ಗುರಿಮಾಡಬೇಡವೆಂದು ಬೇಡಿಕೊಳ್ಳುತ್ತೇನೆ. ಅಂದಿನಂತೆ ನನ್ನನ್ನು ಪ್ರೀತಿಸಲು ಸಾಧ್ಯವಿಲ್ಲದಿದ್ದರೂ ನಿನ್ನ ಹೃದಯದ ಒಂದು ಮೂಲೆಯಲ್ಲಾದರೂ ಒಂದಿಷ್ಟು ಸ್ಥಳ ಕೊಡು. ನಿರಾಕರಿಸಬೇಡ–

ನಿನ್ನ,

-ಶಾಂತಾ

* * *

ಶಾಂತೆ,

೧೦-೪-೨೪

ನಿನ್ನ ಕಾಗದ ಸಿಕ್ಕಿತು. ಓದಿ ಆಶ್ಚರ್ಯವಾಯಿತು. ನಾನೇ ನಿನ್ನನ್ನು ಕೊಚ್ಚೆಗೆ ನೂಕಿದೆ ಎಂದು ಬರೆದಿರುವೆ. ನೀನು ಬೀಳಲು ಆತುರದಿಂದಿದ್ದುದರಿಂದಲ್ಲವೇ ನಾನು ನೂಕಿದ್ದು? ಅಂತಹ ಸಾಧ್ವಿಯಾಗಿದ್ದರೆ ಹಿಂದೆಯೇ ನಿನಗೆ ಬುದ್ಧಿಯಿರಬೇಕಿತ್ತು. ಈಗ ನನ್ನನ್ನು ದೂರಿ ಏನು ಪ್ರಯೋಜನ ?

ನಿನ್ನನ್ನು ಇನ್ನಾರಾದರೂ ಮದುವೆಯಾಗುವವರಿದ್ದರೆ ಮದುವೆಯಾಗು. ನನ್ನಡ್ಡಿಯೇನೂ ಇಲ್ಲ.

-ರಘು

* * *

ರಾಜ, ೫-೫-೨೪

ನನ್ನ ಹಿಂದಿನ ಕಾಗದಗಳೊಂದಕ್ಕೂ ಪ್ರತ್ಯುತ್ತರವೇ ಇಲ್ಲ. ಏಕೆ ? ನೀನೇನಾದರೂ ತೊಂದರೆಯಲ್ಲಿರುವೆಯಾ ? ನಿನ್ನ ಚಿಂತೆ ಏನೆಂದು ನನಗೂ ಹೇಳಬಾರದೆ? ನನ್ನಿಂದೇನಾದರೂ ಆಗಬೇಕಾಗಿದ್ದರೆ ಸಂಕೋಚವಿಲ್ಲದೆ ಹೇಳು ; ಕೈಲಾದ ಮಟ್ಟಿಗೆ ಸಹಾಯ ಮಾಡುತ್ತೇನೆ.

ಈ ಕಾಗದಕ್ಕಾದರೂ ಜವಾಬು ಬರಬಹುದೆಂದು ನಿರೀಕ್ಷಿಸುವ,-

ನಿನ್ನ

-ನಾನ

* * *

ನಾನ, ೭-೫-೨೪

ನಿನ್ನ ಕಾಗದಗಳೆಲ್ಲವೂ ಸಿಕ್ಕಿದರೂ ಪ್ರತ್ಯುತ್ತರ ಬರೆಯದಿದ್ದುದಕ್ಕೆ ಕ್ಷಮಿಸು. ಹಲವು ಸಾರಿ ನಿನಗೆ ಬರೆಯಲು ಕುಳಿತೆ ; ಎಷ್ಟೋ ಕಾಗದಗಳನ್ನು ಬರೆದೆ. ಆದರೆ, ಒಂದನ್ನೂ ಟಪ್ಪಾಲಿಗೆ ಹಾಕಲು ಧೈರ್ಯ ಬರಲಿಲ್ಲ. ನಾನಂತೂ ಅತಿ ಕಷ್ಟದಲ್ಲಿದ್ದೇನೆ. ನಿನ್ನನ್ನೂ ನನ್ನ ಕಷ್ಟದಲ್ಲಿ ಭಾಗಿಯಾಗುವಂತೇಕೆ ಮಾಡಬೇಕು? ನನ್ನ ವಿಷಯದಲ್ಲಿ ನಿನಗೇನು ಮಾಡಲೂ ಸಾಧ್ಯವಿಲ್ಲ. ಸುಮ್ಮನೆ ನನ್ನ ಕಷ್ಟ ಹೇಳಿ ನಿನ್ನನ್ನು ವ್ಯಸನಕ್ಕೆ ಗುರಿಮಾಡಲಿ ? ಬರೆಯಲಿಲ್ಲವೆಂದು ಕೋಪಿಸಬೇಡ ; ಕ್ಷಮಿಸು.

ನಿನ್ನ

-ರಾಜ

* * *

ರಾಜ, ೧೨-೫-೨೪

ನನ್ನೊಡನೆಯೂ ಸಂಕೋಚವೇ? ನಿನ್ನ ಸುಖದಲ್ಲಿ ನಾನು ಪಾಲುಗಾರನಾಗುತ್ತಿದ್ದೆ. ನಿನ್ನ ವ್ಯಸನದ ದಿನಗಳಲ್ಲಿ ನನ್ನನೇಕೆ ವಂಚಿಸುತ್ತಿರುವೆ ? ನಿನ್ನ ಸ್ನೇಹವೆಲ್ಲಾ ಏನಾಯ್ತು? ಏನಿದ್ದರೂ ನನ್ನೊಡನೆ ಹೇಳುತ್ತಿದ್ದ ನೀನು ಈಗೇನನ್ನು ಬಚ್ಚಿಡಲು ಪ್ರಯತ್ನಿಸುತ್ತಿರುವೆ? ನಿನ್ನ ವಿಷಯದಲ್ಲಿ ನನ್ನಿಂದೇನೂ ಮಾಡಲು ಸಾಧ್ಯವಿಲ್ಲದಿದ್ದರೂ ನಿನ್ನ ಕಷ್ಟದಲ್ಲಾದರೂ ಭಾಗಿಯಾಗುತ್ತೇನೆ. ನೀನು ನಿಜವಾಗಿಯೂ ನನ್ನನ್ನು ಸ್ನೇಹಿತ ಎಂದೆಣಿಸುತ್ತಿದ್ದರೆ ನಿನ್ನ ಕಷ್ಟಕ್ಕೆ ಕಾರಣವನ್ನು ಬರೆ. ನಿನ್ನ ಸುಖದಲ್ಲಿ ಪಾಲುಗಾರನಾಗಿದ್ದಂತೆಯೇ ಕಷ್ಟಕಾಲದಲ್ಲೂ ಇರುವೆನೆಂಬುದನ್ನು ನೆನಪಿನಲ್ಲಿಡು.

ಯಾವಾಗಲೂ ನಿನ್ನ

-ನಾನ

* * *

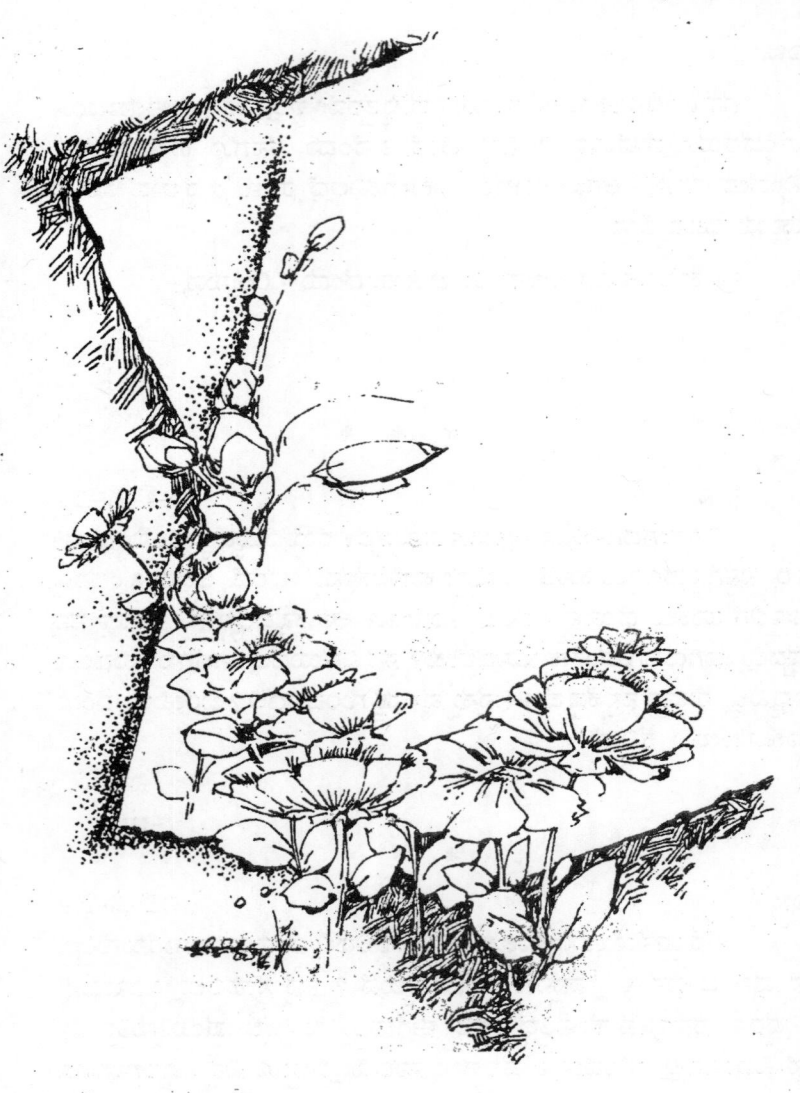

ನಾನ,

ನಿನ್ನೊಡನೆ ಹೇಳಬಾರದ ವಿಷಯಗಳೇನೂ ಇಲ್ಲ. ನಾನು ಹೇಳದಿದ್ದರೂ ತಾನಾಗಿಯೇ ತಿಳಿಯುವ ವಿಷಯವದು. ಬಚ್ಚಿಟ್ಟು ಉಪಯೋಗವೇನು?

ನನ್ನ ತಂಗಿ ಶಾಂತೆಯನ್ನು ನೀನು ನೋಡಿರುವಿಯಷ್ಟೆ. ನೀನು ನೋಡಿದಾಗ ಅವಳು ಹತ್ತು ವರುಷದ ಹುಡುಗಿ. ಆಗಲೇ ಅವಳು ವಿಧವೆಯಾಗಿದ್ದಳು ; ನಿನಗದು ಗೊತ್ತಿದೆ. ಅಮ್ಮ ಸಾಯುವಾಗ 'ರಾಜ ಶಾಂತೆ ಏನೂ ತಿಳಿಯದ ಮಗು ; ಅವಳನ್ನು ಪ್ರೀತಿಯಿಂದ ಕಾಪಾಡು'ಎಂದಿದ್ದಳು. ನಾನ, ಅಮ್ಮನ ಕಡೆಯ ಮಾತನ್ನು ನಾನು ನೆರವೇರಿಸಲಿಲ್ಲ. ನನ್ನ ಪಾಪಿ ಜನ್ಮಕ್ಕೆ ಧಿಕ್ಕಾರ !

ನನ್ನ ಹೆಂಡತಿ ಶಾಂತೆಯನ್ನು ಚೆನ್ನಾಗಿ ನಡೆಸಿಕೊಳ್ಳುತ್ತಿರಲಿಲ್ಲ. ಮೊದಲು ನನಗದು ತಿಳಿಯಲಿಲ್ಲ. ಈಗ ತಿಳಿಯಿತು. ಅಯ್ಯೋ –

ಆರು ತಿಂಗಳ ಹಿಂದೆ ನನ್ನ ಹೆಂಡತಿಯ ಅಣ್ಣ ಬಂದಿದ್ದ. ಅವನು ದುಷ್ಟನೆಂದು ನನಗೆ ಗೊತ್ತಿದ್ದರೂ ನನಗವನಿಂದ ಕೆಡುಕಾಗಲಾರದೆಂದೆಣಿಸಿದ್ದೆ. ನಾನಾಗಲೀ ನನ್ನ ಹೆಂಡತಿಯಾಗಲೀ ಶಾಂತೆಗೆ ಸ್ವಲ್ಪ ದಯೆಯನ್ನು ತೋರಿಸಿದ್ದರೆ ಅವಳಿಂದು ಬೀದಿಯ ಭಿಕಾರಿಣಿಯಾಗುತ್ತಿರಲಿಲ್ಲ. ರಘು (ನನ್ನ ಹೆಂಡತಿ ಅಣ್ಣ) ಅವಳನ್ನು ನರಕದ ದಾರಿಯಲ್ಲಿ ಕರೆದೊಯ್ಯುವುದನ್ನು ನೋಡಿದರೂ ನನ್ನ ಹೆಂಡತಿ ಸುಮ್ಮನಿದ್ದಳು. ಅರಿಯದ ಶಾಂತೆಯನ್ನು, ತಿಳಿಯದ ನಾನೂ, ತಿಳಿದ ನನ್ನ ಹೆಂಡತಿಯೂ ಕೂಡಿ ನರಕಕ್ಕೆ ನೂಕಿಬಿಟ್ಟೆವು. ಅಷ್ಟು ಹೊತ್ತಿಗೆ ಸರಿಯಾಗಿ ಅವಳನ್ನು ಕೈಹಿಡಿದು ವಂಚನೆಯ ಮಾತುಗಳಿಂದ ಮರುಳು ಮಾಡಿ ಕರೆದುಕೊಂಡು ಹೋಗಲು ರಘು ಬಂದಿದ್ದ. ಬ್ರಹ್ಮಸಮಾಜಕ್ಕೆ ಸೇರಿ ಅವಳನ್ನು ಮದುವೆಯಾಗುತ್ತೇನೆಂದು ಮಾತು ಕೊಟ್ಟಿದ್ದನಂತೆ. ಶಾಂತೆಯನ್ನು ಬಿಟ್ಟುಹೋದ ಮೇಲೆ ಅವನ ಮನಸ್ಸಿನಿಂದ ಆ ಮಾತುಗಳೂ ಮಾಯವಾದಂತೆ ತೋರುತ್ತದೆ. ಅವನು ಹೊರಟು ಹೋಗಿ ಸುಮಾರು ಎರಡು ತಿಂಗಳುಗಳಾದ ಮೇಲೆ ಒಂದು ದಿನ ಬೆಳಗಿ ಹೊತ್ತಿನಲ್ಲಿ ನೋಡುವಾಗ ಶಾಂತೆ ಇರಲಿಲ್ಲ. ಒಂದು ಕಾಗದವನ್ನು ನನ್ನ ಮೇಜಿನ ಮೇಲಿಟ್ಟು ಅವಳು ಹೊರಟು ಹೋಗಿದ್ದಳು. ಅವಳ ಕಾಗದದಲ್ಲಿ ಹೀಗಿತ್ತು. ''ಅಣ್ಣ ಕೆಟ್ಟ ಹೆಸರನ್ನು ಪಡೆಯದ ನಮ್ಮ ಮನೆತನಕ್ಕೆ ನಾನು ಕಲಂಕ ತಂದಿದ್ದೇನೆ. ಆದರದು ಇತರರಿಗೆ ತಿಳಿಯುವ ಮೊದಲೇ ನಾನದಕ್ಕೆ ಪ್ರಾಯಶ್ಚಿತ್ತ ಮಾಡಿಕೊಳ್ಳುತ್ತೇನೆ. ನಿನಗಾಗಲೀ ಅತ್ತಿಗೆಗಾಗಲೀ ನನ್ನ ಸ್ಥಿತಿಯನ್ನು ಹೇಳುವ ಧೈರ್ಯ ನನಗಿಲ್ಲ. ನಿನ್ನ ವ್ಯಸನವನ್ನೂ ಅತ್ತಿಗೆಯ ತಿರಸ್ಕಾರವನ್ನೂ ಸಹಿಸುವ ಶಕ್ತಿ ನನಗಿಲ್ಲ. ಹೇಳದೆ ಹೊರಟುಹೋಗಿದ್ದಕ್ಕಾಗಿ ಕ್ಷಮಿಸು–**ಶಾಂತೆ.**''

ನಾನು, ನಾನವಳನ್ನು ಪ್ರೀತಿಯಿಂದ ನೋಡಿಕೊಂಡಿದ್ದರೆ ಅವಳು ಪರದೇಶಿಯಾಗುತ್ತಿರಲಿಲ್ಲ. ಶಾಂತೆಯನ್ನು ನಮ್ಮ ಮನೆಯಿಂದ ನೂಕಿದೆ. ಇನ್ನು ನನ್ನ ಹೃದಯಕ್ಕೆ ಶಾಂತಿ ದೊರೆಯುವುದು ತಾನೇ ಹೇಗೆ? ನನ್ನ ಬಾಳು....

ಕ್ಷಮಿಸು–ನನ್ನ ಕಷ್ಟವನ್ನು ಹೇಳಿ ನನ್ನನ್ನು ನೋಯಿಸಿದ್ದಕ್ಕೆ,

–ರಾಜ

* * *

ರಾಜ, ೨೦-೫-೨೪

ಈಗ ತಾನೇ ನಿನ್ನ ಕಾಗದ ಸಿಕ್ಕಿತು. ಓದಿ ಮನಸ್ಸು ಕೊರೆಯುತ್ತಿದೆ. ಹಿಂದಿನ ದಿನಗಳಲ್ಲಿ ನಮ್ಮೊಡನೆ ಆಡುತ್ತಿದ್ದ ನಗುಮುಖದ ಶಾಂತೆ ಈಗ......ಅಯ್ಯೋ ನಾವಿದ್ದು ಪ್ರಯೋಜನವೇನು?

ರಾಜ, ಅವಳನ್ನು ಹುಡುಕುವುದು ನಮ್ಮ ಕರ್ತವ್ಯ. ಅವಳನ್ನು ಪತ್ತೆಮಾಡಿ ಅವಳ ಮುಂದಿನ ಜೀವನವನ್ನು ಸುಖಮಯವಾಗಿ ಮಾಡುವುದು ನಮ್ಮ ಕೈಯಲ್ಲಿದೆ. ಬೇಸರದಿಂದ ಸುಮ್ಮನೆ ಕೂರದೆ ಅವಳನ್ನು ಹುಡುಕುವುದಕ್ಕೆ ಹೊರಡು. ನಾನೂ ಅದರ ಸಲುವಾಗಿ ಈ ರೈಲಿಗೇ ಹೊರಡುತ್ತೇನೆ. ನಮ್ಮ ಕರ್ತವ್ಯವಿದೆಂದು ನನಗೆ ತೋರುತ್ತದೆ.

ನಿನ್ನ

-ನಾನ

* * *

ನಾನ, ೨೦-೫-೨೪ ; ೧೨.೩೦ ಹಗಲು

ನಿನ್ನ ಕಾಗದ ಸಿಕ್ಕಿತು. ಅದರೊಡನೆಯೇ ನಿನ್ನಿನ ವರ್ತಮಾನ ಪತ್ರಿಕೆಯೂ ಬಂತು.

ಗಂಡಸರು ಹೆಂಗಸರಿಗಿಂತ ಧೈರ್ಯವಂತರಂತೆ; ಸಹನಶಕ್ತಿ ಇರುವವರಂತೆ ; ನಿಜವೆಂದು ನಾನು ನಂಬಿದ್ದೆ. ಆದರೆ, ಆ ಪತ್ರಿಕೆಯನ್ನು ಓದಿದ ಮೇಲೆ ಮಾತ್ರ ತಡೆಯಲಾರದೆ ಹೋದೆ. ಹಾಗೆಯೇ ಮೇಜಿನ ಮೇಲೆ ಮಲಗಿದೆ. ಮಧ್ಯಾಹ್ನದ ಊಟಕ್ಕೆ ನನ್ನ ಹೆಂಡತಿಯು ಕರೆಯುತ್ತಿದ್ದಾಳೆ. ಊಟವೇ ! ಶಾಂತೆಯನ್ನು ಕೊಂದ ನನಗೆ ಊಟವೇ!.....

ನಾನ, ಹಿಂದಿನ ದಿನಗಳ ಸ್ಮರಣೆಯನ್ನೇಕೆ ಮಾಡುವೆ ? ಆಗಿನ ಆಟ, ಆಗಿನ ಸುಖ, ಆಗಿನ ಸಂತೋಷ - ಆಗಿನ ಒಂದೂ ಈಗಿಲ್ಲ, ಬಾಲ್ಯವಲ್ಲವೇ ಮನುಷ್ಯನ ಸುಖದ ಕಾಲ. ಅದರಲ್ಲೂ ನನ್ನ ಮತ್ತು ಶಾಂತೆಯ ಬಾಲ್ಯ.....

ಪೇಪರಿನಲ್ಲಿ ಏನಿತ್ತೆಂದು ನೀನು ಯೋಚಿಸಬಹುದು. 'ಇಂದು ಇಲ್ಲಿಗೆ ನಾಲ್ಕು ಮೈಲು ದೂರದಲ್ಲಿರುವ ಕೆರೆಯಲ್ಲಿ ಒಂದು ಹೆಂಗಸಿನ ಶವ ಸಿಕ್ಕಿತು. ಅವಳು ಗರ್ಭಿಣಿ. ಜನರಲ್ ಆಸ್ಪತ್ರೆಯಲ್ಲಿ ಅವಳ ಶವವನ್ನಿಟ್ಟಿದ್ದಾರೆ. ಅವಳು ಯಾರೆಂದು ಗೊತ್ತಿಲ್ಲ. ಯಾರಿಗಾದರೂ ಅವಳ ವಿಷಯ ತಿಳಿದಿದ್ದರೆ ದಯಮಾಡಿ ತಿಳಿಸಬೇಕೆಂದು ಕೋರುತ್ತೇವೆ.'

ಜನರಲ್ ಆಸ್ಪತ್ರೆಗೆ ಹೋದೆ. ನಾನ, ಶವವನ್ನು ನೋಡಿದೆ.... ಶಾಂತೆ !

ಬೆಳ್ಳಗಾದ ಮುಖ; ಬಿಳೀ ಹಣೆಯಲ್ಲಿ ದಯಾಮಯಿಯಾದ ನರ್ಸ್ ಒಬ್ಬಳು ಇಟ್ಟ ಕೆಂಪು-ಕುಂಕುಮ ಬೊಟ್ಟು.... ಇನ್ನು ಬರೆಯಲಾರೆ. -ರಾಜ

೦

[ಅಕ್ಟೋಬರ್ ೧೯೩೩]

ಅವಳ ಭಾಗ್ಯ

ಮದುವೆಯೇ ಬೇಡವೆನ್ನುತ್ತಿದ್ದ ಕಿಟ್ಟಣ್ಣ ಆ ಹಳ್ಳಿಯ ಜಮೀನ್ದಾರರ ಮಗಳನ್ನು ಮದುವೆಯಾಗಲೊಪ್ಪಿದ್ದೆ ತಡ–ಒಮ್ಮೆ ಕಿಟ್ಟು ಮದುವೆಮಾಡಿಕೊಂಡು ಸಂಸಾರ ಹೂಡಿದರೆ ಸಾಕು ಎಂದಿದ್ದ ಅಣ್ಣನೂ ಒಪ್ಪಿದ. ಎಲ್ಲ ಸಿದ್ಧತೆಗಳೂ ಭರದಿಂದ ನಡೆದವು. ಹಾಂ, ಹುಂ–ಎನ್ನುವುದರೊಳಗೆ ಮದುವೆಯೂ ಆಗಿಹೋಯ್ತು. ನಾನೀಗ ಹೇಳಬೇಕೆಂದಿರು ವುದು ಆ ಮದುವೆಯ ಸಮಯದ ಸಮಾಚಾರ.

ಕಿಟ್ಟಣ್ಣನೂ ಅವನ ಹೆಂಡತಿಯೂ ಆರತಿ ಅಕ್ಷತೆಗೆ ಹಸೆಯ ಮೇಲೆ ಕೂತಿದ್ದರು. ಹಿಂದಿನ ದಿನದ ಮದುವೆಯ ಗಲಾಟೆಯಲ್ಲಿ ವಧೂವರರನ್ನು ಸರಿಯಾಗಿ ನೋಡಿ ಹಾಸ್ಯಮಾಡಲು ಯಾರಿಗೂ ಸಮಯವಾಗಲೀ ಸಾಹಸವಾಗಲೀ ಇರಲಿಲ್ಲ. ಆದರೆ, ಮರುದಿನ ಅರಿಸಿನ-ಎಣ್ಣೆಗೆ ಕೂರಿಸಿದಾಗ ಹೆಂಗಸರಿಗೇ ತಾನೆ ಸರ್ವಸ್ವಾತಂತ್ರ್ಯ! ಅಂದು ಊರಿನ ಮುತ್ತೈದೆಯರೆಲ್ಲಾ ಹಾಜರಾಗಿದ್ದರು. ಎಂದೂ ಅಷ್ಟೊಂದು ಜನ ಹೆಂಗಸರ ನೋಟಕ್ಕೆ; ಅವರ ಹುಚ್ಚುಹಾಸ್ಯಕ್ಕೆ ಗುರಿಯಾಗದಿದ್ದ ಕಿಟ್ಟಣ್ಣನಿಗೆ ಆಗ 'ಸಾಕಪ್ಪ ಮದುವೆಯ ಸುಖ ಸಾಕು' ಎನಿಸಿರಬೇಕು. ನನ್ನನ್ನು ಕೂಗಿ 'ಹೇಗಾದರೂ ಈ ordeal ಒಂದ್ಸಾರಿ ಮುಗಿಸೋದಕ್ಕೆ ಹೇಳು'ಎಂದ. ಆದರೆ, ಆ ಸ್ತ್ರೀರಾಜ್ಯದಲ್ಲಿ ಅವನ ಮಾತಿಗೆಲ್ಲಿ ಬೆಲೆ ದೊರೆಯಬೇಕು?

'ಜಯ ನೀ ಒಂದು ಹಾಡು ಹೇಳೆ'ಎಂದು, 'ನನಗೆ ಬರೋಲ್ಲ' ಎಂದು ಬಿಂಕಮಾಡುತ್ತಿದ್ದ ಜಯನನ್ನು ಬಲಾತ್ಕರಿಸಿ ಹಾಡಿಸಿದ್ದಾಯಿತು. ಕೂತು ಬೇಸತ್ತಿದ್ದ ಕಿಟ್ಟಣ್ಣ ಅವಳ ಕರ್ಕಶ ಕಂಠದಿಂದ ಹೊರಟ ಕರ್ಣಕಠೋರ ಸ್ವರವನ್ನು ಹೇಗೆ ಸಹಿಸಿಕೊಂಡನೋ ತಿಳಿಯದು. ಹೇಗೂ ಅವಳ ಹಾಡು ಮುಗಿಯಿತು. ಇನ್ನೇನು ಬದುಕಿದೆ ಎಂದುಕೊಂಡ. ಆದರೆ, ಒಂದೇ ಒಂದು ಹಾಡುಹೇಳಿ ಅರಿಸಿನೆಣ್ಣೆ ಮುಗಿಸುವುದೇ ? ಛೇ, ಎಂದಿಗೂ ಇಲ್ಲ - ಕಮ್ಮಿ ಪಕ್ಷ ಹತ್ತಿಪ್ಪತ್ತಾದರೂ ಹೇಳಬೇಡವೇ?

ಆಗಲಿ ಎಷ್ಟಾದರೂ ಹಾಡಿಕೊಳ್ಳಲಿ. ಆದರೆ ಬೇಗ ಬೇಗ ಹೇಳಿ ಮುಗಿಸಿ ಬಿಡಬಾರದೇ? 'ಹೇಳೀಂದ್ರೆ- ನೀವೇ ಹೇಳೀಂದ್ರೆ-ನೀವ್ಹೇಳೀಂದ್ರೆ' ಎಂದು ಹತ್ತು ಸಾರಿ ಹೇಳಿಸಿಕೊಂಡು, ನನಗೆ ಗಂಟಲು ಸರಿಯಾಗಿಲ್ಲ - ಎಂದು ವೈಯ್ಯಾರಮಾಡಿ, ಆ ಮೇಲೆ ಹಾಡಲು (ಅರಚಲು) ಪ್ರಾರಂಭಿಸಿದರೆ ಗಂಟೆ ಒಂದಾದರೂ ಅದಕ್ಕೆ ಅಂತ್ಯವೇ ಇಲ್ಲ. ಕಿಟ್ಟಣ್ಣ 'ಗಂಟಲು ಸರಿಯಿಲ್ಲದೇನೇ ಇಷ್ಟೊಂದು ಹೊತ್ತು ಅರಚುವಾಗ ಸರಿಯಿದ್ದರೆ ದೇವರೇ ಗತಿ' ಎಂದಂದುಕೊಂಡ. ಅಂತೂ ಕೊನೆಗೂ ಹೇಗಾದರೂ ಎಲ್ಲರ ಹಾಡುಗಾರಿಕೆಯೂ ಮುಗಿಯಿತು. ಇನ್ನು ಆರತಿ ಮಾಡಿ ಬಿಡುಗಡೆ ಮಾಡಬಹುದು ಎಂದು ಕಿಟ್ಟಣ್ಣ ನೆಟ್ಟಗೆ ಕೂತ. ಆದರೆ ಅದು ಕೇವಲ ಒಂದೆರಡು ನಿಮಿಷದ ಆಸೆ ಅಷ್ಟೇ. ಮುತ್ತೈದೆಯರಿಬ್ಬರು ಆರತಿಯನ್ನು ಹಿಡಿದುಕೊಂಡು ಇದಿರು ಬಂದು ನಿಂತು ಪುನಃ ಪ್ರಾರಂಭಿಸಿದರು- 'ಆರತಿ ಎತ್ತಿದ ಹಾಡು ನೀವೇ ಹೇಳಿ, ನೀವೇ ಹೇಳಿ' ಎಂದು ತಮ್ಮ ತಮ್ಮೊಳಗೆ ವಾದಕ್ಕೆ. ಅವರಿಬ್ಬರ ವಾದ ಕಮ್ಮಿ ಪಕ್ಷ ಒಂದು ಗಂಟೆಯತನಕವಾದರೂ ನಡೆಯುತ್ತಿತ್ತೇನೋ ! ಆದರೆ ನೋಡಿ ಬೇಸತ್ತ ಕಿಟ್ಟಣ್ಣ ನನ್ನ ಹತ್ತಿರ ಕೂತಿದ್ದ ಹುಡುಗಿಯೊಬ್ಬಳನ್ನು ನೋಡಿ 'ಹೋಗಲಿ ಅವರಿಗೆ ಬರದಿದ್ದರೆ ಪರವಾ ಇಲ್ಲ - ನೀನಾದರೂ ಒಂದು ಹೇಳಮ್ಮ' ಎಂದ. ಕಿಟ್ಟಣ್ಣ ಆ ಮಾತುಗಳನ್ನಾಡಿದ್ದು , ಬೆಪ್ಪೇ ಮೂರ್ತಿಮಂತವಾಗಿದ್ದಂತೆ ಕುಳಿತಿದ್ದ ಆ ಹುಡುಗಿಯಾದರೂ ಕಿರುಚಿ ಇವರ ವಾದವನ್ನು

ಕೊನೆಗೊಳಿಸಲಿ ಎಂದು. ನನಗೂ ಕಿಟ್ಟಣ್ಣನ ಮಾತು ಕೇಳಿ ನಗು ಬಂದು ಆ ಹುಡುಗಿ ಹಾಡುವುದೇ ! ಇಷ್ಟು ಹೊತ್ತು ಹಾಡಿದವರ ಪಾಡೇ ಹೀಗೆ - ಇವಳು.....

ಹುಡುಗಿ ಹದಿನೈದು ವರ್ಷದ ಪ್ರಾಯದವಳು. ಆದರೆ, ಬೆಳವಣಿಗೆಯನ್ನು ನೋಡಿದರೆ ಪ್ರಾಯ ಇನ್ನೂ ಹೆಚ್ಚಾಗಿದೆ ಎನ್ನುವಂತಿದ್ದಳು. ಇದ್ದಲಿನಂತೆ ಮೈಬಣ್ಣ . ಒಂದೆರಡು ತಿಂಗಳ ಹಿಂದೆ ಖಾಯಿಲೆ ಬಿದ್ದಿದ್ದಳಂತೇ. ತಲೆ ಕೂದಲೆಲ್ಲಾ ಉದುರಿ ಆಗ ತಾನೇ ಪುನಃ ಬರಲು ಪ್ರಾರಂಭವಾಗಿತ್ತಷ್ಟೇ. ಚಪ್ಪಟೆ ಮೂಗು, ಇನ್ನು ಕಣ್ಣು? ಯಾವಾಗಲೂ ರೆಪ್ಪೆಗಳ ಅಡಿಯಲ್ಲೇ ಅಡಗಿಕೊಂಡಿರುತ್ತಿದ್ದ ಅವಳ ಕಣ್ಣುಗಳನ್ನು ನಾನು ನೋಡಿರಲಿಲ್ಲ. ಆದರೂ ಅವುಗಳನ್ನು ಮುಚ್ಚಿಕೊಂಡಿದ್ದ ಉದ್ದವಾದ ರೆಪ್ಪೆಗಳನ್ನು ನೋಡಿ ಈ ಅವಲಕ್ಷಣದ ಮುಖಕ್ಕೆ ಇಷ್ಟೊಂದು ಸೊಗಸಾದ ರೆಪ್ಪೆಗಳು ಏಕೆ? ಎಂದೆನಿಸಿತ್ತು ನನಗೆ. ಕಿಟ್ಟಣ್ಣನ ಮಾವನ ಗುಮಾಸ್ತರ ಮಗಳವಳು. ಬಡತನವೂ ಆ ಕುರೂಪವೂ ಜೊತೆಯಲ್ಲಿ ಅವಳಿಗೆ ವರ ಸಿಕ್ಕದಂತೆ ಮಾಡಿದ್ದವು. ಎಲ್ಲರಿಗೂ ಅವಳೆಂದರೆ ಅಷ್ಟಷ್ಟೆ 'ಪಾರೂ ಅದು ಮಾಡೆ, ಇದು ಮಾಡೆ ' ಎಂದು ಕೆಲಸ ಮಾಡಿಸುವವರೇ ಎಲ್ಲರೂ. ಅವಳಿಗೂ ಕೆಲಸವೆಂದರೆ ಬೇಸರವಿದ್ದಂತೆ ತೋರಲಿಲ್ಲ. ನಾವು ಅಲ್ಲಿಗೆ ಹೋದಂದಿನಿಂದ ನನ್ನ ಹಿಂದೆ ಮುಂದೆ ತಿರುಗಹತ್ತಿದ್ದಳು. ರಸ್ತೆಯಲ್ಲಿ ಹೋಗುವ ನಾಯಿಯ ತಲೆಸವರಿದರೆ ಬೆನ್ನು ಹತ್ತುತ್ತದಲ್ಲ - ಹಾಗೆ. ಅದಕ್ಕೆ ಕಾರಣವಿಷ್ಟೇ ; ನಾವು ಹೋದ ದಿನ ಯಾರ ಪರಿಚಯವೂ ಇಲ್ಲದಿದ್ದ ನಾನು ಅವಳೊಡನೆ ಒಂದೆರಡು ಮಾತಾಡಿದ್ದೆ. ಸರಿ, ಒಳ್ಳೆಯ ಮಾತುಗಳನ್ನು ಕೇಳುವುದೇ ಅಪರೂಪವಾಗಿದ್ದ ಅವಳನ್ನೊಲಿಸಿಕೊಳ್ಳಲು ಅಷ್ಟೇ ಸಾಕಾಗಿತ್ತು. ನನಗೆ ಬೇಕಾದುದನ್ನು ಒಳಗಿನಿಂದ ತರುವುದು; ಹಿಂದೆ ಮುಂದೆ ತಿರುಗುವುದು ; ನಾನು ಕೂತಲ್ಲಿ ಕೂಡುವುದು- ಹೀಗೆ ಒಂದಲ್ಲ , ನೂರು ವಿಧದಲ್ಲಿ ಅವಳು ತನ್ನೊಲುಮೆಯನ್ನು ಪ್ರದರ್ಶಿಸುತ್ತಿದ್ದಳು. ಅವಳ ತಂದೆ - ಪಾಪ ಮುದುಕರು. 'ಅವಳನ್ನು ನೋಡಿ ಏನಮ್ಮ, ಪಾರೂ, ಅವರ ಜೋತೇಲೇ ಅವರೂರಿಗೆ ಹೊರಟುಹೋಗ್ತಿಯಾ? ' ಎಂದು ತಮಾಷೆ ಮಾಡುವರು. ಆಗೊಮ್ಮೆ ಅವಳು ಹಲ್ಲುಕಿರಿದರೆ ಆ ಕರಿಮುಖದಲ್ಲಿ ಬಿಳಿ ಹಲ್ಲುಗಳ ಸಾಲು ಒಡೆದುಕಾಣುವುದು.

ಕಿಟ್ಟಣ್ಣ ಅವಳೊಡನೆ ಹಾಡಲು ಹೇಳಿದ. ನಾನೂ ಅವನ ಮನೋಭಾವವರಿತು 'ಹೇಳಮ್ಮಾ ಪಾರೂ'ಎಂದೆ. ನನ್ನ ಮಾತು ಮೀರುವಂತಿಲ್ಲ. 'ನನಗೆ ಆರತಿ ಎತ್ತೋ ಹಾಡು ಬರೋದಿಲ್ಲ- ಬೇರೆ ಹೇಳಲೇ?' ಎಂದಳು. ನಾನೆಲ್ಲಿ ಬೇಡವೆನ್ನುವೆನೋ ಎಂದು ಕಿಟ್ಟಣ್ಣ 'ಪರವಾ ಇಲ್ಲ -ಏನಾದರೊಂದು ಹೇಳಿಬಿಡು' ಎಂದ. ನಾನೂ ಹೂಂ ಹೇಳು ಎಂದೆ.

ಅವಳು ಹೇಳತೊಡಗಿದಳು :

'ಪರಮಾತ್ಮಾ ಹರೇ- ಪಾವನನಾಮಾ....'

ನಾವು ಆ ಕೀರ್ತನೆಯನ್ನು ಎಷ್ಟು ಸಾರಿ ಕೇಳಲಿಲ್ಲ ! ಅದೂ ಹೆಸರಾದ ಸಂಗೀತಗಾರರ ಕೊರಳಿನಿಂದ !! ಅವರ ವಿದ್ವತ್ತೂ ಶಬ್ದ ಚಮತ್ಕಾರವು ಪಾರುವಿನ ಕೊರಳಿಗಿರಲಿಲ್ಲ ; ಹೌದು. ಆದರೆ ಆ ಸ್ವರ, ಆ ಮಾಧುರ್ಯ , ಹೃದಯವನ್ನು ಕದಡಿಬಿಡುವ ಆ ಶಕ್ತಿ ಅದೆಲ್ಲಾ ನಾವು ನೂರಾರು ಸಾರಿ ಕೇಳಿ ಹಳೆಯದು ಎಂದು ಬಿಟ್ಟಿದ್ದ ಆ ಕೀರ್ತನೆಯಲ್ಲಿ ತುಂಬಿ ಹರಿಸಿದ್ದಳು ಪಾರು ; ‘ಪರಮಾತ್ಮಾ ಹರೇ - ಪಾವನನಾಮಾ.....’ ನಮ್ಮ ಮೆಚ್ಚಿಗೆಯ ಅರಿವಿಲ್ಲದೆಯೇ ಅವಳು ಹಾಡುತ್ತಿದ್ದಳು. ಯಾವಾಗಲೂ ನೆಲವನ್ನು ನೋಡುವ ಅವಳ ನೋಟವು ಅವಳ ಪರಿವೆಯಿಲ್ಲದೆಯೇ

ಪರಮಾತ್ಮನನ್ನು ನೋಡುತ್ತಿದ್ದೆಯೋ ಏನೋ ಎಂಬಂತೆ ಆಕಾಶದ ಕಡೆ ನೋಡುತ್ತಿತ್ತು. ಅವಳನ್ನು ಕುರೂಪಿ ಎಂದು ಹೇಳಿದೆನಲ್ಲ ! ಎಂತಹ ಹುಚ್ಚು ನನಗೆ ! **ಅವಳ ಆ ಸೌಂದರ್ಯದಿಂದ ತುಂಬಿದ ಹೃದಯದ ಕನ್ನಡಿಗಳಂತಿದ್ದ ಆ ಎರಡು ಕಣ್ಣುಗಳೇ ಸಾಲವೇ? ಆ ಸರ್ವೇಸಮಾನ್ಯ ಮುಖಕ್ಕೆ ಸ್ವರ್ಗೀಯ ಸೌಂದರ್ಯವನ್ನು ಕೊಟ್ಟಿದ್ದ ಆ ಕಣ್ಣುಗಳನ್ನು ನೋಡದೆ ಅವಳು ಕುರೂಪಿ ಎಂದಂದುಕೊಂಡಿದ್ದೆನಲ್ಲ - ಎಂತಹ ಅಕ್ಷಮ್ಯ ಮೂಢತನ ! ಬಿಳಿ ಚರ್ಮ, ಉದ್ದವಾದ ಕೇಶರಾಶಿ, ಎಳಸು ಮೂಗು, ಚಂದುಟಿಗಳು-ಇವೆಲ್ಲಾ ಇದ್ದರೇನೆ ಸೌಂದರ್ಯವೆಂದಿದ್ದ ನನ್ನ ಭಾವನೆ ಕ್ಷಣಮಾತ್ರದಲ್ಲಿ ಬದಲಾಯ್ತು. ಸುಂದರವಲ್ಲದ ರೂಪದ ಒಳಗೂ ಅತ್ಯಂತ ಸುಂದರಾದ ಹೃದಯಗಳಿರುವುವು ಎಂಬುದನ್ನು ಪಾರುವಿನ ಕಣ್ಣುಗಳು ನನಗೆ ತೋರಿಸಿಕೊಟ್ಟವು. ಮತ್ತೆ ಆ ಸುಂದರವಾದ ಹೃದಯ, ರೂಪಸೌಂದರ್ಯದಂತೆ ಬಹುಬೇಗನೆ ಮಾಸದೆ ಎಂದೆಂದೂ ಸುಂದರವಾಗಿಯೇ ಇರುವುದು ಎಂಬುದರ ಅರಿವನ್ನೂ ನನಗೆ ಮಾಡಿಕೊಟ್ಟವು ಪಾರುವಿನ ಆ ಕಣ್ಣುಗಳೇ.**

ಕೂತು ಬೇಸತ್ತಿದ್ದ ಕಿಟ್ಟಣ್ಣನ ಬೇಸರವೆಲ್ಲಿ ಹೋಯ್ತೋ? ಆ ಹಾಡು ಮುಗಿಯುವುದೇ ತಡ 'ಇನ್ನೊಂದು ಹೇಳಮ್ಮಾ' ಎಂದ. ನಾನು ತಿಳಿದುಕೊಂಡಿದ್ದೆ 'ನಂಗೆ ಬರೋದಿಲ್ಲ ಇನ್ನು, ಗಂಟಲು ಸರಿಯಾಗಿಲ್ಲ-ಈಗ ಸಾಕು' ಎಂದೆನಾದರೂ ಹೇಳುವಳೋ ಎಂದು. ಒಂದೂ ಇಲ್ಲ ಕಿಟ್ಟಣ್ಣ ಹೇಳೆಂದುದೇ ತಡ , ನನ್ನ ಮುಖ ನೋಡಿದಳು. 'ಹೇಳಲೇ?' ಎಂದು ಕೇಳುವಂತೆ. ನಾನು ಮಾತನಾಡಲಾರದೆ 'ಹೂಂ' ಎಂದು ತಲೆ ಅಲ್ಲಾಡಿಸಿದೆ. ಅವಳು ಪುನಃ ಹೇಳಿದಳು.

'ನನ್ಯಾಕೆ ಬಡವನಯ್ಯಾ.'

ಇದೂ ನಾವು ನೂರಾರು ಸಾರಿ ಕೇಳಿ ಬೇಸತ್ತ ಕೀರ್ತನೆಯೇ. ಆದರೂ ಪಾರುವಿನ ಕೊರಳಿನಿಂದ ಹೊರಡುವಾಗ ....!

ಅದು ಮುಗಿದ ಮೇಲೆ ಇನ್ನೂ ಹೇಳಿಸಬೇಕೆಂದು ಕಿಟ್ಟಣ್ಣನಿಗೆ ಆಸೆ. ನನಗೂ ಇರಲಿಲ್ಲವೆಂತಲ್ಲ, ಆದರೆ ನೋಡಿ, ಅವಳು ದರಿದ್ರ ಗುಮಾಸ್ತರ ಕುರೂಪಿ ಮಗಳು. ಕಿಟ್ಟಣ್ಣನ ಮಡದಿ - ಜಮೀನ್ದಾರರ ಏಕಮಾತ್ರ ಪುತ್ರಿ. ಹಾರ್ಮೋನಿಯಮ್‌ನೊಡನೆ ಹಾಡಿ ಕಿಟ್ಟಣ್ಣನಿಗೆ ತಾಂಬೂಲಾದಿಗಳನ್ನು ಕೊಡಬೇಕಾಗಿರುವಾಗ, ಅವಳಿಗೆ ಪ್ರಾಶಸ್ತ್ಯವನ್ನು ಕೊಟ್ಟು ಹಾಡಿಸುತ್ತಿರುವುದೇ?

ಅರಿಸಿನ ಕುಂಕುಮ ತಾಂಬೂಲಾದಿಗಳನ್ನು ಹಂಚುವ ಸಂಭ್ರಮಗಳು ತೀರುವಾಗ ಪಾರು ಹೊರಟುಹೋಗಿದ್ದಳು. ಮರುದಿನ ಬಂದಿದ್ದರೂ ನಮಗೆ ಜಮೀನ್ದಾರರ ಬಂಧು-ಮಿತ್ರಾದಿಗಳ ಮನೆಗೆ ಔತಣಾದಿಗಳಿಗೆ ಹೋಗುವ ಸಂಭ್ರಮದಲ್ಲಿ ಹಾಡಿಸಲು ಸಮಯವಿಲ್ಲ; ಕೆಲಸದ ಗಲಾಟೆಯಲ್ಲಿ ಅವಳಿಗೂ ಪುರುಸೊತ್ತಿಲ್ಲ. ಕಿಟ್ಟಣ್ಣನಂತೂ 'ಪಾರು

ಹತ್ತಿರ ಹಾಡಿಸಬೇಕು ಅವಳು ಬಂದರೆ ಇಲ್ಲಿಗೆ ಕರೆದುಕೊಂಡು ಬಾ' ಎಂದು ಅನೇಕ ಸಾರಿ ಹೇಳಿದ. ಆದರೆ ಹೇಳಿದೆನಲ್ಲ, ಗಡಿಬಿಡಿಯಲ್ಲಿ ಆಗಲೇ ಇಲ್ಲ. ಅಂತೂ ನಾವು ಹೊರಡುವ ತನಕವೂ ಪುನಃ ಅವಳಿಂದ ಹಾಡಿಸಲು ಏನೇನೋ ಕಾರಣಗಳಿಂದ ಆಗಲೇ ಇಲ್ಲ ; ಹಾಗೆಯೇ ಹೊರಟುಬಿಟ್ಟೆವು.

ನಮ್ಮನ್ನು ಕಳುಹಿಸಲು ಬಂದಿದ್ದವರೊಡನೆ ಅವಳೂ ಬಸ್ಸಿನ ತನಕ ಬಂದಿದ್ದಳು. ಬಸ್ಸು ಹತ್ತುವಾಗ 'ಹೋಗಿ ಬರ್ತೇನೆ ಪಾರು'; ನಿನ್ನ ಮದ್ವೆಗೆ ನಂಗೆ ಕಾಗ್ದ ಹಾಕ್ಸು' ಎಂದೆ. ಅಲ್ಲೇ ನಿಂತಿದ್ದ ಅವಳ ತಂದೆ 'ಹಾಕ್ದೆ ಇರ್ತೇವ್ಯೇ – ಆದರೆ ನೋಡ್ತಾಯಿ- ಲಗ್ನಕ್ಕೂ ದಿನ ಬರ್ಬೇಕಲ್ಲಾ 'ಎಂದು ನಿಟ್ಟುಸಿರುಬಿಟ್ಟರು.

* * *

ಎರಡು ವರ್ಷಗಳ ತರುವಾಯ ಕಿಟ್ಟಣ್ಣನ ಹೆಂಡತಿ – ಅತ್ತಿಗೆ, ತೌರೂರಿಗೆ ಹೋಗಿದ್ದಾಗ ಪಾರುವಿನ ಮದುವೆಯಾಯಿತಂತೆ. ನನಗೂ ಕಾಗದ ಬಂದಿತ್ತು. ಏನೇನೋ ಸಂದರ್ಭಗಳಿಂದ ಹೋಗಲಾಗಲಿಲ್ಲ. ಅತ್ತಿಗೆ ಹಿಂತಿರುಗಿ ಬಂದ ಮೇಲೆ ಅವಳಿಂದ ಪಾರುವಿನ ಸುದ್ದಿ ಎಲ್ಲಾ ಕೇಳಿ ತಿಳಿದುಕೊಂಡೆ. ಅತ್ತಿಗೆಯ ಹೇಳಿಕೆ : ದರಿದ್ರ ಗುಮಾಸ್ತರ ಕುರೂಪಿ ಮಗಳಿಗೆ ಅವಳ ಯೋಗ್ಯತೆಯನ್ನು ಮೀರಿದ ವರನೇ ದೊರೆತನೆಂದು. ಆದರೆ ಅಷ್ಟರಿಂದ ನನಗೆ ತೃಪ್ತಿಯಿಲ್ಲ. ಬಿಡಿಸಿ ಕೇಳಿದೆ. ಅವಳು ಹೇಳಿದ ಮಾತುಗಳಿವು 'ಹೌದು, ಅವಳಿಗೆ ಮದುವೆಯಾಯಿತು. ಆ ಕುರೂಪಿಗೆ ಯೋಗ್ಯನಾದ ವರನೆಲ್ಲಿ ದೊರೆಯಬೇಕು ಹೇಳು- ಅದೂ ವರದಕ್ಷಿಣೆ ಒಂದು ಕಾಸೂ ಇಲ್ಲದೆ. ಅದೇನೋ ಅವಳ ಪೂರ್ವ ಜನ್ಮದ ಸುಕೃತ. ಅದೇ ಸ್ವಲ್ಪ ಕ್ಷಯದವನಾದರೂ ಊಟ ಬಟ್ಟೆಗಳಿಗೆ ಕೊರತೆ ಇಲ್ಲದಷ್ಟು ಇರುವಾತ. ಎರಡು ಖರ್ಚನ್ನೂ ವಹಿಸಿಕೊಂಡು ಅವಳನ್ನು ಮದುವೆಯಾದ. ಗಂಡನ ಮನೆಯಲ್ಲಿ ಅತ್ತೆ ಮಾವ ಯಾರೂ ಇಲ್ಲ. ಗಂಡನನ್ನು ಸ್ವಲ್ಪ ಆರೈಕೆ ಮಾಡಿಕೊಂಡಿದ್ದರೆ ಸರಿ- ಉಂಡುಟ್ಟು ಸುಖವಾಗಿರಲು ಯಾವ ತೊಂದರೆಯೂ ಇಲ್ಲ. ನಿಜವಾಗಿಯೂ ಪಾರು ಭಾಗ್ಯಶಾಲಿನಿ....'

ಜಮೀನುದಾರರ ಏಕಮಾತ್ರ ಪುತ್ರಿ. ಒಳ್ಳೆ ಸಂಪಾದನೆ ಇರುವ ಡಾಕ್ಟರ್ ಕೃಷ್ಣಸ್ವಾಮಿಯ ಹೆಂಡತಿ. ತನ್ನಪ್ಪನ ದರಿದ್ರ ಗುಮಾಸ್ತರ ಮಗಳು ಪಾರುವನ್ನು ವರದಕ್ಷಿಣೆ ಖರ್ಚು-ವೆಚ್ಚ ಒಂದೂ ಇಲ್ಲದೆ, ಕ್ಷಯರೋಗಿಯಾದರೇನು ? ಉಂಡುಡಲು ಬೇಕಾದಷ್ಟಿರುವಾತ ಮದುವೆಯಾದುದನ್ನು ನೋಡಿ ಅದು ಅವಳ ಭಾಗ್ಯ ಎಂದು ತಿಳಿದುಕೊಂಡರೆ ತಪ್ಪೇನು ಹೇಳಿ ?

ಹೌದು. ಅದು ಅವಳ ಭಾಗ್ಯ !

[ಫೆಬ್ರವರಿ ೧೯೩೬]

ಕೌಸಲ್ಯಾನಂದನ

ಮನೆಯಿಂದ ಅಣ್ಣ ಕಾಗದ ಬರೆದಿದ್ದರು ; 'ಇಲ್ಲೆಲ್ಲ ಸಿಡುಬಿನ ಗಲಾಟೆ ಬಹಳ ಜೋರಾಗಿದೆ. ಈ ರಜೆಯಲ್ಲಿ ಮನೆಗೆ ಬರಬೇಡ; ಅಲ್ಲೇ ಇರು. ಕ್ರಿಸ್‌ಮಸ್ ರಜಾಸಿಕ್ಕಿದಾಗ ಬಂದು ಕರೆದುಕೊಂಡು ಬರುತ್ತೇನೆ.'

ಬಹಳ ದಿನಗಳಿಂದ ಬಯಸಿ ಹಂಬಲಿಸಿದ ರಜೆಗೆ ಒಂದೇ ವಾರ ಬಾಕಿ ಇತ್ತು. ಹುಡುಗಿಯರೆಲ್ಲಾ ಊರಿಗೆ ಹೊರಡುವ ಸನ್ನಾಹ ಮಾಡುತ್ತಿದ್ದರು. ನಾನಂತೂ ಎಲ್ಲರಿಗಿಂತ ಮೊದಲೇ ಪುಸ್ತಕಗಳನ್ನೂ ಬಟ್ಟೆಗಳನ್ನೂ ಕಟ್ಟಿ ಮುಗಿಸಿದ್ದೆ. ರಜಾ ದಿನಗಳನ್ನು ಹೇಗೆ

ಕಳೆಯಬೇಕು ? ಏನೇನು ಮಾಡಬೇಕು ಎಂದ ಯೋಚಿಸಿ ಸಂತೋಷಪಡುತ್ತಿದ್ದಾಗ ಈ ಕಾಗದ ! ಅಮ್ಮ, ಅಣ್ಣ ಚಿಕ್ಕ ಮೋಹನ ಎಲ್ಲರನ್ನೂ ನೋಡಬೇಕೆಂದಿದ್ದ ಆಸೆ ನಿರಾಶೆ ಓದಿ ಬಹಳ ಬೇಸರವಾಯ್ತು. ರೂಮಿನಲ್ಲಿ ಯಾರೂ ಇಲ್ಲದುದರಿಂದ ಕಣ್ಣೀರಿಗೂ ತಡೆಯುಂಟಾಗಲಿಲ್ಲ. ಹಾಗೆಯೇ ಮಂಚದ ಮೇಲೆ ಬಿದ್ದುಕೊಂಡು, ಹುಡುಗಿಯರೆಲ್ಲ ಹೋದ ಮೇಲೆ 'ಹೇಗಪ್ಪಾ ದಿನಗಳನ್ನು ಕಳೆಯಲಿ' ಎಂದು ಚಿಂತಿಸತೊಡಗಿದೆ. ಅಷ್ಟರಲ್ಲಿ ಲಿನ್ನಿ ಬಂದಳು. ಅವಳ ಹೆಸರು ವಸಂತಿ. ಆದರೆ, ಮೊದಲವಳು ಶಾಲೆಗೆ ಬಂದು ಸೇರಿದಾಗ ವಿನೋದ, ತೆಳ್ಳಗಿದ್ದ ಅವಳನ್ನು ನೋಡಿ 'ಲೀನಿ' ಎಂದು ತಮಾಷೆ ಮಾಡಿದ್ದಳು. ವಸಂತಿ ಎಂದರೆ ಯಾವ ವಸಂತಿ?' ಎಂದು ಎಲ್ಲರೂ ಕೇಳುತ್ತಿದ್ದರು. ಕೊನೆ ಕೊನೆಗೆ ಉಪಾಧ್ಯಾಯರಿಗೂ ಅದೇ ಪಾಠವಾಗಿ ವಸಂತಿ ಎಂಬ ಹೆಸರೇ ಮರೆತುಹೋಗಿತ್ತು.

ಲಿನ್ನಿ ಬಲು ಚರುಕು ಹುಡುಗಿ ; ಎಲ್ಲರೂ ಅವಳಿಗೆ ಸ್ನೇಹಿತರು. ಮನಸ್ಸು ಮಾಡಿದ್ದರವಳು ಕ್ಲಾಸಿನಲ್ಲಿ ಮೊದಲನೆಯದವಳಾಗಬಹುದಿತ್ತು. ನಮಗಾರಿಗೂ ತಿಳಿಯದಿದ್ದ ಲೆಕ್ಕವನ್ನವಳು ಬಲು ಸುಲಭದಲ್ಲಿ ಮಾಡಿಬಿಡುತ್ತಿದ್ದಳು. ಆದರೆ, ಅವಳಿಗೆ ಪಾಠಕ್ಕಿಂತ ಆಟದಲ್ಲಿ, ತಂಟೆಯಲ್ಲಿ ಮನಸ್ಸು ಹೆಚ್ಚು. ಮಾಡಬೇಡವೆಂದುದನ್ನು ಮಾಡುವುದಕ್ಕೆ ಬಯಕೆ ಬಹಳ. ನಮ್ಮ ಶಾಲೆಯ ಕಂಪೌಂಡಿನಲ್ಲಿದ್ದ ದೊಡ್ಡ ದೊಡ್ಡ ಮರಗಳ ಮೇಲೆಲ್ಲಾ ಹತ್ತಿ ಅದಕ್ಕಾಗಿ ಎಷ್ಟೋ ಸಾರಿ ಶಿಕ್ಷೆಯನ್ನನುಭವಿಸಿದ್ದಳು. ನಮ್ಮ ಶಾಲೆಯಲ್ಲಿ ಅವಳನ್ನು ಟೆನ್ನಿಸ್ ಆಟದಲ್ಲೂ ಈಜುವುದರಲ್ಲೂ ಮೀರಿಸುವವರಿರಲಿಲ್ಲ. ನೋಡುವದಕ್ಕೆ ಸುಂದರಿಯಲ್ಲದಿದ್ದರೂ ಅವಳ ಸ್ವರ ಬಹಳ ಇಂಪು. ಪ್ರಾರ್ಥನೆಯ ಸಮಯದಲ್ಲಿ ಅವಳು ಹಾಡುವುದನ್ನು ಕೇಳುವಾಗ ಪ್ರಪಂಚವೇ ಮರೆತು ಹೋಗುತ್ತಿತ್ತು. ಸಂಗೀತದ ಸಮಯ (ಪೀರಿಯಡ್) ದಲ್ಲಂತೂ ಅವಳು ಹಾಡುವುದನ್ನು ಕೇಳುವುದಕ್ಕಾಗಿ ಜ್ವರ ಬಂದ ಹುಡುಗಿಯರು ಸಹ ಹಾಜರಾಗುತ್ತಿದ್ದರು. ಅಷ್ಟು ಇಂಪು ಅವಳ ಸ್ವರ. ಲಿನ್ನಿ ಯಾವಾಗಲೂ ನಗುತ್ತಲೇ ಇರುವಳು. ಅವಳಿಗೆ ಸಿಟ್ಟು ಬಂದುದನ್ನಾಗಲಿ ಅವಳತ್ತುದನ್ನಾಗಲಿ ನಾವಾರೂ ನೋಡಿರಲಿಲ್ಲ. ಯಾವಾಗಲೂ ಏನಾದರೂ ತಂಟೆಯನ್ನು ಮಾಡುತ್ತಿರುವುದು ಅವಳ ಸ್ವಭಾವ. ಒಂದೇ ಒಂದು ನಿಮಿಷವಾದರೂ ಅವಳು ಸುಮ್ಮನೆ ಕೂರುವುದು ಅಪರೂಪ.

ಅವಳು ನನ್ನ ರೂಮ್‌ಮೇಟ್. ಒಳಗೆ ಬಂದು ನಾನು ಮಲಗಿದುದನ್ನು ನೋಡಿ 'ಏನು ಸೀತಾ, ಸೊಂಟ ಮುರಿದುಹೋಗಿದೆಯೆ ? ಬಿದ್ದುಕೊಂಡಿರುವುದೇಕೆ? ' ಎಂದು ಕೇಳಿದಳು. ಅವಳ ಮಾತು ಕೇಳಿ ನಗು ಬಂತು. ಕಣ್ಣುಗಳನ್ನೊರಸಿಕೊಂಡು ಎದ್ದುಕೂತೆ. ಅವಳೂ ಬಂದು ನನ್ನ ಹತ್ತಿರ ಕೂತು 'ಊರಿಂದ ಕಾಗದ ಬಂತೆ?' ಎಂದು ಕೇಳಿದಳು. ಮೇಜಿನ ಮೇಲಿದ್ದ ಅಣ್ಣನ ಕಾಗದವನ್ನು ತೆಗೆದು ಅವಳಿಗೆ ಕೊಟ್ಟೆ. ಓದಿ ನೋಡಿ 'ನಮ್ಮನೆಗೆ ಬಂದುಬಿಡು ಸೀತಾ. ಇನ್ನೊಂದು ಸಾರಿ ಬರುತ್ತೇನೆ, ಮತ್ತೊಂದು ಸಾರಿ ಬರುತ್ತೇನೆ ಎಂದು ಸುಳ್ಳು ನೆವನಗಳನ್ನು ಹೇಳುತ್ತಿದ್ದೆ. ಈ ರಜೆಯಲ್ಲಿ ಹೇಗಿದ್ದರೂ

ಊರಿಗೆ ಹೋಗುವಂತಿಲ್ಲ, ಬಂದುಬಿಡು. ಇಲ್ಲವೆಂದರೆ ನಿನ್ನೊಡನಿನ್ನು ಮಾತಾಡುವುದಿಲ್ಲ' ಎಂದಳು. ಎಲ್ಲರೂ ಹೋದ ಮೇಲೆ ನಾನೊಬ್ಬಳೇ ಇರಬೇಕಲ್ಲಾ ಎಂದು ಬಹಳ ಬೇಸರವಾಗಿತ್ತು. ಲಿನ್ನಿಯೂ ಬಹಳ ದಿನಗಳಿಂದ ತನ್ನ ಮನೆಗೆ ಬರಬೇಕೆಂದು ಕರೆಯುತ್ತಿದ್ದಳು. ಒಬ್ಬಳೇ ಇರುವುದಕ್ಕಿಂತ ಲಿನ್ನಿಯೊಡನೆ ಹೋಗುವುದೆ ಲೇಸೆಂದು 'ಆಗಲಿ' ಎಂದೆ. ಅವಳಿಗೆ ಬಹಳ ಸಂತೋಷವಾಯಿತು. ಎಲ್ಲ ಹುಡುಗಿಯರೂ ಅವಳಿಗೆ ಸ್ನೇಹಿತರಾಗಿದ್ದರೂ ನಾನೆಂದರೆ ಅವಳಿಗೆ ಹೆಚ್ಚಿನ ಪ್ರೀತಿ. ನನಗಿಂತಲೂ ಅವಳು ಒಂದು ವರ್ಷ ಹಿರಿಯಳು. ದೊಡ್ಡ ಹುಡುಗಿಯರು ನನ್ನನ್ನು ಕೀಟಲೆ ಮಾಡುವಾಗ ನನ್ನ ಸಹಾಯಕ್ಕೆ ಯಾವಾಗಲೂ ಲಿನ್ನಿ ಬರುತ್ತಿದ್ದಳು. ಲಿನ್ನಿ ನನ್ನ ಪಕ್ಷವೆಂದು ತಿಳಿದ ಕೂಡಲೇ ಬೇರೆಯವರು ನನ್ನ ತಂಟೆಗೆ ಬರುವುದು ಕಮ್ಮಿಯಾಗಿತ್ತು. ಮೊದಲು ಮನೆಯವರನ್ನು ಬಿಟ್ಟು ಬಂದಾಗ ಉಂಟಾದ ಬೇಸರವು ಲಿನ್ನಿಯ ಸಹವಾಸದಿಂದ ಬಹಳ ಮಟ್ಟಿಗೆ ಇಲ್ಲದಾಗಿತ್ತು. ದಿನಗಳು ಕಳೆದಂತೆ ನನಗವಳು ಒಡಹುಟ್ಟಿದ ಅಕ್ಕನಿಗಿಂತಲೂ ಆತ್ಮೀಯಳಾಗಿಬಿಟ್ಟಳು. ಏನಾದರೂ ನಾನವಳಿಗೆ ಹೇಳದಿರುತ್ತಿರಲಿಲ್ಲ. ಕಳೆದ ರಜೆಯಲ್ಲಿ ನಮ್ಮ ಮನೆಗೆ ಬಂದು ಅಮ್ಮನ ಒಲುಮೆಯನ್ನು ಅಣ್ಣನ ಆದರವನ್ನೂ ಮೋಹನನ ಪ್ರೀತಿಯನ್ನೂ ಅಪಹರಿಸಿಬಿಟ್ಟಿದ್ದಳು. ಯಾರಾದರೂ ಸರಿ, ಲಿನ್ನಿಯನ್ನು ಪ್ರೀತಿಸದಿರುವುದಕ್ಕಾಗುತ್ತಿರಲಿಲ್ಲ. ಎಲ್ಲರನ್ನೂ ಒಲಿಸಿಕೊಳ್ಳುವಂಥ ಸುಂದರ ಗುಣಗಳು ನನ್ನ ಲಿನ್ನಿಯಲ್ಲಿದ್ದವು. ಆದುದರಿಂದಲೇ ಲಿನ್ನಿ, ಪಾಠ ಕಲಿಯದೇ ತಮಾಷೆಯಲ್ಲೇ ಕಾಲ ಕಳೆದಾಗ ಶಿಕ್ಷೆಯನ್ನು ವಿಧಿಸಬೇಕೆಂದಿದ್ದ ಉಪಾಧ್ಯಾಯನಿ (ಮದರ್) ಅವಳ ಮುಖ ನೋಡಿ ಶಿಕ್ಷೆಮಾಡಲು ಮನವೊಪ್ಪದೇ ಎಷ್ಟೋ ಸಾರಿ ಅವಳನ್ನು ಕ್ಷಮಿಸಿಬಿಟ್ಟಿದ್ದರು.

* * *

ಲಿನ್ನಿ ಊರಿಗೆ ಬರುತ್ತೇನೆಂದು ಬರೆದುದಕ್ಕಿಂತಲೂ ಒಂದು ದಿನ ಮುಂದಾಗಿ ನಾವು ಹೊರಟೆವು. ನಾವು ಆ ದಿನ ಬರುವುದು ಅವರ ಮನೆಯವರಿಗೆ ತಿಳಿದಿರಲಿಲ್ಲ ವಾದ್ದರಿಂದ ಸ್ಟೇಶನ್‌ದಲ್ಲಿ ನಾವು ರೈಲಿನಿಂದಿಳಿಯುವಾಗ ನಮ್ಮನ್ನು ಕರೆದುಕೊಂಡು ಹೋಗುವುದಕ್ಕೆ ಯಾರೂ ಬಂದಿರಲಿಲ್ಲ. ಸ್ಟೇಶನ್‌ನಿಂದ ಲಿನ್ನಿಯ ಮನೆಗೆ ಮೂರು ಮೈಲಿ ದೂರ. ಕಾನ್ವೆಂಟಿನಲ್ಲಿ ಜೈಲಿನಲ್ಲಿದ್ದವರಂತೆ ಇದ್ದವರಿಗೆ ಅನಾಯಾಸವಾಗಿ ಮೂರು ಮೈಲಿ ನಡೆಯುವುದಕ್ಕೆ ಅದೊಂದು ಸೌಭಾಗ್ಯದಂತೆ. ಲಿನ್ನಿಯ ಪರಿಚಯದವರು ಸ್ಟೇಶನ್ ಮಾಸ್ಟರ್. ಅವರು ಕಾರು ಮಾಡಿಕೊಡುತ್ತೇನೆಂದರೂ ಬೇಡವೆಂದು ಹಾಸಿಗೆ ಪೆಟ್ಟಿಗೆಗಳನ್ನವರ ಸ್ವಾಧೀನಕ್ಕೆ ಕೊಟ್ಟು ಹೊರಟೆವು. ಕಾಡುಗಳ ನಡುವಿನಿಂದ, ತೋಟಗಳ ಮಧ್ಯದಿಂದ, ತೋಡುಗಳನ್ನು ದಾಟಿಕೊಂಡು ಓಡುತ್ತಾ ಕೂರುತ್ತಾ, ಕಂಡ ಕಂಡ ಕಾಡು ಹೂಗಳನ್ನು ಕೀಳುತ್ತಾ, ಹೇಗೆ ದಾರಿ ಮುಗಿಯಿತೆಂಬುದೇ ತಿಳಿಯದಷ್ಟು ಬೇಗ ಲಿನ್ನಿಯ ಮನೆಯ ಹತ್ತಿರ ತಲುಪಿದೆವು. ಆಗ ಬೆಳಗಿನ ಒಂಬತ್ತು ಗಂಟೆಯಾಗಿತ್ತು. ಬಿಸಿಲಿನ್ನೂ

ಹೆಚ್ಚಾಗಿರಲಿಲ್ಲ. ಅವಳ ಮನೆ ಎತ್ತರವಾದ ಒಂದು ಗುಡ್ಡದ ಮೇಲಿತ್ತು. ಮನೆಗೆ ಹೋಗಬೇಕಾದರೆ ಮರಗಳ ಗುಂಪೊಂದನ್ನು ದಾಟಿ ಹೂವಿನ ತೋಟದ ನಡುವಿನಿಂದ ಹೋಗಬೇಕಾಗಿತ್ತು. ಮರಗಳ ಹತ್ತಿರ ಬಂದಿದ್ದೆವು. ಒಂದು ಮರದಡಿಯಲ್ಲಿ ಬಿದ್ದಿದ್ದ ಮರದ ಕುಂಟೆಯೊಂದರ ಮೇಲೆ ಯಾರೊ ಒಬ್ಬನು ಕೂತು Fitzgerald ನ 'ಉಮರ್ ಖಯ್ಯಾಮ್' ಗಟ್ಟಿಯಾಗಿ ಓದುತ್ತಿದ್ದನು. ರಸ್ತೆಯ ಕಡೆ ಬೆನ್ನುಮಾಡಿ ಕೂತಿದ್ದುದರಿಂದ

ಅವನ ಮುಖ ನಮಗೆ ಕಾಣಿಸುತ್ತಿರಲಿಲ್ಲ. ಅವನನ್ನು ನೋಡಿ ಲಿನ್ನಿ ಶಬ್ದ ಮಾಡದಂತೆ ನನಗೆ ಸಂಜ್ಞೆಮಾಡಿ, ಮೆಲ್ಲಮೆಲ್ಲನೆ ಹಿಂದಿನಿಂದ ಹೋಗಿ ಅವನ ಕಣ್ಣುಗಳನ್ನು ಮುಚ್ಚಿದಳು. ಕೂತಿದ್ದಾತನು ಒಮ್ಮೆ ಫಕ್ಕನೆ ಬೆಚ್ಚಿಬಿದ್ದು ಕಣ್ಣುಗಳನ್ನು ಮುಚ್ಚಿದ್ದ ಲಿನ್ನಿಯ ಕೈಗಳನ್ನು ಹಿಡಿದು ನೋಡಿ, ಬಹು ಮೆಲ್ಲನೆ 'ವಸಂತ' ಎಂದನು. ನಗುತ್ತಾ ಲಿನ್ನಿ ಅವನ ಕಣ್ಣು ಬಿಟ್ಟು 'ನಾನೆಂದು ಹೇಗೆ ತಿಳಿಯಿತು ರಾಮು?' ಎಂದಳು.

'ಪಾಪ, ನಿನ್ನ ಕೈಗಳ ಪರಿಚಯವೇ ನನಗೆ ಇಲ್ಲ– ಅಲ್ಲವೇ?' ಎಂದವನು ನಕ್ಕು 'ಇದೇನು ವಸಂತ, ನಾಳೆ ಬರುವದೆಂದು ಸುಳ್ಳೇಕೆ ಬರೆದೆ?' ಎಂದು ಕೇಳಿದ.

'ನೋಡಿದೊಡನೆಯೇ ಸುರುಮಾಡಿದೆಯಲ್ಲ ಸುಳ್ಳು ಹೇಳುವವಳು ಎಂದು ಜಗಳಕ್ಕೆ. ನಾವು ಊಹಿಸಿದುದಕ್ಕಿಂತಲೂ ಒಂದು ದಿನ ಮುಂದಾಗಿ ರಜೆ ಸಿಕ್ಕಿತು. ಇನ್ನೊಂದು ದಿನ ತಡೆದಿದ್ದರೆ ನಿನ್ನನ್ನು ಈಗ ನೋಡಲಾಗುತ್ತಿತ್ತೆ?....'

ಲಿನ್ನಿ ಮಾತಿನ ಸಂಭ್ರಮದಲ್ಲಿ ನನ್ನನ್ನು ಮರೆತಿದ್ದಳು. ಅವರಿಬ್ಬರು ಮಾತನಾಡುವಾಗ ಮಧ್ಯೆ ಹೋಗುವುದು ನನಗೂ ಸರಿಯಾಗಿ ತೋರಲಿಲ್ಲ; ಅವರ ಕಡೆ ಬೆನ್ನು ಹಾಕಿ ನಿಂತು ಬಹುದೂರದವರೆಗೂ ಮರಗಳ ಸಂದಿನೊಳಗಿಂದ ಹರಿದುಹೋಗುತ್ತಿದ್ದಂತೆ ಕಾಣಿಸುತ್ತಿದ್ದ ರಸ್ತೆಯನ್ನು ನೋಡತೊಡಗಿದೆ. ಕಣ್ಣುಗಳು ರಸ್ತೆಯನ್ನು ನೋಡುತ್ತಿದ್ದರೂ ಮನಸ್ಸು ಕೇಳುತ್ತಿತ್ತು ; ' ಈ ರಾಮು ಯಾರು! ಲಿನ್ನಿ ನನಗಿವನ ಸುದ್ದಿಯನ್ನು ಇಂದಿನ ವರೆಗೂ ಹೇಳಲಿಲ್ಲವೇಕೆ?' ಎಂದು ಮುಂತಾಗಿ ಎಷ್ಟು ಹೊತ್ತು ಹಾಗೆ ನಿಂತಿದ್ದೆನೋ ತಿಳಿಯದು. ನಾಯಿಯೊಂದು ಬೊಗಳುತ್ತಾ ನನ್ನ ಕಡೆ ಓಡಿಬರುವುದನ್ನು ನೋಡಿ ಭಯದಿಂದ 'ಲಿನ್ನೀ' ಎಂದು ಕಿರುಚಿಕೊಂಡೆ. ಲಿನ್ನಿ ಒಬ್ಬಳೇ ಎಂದಿದ್ದ ರಾಮು ನನ್ನ ಕೂಗು ಕೇಳಿ ತಿರುಗಿ ನೋಡಿದ. ಮಾತಿನಲ್ಲಿ ಮುಳುಗಿದ್ದ ಲಿನ್ನಿಗೂ ನಾನು ಇದ್ದೇನೆಂಬ ಸ್ಮೃತಿಯುಂಟಾಯಿತು. 'ಟೆಡ್ಡಿ ಟೆಡ್ಡಿ' ಎಂದು ನಾಯಿಯನ್ನು ಹತ್ತಿರ ಕರೆದು ತಲೆ ಸವರುತ್ತಾ 'ರಾಮು, ನನ್ನ ಸ್ನೇಹಿತೆ ಸೀತೆ ಇವಳು' ಎಂದು ನನ್ನ ಕಡೆ ತಿರುಗಿ 'ಸೀತಾ, ರಾಮು ನಿನ್ನಂತೆಯೇ 'ಉಮರ್ ಖಯಾಮ್' ಮತ್ತು 'ಕೌಸಲ್ಯಾನಂದನ'ನ ಕತೆಗಳನ್ನೋದುವ ಹುಚ್ಚರಲ್ಲೊಬ್ಬ' ಎಂದಳು. 'ಕೌಸಲ್ಯಾನಂದನ'ನ ಕತೆಗಳೂ 'ಉಮರ್ ಖಯಾಮ್'ನ ಪದ್ಯಗಳೂ ನನ್ನ ಮೆಚ್ಚಿಕೆಯವು. ರಾಮುವೂ ಅವನ್ನು ಮೆಚ್ಚಿದವನೆಂದು ತಿಳಿದು 'ನನಗೂ ಅವುಗಳೆಂದರ ಬಹಳ ಪ್ರೀತಿ' ಎಂದೆ. ಆತ ಮುಗುಳ್ನಗೆ ನಕ್ಕು – 'ವಸಂತಿಗೆ ಅವುಗಳ ಮೇಲಿನ ನನ್ನ ಪ್ರೀತಿ ಹುಚ್ಚೆಂದು ಚೇಷ್ಟೆಮಾಡುವ ಸಾಧನ. ಎಡೆ ಸಿಕ್ಕಿದಾಗಲೆಲ್ಲಾ ನನ್ನನ್ನು ಹುಚ್ಚನೆಂದೆನ್ನುವ ಸುಸಂದರ್ಭವನ್ನು ಅವಳು ಎಂದೂ ಕಳೆದುಕೊಳ್ಳುವುದಿಲ್ಲ' ಎಂದ.

'ನೀವಿಬ್ಬರು ಹುಚ್ಚರೂ ಮಾತಿಗಾರಂಭಿಸಿದರೆ ಕತ್ತಲಾದರೂ ಮುಗಿಯುವಂತಿಲ್ಲ. ಒಳಗೆ ಹೋಗೋಣ' ಎಂದು ಲಿನ್ನಿ ಹೊರಟಳು. ರಾಮುವೂ ಬಲು ಮೆತ್ತಗೆ ಹತ್ತಿರದಲ್ಲಿದ್ದ

ದೊಣ್ಣೆಯೊಂದರ ಸಹಾಯದಿಂದ ಎದ್ದು ನಿಂತ. ನನ್ನ ಆಶ್ಚರ್ಯದ ಮೇರೆ ಮೀರಿತು. ಅವನ ಒಂದು ಕಾಲು ಕುಂಟ !

* * *

ರಾಮು ಲಿನ್ನಿಯ ಸೋದರತ್ತೆಯ ಮಗ. ಚಿಕ್ಕಂದಿನಲ್ಲಿಯೇ ತಂದೆ -ತಾಯಿಯರನ್ನು ಕಳೆದುಕೊಂಡಿದ್ದ ಅವನನ್ನು ಲಿನ್ನಿಯ ತಾಯಿ-ತಂದೆಯರೇ ಸಾಕಿದ್ದರು. ಅದಕ್ಕೇ ಅವರಿಬ್ಬರೊಳಗೆ ಅಷ್ಟೊಂದು ಸಲಿಗೆ. ಸಣ್ಣಪ್ರಾಯದಿಂದಲೇ ರಾಮುವಿಗೆ ವಸಂತನನ್ನು ಕೊಡುವುದು ನಿಶ್ಚಯವಾದ ವಿಷಯ. ಆದರೆ ರಾಮು ಐ.ಸಿ.ಎಸ್. ಪರೀಕ್ಷೆಗೆ ಹೋಗಿದ್ದಾಗ ಕುದುರೆಯಿಂದ ಬಿದ್ದು, ಒಂದು ಕಾಲು ಕುಂಟಾದಂದಿನಿಂದ, ಅವಳ ತಂದೆತಾಯಿಯವರು ಮಗಳನ್ನವನಿಗೆ ಕೊಡಲು ಹಿಂಜರಿಯುತ್ತಿದ್ದರು. ಲಿನ್ನಿ ಮಾತ್ರ 'ರಾಮುವನ್ನು ಮದುವೆಯಾಗದಿದ್ದರೆ ಮದುವೆಯೇ ಬೇಡ' ಎಂದು ದೃಢವಾಗಿಯೇ ಹೇಳಿದ್ದಳು. ಆದರೂ ಅವಳ ತಂದೆತಾಯಿಯರು ಕುಂಟನಿಗೆ ಮಗಳನ್ನು ಕೊಡಲು ಹಿಂದೆಮುಂದೆ ನೋಡುತ್ತಿದ್ದರು. ಆದ್ದರಿಂದಲೇ ಎರಡು ವರುಷಗಳ ಮೊದಲೇ ಆಗಬೇಕಾಗಿದ್ದ ಲಿನ್ನಿಯ ಮದುವೆ ಇನ್ನೂ ಆಗಿರಲಿಲ್ಲ. ರಾಮು ಕುಂಟನಾದಂದಿನಿಂದ ಅವಳನ್ನು ಮದುವೆಯಾಗಲು ಸಂಕೋಚಪಡುತ್ತಿದ್ದ. ಕುಂಟನಾದ ತನ್ನನ್ನು ಲಿನ್ನಿ ಕರುಣೆಗಾಗಿ ಮದುವೆಯಾಗ ಬಯಸುವಳೆಂಬ ನಂಬಿಕೆಯಿಂದ ಅವನಿಗೊಂದು ಹುಚ್ಚು - ತಾನು ಜೀವಿಸಲೇ ಯೋಗ್ಯನಲ್ಲವೆಂದು. ಲಿನ್ನಿಯನ್ನವನು ಪ್ರೀತಿಸುತ್ತಿದ್ದರೂ ತನ್ನ ವ್ಯವಹಾರಗಳಿಂದ ಎಂದೂ ಆ ಪ್ರೀತಿಯನ್ನು ತೋರಗೊಡುತ್ತಿರಲಿಲ್ಲ. ಅವಳು ಅವನೊಡನೆ ಕೂತು ಮಾತಿಗಾರಂಭಿಸಿದರೆ ಅವಳಿಗೆ ನೋವಾಗುವಂತಹ ಮಾತುಗಳನ್ನಾಡಿ ನೋಯಿಸುತ್ತಿದ್ದ- ಹಾಗಾದರೂ ಲಿನ್ನಿ ತನ್ನನ್ನು ಪ್ರೀತಿಸದಿರಲೆಂದು. ಪಾಪ, ಲಿನ್ನಿ ಅವನ ಕಠೋರ ವ್ಯವಹಾರದಿಂದ ಬಹಳ ದುಃಖಿತಳಾಗುತ್ತಿದ್ದಳು. **ಯಾವಾಗಲೂ ನಗು ತುಂಬಿ ತುಳುಕುತ್ತಿದ್ದ ಅವಳ ಕಣ್ಣುಗಳು ಕಣ್ಣೀರು ತುಂಬಿರುವುದನ್ನು ನೋಡಿದಾಗ 'ತುಂಟಾಟಿಕೆಯ ಲಿನ್ನಿಯ ಹೃದಯಾಂತರಾಳದಲ್ಲಿ ಇಷ್ಟೊಂದು ಪ್ರೇಮ, ಇಷ್ಟೊಂದು ಗಂಭೀರತೆ ಅಡಗಿರಲು ಸ್ಥಳವೆಲ್ಲಿ?'** ಎಂದೆನ್ನಿಸುತ್ತಿತ್ತು ನನಗೆ. ನಗುವಿನ ಜೀವನದಲ್ಲಿ ತೇಲುತ್ತಿದ್ದ ಲಿನ್ನಿಯ ಮುಖವನ್ನು ವಿಷಾದ ಆವರಿಸಿದಾಗಲೆಲ್ಲ ರಾಮುವಿನ ಮೇಲೆ ಬಹಳ ಕೋಪ ಬರುತ್ತಿತ್ತು. 'ಹಾಗೇಕೆ ಮಾಡುತ್ತಿರುವೆ' ಎಂದವನನ್ನು ಕೇಳಲೇ ಎಂದು ಎಷ್ಟೋ ಸಾರೆ ಯೋಚಿಸಿದೆ. ಆದರೆ, ಈ ರೀತಿ ನಾನು ಕೇಳಿದುದು ಲಿನ್ನಿಗೆ ತಿಳಿದರೆ... ಪರಿಣಾಮವನ್ನು ನೆನಸಿ ಸುಮ್ಮನಾಗುತ್ತಿದ್ದೆ.

ಅರ್ಧೋದಯದ ದಿನ ಬಂತು. ಮುಂಚಿನ ದಿನವೇ ನಿಶ್ಚಯವಾದಂತೆ ಎಲ್ಲರೂ ಹೊಳೆಗೆ ಸ್ನಾನಕ್ಕೆ ಹೊರಟೆವು. ಹೊಳೆಯು ದೂರವಾದುದರಿಂದ ನಡೆದು ಹೋದರೆ ಸ್ನಾನ ತೀರಿಸಿ ಮನೆಗೆ ಹಿಂತಿರುಗುವುದು ತಡವಾಗುವುದೆಂದು ಕಾರಿನಲ್ಲೇ ಹೋಗಿ

ಬರುವುದೆಂದು ನಿಶ್ಚಯವಾಗಿದ್ದುದರಿಂದ ರಾಮುವೂ ಬರಬಹುದಾಗಿತ್ತು. ಲಿನ್ನಿ, ಅವಳ ತಾಯಿ-ತಂದೆ, ನಾನು ಎಲ್ಲರೂ ಅವನನ್ನು ಕರೆದುಕೊಂಡು ಹೋಗಬೇಕೆಂದು ಬಹಳ ಪ್ರಯತ್ನಿಸಿದೆವು. ಆತ ಬರಲು ಒಪ್ಪಲಿಲ್ಲ. ಅದನ್ನು ಕಂಡ ಲಿನ್ನಿ ಸಹ ಮನಸ್ಸು ಬದಲಿಸಿದಳು; 'ನಾನು ಬರುವುದಿಲ್ಲ' ಎಂದು ಎಲ್ಲರಿಗೂ ಒಂದೇ ಅವಳ ಪ್ರತ್ಯುತ್ತರ. ಹಿಂದಿನ ದಿನ ರಾಮು ಬರಬಹುದೆಂದು ನಂಬಿಕೆಯಿಂದ ಆನಂದದಿಂದ ಹಿಗ್ಗುತ್ತಿದ್ದ ಲಿನ್ನಿಗೆ ಬಹಳ ಬೇಸರವಾಯಿತು. ಅವಳ ಮನೋಭಾವವನ್ನರಿತು ನನಗೂ ರಾಮುವಿನ ಮೇಲೆ ತಡೆಯಲಾರದಷ್ಟು ಕೋಪಬಂತು. 'ಈ ಆತ್ಮಾಭಿಮಾನಿ ಕುಂಟನಲ್ಲೇನು ಗುಣವನ್ನು ಕಂಡು ಇವನನ್ನಿಷ್ಟು ಪ್ರೀತಿಸುವಳು !' ಎಂದೆನಿಸಿತು. ಯೋಚಿಸಿದಷ್ಟೂ ನನ್ನ ಲಿನ್ನಿಗೆ ರಾಮು ಖಂಡಿತವಾಗಿಯೂ ಯೋಗ್ಯವಾದ ವರನಲ್ಲವೆಂಬುದು ದೃಢವಾಗುತ್ತಿತ್ತು. ತಂದೆ ತಾಯಿಯರ ಮಾತು ಮೀರಿ ತನ್ನನ್ನು ಪ್ರೀತಿಸುವ ಲಿನ್ನಿಯನ್ನು ರಾಮು ತಿರಸ್ಕರಿಸಿದರೂ ಲಿನ್ನಿ ಸಹಿಸಿಕೊಂಡಿರುವುದನ್ನು ನೋಡುವಾಗ ನನಗೆ ದೃಢವಾಯಿತು ; ನಿಜವಾಗಿಯೂ 'ಪ್ರೇಮ ಕುರುಡೆ'ಂದು.

ಲಿನ್ನಿಗೆ ಈಜುವುದೆಂದರೆ ಬಹಳ ಇಷ್ಟ ಶಾಲೆಯಿಂದ ವನ (Picnic) ಭೋಜನಕ್ಕೆಂದು ಹೊಳೆಯ ತೀರಕ್ಕೆ ಹೋದಾಗಲೆಲ್ಲ ಅವಳನ್ನು ಹೊಳೆಯಿಂದ ಹೊರಕ್ಕೆ ಬರುವಂತೆ ಮಾಡಬೇಕಾದರೆ ಉಪಾಧ್ಯಾಯಿನಿಯರಿಗೆಲ್ಲ ಸಾಕಾಗಿಹೋಗುತ್ತಿತ್ತು. ಮನೆಯಿಂದ ಹೊರಡುವಾಗಿದ್ದ ಬೇಸರವನ್ನೆಲ್ಲ ಲಿನ್ನಿ ಹೊಳೆಯನ್ನು ನೋಡುವಾಗ ಮರೆಯುವಳೆಂದಿದ್ದೆ. ನಾನೆಣಿಸಿದಂತೆ ಹೊಳೆಗೆ ತಲುಪಿದ ಮೇಲೂ ಲಿನ್ನಿಗೆ ಯಾವಾಗಲಿನಂತೆ ಉತ್ಸಾಹ ಉಂಟಾಗಲಿಲ್ಲ. ನೀರನ್ನು ನೋಡಿದರೆ ಮೀನಿನಂತೆ ಈಜಾಡುತ್ತಿದ್ದವಳು ಐದೇ ನಿಮಿಷಗಳಲ್ಲಿ ಸ್ನಾನವನ್ನು ಪೂರೈಸಿ ದಡಕ್ಕೆ ಬಂದುಬಿಟ್ಟಳು. ಆ ಕುಂಟನ ಆತ್ಮಾಭಿಮಾನಕ್ಕೆ ಲಿನ್ನಿ ಬಲಿಯಾಗುವುದನ್ನು ನೋಡಿ ನನಗೆ ಸಹಿಸಲಾಗಲಿಲ್ಲ. ಮನೆಗೆ ತಲುಪಿದೊಡನೆಯೆ ಅವನಿಗೆ ಚೆನ್ನಾಗಿ ಅಂದುಬಿಡಬೇಕೆಂದು ಖಂಡಿತಮಾಡಿಕೊಂಡೆ.

* * *

ಲಿನ್ನಿಗಾಗಿ, ಅವಳ ಸುಖಕ್ಕಾಗಿ, ಅವಳ ಮೇಲಿನ ನನ್ನ ಪ್ರೇಮಕ್ಕಾಗಿ ನಾನು ಮಾಡಿದ ನಿಶ್ಚಯದ ಪರಿಣಾಮವು ನನಗೆ ಮೊದಲೇ ತಿಳಿದಿದ್ದರೆ ನಾನೆಂದೂ ರಾಮುವನ್ನು ದೂಷಿಸುವ ಪ್ರಯತ್ನಕ್ಕೆ ಕೈಹಾಕುತ್ತಿರಲಿಲ್ಲ. ನನಗೇನು ಗೊತ್ತು, ನನ್ನ ಮಾತುಗಳ ಫಲಿತಾಂಶವಾಗಿ ರಾಮು ದೇಶಾಂತರಕ್ಕೆ ಹೊರಟು ಹೋಗುವನೆಂದು ! ಲಿನ್ನಿಯ ಒಳ್ಳೆಯದಕ್ಕಾಗಿ ಮಾಡಿದ ಯತ್ನದಿಂದ ಅವಳಿಗಿದ್ದ ಕೊಂಚ ಸುಖವೂ ಮಣ್ಣುಪಾಲಾಗಬಹುದೆಂದು ನನಗೆ ಮೊದಲೇ ಗೊತ್ತಾಗಿದ್ದರೆ, ನಾನೆಂದೂ ರಾಮುವಿಗೆ ನಿಷ್ಠುರದ ನುಡಿಗಳನ್ನಾಡುತ್ತಿರಲಿಲ್ಲ. ಆದರೆ, ಮುಂದಾಗುವ ವಿಷಯಗಳು ತಿಳಿಯುವುದಾದರೆ ಲೋಕದಲ್ಲಿ ಎಷ್ಟೋ ಬದಲಾವಣೆಗಳು ಬಹು ಸುಲಭವಾಗಿ ಆಗಿಹೋಗುತ್ತಲಿದ್ದುವು.

ಹೀಗೆಣಿಸುವಾಗ ನಾನು ರಾಮುವನ್ನು ನಿಂದಿಸಿದುದು ತಪ್ಪೆಂದು ತೋರಿದರೂ ಆಗ ನನಗೆ ಅದೇ ಸರಿಯೆಂದು ತೋರಿತ್ತು. ಆ ದಿನ ಲಿನ್ನಿಯ ಸುಖವನ್ನು ಕೋರಿ ನಾನಾಡಿದ ಕೆಲವು ಕ್ರೂರ ಶಬ್ದಗಳು ರಾಮುವನ್ನು ನಿಜವಾಗಿಯೂ ನೋಯಿಸುವಂಥವುಗಳಾಗಿದ್ದವು. ಇಲ್ಲದಿದ್ರೆ ರಾಮು -ಸರಳ ಮನಸ್ಸಿನ ರಾಮು- ಯಾರಿಗೂ ಹೇಳದೆ ಆ ರಾತ್ರಿ - ಅಮಾವಾಸ್ಯೆಯ ಕಗ್ಗತ್ತಲೆಯಲ್ಲಿ ಚಿಕ್ಕಂದಿನಿಂದಲೂ ಸಾಕಿ ಸಲಹಿದ ತಂದೆತಾಯಿಯರಿಗಿಂತಲೂ ಹೆಚ್ಚಾದ ಅತ್ತೆ-ಮಾವಂದಿರ ಆಶ್ರಯವನ್ನು ಬಿಟ್ಟು ಹೊರಟುಹೋಗುವಷ್ಟು ಕಠಿನ ಮನಸ್ಸಿನವನಾಗಿರಲಿಲ್ಲ.

ಲಿನ್ನಿಗೆ ಒಳ್ಳೆಯದನ್ನು ಮಾಡಲು ಯತ್ನಿಸಿದ ನಾನು ಕೆಡುಕನ್ನೇ ಮಾಡಿದಂತಾಯಿತು. ರಾಮು ಹೊರಟಹೋದುದರ ಕಾರಣವು ಯಾರಿಗೂ ತಿಳಿದಿರಲಿಲ್ಲ, ಹೇಳಲು ನನಗೂ ಧೈರ್ಯವಾಗಲಿಲ್ಲ. ಲಿನ್ನಿಯ ನಗುಮುಖವು ಬಾಡಿರುವುದನ್ನು ನೋಡುವಾಗಲೆಲ್ಲಾ ನನ್ನ ಹೃದಯಕ್ಕಿರಿದಂತಾಗುತ್ತಿತ್ತು . ಸ್ನೇಹಿತೆಯೆಂದು ಪ್ರೀತಿಯಿಂದ ತನ್ನ ಮನೆಗೆ ನನ್ನನ್ನು ಕರೆತಂದುದರ ಪರಿಣಾಮವು ಅವಳಿಗೆ ತಿಳಿದಿದ್ದರೇನೆನ್ನುತ್ತಿದ್ದಳೋ! ನೆನೆಸಿ, ಲಿನ್ನಿಯ ಸ್ನೇಹವನ್ನು ಕಳೆದುಕೊಳ್ಳುವ ಸಂಭವವನ್ನು ಯೋಚಿಸಿ ಹೃದಯ ನಡುಗುತ್ತಿತ್ತು. ನನ್ನ ಅಪರಾಧವನ್ನು ಒಪ್ಪಿಕೊಳ್ಳುವ ಸಾಹಸ ಹಿಮ್ಮೆಟ್ಟುತ್ತಿತ್ತು.

ರಜ ಕಳೆಯುವುದಕ್ಕೆ ಇನ್ನೂ ಎರಡು ದಿನಗಳಿರುವಾಗಲೆ ಶಾಲೆಗೆ ಹಿಂತಿರುಗಿದೆವು. ಬೇರೆ ಯಾವ ಹುಡುಗಿಯರೂ ಬಂದಿರಲಿಲ್ಲ ; ನಾವಿಬ್ಬರೇ. ಲಿನ್ನಿಯೊಡನೆ ಕಳೆಯುವ ಪ್ರತಿಯೊಂದು ನಿಮಿಷವೂ ನನಗೆ ಅತ್ಯಮೂಲ್ಯವಾಗಿದ್ದರೂ ನನ್ನ ತಿಳಿಗೇಡಿತನದಿಂದ ಅವಳ ಜೀವನದ ಬೆಳಕನ್ನು ನಂದಿಸಿದ ನನಗೆ ಅವಳ ಮುಖವನ್ನು ನೋಡಲು ಹೆದರಿಕೆಯಾಗುತ್ತಲಿತ್ತು. ರಜ ತೀರಿ ಹುಡುಗಿಯರೆಲ್ಲರೂ ಹಿಂತಿರುಗಿ ಬಂದಾಗ ಲಿನ್ನಿಯ ತುಂಟಾಟಿಕೆಯಿಲ್ಲದ ಹಾಸ್ಯರಹಿತ ಗಂಭೀರ ಮುಖ, ಇಳಿ ಬಿದ್ದ ಕಣ್ಣುಗಳು, ಏಕಾಂತವಾಗಿರಬೇಕೆನ್ನುವ ಇಚ್ಛೆ ಇವನ್ನೆಲ್ಲ ನೋಡಿ ಆಶ್ಚರ್ಯದಿಂದ 'ಸೀತಾ, ಲಿನ್ನಿಗೆ ಏನಾಯ್ತು?' ಎಂದು ನನ್ನೊಡನೆ ಕೇಳುತ್ತಿದ್ದರು. ನಾನೇನೆನ್ನಲ್ಲಿ? ದಿನಗಳು ಕಳೆದಂತೆ ಲಿನ್ನಿ ಮೊದಲಿನ ಆಟ, ತಮಾಷೆ, ಹಾಸ್ಯ ಎಲ್ಲವನ್ನೂ ಬಿಟ್ಟು ಯಾವಾಗಲೂ ಓದುತ್ತಲೇ ಇರುವಳು. ಅವಳೀಗ ಉಪಾಧ್ಯಾಯನಿಯರ ಮೆಚ್ಚಿಕೆಯ ಶಿಷ್ಯೆ. ಕ್ಲಾಸಿನಲ್ಲಿ ಮೊದಲನೆಯವಳು. ರಜೆ ಬರುವುದಕ್ಕೆ ಮೊದಲಿನ ಲಿನ್ನಿ ಸಂಪೂರ್ಣವಾಗಿ ವ್ಯತ್ಯಾಸ ಹೊಂದಿದ್ದಳು. ಮೊದಲು ದೀಪ ಆರಿಸಿ ಮಲಗಿದ ಮೇಲೆ ಲಿನ್ನಿ ಏನಾದರೂ ಮಾತಾಡುತ್ತಿರುವುದು ವಾಡಿಕೆ. ಆದರೀಗ ರೂಮಿಗೆ ಬಂದೊಡನೆಯೇ ಸುಮ್ಮನೆ ಮಲಗಿಬಿಡುತ್ತಿದ್ದಳು. ನಿದ್ರೆ ಬರುತ್ತಿರಲಿಲ್ಲವೆಂದು ನನಗೆ ಗೊತ್ತಿದ್ದರೂ ಮಾತಾಡಿಸುವುದಕ್ಕೆ ಮಾತ್ರ ಸಾಹಸ ಉಂಟಾಗುತ್ತಿರಲಿಲ್ಲ. ನಾವು ಒಂದೇ ರೂಮಿನಲ್ಲಿದ್ದರೂ ಕೊನೆ ಕೊನೆಗೆ ದಿವಸಕ್ಕೆ ಒಂದು ಮಾತು ಆಡುವುದು ಸಹ ಬಹಳ ಅಪರೂಪವಾಗಿ ಹೋಯ್ತು.

ಒಂದು ದಿನ ಎಂದಿನಂತೆ ದೀಪ ಆರಿಸಿ ಮಲಗಿದ್ದೆವು. ಇಬ್ಬರಿಗೂ ನಿದ್ರೆ

ಬಂದಿರಲಿಲ್ಲ. ಲಿನ್ನಿ 'ಸೀತಾ'ಎಂದಳು. ನಾವು ಮಾತಾಡಿಕೊಳ್ಳದೇ ಎಷ್ಟೋ ದಿನಗಳಾಗಿದ್ದವು. ಲಿನ್ನಿ 'ಸೀತಾ' ಎಂದು ಕೂಗಿದುದು ಕೇಳಿ ಹಿಂದಿನ ದಿನಗಳು, ನಮ್ಮಿಬ್ಬರೊಳಗಿನ ಸ್ನೇಹ -ಎಲ್ಲಾ ಜ್ಞಾಪಕವಾಗಿ ಅಳು ಬಂದುಬಿಟ್ಟಿತು. ತಡೆಯಲು ಯತ್ನಿಸಿದರೂ ಆಗಲಿಲ್ಲ. ಬಿಕ್ಕಿ ಬಿಕ್ಕಿ ಅಳತೊಡಗಿದೆ. ಆದರೂ ತಪ್ಪೊಪ್ಪಿ ಬೇಡಲು ಧೈರ್ಯವಾಗಲಿಲ್ಲ. ನಾನಳುವ ಶಬ್ದ ಕೇಳಿ ಲಿನ್ನಿ ಎದ್ದುಬಂದು ನನ್ನ ಕೈಗಳನ್ನು ಹಿಡಿದು 'ಸೀತಾ, ನನ್ನ ಸೀತಾ, ಕ್ಷಮಿಸು' ಎಂದಳು.

'ಕ್ಷಮಿಸು !' ನಾನು ಅವಳ ಕಾಲು ಹಿಡಿದು ಹೇಳಬೇಕಾದ ಮಾತದು. ಸರಳ ಮನಸ್ಸಿನ ಲಿನ್ನಿ ನನ್ನೊಡನೆ ಯಾವ ಅಪರಾಧದ ಕ್ಷಮೆ ಬೇಡಬೇಕು? ಅವಳು ಪುನಃ ಹೇಳತೊಡಗಿದಳು : 'ನಾನು ನಿನ್ನೊಡನೆ ಮೊದಲಿನಂತೆ ಬಾಯಿ ಬಡಿಯದಿದ್ದರೂ ಮೊದಲಿಗಿಂತಲೂ ಹೆಚ್ಚಿನ ಗೆಳತಿ ನೀನೀಗ ಸೀತಾ, ನಿನಗೆ ನನ್ನ ಅಂತರಂಗ ಗೊತ್ತಿರುವಷ್ಟು ನನ್ನ ತಾಯಿಗೂ ಸಹ ಗೊತ್ತಿಲ್ಲ. ಸೀತಾ, ನನ್ನ ಈಗಿನ ವ್ಯವಹಾರದಿಂದ ನಿನಗೆ ಬೇರಸವಾಗಲು ಕಾರಣವಿದೆ. ಆದರೂ ನೀನೀಗ ಮೊದಲಿಗಿಂತಲೂ ನನಗೆ ಹತ್ತಿರವಿರುವಿ ಸೀತಾ, ಸೀತಾ, ಸೀತಾ.....'

ಲಿನ್ನಿ ಬಿಕ್ಕಿ ಬಿಕ್ಕಿ ಅಳತೊಡಗಿದಳು. ಸಮಾಧಾನಪಡಿಸುವುದು ಹೇಗೆಂದು ತಿಳಿಯಲಿಲ್ಲ. ಅವಳನ್ನು ತಬ್ಬಿಕೊಂಡು ಹೆಗಲ ಮೇಲೆ ತಲೆಯಿರಿಸಿ ಮೌನವಾಗಿ ಕಣ್ಣೀರು ಸುರಿಸತೊಡಗಿದೆ.

* * *

ಒಂದು ವರ್ಷ ಕಳೆದುಹೋಯಿತು. ನಮ್ಮ ಹೈಸ್ಕೂಲ್ ವಿದ್ಯಾಭ್ಯಾಸವೂ ಪೂರೈಸಿತ್ತು. ನನ್ನ ತಂದೆ ಸ್ತ್ರೀವಿದ್ಯಾಭ್ಯಾಸಕ್ಕೆ ಉತ್ತೇಜನ ಕೊಡುವವರಾದುದರಿಂದ ಕಾಲೇಜು ಶಿಕ್ಷಣಕ್ಕೆ ನನ್ನನ್ನು ಕಳುಹಿಸಬೇಕೆಂದು ನಿಶ್ಚಯಿಸಿದ್ದರು. ಲಿನ್ನಿಯೂ ಓದಲಿಚ್ಛಿಸಿದ್ದರೆ ಅವಳ ತಾಯಿತಂದೆಯರು ಅಡ್ಡಿಯಾಗುತ್ತಿರಲಿಲ್ಲ. ಆದರವಳು ಮನೆಯಲ್ಲೇ ಇರಲು ಬಯಸಿದಳು. ಒಂಬತ್ತು ವರ್ಷಗಳಿಂದ ಜೊತೆಯಾಗಿದ್ದ ನಮಗೆ ಒಬ್ಬರನ್ನೊಬ್ಬರು ಅಗಲುವ ಸಮಯದಲ್ಲಿ ಬಹಳ ಕಷ್ಟವಾಯಿತು. ನನಗಂತೂ ಹೊರಡುವಾಗ ಅವಳ ಮುಂದಿನ ಜೀವನವನ್ನು ನೆನೆಸಿ ತಡೆಯಲಾರದಷ್ಟು ಸಂಕಟವಾಯಿತು. ಆದರೂ ರಾಮು ಮನೆಯಿಂದ ಹೊರಡಲು ಕಾರಣ ಹೇಳಲು ಮಾತ್ರ ಧೈರ್ಯವಾಗಲಿಲ್ಲ. ಮದರಾಸಿಗೆ ಹೋದ ಮೇಲೆ ಬರೆದು ಕ್ಷಮೆ ಬೇಡುವೆನೆಂದು ನಿಶ್ಚಯಿಸಿ ಕೊನೆಗೂ ಹೇಳದೆ ಹೊರಟುಬಿಟ್ಟೆ. ನಾನು ಮದರಾಸಿಗೆ ಹೋದ ವರ್ಷವೇ ಅಣ್ಣನಿಗೂ ಅಲ್ಲಿಗೇ ವರ್ಗವಾದುದರಿಂದ ಹಾಸ್ಟೆಲ್ ವಾಸ ತಪ್ಪಿಹೋಯ್ತು. ಮನೆಯಿಂದಲೇ ಕಾಲೇಜಿಗೆ ಹೋಗುತ್ತಿದ್ದೆ. ನಮ್ಮ ಮನೆ ಮದರಾಸಿನಲ್ಲಾದ ಮೇಲೆ ಲಿನ್ನಿಗೆ ನಮ್ಮಲ್ಲಿಗೆ ಬಂದು ಕೆಲವು ದಿನ ಇದ್ದು ಹೋಗಬೇಕೆಂದು ಅನೇಕ ಕಾಗದಗಳನ್ನು ಬರೆದೆ. ಏನೇನೋ ನೆಪಗಳನ್ನು

ಹೇಳಿ ಬರಲಾಗುವುದಿಲ್ಲವೆಂದು ಬರೆದಳು. ಅವಳೇ ಬಂದಾಗ ಎಲ್ಲವನ್ನೂ ಹೇಳುವೆನು ಎಂದು, ಇನ್ನೂ ರಾಮು ದೇಶಾಂತರವಾಸಿಯಾದುದರ ಕಾರಣವನ್ನು ಲಿನ್ನಿಗೆ ತಿಳಿಸಿಯೇ ಇರಲಿಲ್ಲ. ಅವಳು ಬರುವುದಿಲ್ಲ ಎಂದು ಬರೆದ ಮೇಲೆ ನಾನೇ ಅಲ್ಲಿಗೆ ಹೋಗುವೆನೆಂದು ನಿಶ್ಚಯಿಸಿಕೊಂಡೆ. ಆದರೆ ಆ ಸಾರಿಯ ರಜೆಯಲ್ಲಿ ಮೋಹನನಿಗೆ ಕಾಯಿಲೆ ಯಾದುದರಿಂದ ಹೋಗಲಾಗಲಿಲ್ಲ. ಮೋಹನನ ಕಾಯಿಲೆಯಿಂದ ನನ್ನ ಜೀವನವೇ ಪರಿವರ್ತನೆಯಾಯಿತು. ಅವನ ಕಾಯಿಲೆಯನ್ನು ನೋಡಲು ಬರುತ್ತಿದ್ದ ಡಾಕ್ಟರ್ ಅರುಣಾದೇವಿ ಕನ್ನಡ ನಾಡಿನ ಮಹಿಳೆ, ಮೋಹನನ ಕಾಯಿಲೆ ವಾಸಿಯಾಗುವುದ ರೊಳಗಾಗಿ ನಮ್ಮಿಬ್ಬರಿಗೂ ಸ್ನೇಹವಾಗಿ ಬಿಟ್ಟಿತ್ತು. ಕೊನೆಗೆ ಅವಳ ಮಾತಿನ ಮೇಲೆ F.A. ಆದ ಮೇಲೆ ಮೆಡಿಕಲ್ ಪರೀಕ್ಷೆಗೆ ಹೋಗಬೇಕೆಂದು ದೃಢಮಾಡಿಕೊಂಡೆ. ಅಮ್ಮನಾಗಲೀ ಅಣ್ಣನಾಗಲಿ ವಿರೋಧಿಸಲಿಲ್ಲವಾದುದರಿಂದ ಎಂಟು ವರ್ಷಗಳಾಗುವಾಗ ನಾನು M.B.B.S. ಪರೀಕ್ಷೆಯಲ್ಲಿ ಪಾಸಾಗಿ ಡಾಕ್ಟರ್ ಆಗಿಬಿಟ್ಟೆ. ಆ ಎಂಟು ವರ್ಷಗಳೂ ಲಿನ್ನಿಗೆ ಕಾಗದಗಳನ್ನು ಬರೆಯುತ್ತಿದ್ದರೂ ಅವಳನ್ನು ನೋಡಲು ಸಾಧ್ಯವಾಗಿರಲಿಲ್ಲ. ಅವಳೂ ನಮ್ಮ ಮನೆಗೆ ಬಂದಿರಲಿಲ್ಲ. ಅವಳು ಬರೆಯುತ್ತಿದ್ದ ಕಾಗದಗಳಿಂದ ಮದುವೆಯಾಗುವುದೇ ಇಲ್ಲ ಎನ್ನುವುದು ಅವಳ ಅಭಿಪ್ರಾಯವೆಂದು ನನಗೆ ಗೊತ್ತಾಗಿತ್ತು. ಹಾಗಾಗುವುದಕ್ಕೆ ನಾನೇ ಕಾರಣಳಾದೆನಲ್ಲಾ - ಎನ್ನುವುದು ಮಾತ್ರ ನನ್ನ ಮನಸ್ಸಿನಲ್ಲಿ ಕೊರೆಯುತ್ತಿತ್ತು.

ಪರೀಕ್ಷೆಯ ಗಲಾಟೆ ಎಲ್ಲಾ ಮುಗಿದು, ಬಿಡುವಾದ ಮೇಲೆ ಅವಳ ಮನೆಗೆ ಹೊರಟೆ. ಹಿಂದಿನ ಅದೇ ಸ್ಥಳ ; ಅದೇ ದಾರಿ ; ಅದೇ ಮನೆ. ಆದರೆ ಆ ಸಾರಿ ಹೋಗುವುದಕ್ಕೂ ಈ ಸಾರಿ ಹೋಗುವುದಕ್ಕೂ ಎಷ್ಟು ಅಂತರ ! ಆ ಲಿನ್ನಿಗೂ ಈ ಲಿನ್ನಿಗೂ ಅದೆಷ್ಟೊಂದು ವ್ಯತ್ಯಾಸ ! ಹಾಗಾಗುವುದಕ್ಕೆ ಕಾರಣ ನಾನು. ಈ ಏಳು ವರ್ಷಗಳಲ್ಲಿ ಲಿನ್ನಿಯ ಜೀವನ ಸಂಪೂರ್ಣವಾಗಿ ವ್ಯತ್ಯಾಸ ಹೊಂದಿತ್ತು. ರಾಮುವನ್ನು ಕಾಣುವುದು ಅಸಾಧ್ಯವೆಂದು ಅವಳಿಗೆ ಗೊತ್ತಿತ್ತು. ಮೊದಲವಳ ಮುಖದಲ್ಲಿ ಅವನನ್ನು ಕಾಣಬಹುದೆಂದು ಮಿಂಚುತ್ತಿದ್ದ ಆಸೆಯ ಸ್ಥಾನವನ್ನೀಗ ಶಾಂತಿ ಆವರಿಸಿತ್ತು. ಆಗ ಸುಮ್ಮನೆ ಕೂತು ಯೋಚಿಸಿ ಚಿಂತಿಸುತ್ತಿದ್ದ ಲಿನ್ನಿ ಈಗ ಏನಾದರೂ ಕೆಲಸಗಳನ್ನು ಮಾಡುತ್ತ ಅವನನ್ನು ಮರೆಯಲು ಯತ್ನಿಸುತ್ತಿದ್ದಳು. ಕೆಲಸಗಳು ಮುಗಿದು ಬಿಡುವಾದಾಗ 'ಕೌಸಲ್ಯಾನಂದನ'ನ ಕತೆಗಳನ್ನು ಓದುತ್ತಿದ್ದಳು. ಮೊದಲು ನಾವು ಅವುಗಳನ್ನು ಓದುವಾಗ 'ಹುಚ್ಚಿ' ಎಂದು ನಗುತ್ತಲಿದ್ದ ಲಿನ್ನಿಗೆ ಈಗವುಗಳ ಮೇಲೆ ತುಂಬಾ ಆದರ ಉಂಟಾಗಿತ್ತು. ಕೇಳಿದರೆ 'ಕೌಸಲ್ಯಾನಂದನನ ಕತೆಗಳನ್ನೋದಿದರೆ ಅದೊಂದು ತರದ ಶಾಂತಿ ದೊರೆಯುತ್ತದೆ ಸೀತಾ, ಬೇಸರವಾದಾಗಲೆಲ್ಲಾ ಅವುಗಳನ್ನೋದಿದರೆ ಸಮಾಧಾನವಾಗುತ್ತಿದೆ' ಎನ್ನುತ್ತಿದ್ದಳು. ನಿಜವಾಗಿಯೂ ಅವನ ಪುಸ್ತಕಗಳಲ್ಲಿ ಆ ಶಕ್ತಿ ಇತ್ತು. ಹೊಸದಾಗಿ ಪ್ರಕಟವಾದ ಅವನ 'ವಸಂತಕುಸುಮ'ಗಳೆಂಬ ಪುಸ್ತಕವಂತೂ ಓದಿದವರು ಅವನ್ನೆಂದೂ ಮರೆಯದಿರು ವಂತೆ ಮಾಡುವ ಪುಸ್ತಕವಾಗಿತ್ತು.

ಮನೆಯಿಂದ ಹೊರಡುವಾಗಲೇ ದೃಢಮಾಡಿಕೊಂಡು ಬಂದಿದ್ದೆ. ಲಿನ್ನಿಗೆ ರಾಮು ಮನೆ ಬಿಡುವುದಕ್ಕೆ ಕಾರಣ ನಾನೆಂದು ಹೇಳಿಯೇ ತೀರಬೇಕೆಂದು. ಹಿಂತಿರುಗಲು ಒಂದು ದಿನ ಮೊದಲಿನ ರಾತ್ರಿ ಬೆಳದಿಂಗಳಿನಲ್ಲಿ ಅಂಗಳದ ಕೊನೆಯಲ್ಲಿ ಮಾವಿನ ಮರದಡಿಯಲ್ಲಿ ಕೂತಿದ್ದಾಗ ಎಲ್ಲಾ ಹೇಳಿ ಅವಳ ಕ್ಷಮೆ ಬೇಡಿದೆ :

'ಸೀತಾ, ಆಗಿ ಹೋದುದಕ್ಕಾಗಿ ಚಿಂತಿಸಿ ಫಲವೇನು ಹೇಳು? ಕ್ಷಮಿಸೆನ್ನುವಿಯೇಕೆ? ನಿನಗೆ ಗೊತ್ತಿದೆ , ನನಗೆ ನಿನ್ನ ಮೇಲೆ ಕೋಪವಿಲ್ಲವೆಂದು. ಇನ್ನೆಂದೂ ಈ ವಿಷಯ ಎತ್ತಬೇಡ.'

ಲಿನ್ನಿಯೊಡನೆ ಹೇಳಿ ಅವಳ ಕ್ಷಮೆ ಬೇಡಿದ ಮೇಲೆ ಹೊತ್ತ ಹೊರೆ ಇಳಿಸಿದಷ್ಟು ಸುಖವಾಯಿತು. ಅವಳ ಮುಖ ನೋಡಿ ಮಾತಾಡಲು ಧೈರ್ಯವಾಯ್ತು. ಮರುದಿನ ಹೊರಡುವಾಗ ಲಿನ್ನಿಯೂ ನನ್ನೊಡನೆ ನಮ್ಮ ಮನೆಗೆ ಬಂದಳು.

* * *

ಲಿನ್ನಿ ನನ್ನ ಮನೆಗೆ ಬಂದು ಎಂಟು ದಿನಗಳಾಗಿದ್ದವು. ಡಾಕ್ಟರ್ ಅರುಣಾದೇವಿಗೂ ಅವಳಿಗೂ ಪರಿಚಯವನ್ನು ಮಾಡಿಸುವುದರ ಸಲುವಾಗಿ ಆ ದಿನ ಅವಳನ್ನು ಅವರ ಮನೆಗೆ ಕರೆದುಕೊಂಡು ಹೋದೆ. ನಾವು ಹೋಗುವಾಗ ಅವಳೊಬ್ಬಳೇ ಕುಳಿತುಕೊಂಡು ಹೊಲಿಯುತ್ತಿದ್ದಳು. ಲಿನ್ನಿಯನ್ನು ನೋಡಿ ಅವಳಿಗೆ ತುಂಬಾ ಸಂತೋಷವಾಯಿತು. ಅರುಣಾದೇವಿಗೆ ಸಂಗೀತವೆಂದರೆ ಬಹಳ ಇಷ್ಟ. ಇಬ್ಬರು ಸಂಗೀತ ಪ್ರೇಮಿಗಳು ಸೇರಿದಾಗ ಸಂಗೀತದ ಗಂಧವೇ ಗೊತ್ತಿಲ್ಲದ ನಾನು ಅವರೊಡನೆ ಮಾತನಾಡುವುದಾದರೂ ಏನು! ಒಂದು ಮೂಲೆಯಲ್ಲಿ ಕೂತು ಮೇಜಿನ ಮೇಲಿದ್ದ ಕೌಸಲ್ಯಾನಂದನ ಪುಸ್ತಕವೊಂದನ್ನು ತೆಗೆದು ಓದತೊಡಗಿದೆ. ನಾನು ಆ ಪುಸ್ತಕವನ್ನು ತೆಗೆದುದನ್ನು ನೋಡಿ 'ಸೀತಾ, ಅಣ್ಣನೂ ಕೌಸಲ್ಯಾನಂದನನೂ ಬೆಳಗಿನ ರೈಲಿನಲ್ಲಿ ಬಂದಿದ್ದಾರೆ. ಈಗೆಲ್ಲೋ ತಿರುಗಾಡಲು ಹೋಗಿರುವರು. ನಿನ್ನ ಮೆಚ್ಚಿಕೆಯ ಕತೆಗಳ ಲೇಖಕನನ್ನು ಏಳು ಗಂಟೆಯವರೆಗಿದ್ದರೆ ನೋಡಬಹುದು' ಎಂದಳು. ನನಗೂ ಲಿನ್ನಿಗೂ ಕೌಸಲ್ಯಾನಂದನನ್ನು ನೋಡುವ ಆಸೆ ಬಹಳ ಇತ್ತು. ಆದುದರಿಂದ ಅವನನ್ನು ನೋಡುವ ಸುಯೋಗ ಸಿಕ್ಕಿದುದಕ್ಕೆ ಬಹಳ ಸಂತೋಷವಾಯಿತು.

ತಿರುಗಾಡಲು ಹೋದವರು ಎಷ್ಟು ಹೊತ್ತಿಗೆ ಹಿಂದಿರುಗಬಹುದು? ಎಂಬ ತವಕದಿಂದ ಪುಸ್ತಕದ ಹಾಳೆಗಳನ್ನು ತಿರುವಿಹಾಕುತ್ತಿದ್ದೆ. ಅರುಣಾದೇವಿ ಲಿನ್ನಿಯ ಇದಿರು ಹಾರ್ಮೋನಿಮ್ ಇಟ್ಟು ಬಾರಿಸುವಂತೆ ಹೇಳುತ್ತಿದ್ದಳು. ಲಿನ್ನಿ ಹಾರ್ಮೋನಿಯಂ ಬಾರಿಸುತ್ತ ಹಾಡಲು ತೊಡಗಿದೊಡನೆ ಪುಸ್ತಕವನ್ನು ಮುಚ್ಚಿ ಬೇರೆ ಎಲ್ಲವನ್ನೂ ಮರೆತು ಕೇಳತೊಡಗಿದೆ. ಅರುಣಾದೇವಿಯಂತೂ ಮಂತ್ರಮುಗ್ಧಳಾದವಳಂತೆ ಲಿನ್ನಿಯನ್ನೇ ಎವೆಯಿಕ್ಕದೆ ನೋಡುತ್ತ ಪ್ರತಿಮೆಯಂತೆ ಕೂತಿದ್ದಳು. ಲಿನ್ನಿಯ ಸ್ವರ ಅಷ್ಟು ಇಂಪು.

ಹಾಡುವ ಹಾಡು ಅಷ್ಟೊಂದು ಭಾವಪೂರ್ಣವಾದುದು- ಲೈಲಾ ಮತ್ತು ಮಜುನುವಿನ ಪ್ರೇಮಗೀತೆ. ಲಿನ್ನಿಯ ಜೀವನವನ್ನು ಚೆನ್ನಾಗಿ ತಿಳಿದು ನನಗೆ ಅವಳು ಆ ಮಧುರಸ್ವರದಲ್ಲಿ ಆ ಮನೋಹರ ಗೀತೆಯನ್ನು ಹಾಡುವಾಗ ಕಣ್ಣೀರು ತಡೆಯಿಲ್ಲದೆ ಹರಿಯತೊಡಗಿತು. ಅರುಣಾದೇವಿಯೂ ಹರಿಯುವ ಕಣ್ಣೀರಿನ ಪರಿವೆಯೇ ಇಲ್ಲದೆ ಲಿನ್ನಿಯ ಮುಖವನ್ನೇ ನೋಡುತ್ತಾ ಬೆಪ್ಪಾಗಿ ಕೂತುಬಿಟ್ಟಿದ್ದಳು.

ಲಿನ್ನಿಯ ಹಾಡು ಮುಗಿಯಿತು. ಭಾವಸಾಮ್ರಾಜ್ಯದಲ್ಲಿದ್ದ ನಾವು ಎಚ್ಚರಗೊಂಡೆವು. ಅರುಣಾದೇವಿಯು ಲಿನ್ನಿಯ ಕೈಹಿಡಿದು 'ಸೀತೆಯ ಬಾಯಿಂದ ನೀವು ಚೆನ್ನಾಗಿ ಹಾಡುವಿರೆಂದು ಕೇಳಿದ್ದರೂ ಇಷ್ಟೊಂದು ಚೆನ್ನಾಗಿ ಹಾಡುವಿರೆಂದು ನಾನು ಕನಸಿನಲ್ಲಿಯೂ ಎಣಿಸಿರಲಿಲ್ಲ' ಎಂದಳು. ಲಿನ್ನಿ 'ನಾನು ಹಾರ್ಮೋನಿಯಂ ಮುಟ್ಟದೆ ಬಹಳ ದಿನಗಳಾದವು. ಬಾರಿಸುವ ಪಾಠ ತಪ್ಪಿಹೋಗಿದೆ' ಎಂದು ಹೇಳುತ್ತಾ ಎದ್ದು ನಿಂತಳು. ಲಿನ್ನಿಯ ಸರಳತೆ ಅರುಣಾದೇವಿಯನ್ನು ಸಂಪೂರ್ಣವಾಗಿ ಒಲಿಸಿಕೊಂಡಿತು.

ಲಿನ್ನಿಯ ಹಾಡುವಿಕೆಯಿಂದಾಗಿ ಹೊತ್ತು ಹೋದುದೇ ತಿಳಿದಿರಲಿಲ್ಲ. ಗಡಿಯಾರವನ್ನು ನೋಡುವಾಗ ೭ ಗಂಟೆಯಾಗಿತ್ತು. ಕೌಸಲ್ಯಾನಂದನನು ಬಂದಿರಲಿಲ್ಲ. ಮರುದಿನ ಬರುವೆವೆಂದು ಹೇಳಿ ಹೊರಟೆವು. ಹೊರಜಗುಲಿಗೆ ಬರುವಾಗ ಅವರಿಬ್ಬರೂ ಕೂತಿದ್ದುದು ಕಾಣಿಸಿತು. ಕತ್ತಲಾಗಿದ್ದುದರಿಂದ ಮುಖ ಕಾಣಿಸಲಿಲ್ಲ. ಅರುಣ 'ಅಣ್ಣ ಬಂದೆಷ್ಟು ಹೊತ್ತಾಯಿತು?' ಎಂದಳು. ಆತ 'ಒಂದು ಗಂಟೆಯ ಹಿಂದೆಯೇ ಬಂದೆವು. ಒಳಗಿನಿಂದ ಹಾಡು ಕೇಳುತ್ತಿದ್ದುದರಿಂದ ಒಳಗೆ ಹೋದರೆ ಅದು ನಿಂತುಹೋಗಿ ಕೇಳುವ ಸುಯೋಗವು ತಪ್ಪಬಹುದೆಂದು ಇಲ್ಲೇ ಕೂತು ಕೇಳುತ್ತಿದ್ದೆವು' ಎಂದ. ಅವನೊಡನೆ, ಹಾಡಿದವರು ಇವರು ಎಂದು ಅರುಣಾದೇವಿ ಲಿನ್ನಿಯ ಕಡೆ ತಿರುಗಿ 'ಇವನು ನನ್ನ ಅಣ್ಣ ಇವರು ಕೌಸಲ್ಯಾನಂದನ' ಎಂದಳು. ಅಷ್ಟರಲ್ಲಿ ಒಳಗಿನಿಂದ ಆಳು ದೀಪ ತಂದಿರಿಸಿದ. ಬೆಳಕಿನಲ್ಲಿ ನೋಡಿದೆವು....ಆಶ್ಚರ್ಯದ ಪರಮಾವಧಿ ! ಕನ್ನಡಿಗರ ಒಲವಿನ ಕೌಸಲ್ಯಾನಂದನ - ಲಿನ್ನಿಯ ಮನವನ್ನು ಕದ್ದ ರಾಮು ! ಕುಂಟ ರಾಮು !

ಆಶ್ಚರ್ಯದಿಂದ , ಆನಂದದಿಂದ ಲಿನ್ನಿ 'ರಾಮು' ಎಂದಳು. ನಾವೆಲ್ಲರಿರುವೆವೆಂಬುದನ್ನೇ ಮರೆತು ರಾಮು ಅವಳ ಕೈಗಳೆರಡನ್ನೂ ಹಿಡಿದು 'ನನ್ನ ವಸಂತ!' ಎಂದ.

○

[೧೯೩೪]

ನಾಲ್ಕು ಘಟನೆಗಳು

ಸೀತಾ,

'ಬೇಗನೆ ಕಾಗದ ಬರಿ; ಕಾಯುತ್ತಿರುತ್ತೇನೆ. ಮರೆಯಬೇಡ' ಎಂದು ಬರೆದಿರುವೆ. ಕಾಗದ ಬರೆಯದಿದ್ದುದಕ್ಕೆ ಕ್ಷಮಿಸು. ನೀನು ಯೋಚಿಸಿರುವಂತೆ ಬರೆಯದಿರುವುದಕ್ಕೆ ಕಾರಣ ನಿನ್ನನ್ನು ಮರೆತದ್ದೂ ಅಲ್ಲ, ಹೊಸ ಸ್ನೇಹಿತರೂ ಅಲ್ಲ. ನಿನಗಿಂತಲೂ ಹೆಚ್ಚಿನ ಸ್ನೇಹಿತರು ಹೊಸಬರಾಗಲು ಸಾಧ್ಯವೇ? ಕಾರಣ ಏನೆನ್ನಲಿ ? ಹೇಳುವುದಕ್ಕೆ ಯತ್ನಿಸುವುದಿಲ್ಲ. ನೀನು ನನ್ನನ್ನು ನಂಬಬೇಕಾದರೆ ಕಾರಣಗಳ ಅಗತ್ಯವಿಲ್ಲ. ನೀನು ನನ್ನನ್ನು ಬಲ್ಲೆ; ಮತ್ತೇಕೆ ಹೆಚ್ಚಿನ ವಿಚಾರ ?

ನನ್ನ ಸೀತಾ, ನಿನಗೆ ಗಳಿಗೆಗೊಂದು ಕಾಗದ ಬರೆದರೂ ನನಗೆ ತೃಪ್ತಿಯಿಲ್ಲ. ನಿನಗೆ ಬರೆಯುವ ನನ್ನ ಕಾಗದಗಳಿಗಾಗಿ ಸರ್ಕಾರದವರೊಂದು ಅಂಚೆಯ ಮನೆಯನ್ನು ನನ್ನ ಮನೆಯ ಹತ್ತಿರ ಸ್ಥಾಪಿಸಿದರೂ ಅವರಿಗೆ ನಷ್ಟವಾಗಲಾರದು.

ನೀನು ಪರೀಕ್ಷೆಯಲ್ಲಿ ತೇರ್ಗಡೆ ಹೊಂದಿದ್ದನ್ನು ತಿಳಿದು ಸಂತೋಷವಾಯಿತು. ಹಿಂದಿನ ಕಾಗದದಲ್ಲಿ ಉತ್ತೀರ್ಣಳಾಗಬೇಡ ಎಂದು ಬರೆದಿದ್ದೆ. ಹಾಗೆ ಬರೆದುದರ ಕಾರಣ ನನ್ನ ಸ್ವಾರ್ಥವೆಂದು ನೀನು ಊಹಿಸಿರಬಹುದು. ಹೇಗೂ ನೀನು ಪಾಸಾದದ್ದು ನನಗೆ ತುಂಬಾ ಆನಂದದ, ಹೆಮ್ಮೆಯ ವಿಷಯ. ನಾನೂ ಹಿಂದೀ ಭಾಷೆಯನ್ನು ಅಭ್ಯಾಸ ಮಾಡಲು ತೊಡಗಿರುವೆನು. ಅದಕ್ಕೆ ಕಾರಣಳು ನೀನೆಂದು ಹೇಳಬೇಕೆ? ಜಾನ್ ರಸ್ಕಿನ್‌ರವರ 'ಆಫ್ ಕ್ವೀನ್ಸ್ ಗಾರ್ಡನ್' ನೆನಪಾಗುವುದು. ಹೆಂಗಸರ ಉತ್ತೇಜನವಿದ್ದರೆ ಗಂಡಸರು ಯಾವ ಕೆಲಸವನ್ನಾದರೂ ಮಾಡಬಲ್ಲರಂತೆ. ಹಿಂದೂದೇಶದ ಗಂಡಸರಿಗೆ ನನ್ನ ಸೀತೆಯಂಥವರು ಇರುತ್ತಿದ್ದರೆ ಇಷ್ಟರಲ್ಲಿ ಇಡೀ ಭಾರತವು ಭಾಷೆಯಲ್ಲಿ ಒಂದಾಗಿಹೋಗುತ್ತಿತ್ತು.

ಸೀತಾ, ನನಗೆ ಮೊದಲೇ ನೀನು ಅನೇಕ ಹೆಸರುಗಳನ್ನಿಟ್ಟಿರುವೆ. ಈ ಸಾರಿಯಂತೂ 'ಹರಟೆಯ ಮಲ್ಲ' ಎಂಬ ಬಿರುದನ್ನು ಖಂಡಿತವಾಗಿಯೂ ಕೊಡದಿರಲಾರೆ ಎಂದು ನನಗೆ ಗೊತ್ತಿದೆ. ಬಿರುದುಗಳಿಗಾಗಿ ಹೊಡೆದಾಡುವ ಈ ಕಾಲದಲ್ಲಿ ನನ್ನ ಭಾಗ್ಯಕ್ಕೆ ಸರಿಯಿಲ್ಲ –ಅಲ್ಲವೇ? ಕಷ್ಟಪಟ್ಟರೂ ಸಿಕ್ಕದ ಬಿರುದುಗಳನ್ನು ನೀನು ನನಗೆ ಕೊಡುತ್ತಿರುವಾಗ ನಾನು ಅದೃಷ್ಟವಂತನೆಂದರೆ ತಪ್ಪೇನು?

ಆದರೆ ಬಿರುದನ್ನು ನೀನೇ ಬಂದು ದಯಪಾಲಿಸಬೇಕು. ಕಾಗದದ ಮೂಲಕ ಕಳುಹಿಸಬೇಡ–ಆಗದೇ?

ನಿನ್ನ

–ರಾಮು

ಸೀತಾ ,

ಏಕೆ ಕೋಪ ? ಬರೆಯುವುದೇ ಇಲ್ಲವೆಂದು ನಿಶ್ಚಯಿಸಿರುವೆಯೇನು ? ಆದರೂ ನನಗೆ ಗೊತ್ತಿದೆ ಸೀತಾ, ನಿನ್ನ ಮನಸ್ಸು ಎಷ್ಟು ಮೆದುವೆಂದು? ಈ ಕಾಗದವನ್ನು ನೋಡಿದ ಕೂಡಲೇ ಕೋಪವೆಲ್ಲವನ್ನೂ ಮರೆತು ಬರೆಯತೊಡಗುವೆ ಎಂದೂ ನನಗೆ ಗೊತ್ತಿದೆ.

ಹಿಂದೂರಮಣಿಯರ ಮನಸ್ಸೇ ಅಷ್ಟು ಕೋಮಲ – ಅದರಲ್ಲೂ ನನ್ನ ಸೀತೆಯ ಮನಸ್ಸು !

ಮೊನ್ನೆ ದಿನ ಕ್ಲಬ್ಬಿನಿಂದ ಬರುವಾಗ ಒಂದು ವಿಶೇಷವನ್ನು ನೋಡಿದೆ ; ನೋಡಿ ಸ್ತ್ರೀಯರ ಸಹನಶೀಲತೆ, ಪ್ರೇಮ, ಭಕ್ತಿ, ವಿಶ್ವಾಸಗಳ ಆಳವನ್ನು ಕಂಡುಹಿಡಿಯುವುದು ಸುಲಭವಲ್ಲವೆಂದು ತಿಳಿದುಕೊಂಡೆ.

ನಾನು ಪ್ರತಿದಿನವೂ ಆಫೀಸಿಗೆ ಹೋಗುವ ರಸ್ತೆ ನಿನಗೆ ಗೊತ್ತಿದೆ. ರಸ್ತೆಯ ಬದಿಯಲ್ಲಿರುವ ನಮ್ಮ ಆಫೀಸಿನ ಜವಾನ ತಿಮ್ಮನ ಮನೆಯನ್ನು ನೀನು ನೋಡಿರುವೆ. ತಿಮ್ಮ, ಅವನ ಹೆಂಡತಿ, ಒಂದು ವರ್ಷದ ಮಗು – ಮೂರೇ ಜನರು ಆ ಮನೆಯಲ್ಲಿ. ತಿಮ್ಮನ ಮಗು ಯಾವಾಗಲೂ ಬೀದಿಯ ಬಾಗಿಲಲ್ಲಿ ಆಡುತ್ತಿರುತ್ತದೆ. ಮೈಮೇಲೆ ಮಸಿ ಹಚ್ಚಿದರೆ ಮಸಿಯೇ ಬಿಳಿದಾಗಿ ತೋರಬಹುದಾದಷ್ಟು ಕಪ್ಪು ಆ ಮಗು. ಆದರೂ ಮಗು ಬಲು ಮುದ್ದಾಗಿದೆ. ಅದರ ಮುಖದಲ್ಲಿ ಸದಾ ನಗು. ಮೈ ಕಪ್ಪಾದರೇನು ಸೀತಾ? ನಿಷ್ಕಲ್ಮಷವಾದ ಮುಖದ ಸೊಬಗೇ ಸಾಲದೇ?

ಮೊನ್ನೆದಿನ ಅದೇ ರಸ್ತೆಯಲ್ಲಿ ನಾನು ಕ್ಲಬ್ಬಿನಿಂದ ಹಿಂತಿರುಗಿ ಬರುತ್ತಿದ್ದೆ. ಎಂಟು ಗಂಟೆ ಹೊಡೆದುಹೋಗಿತ್ತು. ದಾರಿಕರೆಯ ಮನೆಯ ಬಾಗಿಲುಗಳೆಲ್ಲವೂ ಮುಚ್ಚಲ್ಪಟ್ಟಿದ್ದವು. ತಿಮ್ಮನ ಮನೆಯ ತೆರೆದ ಬಾಗಿಲಿನಿಂದ ಮಾತ್ರ ದೀಪದ ಬೆಳಕು ರಸ್ತೆಯಲ್ಲಿ ಇಣುಕಿ ನೋಡುತ್ತಿತ್ತು. ಒಳಗಿನಿಂದ ಜೋರಾಗಿ ಕೂಗು ಕೇಳಿಸುತ್ತಿತ್ತು. ಹತ್ತಿರ ತಲುಪಿದಾಗ ತಿಮ್ಮ ತನ್ನ ಹೆಂಡತಿಯನ್ನು ಹೊಡೆಯುತ್ತಿರುವನೆಂದು ತಿಳಿಯಿತು. ನಾನು ಆ ಮನೆಯನ್ನು ದಾಟಿ ಒಂದೆರಡು ಹೆಜ್ಜೆ ಮುಂದೆ ಹೋಗಿದ್ದೆ. ಅಷ್ಟರಲ್ಲೇ ತಿಮ್ಮ ಅವಳನ್ನು ಎಳೆದುಕೊಂಡು ರಸ್ತೆಗೆ ಬಂದು ಬೆತ್ತದಿಂದ ಇನ್ನೂ ಜೋರಾಗಿ ಹೊಡೆಯತೊಡಗಿದ. ಸುತ್ತಮುತ್ತಲಿನ ಮನೆಯವರು ಬಾಗಿಲನ್ನು ತೆರೆದುಕೊಂಡು ಹೊರಗೆ ಬಂದು ನೋಡತೊಡಗಿದರು. ನೋಡಿ , 'ಇದೂ ಒಂದು ಸಂಸಾರ' ಎಂದೆನಿಸಿತು ನನಗೆ.

ಮರುದಿನ ಬೆಳಿಗ್ಗೆ ಆಫೀಸಿಗೆ ಹೋಗುತ್ತಿದ್ದೆ ಅದೇ ದಾರಿಯಿಂದ. ತಿಮ್ಮ ತನ್ನ ಮನೆ ಇದಿರಿನ ಮುರಿದ ಬೇಲಿಯನ್ನು ಸರಿಮಾಡಿ ಕಟ್ಟುತ್ತಿದ್ದ. ಹತ್ತಿರವೆ ಅವನ ಹೆಂಡತಿ ನಿಂತು ನಗುತ್ತಾ ಅವನೊಡನೆ ಮಾತನಾಡುತ್ತಿದ್ದಳು. ಎಂದಿನಂತೆ ಅವರ ಮಗು ಅಂಗಳದಲ್ಲಿ ಆಟವಾಡುತ್ತಿತ್ತು. ನಾನು ನೋಡುತ್ತಿದ್ದಂತೆ ಆಕೆ ಮಗುವನ್ನೆತ್ತಿ ಅವನ ಭುಜದ ಮೇಲೆ ಕೂರಿಸಿದಳು. ಮಗು ಕೇಕೆ ಹಾಕಿ ನಗತೊಡಗಿತು. ಅವಳೂ ನಕ್ಕಳು. ತಿಮ್ಮ ನಗುತ್ತ ಮಗುವನ್ನು ಮುದ್ದಿಟ್ಟುಕೊಂಡನು. ನೋಡಿ ಆಶ್ಚರ್ಯವಾಯಿತೆಂದರೆ, ಆಶ್ಚರ್ಯವೇನು ಸೀತಾ ! ಪಾಶ್ಚಾತ್ಯ ದೇಶಗಳಲ್ಲಾಗಿದ್ದರೆ ವಿವಾಹ ವಿಚ್ಛೇದನದ ಕೋರ್ಟಿಗೆ ಹೊಸದೊಂದು ಫಿರ್ಯಾದು ದಾಖಲಾಗುತ್ತಿತ್ತು.

ನಿನ್ನ

-ರಾಮು

* * *

ಸೀತಾ,

ನಾನು ಎಲ್.ಎ.ಯಲ್ಲಿ ಹೆಣ್ಣುಮಕ್ಕಳಿಗೂ ತಂದೆಯ ಆಸ್ತಿಯಲ್ಲಿ ಪಾಲು ದೊರೆಯಬೇಕೆಂದು ಮಸೂದೆಯನ್ನು ತರಲಿರುವರು ಎಂದುದಕ್ಕೆ ನೀನು ನಕ್ಕು 'ನಿನಗೆ

ತಂಗಿಯಿಲ್ಲ ರಾಮು, ಅದೇ ಅಷ್ಟೊಂದು ಧೈರ್ಯ' ಎಂದು ಚೇಷ್ಟೆ ಮಾಡಿದುದು ನಿನಗೆ ನೆನಪಿದೆಯೆ ಸೀತಾ? ಆದರೂ ನಿನ್ನ ಮನಸ್ಸಿಗೆ ಗೊತ್ತಿರಬಹುದು. ನನಗೆ ತಂಗಿಯರಿದ್ದರೂ ರಮಣಿಯರ ಆರ್ಥಿಕ ಸ್ವಾತಂತ್ರತೆಗೆ ನಾನು ಶತ್ರುವಾಗಲಾರೆನೆಂದು ಅಲ್ಲವೆ ? ನಿಜವನ್ನು ಹೇಳು–

ನಿನ್ನೆ ದಿನ ತೋಟಕ್ಕೆ ಹೋಗಿದ್ದೆ. ಬರುವಾಗ ಕತ್ತಲಾಗಿತ್ತು. ಈಗಿನ ಚಳಿಯಂತೂ ನಿನಗೆ ಪರಿಚಯವಿಲ್ಲದೆ ಇಲ್ಲ. ಕೋಟನ್ನು ಹಾಕಿಕೊಂಡು ಹೋಗುವುದನ್ನು ಮರೆತಿದ್ದೆ. ಚಳಿಯಿಂದ ನಡುಹಿಡಿದು 'ಮನೆಗೊಂದು ಸಾರಿ ತಲುಪಿದರೆ ಸಾಕಪ್ಪಾ ' ಎನಿಸಿತ್ತು. ಬೇಗಬೇಗನೆ ನಡೆಯುತ್ತಿದ್ದೆ. ತೋಟಕ್ಕೆ ಹೋಗುವ ದಾರಿಯಲ್ಲಿ ದೊಡ್ಡದೊಂದು ನಂದಿಯ ಮರವಿದೆಯಲ್ಲ, ಅಲ್ಲಿಯವರೆಗೆ ಬಂದಿದ್ದೆ. ಮರದ ಬುಡದಲ್ಲಿ ಯಾರೋ ಕುಳಿತಿದ್ದಂತೆ ಕಂಡಿತು. ಬೀರ ಹೇಳಿರಲಿಲ್ಲವೇ ? – ನಂದಿಯ ಮರದಡಿಯಲ್ಲಿ ಭೂತವಿದೆಯಂದು ? ಟಾರ್ಚ್ ಹಾಕಿ ನೋಡಿದೆ. ಭೂತದ ವಿಷಯ ನಂಬಿಕೆಯಿಂದಲ್ಲ, ಕೂತವರು ಯಾರೆಂದು ನೋಡುವ ಸಲುವಾಗಿ. ಅವಳೊಬ್ಬ ಹೆಂಗಸು. ಮಡಿಲಲ್ಲೊಂದು ಮಗು ನಿದ್ರೆ ಮಾಡುತ್ತಿತ್ತು. ತಾಯಿ ಚಳಿಯಿಂದ ನಡುಗುತ್ತಿದ್ದರೂ ಮಗು ಅವಳ ಸೆರಗಿನ ಆಶ್ರಯದಲ್ಲಿ ಸ್ವಸ್ಥವಾಗಿ ಮಲಗಿತ್ತು. ಅತ್ತು ಕೆಂಪಾದ ಕಣ್ಣುಗಳು. ಕೆದರಿದ ಕೂದಲು, ಹರಕು ಸೀರೆ. ಕತ್ತಲಲ್ಲಿ ಒಂದು ಮಗುವಿನೊಡನೆ ಒಬ್ಬಳೇ ಕುಳಿತಿರುವುದನ್ನು ನೋಡಿ ಕೇಳಿದೆ – ಕತ್ತಲಲ್ಲಿ ಅಲ್ಲೇಕೆ ಕುಳಿತಿರುವುದೆಂದು. ಅಯ್ಯೋ ಸೀತಾ, ನೀನಾಗ ನನ್ನೊಡನಿದ್ದಿದ್ದರೆ ಸ್ತ್ರೀಯರ ಆರ್ಥಿಕ ಸ್ವತಂತ್ರತೆಯ ವಿಷಯದಲ್ಲಿ ನಾನು ಮಾತೆತ್ತುವಾಗ ನಗುತ್ತಿರಲಿಲ್ಲ.

ಆ ಅನಾಥ ವಿಧವೆಯನ್ನು ಜಗಳವಾಡಿ ಮಗುವಿನೊಡನೆ ಮಧ್ಯರಾತ್ರಿಲ್ಲಿ ಅವಳತ್ತೆ ಮನೆಯಿಂದ ಹೊರಡಿಸಿದಳಂತೆ.

ಇದಕ್ಕೇನೆನ್ನುವೆ ಸೀತಾ? **ಭಾರತರಮಣಿಯರಿಗೆ ಆರ್ಥಿಕ ಸ್ವತಂತ್ರತೆ ಇಲ್ಲದೆ ಎಷ್ಟೊಂದು ದುಷ್ಪರಿಣಾಮಗಳಾಗುತ್ತಿರುವವೆಂದು ಈ ಒಂದು ಉದಾಹರಣೆಯಿಂದ ನೀನು ತಿಳಿದುಕೊಂಡರೆ ನಿಜವಾಗಿಯೂ ನನಗೆ ಸಂತೋಷವಾಗುವುದು.**

ಇನ್ನೇನು ಬರೆಯಲಿ ?

ನಿನ್ನ ,

ರಾಮು

* * *

ನನ್ನ ಸೀತಾ,

ನಿನ್ನ ಕಾಗದ ಕಳೆದ ವಾರವೇ ಬಂದಿತ್ತು. ಆದರೆ ನಾನು ಮಾತ್ರ ಊರಲ್ಲಿರಲಿಲ್ಲ. ಈಗ ತಾನೇ ಬಂದೆ. ಮೇಜಿನ ಮೇಲೆ ಕಾಗದಗಳ ಕಟ್ಟೊಂದು ಇತ್ತು. ನಿನ್ನ ಕಾಗದವು

ಬಂದಿರಬಹುದೆಂದು ನನಗೆ ಗೊತ್ತಿತ್ತು. ಬೇಗಬೇಗನೆ ಅದನ್ನು ತೆಗೆದು ಓದಿದೆ, ಓದಿದೆ; ಎಷ್ಟು ಓದಿದರೂ ತೃಪ್ತಿಯಿಲ್ಲ ಸೀತಾ ! ಓದುತ್ತಾ ಕುಳಿತರೆ ನಿನಗೆ ಬರೆಯಲು ನಿಧಾನವಾಗುವುದು. ನಾನು ಸಾವಕಾಶ ಮಾಡಿದರೆ ನೀನೂ ಹಾಗೆಯೇ ಮಾಡಿಬಿಡುವೆ. ಆದುದರಿಂದ ನಿನಗೆ ಮೊದಲು ಕಾಗದ ಬರೆದು ನಿನ್ನ ಇನ್ನೊಂದು ಕಾಗದ ಬರುವವರೆಗೂ ಇದನ್ನು ಓದುತ್ತಿರುತ್ತೇನೆ. ಬೇಗ ಬರೆ. ಈ ಸಾರಿ ವಿಳಂಬವಾಯಿತೆಂದು ಮುಯ್ಯಿ ತೀರಿಸಿಕೊಳ್ಳುವ ಯತ್ನ ಮಾಡಬೇಡ. ವಿಳಂಬಕ್ಕೆ ಕಾರಣವು ತಿಳಿದರೆ ಹಾಗೆ ಮಾಡಲಾರೆ.

ನಿನ್ನ ಕಾಗದವು ಬರುವಾಗ ನಾನು ಊರಲ್ಲಿರಲಿಲ್ಲ ಎಂದು ಬರೆದಿದ್ದೇನೆ. ಎಲ್ಲಿಗೆ ಹೋಗಿದ್ದೆ ಗೊತ್ತೇ ? ಗೋವಿಂದರಾಯರ ಮನೆಗೆ; ಅವರ ಮೊಮ್ಮಗನ ನಾಮಕರಣಕ್ಕೆ. ಒಂದು ದಿನ ಮುಂದಾಗಿಯೇ ಹೋಗಿದ್ದೆ ; ಅವರ ಒತ್ತಾಯ ತಡೆಯಲಾರದೆ. ಅಪರೂಪದ ಮಗು, ಮನೆಯವರ ಆದರದ ಬೊಂಬೆ. ಬಹಳ ಸಂಭ್ರಮದಿಂದ ನಾಮಕರಣದ ಸಿದ್ಧತೆ ಆರಂಭವಾಯ್ತು.

ಸೊಸೆ ಬಾಣಂತನಕ್ಕೆ ಹೋದವಳು ಹಿಂದಿರುಗಿ ಬಂದಿರಲಿಲ್ಲ. ಮಗ ಕರೆತರಲು ಹೋಗಿದ್ದ. ನಾನು ಹೋಗಿ ಸ್ವಲ್ಪ ಹೊತ್ತಾಗಿತ್ತು. ಬಂದಿದ್ದವರೊಡನೆ ಹರಟೆಹೊಡೆಯುತ್ತಾ ಜಗುಲಿಯ ಮೇಲೆ ಕುಳಿತಿದ್ದೆ. ಅಷ್ಟರಲ್ಲಿ ಅವರ ಮಗ ಹೆಂಡತಿಯನ್ನೂ ಮಗುವನ್ನೂ

ಕರೆದುಕೊಂಡ ಬಂದ. ಆಗ ಬೆಳಗಿನ ಹತ್ತುಗಂಟೆಯಾಗಿತ್ತು. ಗೋವಿಂದರಾಯರ ಹೆಂಡತಿ ಅವರನ್ನು ಇದಿರುಗೊಂಡು, ಮಗುವನ್ನು ಎತ್ತಿ ಮುದ್ದಿಟ್ಟು ದೃಷ್ಟಿಯಾಗದಂತೆ ಮೊಮ್ಮಗನಿಗೆ ಮಸಿಬೊಟ್ಟಿಟ್ಟರು. ಸೊಸೆಗೆ ಕುಂಕುಮವಿಟ್ಟು ಕೈಹಿಡಿದು ಒಳಗೆ ಕರೆದುಕೊಂಡು ಹೋದರು.

ಎಲ್ಲರಿಗೂ ಸಂತೋಷ -ಸಂಭ್ರಮ- ಹಿಗ್ಗೇ ಹಿಗ್ಗು. ಅಪರೂಪದ ಮಗು. ಸಾಲದುದಕ್ಕೆ ಮುದ್ದಿನ ಚಂಡಿನಂತಹ ಗಂಡು. (ನಗಬೇಡ) ಕೇಳಬೇಕೆ- ಆನಂದದ ಸುರಿಮಳೆ!

ಸೊಸೆ ಒಳಗೆ ಹೋದಳು. ಹಿತ್ತಲ ಜಗುಲಿಯಲ್ಲಿ ಹಾಸಿದ ಚಾಪೆಯ ಮೇಲೆ ಅತ್ತೆ, ಸೊಸೆಯನ್ನು ಕೂಡಿಸಿ ಮೊಮ್ಮಗನಿಗೆ ಕುಡಿಸಲು ಹಾಲು ತಂದಿಟ್ಟರು. ಆಕೆ ಹಾಲು ಕುಡಿಸತೊಡಗಿದಳು. ಇನ್ನೇನು- ಎರಡೇ ಎರಡು ಚಮಚ ಹಾಲು ಉಳಿದಿತ್ತು. ಅಷ್ಟರಲ್ಲಿ 'ಢಂ' ಎಂದು ಶಬ್ದವಾಯಿತು. ಹಾಲು ಕುಡಿಸುತ್ತಾ ಕೂತಿದ್ದ ತಾಯಿ ಕೆಳಗುರುಳಿದಳು. ಮಗು ನೆಲಕ್ಕೆ ಬಿದ್ದು ಚೀರತೊಡಗಿತು. ಎಲ್ಲರೂ ಓಡಿಹೋಗಿ ನೋಡಿದೆವು. ಅಜ್ಜಿ ಮಗುವನ್ನೆತ್ತಿಕೊಂಡರು. ಮಗ ಹೆಂಡತಿಯನ್ನು ಎತ್ತಿದ. ಧಾರೆಧಾರೆಯಾಗಿ ಅವಳ ಎದೆಯಿಂದ ರಕ್ತ ಸೋರುತ್ತಿತ್ತು. ನೆಲದಿಂದ ಎತ್ತುವ ಮೊದಲೇ ಪ್ರಾಣವು ಹಾರಿಹೋಗಿತ್ತು.

ಕ್ಷಣ ಹೊತ್ತಿನ ಮೊದಲು ತಾಯ್ತನದ ಹೆಮ್ಮೆಯಿಂದ, ಯೌವ್ವನದ ಸೊಬಗಿನಿಂದ ಬೆಳಗುತ್ತಿದ್ದ ಅವಳು ಈ ಜನ್ಮದ ಸುಖದುಃಖಗಳನ್ನು ಬಿಟ್ಟು ಹೊರಟುಹೋಗಿದ್ದಳು. ಎಲ್ಲರೂ ಏನೂ ತೋರದೆ ಬೊಂಬೆಗಳಂತೆ ನಿಂತಿದ್ದೆವು. ಮಗು ಮಾತ್ರ ಚೀರಿ ಚೀರಿ ಅಳುತ್ತಿತ್ತು. ಮಗುವಿನ ತಂದೆಗೆ ಪ್ರಜ್ಞೆಯೇ ಇರಲಿಲ್ಲ.

ಸ್ವಲ್ಪಹೊತ್ತಿನ ಮೇಲೆ ತಿಳಿಯಿತು ; ಅವಳ ಅಕಾಲಮೃತ್ಯುವಿಗೆ ಹಿತ್ತಲ ಕಿತ್ತಳೆಯ ತೋಟದಲ್ಲಿ ಕಾಗೆಗಳನ್ನು ಅಟ್ಟುವುದಕ್ಕಾಗಿ ಹೊಡೆದ ಗುಂಡು ಆಕಸ್ಮಾತ್ತಾಗಿ ಅವಳಿಗೆ ತಗುಲಿದುದೇ ಕಾರಣವೆಂದು.

ನೋಡಿದೆಯಾ ಸೀತಾ, ಮೊಮ್ಮಗನ ಜನನದಿಂದ ಶಾಂತಿ, ಸುಖ, ಸಂತೋಷದಿಂದ ಮೆರೆಯುತ್ತಿದ್ದ ಆ ಸಂಸಾರಕ್ಕೆ ಬಂದ ದುಃಖ ! ಅದು ಬಂದೊದಗಿದ ರೀತಿ !! ಮನುಷ್ಯರು ಮರುಕ್ಷಣದ ಗತಿಯನ್ನರಿಯದೆ ಹೊಡೆದಾಡುವ ಜೀವನದ ರಹಸ್ಯ ಇದೇ ಏನು ? ತಿಳಿದವರಾರು?

ಯಾವಾಗಲೂ ನಿನ್ನ ,

ರಾಮು

೦

[ಮೇ ೧೯೩೫]

ಪ್ರಾಯಶ್ಚಿತ್ತ

ದಸರಾ ರಜೆಗೆ ಮೂರ್ತಿ ಬೆಂಗಳೂರಿನಿಂದ ಹಳ್ಳಿಗೆ ಬಂದಿದ್ದ. ಐಶ್ವರ್ಯವಂತ ರಾದ ತಂದೆತಾಯಿಗೆ ಅವನೊಬ್ಬನೇ ಮಗ ; ತಾಯಿಯ ಪ್ರೇಮದ ಬೊಂಬೆ. ಇಪ್ಪತ್ತು ಮೂರು ವರ್ಷ ವಯಸ್ಸಿನವನಾದರೂ ತಾಯಿ ಅವನನ್ನು ಎರಡು ವರ್ಷದ ಮಗುವಿನಂತೆ ಮುದ್ದಿಸುತ್ತಿದ್ದಳು. ಅವನು ಏನು ಮಾಡಿದರೂ ತಾಯಿಗೆ ಅದು ತಪ್ಪಾಗಿ ತೋರುತ್ತಿರಲಿಲ್ಲ. ಮಡಿಮೈಲಿಗೆ ಎಂದರೆ ಆಕೆಗೆ ಜೀವಕ್ಕಿಂತಲೂ ಹೆಚ್ಚು. ಆದರೂ ಒಂದು ದಿನ ಮೂರ್ತಿ ಶೂಜ್ ಹಾಕಿಕೊಂಡು ಅಡಿಗೆಮನೆಯೊಳಗೆ ನುಗ್ಗಿದಾಗ 'ಪಾಪ ಚಿಕ್ಕ ಹುಡುಗ, ಅವನಿಗೇನು ಗೊತ್ತು' ಎಂದು ಹೇಳಿ ಅವನನ್ನು ಕ್ಷಮಿಸಿದ್ದಳು. ಮೂರ್ತಿಗೂ ಹಾಗೆಯೇ – 'ಅಮ್ಮ' ಎಂದರೆ ಪ್ರಾಣ. ಅವಳ ಮಾತುಗಳನ್ನು ಎಂದೂ ಮೀರುತ್ತಿರಲಿಲ್ಲ. ಕಾಲೇಜಿಗೆ ಎರಡು ದಿನ ರಜೆ ಸಿಕ್ಕಿದರೆಸಾಕು ; ತಾಯಿಯನ್ನು ನೋಡುವುದಕ್ಕೆ ಹಳ್ಳಿಗೆ ಓಡಿಬರುತ್ತಿದ್ದ ಅಣ್ಣ, ತಂಗಿ, ಸ್ನೇಹಿತ – ಎಲ್ಲಾ ಅವನಿಗೆ ಅವನ ಅಮ್ಮ. ಅವಳ ಪ್ರೇಮಪೂರ್ಣವಾದ ಸವಿನುಡಿಗಳನ್ನು ಕೇಳುವುದಕ್ಕೆ ಮೂರ್ತಿಗೆ ಬಹಳ ಆಸೆ. ನೋಡಿದವರು ಅವರನ್ನು ತಾಯಿ–ಮಗ ಎನ್ನುವುದರ ಬದಲು ಸ್ನೇಹಿತರು ಎಂದು ಹೇಳುತ್ತಿದ್ದರು.

ಮೂರ್ತಿಯ ತಂದೆ ಬಹಳ ವಿಚಿತ್ರ ಪ್ರಕೃತಿಯ ಮನುಷ್ಯ. ಮೂರ್ತಿಯ ಮನಸ್ಸು ಎಷ್ಟು ಕೋಮಲವೋ ಅಷ್ಟೇ ಕಠಿಣ ಆತನ ಮನಸ್ಸು. ಹಣವನ್ನು ಶೇಖರಿಸುವುದಲ್ಲದೆ ಖರ್ಚು ಮಾಡುವುದೆಂದರೆ ಅವನಿಗೆ ಪ್ರಾಣಸಂಕಟ. ಮೂರ್ತಿಯ ಸೂಟುಗಳನ್ನೂ ಶೂಗಳನ್ನೂ ನೋಡುವಾಗ ಹಣ ಕಳೆಯುವ ದುರ್ವ್ಯಸನವೆಂದು ಕಿಡಿಕಿಡಿಯಾಗುತ್ತಿದ್ದನು. ಮಗನ ಮೇಲೆ ಕೋಪ ಬಂದಾಗ ಹೆಂಡತಿಗೆ ಹೊಡೆಯುವುದು ಅವನ ಪದ್ಧತಿ. ತಾಯಿಗೆ ಕೊಡುವ ಕ್ರೂರ ಶಿಕ್ಷೆಯನ್ನು ನೋಡಲಾರದೆ ಮೂರ್ತಿ ತಂದೆಯೊಡನೆ ಹಣ ಕೇಳುವುದನ್ನೇ ಬಿಟ್ಟುಬಿಟ್ಟನು. ತಂದೆಯೇ ಪ್ರತಿ ತಿಂಗಳ ಮೊದಲನೆಯ ತಾರೀಖಿನಲ್ಲಿ 'ಹಣ ಖರ್ಚು ಮಾಡುವುದು ಪಾಪ' ಎಂದು ಒಂದೂವರೆ ಗಜ ಕಾಗದ ಬರೆದು ಹದಿನೈದು ರೂಪಾಯಿಗಳನ್ನು ಕಳುಹಿಸುತ್ತಿದ್ದನು. ಮತ್ತೊಂದು ತಿಂಗಳ ಮೊದಲನೆಯ ತಾರೀಖಿನವರೆಗೂ ಆ ಹದಿನೈದು ರೂಪಾಯಿಗಳಲ್ಲಿ ಮೂರ್ತಿ ದಿನ ಕಳೆಯಬೇಕಿತ್ತು. ಮೂವತ್ತನೆಯ ತಾರೀಖಿನ ದಿನ ಮೂರ್ತಿ ಪ್ರತಿಯೊಂದು ಕಾಸಿನ ಲೆಕ್ಕವನ್ನು ಬರೆದು ತಂದೆಗೆ ಕಳುಹಿಸಬೇಕು. ಇದಲ್ಲದೆ ಮೂರ್ತಿ ಪ್ರತಿ ವರ್ಷ ಪ್ರತಿ ಕ್ಲಾಸಿನಲ್ಲಿಯೂ ಮೊದಲನೆಯವನಾಗಿರಬೇಕೆಂದು ತಂದೆಯ ಇಚ್ಛೆ. ಹಿಂದಿನ ವರ್ಷ ಮೂರ್ತಿ ಸೆಕೆಂಡ್ ಕ್ಲಾಸಿನಲ್ಲಿ ಬಂದುದಕ್ಕಾಗಿ ಒಂದು ತಿಂಗಳು ಅವನೊಡನೆ ಮಾತಾಡಿರಲಿಲ್ಲ. ತಾಯಿಯ ಅತ್ಯಧಿಕ ಸ್ನೇಹವೇ ಇದಕ್ಕೆ ಕಾರಣವೆಂದು ಅವಳಿಗೂ ಬೇಕಾದಷ್ಟು ಏಟುಗಳು ಬಿದ್ದಿದ್ದವು.

ತಾಯಿಯ ಅಸಹನೀಯ ವೇದನೆಯನ್ನು ನೋಡಲಾರದೆ ಮೂರ್ತಿ ಹೇಗಾದರೂ ಮಾಡಿ ಈ ವರ್ಷ ಮೊದಲನೆಯವನಾಗಬೇಕೆಂದು ಹಗಲು ರಾತ್ರಿ ಓದುತ್ತಿದ್ದನು. ತಂದೆಯ ಈ ತರದ ಕಠೋರ ವ್ಯವಹಾರದಿಂದ ತಾಯಿ ಮಕ್ಕಳ ಪ್ರೇಮವು ದಿನದಿನಕ್ಕೆ ದೃಢವಾಗುತ್ತಿತ್ತು.

ಮೂರ್ತಿ ಊರಿಗೆ ಬಂದ ದಿನವೇ ಅವನ ತಂದೆ ಏನೋ ಕೆಲಸದ ಸಲುವಾಗಿ ಒಂದುವಾರ ಬೆಂಗಳೂರಿಗೆ ಹೋಗಬೇಕಾಯಿತು. ಆ ದಿನ ಅವನ ತಾಯಿ ಬೇಗ ಬೇಗನೆ ಕೆಲಸಗಳನ್ನೆಲ್ಲಾ ತೀರಿಸಿ, ಮಗನೊಡನೆ ಮಾತನಾಡುತ್ತಾ ಮನೆಯ ಮುಂದಿನ ಜಗುಲಿಯ ಮೇಲೆ ಕೂತಿದ್ದಳು. ನೆರೆಮನೆಗಳ ಪುಟ್ಟ ಪುಟ್ಟ ಹುಡುಗಿಯರು ಒಳ್ಳೊಳ್ಳೆಯ ಸೀರೆಗಳನ್ನುಟ್ಟುಕೊಂಡು ಅತ್ತಿಂದಿತ್ತ ಓಡಾಡುತ್ತಿದ್ದರು. ಎಳೆ ಪ್ರಾಯದ ಮಕ್ಕಳ ಆನಂದದ ನಲಿದಾಟವನ್ನು ನೋಡುತ್ತ ತಾಯಿ ಮಗು ಇಬ್ಬರೂ ಮಾತುಗಳನ್ನು ಮರೆತು ಮೂಕರಂತೆ ಕೂತಿದ್ದರು. ಮೂರ್ತಿಯ ತಾಯಿಗೆ ಮಕ್ಕಳೆಂದರೆ ಬಹಳ ಪ್ರೀತಿ. ರಸ್ತೆಯಲ್ಲಿ ಓಡಾಡುತ್ತಿದ್ದ ಮಕ್ಕಳಲ್ಲಿ ಒಂದು ಮಗು (ಸುಮಾರು ನಾಲ್ಕು ವರ್ಷ ಪ್ರಾಯದ್ದು.) ಬಹಳ ಮುದ್ದಾಗಿತ್ತು. ಆ ಮಗುವಿಗೊಂದು ಪುಟ್ಟ ಸೀರೆ ಉಡಿಸಿದ್ದರು. ಅದೇ ಮೊದಲನೆಯ ಸಾರಿ ಅದು ಸೀರೆ ಉಟ್ಟುದಾಗಿರಬೇಕೆಂದು ತೋರುತ್ತದೆ. ಅದರ ಆನಂದವು ಮೇರೆ ಮೀರಿತ್ತು. ಗಾಳಿಗೆ ಹಾರಾಡುತ್ತಿದ್ದ ಅದರ ಗುಂಗುರು ಕೂದಲುಗಳೂ ಉದ್ದವಾದ ರೆಪ್ಪೆಗಳ ನಡುವಿನ ಕರಿತುಂಬಿಗಳಂತಹ ವಿಶಾಲವಾದ ಕಣ್ಣುಗಳೂ ಕೆಂಪುತುಟಿಗಳಿಂದ ಒಪ್ಪುವ ಬಾಯಿಯೂ

ನಗೆಯನ್ನು ಹೊರಚೆಲ್ಲುತ್ತಿದ್ದವು. ಏನೋ ಒಂದು ಪದವನ್ನು ಹೇಳುತ್ತ ಕಂಕುಳಲ್ಲೊಂದು ಬೊಂಬೆಯನ್ನು ಎತ್ತಿಕೊಂಡು ಆ ಮಗು ಸಂತೋಷವನ್ನು ಬೀರುತ್ತ ರಸ್ತೆಯಲ್ಲಿ ಬರುವುದನ್ನು ನೋಡಿ ಮೂರ್ತಿಯ ತಾಯಿ 'ಬಾಮ್ಮ ಪ್ರಭಾ' ಎಂದಳು. ಆಕೆಯ ಮಾತು ಕೇಳಿ ಪ್ರಭಾ ಓಡೋಡುತ್ತ ಬಂದು 'ಅತ್ತೆ ಬೊಂಬೆ ನೋಡಿಲ್ಲಿ'ಎಂದು ತನ್ನ ಬೊಂಬೆಯನ್ನು ತೋರಿಸತೊಡಗಿದಳು. ಮೂರ್ತಿಯ ತಾಯಿ ಆ ಮುದ್ದಿನ ರಾಶಿಯನ್ನು ಎತ್ತಿಕೊಂಡು ಅವಳ ಕೆನ್ನೆಗಳಿಗೆ ಮುತ್ತುಕೊಟ್ಟು 'ನೋಡು ಮೂರ್ತಿ ಬಂದಿದ್ದಾನೆ, ಮಾತಾಡು' ಎಂದು ಹೇಳಿ ಅವಳಿಗೆ ಕೊಡುವುದಕ್ಕೆ ತಿಂಡಿ ತರುವುದಕ್ಕಾಗಿ ಒಳಕ್ಕೆ ಹೋದಳು. 'ನನ್ನ ಗೊಂಬೆ ನೋದು ಮೂತಿ' ಎಂದು ಸುರುಮಾಡಿದಳು ಪ್ರಭೆ ಮೂರ್ತಿಯೊಡನೆ ಮಾತಿಗೆ. ಚಿಕ್ಕಂದಿನಿಂದಲೂ ಅವನಿಗೆ ಪರಿಚಯವಿತ್ತು ಪ್ರಭೆಯದು. ನೆರೆಮನೆಯ ನಾರಾಯಣ ರಾಯರ ಮಗಳು ಅವಳು. ನಳಿನಿ ಸಣ್ಣ ಪ್ರಭೆಯನ್ನು ಎತ್ತಿಕೊಂಡು ಅವನ ತಾಯಿಯೊಡನೆ ಹಿತ್ತಲ ಬೇಲಿಯ ಹತ್ತಿರ ನಿಂತುಕೊಂಡು ಮಾತನಾಡುತ್ತಿದ್ದಾಗ ಎಷ್ಟೋ ಸಾರಿ ಮೂರ್ತಿ ಅವಳಿಂದ ಪ್ರಭೆಯನ್ನು ಎತ್ತಿಕೊಂಡು ಆಡಿಸಿದ್ದನು. ಹಳೆಯ ಸ್ನೇಹಿತರಿಬ್ಬರು ಜೊತೆಯಾದರೆ ಮಾತಿಗೆ ಕೊನೆ ಮೊದಲಿದೆಯೇ ? ಪ್ರಭೆ ಆ ದಿನ ತನ್ನ ಮನೆಗೆ ಹೋಗುವಾಗ ರಾತ್ರಿ ಎಂಟು ಗಂಟೆ ಹೊಡೆದುಹೋಗಿತ್ತು. ಮೂರ್ತಿಯೆ ಅವಳನ್ನು ಮನೆಗೆ ತಲುಪಿಸಿದ.

* * *

ಮರುದಿನ ಬೆಳಿಗ್ಗೆ ಮೂರ್ತಿ ಹಿತ್ತಲಲ್ಲಿದ್ದ ಸಂಪಿಗೆಯ ಮರಹತ್ತಿ ತಾಯಿಗಾಗಿ ಹೂ ಕೊಯ್ಯುತ್ತಿದ್ದ. ಮರವು ಬಹಳ ಎತ್ತರವಾಗಿತ್ತು. ಎತ್ತರದ ಕೊಂಬೆಯೊಂದರ ಮೇಲೆ ಕುಳಿತು ಮೂರ್ತಿ ಹೂ ಕೊಯ್ಯುತ್ತಿದ್ದಾಗ, ನೆರೆಮನೆಯ ನಳಿನಿ ಪಾತ್ರೆ ಬೆಳಗುತ್ತಾ ಕೊಳದ ಹತ್ತಿರ ಕುಳಿತಿದ್ದುದನ್ನು ಕಂಡ. ಜಗುಲಿಯ ಮೇಲೆ ಮುದ್ದು ಪ್ರಭೆ ಎಳೆಗರು ಒಂದಕ್ಕೆ ಪುಟ್ಟ ಕೈಯಿಂದ ರೊಟ್ಟಿ ಕೊಡುತ್ತಿದ್ದಳು. ಪ್ರಭೆಯ ಸುಂದರವಾದ ಮುಖವು, ಬಾಲಸೂರ್ಯನ ಹೊಂಬಿಸಿಲು ಬಿದ್ದು ಅರಳನುವಾದ ಕಮಲದಂತೆ ತೋರುತ್ತಿತ್ತು. ಅವಳ ಚಪಲ ಚಂಚಲ ನಯನಗಳು ಸಂತೋಷದ ಸುಳಿನಗೆಯನ್ನು ಬೀರುತ್ತಿದ್ದವು. ಜಡೆ ಹೆಣೆದಿರಲಿಲ್ಲ, ಕೂದಲೆಲ್ಲಾ ಕೆದರಿ ಮುಖವನ್ನು ಸುತ್ತಿ ಮುತ್ತಿಡುತ್ತಿದ್ದಂತೆ ಕಾಣುತ್ತಿತ್ತು. ಮೂರ್ತಿ ಅವಳನ್ನು ನೋಡನೋಡುತ್ತ ಲೋಕವನ್ನೇ ಮರೆತುಬಿಟ್ಟ, ಅಷ್ಟು ಸುಂದರವಾಗಿತ್ತು ಆ ಮುದ್ದು ಮಗುವಿನ ನಿಷ್ಕಲಂಕವಾದ ರೂಪರಾಶಿ. ಪ್ರಭೆ ಮೂರ್ತಿಯನ್ನು ನೋಡಲಿಲ್ಲ. ರೊಟ್ಟಿ ಮುಗಿದೊಡನೆ ಇನ್ನೊಂದು ತರುವುದಾಗಿ ಒಳಗೆ ಹೋದಳು. ಆಗ ಮೂರ್ತಿಗೆ ಪ್ರಜ್ಞೆ ಬಂತು. 'ಮುದ್ದು ಪ್ರಭೆ ಎಷ್ಟು ಮುದ್ದಾಗಿದ್ದಾಳೆ! ನನಗಂತಹ ಒಬ್ಬಳು ತಂಗಿ ಇದ್ದಿದ್ದರೆ' ಎಂದು ನಿಟ್ಟುಸಿರು ಬಿಟ್ಟು ಮೂರ್ತಿ ಹೂ ಕೊಯ್ಯತೊಡಗಿದ.

ಸ್ವಲ್ಪ ಹೊತ್ತಿನ ತರುವಾಯ ಮೂರ್ತಿ 'ಪ್ರಭೆ ಬಂದಳೇ' ಎಂದ ಆ ಕಡೆ ತಿರುಗಿ ನೋಡಿದ- ಬಂದಿರಲಿಲ್ಲ. ನಳಿನಿ ಮಾತ್ರ ಮೊದಲಿನಂತೆ ಪಾತ್ರೆ ಬೆಳಗುತ್ತಾ ಕೂತಿದ್ದಳು. ಅವಳ ಮುಖ ಕಾಣುತ್ತಿರಲಿಲ್ಲ. ಬೆನ್ನಿನ ಮೇಲೆ ಹರಿದಾಡುತ್ತಿದ್ದ ಅವಳ ಉದ್ದವಾದ ಜಡೆ ಮಾತ್ರ ಮೂರ್ತಿಗೆ ಕಾಣಿಸುತ್ತಿತ್ತು. ಆ ಜಡೆಯ ಪರಿಚಯವೂ ಮೂರ್ತಿಗಿತ್ತು. ಆದುದರಿಂದಲೇ ಮೂರ್ತಿಗೆ ಪಾತ್ರೆ ಬೆಳಗುತ್ತಿದ್ದವಳು ನಳಿನಿ ಎಂದು ಗೊತ್ತು.

ನಳಿನಿ ಪ್ರಭೆಯ ದೊಡ್ಡಮ್ಮನ ಮಗಳು. ಅದೇ ಊರಿನವಳು. ತಾಯಿತಂದೆ ಇಲ್ಲದ ತಬ್ಬಲಿ. ನಳಿನಿ ಹುಟ್ಟಿದ ವರ್ಷವೇ ತಂದೆ ತೀರಿಹೋಗಿದ್ದ. ಎರಡು ವರ್ಷಗಳ ತರುವಾಯ ಅವಳ ತಾಯಿ ಆತ್ಮಹತ್ಯೆ ಮಾಡಿಕೊಂಡಿದ್ದಳು. ಅಂದಿನಿಂದ ಪ್ರಭೆಯ ತಾಯಿತಂದೆಯರೇ ನಳಿನಿಗೂ ತಂದೆತಾಯಿ. ಅವಳ ಚಿಕ್ಕಮ್ಮ ಅಕ್ಕನ ಅನಾಥ ಮಗಳನ್ನು ಬಹಳ ಆದರದಿಂದ ಸಾಕುತ್ತಿದ್ದಳು.

ನಳಿನಿಯ ತಾಯಿಯ ಆತ್ಮಹತ್ಯೆಯ ವಿಷಯ ಜನರು ಅನೇಕ ವಿಧವಾಗಿ ಹೇಳುತ್ತಿದ್ದರು. ಸತ್ತು ಹೋದ ತನ್ನ ತಾಯಿಯ ವಿಷಯವಾಗಿ ಅವಳ ಚಿಕ್ಕಪ್ಪ ಅವಳ ಮದುವೆಯ ಸಲುವಾಗಿ ಬಹಳ ಪ್ರಯತ್ನಪಟ್ಟಿದ್ದರೂ ತಾಯಿಯ ಶೀಲನಡತೆಗಳು ಚೆನ್ನಾಗಿರಲಿಲ್ಲ. ಮಗಳೂ ಅವಳ ದಾರಿ ಹಿಡಿಯದಿರಲಾರಳು ಎಂದುಕೊಂಡು ಅವಳಿಗೆ ಹದಿನೈದು ವರ್ಷಗಳು ತುಂಬಿದರೂ ಯಾರೂ ಅವಳನ್ನು ಮದುವೆಯಾಗಿರಲಿಲ್ಲ. ಮೂರ್ತಿಗಳವಳು ಚಿಕ್ಕಂದಿನಿಂದಲೂ ಗೊತ್ತು. 'ತಾಯಿ ಕೆಟ್ಟವಳಾದರೆ ಮಗಳ ಅಪರಾಧವೇನು?' ಎಂದವನು ಕೇಳುತ್ತಿದ್ದ. ಮೂರ್ತಿ ಸಣ್ಣವನಾಗಿದ್ದಾಗ ನಳಿನಿಯೊಡನೆ ಆಡುತ್ತಿದ್ದ. ಮರದಿಂದ ಅವಳಿಗೆ ಹೂ ಕೊಯ್ದು ಕೊಡುತ್ತಿದ್ದ. ಅವಳಿಗೆ ಚಿತ್ರ ಬಿಡಿಸಿ ಕೊಡುತ್ತಿದ್ದ. ದೊಡ್ಡವರಾದಂತೆ ಅವರಿಬ್ಬರೊಳಗೆ ಮಾತುಕತೆ ನಿಂತುಹೋಗಿತ್ತು. ಮೂರ್ತಿ ಬೆಂಗಳೂರಿಗೆ ಹೋದ. ಇನ್ನೊಂದು ಕಾರಣವೇನೆಂದರೆ ಅವನ ತಂದೆ ನಳಿನಿಯೊಡನೆ ಮಾತನಾಡಕೂಡದೆಂದು ಮಾಡಿದ ಆಜ್ಞೆ. ಆಜ್ಞೆಗೆ ಮೂರ್ತಿ ಹೆದರದವನಾದರೂ ತಾಯಿಗೆ ತೊಂದರೆಯಾದೀತೆಂಬ ಭಯದಿಂದ ಸುಮ್ಮನಿದ್ದ. ಅವಳೊಡನೆ ಮಾತಾಡಿ ನಾಲ್ಕೈದು ವರ್ಷಗಳಾಗಿ ಹೋಗಿದ್ದವು. ಅವನಿಗೆ ಅವಳೊಡನೆ ಮಾತುಬಿಡುವುದೂ ಕಷ್ಟವಾಗಿರಲಿಲ್ಲ. ಬೆಂಗಳೂರಿಗೆ ಹೋದ ಮೇಲಂತೂ 'ನಳಿನಿ' ಎಂಬ ವ್ಯಕ್ತಿ ಈ ಲೋಕದಲ್ಲಿದೆ ಎಂಬುದನ್ನೇ ಅವನು ಮರೆತುಬಿಟ್ಟಿದ್ದ. ಈಗವಳ ಜಡೆ ನೋಡಿದೊಡನೆ ಅವನಿಗೆ ಹಿಂದಿನ ದಿನಗಳ ಚಿಕ್ಕ ನಳಿನಿಯ ಸ್ಮರಣೆಯಾಯಿತು. ಅವಳಿಗೆ ಹೂಗಳ ಮೇಲಿದ್ದ ಪ್ರೇಮ ನೆನಪಾಯ್ತು. ನಾಲ್ಕು ಹೂ ಕೊಯಿದುಕೊಟ್ಟರೆ ತಪ್ಪೇನು ಎಂದುಕೊಂಡು ತುಂಬ ಹೂಗಳಿದ್ದ ಒಂದು ಸಣ್ಣ ಕೊಂಬೆಯನ್ನು ಮುರಿದು ಅವಳು ಕೂತಿದ್ದ ಕಡೆಗೆ ಎಸೆದ. ಸದ್ದು ಕೇಳಿ ಅವಳು ತಿರುಗಿನೋಡಿದಳು. ಮೂರ್ತಿ ಅವಳ ಮುಖ ನೋಡಿದ. ಅಂದು ತನ್ನೊಡನೆ ಮರಹತ್ತಿ ಬೇಲಿ ಮುರಿದು ಕಲ್ಲೆಸೆದು ಓಡಾಡುತ್ತಿದ್ದ ನಳಿನಿಯ ನಗು ಮುಖದ ಬದಲು, ಹೇಳಲಾರದಂತಹ ಯಾವುದೋ ಒಂದು ತರದ ಸಹನಾತೀತ ವೇದನೆಯನ್ನು ಮುಚ್ಚಲಾಗದಿದ್ದರೂ ಮುಚ್ಚಲು ಯತ್ನಿಸುವ ಮುಖದ ನಳಿನಿಯನ್ನು ನೋಡಿ ಕೋಮಲ ಪ್ರಕೃತಿಯ ಮೂರ್ತಿ 'ಅಯ್ಯೋ' ಅಂದುಕೊಂಡ. ನಳಿನಿ ಬಿದ್ದಿದ್ದ ಹೂಗಳನ್ನು ನೋಡಿದಳು. ಮರದ ಮೇಲಿದ್ದ ಮೂರ್ತಿ ಅವಳಿಗೆ ಕಾಣಿಸಲಿಲ್ಲ. ಗಾಳಿಗೆ ಬಿದ್ದಿರಬಹುದೆಂದು ಯೋಚಿಸಿ ಕೈಗಳನ್ನು ತೊಳೆದುಕೊಂಡು ಹೂಗಳನ್ನು ತೆಗೆದುಕೊಂಡಳು.

ಹೂವನ್ನು ಕೈಗೆ ತೆಗೆದುಕೊಳ್ಳುವಾಗ ಮುಚ್ಚಿದ್ದ ಮೋಡಗಳ ನಡುವಿನಿಂದ ಒಂದು ನಿಮಿಷ ಇಣಿಕಿನೋಡಿದ ಬಿಲಿಸಿನಂತೆ ಅವಳ ಮುಖದಲ್ಲಿ ಎಳೆನಗೆಯೊಂದು ಮೂಡಿ ಮಾಯವಾಯಿತು. ಬೇಕಾದ್ದಕ್ಕಿಂತಲೂ ಹೆಚ್ಚಿನ ಬಹುಮಾನ ಆ ನಗುವೊಂದರಲ್ಲೇ ದೊರೆಯಿತೆಂದುಕೊಂಡು ಮೂರ್ತಿ ಅವಳಿಗೆ ಗೊತ್ತಾಗದಂತೆ ಮರವಿಳಿದು ತಾಯಿಯನ್ನು ಹುಡುಕುತ್ತ ಒಳಗೆ ಹೋದ.

* * *

ಪ್ರಭೆ ಸುಂದರಿ ಎಂಬುದರಲ್ಲಿ ಸಂದೇಹವಿಲ್ಲ. ಬೆಳಗಿನ ಹೊತ್ತು ಸೂರ್ಯನುದಯಿಸುವುದನ್ನು 'ಇದಿರು ನೋಡುತ್ತ' ಅರಳಲನುವಾದ ಕಮಲದಂತೆ ಅವಳ ಮುಖ. ನಳಿನಿ ಪ್ರಭೆಯಂತೆ ಸುಂದರಿಯಲ್ಲ. ಆದರೆ, ಅಪರೂಪದಲ್ಲೆಲ್ಲಾದರೂ ಒಂದು ನಗು ನಳಿನಿಯ ದುಃಖಾವೃತವಾಗಿದ್ದ ಮುಖದಲ್ಲಿ ಮೂಡಿದರೆ ಆಗವಳ ಮುಖವು ಅರೆಬಿರಿದ ಕಮಲದಂತೆ ತೋರುತ್ತಿತ್ತು. ಪ್ರಭೆಯ ಬಣ್ಣ ಗುಲಾಬಿ ಮಿಶ್ರಿತವಾದ ಬಿಳುಪು. ನಳಿನಿ ಕಪ್ಪು ಮಿಶ್ರಿತವಾದ ಕೆಂಪು. ಪ್ರಭೆಯ ಕಣ್ಣುಗಳು ಚಪಲ ಚಂಚಲ. ಸ್ಥಿರ-ಗಂಭೀರ ನಳಿನಿಯ ಕಣ್ಣುಗಳು. ಆ ಕಣ್ಣುಗಳು ಏನನ್ನಾದರೂ ನೋಡುತ್ತಿರುವಾಗ ಹೇಳಲಸಾಧ್ಯವಾದ ಒಂದು ತರದ ಲಾವಣ್ಯ ಅವಳ ಮುಖದ ಮೇಲೆ ನಲಿಯುತ್ತಿತ್ತು. ಬೆಳಕನ್ನು ತೋರಿಸಿದರೆ ಜಿಂಕೆ ಮರಿ ಆಶ್ಚರ್ಯದಿಂದ ನೋಡುವಾಗ ಹೇಗೋ ಹಾಗೆ.

ಮೂರ್ತಿ ಮೂರು ದಿನಗಳಿಂದಲೂ ಮರಹತ್ತಿ ನಳಿನಿಗೆ ತಿಳಿಯದಂತೆಯೇ ಅವಳು ಪಾತ್ರೆ ಬೆಳಗುವಾಗ ಅವಳನ್ನು ನೋಡುತ್ತಿದ್ದನು. ಪ್ರಭೆಯನ್ನು ತಿಂಡಿ ಕೊಟ್ಟು ಮನೆಗೆ ಕರತಂದು ಹೂ ಕೊಟ್ಟು ಕಳುಹಿಸುತ್ತಿದ್ದ. ನಿನ್ನ ತಾಯಿಗೆ ಕೊಡೆಂದು ಹೇಳಿ. ನಳಿನಿಗೂ ಅದು ತಲುಪುವುದೆಂದು ಅವನಿಗೆ ಗೊತ್ತು. ಚಿಕ್ಕಂದಿನ ತುಂಟಾಟಿಕೆಯ ನಳಿನಿಯೂ ಎಂದೂ ಮಾಡದಿದ್ದ ಅಧಿಕಾರವನ್ನು ಸ್ಥಿರ-ಗಂಭೀರ ನಯನಗಳ ನಳಿನಿಯ ರೂಪವು ಮೂರ್ತಿಯ ಹೃದಯದ ಮೇಲೆ ನಡೆಸತೊಡಗಿತು.

ಮೂರ್ತಿಯ ತಾಯಿಗೂ ಅನಾಥೆ ನಳಿನಿಯ ಮೇಲೆ ಅಪಾರ ಪ್ರೇಮ. ಗಂಡನು ಊರಿನಲ್ಲಿಲ್ಲದಾಗ ಅವಳನ್ನೂ ಪ್ರಭೆಯನ್ನೂ ಮನೆಗೆ ಕರೆದುಕೊಂಡು ಬಂದು ಜಡೆ ಹೆಣೆದು ತಿಂಡಿ ಕೊಟ್ಟು ಉಪಚರಿಸುತ್ತಿದ್ದಳು. ನಳಿನಿಯ ವಿಷಾದಮಯ ಜೀವನಕ್ಕಾಗಿ ಎಷ್ಟೋ ಸಾರಿ ಯಾರಿಗೂ ಕಾಣದಂತೆ ಅವಳು ಕಣ್ಣೀರು ಸುರಿಸಿದ್ದಳು. 'ದೇವರೇ, ನಳಿನಿ ಒಳ್ಳೆಯವನ ಮಡದಿಯಾಗಿ ಸುಖ ಸಂತೋಷದಿಂದಿರುವಂತೆ ಮಾಡು' ಎಂದವಳು ನಳಿನಿಯನ್ನು ನೋಡಿದಾಗಲೆಲ್ಲ ಮನಸ್ಸಿನಲ್ಲಿಯೇ ಮೊರೆಯಿಡುತ್ತಿದ್ದಳು.

ಮೂರ್ತಿ ಬಂದು ಆರು ದಿನಗಳಾಗಿದ್ದವು. ಆ ದಿನ ಸಾಯಂಕಾಲ ಅವನ ತಾಯಿ ಹಿತ್ತಲ ಜಗುಲಿಯ ಮೇಲೆ ಕುಳಿತು ನಳಿನಿಯ ತಲೆ ಬಾಚುತ್ತಿದ್ದಳು. ಮೂರ್ತಿ

ಮರಹತ್ತಿ ಹೂ ಕೊಯ್ಯುತ್ತಿದ್ದ ನಳಿನಿಗಾಗಿ. ಪ್ರಭೆ ಮರದ ಕೆಳಗೆ ನಿಂತು ಪುಟ್ಟ ಕೈಗಳನ್ನು ಮೇಲೆ ಚಾಚಿ ಹೂ ಬೇಡುತ್ತಿದ್ದಳು. ಅವಳಿಗೆ ಮೂರ್ತಿ ಮೇಲಿಂದ ಒಂದು ಹೂ ಎಸೆದ. ಅದನ್ನು ಆಯ್ದುಕೊಂಡು 'ನಳಿನಿ'ಗೆ ಎಂದಳು ಪ್ರಭೆ. 'ಅವಳೇ ಕೇಳಿದರೆ ಕೊಡುತ್ತೇನೆ' ಎಂದ ಮೂರ್ತಿ. ಮೂರ್ತಿ ಅವಳನ್ನು ಆರು ದಿನಗಳಿಂದ ನೋಡುತ್ತಿದ್ದರೂ ಅವಳವನನ್ನು ನೋಡಿದ್ದು ಆ ದಿನ. ಅವನೊಡನೆ ಮಾತಾಡದೆ ನಾಲ್ಕೈದು ವರ್ಷಗಳಾಗಿವೆ. ಹಿಂದೆ ಅವಳೊಡನೆ ಆಡುತ್ತಿದ್ದ ಮೂರ್ತಿ ಈಗ ದೊಡ್ಡವನಾಗಿದ್ದಾನೆ. ಕಾಲೇಜಿನಲ್ಲಿ ಬಿ.ಎ. ಓದುತ್ತಿದ್ದಾನೆ. ಬಹಳ ನಾಚಿಕೆಯಾಯಿತು ನಳಿನಿಗೆ, ಮೂರ್ತಿಯ ಮಾತು ಕೇಳಿ. ಹೂಗಳ ಮೇಲೆ ಅವಳಿಗೆ ಬಲು ಪ್ರೀತಿಯಾದರೂ 'ಮೂರ್ತಿಯೊಡನೆ ಕೇಳಲಾರೆ' ಎಂದು ಕೊಂಡಳು. ಆದರೆ ಅವನ ತಾಯಿ 'ಅದೇಕೆ ನಳಿನಾ ಕೇಳಬಾರದೇ ! ಮೂರ್ತಿಯೊಡನೆ ಸಂಕೋಚವೇ ?' ಎಂದಳು. ಮೂರ್ತಿಯ ಮಾತು ಕೇಳಿ ನಾಚಿಕೆಯಿಂದ ಬಗ್ಗಿದ್ದ ಮುಖವನ್ನು ಮತ್ತಷ್ಟು ಬಗ್ಗಿಸಿಕೊಡು 'ಮೂರ್ತಿ, ನನಗೊಂದು ಹೂ ' ಎಂದಳು. ಅವಳು ಕೇಳಿದ್ದು ಒಂದು ಹೂ ! ಆದರೆ ಮೂರ್ತಿ ಕೆಳಗಿಳಿದು ಬಂದು ಬುಟ್ಟಿಯಲ್ಲಿದ್ದ ಎಲ್ಲಾ ಹೂಗಳನ್ನೂ ಸುರಿದುಬಿಟ್ಟ ಅವಳ ತಲೆಯ ಮೇಲೆ. ನಾಚಿಕೆಯಿಂದ ನೆಲವನ್ನು ನೋಡುತ್ತಿದ್ದ ನಳಿನಿಯ ಕಣ್ಣುಗಳು ಕೃತಜ್ಞತೆಯ ಪುಟ್ಟನಗುವೊಂದರೊಡನೆ ಮೂರ್ತಿಯ ಮುಖವನ್ನು ಮೆಲ್ಲನೊಂದು ಸಾರಿ ನೋಡಿ ರೆಪ್ಪೆಗಳ ಮರೆಯಲ್ಲಿ ಅಡಗಿಬಿಟ್ಟಿದ್ದವು. ಮೂರ್ತಿಯ ತಾಯಿ 'ನೋಡು, ಬಾಚಿದ ತಲೆಯೆಲ್ಲಾ ಹುಡುಗಾಟ ಮಾಡಿ ಕೆದರಿಬಿಟ್ಟೆ' ಎಂದು ನಕ್ಕಳು. ಚಿಕ್ಕ ಪ್ರಭೆ 'ನನಗೆ ಮಾತ್ರ ಒಂದೇ ಹೂ- ನಳಿನಿಗೆ ತುಂಬ' ಎಂದು ಜಗಳಮಾಡತೊಡಗಿದಳು.

ಮೂರ್ತಿಗೆ ಯಾರ ಮಾತುಗಳೂ ಕೇಳಿಸಲಿಲ್ಲ ; ನಳಿನಿಯು ನಗುವಿನೊಡನೆ ನೋಡಿದ ನೋಟವು ಮಾತ್ರ ಅವನ ಕಣ್ಣೆದುರಿನಲ್ಲಿ ನಲಿದಾಡುತ್ತಿತ್ತು.

* * *

ಮೂರ್ತಿಯ ರಜೆ ತೀರಿಹೋಯಿತು. ಮರುದಿನ ಬೆಳಗಿನ ಎಂಟು ಗಂಟೆಯ ಬಸ್ಸಿನಲ್ಲಿ ಹೊರಡಬೇಕಾಗಿತ್ತು. ಹೊರಡುವ ಸನ್ನಾಹಗಳೆಲ್ಲವೂ ಪೂರೈಸಿದ್ದವು. ನಳಿನಿಯನ್ನು ನೋಡುವುದು ಮಾತ್ರ ಬಾಕಿ ಇತ್ತು. ಆದರವಳನ್ನು ನೋಡುವುದು ಹೇಗೆ? ಅವಳು ಪಾತ್ರೆ ಬೆಳಗುವುದಕ್ಕೆ ಕೊಳದ ಹತ್ತಿರ ಬರುವ ಮೊದಲೇ ಬಸ್ಸು ಹೊರಟು ಹೋಗುತ್ತಿತ್ತು.

ಅವಳನ್ನು ನೋಡವುದಕ್ಕೆಂದೇ ಅವರ ಮನೆಗೆ ಹೋಗುವುದು ಅಸಾಧ್ಯದ ಕೆಲಸ. ಪ್ರಭೆಯ ನೆವನದಿಂದ ಹೋಗುವುದೆಂದರೆ ಅವಳು ಬೆಳಗಿನಿಂದಲೂ ಇವನ ಮನೆಯಲ್ಲೇ ಇದ್ದಾಳೆ. ನಳಿನಿಯನ್ನು ನೋಡುವುದು ಸಾಧ್ಯವಿಲ್ಲ ಎಂದು ನಿಟ್ಟುಸಿರುಬಿಟ್ಟು ತಂದೆ-ತಾಯಿಯರಿಗೆ ನಮಸ್ಕರಿಸಿ, ಮನೆಯ ಬಾಗಿಲಲ್ಲಿ ಬಂದು ನಿಂತ ಬಸ್ಸನ್ನು ಹತ್ತಿದ. ಮಗನನ್ನು ಕಳುಹಿಸುವಾಗ ತಾಯಿಗೆ ಬೇಸರವಾದರೂ ಮಗನ ಮುಖವನ್ನು ನಗುನಗುತ್ತಾ

ನೋಡಿ 'ದೇವರೇ ನನ್ನ ಮಗನನ್ನು ರಕ್ಷಿಸುವ ಭಾರ ನಿನ್ನದು' ಎಂದು ಮನಸ್ಸಿನಲ್ಲಿಯೇ ಬೇಡಿಕೊಂಡಳು. ಬೆಂಗಳೂರು ತಲುಪಿ ಎರಡು ವಾರಗಳಾದ ತರುವಾಯ ಮೂರ್ತಿ ನಳಿನಿಯ ವಿಷಯವಾಗಿ ತಾಯಿಗೊಂದು ಕಾಗದ ಬರೆದ. ನಳಿನಿಯನ್ನು ತಾನು ಮದುವೆಯಾಗಬೇಕೆಂಬ ಬಯಕೆಯನ್ನು ಸೂಚಿಸಿ, ಅವಳ ವಿಷಯವಾಗಿ ತನಗೆ ಬರೆಯಬೇಕೆಂದು ಬೇಡಿಕೊಂಡಿದ್ದ. ತಾಯಿಗೆ ಮಗನ ಮದುವೆ, ಅದರಲ್ಲೂ ನಳಿನಿ ಸೊಸೆಯಾಗುವಾಕೆ ಎಂದು ತಿಳಿದು ಸಂತೋಷವೇ ಆದರೂ ತನ್ನ ಗಂಡನು ಈ ಮದುವೆಯಾಗದಂತೆ ಮಾಡುವನೆಂದು ಅವಳಿಗೆ ಗೊತ್ತಿದ್ದುದರಿಂದ, ಮೂರ್ತಿಯ ಕಾಗದ ಓದಿ ಅವಳಿಗೆ ಸಂತೋಷಕ್ಕಿಂತ ಹೆಚ್ಚಾಗಿ ವ್ಯಸನವೇ ಉಂಟಾಯಿತು.

ನಳಿನಿಯ ಅಪರಾಧವಲ್ಲದಿದ್ದರೂ ಅವಳನ್ನು ತಿರಸ್ಕರಿಸುವುದಕ್ಕೆ ಮೂರ್ತಿಯ ತಂದೆಗಿದ್ದ ಕಾರಣವು ಬಹಳ ಬಲವಾದುದೇ ಆಗಿತ್ತು. ಅವಳ ತಾಯಿಯ ಆತ್ಮಹತ್ಯಕ್ಕೆ ಜನರಿಗೆ ಗೊತ್ತಿಲ್ಲದಿದ್ದರೂ ತಾನೇ ಕಾರಣನೆಂದು ಅವನ ಮನಸ್ಸಿಗೆ ಗೊತ್ತಿತ್ತು. ಮೂರ್ತಿಗಾಗಲೀ, ಅವನ ತಾಯಿಗಾಗಲೀ ಈ ವಿಷಯ ತಿಳಿಯದು. ಆದರೂ ಇಬ್ಬರಿಗೂ ಗೊತ್ತು. ನಳಿನಿಯನ್ನು ಸೊಸೆ ಮಾಡಿಕೊಳ್ಳುವುದಕ್ಕೆ ಅವನು ವಿರೋಧಿಸುವನೆಂದು. ಮಗನಿಗೆ ಬರೆಯುವಾಗ ತಾಯಿ ನಳಿನಿಯ ವಿಷಯವೆಲ್ಲವನ್ನೂ ಬರೆಯುವಳು. ಅವಳು ಸೊಸೆಯಾದರೆ ತನ್ನ ಸಂತೋಷಕ್ಕೆ ಮಿತಿಯಿರಲಾರದು ಎಂದುಕೊಳ್ಳುವಳು. ಗಂಡನನ್ನು ಯೋಚಿಸುವಾಗ ಮಾತ್ರ ಅವಳ ಆಸೆ ಎಲ್ಲಾ ನಿರಾಶೆಯಾಗುವುದು.

ದಿನಗಳೊಂದೊಂದಾಗಿ ಕಳೆದವು. ಮೂರ್ತಿ ಮಾತ್ರ ನಿರಾಶೆಗೆಡೆಗೊಡದೆ ಉತ್ಸಾಹದಿಂದ ಆನಂದದಿಂದ ಓದತೊಡಗಿದ ; ಓದಿ ಪಾಸಾಗಿ, ಕೆಲಸ ಸಂಪಾದಿಸಿ ತಾಯಿಯನ್ನು ತಂದೆಯ ಕ್ರೂರತನದಿಂದ ಪಾರು ಮಾಡುವುದಕ್ಕಾಗಿ - ನಳಿನಿಯನ್ನು ಮದುವೆಯಾಗುವುದಕ್ಕಾಗಿ.

ಕೊನೆಗೆ ಪರೀಕ್ಷೆಯ ದಿನವೂ ಬಂತು. ಚೆನ್ನಾಗಿ ಓದಿದ್ದ ಮೂರ್ತಿಗೆ ಕಷ್ಟವಾಗಲಿಲ್ಲ. ಚೆನ್ನಾಗಿಯೇ ಮಾಡಿದ. ಪರೀಕ್ಷೆ ಮುಗಿದು ರಜೆ ಸಿಕ್ಕುವುದೇ ತಡ- ಹೊರಟುಬಿಟ್ಟ ಊರಿಗೆ. ಎಂದಿನಂತೆ ತಾಯಿಯನ್ನು ಮಾತ್ರ ನೋಡುವ ಉತ್ಸಾಹದಿಂದಲ್ಲ, ನಳಿನಿಯನ್ನೂ ಕಾಣಬಹುದೆಂಬ ಆತುರದಿಂದ.

ತಂದೆಗೆ ಮಗ ಪರೀಕ್ಷೆಯಲ್ಲಿ ಚೆನ್ನಾಗಿ ಮಾಡಿರುವನೆಂದು ಸ್ವಲ್ಪ ಸಮಾಧಾನ ವಾಗಿತ್ತು. ಅವನ ದುರುಗುಟ್ಟುವ ಕಣ್ಣುಗಳಲ್ಲಿ ಮೂರ್ತಿಯನ್ನು ನೋಡುವಾಗ ಮಳೆಗಾಲದ ಬಿಸಿಲಿನಂತೆ ಪ್ರೇಮದ ಸುಳಿಯೊಂದು ಸುಳಿದು ಮಾಯವಾಗುತ್ತಿತ್ತು. ಅವನ ತಾಯಿಯ ಮೇಲೂ ಕೋಪ ಕಡಿಮೆಯಾಗಿತ್ತು. ತಂದೆಯ ಮನಸ್ಸು ಸಮಾಧಾನ, ಶಾಂತತೆ ತಾಳಿರುವುದನ್ನು ನೋಡಿ ಮೂರ್ತಿ ನಳಿನಿಯ ಸುದ್ದಿ ಎತ್ತಲು ಸು-ಸಮಯವನ್ನು ಕಾಯುತ್ತಿದ್ದ.

ಮೂರ್ತಿ ಊರಿಗೆ ಬಂದು ನಾಲ್ಕುದಿನಗಳಾಗಿದ್ದವು. ಆ ದಿನ ಮಧ್ಯಾಹ್ನ ಊಟ ಮಾಡಿ ಕೈತೊಳೆಯುವುದಕ್ಕೆ ಬಚ್ಚಲು ಮನೆಗೆ ಹೋಗಿ ಹಿಂತಿರುಗಿದ್ದ. ಅಂಗಳವನ್ನು ದಾಟಿಕೊಂಡು ಹೋಗಬೇಕು ಬಚ್ಚಲಿಗೆ. ಅಂಗಳಕ್ಕೆ ಬರುವಾಗಲೆ ಬೇಲಿಯ ಹತ್ತಿರ ನಿಂತು ಪ್ರಭೆ 'ಮೂತೀ' ಎಂದಳು. ಮೂರ್ತಿ ಹತ್ತಿರಹೋಗಿ ಪ್ರಭೆಯನ್ನು ಎತ್ತಿ ಬೇಲಿ ದಾಟಿಸಿದ. ಅವಳೂ ಊಟಮಾಡಿ ಬಂದವಳು. ಕೈ ತೊಳದೇ ಇರಲಿಲ್ಲ. 'ನಳಿನಾ ಕೈ ತೊಳ್ಳೋಕೆ ಬತ್ತಾಳೆ. ಇಲ್ಲಿ ಆಡ್ಕೋತೀನಿ. ಮಾತಾಡಬೇಡ' ಎಂದು ಅಲ್ಲೇ ಕೂತುಬಿಟ್ಟಳು. ನಳಿನಿಯ ಹೆಸರು ಕೇಳಿದ ಕೂಡಲೇ ಮೂರ್ತಿ ತಾನೂ ಅಲ್ಲೇ ನಿಂತುಬಿಟ್ಟ. ನಾಲ್ಕೈದು ನಿಮಿಷ - ಮೂರ್ತಿಗೆ ನಾಲ್ಕೈದು ಗಂಟೆಗಳ ತರುವಾಯ ನಳಿನಿ ಚಂಬಿನಲ್ಲಿ ನೀರನ್ನು ತೆಗೆದುಕೊಂಡು ಬಂದು 'ಪ್ರಭಾ' ಎಂದು ಕೂಗಿದಳು. ಪ್ರಭೆ ಮಾತಾಡಲಿಲ್ಲ. ಮೆಲ್ಲಮೆಲ್ಲನೆ ಹಿಂದಕ್ಕೆ ಸರಿದು ಅವಳಿಗೆ ಕಾಣದಂತೆಯೇ ಮೂರ್ತಿಯ ಮನೆಯೊಳಗೆ ನುಗ್ಗಿಬಿಟ್ಟಳು. ಪ್ರಭೆಯನ್ನು ಕಾಣದೆ ನಳಿನಿ ಬೇಲಿಯ ಹತ್ತಿರ ಬಂದಳು. ಮೂರ್ತಿ ನಿಂತಿದ್ದಾನೆ! ನೋಡಿ ನಾಚಿಕೆಯಿಂದವಳ ಮುಖವು ಕೆಂಪಾಗಿ ಹೋಯಿತು. ಹಿಂತಿರುಗಿ ತೊಡಗಿದಳು. ಮೂರ್ತಿ 'ನಳಿನಾ ಓಡೋದೇಕೆ ; ನಾನೇನು ಹುಲಿಯೆ ?' ಎಂದ. 'ಪ್ರಭೆ ಕೈ ತೊಳಸ್ಬೇಕು. ಎಲ್ಲೋ ಅಡಗಿಕೊಂಡಿದ್ದಾಳೆ'ಎಂದುಕೊಂಡು ಒಂದು ಹೆಜ್ಜೆ ಮುಂದಿಟ್ಟಳು. 'ಪ್ರಭೆ ನಮ್ಮ ಮನೇಲಿದ್ದಾಳೆ. ಒಂದು ನಿಮಿಷ ನಿಲ್ಲು ನಳಿನಾ' ಎಂದ ಮೂರ್ತಿ ಅತಿ ದೈನ್ಯವಾಗಿ, ನಳಿನಿ ಹಿಂತಿರುಗಿ 'ಕೆಲಸವಿದೆಯೇನು?' ಎಂದಳು.

'ಏನು ನಳಿನಾ, ಇಷ್ಟೊಂದು ನಾಚಿಕೆ ನನ್ನೊಡನೆ! ಗುರುತೇ ಇಲ್ಲವೇ ನನ್ನದು? ನನ್ನೊಡನೆ ಜಗಳವಾಡುತ್ತಿದ್ದುದೆಲ್ಲಾ ಮರೆತುಹೋಯಿತೆ? ' ಎಂದ ಮೂರ್ತಿ.

'ಆಗ ನಾವು ಚಿಕ್ಕೋರಾಗಿದ್ದೆವು. ಆಗಿನ ಮಾತೇಕೆ ಈಗ' -ನಳಿನಾ ಉತ್ತರವಿತ್ತು ಹಿಂತಿರುಗಲನುವಾದಳು.

'ಸ್ವಲ್ಪ ತಡೆ ನಳಿನಾ - ಎಷ್ಟೊಂದು ಅವಸರ- ಆಗ ಚಿಕ್ಕವಳಾಗಿದ್ದೆ. ಹಳೆಯ ಸ್ನೇಹಿತರೊಡನೆ ಎರಡು ಮಾತೂ ಆಡಬಾರದಷ್ಟು ದೊಡ್ಡ ಮನುಷ್ಯಳಾಗಿ ಬಿಟ್ಟಿದ್ದೀಯಾ ಈಗ?'

'ಹಾಗಲ್ಲ ಮೂರ್ತಿ ನಾನದಂದದ್ದು ಹಾಗಲ್ಲ.'

'ಮತ್ಹೇಗೆ ನಳಿನಾ? '

ಒಳಗಿನಿಂದ 'ನಳಿನಾ-ನಳಿನಾ- ನಳಿನಾ' ಎಂದು ಅವಳ ಚಿಕ್ಕಮ್ಮ ಕೂಗಿದರು.

'ಕೂಗುತ್ತಾರೆ, ಕೆಲಸವಿದೆ, ಹೋಗಬೇಕು.'

ನಳಿನಿ ಮೂರ್ತಿ ಮರುಮಾತೆತ್ತುವುದರೊಳಗೆ ಓಡಿಬಿಟ್ಟಳು.

ನಳಿನಿ ಮಾಯವಾದೊಡನೆ ಮೂರ್ತಿಯ ಮುಖ ಮೋಡ ಮುಸುಕಿದ ಚಂದ್ರನಂತಾಯಿತು.

ಕೂಗುತ್ತಾರೆ ! ಕೆಲಸವಿದೆ ! ಹೋಗಬೇಕು !!

ನಳಿನ-ತನ್ನ ನಳಿನ ಬೇರೆಯವರ ಒಂದು ಕೂಗಿಗೆ ಓಡಬೇಕು ! ಹೃದಯವು
ಹಾತೊರೆಯುತ್ತಿದ್ದರೂ ತನಗವಳನ್ನು ಹತ್ತಿರ ನಿಲ್ಲಿಸಿಕೊಳ್ಳಲು ಅಧಿಕಾರವಿಲ್ಲ.

ತಂದೆಯೊಡನೆ ಮಾತಾಡಿ ಆ ಅಧಿಕಾರವನ್ನು ಪಡೆಯುವುದಕ್ಕೆ ಶಕ್ತನಾಗಲೇ
ಬೇಕೆಂದು ನಿರ್ಧರಿಸಿ ಒಳಗೆ ಹೋದ. ತಾಯಿ ಊಟ ಮಾಡುತ್ತಿದ್ದಳು. ಹತ್ತಿರವೇ ಪ್ರಭೆ
ಕೂತು ಏನೇನೋ ಮಾತಾಡುತ್ತಿದ್ದಳು. ಎಂದಿನಂತೆ   ತಾಯಿ ಹತ್ತಿರ ಕೂತು
ಮಾತಿಗಾರಂಭಿಸದೆ ನಡುಮನೆಗೆ ಹೋದ. ಅವನ ತಂದೆ ಪೇಪರ್ ಓದುತ್ತಾ ಕೂತಿದ್ದ
ಮಗನನ್ನು ಕಂಡು ಪೇಪರ್ ಮೇಜಿನ ಮೇಲಿರಿಸಿ ಆಶ್ಚರ್ಯದಿಂದ ಅವನ ಮುಖ
ನೋಡಿದ. ಏಕೆಂದರೆ ಯಾವಾಗಲೂ ಮೂರ್ತಿ ತಂದೆಯನ್ನು ಹುಡುಕಿಕೊಂಡು
ಹೋಗುವುದು ವಾಡಿಕೆಯಾಗಿರಲಿಲ್ಲ. ತಂದೆಯ ಇದಿರು ಧೈರ್ಯವಾಗಿ ನಿಂತು
ಮಾತನಾಡುವುದು ಮೂರ್ತಿಯ ಜೀವನದಲ್ಲಿ ಇದೇ ಮೊದಲನೆಯ ಸಲ. ಮೂರ್ತಿಯ
ಮಾತುಗಳನ್ನು ಕೇಳಿ ಮೊದಲವನ ತಂದೆ ವಿಸ್ಮಯದಿಂದ ಕಲ್ಲಿನ ಪ್ರತಿಮೆಯಂತೆ ಕುಳಿತಿದ್ದನು.
ಕೊನೆಗೆ ಅವನ ಮಾತುಗಳ ಅರ್ಥವು ಸರಿಯಾಗಿ ತಿಳಿದ ಮೇಲೆ ಕಠಿಣ ಸ್ವರದಿಂದ ಒಂದೇ
ಒಂದು ಶಬ್ದದಲ್ಲಿ ಪ್ರತ್ಯುತ್ತರವಿತ್ತನು :

'ಆಗದು.'

ಮೂರ್ತಿ ಈ ಉತ್ತರವನ್ನು ಮೊದಲೇ ನಿರೀಕ್ಷಿಸುತ್ತಿದ್ದ. ಆದುದರಿಂದ
ಅಪ್ರತಿಭನಾಗಲಿಲ್ಲ. ಧೈರ್ಯದಿಂದ ದೃಢವಾಗಿ ಹೇಳಿದ : 'ನಾನು ಅವಳನ್ನೇ
ಮದುವೆಯಾಗುತ್ತೇನೆ. ನಿಮ್ಮ ಇಚ್ಛೆಗೆ ವಿರೋಧವಾಗಿ ನಡೆಯುವುದಕ್ಕೆ ಕ್ಷಮಿಸಿ.'

           *   *   *

ಮೂರ್ತಿ ಯೂನಿವರ್ಸಿಟಿಯಲ್ಲಿ ಮೊದಲನೆಯವನಾಗಿ ಪಾಸಾದ.
ಪಾಸಾದುದೊಂದೇ ಅಲ್ಲ – ಐಶ್ವರ್ಯವಂತನಾದ ಜಮೀನುದಾರನೊಬ್ಬನಲ್ಲಿ ಪ್ರೈವೇಟ್
ಟ್ಯೂಟರ್ ಕೆಲಸವೂ ಸಿಕ್ಕಿತು. ಅವನ ಪ್ರೊಫೆಸರುಗಳ ಶಿಫಾರಸ್ಸು ಹಾಗೂ ಅವನ
ಯೋಗ್ಯತೆಯ ಫಲವಾಗಿ ಸಂಬಳವೂ ಕಡಿಮೆಯಾಗಿರಲಿಲ್ಲ. ಬಹಳ ದಿನಗಳ ಬಯಕೆ
ಕೈಗೂಡಿ ಮೂರ್ತಿ ಸ್ವತಂತ್ರನಾದ. ತಾಯಿಯನ್ನು ತನ್ನೊಡನೆ ಇರಿಸಿಕೊಂಡು ನಳಿನಿಯನ್ನು
ಮದುವೆಯಾಗುವುದೊಂದು ಬಾಕಿ.

ಆದರೆ, ಎಲ್ಲಾ ಬಯಕೆಗಳೂ ಯಾರಿಗೂ ಪೂರ್ತಿಯಾಗುವಂತಿಲ್ಲ. ಆ ವರ್ಷ
ಅವನ ತಾಯಿ ವಿಷಮಸೀತಜ್ವರದಿಂದ ಮಗನ ತೊಡೆಯ ಮೇಲೆ ಕೈಯಿಟ್ಟುಕೊಂಡು
'ನಳಿನಿಯನ್ನು ಮದುವೆಯಾಗಿ ಸುಖವಾಗಿ ಬಾಳು ನನ್ನ ಕಂದಾ' ಎಂದಾಶೀರ್ವಾದ
ಮಾಡಿ ಪರಲೋಕ ಯಾತ್ರೆ ಮಾಡಿದಳು.

ಮೂರ್ತಿಯ ಆಶೆಯ ಗೋಪುರ ಮುರಿದುಬಿತ್ತು. ಅವನ ಜೀವನದ ಧ್ರುವತಾರೆ ಅದೃಶ್ಯವಾಯಿತು. ಅವನ ಸುಖ–ದುಃಖ, ಆನಂದ ಉತ್ಸಾಹಗಳಲ್ಲಿ ಅಂದಿನವರೆಗೆ ಭಾಗಿಯಾಗಿದ್ದು ಅವನ ಮೇಲೆ ಪ್ರೇಮದ ಮಳೆಯನ್ನು ಸುರಿಸುತ್ತಿದ್ದ ತಾಯಿ ಇಲ್ಲವಾದಳು. ಜೀವನವು ಸುಖಸಂತೋಷಮಯವೆಂದಿದ್ದ ಮೂರ್ತಿಗೆ ಅದು ಸಾರರಹಿತವೆನಿಸಿತು.

ತಂದೆಯಂತೂ ನಳಿನಿಯ ವಿಷಯದಲ್ಲಿ ಮಗನಿಗಿದ್ದ ಭಾವನೆಯನ್ನು ತಿಳಿದಂದಿನಿಂದ ಅವನೊಡನೆ ಮಾತೇ ಆಡುತ್ತಿರಲಿಲ್ಲ. ಇನ್ನುಳಿದವರಾರು! ನಳಿನಿ–ನಳಿನಿ–ನಳಿನಿ ! ಅವಳಿಲ್ಲದೆ ಬದುಕುವುದು ಅಸಾಧ್ಯ.

ಒಂದು ವರ್ಷದ ತರುವಾಯ ತಂದೆಯ ಇಚ್ಛೆಗೆ ವಿರೋಧವಾಗಿ ಮೂರ್ತಿ ನಳಿನಿಯನ್ನು ಮದುವೆಯಾದ. ಧಾರೆಯಾದುದೊಂದೆ ತಡ, ಅವಳ ಎರಡು ಕೈಗಳನ್ನೂ ಹಿಡಿದುಕೊಂಡು ಅವಳ ಕಣ್ಣುಗಳನ್ನೇ ನೋಡಿ ನಗುನಗುತ್ತಾ ಮೂರ್ತಿ ಕೇಳಿದ : 'ನಳಿನಾ, ನನ್ನ ನಳಿನಾ, ಇನ್ನು ಕೂಗುತ್ತಾರೆ, ಕೆಲಸವಿದೆ, ಹೋಗಬೇಕು ಎಂದು ಓಡಬೇಕಾದುದಿಲ್ಲವಲ್ಲ. ಎಷ್ಟು ಹೊತ್ತು ಬೇಕೆಂದರೆ ಅಷ್ಟು ಹೊತ್ತು ಮಾತಾಡುವ ಅಧಿಕಾರವೀಗ ನನಗೆ ಬಂತಲ್ಲ.'

ಪ್ರೇಮಾಶ್ರುಗಳನ್ನು ಸುರಿಸುತ್ತಾ ನಳಿನಿ ಕೋಮಲ ಸ್ವರದಲ್ಲಿ ಪ್ರತ್ಯುತ್ತರವಿತ್ತಳು– 'ನನ್ನ ದೇವರೇ, ನಿನ್ನ ದಯೆ'.

ಆ ದಿನ ರಾತ್ರಿ ನಳಿನಿಯ ಬೇಡಿಕೆಯಾನುಸಾರ ಮೂರ್ತಿ ಬರೆದ ಕ್ಷಮಾಯಾಚನೆಯ ಪತ್ರವನ್ನೋದುತ್ತಾ ಅವನ ತಂದೆ 'ನನ್ನ ಪಾಪದ ಪ್ರಾಯಶ್ಚಿತ್ತವಿದು' ಎಂದು ನಿಟ್ಟುಸಿರುಬಿಟ್ಟರು. ಮರುದಿನ ಹಾಸಿಗೆಯಿಂದೇಳುವಾಗ ದಿಂಬೆಲ್ಲಾ ಪಶ್ಚಾತ್ತಾಪದ ಕಣ್ಣೀರಿನಿಂದ ತೊಯ್ದು ಒದ್ದೆಯಾಗಿ ಹೋಗಿತ್ತು.

◯

[ಜನವರಿ ೧೯೩೫]

ಅಪರಾಧಿ ಯಾರು?

ಅಣ್ಣ,

ನಾನು ಬರೆದ ಹಿಂದಿನ ಕಾಗದವು ನಿನಗೆ ತಲಪಿರಬಹುದು. ಅದಕ್ಕೆ ನೀನು ಪ್ರತ್ಯುತ್ತರವನ್ನು ಬರೆಯುವ ಮೊದಲೇ ಈ ಕಾಗದವನ್ನು ನೋಡಿ ನಿನಗೆ ಆಶ್ಚರ್ಯವಾಗಲೂ ಬಹುದು. ಆಶ್ಚರ್ಯದ ವಿಷಯವೇ ಇರುವುದರಿಂದ ನಿನಗಿದನ್ನು ಬರೆಯುತ್ತಿರುವೆನು.

ನಮ್ಮ ಮನೆಯ ಪಕ್ಕದ ಮನೆಯಲ್ಲಿದ್ದ ನಾಗೇಶರಾಯರು ನಿನಗೆ ಗೊತ್ತಿದೆ. ಗೊತ್ತಿದೆ ಎಂದರೆ ನಿನಗವರ ಗುಣಗಳೆಲ್ಲಾ ಗೊತ್ತಿರಲಾರದು. ಈ ಮನೆಗೆ ನಾವು ಮೊದಲು ಬಂದ ಸುರುವಿನಲ್ಲಿ ಅವರನ್ನು ನೋಡಿ 'ಕ್ರೂರಿಯ ಕಣ್ಣುಗಳಿಂತಿವೆ ರಾಯರ ಕಣ್ಣುಗಳು' ಎಂದು ಹೇಳಿಕೊಂಡು ನಗುತ್ತಿದ್ದುದು ನಿನಗೆ ಮರೆತುಹೋಗಿರಲಾರದು. ಚಿಕ್ಕತನದ ತಂಟೆಯಲ್ಲಿ ತಮಾಷೆಯಾಗಿ ನಾವಾಡಿದ ಮಾತುಗಳು ಈಗ ನಿಜವಾಗಿ ಪರಿಣಮಿಸಿದೆ. ನಾವು ಊಹಿಸಿದುದ್ದಕಿಂತಲೂ ಹೆಚ್ಚಿನ ನೀಚರವರು. ನಾನೇಕೆ ಅವರ ಗುಣವರ್ಣನೆ ಮಾಡುತ್ತಿರುವೆನೆಂದು ನೀನು ಹುಬ್ಬುಗಂಟಿಕ್ಕಬಹುದು. ಸ್ವಲ್ಪ ಸಮಾಧಾನ ತಾಳಿಕೋ ; ನಾನೀ ಕಾಗದ ಬರೆಯುತ್ತಿರುವುದೇ ಅವರ ನೀಚತನಕ್ಕೆ ಬಲಿಯಾಗಿ ಜಾತಿಯಿಂದ ಬಹಿಷ್ಕರಿಸಲ್ಪಟ್ಟಿರುವ ಪಾರ್ವತಿಗಾಗಿ. ಪಾರ್ವತಿ ಯಾರೆಂದು ಗೊತ್ತೇ ? ನಮಗೆ ಕನ್ನಡವನ್ನು ಕಲಿಸುತ್ತಿದ್ದರಲ್ಲ ಆ ಪಂಡಿತರ ಮಗಳು. ಪಂಡಿತರು ಪಾರ್ವತಿಯನ್ನು ಮದುವೆ ಮಾಡಿದ ವರ್ಷವೇ ಸತ್ತುಹೋದದ್ದು ನಿನಗೆ ತಿಳಿದಿದೆ. ಕಳೆದ ವರ್ಷ ಅವಳ ಪತಿಯೂ ಬೇಕಾದಷ್ಟು ಸಾಲ ಮಾಡಿಟ್ಟು ಅವರ ದಾರಿ ಹಿಡಿದ. ಅಂದಿನಿಂದ ಅನಾಥೆ ಪಾರ್ವತಿ ಅವಳ ಚಿಕ್ಕ ಮಗುವನ್ನು ಸಾಕುವುದಕ್ಕೆ ಬೇರೇನೂ ಉಪಾಯ ತೋರದೆ ನಾಗೇಶರಾಯರ ಮನೆಯಲಿ ಅಡಿಗೆಯ ಕೆಲಸಕ್ಕೆ ನಿಂತಳು. ಇದು ಒಂದು ವರ್ಷದ ಹಿಂದಿನ ಮಾತು.

ಮಗುವಿಗೋಸ್ಕರ ರಾಯರ ಅತ್ಯಾಚಾರವನ್ನು ಸಹಿಸಿಕೊಂಡಿದ್ದ ಪಾರ್ವತಿಯನ್ನು ರಾಯರು ಅಪವಾದದ ಹೊರೆಯೊಡನೆ ಬಹಿಷ್ಕಾರವನ್ನೂ ಹಾಕಿಸಿ ಮೊನ್ನೆ ಮನೆಯಿಂದ ಹೊರದೂಡಿರುವರು. ನಿನ್ನೆ ರಾತ್ರಿ ಆತ್ಮಹತ್ಯೆ ಮಾಡಿಕೊಳ್ಳುವ ಉದ್ದೇಶದಿಂದ ಮಗುವಿನೊಡನೆ ಬಾವಿಯ ಹತ್ತಿರ ನಿಂತಿದ್ದಳಂತೆ. ಗೈಬಿ ರಾತ್ರಿ ತಪ್ಪಿಸಿಕೊಂಡು ಹೋದ ದನವನ್ನು ಹಿಡಿದುಕೊಂಡು ಬರುವುದಕ್ಕೆ ಹೋಗಿದ್ದಾಗ ಅವಳನ್ನು ಕಂಡು ಬಲಾತ್ಕಾರದಿಂದ ಇಲ್ಲಿಗೆ ಕರೆದುಕೊಂಡು ಬಂದಿದ್ದಾಳೆ. ಬಲಾತ್ಕಾರದಿಂದ ಗೈಬಿ ಅವಳನ್ನು ಕರೆದುಕೊಂಡು ಬಾರದಿದ್ದರೆ ಈ ದಿನ ತಾಯಿ-ಮಗುವಿನ ಶವಗಳನ್ನು ಬಾವಿಯಿಂದ ತೆಗೆಯಬೇಕಾಗುತ್ತಿತ್ತು. ನೋಡಿದೊಡನೆಯೇ ನನಗವಳ ಗುರುತು ಸಿಕ್ಕಿತು.

ನನ್ನನ್ನು ನೋಡಿ ಪಾಪ - ಮುಖವನ್ನು ಮುಚ್ಚಿಕೊಂಡು ಅಳತೊಡಗಿದಳು. ರಾತ್ರಿ ನಿದ್ದೆಯೇ ಮಾಡಲಿಲ್ಲ, ಹಸಿದಿದ್ದ ಮಗುವಿಗೆ ಸ್ವಲ್ಪ ಹಾಲು ಕುಡಿಸಿದ್ದಾಳೆ. ಎಷ್ಟು ಹೇಳಿದರೂ ತಾನೇನೂ ಮುಟ್ಟುವುದಿಲ್ಲ, ನಿನ್ನೆಯಿಂದಲೂ ಉಪವಾಸ. ನಿನಗಿದೆಲ್ಲಾ ಏಕೆ ಬರೆಯುತ್ತಿರುವೆನೆಂದರೆ ಈ ವಿಷಯದಲ್ಲಿ ನಿನ್ನ ಸಹಾಯವು ಅತ್ಯಗತ್ಯವಾದುದರಿಂದ ಎಲ್ಲಿ ಹೋಗುವುದು, ಏನು ಮಾಡುವುದು ಎಂದು ಅವಳಿಗೆ ತಿಳಿಯದಾಗಿದೆ. ಜಾತಿಯವರು ಸೇರಿಸುವಂತಿಲ್ಲ, ಇಲ್ಲಿಂದ ನಾವು ಹೊರಗೆ ಕಳುಹಿಸಿದರೆ ಬಾವಿಯೇ ಅವಳಿಗೆ ಗತಿಯಾಗುವುದು. ಏನು ಮಾಡುವಿ ಎಂದು ಕೇಳಿದರೆ ಇಲ್ಲೇ ಇದ್ದುಬಿಡುತ್ತೇನೆ; ಈ ಮಗುವಿನ ಸಲುವಾಗಿ ನೀವಾದರೂ ಆಶ್ರಯ ಕೊಡಿ ಎಂದು ಅಳುತ್ತಾಳೆ.

ಆದುದರಿಂದ ನೀನು ಇಲ್ಲಿಗೆ ಬಂದರೆ ಅವಳನ್ನು ಶಾಸ್ತ್ರೋಕ್ತವಾಗಿ ನಮ್ಮ ಜಾತಿಗೆ ಸೇರಿಸಿ ಅವಳ ಮುಂದಿನ ಜೀವನಕ್ಕೆ ದಾರಿ ಮಾಡಬಹುದು.

ಅಣ್ಣ ಅವಳ ತಂದೆ ಪಂಡಿತರು ತಮ್ಮ ಜಾತಿಯನ್ನು ಹೊಗಳಿಕೊಳ್ಳುತ್ತಿದ್ದುದು ನಿನಗೆ ಜ್ಞಾಪಕವಿರಬಹುದು. **ಅನಾಥ ಅಬಲೆಯರು ಅತ್ಯಾಚಾರಿಯ ಅತ್ಯಾಚಾರಕ್ಕೆ ಪ್ರಾಯಶ್ಚಿತ್ತವನ್ನು ಮಾಡಿಕೊಳ್ಳುವುದೇ ಅವರ ಜಾತಿಯ ನೀತಿಯಾದರೆ ನಮಗಾ ಜಾತಿಯಲ್ಲಿ ಜನ್ಮ ಕೊಡದಿದ್ದುದಕ್ಕಾಗಿ ದೇವರನ್ನು ಎಷ್ಟು ವಂದಿಸಿದರೂ ಸ್ವಲ್ಪವೇ.** ಇದನ್ನು ನೋಡುವುದಕ್ಕೆ ಪಂಡಿತರು ಇದ್ದಿದ್ದರೆ ನಮ್ಮ ಜಾತಿಯ ವಿಷಯದಲ್ಲಿದ್ದ ಭಾವನೆಯನ್ನವರು ಬದಲು ಮಾಡಬೇಕಾಗಿ ಬರುತ್ತಿತ್ತು. ಇರಲಿ ; ಈ ಕಾಗದವನ್ನು ನೋಡಿದೊಡನೆಯೇ ನೀನು ಬರುವಿಯಾಗಿ ಆಶಿಸುವ,

ನಿನ್ನ ಪ್ರೀತಿಯ ತಂಗಿ,

-ಉನ್ನೀಸಾ

* * *

ಸೀತಮ್ಮನವರೇ,

ಬಹಳ ದಿನಗಳಿಂದಲೂ ನಿಮಗೆ ಕಾಗದ ಬರೆಯಬೇಕೆಂದು ಆಲೋಚಿಸಿ ಕೊಂಡಿದ್ದೇನೆ. ಬರೆಯುವುದಕ್ಕೆ ಮಾತ್ರ ಸ್ವಲ್ಪವೂ ಸಮಯವಾಗುವುದಿಲ್ಲ ನೋಡಿ ; ಈಗಲಾದರೂ ಸಮಯ ಸಿಕ್ಕಿತೇ ಎಂದು ನೀವು ಕೇಳಬಹುದು. ನಿಜವನ್ನು ಹೇಳುವುದಾದರೆ ಈಗಲೂ ಇಲ್ಲ. ಕಮಲೆಗೆ ಜ್ವರ ; ಅವಳಿಗೆ ಔಷಧಿ ಕುಡಿಸಿಲ್ಲ. ರಘುವನ್ನು ಇನ್ನೂ ಸ್ನಾನ ಮಾಡಿಸಿಲ್ಲ. ಅಡಿಗೆಯೂ ಆಗಿಲ್ಲ. ಆದರೂ ನಿಮಗೊಂದು ವಿಶೇಷದ ಸುದ್ದಿ ತಿಳಿಸಿ ಕೊಡಬೇಕೆಂದು ಕೆಲಸಗಳನ್ನೆಲ್ಲಾ ಬಿಟ್ಟು ಬರೆಯುವುದಕ್ಕೆ ಕೂತಿದ್ದೇನೆ.

ಈ ಪಾರ್ವತಿ ನೋಡಿ – ಬೊಂಬೆಯ ಹಾಗೆ ಅಲಂಕಾರಮಾಡಿಕೊಂಡು ಶಾಲೆಗೆ ಹೋಗುತ್ತಿದ್ದಳಲ್ಲ – ಆ ಪಂಡಿತರ ಮಗಳು– ಅವಳು ಜಾತಿಕೆಟ್ಟು ತುರುಕರ ಜಾತಿಗೆ ಸೇರಿದ್ದಾಳೆ ನೋಡಿ – ! ಅವಳನ್ನು ಅವರಪ್ಪ ಮುದ್ದು ಮುದ್ದು ಎಂತ ಶಾಲೆಗೆ ಕಳುಹಿಸುವಾಗಲೇ ನನಗೆ ಗೊತ್ತಿತ್ತು – ಅವಳು ಹೀಗಾಗುವಳೆಂದು ! ಇದು ಬೇರೆ ತಮಾಷೆ ನೋಡಿ–ಪಕ್ಕದ ಮನೆ ಲಕ್ಷ್ಮಿ ಇದಾಳಲ್ಲ – ಈ ಜಾತಿಗೇಡಿಯ ಜೊತೆಯಲ್ಲೇ ಶಾಲೆಗೆ ಹೋಗುತ್ತಿದ್ದಳು–ಅವಳೆನ್ನುತ್ತಾಳೆ ಕೇಳಿ ; –'ಸೇರದೆ ಅವಳೇನು ಮಾಡುವುದು? ಸೇರದಂತೆ ಪ್ರಯತ್ನ ಮಾಡುವುದರ ಬದಲು ಬಹಿಷ್ಕರಿಸಿ ಅವಳ ಮುಖಕ್ಕೆ ಬಾಗಿಲನ್ನು ಹಾಕಿ, ಬಾವಿಯ ದಾರಿ ತೋರಿಸಿದ ನಿಮಗೆ ಅವಳೇನಾದರೇನು ?' ಎಂತ. ಬಹಿಷ್ಕಾರ ಹಾಕಿದ್ದು ತಪ್ಪಂತೆ ! ಜಾತಿಕೆಟ್ಟವಳನ್ನು ಮನೆಯಲ್ಲಿರಿಸಿಕೊಳ್ಳಬೇಕಾಗಿತ್ತಂತೆ ! ನೋಡಿದಿರಾ ಹೇಗಿದೆ ಎಂತ !!

ಹೊತ್ತಾಗಿ ಹೋಯಿತು ; ಅಡಿಗೆ ಮಾಡಬೇಕು – ಇನ್ನೊಮ್ಮೆ ಬಿಡುವಿದ್ದಾಗ
ಬರೆಯುತ್ತೇನೆ.

ನಿಮ್ಮ

'You know me'

ನಳಿನಿ,

ಬಹಳ ದಿನಗಳಾದವು ನಿನ್ನ ಕಾಗದಗಳೊಂದೂ ಬಾರದೆ, ಏಕೆ ಬರೆಯುವುದಿಲ್ಲ?
ಕಣ್ಮರೆಯಾದೊಡನೆಯೇ ಮರೆತುಹೋಯಿತೇನು? ಸಹಜ ; ಬೇಕಾದಷ್ಟು ಹೊಸ
ಗೆಳತಿಯರು ಸಿಕ್ಕಿರುವಾಗ ಹಳೆಯ ಹಳ್ಳಿಯ ಸ್ನೇಹಿತೆಯೊಬ್ಬಳನ್ನು ಜ್ಞಾಪಿಸಿಕೊಳ್ಳುವುದು
ಕಷ್ಟ. ಆದರೆ, ನೀನೆಷ್ಟು ನನ್ನನ್ನು ಮರೆಯುವುದಕ್ಕೆ ಯತ್ನಿಸಿದರೂ ಯತ್ನದಲ್ಲಿ ಸಫಲತೆಯನ್ನು
ಪಡೆದರೂ ನಾನು ಮಾತ್ರ ಆಗಾಗ ಕಾಗದಗಳನ್ನು ಬರೆದು ಈ ಪ್ರಪಂಚದಲ್ಲಿ
ನಾನೊಬ್ಬಳಿದ್ದೇನೆ ಎಂಬುದನ್ನು ನಿನಗೆ ಜ್ಞಾಪಿಸದೆ ಬಿಡುವುದಿಲ್ಲ, ನನ್ನ ಹತ್ತು ಕಾಗದಗಳಿಗೆ
ನೀನು ಒಂದೇ ಒಂದು ಕಾಗದವನ್ನಾದರೂ ಬರೆಯದಿದ್ದರೆ ನಾನೇ ಅಲ್ಲಿಗೆ ಬಂದು ನಿನ್ನ

ಅತ್ಯಮೂಲ್ಯವಾದ ಸಮಯವನ್ನು ನನ್ನೊಡನೆ ಮಾತಿಗಾಗಿ ಉಪಯೋಗಿಸಿಕೊಳ್ಳುತ್ತೇನೆ. ಈ ಬೆದರಿಕೆಗೆ ನೀನು ಹೆದರದಿರಲಾರೆ. ಏಕೆಂದರೆ ಚಿಕ್ಕವರಾಗಿರುವಾಗ ನಾನು ಕೀಟಲೆ ಮಾಡತೊಡಗಿದರೆ ನೀನೂ ಪಾರ್ವತಿಯೂ ಹೆದರಿ ನಾನು ಕೇಳಿದುದ್ದನ್ನು ಕೊಡುತ್ತಿದ್ದಿರಿ.

ನೆನಪಿದೆಯೆ ನಳಿನಿ ! – ಆಗಿನ ಆಟ, ತಮಾಷೆ, ಜಗಳ, ನಗು ಎಲ್ಲಾ! ಆಗ ನಾವು ಶಾಲೆಯ ಹಿಂದಿನ ದಿನ್ನೆಯ ಮೇಲೆ ಕುಳಿತು ನಮ್ಮ ಮುಂದಿನ ಜೀವನವನ್ನು ಚಿತ್ರಿಸಿಕೊಳ್ಳುತ್ತಿದ್ದುದು ! ನಾವು ಕಲ್ಪಿಸಿ, ನೋಡಿ ನಲಿಯುತ್ತಿದ್ದ ಹಗಲು ಕನಸುಗಳ ಸ್ಮೃತಿ! ಆಗ ನಾವು ಜೀವನವು ಸುಖ-ಸಂತೋಷಮಯ ಎಂದು ತಿಳಿದಿದ್ದೆವಲ್ಲ ನಳಿನಾ! ಈಗ ನಮ್ಮಲ್ಲೆಷ್ಟು ಜನರು ಈ ಭಾವನೆಯನ್ನು ಬದಲಾಯಿಸಬೇಕಾಗಿ ಬಂದಿದೆ ನೋಡು. ನಮ್ಮ ಗೆಳತಿ ಸೀತೆಯನ್ನು ನೋಡು- ಅವಳು ಬಯಸುತ್ತಿದ್ದ ಬಯಕೆಗಳೆಲ್ಲಿ ? ಈಗವಳು ಅಭವಿಸುತ್ತಿರುವ ಯಾತನೆಗಳೆಲ್ಲಿ! ನಾವೆಂದಾದರೂ ಅವಳ ಗತಿ ಹೀಗಾಗಬಹುದೆಂದು ಎಣಿಸಿದ್ದೆವೆ ? ಕ್ಲಾಸಿನಲ್ಲಿ ಹುಚ್ಚಿ ಎಂದು ನಾವು ಹಾಸ್ಯ ಮಾಡುತ್ತಿದ್ದ ಉಮಾ ಈಗ ನೋಡು – ದೊಡ್ಡ ಸಮಾಜಸುಧಾರಕಳಾಗಿ ಬಿಟ್ಟಿದ್ದಾಳೆ. ಅವಳ ಮಾತುಗಳನ್ನು ಕೇಳಲು ಜನರು ಹಾತೊರೆಯುವುದನ್ನು ನೋಡಿದರೆ 'ಅಂದಿನ ಉಮಾ ಇವಳೇನು?' ಎನ್ನಿಸುತ್ತದೆ. 'ಮದುವೆಯಾಗುವುದೇ ಇಲ್ಲ' ಎನ್ನುತ್ತಿದ್ದ ಶಾಂತೆಗೆ ಈಗ ಇಬ್ಬರು ಮಕ್ಕಳಿದ್ದಾರೆ. ಕ್ಲಾಸಿನಲ್ಲಿ ಮೊದಲನೆಯವಳಾಗಿ ಬುದ್ಧಿವಂತೆ ಎನ್ನಿಸಿಕೊಳ್ಳುತ್ತಿದ್ದ ಕಮಲೆಗೆ ಅತ್ತೆಯ ಮನೆಯಲ್ಲಿ ದಡ್ಡೆ, ಮೂದೇವಿ ಎಂದು ಬಿರುದುಗಳು ಬಂದಿವೆ.

ಇವುಗಳೆಲ್ಲವುಗಳಿಗಿಂತಲೂ ವಿಷಾದಕರವಾದ ಇನ್ನೊಂದು ಸುದ್ದಿ ಇದೆ ನಳಿನಾ- ಅದೂ ನಮ್ಮ ಪ್ರೀತಿಯ ಪಾರ್ವತಿಯ ವಿಷಯ – ಹೇಗದನ್ನು ಬರೆಯಲಿ ಹೇಳು?

ಸೌಂದರ್ಯ, ಗುಣ, ನಡತೆಗಳಲ್ಲಿ ನಮ್ಮೆಲ್ಲರ ಮೆಚ್ಚಿಕೆಯನ್ನು ಪಡೆದಿದ್ದ ಪಾರ್ವತಿ ವಿಧವೆಯಾದದ್ದೂ, ನಾಗೇಶರಾಯರ ಮನೆಯಲ್ಲಿ ಕೆಲಸ ಮಾಡಿಕೊಂಡಿದ್ದದ್ದೂ ನಿನಗೆ ಗೊತ್ತಿದೆ. ಅವಳ ಭವಿಷ್ಯವನ್ನ ನಾವು ಚಿತ್ರಿಸಿದಂತೆ ಇನ್ನಾರದನ್ನು ಚಿತ್ರಿಸಿದ್ದೆವು ನಳಿನಾ ! ನಮ್ಮ ಸುಂದರಿ, ರಾಜನ ರಾಣಿ ಕಿರೀಟಧಾರಿಣಿಯಾಗುವಳೆಂದು ಹೇಳಿಕೊಂಡು ನಾವು ನಲಿಯುತ್ತಿದ್ದೆವಲ್ಲ! ಅವಳೀಗ ಜಾತಿಯಿಂದ ಬಹಿಷ್ಕರಿಸಲ್ಪಟ್ಟಿರುವಳು ನಳಿನಾ – ರಾಯರ ಪಾಪದ ಪ್ರತಿಫಲವಾಗಿ. ಇದೇ ನೋಡು – ನಮ್ಮ ಸಮಾಜದ ನ್ಯಾಯ! ನಮ್ಮ ಜಾತಿ, ನೀತಿ, ಸಮಾಜ, ಉತ್ತಮವೆಂದು ಹೇಳಿಕೊಂಡು ನಾವೆಷ್ಟು ಸಲ ಉನ್ನೀಸಳೊಡನೆ ಜಗಳವಾಡಿಲ್ಲ! ಮುಸಲ್ಮಾನ ಜಾತಿಯವಳೆಂದು ಎಷ್ಟು ಸಾರಿ ಉನ್ನೀಸಳನ್ನು ತಿರಸ್ಕರಿಸಿಲ್ಲ! ಊರು ತುಂಬ ನಮ್ಮವರ ಮನೆಗಳಿದ್ದೂ ಪಾರ್ವತಿಗೆ ಬಾಗಿಲನ್ನು ತೆರೆಯುವವರಿರಲಿಲ್ಲ. ನಮ್ಮವರ ಹೃದಯದಲ್ಲಿ ಜಾತಿಗಲ್ಲದೆ ದಯೆಗೆ ಎಡೆಯಿಲ್ಲ. ಅದೂ ಜಾತಿ ನಿಯಮಗಳು ಹೆಂಗಸರಿಗೆ ಮಾತ್ರ. ಗಂಡಸರು ಆ ನಿಯಮಕ್ಕೆ ಒಳಪಡಬೇಕಾಗಿಲ್ಲ. ಇದೇ ನೋಡು, ನಮ್ಮ ಜಾತಿಯ ದೊಡ್ಡತನದ ಕುರುಹು.

ಉತ್ತಮ , ಅತ್ಯುತ್ತಮ ಜಾತಿಯ ನಮ್ಮವರು ಪಾರ್ವತಿಗೆ ಅವಳ ಮುದ್ದು ಮಗುವಿನೊಡನೆ ಬಾವಿಯ ದಾರಿಯನ್ನು ತೋರಿಸಿಕೊಟ್ಟಾಗ ಕೈ ಹಿಡಿದು ಆದರದಿಂದ ಆಶ್ರಯವಿತ್ತವಳು ಯಾರು ಗೊತ್ತೆ? ಉನ್ನೀಸ! ಮ್ಲೇಂಛಳೆಂದು ನಾವು ನಕ್ಕು ತಿರಸ್ಕರಿಸುತ್ತಿದ್ದ ಉನ್ನೀಸ ! ಈಗ ಹೇಳು ನಳಿನಾ, ಉತ್ತಮರು ಯಾರೆಂದು ?

ಊರವರೆಲ್ಲರೂ ಪಾರ್ವತಿಯನ್ನು ಮುಸಲ್ಮಾನ ಜಾತಿಗೆ ಸೇರಿದವಳೆಂದು ತಿರಸ್ಕರಿಸುತ್ತಿರುವರು. ಮೊದಲೇ ನಮಗೆ ಅವಳು ಹಾಗಾಗುವಳೆಂದು ಗೊತ್ತಿತ್ತು ಎನ್ನುವರು. ಇಷ್ಟೆಲ್ಲಾ ತಿಳಿದವರು ಅವಳು ಹಾಗಾಗದಿರುವಂತೆ ಮಾಡಲು ಯಾವ ಯತ್ನವನ್ನೂ ಮಾಡಲಿಲ್ಲವೇಕೆ ? ಎಂದು ನಾನು ಕೇಳಿದೆ. ಅದಕ್ಕಾಗಿ ಪಾರ್ವತಿಯ ಪಕ್ಷವೆಂದು ನೀರಿಗೆ ಹೋದಲ್ಲಿ ಎಂದಿನಂತೆ ನೆರೆಕೆರೆಯವರು ನನ್ನೊಡನೆ ಮಾತಾಡುವುದಿಲ್ಲ.

ಅಪರಾಧಿ ಯಾರು ನಳಿನಾ ? ಪಾರ್ವತಿ ರಜಿಯಾ ಆಗುವುದಕ್ಕೆ ಹೊಣೆ ಯಾರು? ಅವಳೇ ? ರಾಯರೆ ? ಅಥವಾ ನಮ್ಮ ಕ್ರೂರ ಕಠೋರ ಸಮಾಜವೇ?

ಯಾರಾದರೇನು ? ಆದುದಾಗಿಬಿಟ್ಟಿತು. ಪಾರ್ವತಿಯಾಗಿ ಅವಳು ಸುಖದಲ್ಲಿರಲಿಲ್ಲ. ರಜಿಯಾ ಆಗಿಯಾದರೂ ಅವಳ ಜೀವನವು ಸುಖಮಯವಾಗಲೆಂದು ದೇವರಲ್ಲಿ ನನ್ನ ಬೇಡಿಕೆ.

ಸಾಕು ; ಇನ್ನೇನು ಬರೆಯಲಿ

ನಿನ್ನ

ಲಕ್ಷ್ಮಿ

* * *

ತಾರೀಖು ೮ರ ಸ್ಥಳೀಯ ಪತ್ರಿಕೆಯೊಂದರಲ್ಲಿ ಹೀಗಿತ್ತು :

ಮೊನ್ನೆ ದಿನ ಹಿಂದೂ ರಮಣಿಯೊಬ್ಬಳು ಮುಸಲ್ಮಾನ ಧರ್ಮ ಸ್ವೀಕರಿಸಿದುದು ಊರಿನ ಹಿಂದೂಗಳಿಗೆಲ್ಲಾ ಬಹಳ ವಿಷಾದವನ್ನುಂಟುಮಾಡಿದೆ. ಇನ್ನು ಮುಂದೆ ಈ ರೀತಿ ಸಂಭವಿಸದಂತೆ ನೋಡಿಕೊಳ್ಳುವುದಕ್ಕಾಗಿ ಊರಿನ ಪ್ರಮುಖ ಹಿಂದೂಗಳ ಸಭೆಯೊಂದು ನಾಗೇಶರಾಯರ ಅಧ್ಯಕ್ಷತೆಯಲ್ಲಿ ನಡೆಯಿತು. ಸಭೆಯಲ್ಲಿ ಸರ್ವಾನು ಮತದಿಂದ ಹಿಂದೂ ಧರ್ಮರಕ್ಷಣೆ ಮಾಡಬೇಕೆಂದು ತೀರ್ಮಾನವಾಯಿತು.

೦

[ನವೆಂಬರ್ ೧೯೩೪]

ಹೋಗಿಯೇ ಬಿಟ್ಟಿದ್ದ !

ಒಮ್ಮೊಮ್ಮೆ ಕಲ್ಪನೆಗಿಂತಲೂ ನಿಜವು ಆಶ್ಚರ್ಯಕರವಾಗಿರುತ್ತದೆ. ಕೆಲವು ವೇಳೆ ಕಟ್ಟುಕತೆಯೋ ಎನ್ನುವಷ್ಟು ಅಸ್ವಾಭಾವಿಕವೂ ಆಗಿರುತ್ತದೆ. ಈಗ ನಾನು ಹೇಳುವ ವಿಷಯವೂ ಆ ಜಾತಿಗೆ ಸೇರಿದ್ದು. ಕೇಳಿದವರು ಇದು ಖಂಡಿತ ನನ್ನ ಕಲ್ಪನೆಯ ಪರಿಣಾಮವೆಂದು ಹೇಳದಿರಲಾರರು. ಅದಕ್ಕೋಸ್ಕರವಾಗಿಯೇ ಈ ವಿಷಯಕ್ಕೆ ಸಂಬಂಧಪಟ್ಟ ಪತ್ರಿಕೆಗಳನ್ನೆಲ್ಲ ನಾನು ಜೋಪಾನವಾಗಿಟ್ಟಿರುವುದು. ಯಾರಿಗೆ ಸಂಶಯವಿದೆಯೋ ಅವರು ಬಂದು ಇವುಗಳನ್ನು ಪರೀಕ್ಷಿಸಬಹುದು. ಆಗ ನಿಜವಾಗಿಯೂ ಸತ್ಯವು ಕಲ್ಪನೆಯನ್ನು ಮೀರಿಸುವುದು ಎಂಬುದರ ಮನವರಿಕೆ ಯಾಗದಿರಲಾರದು.

ಕಾಲೇಜಿನಲ್ಲಿ ಓದುತ್ತಿದ್ದ ಒಂದೇ ಊರಿನ ನಾವೈದು ಜನ ಮಿತ್ರರು ಯಾವುದೋ ಒಂದು ರಜೆಯಲ್ಲಿ ಊರಿಗೆ ಹಿಂದಿರುಗುತ್ತಿದ್ದೆವು. ನಾವು ಕುಳಿತ ಡಬ್ಬಿಯಲ್ಲಿ ನಾವೈವರಲ್ಲದೆ ಬೇರೊಬ್ಬ ಮುದುಕನೂ ಇದ್ದನು. ಆ ಮುದುಕನಿಗೆ ಅದೇಕೆ ನಮಗೆ ಆ ಕತೆ ಹೇಳಬೇಕೆಂದು ತೋರಿತೋ ತಿಳಿಯದು. ಕೆಲವು ದಿನಗಳ ಹಿಂದೆ ನಡೆದೊಂದು ಕೊಲೆಯ ವಿಷಯ ನಾವು ಮಾತಾಡುತ್ತಿದ್ದೆವು. ಅಷ್ಟು ಹೊತ್ತು ಸುಮ್ಮನಿದ್ದ ಆ ಮುದುಕ ತಾನಾಗಿಯೇ 'ನಾನೊಂದು ಕಥೆ ಹೇಳಲೇ?' ಎಂದು ಕೇಳಿದ. ಮುದುಕ ಯೋಗ್ಯನಂತೆ ಬೇರೆ ತೋರುತ್ತಾನೆ ನಿಷ್ಠೂರವಾಗಿ, 'ನಿನ್ನ ಕತೆ ಕೇಳಲು ಇಚ್ಛೆ ನಮಗಿಲ್ಲ' ಎಂದು ಬಿಡುವುದು ಹೇಗೆ? ಇಷ್ಟವಿಲ್ಲದಿದ್ದರೂ ಸಮ್ಮತಿ ಸೂಚಿಸಿದೆವು.

ಮುದುಕ ಹೆಚ್ಚಿನ ಮುನ್ನುಡಿ ಯಾವುದನ್ನೂ ಬೆಳೆಯಿಸದೆ ಹೇಳಲು ತೊಡಗಿದ:

''ಇದು ಮೂವತ್ತು ವರ್ಷಗಳ ಹಿಂದಿನ ಮಾತು. ನಾನೀಗ ಯಾರ ವಿಷಯವಾಗಿ ಹೇಳಬೇಕೆಂದಿರುವೆನೋ ಅವನಾಗ ಇಪ್ಪತ್ತೈದು ವರ್ಷ ಪ್ರಾಯದ ದಷ್ಟಪುಷ್ಟನಾದ ಯುವಕನಾಗಿದ್ದನು. ಬಲು ಚಿಕ್ಕಪ್ರಾಯದಲ್ಲೇ ತಂದೆತಾಯಿಗಳನ್ನು ಕಳೆದುಕೊಂಡು, ಬೇರೆಯವರ ಮನೆಯಲ್ಲಿ ಬೆಳೆದಿದ್ದ. ಎಷ್ಟಾದರೂ ಬೇರೆಯವರು ಹೊಟ್ಟೆ-ಬಟ್ಟೆಗೆ ಕೊಡುವುದೇ ಅವರಿಗೆ ಕಷ್ಟ. ಇನ್ನು ವಿದ್ಯೆಗೆಲ್ಲಿಂದ ಬರಬೇಕು ಹಣ! ಏನೋ ಅವನನ್ನು ಸಾಕಿದವನ ಹೆಂಡತಿ ಒಳ್ಳೆಯವಳು. ಅವಳ ದಯೆಯಿಂದ ಆತ ಸ್ವಲ್ಪ ಓದುಬರಹಗಳನ್ನು ಕಲಿತ ; ಅಷ್ಟೇ ಅವನ ವಿದ್ಯಾಭ್ಯಾಸ. ಎಂಟು ವರ್ಷ ವಯಸ್ಸಾದಂದಿನಿಂದ ಅವನಿಗೆ ಆ ಮನೆಯವರ ಕೆಲಸ ಶುರುವಾಯ್ತು. ಮೊದಮೊದಲು ಕರುಗಳನ್ನು ಕಾಯುತ್ತಿದ್ದ. ದೊಡ್ಡವನಾಗುತ್ತ ಬಂದಂತೆ ಕೆಲಸಗಳೂ ಹೆಚ್ಚು ಹೆಚ್ಚಾಯ್ತು. ಆದರವನಿಗೆ ಕೆಲಸವೆಂದರೆ ಬೇಸರವಿಲ್ಲ, ಬೆಳಗಿನಿಂದ ರಾತ್ರಿಯವರೆಗೂ ದುಡಿಯುತ್ತಿದ್ದ. ಅವನಂಥ ನಂಬಿಕೆಯ ಕಷ್ಟಗಾರನಾದ ಆಳು ಮತ್ತೆಲ್ಲಿ ದೊರೆಯಬೇಕು ! -ಅದೂ ಸಂಬಳವಿಲ್ಲದೆ !! ಮನೆಯವರಿಗೂ ಅವನೆಂದರೆ ವಿಶ್ವಾಸ - ಆದರ !

ಹೀಗೆ ದಿನಗಳೊಂದೊಂದಾಗಿ, ವರ್ಷಗಳು ಕಳೆದವು. ಅವನೂ ಬೆಳೆಯುತ್ತ ಬಂದ. ಕಷ್ಟದಿಂದ ಬೆಳೆದ ಆರು ಅಡಿ ಎತ್ತರದ ಗಟ್ಟಿಮುಟ್ಟು ಶರೀರ. ಆರೋಗ್ಯದಿಂದ ತುಂಬಿದ ಗಂಭೀರವಾದ ಮುಖ ಚಟುವಟಿಕೆಯಿಂದ ತುಂಬಿ ಮಿಂಚುತ್ತಿದ್ದ ಕಣ್ಣುಗಳು ಇವೆಲ್ಲಾ ಸೇರಿ, ಆ ಮನೆಯವರ ಹೊಲಗದ್ದೆಗಳಲ್ಲಿ ಕೆಲಸ ಮಾಡುವ ನೂರಾರು ಆಳುಗಳ ಮಧ್ಯದಲ್ಲಿದ್ದರೂ ಅವನನ್ನು ಎತ್ತಿ ಬೇರೆಯಾಗಿ ತೋರಿಸುತ್ತಿದ್ದವು.

ಹೊಲದಲ್ಲಿ ಕೆಲಸ ಮಾಡುತ್ತಿದ್ದರೂ ಅವನಿರುವುದು ಮೊದಲಿನಂತೆ ಅವನ ಮನೆಯಲ್ಲೇ. ಊಟ, ತಿಂಡಿ, ಎಲ್ಲಾ ಅವರಿಗಾದಂತೆ ಇವನಿಗೂ ದೊರೆಯುತ್ತಿತ್ತು. ಹೊಲದಲ್ಲಿ ಕೆಲಸ ತೀರಿಸಿ, ದನಗಳನ್ನು ಹಟ್ಟಿಗೆ ಕೂಡಿಸಿ, ಹಾಲು ಕರೆದು, ಕರುಗಳನ್ನು ಬೇರೆಯಾಗಿ ಕಟ್ಟಿ ಹುಲ್ಲುಹಾಕಿ ಮನೆಗೆ ಬರುವಾಗ ದೀಪಹತ್ತಿಸುವ ಸಮಯವಾಗುತ್ತಿತ್ತು.

ಆ ಕೆಲಸವೂ ಅವನಿಗೇ. ದೀಪ ಹತ್ತಿಸಿ ಆಯಿತು ಎಂದರೆ ಮನೆಯ ಚಿಕ್ಕಮಕ್ಕಳ ಕೈಕಾಲು ತೊಳೆಯಬೇಕು ; ಇದು ಅವನ ದಿನಚರಿಯ ಕೆಲಸಗಳಲ್ಲಿ ಕೊನೆಯದು. ಇಷ್ಟಾಗುವಾಗ ಏಳುವರೆ ಗಂಟೆಯಾಗುತ್ತಿತ್ತು. ಕೈಕಾಲು ತೊಳೆದುಕೊಂಡ ಮಕ್ಕಳು ಓದುವುದಕ್ಕೆ ಕುಳಿತರೆಂದರೆ ಇವನೂ ಹೋಗಿ ಒಂದು ಮೂಲೆಯಲ್ಲಿ ಕುಳಿತು, ಆ ಮಕ್ಕಳ ಪುಸ್ತಕಗಳನ್ನು ತಿರುವಿಹಾಕುತ್ತಿದ್ದ. ಆದ್ದರಿಂದಲೇ ಚಿಕ್ಕಂದಿನಲ್ಲಿ ಕಲಿತ ಸ್ವಲ್ಪ ಓದುಬರಹ ಮರೆತಿರಲಿಲ್ಲ.

ಒಂಬತ್ತು ಗಂಟೆಗೆ ಅವನಿಗೆ ಊಟ ಸಿಕ್ಕುತ್ತಿತ್ತು. ಆಗ ಊಟ ಮಾಡಿ ಮಲಗಿದರೆ ಪುನಃ ಬೆಳಗಿನ ನಾಲ್ಕು ಗಂಟೆಗೆ ಎದ್ದು ಕೆಲಸಕ್ಕೆ ಪ್ರಾರಂಭ.

ಒಂದು ದಿನದಿಂದ ಇನ್ನೊಂದು ದಿನಕ್ಕೆ ವ್ಯತ್ಯಾಸವಿಲ್ಲದಂತೆ ಇದೇ ತರದ ಕಾರ್ಯಕ್ರಮ ಅವನ ಜೀವನದಲ್ಲಿ . ಆಗ ತನಗೀತರದ ಜೀವನದಲ್ಲಿ ತೃಪ್ತಿಯೋ, ಅತೃಪ್ತಿಯೋ ಎಂದು ಯೋಚಿಸಲೂ ಸಹ ಸಮಯವಿರಲಿಲ್ಲ. ಇದ್ದರೂ ಆ ತರದ ಯೋಚನೆ ಎಂದೂ ಅವನಲ್ಲಿ ಉಂಟಾಗಿರಲಿಲ್ಲ. ಅವನ ಈ ತರದ ಜೀವನದಲ್ಲಿ ಸ್ವಲ್ಪವಾಗಿ ಬಹುಶಃ ಅವನಿಗೆ ತಿಳಿಯದಂತೆಯೇ ಪರಿವರ್ತನವಾಗತೊಡಗಿದಾಗ ಅವನಿಗೆ ೨೪ ವರ್ಷದ ವಯಸ್ಸು ನಡೆಯುತ್ತಿತ್ತು.

ಆ ವರ್ಷ ಅವರ ಗದ್ದೆಯ ಕೆಲಸ ಬೇಗ ತೀರಿಹೋಗಿತ್ತು. ಆದ್ದರಿಂದ ಅವನಿಗೆ ಹಿಂದೆ ಎಂದೂ ದೊರೆಯದಷ್ಟು ವಿರಾಮ. ಮತ್ತೆ ಅದೇ ವರ್ಷ ಆ ಮನೆಯವರ ಹಳೆಯ ಮೇಸ್ತ್ರಿಯೂ ಸತ್ತುಹೋದುದರಿಂದ ಅವನಿಗೇ ಆ ಕೆಲಸವೂ ದೊರೆಯಿತು. ಈಗವನಿಗೆ ಬೇರೆಯವರಿಂದ ಕೆಲಸ ಮಾಡಿಸುವುದಲ್ಲದೆ ತಾನೇ ಮಾಡಬೇಕಾಗಿರಲಿಲ್ಲ. ಇದರ ಜೊತೆಗೆ ಹಿಂದಿನ ಮೇಸ್ತ್ರಿಗಿದ್ದಷ್ಟಲ್ಲದಿದ್ದರೂ ಸ್ವಲ್ಪ ಸಂಬಳ ಬೇರೆ ಸಿಕ್ಕತೊಡಗಿತು.

ಜೀವನದಲ್ಲಿ ಎಂದೂ ತನ್ನದೆಂಬ ಒಂದು ಬಿಡಿ ಕಾಸೂ ಇಲ್ಲದಿದ್ದ ಅವನಿಗೆ, ಅಷ್ಟರಿಂದಲೇ ತೃಪ್ತಿ–ಆನಂದ.

ಮೊದಲೇ ಹೇಳಿದೆನಲ್ಲ, ಆ ವರ್ಷ ಅವನ ಕೆಲಸ ಬೇಗ ತೀರಿತ್ತೆಂದು. ನಮ್ಮ ಕೆಲಸ ತೀರಿದ ಮೇಲೆ ನೆರೆಹೊರೆಯವರ ಗದ್ದೆಗಳಿಗೆ ಹೋಗಿ ಸಹಾಯಮಾಡುವುದು ಹಳ್ಳಿಯ ಕಡೆಗೆ ವಾಡಿಕೆ. ಈಗವನು ಮೇಸ್ತ್ರಿಯಾದರೂ ಪದ್ಧತಿಯಂತೆ ಬೇರೆಯವರ ಗದ್ದೆಗಳಿಗೆ ಹೋಗಿ ಸಹಾಯ ಮಾಡುವ ರೂಢಿಯನ್ನು ತಪ್ಪಿಸಲಿಲ್ಲ. ಯಾವಾಗಲೂ ನಾಲ್ಕಾರು ಆಳುಗಳೊಡನೆ ನೆರೆಯವರ ಗದ್ದೆಗೆ ಹೋಗುತ್ತಿದ್ದ.

ಜೋರಾಗಿ ಮಳೆ ಸುರಿಯುತ್ತಿದ್ದರೂ ನಡುಕವನ್ನು ಹುಟ್ಟಿಸುವ ಚಳಿ ಇದ್ದರೂ ತುಂಬ ಜನರೊಂದಿಗೆ ಗದ್ದೆಗಳಲ್ಲಿ ಕೆಲಸ ಮಾಡಲು ಒಂದು ತರಹ ಉತ್ಸಾಹವಿದೆ. ಪದಗಳನ್ನು ಹಾಡಿಕೊಳ್ಳುತ್ತ ಹರಟೆ ಕೊಚ್ಚುತ್ತ ಕೆಲಸಮಾಡುವಾಗ ದಣಿವೆಂದರೇನು? ಎಂದುದೇ ಮರೆತು ಹೋಗುತ್ತೆ. ನಾಟಿ ಕೆಲಸ ಮತ್ತು ಕೊಯ್ಲು ಕೆಲಸಗಳ ಸಮಯದಲ್ಲಿ ಗದ್ದೆಗಳಲ್ಲಿ ಕೆಲಸಮಾಡಲು ಬೇಸರವಿಲ್ಲ. ಅವನಂತೂ ಎಂದೂ ಮೈಗಳ್ಳನಾಗಿ

ಕೂತವನಲ್ಲ. ಕೆಲಸವೆಂದರೆ ಅವನಿಗೆ ಆಟ ; ಅವನೊಡನೆ ಕೆಲಸ ಮಾಡುವುದೆಂದರೆ ಇತರರಿಗೂ ಉತ್ಸಾಹ , ಗದ್ದೆಗಳಲ್ಲಿ ಗಂಡಸರೂ, ಹೆಂಗಸರೂ ಒಂದುಗೂಡಿ ಕೆಲಸ ಮಾಡುತ್ತಿರುವುದು ವಾಡಿಕೆ. ನಾಟಿ ಸಮಯದಲ್ಲಿ(ಸಸಿಗಳನ್ನು ನೆಡುವಾಗ) ಹೆಂಗಸರು ಅಗೆ ತೆಗೆದು ಕಂತೆ ಕಟ್ಟುವರು. ಗಂಡಸರು ಅವರು ತೆಗೆದ ಅಗೆಗಳನ್ನು ನೆಡುವುದು ಎಂದು ಪೈಪೋಟಿ ಬೇರೆ. ನಾಟಿ ನೆಡುವುದರಲ್ಲಿ ಅವನನ್ನು ಮೀರಿಸುವವರಿಲ್ಲ. ಆ ದಿನ ಅವನು ನೆಡುವಷ್ಟು ಚುರುಕಾಗಿ ಅವನಿಗೆ ಅಗೆ ಒದಗಿಸಿದರೆ ಆ ಅವಳೇ ಅವನ ಜೀವನವನ್ನು ಸಂಪೂರ್ಣವಾಗಿ ಪರಿವರ್ತನೆಗೊಳಿಸಿದಾಕೆ. ಜಾತಿಯಿಂದವಳು ಮುಸಲ್ಮಾನರವಳು.

ಪ್ರೇಮಕ್ಕೆ ಜಾತಿ ಕುಲಗಳನ್ನು ಕಟ್ಟಿಕೊಂಡು ಮಾಡಬೇಕಾದುದೇನು? ಅದು ಕುರುಡು, ಅದರಲ್ಲೂ ನಿಜವಾದ ಪ್ರೇಮವಾದರೆ ಅದರ ಹಾದಿ ಎಂದೆಂದಿಗೂ ನಿಷ್ಕಂಟಕವಲ್ಲ.

ಮಳೆ ಬಿಸಿಲೆನ್ನದೆ ಸದಾ ದುಡಿತದಿಂದ ಬಣ್ಣ ಸ್ವಲ್ಪ ಕಪ್ಪಾದರೂ ಸೊಗಸಾದ ಮೈಕಟ್ಟು ತುಂಬಿದ ಅಗಲವಾದ ಮುಖ. ಆ ಮುಖದಲ್ಲಿ ಹರಿಯುವ ನಗು. ನಗುವಿನಿಂದರಳಿದ ಕಣ್ಣುಗಳು. ಮತ್ತೆ ಆ ಕೆಲಸದಲ್ಲಿಯ ಉತ್ಸಾಹ - ಇವೆಲ್ಲವನ್ನೂ ನೋಡಿದವರು 'ಯಾವ ಜಾತಿಯಲ್ಲಾದರೂ ಲತೀಫಾಳಂಥ ಹುಡುಗಿಯರು ಬಲು ಕಮ್ಮಿ' ಎಂದು ಒಪ್ಪಿಕೊಳ್ಳಬೇಕಾಗುವಂತಿದ್ದಳು....ಅವನ ಮನವನ್ನು ಕದ್ದ ಆ ಮುಸಲ್ಮಾನರ ಹುಡುಗಿ ಲತೀಫಾ.

ಅದೇ ಅವರ ಮೊಟ್ಟ ಮೊದಲಿನ ಪರಿಚಯ. ಇಲ್ಲಿ ಇಷ್ಟು ಹೇಳಿದರೆ ಸಾಕು. ಅವರ ಪ್ರಣಯವು ಹೇಗೆ ಮುಂದವರಿಯಿತು ಎನ್ನುವ ಅವಶ್ಯಕತೆಯಿಲ್ಲ.

ಅವನಿಗೆ ತನ್ನವರೆಂಬವರು ಯಾರೂ ಇಲ್ಲ. ಅವಳಿಗೆ ತಾಯಿ ಇದ್ದರೂ ಅವಳು ಇನ್ನೊಬ್ಬನನ್ನು ಮದುವೆಯಾಗಿದ್ದಳು. ಆ ಮದುವೆಯಿಂದ ಮಕ್ಕಳೂ ಇದ್ದರು. ಚಿಕ್ಕಪ್ಪನ ಮನೆಯಲ್ಲಿ ಇವಳ ಜೀವನವೇನೂ ಸುಖಮಯವಲ್ಲ. ಮತ್ತೆ ನೆರೆಹೊರೆಯ ಹೊಲಗದ್ದೆಗಳಲ್ಲಿ ಕೆಲಸ ಮಾಡುವವರಿಗೆ ಒಬ್ಬರನ್ನೊಬ್ಬರು ನೋಡುವುದೂ ಕಷ್ಟವಾದ ಮಾತಲ್ಲ. ಅಂತೂ ಆರೇಳು ತಿಂಗಳುಗಳಾಗುವಾಗ ಅವನು ಅವಳಿಗಾಗಿ ತನ್ನ ಜಾತಿಯನ್ನು ಬಿಡಲು ಸಹ ತಯಾರಾಗಿದ್ದ. ಅವಳು! ಅವನಿಗಾಗಿ ತನ್ನ ಜೀವನವನ್ನೇ ಧಾರೆ ಎರೆಯಲು ಸಿದ್ಧಳಾಗಿದ್ದಳು.

ಆದರೆ ಈ ಲೋಕದಲ್ಲಿ ಈ ತೆರದ ಪ್ರೇಮಕ್ಕೆ ಎಡೆ ಎಲ್ಲಿ? ಅವಳ ಚಿಕ್ಕಪ್ಪ ಒಂದು ದಿನ ಇವರಿಬ್ಬರು ಮಾತನಾಡುತ್ತಿರುವುದನ್ನು ನೋಡಿದ ; ಅಂದೇ ಅವನಿಗೆ ಸಂಶಯವಾಯ್ತು. ಬೇಗ ಲತೀಫಾಳ ಮದುವೆ ಮಾಡಿಬಿಡಬೇಕೆಂದು ಆಗಲೇ ನಿಶ್ಚಯಿಸಿದ. ಅವಳಂತಹ ಹುಡುಗಿಯರನ್ನು ಮದುವೆಯಾಗಲು ಯಾರು ತಾನೇ ಒಪ್ಪರು?

ತನ್ನ ಹೆಂಡತಿಯನ್ನು ಒಂದು ತಿಂಗಳ ಹಿಂದೆ ಕಳೆದುಕೊಂಡು – ಮಕ್ಕಳೊಂದಿಗನಾದ ನೆರೆಮನೆಯ ಮುಸಲ್ಮಾನರೊಬ್ಬನು ತಯಾರಾಗಿಯೇ ಇದ್ದ. ಲತೀಫಳ ಚಿಕ್ಕಪ್ಪ ಅವನಿಂದ ನೂರು ರೂಪಾಯಿಗಳನ್ನು ಪಡೆದುಕೊಂಡು, ಅವನಿಗವಳನ್ನು ಕೊಡಲೊಪ್ಪಿದ. ಈ ಸಂಬಂಧದಲ್ಲಿ ಲತೀಫಾಳ ಇಷ್ಟಾನಿಷ್ಟಗಳನ್ನು ಕೇಳುವಂತಿರಲಿಲ್ಲ. ಅವಳಿಗೂ ಅದು ಚೆನ್ನಾಗಿ ಗೊತ್ತಿತ್ತು. ಅವನ ಹತ್ತಿರ ಹೋಗಿ ಹೇಳುವುದೊಂದೇ ಅವಳಿಗೆ ತೋರಿದ ಉಪಾಯ. ಆದರೆ, ಅವಳು ಮನೆಬಿಟ್ಟು ಹೊರಗೆ ಹೋಗದಂತೆ ಎಚ್ಚರವಾಗಿದ್ದ ಅವಳ ಚಿಕ್ಕಪ್ಪ.

ಆ ದಿನ ಅವನು ಎಂದಿನಂತೆ ಅವಳನ್ನು ಕಾದ. ಗಂಟೆ ಏಳಾದರೂ ಅವಳ ಸುಳಿವಿಲ್ಲ. ಅವಳನ್ನು ನೋಡದೆ ಅವನಿಗೆ ಸಮಾಧಾನವಿಲ್ಲದಿದ್ದರೂ, ಕತ್ತಲಾಗುತ್ತ ಬಂದುದರಿಂದ ಯಜಮಾನನ ಮನೆಗೆ ಹೋಗಿ ದೀಪ ಹತ್ತಿಸದೆ ಉಪಾಯವಿರಲಿಲ್ಲ. ಮನಸ್ಸನ್ನು ಅವಳೆಡೆಗೆ ಕಳುಹಿಸಿ ಅವನು ಮನೆಗೆ ಬಂದ.

ಮರುದಿನ ಎಂದಿಗಿಂತಲೂ ಒಂದು ಗಂಟೆ ಮೊದಲೇ ಎದ್ದ. ಬೆಳಗಿನ ಕೆಲಸಗಳನ್ನೆಲ್ಲಾ ಬೇಗ ಬೇಗ ತೀರಿಸಿ, ಎಲ್ಲರೂ ಕಾಫಿ ಕುಡಿಯುತ್ತಿರುವ ಸಮಯ ನೋಡಿ, ಅವಳ ಮನೆಗೆ ಹೊರಟ. ಅವಳು ಹಟ್ಟಿಯಲ್ಲಿ ಹಾಲು ಕರೆಯುತ್ತಿದ್ದಳು. ಇವನು ದೂರದಲ್ಲಿ ಬರುವುದನ್ನು ನೋಡಿ, ಹಾಲಿನ ತಂಬಿಗೆಯನ್ನು ಅಲ್ಲೇ ಇಟ್ಟು ಅವನೆಡೆಗೆ ಓಡುತ್ತಾ ಹೋದಳು.

ಅವಳು ತನ್ನ ದುಃಖವನ್ನೆಲ್ಲಾ ತೋಡಿಕೊಳ್ಳುತ್ತಿರುವಾಗ ಅವನು ದಿಕ್ಕು ತೋರದೆ ನಿಶ್ಚಲವಾಗಿ ನಿಂತಿದ್ದ. ಅವಳಂತೂ ಒಂದೇ ಸಮನೆ 'ನಿನ್ನನ್ನು ಬಿಟ್ಟು ನಾನು ಇರಲಾರೆ; ನಿನ್ನ ಕೈಯಿಂದಲೇ ನನ್ನ ಕೊಂದುಬಿಡು' ಎಂದು ಅಳುತ್ತಿದ್ದಳು. ಆಗವನಿಗೆ ಬುದ್ಧಿ ಇತ್ತೋ ಇಲ್ಲವೋ ಎಂದು ನಾನೀಗ ಹೇಳಲಾರೆ. ಆದರೆ ಅವನಂತೆ ನಾನವಳನ್ನು ಪ್ರೀತಿಸಿ, ಅವಳನ್ನು ಇನ್ನೊಬ್ಬನ ಪಾಲಿಗೆ ಒಪ್ಪಿಸುವ ಪ್ರಸಂಗ ಬಂದಿದ್ದರೆ ನಾನೂ ಅವನು ಮಾಡಿದಂತೆಯೇ ಮಾಡುತ್ತಿದ್ದೇನೋ ನಿಜ. ಆಗವನಿಗೆ ಹಿತಾಹಿತಗಳನ್ನು ವಿವೇಚಿಸುವ ಶಕ್ತಿಯಿರಲಿಲ್ಲ. ಅವಳನ್ನು ಕರೆದುಕೊಂಡು ಎಲ್ಲಾದರೂ ಹೊರಟು ಹೋಗಬಹುದಿತ್ತು. ಆದರೆ ಆ ತರದ ಯೋಚನೆಗೆ ಎಡೆಮಾಡತಕ್ಕ ಮನುಷ್ಯನಾಗಿರಲಿಲ್ಲ ಅವನು. ಅವಳನ್ನು ಮದುವೆಯಾಗದೆ ಕಳ್ಳನಂತೆ ಕರೆದುಕೊಂಡು ಹೋಗುವುದು ಅವನಿಗೆ ಒಪ್ಪಿಗೆ ಇಲ್ಲ. ಮತ್ತೆ ಆ ಸಮಯದಲ್ಲಿ ಅಷ್ಟೊಂದು ಯೋಚಿಸುವಂತೆಯೂ ಇರಲಿಲ್ಲ ಅವನ ಮನಸ್ಸು.

ಏನು ತೋರಿತೋ ! ತನ್ನ ಕಾಲುಗಳನ್ನು ಹಿಡಿದುಕೊಂಡು 'ನನ್ನನ್ನು ಕೊಂದು ಬಿಡು' ಎನ್ನುತ್ತಿದ್ದ ಅವಳನ್ನು ಹಿಡಿದೆತ್ತಿ – ಕಣ್ಣೀರಿನಿಂದ ತೋಯ್ದ ಮುಖವನ್ನು ಒರೆಸಿ, ಅವಳ ಅಗಲವಾದ ಹಣೆಗೆ ಭಕ್ತಿಯಿಂದ ಮುತ್ತಿಟ್ಟು 'ಅಳಬೇಡ ಲತಿ, ನಾವಿಬ್ಬರೂ ಜೊತೆಯಾಗಿ ಹೋಗೋಣ. ನನ್ನೊಡನೆ ಬರಲು ನಿನಗೆ ಬೇಸರವಿಲ್ಲ ತಾನೇ?' ಎಂದು ಕೇಳಿದ.

ಹೋಗಿಯೇ ಬಿಟ್ಟಿದ್ದ !

ತಿರುಗಿ ಅವಳವನ ಕಾಲುಗಳನ್ನು ಹಿಡಿದು – 'ಅವನ ಕೈ ಹಿಡಿದು ಬಾಳುವುದಕ್ಕಿಂತ ನಿನ್ನ ಕೈಯಿಂದ ನನಗೆ ಸಾವೇ ಹಿತ. ನನ್ನನ್ನು ಕೊಂದುಬಿಡು' ಎಂದಳು.

ಪುನಃ ಅವಳನ್ನು ಹಿಡಿದೆತ್ತಿ, ಅವಳ ಮುಖವನ್ನು ಎರಡುಕೈಗಳಿಂದಲೂ ಹಿಡಿದು, ಅವಳ ಶಾಂತ –ಗಂಭೀರ ನಯನಗಳಲ್ಲಿ ತನ್ನ ಪ್ರತಿಬಿಂಬವನ್ನು ನೋಡಿದ. ಮತ್ತೆ- 'ತಯಾರಾದೆಯಾ ಲತೀ' ಎಂದ. ಅರೆಗಳಿಗೆಯ ಹಿಂದೆ ಅಳುವಿನಿಂದ ಕಳೆಗುಂದಿದ್ದ ಮುಖ ನಗುವಿನಿಂದ ಅರಳಿತು. ಅವನನ್ನೇ ತದೇಕದೃಷ್ಟಿಯಿಂದ ನೋಡುತ್ತ 'ಹೂಂ' ಎಂದುವು ಅವಳ ಕಣ್ಣುಗಳು. ಅವಳ ಕಣ್ಣುಗಳಲ್ಲಿ ಆ ಮೂಕ ಅನುಮತಿಯನ್ನು ಓದಿ ಆತ ತಡೆಯಲಾರದೆ ಹೋದ. ಹತ್ತಿರ ಸೆಳೆದು ಅವಳ ಮುಖವನ್ನು ತನ್ನೆದೆಯಲ್ಲಿ ಅವಿಸಿಕೊಂಡ. ಮತ್ತೆ ಒಂದೇ ಒಂದು ಕ್ಷಣದಲ್ಲಿ ಅವನ ಸೆಳೆತವು ಸಡಿಲಾದಾಗ ಅವಳು ಶವವಾಗಿದ್ದಳು. ಅವಳ ಬೆನ್ನಿನಿಂದಾಗಿ ಎದೆಯಲ್ಲಿ ಹೊರಟ ಅವನ ಚೂರಿ ಅವಳ ಶರೀರದಲ್ಲಿತ್ತು. ಒಂದರೆಕ್ಷಣದ ಮೊದಲು ಅರಳಿ ಅವಳ ಮುಖವನ್ನು ಬೆಳಗಿಸಿದ್ದ ನಗುವೂ, ಆ ಕಣ್ಣುಗಳ ಶಾಂತ ನೋಟವೂ ಹಾಗೆಯೇ ಇದ್ದವು.

ಆದರವನಿಗದೊಂದೂ ಕಾಣದು. ರಕ್ತದ ಮಡುವಿನಲ್ಲಿ ಬಿದ್ದಿದ್ದ ಶರೀರ ಅವನಿಗೆ ಕಾಣಿಸಲಿಲ್ಲ. ಜಾತಿ ಬಂಧನದ ಆಚೆ ನಿಂತು ಮುಗುಳು ನಗು ನಗುತ್ತ ತನ್ನನ್ನೇ ಕೂಗುತ್ತಿದ್ದ ಅವಳೆಡೆಗೆ ಸೇರಲು ಹತ್ತಿರದಲ್ಲೇ ಇದ್ದ ಬಾವಿಗೆ ಹಾರಿದ.

ಬಾವಿಗೆ ಹಾರಿದ– ಸತ್ತು ಅವಳೆಡೆಯನ್ನು ಸೇರುವ ಸಲುವಾಗಿ ; ಆದರೆ ಅವನು ಸಾಯಲಿಲ್ಲ – ಸಾಯಲಿಲ್ಲ....''

ಮುದುಕ ಇಷ್ಟು ಹೇಳಿ ಸ್ವಲ್ಪ ಹೊತ್ತು ಸುಮ್ಮನಾದ. ಕತೆ ಕೇಳುವ ಮೊದಲು ಏನೋ ಎಂತಿದ್ದ ನಾವು, ಕೇಳಿ ಈಗ ಅಳುವಂತಾಗಿ ಹೋಗಿದ್ದೆವು. ನಮ್ಮ ಕಣ್ಣೀರು ನೋಡಿ ಮುದುಕನೇನೆಂದುಕೊಳ್ಳುವನೋ ಎಂದು ಮುಖ ಮರೆಮಾಡಿ ಕಣ್ಣೊರೆಸಿ ಕೊಂಡೆವು. ಆದರೆ, ಮುದುಕ ನಮ್ಮ ಕಡೆ ನೋಡುತ್ತಿರಲಿಲ್ಲ. ಶೂನ್ಯವನ್ನು ನಿಟ್ಟಿಸುತ್ತಿದ್ದ. ಅವನ ಕಣ್ಣುಗಳಲ್ಲಿ ವೇದನೆ ತುಂಬಿತ್ತು. ಬಹುಶಃ ಕತೆಯ ಅವನು ಮುದುಕನ ಸಂಬಂಧಿ ಯೋ ಏನೋ ಎನ್ನಿಸಿತು – ನಮಗವನ ಮುಖನೋಡಿ. ಅವನ ಅವಸ್ಥೆ ಏನಾಯಿತು?– ಎಂದು ನಮಗೆಲ್ಲಾ ಕುತೂಹಲವಿದ್ದರೂ ಮುದುಕ ತಾನಾಗಿ ಪುನಃ ಪ್ರಾರಂಭಿಸುವ ತನಕ ಸುಮ್ಮನಿದ್ದೆವು.

ತಾನಾಗಿಯೇ ಮುದುಕ ಸ್ವಲ್ಪ ಹೊತ್ತಿನ ತರುವಾಯ ಮುಂದುವರಿಸಿದ :

''ಅವಳ ಚಿಕ್ಕಪ್ಪ ಅವಳೇಕೆ ಇನ್ನೂ ಬಂದಿಲ್ಲ ಎಂದು ನೋಡಲು ಬಂದವನು, ಅವನು ಬಾವಿಗೆ ಹಾರುವುದನ್ನು ನೋಡಿ ಎತ್ತಿ ಹಾಕಿದ. ಕ್ರಮಪ್ರಕಾರವಾಗಿ ಕೋರ್ಟಿನಲ್ಲಿ ವ್ಯಾಜ್ಯವೂ ಆಯಿತು. ಆದರೆ, ಅದೊಂದೂ ಅವನಿಗೆ ತಿಳಿಯದು. ಅವನಿಗೆ ಹುಚ್ಚೆಂದು ಜನರು ಹೇಳುತ್ತಿದ್ದರು. ಹುಚ್ಚೆಂದೇ ಅವನಿಗೆ ಫಾಸಿಯಾಗಲಿಲ್ಲ, ಆಗಿದ್ದರೆ

ಒಳ್ಳೆಯದಾಗುತ್ತಿತ್ತು. ಬಾವಿಯಲ್ಲಿ ಬಿದ್ದು ಅವಳ ಹತ್ತಿರಹೋಗಲಾಗದಿದ್ದರೆ ಫಾಸಿಯಾದರೂ ಅವಳ ಹತ್ತಿರ ಒಯ್ಯಬಹುದೆಂದು ಅವನೆಣಿಸಿದ್ದ; ಪಾಪಿ! ಅಷ್ಟೊಂದು ಭಾಗ್ಯವು ಅವನಿಗೆಲ್ಲಿ !!

''ಹುಚ್ಚನಲ್ಲದಿದ್ದರೂ ಹುಚ್ಚನೆನಿಸಿಕೊಂಡು ಮುವ್ವತ್ತು ವರ್ಷ ಹುಚ್ಚರ ಆಸ್ಪತ್ರೆಯಲ್ಲಿ ಕಳೆದ. ಮುವ್ವತ್ತು ವರ್ಷ ಹೇಗೆ ಕಳೆದ ? ಎಂದು ಕೇಳಬೇಡಿ. ಹೇಗೆ ಕಳೆದ ಎಂದು ಹೇಳಬೇಕಾದರೆ ಹುಚ್ಚಿಲ್ಲದವರಿಗೂ ಹುಚ್ಚು ಹಿಡಿದೀತು. ಅಂತೂ ಕಳೆದ – ಅವಳ ಹತ್ತಿರ ಹೋಗುವುದೇ ಜೀವನದ ಹಂಬಲವಾದರೂ ಹೋಗಲು ದಾರಿ ತೋರದೆ, ಹುಚ್ಚರ ಮಧ್ಯದಲ್ಲಿ ಹುಚ್ಚರಿಗಿಂತಲೂ ಹುಚ್ಚನಾಗಿ ಕಳೆದ. ಮುವ್ವತ್ತು ವರ್ಷಗಳ ತರುವಾಯ ಒಂದು ದಿನ ಅವನ ಬಿಡುಗಡೆಯಾಯಿತು 'ಬಿಡುಗಡೆಯಾಯಿತು ; ಇನ್ನೇನು ಹೋಗಬಹುದಲ್ಲ' ಎಂದು ನೀವು ಹೇಳಬಹುದು. ಹೌದು ಹೋಗಬಹುದು. ಇದೋ ಹೊರಟೆ–ಹೋಗುತ್ತೇನೆ.....''

ಇದೇನು ! ಕತೆ ಹೇಳುತ್ತ ಹೇಳುತ್ತ ಇವನಿಗೇ ಹುಚ್ಚು ಹಿಡಿಯಿತೇ ಎಂದು ನಾವು ಒಬ್ಬರ ಮುಖವನ್ನೊಬ್ಬರು ನೋಡಿಕೊಂಡೆವು. ಮತ್ತೆ ಅವನ ಮುಖವನ್ನು ನೋಡುವುದರೊಳಗೆ, ಅವನು ಮಿಂಚಿನ ವೇಗದಿಂದ, ಹೋಗುತ್ತಿದ್ದ ಆ ರೈಲ ಕಿಟಕಿಯಿಂದ ಕೆಳಗೆ ಹಾರಿಬಿಟ್ಟಿದ್ದ.

ದಿಙ್ಮೂಢರಾದ ನಾವು ಸರಪಳಿಯನ್ನೆಳೆದು ರೈಲನ್ನು ನಿಲ್ಲಿಸಿದೆವು.

ಆದರೆ, ಈ ಸಾರಿ ಮುವ್ವತ್ತು ವರ್ಷಗಳಿಂದ ದಾರಿ ಕಾಯುತ್ತಿದ್ದ ಲತೀಫಾಳೆಡೆಗೆ ಅವನು ಹೋಗಿಯೇ ಬಿಟ್ಟಿದ್ದ.

○

[ಸೆಪ್ಟೆಂಬರ್ ೧೯೩೮]

ಸುಳ್ಳು ಸ್ವಪ್ನ

೨೬-೫-೨೮

ಕಾಲ ಕಳೆಯುವುದೊಂದು ದೊಡ್ಡ ಭಾರ. ಅದನ್ನು ಹೊರುವ ಕಷ್ಟವನ್ನು ಬರೆಯಲಾರೆ. ಮಾತಾಡಲು ಯಾರೂ ಇಲ್ಲ. ಓದುವ ನನಗೆ ಬೇಕಾದ ಪುಸ್ತಕವಿಲ್ಲ. ಇದ್ದರೂ ಹೇಗೆ ತಾನೆ ಓದಲಿ ? ಅವನ ಮನೆಯಿಂದ ಬರುವಾಗ ನನ್ನ ಪುಸ್ತಕವನ್ನು ಮರೆತು ಬಂದಿರುವೆನು. ಪುಸ್ತಕವು ಮರೆತುಹೋಯ್ತು- ಹೋಗಲಿ, ಆದರೆ ಅದಕ್ಕೂ ಹೆಚ್ಚಿನದನ್ನು ತರಲಾರದೆ ಬಂದಿರುವೆನು.

ಶಾಂತೆಯ ಕಾಗದ ಬಂದಿದೆ. ಬೇಕಾದ ಹಾಗೆ ಬರೆದಿರುವಳು. ಆದರದು ನನ್ನ ಉರಿಯುವ ಹೃದಯವನ್ನು ತಂಪುಮಾಡಬಲ್ಲುದೇ? ಮನಸ್ಸಿಗೆ ಸುಖ ಕೊಡಬಲ್ಲುದೆ? ಯಾರೊಡನೆ ಹೇಳಲಿ...... ಹೇಳುವಂತಹ ಮಾತುಗಳಲ್ಲಿ ..... ಏನು ಮಾಡಲಿ ....

ಜ್ಞಾಪಕಶಕ್ತಿಯನ್ನು ದೇವರು ಮನುಷ್ಯನಿಗೆ ಕೊಡಬಾರದಿತ್ತೆಂದು ತೋರುವುದು. ಎಷ್ಟು ಕ್ರೂರಿ ! ಎಂತಹ ಹಠಮಾರಿ ! ತಪ್ಪಿಸಿಕೊಳ್ಳಲು ನನ್ನ ಪ್ರಯತ್ನವೆಲ್ಲವೂ ನಿಷ್ಫಲ. ಯಾವ ರೀತಿಯಿಂದಲೂ ಜ್ಞಾಪಕವು ಬಂಧಿಸಿರುವ ಒಲೆಯಿಂದ ಬಿಡಿಸಿಕೊಳ್ಳಲಾಗುವುದಿಲ್ಲ. ನಮ್ಮ ಮನೆಯ ಸುತ್ತಮುತ್ತ ಸೃಷ್ಟಿ ತನ್ನ ಸೌಂದರ್ಯದ ಬೀಡನ್ನು ಕಟ್ಟಿದೆ. ಅದರ ವೈಭವಪೂರ್ಣವಾದ ಸೌಂದರ್ಯವನ್ನು ನೋಡಹೊರಟರೆ ತಾನೆ ಜ್ಞಾಪಕದ ಕ್ರೂರತ್ವವು ತಪ್ಪುವುದೆ ? ಇಲ್ಲ-ಸಾಧ್ಯವಿಲ್ಲ. ಇನ್ನಾವುದನ್ನು ಮೊರೆಹೋಗಲಿ? ಪುಸ್ತಕವನ್ನೇ ? ಅದೂ ಆಯಿತು. ಒಣ ಪುಸ್ತಕಕ್ಕೂ ಚಿಗುರು ಜ್ಞಾಪಕಕ್ಕೂ ಎಲ್ಲಿಯ ಸಾಟಿ? ಅಮ್ಮ, ಅಣ್ಣ, ಲಲಿತ, ನಾಡಿದ್ದು ಊರಿಗೆ ಹೋಗುವರು. ಮನೆಯಲ್ಲಿ ನಾನು ಮಾತ್ರ. ಜ್ಞಾಪಕದ ಹಬ್ಬ ನನ್ನನ್ನು ಕುಯಿದು ತಿನ್ನಬಹುದು. ವಿಶ್ವ ನಿಯಮವೇ ಹೀಗೇನು ಕಷ್ಟ - ಎತ್ತ ನೋಡಿದರೂ ಕಷ್ಟ ಯಾವನಿಗೂ ಸುಖವಿಲ್ಲ, ನನಗೂ ಒಂದು ತರದ ಕಷ್ಟ ಬೇಡವೆ ? ಬೇಕು ! ಹಾಗಾದರೆ ನಾನೇಕೆ ದುಃಖಿಸಲಿ ? ಹೇಳಿದರೆ ಪ್ರಯೋಜನವೇನು? ಸುಮ್ಮನಿರುವುದೇ ಮೇಲೆಂದು ತೋರುವುದು. ಆದರೆ, ಸುಮ್ಮನೆಂತಿರಲಿ?

೩-೬-೨೮

ಮನೆಯವರೆಲ್ಲರೂ ಊರಿಗೆ ಹೋಗಿರುವರು. ಮನೆಯಲ್ಲಿ ನಾನೂ ಅಕ್ಕ ಇಬ್ಬರೇ. ಅಕ್ಕನಿಗೆ ಮನೆಗೆಲಸ, ಅದು ಮುಗಿದೊಡನೆ ರಾಮಾಯಣ. ನನಗೆ ಸದಾ ನೆನಪಿನ ಹಬ್ಬ.... ಮರೆಯಲು ನೆನಸಿದಂತೆಲ್ಲಾ ಹೆಚ್ಚುತ್ತಿರುವ ನೆನಪು.... ನಿನ್ನೆ ತಾನೆ ಅವನ ಕಾಗದವು ಬಂದಿದೆ. ಎಂತಹ ಒರಟು ಒಕ್ಕಣೆ ....ಪಾಪ! ನನ್ನ ಹೃದಯಾಂತರಾಳದಲ್ಲಿ ಉರಿಯುತ್ತಿರುವ ಬೆಂಕಿಯನ್ನು ಅವನು ಹೇಗೆ ತಾನೆ ತಿಳಿಯಬಲ್ಲನು? ಅವನ ಕಾಗದವು ಒರಟಾದರೂ ಅದರಲ್ಲಿ ಸವಿ ಇತ್ತು. ತುಟಿಗಳು ಡೊಂಕಾದರೂ ಒಲವಿನ ಮುತ್ತು - ಆ ಮುತ್ತಿನಲ್ಲಿ ನಲಿವು ಡೊಂಕೇ? ಅವನನ್ನು ಪ್ರೀತಿಸುವ ನನಗೆ ಅವನ ಕಾಗದವು ಒರಟಾದರೂ ಸವಿ ಕಮ್ಮಿಯಾಗುವುದೇ?

ಅವನು ವಾರಕ್ಕೊಮ್ಮೆ ನನಗೆ ಬರೆಯುವನು ; ಪ್ರತಿದಿನ, ಪ್ರತಿ ನಿಮಿಷ ಅವನ ಕಾಗದ ಬಂದರೂ ನನಗೆ ತೃಪ್ತಿಯಿಲ್ಲ. ಇನ್ನು ವಾರಕ್ಕೊಂದು ಬಾರಿ ಬರೆಯುವ ನಾಲ್ಕು ಗೆರೆಗಳಿಂದ ನನ್ನ ಹೃದಯದ ತಾಪವು ಶಾಂತವಾಗುವುದೇ ? ಏನನ್ನು ಯೋಚಿಸುತ್ತಿರುವೆ ಎಂದು ಅಕ್ಕ ಕೇಳುತ್ತಾಳೆ. ನಾನೇನೆಂದು ಪ್ರತ್ಯುತ್ತರ ಕೊಡಲಿ ? ಸುಳ್ಳು ಹೇಳಲೇ? ಸ್ವಾಭಾವಿಕವಾಗಿ ನಾನು ಸುಳ್ಳು ಹೇಳುವುದು ಅಪರೂಪ. ಆದರೀಗ ಹೇಳದಿದ್ದರಾಗುವುದೇ? ಅಕ್ಕನಿಗೆ ನಾನೆಂದರೆ ಬಲು ಪ್ರೀತಿ. ನಾನು ಸ್ವಲ್ಪ ಬೇಸರಪಟ್ಟು

ಕೊಂಡರೆ ಅವಳಿಗೆ ಬಲು ಬೇಸರವಾಗುವುದು. ಅಂತಹ ಪ್ರೀತಿಪಾತ್ರಳಾದ ಅಕ್ಕನನ್ನು ವಂಚಿಸುವುದು ನನಗೆ ನಾಚಿಕೆಯಾಗುವುದು....ಏನು ಮಾಡಲಿ ?.....

ಕೃಪಾ ನಾಲ್ಕು ಗಂಟೆಗೆ ಬರುವಳಂತೆ. ಬಂದರೆ ಅವನ ಸುದ್ದಿ ಅವಳಿಂದ ತಿಳಿದುಕೊಳ್ಳಬಹುದು. ಆದರೆ, ಅವಳೊಡನೆ ಹೇಗೆ ಕೇಳಲಿ ? ಕೇಳಿದರೆ ನನ್ನ ಮಾತುಗಳಿಂದ ನನ್ನ ಮನಸ್ಸನ್ನವಳು ಊಹಿಸಿದರೆ! ಇಲ್ಲ ಕೃಪಾ ಆ ತರದ ಆಲೋಚನೆಗಳಿಗೆ ಎಡೆಕೊಡತಕ್ಕವಳಲ್ಲ - ಅವಳೊಡನೆ ಹೇಗಾದರೂ ಕೇಳಿಯೇ ಬಿಡುವೆನು- ಕೇಳದೆ ಹೇಗೆ ತಾನೆ ಇರಲಿ... ಅಯ್ಯೋ ! ನಾಲ್ಕು ಗಂಟೆ ಬೇಗ ಬರಬಾರದೆ ? ಪ್ರತಿಯೊಂದು ನಿಮಿಷವೂ ಒಂದೊಂದು ಯುಗವಾಗಿ ಏಕೆ ಬೆಳೆಯುತ್ತಿದೆ

೪-೬-೨೮

ಕೃಪಾ ಬಂದೂ ಆಯಿತು, ಅವಳೊಡನೆ ಕೇಳಿಯೂ ಆಯಿತು. ನಿನ್ನೆ ರಾತ್ರಿಯೆಲ್ಲ ಅದೇ ಸುದ್ದಿ..... ಕೃಪೆಗೆ ಹೇಳಿ ಹೇಳಿ ಬೇಸರಬಂದುಹೋಗಿದೆ. ನನಗೆ....ಆದರೆ ನನಗೆ- ಕೇಳಿದಷ್ಟೂ ತೃಪ್ತಿಯಿಲ್ಲ. ಇನ್ನೊಮ್ಮೆ ಕೇಳಲೇ - ಕೇಳಿದರೆ ಅವಳೇನೆಂದು ತಿಳಿದುಕೊಳ್ಳುವಳು! ಏನಾದರೂ ತಿಳಿದುಕೊಳ್ಳಲಿ - ಕೇಳಿಯೇ ಬಿಡುವೆನು... ಬೇಡ.... ಕೇಳಲಾರೆ.... ಉರಿಯುವ ಹೃದಯವೇ ಸ್ವಲ್ಪ ಸಹಿಸು.... ಕೃಪಾ ಕೂಗುತ್ತಿರುವಳು .... ಏಕಿರಬಹುದು....ನನಗೊಂದು ಕಾಗದವಿದೆಯಂತೆ. ಯಾರದಾಗಿರಬಹುದು ! ಅವನದೇ ? ಅಲ್ಲದೆ ಹೋದರೆ.... ನನ್ನ ಆಸೆಗೆ ಎಂತಹ ಆಘಾತ! ಹೌದು- ಅವನದೇ... ಏನೆಂದು ಬರೆದಿರುವನು? ಬರುವನಂತೆ.... ನಾಳೆ ಬರುವನಂತೆ.... ಹೃದಯವೇ ಸಂತೋಷದಿಂದ ಬಿರಿಯದಿರು....ನಾಳೆ ! ಎಂದಿಗೆ ನಾಳೆಯಾಗುವುದು ! ಈ ದಿನ ಬೇಗನೆ ಏಕೆ ಮುಗಿಯುವುದಿಲ್ಲ..... ನಿದ್ರೆಗೂ ನನ್ನ ಮೇಲೆ ದಯವಿಲ್ಲವೇಕೆ ?......

೬-೬-೨೮

ಎರಡು ದಿನಗಳೆಷ್ಟು ಬೇಗ ಕಳೆದುಹೋದವು ? ಭಾರವಾದ ಸಮಯವು, ಹೊರಲಾರದಾದ ಸಮಯವು ಅವನಿದ್ದ ಎರಡು ದಿನ ಎಷ್ಟು ಬೇಗ ಹಾರಿಹೋಯಿತು? ಆ ಎರಡು ದಿನಗಳು ಮುಗಿಯದೆ ಇರಬಾರದಿತ್ತೇ.... ಕಳೆದ ಆ ಸುಖಮಯವಾದ ದಿನಗಳು ಇನ್ನು ಮುಂದೆ ಬರುವವೇ?..... ಬರದಿದ್ದರೇನು ! ....ಆ ನೆನಪು, ಆ ಸವಿ ಸ್ಮೃತಿಯು ಸದಾ ನನ್ನ ಹೃದಯದಲ್ಲಿ ಜಾಗೃತವಾಗಿಯೇ ಇರುವುದು.....

ನಿನ್ನೆ ದಿನವನ್ನು ನೆನಸಿಕೊಂಡರೆ ನನ್ನ ಮನಸಿನಲ್ಲಾಗುವ ಭಾವನೆಗಳನ್ನು ಬರೆಯಲಾರೆ..... ಹೇಗೆ ತಾನೆ ಬರೆಯಲಿ? ಬರೆದು ಪೂರೈಸುವುದಾದರೂ ಹೇಗೆ? ಬರೆದಂತೆ ಹೆಚ್ಚುವುದು - ದೇವಾ ! ಅಂತಹ ದಿನಗಳು ಇನ್ನೂ ಬರುವವೇ?

ನಾನು ಆ ದಿನ ಐದು ಗಂಟೆ ಹೊಡೆಯುವ ಮೊದಲೇ ಹಾಸಿಗೆಯನ್ನು ಬಿಟ್ಟು ಎದ್ದಿದ್ದೆ. ಬೆಳಕೂ ಇನ್ನೂ ಸರಿಯಾಗಿ ಹರಿದಿರಲಿಲ್ಲ. ಎದ್ದು ಮುಖತೊಳೆದುಕೊಂಡು

ಬರುವಾಗ ನಾನು ನೆಟ್ಟು, ಪ್ರೀತಿಯಿಂದ ಬೆಳೆಸಿದ ಮಲ್ಲಿಗೆಯ ಗಿಡದಿಂದ ಹೂ ಕುಯಿದು ಬೊಗಸೆಯಲ್ಲಿ ತರುತ್ತಿದ್ದೆ. ಬರುವಾಗ ಇದಿರಾದ, ಅವನೂ ಎದ್ದು ಮುಖ ತೊಳೆಯಲಿಕ್ಕೆ ಬರುತ್ತಿದ್ದ. ನೋಡಿದೊಡನೆ ನನ್ನ ಮನಸ್ಸಿನಲ್ಲೇನಾಯಿತೋ ಹೇಳಲಾರೆ.... ಹೇಳಲು ಪ್ರಯತ್ನಿಸಿದಷ್ಟೂ ಹೇಳುವುದು ಅತಿಕಷ್ಟವಾಗಿ ತೋರುತ್ತದೆ..... ನನ್ನ ಆಗಿನ ಮನಸ್ಸಿನ ಭಾವವು ಬರೆವಣಿಗೆಗೆ ನಿಲುಕುವಂತಹದಲ್ಲ. ಯಾವಾಗಲೂ ನನಗೆ ಅವನನ್ನು ನೋಡಿದಾಗ ಹಾಗಾಗುವುದು. ಎಷ್ಟೆಷ್ಟು ಮುಚ್ಚಿಡಲು ಪ್ರಯತ್ನಿಸಿದರೂ ನನ್ನ ಕಣ್ಣುಗಳು ಹೃದಯಾಂತರಾಳದಿಂದ ಆ ಭಾವನೆಗಳನ್ನು ಹೊರಗೆಡವಿ ಬಿಡುವುವು.... ನನ್ನನ್ನು ನೋಡಿ 'ಬೆಳಗಾಗುವ ಮೊದಲೇ ಏಕೆ ಎದ್ದೆ !' ಎಂದು ಕೇಳಿದ. ನನ್ನ ಬಾಯಿಂದ ಮಾತುಗಳು ಹೊರಡಲಿಲ್ಲ. ಕೈಯಲ್ಲಿದ್ದ ಆಗ ತಾನೆ ಕುಯಿದ ಮಲ್ಲಿಗೆಯ ಮೊಗ್ಗೆಗಳನ್ನು

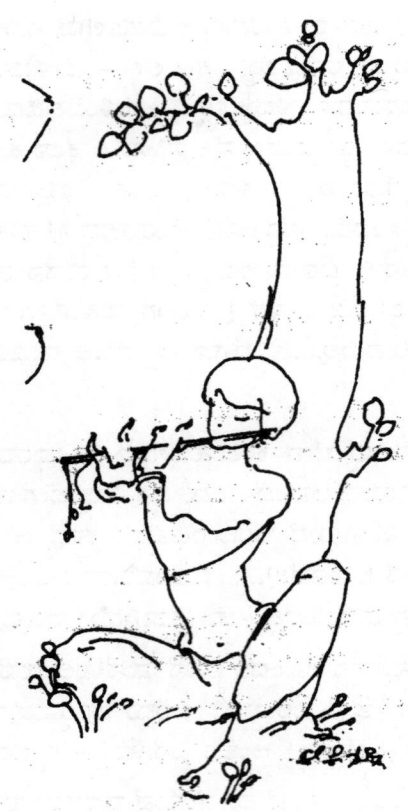

ಅವನ ಮುಖಕ್ಕೆರಚಿ ಅಲ್ಲಿಂದ ಓಡಿ ಹೋಗಿಬಿಟ್ಟೆ. ನನ್ನ ವಿಚಿತ್ರ ವ್ಯವಹಾರವನ್ನು ನೋಡಿ ಅವನೇನು ಗ್ರಹಿಸಿದನೋ ತಿಳಿಯದು....ಸಾಯಂಕಾಲ ನಾವೆಲ್ಲರೂ ತಿರುಗಾಡುವುದಕ್ಕೆ ಹೊರಟೆವು. ಅಂದಿನ ಸಾಯಂಕಾಲ ಸೃಷ್ಟಿಯು ಸೌಂದರ್ಯದಿಂದ ಇನ್ನಾವಾಗಲೂ ಮೆರೆದಿದ್ದುದನ್ನು ನಾನು ನೋಡಿರಲಿಲ್ಲ. ಬಹುಶಃ ನನ್ನೊಡನೆ ಅವನಿದ್ದುದರಿಂದ ಪ್ರಕೃತಿಯು ಅಂದು ನನ್ನ ಕಣ್ಣುಗಳಿಗೆ ಅಷ್ಟು ಮನೋಹರವಾಗಿ ತೋರಿರಬಹುದು. ಹೀಗೆಂದಿಗೂ ಹೇಳಲಾರೆ.....ಆದರೆ ಆ ಸಾಯಂಕಾಲವು ಎಂದೆಂದಿಗೂ ನನ್ನ ಮನಸ್ಸಿನಿಂದ ಮಾಯವಾಗಲಾರದು.... ಕೃಪಾ ಮತ್ತು ಅಕ್ಕ ಸ್ವಲ್ಪ ಮುಂದೆ ಹೋಗುತ್ತಿದ್ದರು. ನಾವಿಬ್ಬರೂ ಜೊತೆಯಲ್ಲಿ ಸ್ವಲ್ಪ ಹಿಂದಿನಿಂದ ಹೋಗುತ್ತಿದ್ದೆವು. ಕೃಪೆಯೂ ಅಕ್ಕನೂ ಏನೇನು ಮಾತುಗಳನ್ನಾಡುತ್ತಿದ್ದರೋ ತಿಳಿಯದು – ಅವನ ಮಾತುಗಳೆಲ್ಲ ಕೇಳುತ್ತಲಿದ್ದರೂ ಮನಸ್ಸೆಲ್ಲವೂ ಬೇರೆ ಕಡೆ ಇದ್ದುದರಿಂದ ಮಾತುಗಳ ಅರ್ಥವಾಗುವ ಸಂಭವವಿರಲಿಲ್ಲ. ಹೋಗುತ್ತಿದ್ದಂತೆಯೇ ಅವನು ನಿಂತ. ನಾನೂ ಅವನೊಡನೆ ನಿಂತೆ. ಅಕ್ಕನೂ ಕೃಪೆಯೂ ಮುಂದೆ ಹೋಗುತ್ತಿದ್ದವರು ನಾವು ನಿಂತುದನ್ನು ನೋಡಲಿಲ್ಲ. ಮಾತನಾಡುತ್ತ ಇನ್ನೂ ಮುಂದೆ ಹೋದರು. ಎಷ್ಟು ಹೊತ್ತು ನಾವಿಬ್ಬರು ಹಾಗೆ ನಿಂತಿದ್ದೆವೋ ತಿಳಿಯದು. ಕೊನೆಗೆ ಅವನೇ ಮೌನಭಂಗಮಾಡಿ ಕೇಳಿದ : 'ಸರಸ, ಬೆಳಗ್ಗೆ ಹಾಗೇಕೆ ಮಾಡಿದೆ? ' ನಾನು ಮಾತನಾಡಲಿಲ್ಲ. 'ಸರಿಸಿ, ಮಾತೇಕೆ ಆಡುವುದಿಲ್ಲ – ನೀನೇಕೆ ಹಾಗೆ ಮಾಡಿದೆಯೋ ನನಗೆ ತಿಳಿಯದು. ಆದರೆ, ಅದರಿಂದ ನನ್ನ ಮೇಲಾದ ಪರಿಣಾಮ..... ಸರಸ..... ನನ್ನ ಸರಸ'... ಮುಂದವನ ಬಾಯಿಯಿಂದ ಮಾತುಗಳು ಹೊರಡಲಿಲ್ಲ. ನನ್ನನ್ನು ತನ್ನೆಡೆಗೆ ಎಳೆದುಕೊಂಡು ಮುತ್ತಿನ ಮಳೆಯನ್ನು ಸುರಿಸಿಬಿಟ್ಟ. ಎಷ್ಟು ಹೊತ್ತು ಹಾಗೆಯೇ ಕಳೆಯಿತೋ ಹೇಳಲಾರೆ.... ದೂರದಿಂದ ಅಕ್ಕನು ಕೂಗುವುದು ಕೇಳಿದೊಡನೆ ಅವನು ನನ್ನ ಕೈಬಿಟ್ಟ – ನಾನು ನಿಲ್ಲಲಾರದೆ ಕುಳಿತುಬಿಟ್ಟೆ. ಆಗವನು ಪ್ರೇಮಪೂರ್ಣವಾದ ಸ್ವರದಿಂದ ಹೇಳಿದ : 'ನನ್ನ ಸರಸಾ, ಕ್ಷಮಿಸು' ಇದಕ್ಕೆ ನಾನು ಉತ್ತರ ಕೊಡುವ ಮೊದಲೇ ಅಕ್ಕ ಬಂದಳು. ಹೆಚ್ಚೇನೂ ಮಾತನಾಡದೆ ನಾವು ಮನೆಗೆ ಬಂದೆವು.

ರಾತ್ರಿ ಊಟವಾಯಿತು. ಕೃಪಾ ಅಡಿಕೆಲೆಯನ್ನು ತಂದಿಟ್ಟುಕೊಂಡು ತಿನ್ನುತ್ತಾ 'ನೀನೇಕೆ ತೆಗೆದುಕೊಳ್ಳುವುದಿಲ್ಲ ಸರಸೀ' ಎಂದಳು. ನಾನೆರಡು ಎಲೆಗಳಿಗೆ ಸುಣ್ಣಹಾಕಿ ಒಂದನ್ನು ಬಾಯಿಯಲ್ಲಿಟ್ಟುಕೊಂಡೆ. ಅಷ್ಟರಲ್ಲಿ ಅವನೂ ಅಲ್ಲಿಗೆ ಬಂದ. ಕೃಪೆಯು ಅಡಕೆಲೆಯ ತಟ್ಟೆಯನ್ನು ಒಳಗಿಡಲು ಹೋದಾಗ ನನ್ನ ಕೈಲಿದ್ದ ಎಲೆಯನ್ನು ನಾನವನ ಕೈಗಿತ್ತೆ. ಆಗವನು ನನ್ನ ಕೈಗಳೆರಡನ್ನೂ ಹಿಡಿದುಕೊಂಡು 'ಕ್ಷಮೆಯ ಗುರುತೇ ಇದು?' ಎಂದು ಕೇಳಿದ. 'ಅಪರಾಧ ಮಾಡಿದರಲ್ಲವೇ ಕ್ಷಮೆ ?' ಎಂದು ನಾನಂದೆ. ಅವನು ನನ್ನ ಮಾತು ಕೇಳಿ 'ಸರಸ, ದೇವರು ನಿನ್ನನ್ನು ಕಾಪಾಡಲಿ – ಇದೇ ನನ್ನ ಪ್ರಾರ್ಥನೆ' ಎಂದು ಹೇಳಿ, ನನ್ನೆರಡು ಕೈಗಳನ್ನೂ ತನ್ನ ಕಣ್ಣಿಗೊತ್ತಿಕೊಂಡು ಹೊರಗೆ ಹೊರಟುಹೋದ.

ಮರುದಿನ ಬೆಳಿಗ್ಗೆ ನಾನು ಮುಖ ತೊಳೆಯುವುದಕ್ಕೆ ಹೋದಾಗ ಅವನು ಮಲ್ಲಿಗೆಯ ಮಂಟಪದ ಹತ್ತಿರ ನಿಂತಿದ್ದ. ನನ್ನನ್ನು ನೋಡಿ 'ಹೂ ಕುಯಿದು ಕೊಡಲೇ ಸರಸ' ಎಂದು ಕೇಳಿದ. ನಾನು ಮುಖ ತೊಳೆದುಕೊಳ್ಳುವಾಗ ಅವನು ಹೂವೆಲ್ಲಾ ಕುಯಿದು ಒಂದು ಎಲೆಯ ದೊನ್ನೆಯಲ್ಲಿಟ್ಟು ಮುಖ ತೊಳೆದೊಡನೆ ನನ್ನ ಕೈಗೆ ಕೊಟ್ಟ ....ನಾನೇನು ಹೇಳಬೇಕೆಂದು ತೋರಲಿಲ್ಲ..... ಅವನ ಮುಖವನ್ನು ನೋಡಿದೆ....ನೆಟ್ಟ ದೃಷ್ಟಿಯಿಂದ ನನ್ನನ್ನು ನೋಡುತ್ತಾ 'ಸರಸಿ, ಹತ್ತು ಗಂಟೆಗೆ ನಾನು ಹೊರಡುವೆನು. ನಿನ್ನನ್ನು ಬಿಟ್ಟು ಹೇಗಿರಲಿ ಹೇಳು ? ಕಾಗದ ಬರೆಯುವೆಯಾ ?' ಎಂದು ಕೇಳಿದ. ನನಗೆ ಮಾತನಾಡಲಾಗಲಿಲ್ಲ, ಕಣ್ಣೀರು ತುಂಬಿ ಕಣ್ಣೇ ಕಾಣಿಸಲಿಲ್ಲ. ಆಗವನು ತನ್ನ ಕೈ ಚೌಕದಿಂದ 'ನನ್ನ ಕಣ್ಣುಗಳನ್ನೊರೆಸಿ ಅಳಬೇಡ ಸರಸಾ, ನೀನತ್ತರೆ ನನಗೆ ಬಹಳ ದುಃಖವಾಗುವುದು. ನಿನ್ನ ಪ್ರತಿಯೊಂದು ತೊಟ್ಟು ಕಣ್ಣೀರೂ ನನ್ನ ಹೃದಯವನ್ನು ಚುಚ್ಚುವುದು. ಕಾಗದವನ್ನು ಬರೆಯುತ್ತೇನೆಂದು ನಗುತ್ತಾ ಹೇಳು' ಎಂದ. ಅದಕ್ಕೆ ನಾನೇನು ಹೇಳಿದೆನೋ ಅದೀಗ ನನಗೆ ಜ್ಞಾಪಕವಿಲ್ಲ. ಏನಾದರೇನು, ನಾನು ಏನೆಂದರೇನು ? ಅವನು ನನ್ನನ್ನು ಪ್ರೀತಿಸುತ್ತಾನೆ. ಅದಕ್ಕಿತಲೂ ಹೆಚ್ಚು ನನಗೆ ಇನ್ನೇನುಬೇಕು?

೮-೧೦-೩೦

ಮದುವೆ ! ಮದುವೆಯೆಂದರೆ ಎಷ್ಟು ಮಂದಿ ಸಂತೋಷದಿಂದ ಹಿಗ್ಗುವರು ; ಸುಖದ ಹೆದ್ದಾರಿ ಮದುವೆಯಂತೆ ! ನಿಜವೇ ?

ತಾವು ಪ್ರೀತಿಸುವವರನ್ನು ಪಡೆದ ವಧುಗಳಿಗೆ ನಿಜವಿರಬಹುದು. ನನಗೆ? .... ಆದರೆ ನನಗೆ ? ಮದುವೆಯೆಂದರೆ ಸಾಯುವುದಕ್ಕಿಂತಲೂ ಕಷ್ಟವಾಗಿ ತೋರುವುದೇಕೆ? ಯಾರೊಡನೆ ಕೇಳಲಿ ? ಕೇಳಿದರೂ ಹೇಳುವವರಾರು? ದೇವರನ್ನು ಬೇಡಲೆ ? ದೇವರಿದ್ದರಲ್ಲವೇ ಬೇಡುವುದು? ಇದ್ದುದಾಗಿದ್ದರೆ.... ಅಯ್ಯೋ ದೇವರನ್ನೇಕೆ ದೂಷಿಸಲಿ? ಅಣ್ಣನಿಗೆ ದಯವೇ ಇಲ್ಲವೇಕೆ? ಯಾರನ್ನು ಮೊರೆಹೋಗಲಿ? ಅಮ್ಮನಂತೂ ಈ ಲೋಕದಲ್ಲೀಗ ಇಲ್ಲ - ಅಕ್ಕ ? ಅಕ್ಕನ ಮಾತು ಕೇಳುವವರಾರು? ಅವನು ವರನಾಗದ ಮದುವೆಯಲ್ಲಿ ನಾನು ವಧುವಾಗುವುದು ಹೇಗೆ ? ಅವನೇನು ತಿಳಿದುಕೊಳ್ಳುವನು? ನಿನ್ನೆದಿನ ಬಂದಿರುವ ಅವನ ಕಾಗದವನ್ನು ಒಡೆಯಲೇ? ಧೈರ್ಯ ಬರುವುದಿಲ್ಲವೇಕೆ? ಏನಾದರೂ ಇರಲಿ, ಓದಿಬಿಡುವುದು..... ಅಯ್ಯೋ....ಅವನು ಬರೆದಿರುವುದೇನು? ನನ್ನ ಮುಂದಿನ ಜೀವನವು ಸುಖ ಸಂತೋಷಪೂರ್ಣವಾಗಿರಲೆಂದು ದೇವರಲ್ಲಿ ಅವನ ಬೇಡಿಕೆಯಂತೆ ! ಸುಖ ! ಸಂತೋಷ ! ಎಂತಹ ಹಾಸ್ಯಾಸ್ಪದ.... ಅವನಿಲ್ಲದ ಮೇಲೆ ಸುಖವೇ ? ಅವನೂ ನನ್ನನ್ನು ತಿಳಿಯಲಾರನೇನು? ಹೇಗವನನ್ನು ಮರೆಯಲಿ? ಅಂದಿನ ಸಾಯಂಕಾಲ ... ನಾವು ತಿರುಗಾಡಲು ಹೋದ ಸಾಯಂಕಾಲ...ಅದನ್ನು ಮರೆಯುವುದು ನನ್ನಿಂದ ಸಾಧ್ಯವೇ ? ಮಲ್ಲಿಗೆಯ ಹೂವನ್ನು ಕೊಯಿದು ನನ್ನ ಕೈಲಿಟ್ಟು 'ಕಾಗದ ಬರೆಯುತ್ತಿರು' ಎಂದು ಹೇಳುವಾಗ ಚಿತ್ರಿತವಾದ

ಅವನ ಸ್ನೇಹಪೂರ್ಣ ಮುಖ, ಪ್ರೇಮವನ್ನು ಹೊರಚೆಲ್ಲುತ್ತಿದ್ದ ಕಣ್ಣುಗಳು..... ಅದೆಲ್ಲವನ್ನೂ ಹೇಗೆ ತಾನೆ ನನ್ನ ಹೃದಯದಿಂದ ಹೊರದೂಡಲಿ? ....ಅಯ್ಯೋ....ಅವನ ಕಾಗದಗಳು.... ಪ್ರತಿ ಶಬ್ದದಿಂದಲೂ ಉಕ್ಕುತ್ತಿರುವ ಪ್ರೇಮ..... ಹೀಗಾಗುವುದೆಂದು ಯಾರಿಗೆ ತಿಳಿದಿತ್ತು? ನನಗೇಕೆ ಹುಚ್ಚು ಹಿಡಿಯುವುದಿಲ್ಲ !

೬-೪-೩೧

ಲತ್ತೆಯ ಪೆಟ್ಟುಗಳನ್ನು ಸಹಿಸಬಹುದು; ಲೇಖನಿಯ ಒದೆಗಳನ್ನು ಸಹಿಸುವುದು ಕಷ್ಟ. ಅದರಲ್ಲಿಯೂ ಅವನ ಲೇಖನಿಯಿಂದ ಬರೆಯಲ್ಪಟ್ಟ ಮಾತುಗಳನ್ನು ಓದುವಾಗ ನನ್ನ ಕಲ್ಲಿನಂಥ ಹೃದಯವೂ ಕರಗಿಹೋಗುತ್ತಿದೆ. ಮದುವೆಯ ದಿನ ನಾನು ಮನಸ್ಸಿನಲ್ಲಿ ಮಾಡಿಕೊಂಡ ದೃಢ ಪ್ರತಿಜ್ಞೆಯೂ ಅವನ ಕಾಗದವನ್ನು ಓದಿದೊಡನೆ ಓಡಲು ಯತ್ನಿಸುತ್ತಿದೆಯೇಕೆ? 'ನೀನೆಂಥ ಕ್ರೂರಿ ಸರಸಿ, ನನ್ನ ಕಾಗದಗಳೊಂದಕ್ಕೂ ಪ್ರತ್ಯುತ್ತರವನ್ನೇ ಬರೆಯಲಿಲ್ಲವೇಕೆ?' ಎಂದು ಬರೆದಿರುವನು....ಹೌದು, ನಾನು ಕ್ರೂರಿ..... ಅಣ್ಣನು ನನ್ನ ಮೇಲೆ ನಡೆಯಿಸಿದ ಕ್ರೂರತನದ ಪ್ರತಿಫಲವಾಗಿ ನಾನವನಿಗೆ ಕ್ರೂರಿ.... ಇದೀಗ ಇಂದಿನ ನ್ಯಾಯ. ಏನು ಮಾಡಲಿ ? ಏನೆಂದು ಬರೆಯಲಿ ? ಬರೆಯದೆ ಇರಲೆ ? ಅವನೇನೆಂದು ತಿಳಿದುಕೊಳ್ಳುವನು? ಈ ತರಹ ಸಂಕಟವನ್ನು ಅನುಭವಿಸುವುದಕ್ಕೇ ನನ್ನ ಜನ್ಮವಾಯಿತೇನು? ನಾನೇಕೆ ಸಾಯುವುದಿಲ್ಲ ? ಬಾವಿಗೆ ಹಾರಲೆ? ಹಾರಲಾರೆ.... ನನ್ನನ್ನು ತನ್ನ ಜೀವಕ್ಕಿಂತಲೂ ಹೆಚ್ಚಾಗಿ ಪ್ರೀತಿಸುವ ಅಕ್ಕನಿರುವಳು – ತಮ್ಮ ಪ್ರಾಣಕ್ಕಿಂತಲೂ ಹೆಚ್ಚಾಗಿ ನೋಡುವ ಪತಿ ಇರುವರು. ಅವರ ಅಷ್ಟೊಂದು ಪ್ರೀತಿಯ ಪ್ರತಿಫಲವಾಗಿ ಕೊಡಲು ನನ್ನಲ್ಲೇನಿದೆ?.....ಇದ್ದುದನೆಲ್ಲಾ ಅವನಿಗೆ ಬಲು ದಿನಗಳ ದಿನಗಳ ಹಿಂದೆಯೇ ಅರ್ಪಿಸಿಬಿಟ್ಟಿರುವೆನು. ....ಇನ್ನಿರುವುದೇನು ? ಅವರಿಗಾಗಿ ಭಕ್ತಿಯಿಂದ ಚಿಕ್ಕ ದೊಡ್ಡ ಕೆಲಸಗಳನ್ನು ಜಾಗರೂಕತೆಯಿಂದ ಮಾಡುವೆನು. ಆದರೆ ಯಾವುದು ಮುಖ್ಯವೋ ಅದು ಮಾತ್ರ ನನ್ನೆದೆಯಲ್ಲಿಲ್ಲ, ಏನು ಮಾಡಲಿ ?..... ಸಾಯಲಾರೆ....ಬದುಕಲಾರೆ...ಏನು ಮಾಡಲಿ ? ...ಏನು ಮಾಡಲಿ.... ಕೇಳುವುದು ಯಾರೊಡನೆ....

೧೮-೧೧-೩೧.

ನಾಳೆ ಅವನಿಗೆ ಮದುವೆಯಂತೆ ! ಆಗಲಿ.... ನನಗೇನು ? ನಾನೇಕೆ ಅಯ್ಯೋ ಅನ್ನಬೇಕು? ಮೂರು ವರುಷಗಳಿಂದಲೂ ಅವನಿಗೆ ಬೇಗ ಮದುವೆಯಾಗಲಿ ನನ್ನನ್ನವನು ಮರೆಯಲಿ ಎಂದು ಪ್ರಾರ್ಥಿಸುತ್ತಿದ್ದ ನಾನು ಇಂದೇಕೆ ಅವನ ಮದುವೆಯ ವರ್ತಮಾನ ಕೇಳಿ ದುಃಖಿತಳಾಗಬೇಕು? ನನಗಾಗಿ ಅವನೇಕೆ ಮದುವೆಯಾಗದಿರಬೇಕು? ನಾನು ಮನಸ್ಸನ್ನು ಎಷ್ಟೆಷ್ಟು ಕಾರಣಗಳನ್ನು ಕೇಳಿಕೊಂಡರೂ ಹೃದಯಾಂತರಾಳದಿಂದ ಸಣ್ಣ ದನಿಯೊಂದು 'ಅಯ್ಯೋ' ಎನ್ನುವುದೇಕೆ? ಆಗಲಿ....ಅವನು ಮದುವೆಯಾಗಲಿ.... ಪರಮಾತ್ಮನು ಅವರಿಬ್ಬರನ್ನೂ ಕಾಪಾಡಲಿ... ಅವರ ಸಂಸಾರವು ಸುಖಮಯವಾಗಲಿ...

೨೧-೩-೩೪

ನಾಳೆ ಅವನು ಹೆಂಡತಿಯನ್ನೂ ಮಗುವನ್ನೂ ಕರೆದುಕೊಂಡು ಬರುವನಂತೆ. ದೇವಾ, ಅವನು ಬಂದಾಗ ಅವನ ಹೆಂಡತಿಯ ಇದಿರಿನಲ್ಲಿ ನನ್ನ ಅಧೈರ್ಯ ಪ್ರಕಟವಾಗದಂತೆ ಅನುಗ್ರಹಿಸು. ಹೃದಯವೇ ಸ್ವಲ್ಪ ಶಾಂತವಾಗು.... ಮನಸ್ಸೇ ಉದ್ವೇಗವನ್ನು ಸಹಿಸಿಕೋ. ಅವನೊಡನೆ ಏನೆಂದು ಮಾತಾಡಲಿ.... ಈ ಮುಖವನ್ನು ಅವನಿಗೆ ಹೇಗೆ ತೋರಿಸಲಿ ? **ಪರಮಾತ್ಮಾ - ನನ್ನ ಕಣ್ಣುಗಳು ನಾಳೆ ಅವನಿದಿರಿನಲ್ಲಿ ನನ್ನ ಹೃದಯದ ಗುಟ್ಟನ್ನು ಹೊರಗೆಡವದಂತೆ ಕಾಪಾಡು......**

೨೨-೩-೩೪

ಅವನು ಹೆಂಡತಿ ಮಗುವಿನೊಡನೆ ಬಂದು ಕುಳಿತಿರುವನು. ಹೇಗೆ ಹೋಗಿ ಅವನಿಗೆ ಮುಖ ತೋರಿಸಲಿ ! ಏನೆಂದು ಮಾತಾಡಲಿ ! ಹೇಗೆ ಹೊರಗೆ ಹೋಗಲಿ ? ಹೋಗದೆ ಇರಲಾಗುವುದೇ ? ....ಅವನು ಹೇಳುತ್ತಿರುವುದೇನು? 'ಚೆನ್ನಾಗಿರುವೆಯಾ ಸರಸಿ?' ..... ಹೌದಪ್ಪ ಚೆನ್ನಾಗಿರುವೆನು. ನೀನು ಹೆಂಡತಿಯನ್ನೂ ಮಗುವನ್ನೂ ಕರೆತಂದುದು ಬಲು ಸಂತೋಷವಾಯಿತು..... ಮಗುವಿನ ಹೆಸರೇನು? ಪ್ರಭೆ ಎಂತಲೇ - ಚೆನ್ನಾಗಿದೆ..... ನನ್ನ ಪ್ರೀತಿಯ ಹೆಸರದು..... ಬಾಮ್ಮಾ ಪ್ರಭಾ.... ಮಗು ಎಷ್ಟು ಮುದ್ದಾಗಿದೆ ? ನಾನು ಕರೆದೊಡನೆಯೇ ನಗುತ್ತ ನನ್ನೆಡೆಗೆ ಬರುತ್ತಿರುವಳಲ್ಲ, ಅವನ ಅದೇ ಆ ವಿಶಾಲವಾದ ಕಣ್ಣುಗಳು - ಅದೇ ಮೂಗು- ಅದೇ ಕೆಂಪು ತುಟಿಗಳು -ಅವನೇ ಮಗುವಿನ ನಿರ್ಮಲ ಕಣ್ಣುಗಳಿಂದ ನೋಡುತ್ತಿರುವನೇನು ? ಅವನ ಹೆಂಡತಿ- ಅವಳು ಅವನಿಗೆ ಅನುರೂಪಳಾದ ಪತ್ನಿ..... ಅವಳ ನಗುಮುಖ.... ಹೌದು, ಅವಳವನಿಗೆ ಅನುರೂಪಳಾದ ಪತ್ನಿ. ಅವನ ಮುಖದಲ್ಲಿ ಸುಖ ಸಂತೋಷ ನಲಿದಾಡುತ್ತಿವೆ. ಅವನು ಸುಖಿ. ದೇವರವನನ್ನು ಸದಾ ಹಾಗಿಟ್ಟಿರಲಿ.....ಅವನ ಹೆಂಡತಿಯನ್ನು ಮಗುವನ್ನೂ ಪರಮಾತ್ಮನು ಕಾಪಾಡಲಿ....ಇದೇ ನನ್ನ ಪ್ರಾರ್ಥನೆ.

ನಾನು ! ದುಃಖಮಯವಾದ ಪ್ರಪಂಚದಲ್ಲಿ ನಾನೇಕೆ ಸುಖವನ್ನು ಬಯಸಬೇಕು? ಸುಖ ಪಡೆಯಲು ನನಗಾವ ಅಧಿಕಾರವೂ ಇಲ್ಲ..... ಆದರೆ, ದೇವಾ ! ನನಗೆ ಜ್ಞಾಪಕವನ್ನು ಮಾತ್ರ ಕೊಡಬೇಡ. ನೆನಪು ಬೀಸಿರುವ ಬಲೆಯಿಂದ ನನ್ನನ್ನು ಬಿಡಿಸು. ಮರೆಯಲು ಪ್ರಯತ್ನಿಸಿದಷ್ಟೂ ಚಿಗುರುವ ಜ್ಞಾಪಕದ ಹಿಡಿತದಿಂದ ನನ್ನನ್ನು ಪಾರುಮಾಡು.... ನನಗೇಕೆ ಹುಚ್ಚು ಹಿಡಿಯುವುದಿಲ್ಲ.....

೦

[ಮೇ ೧೯೩೪]

......ಯಾರು?

ಮಹೇಶ,

ಬೆಳಗ್ಗೆ , 'ನಿನಗೆ ಮದುವೆಯಾಗಿದೆಯೇ?' ಎಂದು ಕೇಳಿದೆ. ನಿನಗೆ ನನ್ನ ಪ್ರಶ್ನೆಯಿಂದ ಆಶ್ಚರ್ಯವಾದಂತೆ ತೋರಿತು. ನೀನು 'ಇಲ್ಲ' ಎಂದೆ. ನಿನ್ನ 'ಇಲ್ಲ'ಕೇಳಿ ನನಗೆ ನಿನಗಿಂತಲೂ ಹೆಚ್ಚಿನ ಆಶ್ಚರ್ಯವಾಯಿತು. ಬಹುಶಃ ಆ ಸ್ತ್ರೀಯನ್ನು ನೀನು ಮದುವೆಯಾಗಿರಬಹುದು ಎಂದಿದ್ದೆ.

ಕಳೆದ ರಜೆಯಲ್ಲಿ ನಿನ್ನನ್ನು ನಮ್ಮನೆಗೆ ಆಮಂತ್ರಿಸಿದ್ದೆ. ಊರಿಗೆ ಹೋಗಬೇಕು ಎಂದು ನೆವನ ಹೇಳಿ ನಮ್ಮನೆಗೆ ಬರಲಿಲ್ಲ ನೀನು. ಆದರೆ ನೀನು ಊರಿಗೆ ಹೋಗಲಿಲ್ಲ, ಇದೇ ಊರಿನಲ್ಲಿದ್ದೆ ; ಅದೂ ಚರಿತಹೀನಳಾದ ಸಿನಿಮಾ ನಟಿಯೊಬ್ಬಳೊಡನೆ.

ಮಹೇಶ, ಜನರ ಮುಖನೋಡಿ ಅವರ ಗುಣ ತಿಳಿದುಕೊಳ್ಳುವ ಶಕ್ತಿ ನನಗಿದೆ ಎಂದು ನನಗೆ ಹೆಮ್ಮೆಯಿತ್ತು. ಅದೇ ಎಂಟು ತಿಂಗಳ ಮೊದಲು ನಿನ್ನನ್ನು ಮೊಟ್ಟ ಮೊದಲು ನೋಡಿದಾಗ ನಿನ್ನ ವಿಷಯಗಳೊಂದೂ ತಿಳಿಯದಿದ್ದರೂ ನಿನ್ನನ್ನು ಜೀವದ ಗೆಳೆಯನನ್ನಾಗಿ ಮಾಡಿಕೊಂಡೆ. ಅಷ್ಟೊಂದು ನಂಬಿಕೆ ಹುಟ್ಟಿಸಿತು ನಿನ್ನ ಮುಖ. ನಿನ್ನ ಯಾತನಾಮಯವಾದ ಆ ದೊಡ್ಡ ದೊಡ್ಡ ಕಣ್ಣುಗಳನ್ನು ನೋಡಿ ಪಾಪ, ನೊಂದ ಜೀವಿ; ಪೂರ್ವೋತ್ತರಗಳನ್ನು ಕೇಳಿ ನೋಯಿಸಬಾರದು ಎಂದುಕೊಂಡಿದ್ದೆ. ಅಂದಿನ ಹೆಮ್ಮೆ ಎಲ್ಲಾ ಈಗ ಹುಡಿಯಾಗಿ ಹೋಯ್ತು ಮಹೇಶ.

ನಮ್ಮದು ಬರೆ ಎಂಟು ತಿಂಗಳ ಗೆಳೆತನ - ಆದರೂ ನೀನು ನನಗೆ ಸ್ವಂತ ತಮ್ಮನಿಗಿಂತಲೂ ಹೆಚ್ಚಾಗಿ ಹೋಗಿದ್ದೆ. ನಾನು ಎಂದೂ ನಿನ್ನಲ್ಲಿ ಮುಚ್ಚುಮರೆ ಮಾಡಿದವನಲ್ಲ. ನೀನೂ ನನ್ನಲ್ಲಿ ಅದೇ ತರದ ವಿಶ್ವಾಸವನ್ನಿಟ್ಟಿರುವೆ ಎಂಬ ಭಾವನೆ ಇತ್ತು ನನಗೆ.

ವಂಚನೆಯಿಂದ ನನ್ನ ಗೆಳೆತನ ಸಂಪಾದಿಸಬೇಕಾದ ಅವಶ್ಯಕತೆ ನಿನಗೇನಿತ್ತು ಮಹೇಶ? ಬಹುಶಃ 'ನನ್ನ ಸ್ವಂತಃ ಜೀವನ ನನ್ನದು. ಅದಕ್ಕೂ ನಮ್ಮ ಸ್ನೇಹಕ್ಕೂ ಸಂಬಂಧವೇನು?' ಎಂದು ನೀನು ಕೇಳಬಹುದು. ಒಂದು ತರದಿಂದ ನೋಡಿದರೆ ಸಂಬಂಧವೇನೂ ಇಲ್ಲ, ನಿಜ. ಹಾಗೆಣಿಸುವ ಸ್ನೇಹಿತರೂ ನನಗೆ ಬೇಕಾದಷ್ಟು ಜನ ಸಿಕ್ಕಬಹುದು. ಆದರೆ, ನಮ್ಮ ಮನೆಯವನೊಬ್ಬ ಎಂಬಂತೆ ನನ್ನ ತಾಯಿ, ಅಕ್ಕ ತಂಗಿಯರೊಡನೆ ನಿನ್ನನ್ನು ಒಡನಾಡಿಸಿದ ನನಗೆ ಅದು ಒಪ್ಪುವುದಿಲ್ಲ. ಸ್ನೇಹಿತನಾದವನಲ್ಲಿ ಪ್ರೇಮ, ಆದರ, ವಿಶ್ವಾಸ, ಗೌರವ ಎಲ್ಲಾ ಇಡುವಂತಿರಬೇಕು. ಇಷ್ಟರ ತನಕ ನಿನ್ನನ್ನು ಅದೇ ಭಾವನೆಯಿಂದ ನೋಡುತ್ತಲೂ ಇದ್ದೆ. ಆದರೆ, ಈಗ ನೀನು ಸಾಮಾನ್ಯಳಾದ ನಟಿಯೊಬ್ಬಳೊಡನೆ ಬೀದಿ ಬೀದಿ ಅಲೆಯುವುದನ್ನು, ಅವಳ ಸಹವಾಸದಲ್ಲಿ ನೀನಿರುವುದನ್ನು ನೋಡಿದ ಮೇಲೂ ಆ ಭಾವನೆಗಳಿರಬೇಕೆಂದರೆ ಹೇಗೆ ಸಾಧ್ಯ? ನಿನ್ನೊಡನೆ ನನ್ನ ವ್ಯವಹಾರದಲ್ಲಿ ವ್ಯತ್ಯಾಸವನ್ನು ಕಂಡು ಬೆಳಿಗ್ಗೆಯೇ ನೀನು ಕಾರಣವನ್ನು ಕೇಳಿದೆ. ನಿನ್ನ ಮುಖ ನೋಡುತ್ತ, ನಿನ್ನ ಆ ವೇದನೆಯಿಂದ ತುಂಬಿದ ಕಣ್ಣುಗಳನ್ನು ನೋಡುತ್ತ ನಾನು ಕಾರಣವನ್ನು ಹೇಳಲಾರದೆ ಹೋದೆ. ಅದರ ಸಲುವಾಗಿಯೇ ಈಗ ಬರೆಯಬೇಕಾಯಿತು.

ಮಹೇಶ, ಇದೇ ಊರಿನವನಾದರೂ ನಿನ್ನೊಡನಿರುವ ಸಲುವಾಗಿ ಹಾಸ್ಟೆಲ್ ಸೇರಿದೆ. ನಾವಿಬ್ಬರೂ ಒಂದೇ ರೂಮಿನಲ್ಲಿದ್ದೆವು. ಕೇವಲ ಭಾವನೆಯೇ ಆದರೂ,

ನೀನೊಬ್ಬ ಆದರ್ಶ ಸ್ನೇಹಿತ ಎಂಬ ಭಾವನೆ ಇತ್ತು ನನಗೆ. ಆಗ ನಿನ್ನೊಡನೆ ಕಳೆದ ಒಂದೊಂದು ನಿಮಿಷವೂ ಅಮೂಲ್ಯವಾಗಿತ್ತು. ಆದರೆ, ಈಗಲೂ ಅದೇ ರೀತಿಯಿಂದಿರುವುದು ನಿನ್ನ ನಡುವಳಿಕೆಯನ್ನು ತಿಳಿದ ನನಗೆ ಅಸಾಧ್ಯ. ನಾನು ಇಂದೇ ನಮ್ಮನೆಗೆ ಹೊರಟು ಹೋಗುತ್ತೇನೆ. ಬಹುಶಃ ಕಾಲೇಜಿನಲ್ಲಿ ಒಬ್ಬರನ್ನೊಬ್ಬರು ನೋಡಬಹುದು. ಆಗ ನನ್ನೊಡನೆ ಮಾತನಾಡಲೆತ್ನಿಸಿ ನಮ್ಮ ಹಿಂದಿನ ಆದರ್ಶ ಸ್ನೇಹದ ನೆನಪನ್ನು ಕೆಡಿಸಬೇಡ, ಇದೊಂದೇ ನಿನ್ನಲ್ಲಿ ನನ್ನ ಆಗ್ರಹದ ಕೋರಿಕೆ.

-ವಸಂತ

ಕಾಗದ ಬರೆದಿಟ್ಟು ವಸಂತ ಹೊರಟುಹೋದ. ತಾನು ಜೀವಕ್ಕಿಂತ ಮಿಗಿಲೆಂದು ತಿಳಿದ ಗೆಳೆಯ, ನಡತೆ ಇಲ್ಲದವ ಎಂದು ಬಹಳ ನೊಂದುಕೊಂಡಿದ್ದ. ಹಾಗೆಯೇ ಹಿಂದು-ಮುಂದಾಲೋಚಿಸದೆ ಕಾಗದ ಬರೆದಿಟ್ಟು ಹೊರಟುಬಿಟ್ಟಿದ್ದ.

ಬೆಳೆದು ಬಂದಿದ್ದ ಆ ಸ್ನೇಹವನ್ನು ಹೃದಯದಿಂದ ಕಿತ್ತೆಸೆಯುವುದು ಮಾತ್ರ ಹೊರಟು ಬರುವಷ್ಟು ಸುಲಭವಾಗಿರಲಿಲ್ಲ. ತಾನು ಮಾಡಿದ್ದು ಸರಿ ಎಂದು ತನ್ನನ್ನು ತಾನೆ ಸಂತೈಸಿಕೊಂಡರೂ ಮನಸ್ಸಿನ ಒಳಗಿನ ಒಳದನಿಯೊಂದು 'ನಿನ್ನದು ತಪ್ಪು'ಎಂದು ಚುಚ್ಚುತ್ತಿತ್ತು.

ಸಾಯಂಕಾಲ ಇತರ ಸ್ನೇಹಿತರೊಡನೆ ಸಿನಿಮಾಕ್ಕೆ ಹೋದ. ಆದರೆ, ಅದು ಪೂರೈಸುವತನಕ ಕೂರಲಾರದೆ ಎದ್ದವನು ನೇರವಾಗಿ ಹಾಸ್ಟೆಲ್ ಕಡೆಗೆ ಹೋದ. ಹೊರಗಿನಿಂದ ಮಹೇಶನ ರೂಮಿನಲ್ಲುರಿಯುವ ದೀಪವನ್ನು ನೋಡಿದಾಗ ತಾನು ಹಾಸ್ಟೆಲ್ಲಿಗೆ ಬಂದಿರುವೆನೆಂದವನಿಗೆ ಬೋಧೆಯಾಯ್ತು. ಆಶಾಪೂರ್ಣ ದೃಷ್ಟಿಯಿಂದೊಮ್ಮೆ ಆ ರೂಮನ್ನು ನೋಡಿ ಹಿಂದಿರುಗಿದ. ಮತ್ತೆ ಎಲ್ಲೆಲ್ಲೋ ಸುತ್ತಾಡಿಕೊಂಡು ಮನೆಗೆ ಹೋಗುವಾಗ ಹತ್ತು ಹೊಡೆದುಹೋಗಿತ್ತು. ಒಳಗೆ ನುಗ್ಗುವಾಗ ಇನ್ನೂ ಎಚ್ಚತ್ತಿದ್ದ ಅವನ ಚಿಕ್ಕ ತಂಗಿ ನಳಿನಿ 'ಅಣ್ಣ ಮಹೇಶ ನಿನಗೊಂದು ಕಾಗದ ಕೊಟ್ಟು ಹೋದ. ನಿನ್ನ ರೂಮಿನಲ್ಲಿಟ್ಟಿದ್ದೇನೆ' ಎಂದಳು.

ಮಹೇಶನ ಕಾಗದ ! ಊಟಕ್ಕೆ ಬಾರೆನ್ನುತ್ತಿದ್ದ ತನ್ನ ತಾಯಿಯನ್ನು ಸಹ ಲಕ್ಷಿಸದೆ ರೂಮಿನ ಬಾಗಿಲನ್ನು ಹಾಕಿಕೊಂಡು ಓದತೊಡಗಿದ-

ವಸಂತ,

ನಿನ್ನ ಬೆಳಗಿನ ಕಾಗದ ಬಂದಿದೆ. ನೀನೂ ಎಂದಾದರೊಮ್ಮೆ ಈ ಮಾತುಗಳನ್ನು ಹೇಳಬಹುದು ಎಂದು ನಾನೆಣಿಸಿರಲಿಲ್ಲ. ಆದುದರಿಂದಲೇ ನಿನ್ನ ಕಾಗದ ನೋಡಿ ಸ್ತಬ್ಧವಾಗಿ ಹೋದೆ. ಮತ್ತೆ ನೀನು ಸಾಮಾನು ಸಾಗಿಸುವುದನ್ನು ನೋಡುತ್ತಿದ್ದರೂ ಏನನ್ನೂ ಹೇಳಲಾರದೆ ಹೋದೆ. ನನ್ನ ಮೌನವನ್ನು ನೋಡಿ ನೀನೇನು ತಿಳಿದುಕೊಂಡೆಯೋ ತಿಳಿಯದು. ಬಹುಶಃ ನಿನ್ನ ಸಂಶಯವು ಇನ್ನಷ್ಟು ದೃಢವಾಗಿರಬಹುದು.

ಅಷ್ಟು ಹೊತ್ತಿನಿಂದಲೂ ಯೋಚಿಸುತ್ತಿದ್ದೇನೆ. ಹೇಳಬಾರದ ವಿಷಯ ಎಂದು ನನಗೀಗ ತೋರುವುದಿಲ್ಲ. ಹಾಗೆ ನೋಡುವುದಾದರೆ ಯಾರಲ್ಲೂ ಹೇಳಬಾರದಂತಹ ವಿಷಯವೇನೂ ಅಲ್ಲ ಅದು. ಆದರೂ ನೋಡು ವಸಂತ, ನಾನು ಯಾವುದನ್ನೂ ಹೆಚ್ಚಿನದೆಂದು ತಿಳಿದಿರುತ್ತೇನೋ ಅಂತಹುದನ್ನು ಬೇರೆಯವರು 'ಇಷ್ಟೇ' ಎಂದು ನಕ್ಕರೆ ನನಗೆ ಬಲು ದುಃಖವಾಗುವುದು. ಆದ್ದರಿಂದ ನಾನು ನನ್ನ ಭಾವವನ್ನು ತಿಳಿಯಲಾರದವರೆದುರು ಮನಬಿಚ್ಚಿ ಮಾತಾಡಲು ಹಿಂಜರಿಯುತ್ತೇನೆ. ಈ ಕೆಲವು ತಿಂಗಳುಗಳ ಸಹವಾಸದಿಂದ ಸ್ವಲ್ಪಮಟ್ಟಿಗಾದರೂ ನೀನು ನನ್ನನ್ನು ಬಲ್ಲೆ. ಆದರೆ ಅದಕ್ಕಿಂತಲೂ ಹೆಚ್ಚಾಗಿ ನಾನು ನಿನ್ನನ್ನು ಬಲ್ಲೆ. ನಿನ್ನ ಒಳ್ಳೆಯ ಅಭಿಪ್ರಾಯಕ್ಕೆ ನಾನೆಷ್ಟು ಬೆಲೆ ಕೊಡುವೆನೆಂಬುದಕ್ಕೆ ನಾನೀಗ ಯಾರಿಗೂ ಇಂದಿನವರೆಗೂ ಹೇಳದಿದ್ದ ವಿಷಯಗಳನ್ನು ನಿನಗೆ ಬರೆಯುತ್ತಿರುವುದೇ ಸಾಕ್ಷಿಯಾಗಿದೆ.

ನನಗೊಬ್ಬಳು ತಂಗಿ ಇರುವಳು ವಸಂತ – ನನ್ನ ತಾಯಿ ಸಾಯುವ ದಿನ ಹುಟ್ಟಿದ ಮಗು. ಆಗ ನಾನು ಮೂರು ನಾಲ್ಕು ವರ್ಷ ಪ್ರಾಯದವನಾಗಿದ್ದರೂ ನನಗಿನ್ನೂ ಚೆನ್ನಾಗಿ ನೆನಪಿದೆ – ಮೃತ್ಯುವಿನ ಮಡಿಲಲ್ಲಿ ಮಲಗಿದ್ದ ನನ್ನ ಅಮ್ಮ – ಅವಳ ಹತ್ತಿರವೇ ಚೀರಿ ಚೀರಿ ಅಳುತ್ತಿದ್ದ ಮಲಗಿದ್ದ ನನ್ನ ಪುಟ್ಟ ತಂಗಿ, ಮೌನವಾಗಿ, ಕಣ್ಣೀರು ಸುರಿಸದಿದ್ದರೂ ಅಳುತ್ತಿದ್ದ ನನ್ನ ತಂದೆಯ ಮುಖ.....

ವಸಂತ, ಈಗ ಇದೆಲ್ಲಾ ಏಕೆ ಎಂದು ನೀನು ಕೇಳಬಹುದು. ನನ್ನ ಮತ್ತು ಪಾಪನ (ನನ್ನ ಆ ತಂಗಿಯ ಮುದ್ದಿನ ಹೆಸರು) ಪ್ರೇಮದ ಆಳವನ್ನು ತಿಳಿದುಕೊಳ್ಳಬೇಕಾದರೆ, ನಾನವಳನ್ನು ನನ್ನ ಹಿರಿಯಕ್ಕ ಪ್ರಭೆಗಿಂತ ಹೆಚ್ಚೇ ಪ್ರೀತಿಸುವೆನೆಂಬುದನ್ನು ತಿಳಿದುಕೊಳ್ಳಬೇಕಾದರೆ ಅವಳು ಹುಟ್ಟಿದ ದಿನ ನಮ್ಮ ತಾಯಿಯು ಸತ್ತುಹೋದುದನ್ನು ಹೇಳಿಯೇ ತೀರಬೇಕು.

ಆಗ ಪಾಪ ಎಳೆಗೂಸಾದರೂ, ನನ್ನೊಡನೆ ಆಡದವಳಾದರೂ ನನಗೆ ಅವಳೆಂದರೆ ಪ್ರಾಣ. ನಾವು ಬೆಳೆಯುತ್ತಾ ಬಂದಂತೆ ನಮ್ಮ ಪ್ರೇಮವೂ ಬೆಳೆಯತೊಡಗಿತು. ನಾನು ಪ್ರಭಾ ಎಲ್ಲಾ ಜಗಳವಾಡಿಕೊಳ್ಳುತ್ತಿದ್ದೆವು. ಆದರೆ ನನಗೂ ಪಾಪನಿಗೂ ಒಂದೇ ಒಂದು ಸಲವಾದರೂ ಜಗಳವಾಗಿಲ್ಲ. ಪ್ರಭೆ ಈಗ ಗಂಡನ ಮನೆಯಲ್ಲಿ ಸಂಸಾರ ಮಾಡುತ್ತಿದ್ದಾಳೆ. ಅವಳಿಗೆ ಮದುವೆಯಾದ ವರ್ಷವೇ ನಮ್ಮ ತಂದೆಯೂ ಪುನಃ ಮದುವೆಮಾಡಿಕೊಂಡರು. ಪಾಪಗೀಗ ಹತ್ತೊಂಬತ್ತೋ ಇಪ್ಪತ್ತೋ ವರ್ಷ ವಯಸ್ಸು. ಅವಳಿಗೆ ಇನ್ನೂ ಹನ್ನೊಂದು ವರ್ಷ ತುಂಬಿರಲಿಲ್ಲ. ಆಗಲೇ ತಂದೆ-ತಾಯಿಯರಿಲ್ಲದ ನಮ್ಮ ಸೋದರತ್ತೆಯ ಮಗನಿಗವಳನ್ನು ಕೊಟ್ಟು ಮದುವೆ ಆಗಿಹೋಗಿತ್ತು. ಅವಳ ಮದುವೆಯಾಗುವಾಗಿನ್ನೂ ಶಾರದಾ ಬಿಲ್ಲು ಪಾಸಾಗಿರಲಿಲ್ಲ. ಅದೇ ಅವಸರದಿಂದವಳಿಗೆ ಮದುವೆಯಾಯ್ತು. ಆಡುವ ಮಗು ಪಾಪನ್ನ ಅವನ ಕೊರಳಿಗೆ ಕಟ್ಟಿ ಅವನ ವಿಲಾಯತಿಯ ಶಿಕ್ಷಣಕ್ಕೆ ದುಡ್ಡು ತೆರಲು

ನಮ್ಮ ತಂದೆ ಒಪ್ಪಿದರು. ಮದುವೆ ಆದ ವರ್ಷವೇ ಅವನು ಮೆಟ್ರಿಕ್ ಪಾಸಾದ. ಅವನ ಕಾಲೇಜು ಶಿಕ್ಷಣದ ಭಾರವನ್ನೂ ನಮ್ಮ ತಂದೆಯೇ ಹೊತ್ತರು. ಬಿ.ಎ.ಆದ ವರ್ಷವೇ ಎಮ್.ಎ. ಯನ್ನು ಗುರಿಯಾಗಿಟ್ಟುಕೊಂಡು ಅವನು ಆಕ್ಸಫರ್ಡಿಗೆ ಹೊರಟುಹೋದ. ಅವನು ಹೋಗುವಾಗ ನನ್ನ ತಂಗಿಗೆ ಹದಿನೈದು ವರ್ಷ ಪ್ರಾಯ. ಅದು ಸತ್ಯಾಗ್ರಹವು ಜೋರಾದ ಕಾಲ. ಪ್ರತಿಯೊಂದು ವ್ಯಕ್ತಿಯೂ ಬೇರೆಲ್ಲವನ್ನೂ ತೊರೆಯಲು ಸಿದ್ಧವಾದ ಸಮಯವದು. ಆಗ ನನ್ನ ತಂಗಿಗೆ ಆಗಿನ ರಾಜಕೀಯ ಪರಿಸ್ಥಿತಿಯನ್ನು ತಿಳಿದುಕೊಳ್ಳುವ ಶಕ್ತಿ ಇಲ್ಲದಿದ್ದರೂ ತನ್ನ ಗಂಡ ಪರದೇಶಕ್ಕೆ, ಅದರಲ್ಲೂ ಇಂಗ್ಲೆಂಡಿಗೆ ಹೋಗಬಾರದೆಂಬ ಬಯಕೆ. ಏಕೆ ಹೋಗಬಾರದೆಂದರೆ ಕಾರಣ ಹೇಳಲು ಅವಳಿಗೆ ತಿಳಿಯದು. ಆದರೂ, ಅವನು ಇಂಗ್ಲೆಂಡಿಗೆ ಹೋಗಬಾರದು ಎಂದು ಅವಳಿಗೆ. ಅವನು ಹೊರಡುವ ಮೊದಲು ನಮ್ಮನೆಗೆ ಬಂದಿದ್ದ. ನನಗೆ ಸರಿಯಾಗಿ ಗೊತ್ತಿಲ್ಲ - ಅವಳೂ ನನ್ನೊಡನೆ ಹೇಳಿಲ್ಲ. ಅವಳು ಅವನನ್ನು ಹೋಗಬಾರದೆಂದು ಪ್ರಾರ್ಥಿಸಿಕೊಂಡಳು ಎಂಬುದು ಕೇವಲ ನನ್ನ ಊಹೆ ಅಷ್ಟೇ. ಹಾಗೆ ಊಹಿಸಲು ನನಗೊಂದು ಕಾರಣವೂ ಇತ್ತು. ಪಾಪ ಮದುವೆ ಆದಂದಿನಿಂದ ಅವನೊಡನೆ ಒಂದು ಮಾತೂ ಆಡಿರಲಿಲ್ಲ. **ಮದುವೆಯ ಸಮಯದಲ್ಲಿ ಅವಳಿಗೆ ಹನ್ನೊಂದು ವರ್ಷ ಸಹ ತುಂಬಿರಲಿಲ್ಲವೆಂದು ಮೊದಲೇ ಬರೆದಿದ್ದೇನೆ. ಗಂಡ ಎಂದರೆ ನಾಚಿಕೆ ಮಾಡುವ ವಸ್ತು. ಅವನು ಬಂದರೆ ಓಡಿ ಹೋಗಿ ಅವಿತುಕೊಳ್ಳಬೇಕು** ಎಂದವಳ ಭಾವನೆ ಆಗ. ಮತ್ತವನು ವರ್ಷಕ್ಕೊಮ್ಮೆ ಎಲ್ಲಾದರೂ ಒಂದೆರಡು ದಿನಗಳ ಮಟ್ಟಿಗೆ ಬಂದರೆ, ಪಾಪ ಅವನಿದಿರು ಸಹ ಹೋಗುತ್ತಿರಲಿಲ್ಲ. ಅವನು ಇಂಗ್ಲೆಂಡಿಗೆ ಹೋಗುವ ಮೊದಲು ಬಂದಾಗ ಮಾತ್ರ ಅವಳಾಗಿಯೇ ಅವನ ರೂಮಿಗೆ ಹೋದುದನ್ನು ನೋಡಿ, ಅವಳು ಹೊರಗೆ ಬಂದಾಗ ಅತ್ತು ಕೆಂಪಾದ ಅವಳ ಕಣ್ಣುಗಳನ್ನು ನೋಡಿ, ಬಹುಶಃ ಅವಳು ವಿಲಾಯತಿಗೆ ಹೋಗಬಾರದೆಂದು ಅವನನ್ನು ಪ್ರಾರ್ಥಿಸಿರಬೇಕು ಎಂದು ನನ್ನ ಊಹನೆ. ಅವಳ ಮಾತಿಗೆ ಅವನು ಏನೆಂದನೋ ತಿಳಿಯದು. ಅಂತೂ ಅವನು ಹೊರಟುಹೋದ. ಅವನು ಹೋಗುವಾಗ ನಾವೆಲ್ಲರೆಣಿಸಿದಂತೆ ಅವಳು ಅವನಿದಿರು ಬರಲಿಲ್ಲ , ನಾನು ಅವಳನ್ನು ಕೂಗಲು ಹೋದೆ. ಅವಳ ರೂಮಿನ ಬಾಗಿಲು ಹಾಕಿತ್ತು. ಒಳಗಿನಿಂದ ಮೆಲ್ಲಮೆಲ್ಲನೆ ಅಳುವ ಶಬ್ದವೂ ಕೇಳಿಸುತ್ತಿತ್ತು. ನನಗೂ ಅವಳನ್ನು ಆಗ ಕೂಗಲು ಮನಸ್ಸು ಬರಲಿಲ್ಲ. ಹಾಗೆಯೇ ಹೊರಗೆ ಬಂದೆ. ಅವಳ ಗಂಡ ಹೊರಟು ನಿಂತಿದ್ದ. ಪಾಪ ವಿನಾ ಮನೆಯವರೆಲ್ಲಾ ಇದ್ದರು. ಅವನೂ ಅವಳಿಲ್ಲದಿರುವುದನ್ನು ನೋಡಿದಂತೆ ತೋರಲಿಲ್ಲ ; ಹೊರಟೇ ಹೋದ.

ಆ ದಿನವೆಲ್ಲ ನಾನು ಪಾಪನ್ನ ನೋಡಲಿಲ್ಲ. ತಂದೆ, ಒಂದೆರಡು ಸಾರಿ 'ಎಲ್ಲಿ ಪಾಪ?' ಎಂದರು. ಚಿಕ್ಕಮ್ಮ 'ಅವಳು ರೂಮಿನಲ್ಲಿರಬಹುದು' ಎಂದುಬಿಟ್ಟರು. ಆಯಿತು ಅಷ್ಟೇ.

ವಸಂತ, ಇದು ನಾಲ್ಕು ವರ್ಷದ ಹಿಂದಿನ ಮಾತು. ಆಗ ಪಾಪ ಏನೂ ತಿಳಿಯದ ಹುಡುಗಿ. ತಾಯಿಯ ಸ್ನೇಹ ಮಮತೆಗಳನ್ನರಿಯದೆ, ಹುಡುಗನಾದ ನನ್ನೊಡನೆ ಹುಡುಗತನದಲ್ಲಿ ಬೆಳೆದ ತುಂಟು ಹುಡುಗಿ. ಮಾಡಬೇಡ ಎಂಬುದನ್ನು ಮಾಡಿಯೇ ತೀರುವೆನೆಂದು ಹೇಳುವ ಹಠವಾದಿ. ಅಂದಿಗೂ ಇಂದಿಗೂ ಕೇವಲ ನಾಲ್ಕೈದು ವರ್ಷಗಳ ಅಂತರ ವಸಂತ; ಆದರೂ **ಈ ನಾಲ್ಕೈದು ವರ್ಷಗಳಲ್ಲಿ ಎಷ್ಟೊಂದು ನಡೆದು ಹೋಗಿದೆ ! ಬಾಲ್ಯದಿಂದಲೂ ನನ್ನೊಡನೆ ಬೆಳೆದ ಪಾಪ ಈಗಿಲ್ಲ - ಅವಳ ಗಂಡ ವಿಲಾಯಿತಿಗೆ ಹೋಗುವಾಗಲೇ ಅವಳನ್ನು ಕೊಂದುಹಾಕಿದ.**

ಅವನು ಹೋಗಿ ಒಂದೆರಡು ತಿಂಗಳಾಗುವ ತನಕ ಪಾಪ ಇಂದಲ್ಲದಿದ್ದರೆ ನಾಳೆ ಸಮಾಧಾನ ಹೊಂದುವಳೆಂದಿದ್ದೆ. ಆದರೆ ನನ್ನೆಣಿಕೆ ತಪ್ಪಾಯ್ತು. ದಿನ ಕಳೆದಂತೆ ಪಾಪ, ತಾಯಿಯಿಲ್ಲದ ನನ್ನ ತಂಗಿ, ಪಾಪ ಬತ್ತಿಹೋದಳು. ತಂದೆ ಅವಳ ಸ್ಥಿತಿಯನ್ನು ನೋಡಿ, 'ಏನೋ ಕಾಯಿಲೆ; ಔಷಧಿ ಮಾಡಿಸಬೇಕು' ಎಂದರು. ಚಿಕ್ಕಮ್ಮ 'ಸುಮ್ಮನೆ ಕೂತಲ್ಲೇ ಕೂತು ಸದಾ ಓದುತ್ತಿದ್ದರೆ ಕಾಯಿಲೆ ಬರದೆ ಏನಾದೀತು?' ಎಂದು ಗೊಣಗಿದರು. ನನಗೆ ಮಾತ್ರ ಪಾಪನಿಗೆ ಶಾರೀರಿಕ ಕಾಯಿಲೆ ಏನೂ ಇಲ್ಲವೆಂದು ಗೊತ್ತು. ಆದರೆ ಗಂಡ ಉಚ್ಚ ಶಿಕ್ಷಣಕ್ಕಾಗಿ ವಿಲಾಯಿತಿಗೆ ಹೋದರೆ ಇಷ್ಟೊಂದು ಕೊರಗುವುದೇಕೆ ಎಂಬುದು ನನಗೊಂದು ದೊಡ್ಡ ಸಮಸ್ಯೆಯಾಗಿತ್ತು. ಅವಳನ್ನೇ ಆ ವಿಷಯದಲ್ಲಿ ಕೇಳಲೂ ನನಗೆ ಇಷ್ಟವಿರಲಿಲ್ಲ. ಏನಿದ್ದರೂ ನನ್ನೊಡನೆ ಮುಚ್ಚುಮರೆ ಇಲ್ಲದೆ ಹೇಳುವುದು ಅವಳ ಸ್ವಭಾವ. ಅಂಥವಳು ಇಷ್ಟೊಂದು ಕೊರಗುತ್ತಿದ್ದರೂ ನನ್ನೊಡನೆ ಹೇಳದಿರುವಾಗ ನಾನೇ ಹೇಳೆಂದು ಹೇಗೆ ಕೇಳಲಿ ಎಂದೆನಿಸುತ್ತಿತ್ತು ನನಗೆ. ಅವಳಾಗಿಯೇ ಹೇಳುವ ತನಕ ಕೇಳಲಾರೆ ಎಂದುಕೊಂಡೆ. ದಿನದಿನಕ್ಕೆ ನನ್ನ ಕಣ್ಣೆದಿರು ಅವಳು ಕುಗ್ಗುವುದನ್ನು ನೋಡುತ್ತಿದ್ದರೂ ನನ್ನ ನಿಶ್ಚಯವು ಬದಲಾಗಲಿಲ್ಲ .

ಈ ಮಧ್ಯೆ ಪಾಪ ಅವನಿಗೆ ಒಂದೆರಡು ಕಾಗದ ಬರೆದಳು. ಒಂದಕ್ಕೂ ಪ್ರತ್ಯುತ್ತರವಿಲ್ಲ. ಅವನ ಈ ಔದಾಸೀನ್ಯವನ್ನು ನೋಡಿದ ಮೇಲಂತೂ ಪಾಪನ ಮನೋವ್ಯಥೆಗೆ ಅವನೇ ಕಾರಣನೆಂದು ನನಗೆ ನಂಬಿಕೆಯಾಗಿ ಹೋಯ್ತು. ಇಷ್ಟೆಲ್ಲಾ ಆದರೂ ಪಾಪ ಮಾತ್ರ ಏನೂ ಹೇಳುತ್ತಿರಲಿಲ್ಲ. ಯಾವಾಗಲೂ ಇಡೀ ಮನೆಯನ್ನು ಬೆಳಗುತ್ತಿದ್ದ ಅವಳ ನಗು ಎತ್ತಲೋ ಮಾಯವಾಗಿತ್ತು. ಅವಳ ರೂಮಾಯ್ತು ಅವಳಾಯ್ತು. ಆ ದಿನಗಳಲ್ಲಿ ನನ್ನ ಎಳೆತನದ ಗೆಳತಿ, ನನ್ನ ಮುದ್ದಿನ ತಂಗಿ ಇದ್ದೂ ಇಲ್ಲದಂತಿತ್ತು. ನಗು, ಆನಂದ, ಉತ್ಸಾಹಗಳಿಂದ ತುಂಬಿತುಳುಕುತ್ತಿದ್ದ ಆ ನಮ್ಮ ಮೊದಲಿನ ಜೀವನ ಹೊರಟೇ ಹೋಯ್ತು.

ಹೇಗೋ ಎರಡು ವರ್ಷಗಳು ಕಳೆದು ಹೋದವು. ವಸಂತ, ನನ್ನ ಪಾಲಿಗೆ ಆ ಎರಡು ವರ್ಷಗಳು ಎರಡು ಯುಗಗಳಿಗಿಂತ ದೀರ್ಘವಾಗಿದ್ದವು. ಅಂತೂ ಎರಡು ವರ್ಷ ಮುಗಿಯುವಾಗ ಪಾಪನ ಗಂಡ ಉಚ್ಚಶ್ರೇಣಿಯಲ್ಲಿ ಉತ್ತೀರ್ಣನಾಗಿ ಸ್ವದೇಶಕ್ಕೆ

ಮರಳಿದ. ಆ ದಿನ ನಮ್ಮನೆಯವರಿಗೆಲ್ಲಾ ಬಲು ಆನಂದ-ಉತ್ಸಾಹದ ದಿನ. ಪಾಪನ ಬತ್ತಿದ ಮುಖದಲ್ಲೂ ಎಳೆನಗು ಮೂಡಿತ್ತು. ಅಂದು ಬೆಳಗಿನ ರೈಲಿಗೇ ಅವನು ಬರುವುದೆಂದು ಗೊತ್ತಾಗಿತ್ತು. ನಾನೂ ನಮ್ಮ ತಂದೆಯೂ ಅವನನ್ನಿದಿರುಗೊಳ್ಳಲು ಸ್ಟೇಶನ್ನಿಗೆ ಹೋಗಿದ್ದೆವು. ಆದರೆ, ಆ ದಿನ ಅವನು ಬರಲಿಲ್ಲ. ನಿರಾಶರಾಗಿ ನಾವು ಹಿಂದಿರುಗುವಾಗ ಪಾಪ ಬಾಗಿಲಲ್ಲಿ ನಿಂತು ರಸ್ತೆಯನ್ನೇ ನಿಟ್ಟಿಸುತ್ತಿದ್ದಳು. ನಾವಿಬ್ಬರೇ ಹಿಂತಿರುಗಿದುದನ್ನು ನೋಡಿ ಅವಳ ಬಾಡಿದ್ದ ಮುಖ ಇನ್ನೂ ಬಾಡಿತು. ಮಳೆಗಾಲದ ಬಿಸಿಲಿನಂತೆ ಮೂಡಿದ್ದ ಅವಳ ನಗುವೂ ಮಾಯವಾಯ್ತು. ನಾನದನ್ನು ನೋಡಿದರೂ ನೋಡದವನಂತೆ 'ಬಹುಶಃ ಟ್ರೇನ್ ಮಿಸ್ ಆಗಿರಬಹುದು ; ನಾಳೆ ಬರುತ್ತಾನೆ' ಎಂದವಳನ್ನು ಸಂತೈಸಿದೆ. ನಾಳೆ ಬಂತು. ಎಷ್ಟೋ ನಾಳೆಗಳಾಗಿ ಒಂದೆರಡು ವಾರಗಳೂ ಆದವು! ಅವನು ಬರಲಿಲ್ಲ- ಅವನ ಕಾಗದವೂ ಇಲ್ಲ.

ಒಂದೆರಡು ವಾರಗಳ ತರುವಾಯ ಒಂದು ದಿನ ಪೇಪರ್ ತೆರೆಯುವಾಗ ಅವನ ಚಿತ್ರ ! ಅದರ ಕೆಳಗಡೆ 'ಆಕ್ಸ್‌ಫರ್ಡ್ ವಿಶ್ವವಿದ್ಯಾಲಯದಲ್ಲಿ ಎರಡು ವರ್ಷಗಳಿಂದ ಅಭ್ಯಾಸ ಮಾಡುತ್ತಿದ್ದು, ಉಚ್ಚಶ್ರೇಣಿಯಲ್ಲಿ ಉತ್ತೀರ್ಣರಾಗಿ ಇದೀಗ ಭಾರತಕ್ಕೆ ಮರಳಿದ ಶ್ರೀ ರಾಮರಾಯರು.... ವಿಶ್ವವಿದ್ಯಾಲಯದ ಪ್ರೊಫೆಸರರಾಗಿ ನಿಯೋಜಿತರಾಗಿದ್ದಾರೆ. ಇವರಿಗೆ ನಮ್ಮ ಅಭಿನಂದನೆ....' ಇನ್ನೂ ಏನೇನೋ ಅವನ ಯಶೋಗಾನವಿತ್ತು. ನನ್ನ ತಂಗಿಯ ಗಂಡನಿಗೆ ಉತ್ತಮವಾದ ಕೆಲಸ ದೊರೆಯಿತಲ್ಲಾ ಎಂದು ಆ ಚಿತ್ರವನ್ನು ನೋಡಿ ನಾನು ಆನಂದಪಡಬೇಕಾದ್ದುದು ಸಹಜ. ಆದರೆ ವಸಂತ, ಚಿತ್ರದಲ್ಲಿ ಚಿತ್ರಿತವಾದವನ ಮುಖವನ್ನು ನೋಡಿ ನನಗೇಕೋ ತಡೆಯಲಾರದಷ್ಟು ಕೋಪ ಬಂತು. ಅವನ ಯಶಸ್ಸಿಗೆ ಕಾರಣ ನಮ್ಮ ತಂದೆ. ಹಣಕೊಟ್ಟು ಓದಿಸಿ ಅವನನ್ನು ಮುಂದಕ್ಕೆ ತಂದವರು ಅವರು. ಇಷ್ಟೆಲ್ಲಾ ಮಾಡಿದ್ದರೂ ಸ್ವದೇಶಕ್ಕೆ ಮರಳಿದ ಮೇಲೆ ನಮಗೊಂದು ಕಾಗದ ಸಹ ಇಲ್ಲ! ಪಾಪನಿಗಾದರೂ ಒಂದು ಗೆರೆ ಬರೆಯಬಹುದಿತ್ತು. ನಾಳೆ ನಾಳೆ ಎಂದು ಅವನ ಬರವನ್ನು ಇದಿರುನೋಡುತ್ತಿರುವ ಪಾಪನನ್ನು ನೋಡುವಾಗಲೆಲ್ಲ ನನಗವನ ಮೇಲೆ ಬಲು ಕೋಪ ಬರುತ್ತಿತ್ತು. ನಮ್ಮ ತಂದೆ ಒಳಗೊಳಗೇ ನೊಂದುಕೊಂಡರೂ ಪಾಪನಿದಿರಿನಲ್ಲಿ ಕೆಲಸದ ಗಲಾಟೆ ಬಹಳ ಇರಬಹುದು. ಅದೇ ಬರಲೂ ಬರೆಯಲೂ ಸಮಯವಾಗಿರಲಾರದು. ಇನ್ನೇನು –ಬಂದೇ ಬರುತ್ತಾನೆ ಎನ್ನುತ್ತಿದ್ದರು. ಹೀಗೆ ಇದಿರು ನೋಡುವುದರಲ್ಲೇ ಎರಡು ಮೂರು ತಿಂಗಳುಗಳು ಕಳೆದುಹೋದವು. ಕೊನೆಗೆ ನಮ್ಮ ತಂದೆ ಅವನಿಗೊಂದು ಕಾಗದ ಬರೆದರು –'ಇಷ್ಟು ದಿನ ನಿನ್ನ ಓದಿತ್ತು. ಈಗ ಅದೆಲ್ಲಾ ತೀರಿ ಕೆಲಸ ಸಂಪಾದಿಸಿರುವೆ. ಇನ್ನಾದರೂ ಆದಷ್ಟು ಬೇಗ ಬಂದು ಪಾಪನನ್ನು ಕರೆದುಕೊಂಡು ಹೋಗು' ಎಂದು.

ಒಂದೆರಡು ವಾರಗಳ ತರುವಾಯ ಅವನಿಂದ ಪ್ರತ್ಯುತ್ತರ ಬಂತು : 'ಈಗ ಬರಲು ನನಗೆ ಸಮಯವಿಲ್ಲ. ಮುಂದಿನ ರಜೆಯಲ್ಲಿ ಬರಲು ಪ್ರಯತ್ನಿಸುತ್ತೇನೆ.' ಕೇವಲ ಇಷ್ಟೇ. ತಂದೆ ಕಾಗದ ಓದಿ ನನಗೆ ಕೊಟ್ಟರು. ನಾನೂ ಓದಿದೆ. ಅದಕ್ಕಿತಲೂ ಹೆಚ್ಚೇನೂ

ನಾನವನಿಂದ ಎಣಿಸಿರಲಿಲ್ಲ. ಆದರೆ ನಮ್ಮ ತಂದೆಯವರ ಮೇಲೆ ಎಲೆಕ್ಟ್ರಿಕ್ ಶಾಕ್‌ನ ಕೆಲಸವನ್ನು ಆ ಕಾಗದ ಮಾಡಿತ್ತು. ನಮ್ಮ ತಾಯಿ ಸತ್ತಾಗ ಸಹ ಅವರ ಮುಖ ಹಾಗಾಗಿರಲಿಲ್ಲ ತಂದೆ - ತಾಯಿಯರಿಲ್ಲದ ತಬ್ಬಲಿಯನ್ನು ಸಾಕಿ ಮುಂದೆ ತಂದು ಮನುಷ್ಯನನ್ನಾಗಿ ಮಾಡಿದ್ದರು. ತಮ್ಮ ಪ್ರೀತಿಯ ಮಗಳನ್ನು ಕೊಟ್ಟು ಪುರಸ್ಕರಿಸಿದ್ದರು. ಅದರ ಪ್ರತಿಫಲ ಈ ರೀತಿಯಾಗಿರಬಹುದೆಂದು ಅವರು ಕನಸಿನಲ್ಲಿ ಸಹ ಚಿಂತಿಸದ ಮಾತಾಗಿತ್ತು. ಈಗ...?

ಪಾಪಳನ್ನು ನೆನಸಿಕೊಂಡು ಎಂದೂ ಅಳದಿದ್ದ ನಾನು ಆ ದಿನ ಚಿಕ್ಕಮಕ್ಕಳಂತೆ ಬಿಕ್ಕಿ ಬಿಕ್ಕಿ ಅತ್ತೆ. ತಲೆ ತಲೆ ಹೊಡೆದುಕೊಂಡೆ. ಅವಳ ಗಂಡನನ್ನು ಕೊಂದೇಬಿಡುತ್ತೇನೆ ಎಂದುಕೊಂಡೆ. ನೆನಸಿಕೊಂಡರೆ ಈಗಲೂ ಹಾಗೆಯೇ ಆಗುತ್ತೆ.

ಪಾಪ ಕಾಗದ ನೋಡಿದಳು. ನಾವೆಣಿಸಿದಂತೆ ಅವಳು ಅತ್ತುಕರೆಯಲಿಲ್ಲ. ಬೇರೆ ಯಾವ ವಿಧದಲ್ಲೂ ತಾನು ನೊಂದಿರುವೆನೆಂದು ತೋರಗೊಡಲಿಲ್ಲ. ಅವಳ ಶಾಂತತೆಯನ್ನು ನೋಡಿ, ನಾಚಿ ನನ್ನನ್ನು ನಾನೇ ಸಂತೈಸಿಕೊಂಡೆ. ಆದರೂ ಒಳಗೊಳಗೇ ಒಂದು ಭಯ; ಯಾರಿಗೂ ಹೇಳದೆ ಎಲ್ಲಾದರೂ ಪಾಪ ಆತ್ಮಹತ್ಯೆ ಮಾಡಿಕೊಂಡರೇನು ಗತಿ ? ಈ ವಿಷಯದಲ್ಲಿ ಮಾತ್ರ ನನ್ನೂಹೆಯು ತಪ್ಪಾಯ್ತು. ನಾನವಳನ್ನು ಎಡೆಬಿಡದಿರುವುದನ್ನು ನೋಡಿ ಅವಳು 'ಏನಣ್ಣಾ , ಎಲ್ಲಾದರೂ ಬಾವಿಗೀವಿ ಬಿದ್ದುಬಿಟ್ಟೇನು ಎಂತ ಭಯವೋ ?' ಎಂದು ಒಂದು ಒಣನಗು ನಕ್ಕಳು. 'ಹಾಗೇನೂ ಇಲ್ಲ ಪಾಪ – ನೀನೊಬ್ಬಳೇ ಇದ್ದರೆ ಸುಮ್ಮನೆ ಚಿಂತಿಸಿ ಚಿಂತಿಸಿ ನೊಂದುಕೊಳ್ಳುತ್ತಿ' ಎಂತ ಬಾಯಿ ಹಾರಿಸಿದೆ. 'ನೊಂದುಕೊಂಡರೆ ತಾನೆ ಫಲ ಏನು? ಹಾಗೇನಾದರೂ ಫಲ -ಗಿಲ ಇದ್ದಿದ್ದರೆ ಈ ಎರಡು ವರ್ಷಗಳಲ್ಲೇ ಅದೆಲ್ಲಾ ಬರುತ್ತಿತ್ತು' ಎಂದಳು. ಊಹಿಸಿದ್ದರೂ ಗೊತ್ತಿಲ್ಲದವನಂತೆ 'ಎರಡು ವರ್ಷಗಳ ಮೊದಲೇ ಹೀಗಾಗುವುದೆಂದು ನಿನಗೆ ಹೇಗೆ ಗೊತ್ತು ಪಾಪ?' ಎಂದು ಪ್ರಶ್ನಿಸಿದೆ. ಪಾಪ ಎರಡು ವರ್ಷಗಳಿಂದಲೂ ಹೇಳದಿದ್ದ ಆ ದಿನದ ಸುದ್ದಿಯನ್ನು ಆಗ ನನಗೆ ಹೇಳಿದಳು. ವಸಂತ, ನಾನು ಊಹಿಸಿದಂತೆ ಆ ದಿನ ಪಾಪ ಅವನನ್ನು ಇಂಗ್ಲೆಂಡಿಗೆ ಹೋಗಬಾರದೆಂದು ಪ್ರಾರ್ಥಿಸಿದಳಂತೆ. ಎಷ್ಟಾದರೂ ಹುಡುಗತನ ನೋಡು ! ಹೋಗಲೇಬೇಕು ಎಂದಿದ್ದರೆ ಅವಳೇನೂ ಅಷ್ಟು ನೊಂದುಕೊಳ್ಳುತ್ತಿರಲಿಲ್ಲ. ಆದರೆ ಅವನು ಹೇಳಿದ ಮಾತುಗಳು.... ! **'ಇಂಗ್ಲೆಂಡಿಗೆ**

ಇದು ೧೯೩೧ರಲ್ಲಿ ಬರೆದ ನನ್ನ ಮೊಟ್ಟಮೊದಲಿನ ಕಥೆ. ಬರೆಯಲು ಕಾರಣವಾದ- ಬಹುಶಃ ನನ್ನ ಎಲ್ಲ ಕತೆಗಳಿಗೂ ಮೂಲಕಾರಣವಾದ ಅದೊಂದು ಉಪಕತೆ ಇದೆ. ಅದನ್ನು ತಾವು ಕೇಳಿದರೆ ನಾನು ಕೇವಲ ವಿಧವೆಯರ ಕತೆಗಳಲ್ಲೇ ಹೆಚ್ಚಿನ ಪಕ್ಷಪಾತಿ ಏಕೆಂದು ತಮಗೆ ತಿಳಿಯಬಹುದು. ಆಗ ನನಗಿದು ಬಹಳ ಸೊಗಸಾಗಿದೆ ಎಂಬ ಭಾವನೆಯಾಗಿತ್ತು. ಈಗ ಓದಿದರೆ ಆಗಿನ ಭಾವನೆಗಳನ್ನೆಲ್ಲಾ ನೆನಸಿಕೊಂಡು ನಗು ಬರುತ್ತೆ. ಆದರೂ ಮೊಟ್ಟಮೊದಲಿನ ಪ್ರಯತ್ನ ನೋಡಿ- ಅದರಿಂದ ಸ್ವಲ್ಪ ಮಮತೆ.

೧೪-೩-೧೯೩೮ -ಗೌರಮ್ಮ

ಹೋಗುವ ಸಲುವಾಗಿಯೇ ನಿನ್ನನ್ನು ಮದುವೆ ಆದೆ. ಇಲ್ಲದಿದ್ದರೆ ಯಾರು ಮದುವೆ ಆಗುತ್ತಿದ್ದರು ನಿನ್ನ'..... ಪಾಪನ ಆನಂದವನ್ನು ಕೊಂದ ಮಾತುಗಳವು. ಎರಡು ವರ್ಷಗಳಿಂದಲೂ ಅವಳನ್ನು ಕೊರಗಿಸಿ ಕರಗಿಸಿದ ಮಾತುಗಳವು. ಆ ಮಾತುಗಳನ್ನವಳು ಮೊದಲೇ ಹೇಳಿದ್ದರೆ .... ಅವಳು ಹೇಳಲಿಲ್ಲ. ಹಾಗೆಲ್ಲಾ ಹೇಳುವಂತಹ ಹುಡುಗಿಯೂ ಅಲ್ಲ ಅವಳು. ಆ ಮಾತುಗಳನ್ನು ನೆನೆದು ಕಳೆದ ಎರಡು ವರ್ಷಗಳಿಂದ ಪಾಪ ಮಾತ್ರ ಕೊರಗುತ್ತಿದ್ದಳು. ಈಗ ನಮ್ಮನೆಯವರಿಗೆಲ್ಲಾ ಕೊರಗು. ಸ್ವಲ್ಪ ಒರಟು ಸ್ವಭಾವದವರಾದರೂ ಚಿಕ್ಕಮ್ಮನಿಗೆ ಪಾಪ ಎಂದರೆ ಬಲು ಪ್ರೇಮ. ಅವರಂತೂ ಅವಳ ಗಂಡನ ವರ್ತನೆಯಿಂದ ಬಹಳ ಸಿಟ್ಟುಗೊಂಡಿದ್ದರು.

ಪಾಪನ ಗಂಡ ಊರಿಗೆ ಬಂದುದೂ , ಅವನಿಗೆ ಕೆಲಸವಾದುದೂ ಊರಿಗೆಲ್ಲಾ ತಿಳಿದ ವಿಷಯ. ಇನ್ನೂ ಪಾಪ ಗಂಡನ ಮನೆಗೆ ಹೋಗಿ ಸಂಸಾರ ಮಾಡುತ್ತಿಲ್ಲವೇಕೆಂದು ನಮ್ಮ ನೆರೆಕೆರೆಯವರಿಗೆಲ್ಲಾ ಬಹಳ ಕುತೂಹಲ. ದಿನದಿನವೂ ಚಿಕ್ಕಮ್ಮನೊಡನೆ ಇದೇ ಪ್ರಶ್ನೆ ಕೇಳಿ ಚಿಕ್ಕಮ್ಮ ಉರಿದುಬೀಳುತ್ತಿದ್ದರು. ಪಾಪನ ಗೆಳತಿಯರೂ ಅವಳೊಡನೆ ಕೇಳುತ್ತಿದ್ದರೆಂದು ತೋರುತ್ತೆ. ಅವಳು ಗೆಳತಿಯರು ಬಂದರೆಂದರೆ ಕಾಣಿಸಿಕೊಳ್ಳಲು ಹಿಂಜರಿಯುತ್ತಿದ್ದಳು. **ಕಾರಣವಿರಲಿ ಇಲ್ಲದಿರಲಿ-ನಮ್ಮ ಸಮಾಜದಲ್ಲಿ ತಿರಸ್ಕೃತೆಯಾದ ಪತ್ನಿ ಎಂದರೆ ಎಲ್ಲರಿಗೂ ಸಂಶಯ - ಸಮಾಜದ ಕ್ರೂರ ನಾಲಿಗೆ ಪಾಪನನ್ನೂ ಟೀಕಿಸದಿರಲಿಲ್ಲ.**

ಅವನಿಗೆ ಕೆಲಸವಾಗಿ ಏಳೆಂಟು ತಿಂಗಳುಗಳಾಗಿತ್ತು. ಒಂದು ದಿನ ಸಾಯಂಕಾಲ ನಾನು ಮನೆಗೆ ಬರುವಾಗ ಪಾಪ ನನ್ನ ರೂಮಿನಲ್ಲಿ ಕೂತಿದ್ದಳು. ಸಾಯಂಕಾಲದ ಹೊತ್ತಿನಲ್ಲಿ ನನ್ನ ರೂಮಿಗವಳು ಬರುವುದು ಅಪರೂಪ. ಇಂದೇನು ಹೊಸತು ಎಂದು 'ಏನು ಪಾಪ ?' ಎಂದೆ. ಆಗ ರೂಮಿನಲ್ಲಿ ದೀಪವನ್ನೂ ಹತ್ತಿಸಿರಲಿಲ್ಲ. ಸಂಪೂರ್ಣ ಕತ್ತಲೆಯಾಗದಿದ್ದರೂ ಆ ಮುಸುಕು ಬೆಳಗಿನಲ್ಲವಳ ಮುಖವೂ ಸರಿಯಾಗಿ ಕಾಣಿಸುತ್ತಿರಲಿಲ್ಲ. ಆದರೂ ಅವಳ ದನಿಯಿಂದ ತಿಳಿದುಕೊಂಡೆ, ಬಹಳ ಅತ್ತಿರುವಳೆಂದು. ಅದೇ ಅವಳ ಹತ್ತಿರ ಕೂತು ಕೈಹಿಡಿದು 'ಸುಮ್ಮನೆ ಅತ್ತರೇನು ಬಂದಂತಾಯಿತು ಪಾಪ? ನಿನ್ನ ಆರೋಗ್ಯ ಹಾಳುಮಾಡಿಕೊಳ್ಳುತ್ತಿ ಅಷ್ಟೇ . ನಿನ್ನ ಕಣ್ಣೀರಿನ ಒಂದು ಹನಿಯಷ್ಟು ಯೋಗ್ಯತೆ ಸಹ ಇಲ್ಲ ಆ ಪ್ರಾಣಿಗೆ' ಎಂದು ಏನೇನೋ ಹೇಳಿ ಸಮಾಧಾನಪಡಿಸಲೆತ್ನಿಸಿದೆ. ಸಮಾಧಾನ ಹೊಂದುವುದರ ಬದಲು ಅವಳ ಅಳು ಇನ್ನಷ್ಟು ಜೋರಾಯ್ತು. ಅಳುತ್ತಲೇ 'ಅಣ್ಣ ನೀನೇ ಕರೆದುಕೊಂಡು ಹೋಗಿ ಅಲ್ಲಿ ಬಿಟ್ಟುಬಿಡು ನನ್ನ'ಎಂದಳು.

ಪಾಪನ್ನ ಒತ್ತಾಯದಿಂದ ಅವನೆಡೆಗೆ ನೂಕುವುದೇ ! ಅವನಿಗವಳು ಬೇಡವಾಗಿದ್ದರೂ ನಮಗೆ ಹೆಚ್ಚಾಗಿರಲಿಲ್ಲ. ಅವಳ ಮಾತುಗಳನ್ನು ಕೇಳಿ ನನಗೇನೋ ಊಹಿಸಲಾರದಷ್ಟು ಆಶ್ಚರ್ಯ, ಜೊತೆಯಲ್ಲೇ ಕೋಪ. ಎಲ್ಲಾದರೂ ಬೇಕುಬೇಕೆಂತಲೇ ನರಕ್ಕೆ ನೂಕುವುದಿದೆಯೆ ನಮ್ಮ ಪಾಪನ್ನ ! ಆದರೆ, ಪಾಪ ನನ್ನ ಯಾವ ಮಾತನ್ನೂ

ಕೇಳಲಿಲ್ಲ. ಕಳುಹಿಸಿಯೇ ಬಿಡಬೇಕೆಂದು ಹಠ ಹಿಡಿದಳು. ತಂದೆ, ನಾನು ಅಲ್ಲದೆ ಚಿಕ್ಕಮ್ಮ ಸಹ ಇದನ್ನು ವಿರೋಧಿಸಿದರೂ ಕೊನೆಗೆ ಪಾಪನ ಹಠವೇ ಗೆದ್ದಿತು. ಅವಳನ್ನವನ ಮನೆಗೆ ಕರೆದುಕೊಂಡು ಹೋಗಿ ಬಿಡುವ ಭಾರವೂ ನನ್ನ ಮೇಲೆ ಬಿತ್ತು.

ವಸಂತ, ಗಂಡ ಒಳ್ಳೆಯವನಾಗಿ, ಹೆಂಡತಿ ಅವನ ಪ್ರೇಮಕ್ಕೆ ರಾಣಿಯಾಗಿರುವಾಗ ಸಹ ಹೆಣ್ಣು ಮಕ್ಕಳನ್ನು ಅತ್ತೆ ಮನೆಗೆ ಕಳುಹಿಸಲು ಹೆತ್ತವರು ನೊಂದುಕೊಳ್ಳುವರು. ಇನ್ನು ನಮ್ಮ ಪಾಪನನ್ನು, ನಮ್ಮ ಮನೆ ಬೆಳಕನ್ನು ಬೇಡವಾದ ಆ ಗಂಡನ ಮನೆಗೆ ಬಲಾತ್ಕಾರದಿಂದ ಕಳುಹಿಸಲು ನಮಗೆಲ್ಲಾ ದುಃಖವಾಯಿತೆಂದು ಬೇರೆ ಹೇಳಬೇಕೆ ? ಸಾವನ್ನು ಹಿಂಬಾಲಿಸುವ ದುಃಖಿಗಳಂತೆ ಸ್ಟೇಶನ್ ತನಕ ಮನೆಯವರೆಲ್ಲಾ ನಮ್ಮೊಡನೆ ಬಂದರು. ಆ ದಿನವನ್ನು ಹೇಗೆ ಮರೆಯಲಿ ವಸಂತ ? ಕಣ್ಣೀರು ತುಂಬಿ ಸುರಿಯುತ್ತಿದ್ದ ಕಣ್ಣುಗಳಿಂದ ನನ್ನ ಪುಟ್ಟ ತಂಗಿ ನಿಲ್ದಾಣದಲ್ಲಿ ನಿಂತಿದ್ದ ತಂದೆಯನ್ನು ಕಣ್ಮರೆಯಾಗುವ ತನಕ ನೋಡುತ್ತಿದ್ದಳು. ಕೊನೆಗವರು ಕಣ್ಮರೆಯಾದ ಮೇಲೆ ಒಂದು ಮೂಲೆಗೆ ಹೋಗಿ ಕೂತಳು. ಆ ಊರು ಬರುವ ತನಕ ಒಂದೇ ಒಂದು ಮಾತು ಸಹ ಆಡಲಿಲ್ಲ, ನಾನೂ ಮಾತಾಡಿಸುವ ಪ್ರಯತ್ನ ಮಾಡಲಿಲ್ಲ.

ಊರು ಬಂತು ವಸಂತ. ನಾವು ರೈಲಿನಿಂದಿಳಿದು ಒಂದು ಕಾರು ಮಾಡಿಕೊಂಡು ಅವನ ಮನೆಗೆ ಹೊರಟೆವು. ನಾವು ಬರುವ ವಿಷಯವನ್ನವನಿಗೆ ತಿಳಿಸಿದ್ದರೂ ಅವನೇನೂ ಸ್ಟೇಶನ್ನಿಗೆ ಬಂದಿರಲಿಲ್ಲ. ಬರುವನು ಎಂದು ನಾವು ಎಣಿಸಿಯೂ ಇರಲಿಲ್ಲ. ಅದೊಂದು ಆದಿತ್ಯವಾರ - ಅವನಿಗೆ ರಜವಿದ್ದ ದಿನ. ನಾವು ಅಲ್ಲಿಗೆ ಹೋಗುವಾಗ ಸುಮಾರು ಹತ್ತುಗಂಟೆ ಇರಬಹುದು. ಅವನು ಇದಿರಿನ ಹಾಲಿನಲ್ಲಿ ಒಂದು ಈಸೀ ಚೇರಿನ ಮೇಲೆ ಬಿದ್ದುಕೊಂಡು ಹಿಂದಿನ ದಿನದ ಪೇಪರ್ ತಿರುವಿ ಹಾಕುತ್ತಿದ್ದ. 'God is in his heaven and all is right with world' ಎಂದು ಹೇಳುವಂತಿತ್ತು ಅವನ ರೀತಿ. ನೋಡಿದೊಡನೆಯೇ ಬಿದ್ದಲ್ಲಿಗೇ ಒದೆಯಲೇ ಎನ್ನುವಷ್ಟು ಕೋಪ ಬಂದರೂ ಪಾಪನ ಮುಖ ನೋಡಿ ನುಂಗಿಕೊಂಡೆ.

ಬಾಗಿಲ ಹತ್ತಿರ ನಿಂತಿದ್ದ ಪಾಪನನ್ನು ನೋಡಿದರೂ ನೋಡದವನಂತೆ 'ಏನು ಮಹೇಶ ? ' ಎಂದು ಬಿದ್ದಲ್ಲಿಂದಲೇ ಕೇಳಿದ. ಉಕ್ಕುತ್ತಿದ್ದ ಕೋಪವನ್ನು ತಡೆದುಕೊಂಡು 'ನಿನ್ನ ಹೆಂಡತಿಯನ್ನು ಕರೆದುಕೊಂಡು ಬಂದಿದ್ದೇನೆ' ಎಂದು ಹೇಳಿದೆ. 'ಅದಕ್ಕಿಷ್ಟೊಂದು ಅವಸರವೇನಿತ್ತು? ನಾನೇ ರಜೆಯಲ್ಲಿ ಬರುವೆನೆಂದು ಬರೆದಿದ್ದೆನಲ್ಲ' ಎಂದು ಕೇಳಿದ. 'ಎರಡು ಮೂರು ರಜೆಗಳು ಬಂದು ಹೋದರೂ ನೀನು ಬರಲಿಲ್ಲ. ಆದರೂ ಪಾಪ ನಮಗೇನೂ ಹೆಚ್ಚಾಗಿರಲಿಲ್ಲ. ಅವಳನ್ನು ಕಳುಹಿಸಲು ನಮಗೆ ಅವಸರವೂ ಇರಲಿಲ್ಲ. ಅವಳ ಹಠ ತಡೆಯಲಾರದೆ ಕರೆದುಕೊಡು ಬಂದಿದ್ದೇನೆ. ಇವಳನ್ನು ನೋಡಿಕೊಳ್ಳುವ ಭಾರ ನಿನ್ನದು-' ಎಂದು ಅವಳನ್ನು ಆ ಪ್ರಾಣಿಗೆ ಒಪ್ಪಿಸಿದೆ.

ನನ್ನ ಮಾತನ್ನು ಕೇಳಿ ಅವನು ಸ್ವಲ್ಪ ಹೊತ್ತು ಸುಮ್ಮನಿದ್ದ. ಮತ್ತೆ 'ಕೂತುಕೋ ಮಹೇಶ, ನಿನ್ನೊಡನೆ ಸ್ವಲ್ಪ ಮಾತಾಡಬೇಕಾಗಿದೆ. ನೀವು ಇಷ್ಟೊಂದು ಅವಸರ ಮಾಡದಿದ್ದರೆ ನಾನೇ ಅಲ್ಲಿಗೆ ಬಂದು ಎಲ್ಲಾ ಹೇಳುತ್ತಿದ್ದೆ' ಎಂದ. ಅಷ್ಟು ಹೊತ್ತೂ ನಾನೂ ಪಾಪುನೂ ನಿಂತೇ ಇದ್ದೆವು. ಅವನು ಹಾಗೆಯೇ ಬಿದ್ದುಕೊಂಡಿದ್ದ. ನನ್ನನ್ನು ಕೂರಲು ಹೇಳಿದೊಡನೆ ನಾನು ಕೂತುಕೊಳ್ಳುತ್ತಾ ಬಾಗಿಲ ಹತ್ತಿರ ನೀರವವಾಗಿ ನಿಂತಿದ್ದ ಪಾಪನ್ನ ಕೂಗಿ 'ಬಾ ಇಲ್ಲಿ ಕೂತುಕೋ' ಎಂದೆ. ಅವಳು ಬರಲಿಲ್ಲ ; ಅಲ್ಲೇ ನಿಂತಿದ್ದಳು.

ಅದನ್ನು ಲೆಕ್ಕಿಸದೆ ಅವನು 'ನೋಡು ಮಹೇಶ, ನಿನ್ನ ತಂಗಿಯನ್ನು ಮದುವೆಯಾದಾಗ ನಾನಿನ್ನೂ ಚಿಕ್ಕವನು. ಸೋದರ ಮಾವನ ಮಾತನ್ನು ಮೀರಲಾರದೆ ಮದುವೆಯಾದೆ. ಆಗ ನನ್ನ ಮನಸ್ಸೇ ನನಗೆ ತಿಳಿದಿರಲಿಲ್ಲ. ಈಗ ನೋಡು, ನಾನೂ ಒಬ್ಬ ಮನುಷ್ಯನಾಗಿದ್ದೇನೆ; ನನಗೂ ಬುದ್ಧಿಯಿದೆ, ಆತ್ಮವಿದೆ. ನನಗೆ ಬುದ್ಧಿ ಬರುವ ಮೊದಲು ಆದ ಒಂದು ವಿಷಯಕ್ಕಾಗಿ ಇಡೀ ಜೀವನವನ್ನೆಲ್ಲಾ ನಾನೇಕೆ ಹಾಳು ಮಾಡಿಕೊಳ್ಳಬೇಕು? ಒತ್ತಾಯದ ಮದುವೆ ಏನೋ ಎಂದೋ ನಡೆದುಹೋಯಿತು. ಈಗೇನು ಮಾಡುವಂತೆಯೂ ಇಲ್ಲ. ಈಗ ನಾನೊಂದು ನಿಶ್ಚಯಮಾಡಿದ್ದೇನೆ. ನಿನ್ನ ತಂಗಿ ನಿಮ್ಮನೆಯಲ್ಲೇ ಇರಲಿ. ನಾನವಳ ಖರ್ಚಿಗೆ ಬೇಕಾಗುವ ಹಣವನ್ನು ಕೊಡಲು ತಯಾರಾಗಿದ್ದೇನೆ. ಇದಕ್ಕೂ ಹೆಚ್ಚಾಗಿ ನಾನಿನ್ನೇನು ಹೇಳಲಿ?' ಎಂದು ಹೇಳಿದ.

ಅಷ್ಟು ಹೊತ್ತೂ ತಡೆದಿದ್ದ ಕೋಪ ಅವನ ಮಾತು ಕೇಳಿ ಉಕ್ಕಿಬಂತು. 'ಪಾಪನ ಖರ್ಚನ್ನು ಪೂರೈಸಲಾರದೆ ಅವಳನ್ನಿಲ್ಲಿ ಬಿಡಲು ಕರೆತರಲಿಲ್ಲ. ನಿನಗೆ ಅವಳು ಬೇಡಾದರೆ, ಅವಳ ಹಣದಿಂದ ವಿದ್ಯೆಗಳಿಸಿ ಸಂಪಾದಿಸಿದ ನಿನ್ನ ಹಣವೂ ಅವಳಿಗೆ ಬೇಡ' ಎಂದು, 'ಬಾ ಪಾಪ, ಇಲ್ಲಿ ನಮಗಿನ್ನೇನು ಕೆಲಸ? ' ಎಂದು ಹೊರಟೆ. ಅವನೂ ತಡೆಯಲಿಲ್ಲ. ಬಹಳ ಸುಲಭವಾಗಿ ಗೆದ್ದೆ ಎಂದು ಹಿಗ್ಗುತ್ತಿದ್ದನೋ ಏನೋ ! ಪಾಪ ಬಾಗಿಲ ಹತ್ತಿರದಿಂದ ಕದಲಲಿಲ್ಲ. ನಾನು ಹತ್ತಿರ ಹೋಗಿ ಕೈ ಹಿಡಿದು 'ಬಾ ಪಾಪ. ನೀನು ನಮಗೇನೂ ಹೆಚ್ಚಾಗಿಲ್ಲ. ಬಾ, ಹೋಗೋಣ' ಎಂದೆ. ಪಾಪ ಕೈ ಕೊಸರಿಕೊಂಡು ಅವನೆಡೆಗೆ ಹೋಗಿ, ಅವನ ಕಾಲುಗಳನ್ನು ಕಣ್ಣೀರಿನಿಂದ ತೊಳೆಯುತ್ತಾ 'ಹೆಂಡತಿಯಾಗಿ ನಾನು ನಿಮಗೆ ಬೇಡವಾಗಿದ್ದರೂ ಸೇವಕಿಯಂತೆ ಇರಲಾದರೂ ಒಂದಿಷ್ಟು ಸ್ಥಳ ಕೊಡಿ' ಎಂದು ಪ್ರಾರ್ಥಿಸಿದಳು. ಅವಳ ಪ್ರಾರ್ಥನೆಗಾದರೂ ಅವನ ಕಲ್ಲು ಹೃದಯ ಕರಗುತ್ತಿತ್ತೇನೋ! ಆದರೆ ನವೀನ ಉಡುಗೆ ತೊಡುಗೆಗಳಿಂದ ಅಲಂಕೃತಳಾದ ರಮಣಿಯೊಬ್ಬಳು ಕೈಯಲ್ಲೊಂದು ಟೆನ್ನಿಸ್ ರಾಕೆಟ್ ಹಿಡಿದು ಸಹಜವಾದ ಸಲಿಗೆಯಿಂದ ಒಳಗೆ ಬಂದಳು. ಹೊರಗಿನ ಬಿಸಿಲಿನಿಂದ ಬಂದುದರಿಂದ ಒಳಗಿದ್ದ ನಮ್ಮಿಬ್ಬರನ್ನು ಅವಳು ನೋಡಿದಂತೆ ತೋರಲಿಲ್ಲ. ಬಿದ್ದುಕೊಂಡಿದ್ದ ಅವನು ಅವಳನ್ನು ನೋಡಿ ಕಾಲು ಕೊಸರಿಕೊಂಡು ಎದ್ದುನಿಂತ - ಪಾಪನೂ ಎದ್ದು ನಿಂತಳು. ಆಗ ಅವಳು ನನ್ನನ್ನೂ ಪಾಪನನ್ನೂ ನೋಡಿದಳು. ಆಶ್ಚರ್ಯದಿಂದ ಅವನ ಮುಖವನ್ನು ನೋಡಿದ ಅವಳ ನೋಟವು 'ಯಾರಿವರು?' ಎಂದು ಪ್ರಶ್ನಿಸುವಂತಿತ್ತು. ನನ್ನ ತಂಗಿಯನ್ನು ಅವಮಾನಿಸಿದ ಅವನು ನನ್ನ ಕಡೆ ತಿರುಗಿ,

ಆ ಬಂದವಳ ಕೈ ಹಿಡಿದು 'ಮಹೇಶ, ಇವಳು ನನ್ನ ಹೆಂಡತಿ ಮಾಲತಿ' ಎಂದ. ಅವಳು ಒಳಗೆ ಬಂದಾಗಿನಿಂದ ಭ್ರಾಂತಳಂತೆ ನಿಂತಿದ್ದ ಪಾಪ ಅವನ ಮಾತು ಕೇಳಿ, ಹಿಂದಿರುಗಿ ಸಹ ನೋಡದೆ ಹೊರಗೆ ನಡೆದುಬಿಟ್ಟಳು. ನಾನೂ ಮರುಮಾತಾಡದೆ ಮಂತ್ರಮುಗ್ಧನಂತೆ ಅವಳನ್ನು ಹಿಂಬಾಲಿಸಿದೆ.

ಇದೆಲ್ಲಾ ನಡೆದೀಗ ಎರಡು ಮೂರು ವರ್ಷಗಳಾಗಿಹೋದುವು. ಮೊದಮೊದಲು ನಾವೆಲ್ಲಾ ಪಾಪನ ಆಸೆಯನ್ನು ಬಿಟ್ಟುಬಿಟ್ಟಿದ್ದೆವು. ವಸಂತ, ಡಾಕ್ಟರು ಸಹ ಅವಳು ಬದುಕಲಾರಳು ಎಂದಂದಿದ್ದರು. ಆದರೂ ಕೊನೆಗವಳು ಬದುಕಿಬಿಟ್ಟಳು. ಅವಳ ಆರೋಗ್ಯವೂ ಸುಧಾರಿಸಿತು. ಆದರೆ ಅವಳ ಮುಖದಲ್ಲಿ ಸದಾ ಮಿಂಚುತ್ತಿದ್ದ ನಗು ಮಾತ್ರ ಎಂದೆಂದಿಗೂ ಹಿಂದಿರುಗೆನೆಂದು ಹೊರಟೇಹೋಯ್ತು. ನನ್ನ ತಂಗಿ ಸುಂದರಿಯಲ್ಲ ವಸಂತ, ಏನೋ ಎಲ್ಲರಂತಿದ್ದಾಳೆ ಅಷ್ಟೆ ಆದರೆ ಬುದ್ಧಿ, ಗುಣ, ನಡತೆಗಳಲ್ಲಿ ಅವಳನ್ನು ಸರಿಗಟ್ಟುವವರು ಅಪರೂಪ. ತನ್ನಿಂದಾಗಿ ನಾವೆಲ್ಲ ನೊಂದುಕೊಳ್ಳಬಾರದೆಂದು ಅವಳು ತನ್ನ ದುಃಖವನ್ನು ನುಂಗಿಕೊಂಡು ಮನೆಯಲ್ಲಿ ಓಡಾಡುತ್ತಿದ್ದಳು. ಆ ದಿನದ ತರುವಾಯ ಎಂದೂ ಅವಳತ್ತದನ್ನು ನಾನು ನೋಡಲಿಲ್ಲ, ಗಂಡನಿದ್ದರೂ ವಿಧವೆಯಂತೆ ಬಾಳುತ್ತಿದ್ದ ಪಾಪನ ಅವಸ್ಥೆಗೆ ಕೊರಗಿ ಒಂದು ವರ್ಷ ತುಂಬುವ ಮೊದಲೇ ನಮ್ಮ ತಂದೆ ಅಮ್ಮನ ದಾರಿ ಹಿಡಿದರು. ಮತ್ತೊಂದು ತಿಂಗಳಾಗುವುದರೊಳಗೆ ಮೊದಲೇ ಹೃದ್ರೋಗವಿದ್ದ ಚಿಕ್ಕಮ್ಮನೂ ಅವರನ್ನು ಹಿಂಬಾಲಿಸಿದರು. ಉಳಿದವರು ನಾನು- ಪಾಪ; ಪಾಪ-ನಾನು.

ಇದೇ ಸಮಯದಲ್ಲಿ ನಮ್ಮ ಆರ್ಥಿಕ ಸ್ಥಿತಿಯ ಅನುಭವವೂ ಆಯ್ತು. ಪಾಪನ ಗಂಡನ ವಿಲಾಯತಿಯ ಓದಿಗಾಗಿ ಮಾಡಿಟ್ಟಿದ್ದ ಸಾಲಕ್ಕೆ ಮನೆ ಹೊಲ ಎಲ್ಲಾ ಮಾರಾಟವಾಯ್ತು. ಉಳಿದುದು ಅದೇ ವರ್ಷ ನನಗೆ ದೊರೆತ ಬಿ.ಎ. ಡಿಗ್ರಿ ಒಂದು. ನಮ್ಮ ತಂದೆ ಬದುಕಿದ್ದರೆ ನಾನು ಮೆಡಿಕಲ್ ಕಾಲೇಜು ಸೇರುತ್ತಿದ್ದೆ. ಅವರ ಮರಣದಿಂದ ಓದುವ ಹಂಬಲವೆಲ್ಲಾ ಮೂಲೆ ಪಾಲಾಗಿ ಹೊಟ್ಟೆಯ ಹಂಬಲ ಒಂದೇ ಉಳಿಯಿತು. ವಂಸತ, ನಮ್ಮ ಆ ಕಷ್ಟದ ದಿನಗಳಲ್ಲಿ ಪಾಪನ ಸಹನಶೀಲತೆ, ಶಾಂತತೆ, ತನ್ನನ್ನು ಮರೆತು ನನಗಾಗಿ ದುಡಿಯುವ ಅವಳ ಶಕ್ತಿ ಎಲ್ಲಾ ನೆನೆಸಿಕೊಂಡರೆ ನನ್ನ ಪುಟ್ಟ ತಂಗಿಯಲ್ಲಿ ಇಷ್ಟೊಂದು ಶಕ್ತಿ ಎಲ್ಲಿ ಅಡಗಿತ್ತು ಎದು ಈಗಲೂ ನನಗೆ ಆಶ್ಚರ್ಯವಾಗುತ್ತದೆ.

'ಕೆಟ್ಟ ಪಟ್ಟಣಸೇರು' ಎಂಬ ಒಂದು ಗಾದೆಯಿದೆ ವಸಂತ. ನಾವೂ ಊರು ಬಿಡುವುದು ಎಂದು ನಿಶ್ಚಯಿಸಿದೆವು. ಆ ಊರಿಲ್ಲಿ ನಮ್ಮದೆನ್ನಲು ಏನೂ ಇರಲಿಲ್ಲ, ಮತ್ತೆ ಪಾಪನ ದುರವಸ್ಥೆಯನ್ನು ಕುರಿತು ಟೀಕಿಸುವವರ ಮುಂದೆ ಯಾವ ಆಸೆಗಾಗಿ ಇರಬೇಕು ಹೇಳು. ನಮ್ಮೂರನ್ನು ಬಿಡುವ ಹಿಂದಿನ ದಿವಸ ಒಂದು ಸಾರ್ವಜನಿಕ ಸಭೆ ಕೂಡಿತ್ತು. ಇದ್ದ ಸ್ವಲ್ಪ ಸಾಮಾನುಗಳನ್ನೆಲ್ಲಾ ಕಟ್ಟಿ ಮುಗಿಸಿದ್ದ ನಾವೂ ಬೇರೇನೂ ಕೆಲಸವಿಲ್ಲದುದರಿಂದ ಆ ಸಭೆಗೆ ಹೋದೆವು. ಸಭೆ ಸುರುವಾಗುವ ಮೊದಲು 'ವಂದೇ ಮಾತರಮ್'

ಹಾಡಬೇಕಾದ ಹುಡುಗಿ ಅದೇಕೋ ಬಂದಿರಲಿಲ್ಲ. ನಮ್ಮ ಪಾಪನಿಗೆ ಬಹಳ ಚೆನ್ನಾಗಿ ಹಾಡಲು ಬರುತ್ತೆ. ಅದು ಆ ಸಭೆಯ ಕಾರ್ಯದರ್ಶಿಗಳಿಗೆ ತಿಳಿದ ವಿಷಯ. ಪಾಪನೊಡನೆ ಆ ಹಾಡು ಹಾಡಬೇಕಾಗಿ ಕೇಳಿಕೊಂಡರು. 'ಆಗದು' ಎನ್ನುವಂತಿರಲಿಲ್ಲ. ಅಂದಿನ ಸಭೆಯಲ್ಲವಳು 'ವಂದೇ ಮಾತರಮ್' ಹಾಡುವಾಗ ಸಭೆಗೆ ಸಭೆಯೇ ಸ್ತಬ್ಧವಾಗಿ ಹೋಗಿತ್ತು. ಅವಳ ಕಂಠ ಅಷ್ಟೊಂದು ಮಧುರ. ಹೇಳುವ ರೀತಿ ಅಷ್ಟೊಂದು ಮೋಹಕ- ಮತ್ತೆ ಹಾಡಿದ ಹಾಡು **ವಂದೇ ಮಾತರಮ್.**

ವಸಂತ, ಅಂದಿನ 'ವಂದೇ ಮಾತರಮ್' ನನ್ನ ತಂಗಿಯ ಜೀವನವನ್ನು ಸಂಪೂರ್ಣವಾಗಿ ಮಾರ್ಪಡಿಸಿಬಿಟ್ಟಿತು. ಎರಡು ಮೂರು ವರ್ಷಗಳ ಕೆಳಗವಳು ಪತಿಯಿಂದ ಪರಿತ್ಯಕ್ತೆಯಾದ ಪಾಪನಾಗಿದ್ದಳು. ಈಗ ! ಈಗವಳು ಸುಪ್ರಸಿದ್ಧ ಸಿನಿಮಾ ನಟಿ ಮಿಸ್ ಅರುಣಾದೇವಿ ! ಇಡೀ ಭಾರತದ ಮೂಲೆ ಮೂಲೆಗಳಲ್ಲಿ ಸಹ ಅವಳ ಸ್ವರ್ಗೀಯ ಸಂಗೀತ ಕೇಳದ, ಅವಳ ಆ ಅಪೂರ್ವ ನಟನೆಯನ್ನು ನೋಡದ ಜನರಿಲ್ಲ. ಜಗತ್ತಿನ ದೃಷ್ಟಿಯಿಂದ ಅವಳೆಷ್ಟು ಸುಖಿ ! ವಸಂತ, ಅವಳಿಗೆ ಸುಖವಾಗಲೀ, ಶಾಂತಿಯಾಗಲೀ ಇಲ್ಲವೆಂದು ತಿಳಿದ ಪ್ರಾಣಿ ನಾನೊಬ್ಬ. ಅವಳಿಗೀಗ ಸುಖವೆಂದರೆ ನನ್ನ ಶಿಕ್ಷಣ. ನನಗವಳ ಹಣದಿಂದ ಓದುವ ಇಚ್ಛೆ ಇಲ್ಲದಿದ್ದರೂ ಅವಳ ಹಠದ ಮುಂದೆ ನನ್ನದೇನೂ ನಡೆಯುವಂತಿಲ್ಲ.

ವಸಂತ, ಜನರ ದೃಷ್ಟಿಯಲ್ಲಿ ಮೊದಲೇ ಪತಿಯಿಂದ ಪರಿತ್ಯಕ್ತೆಯಾಗಿದ್ದ ಪಾಪ, ಈಗ ಸಿನಿಮಾ ನಟಿ ! ಸಿನಿಮಾ ನಟಿ !! ನಮ್ಮವರಿಗೆ ಪತಿತರು , ಚರಿತ್ರಹೀನರು ಎನ್ನುವುದಕ್ಕೆ ಇದಕ್ಕಿಂತಲೂ ಹೆಚ್ಚಿಗಿನ್ನೇನು ಬೇಕು ವಸಂತ ?

ವಸಂತ, ನೀನು ನನ್ನೊಡನೆ ನೋಡಿದ ಆ ಹುಡುಗಿ ನನ್ನ ತಂಗಿ ಪಾಪ. ಅವಳ ಅಥವಾ ನನ್ನ ವಿಷಯ ಜನರೇನಾದರೂ ಅಂದುಕೊಳ್ಳಲಿ ವಸಂತ. ಅದರಿಂದ ನನಗೆ ಬಾಧಕವಿಲ್ಲ. ಆದರೆ ನೀನು - ನೀನು ಮಾತ್ರ ಜನರ ಕಣ್ಣುಗಳ ಮೂಲಕ ನಮ್ಮನ್ನು ನೋಡದಿದ್ದರೆ ಸರಿ. ಅದಕ್ಕಿಂತ ಹೆಚ್ಚು ಇನ್ನೇನೂ ನಿನ್ನಿಂದ ಬಯಸುವುದಿಲ್ಲ ವಸಂತ. ಪಾಪನ ವಿನಾ ನೀನಲ್ಲದೆ ಈ ಜಗತ್ತಿನಲ್ಲಿ ನನ್ನವರೆನ್ನಲು ನನಗಿನ್ನು ಯಾರೂ ಇಲ್ಲ. ನೀನು ನನ್ನ ವಿಷಯದಲ್ಲಿ ತಪ್ಪು ಅಭಿಪ್ರಾಯವಿಟ್ಟುಕೊಳ್ಳುವುದನ್ನು ನಾನು ಸಹಿಸಲಾರೆ. ಆದ್ದರಿಂದಲೇ ಬೇರೆಯವರೊಡನೆ ಹೇಳಲು ಹಿಂಜರಿಯುವ ಈ ವಿಷಯಗಳನ್ನೆಲ್ಲಾ ನಿನಗೆ ಬರೆದಿರುವೆನು. ನೀನಿದನ್ನು ಓದಿದ ಮೇಲೂ ನನ್ನ ವಿಷಯದ ನಿನ್ನ ಭಾವನೆಯು ಬದಲಾಗದಿದ್ದರೆ ಇದೇ ನಿನಗೆ ನನ್ನ ಕೊನೆಯ ನಮಸ್ಕಾರ.

-ಮಹೇಶ

ಮಧ್ಯರಾತ್ರಿಯಾಗಿದೆ ಎಂಬ ಅರಿವು ಸಹ ಇಲ್ಲದೆ ತನ್ನ ಕಣ್ಣೀರಿನಿಂದ ತೊಯ್ದು ಕಾಗದವನ್ನು ಕೈಯಲ್ಲಿ ಹಿಡಿದುಕೊಂಡೇ ವಸಂತ ಮಹೇಶನ ರೂಮಿಗೆ ಓಡಿದ.

೦

[ಏಪ್ರಿಲ್ ೧೯೩೮]

ಮನುವಿನ ರಾಣಿ

ನನಗೆ ಆ ಊರಿಗೆ ವರ್ಗವಾಗಿ ಬರೇ ಎರಡು ತಿಂಗಳುಗಳಾಗಿದ್ದುವು ಅಷ್ಟೆ. ಆ ದಿನ ನನಗೆ ತುಂಬಾ ಕೆಲಸವಿತ್ತು. ಬೆಳಗ್ಗೆ ಆರು ಗಂಟೆಗೆ ಹೋದವನು ಅದೇ ಆಗ ಮನೆಗೆ ಬಂದಿದ್ದೆ. ನಾನು ಮನೆಯ ಮೆಟ್ಟಿಲುಗಳನ್ನು ಹತ್ತುವಾಗ ಆಸ್ಪತ್ರೆಯ ಗಡಿಯಾರವು ಹನ್ನೊಂದು ಹೊಡೆಯಿತು. ಮಕ್ಕಳೂ ಕೆಲಸದವರೂ ಮಲಗಿ ನಿದ್ರೆ ಮಾಡಿಬಿಟ್ಟಿದ್ದರು. ಪಾರ್ವತಿ ಮಾತ್ರ ನನ್ನ ಪ್ರತೀಕ್ಷೆಯಲ್ಲೇ ಕೂತಿದ್ದಳು. ಒಳಗೆ ಹೋಗಿ ಬಟ್ಟೆಬದಲಾಯಿಸಿ ಕೈಕಾಲು ತೊಳೆದು ಇನ್ನೇನು ಊಟಕ್ಕೆ ಕೂರಬೇಕು; ಅಷ್ಟರಲ್ಲಿ ಮುಂಬಾಗಿಲನ್ನು ತಟ್ಟುವ ಶಬ್ದ ಕೇಳಿಸಿತು. ಪಾರ್ವತಿಗೆ ರೇಗಿಹೋಯ್ತು ; 'ಥೂ, ಇದೇನಿದು ಬೆಳಗಿನ ಜಾವಕ್ಕೆ ಹೋದವರು ಈಗ ಬಂದಿದ್ದಾರೆ. ಒಂದಿಷ್ಟು ಊಟ ಮಾಡುವುಕ್ಕೂ ಪುರುಸೊತ್ತಿಲ್ಲ-

ಅಷ್ಟರಲ್ಲಿ ಬಂದರು ಇನ್ನೊಬ್ಬರು. 'ಕದ ತಟ್ಟುತ್ತಿರಲಿ ; ನಾನೇನೂ ಬಾಗಿಲು ತೆರೆಯುವುದಿಲ್ಲ' ಎಂದಳು. ಹೌದು – ನಾನು ಬೆಳಗಿನಿಂದಲೂ ಹಸಿದಿದ್ದೆ. ಆದರೆ.... ನನಗೆ ಮನಸ್ಸು ತಡೆಯಲಿಲ್ಲ. 'ಹೋಗಲಿ ಬಿಡು ಪಾರ್ವತಿ. ಬಾಗಿಲು ತೆರೆದು ಯಾರೆಂದು ವಿಚಾರಿಸು' ಎಂದೆ. ಅವಳಿಗೆ ಇನ್ನಷ್ಟು ಕೋಪ ಬಂತು : 'ನಿಮ್ಮ ದಮ್ಮಯ್ಯ, ಬೆಳಗಿನಿಂದಲೂ ಹೊಟ್ಟೆಗೇನೂ ಇಲ್ಲ, ಮೊದಲು ಊಟ ಮಾಡಿ ; ಆಮೇಲೆ ನೋಡೋಣ' ಎಂದಳು. ಈ ಮಧ್ಯೆ ಬಾಗಿಲ ತಟ್ಟುವುದು ಬಹಳ ಜೋರಾಯ್ತು. ಮನುಷ್ಯಪ್ರಾಣಿಯೊಂದು ಜೀವನ ಮರಣಗಳ ಮಧ್ಯೆ ಹೊರಳಾಡುತ್ತಿರುವಾಗ ನಾನು ಊಟ ಮಾಡುತ್ತ ಕೂತಿರಲೆ? ಎದ್ದು ನಾನೇ ಕದ ತೆಗೆಯಲು ಹೋದೆ. ಪಾರ್ವತಿಯ ಕಣ್ಣುಗಳಲ್ಲಿ ನೀರು ತುಂಬಿತು. 'ನಮ್ಮೂರೇ ವಾಸಿಯಾಗಿತ್ತು. ಈ ಹಾಳೂರಿಗೆ ಬರಲಾಗಿ ಊಟಕ್ಕೂ ಸಮಯವಿಲ್ಲ' ಎಂದಕೊಂಡಳು. ಪಾರ್ವತಿಯ ಕಣ್ಣೀರು ತುಂಬಿದ ಮುಖವನ್ನು ನೋಡಿ ನನ್ನ ಮನಸ್ಸು ನೊಂದರೂ ಆಗ ಅವಳನ್ನು ಸಮಾಧಾನ ಪಡಿಸುವಂತಿರಲಿಲ್ಲ. ಹೋಗಿ ಕದ ತೆರೆದೆ.

ಕದ ತಟ್ಟಿದವನೊಬ್ಬ ಹುಡುಗ–ಸುಬ್ಬು– ಆ ಊರಿನ ಬಿಟ್ಟೀ ಬಸವಯ್ಯ. 'ಏನೋ' ಎಂದು ಕೇಳಿದೆ. 'ರಾಜಮ್ಮಾವ್ರ ಮನೇಲಿ ಬಾಳ ಕಾಯ್ಲೆ ಅಂತೆ. ಈಗ್ಲೇ ಬರ್ಬೇಕಂತೆ.' ಎಂದ. ರಾಜಮ್ಮ! ಅವಳ ಹೆಸರನ್ನು ಕೇಳಿದ ಕೂಡಲೇ ಕದ ತೆರೆಯುವಾಗಿದ್ದ ಸಹಾನುಭೂತಿ, ಕರುಣೆ ಎಲ್ಲೋ ಮಾಯವಾಯ್ತು. 'ಬೆಳಿಗ್ಗೆ ಬರುತ್ತೇನೆ ನಡೆ' ಎಂದೆ. ಅವನು ಹೊರಟು ಹೋದ. ಕದ ಮುಚ್ಚಿ ನಾನೂ ಒಳಗೆ ಹೋದೆ. ಪಾರ್ವತಿ ಊಹಿಸಿದಂತೆ ನಾನು ಹೊರಟುಹೋಗದೆ ಮರಳಿಬಂದುದರಿಂದ ಅವಳಿಗೂ ಸಮಾಧಾನವಾಯ್ತು. ಊಟಕ್ಕೆ ಬಡಿಸುತ್ತಾ 'ಯಾರು ಬಂದವರು ?' ಎಂದು ಕೇಳಿದಳು. 'ಸುಬ್ಬು, ರಾಜಮ್ಮನ ಮನೆಗೆ ಕೂಡಲೇ ಬರಬೇಕೆಂದು ಕರೆಯುವುದಕ್ಕೆ ' ಎಂದೆ. ರಾಜಮ್ಮನ ಹೆಸರು ಕೇಳಿ ಪಾರ್ವತಿ 'ಅವಳಿಗೇನೀಗ ಕೇಡು ! ಬೆಳಗ್ಗೆ ಹೋದರೆ ಸಾಲದೇನೋ ? ಇಷ್ಟಕ್ಕೂ ಸತ್ತು ಹೋದರೆ ಭೂಮಿ ಭಾರವೇ ಕಮ್ಮಿಯಾಯ್ತು' ಎಂದಳು.

ರಾಜಮ್ಮ–ಹೆಸರನ್ನು ಕೇಳಿದ ಮಾತ್ರದಿಂದಲೇ ತಿರಸ್ಕರಿಸಲ್ಪಡುತ್ತಿದ್ದ ರಾಜಮ್ಮ–ಸೂಳೆ. ನಾನವಳನ್ನು ಕಣ್ಣಾರೆ ನೋಡಿರಲಿಲ್ಲವಾದರೂ ಅವಳ ವಿಷಯವಾಗಿ ಜನರಾಡಿಕೊಳ್ಳುತ್ತಿದ್ದ ಮಾತುಗಳನ್ನು ಕೇಳಿಯೇ 'ಅವಳು ನಿಜವಾಗಿಯೂ ರಾಕ್ಷಸಿ' ಎಂದೆನಿಸಿ ಹೋಗಿತ್ತು ನನಗೆ. ಅಂಥವಳ ಮನೆಗೆ ಈಗ ಯಾರು ಹೋಗುತ್ತಾರೆ. ಬೆಳಗಿನಿಂದಲೂ ಊಟ ಸಹ ಮಾಡಿಲ್ಲ – ನಾಳೆ ಬೆಳಿಗ್ಗೆ ಹೋದರಾಯ್ತು ಎಂದು ಸಮಾಧಾನ ಮಾಡಿಕೊಂಡು ಮಲಗಿದೆ. ಅಷ್ಟರಲ್ಲಿ ಪುನಃ ಬಾಗಿಲನ್ನು ಬಡಬಡನೆ ಬಡಿಯುವ ಶಬ್ದ ಕೇಳಿಸಿತು. ಹೋಗಿ ಬಾಗಿಲೆ ತೆರೆದೆ. ಸುಬ್ಬು ! 'ಈಗ್ಲೇ ಬರ್ಬೇಕಂತೆ ಡಾಕ್ಟ್ರೇ , ಬಹಳ ಜೋರಂತೆ. ಕಾಲಿಗೆ ಬಿದ್ದು ಕರ್ಕೊಂಡು ಬಾ ಅಂದ್ರು' ಎಂದ. 'ಯಾರಿಗೋ ಕಾಯಿಲೆ?' ಎಂದು ಕೇಳಿದೆ. ಅವನಿಗೆ ಗೊತ್ತಿರಲಿಲ್ಲ. ಅಂತೂ ಕಾಯಿಲೆ

ರಾಜಮ್ಮನಿಗಲ್ಲ ಎಂದು ತಿಳಿಯಿತು. ಇನ್ನಾರಿಗೆ ? ಯಾರಿಗೇ ಆದರೂ ರಾಜಮ್ಮನಿಗೇ ಆದರೂ ಹೋಗಿ ನೋಡುವುದು ನನ್ನ ಕರ್ತವ್ಯ. ಅವಳು ಸೂಳೆ ಎಂಬ ಮಾತ್ರಕ್ಕೆ ಅಷ್ಟೊಂದು ಅಲಕ್ಷ್ಯ ಮಾಡಲು ನನಗೆಲ್ಲಿಯ ಅಧಿಕಾರ ? ಸ್ವಲ್ಪ ಹೊತ್ತಿನ ಮೊದಲೇ ನನ್ನ ಕರ್ತವ್ಯವನ್ನು ಅವಳು ಸೂಳೆ ಎಂಬ ನೆವನದಿಂದ ಬದಿಗೊತ್ತಿ ಸಮಾಧಾನ ಮಾಡಿಕೊಂಡಿದ್ದೆ. ನೆನಸಿಕೊಂಡು ನನಗೇ ನಾಚಿಕೆಯಾಯ್ತು- 'ಬರುತ್ತೇನೆ ತಡೆ' ಎಂದು ಹೇಳಿ ಒಳಗೆ ಹೋಗಿ ಬೇಗ ಬೇಗ ಬಟ್ಟೆ ಹಾಕಿಕೊಂಡೆ. ಪಾರ್ವತಿಗೆ ನಿದ್ರೆ ಬಂದುಹೋಗಿತ್ತು. ಔಷಧಿಯ ಪೆಟ್ಟಿಗೆಯನ್ನು ತೆಗೆದುಕೊಂಡು ಹಾಗೆಯೇ ಬಾಗಿಲನ್ನೆಳೆದುಕೊಂಡು ಹೊರಟೆ.

ರಾಜಮ್ಮನ ಮನೆ ನಮ್ಮನೆಗೆ ಸುಮಾರು ಮುಕ್ಕಾಲು ಮೈಲು ದೂರದಲ್ಲಿ, ಒಂದು ತೋಟದೊಳಗೆ ಒಂಟಿಯಾಗಿತ್ತು. ಅದರ ಹತ್ತಿರ ಹತ್ತುಹನ್ನೆರಡು ಮಾರು ದೂರದಲ್ಲಿ ಒಂದೆರಡು ಬಡ ಕೂಲಿಯವರ ಗುಡಿಸಲುಗಳಲ್ಲದೆ ಬೇರೆ ಮನೆಗಳಿರಲಿಲ್ಲ. ನಾವು ಹೋಗುವಾಗ ರಾಜಮ್ಮ ಹೊರಗೆ ಬಂದಳು. ಅದೇ ಮೊಟ್ಟಮೊದಲು ನಾನು ರಾಜಮ್ಮನನ್ನು ನೋಡಿದ್ದು, ಅವಳ ವಿಷಯವಾಗಿ ಜನರಾಡುತ್ತಿದ್ದ ಮಾತುಗಳನ್ನು ಕೇಳಿ ರಾಜಮ್ಮ ರಾಕ್ಷಸಿ ಎಂಬ ಭಾವನೆಯಾಗಿ ಹೋಗಿತ್ತು ನನಗೆ. ಆದರೆ ಅದೇಕೋ- ವ್ಯಸನದಿಂದ ಬಾಡಿದ್ದ ಅವಳ ಮುಖವನ್ನೂ ಅತ್ತು ಅತ್ತು ಕೆಂಪಾಗಿ ಊದಿಕೊಂಡಿದ್ದ ಅವಳ ಕಣ್ಣುಗಳನ್ನೂ ನೋಡಿ ನನಗೆ ಅತ್ಯಂತ ಕರುಣೆಯುಂಟಾಯಿತು. 'ಯಾರಿಗಮ್ಮ ಕಾಯಿಲೆ?' ಎಂದು ಕೇಳಿದೆ. ರಾಜಮ್ಮ ಪ್ರತ್ಯುತ್ತರ ಕೊಡದೆ ನನ್ನನ್ನು ಒಳಗೆ ಕರೆದುಕೊಂಡು ಹೋದಳು. ಅಲ್ಲೊಂದು ಕೋಣೆಯಲ್ಲಿ ಮಂಚದ ಮೇಲೊಬ್ಬನು ಮಲಗಿದ್ದ. ರಾಜಮ್ಮ ಆತನ ಕಡೆಗೆ ಕೈತೋರಿದಳು. ಹತ್ತಿರಹೋಗಿ ನೋಡಿದೆ. ಸತ್ತ ಹೆಣದ ಮುಖದಂತಿತ್ತು ಅವನ ಮುಖ. ಕಣ್ಣುಗಳನ್ನು ಬಿಟ್ಟುಕೊಂಡೇ ಇದ್ದರೂ ಆ ಕಣ್ಣುಗಳಲ್ಲಿ ಜೀವನದ ಬೆಳಕಿದ್ದಂತೆ ತೋರಲಿಲ್ಲ. ಬಗ್ಗಿ ಅವನ ಕೈ ಹಿಡಿದು ನೋಡಿದೆ. ಬೆಂಕಿಯಂತೆ ಸುಡುತ್ತಿತ್ತು ಕೈ. ಜ್ವರದ ತಾಪದಿಂದ ಅವನಿಗೆ ಪ್ರಜ್ಞೆ ಇರಲಿಲ್ಲ. ನೋಡಿದೊಡನೆಯೇ ಆತ ಬದುಕುವಂತಿಲ್ಲವೆಂದು ನನಗೆ ತಿಳಿಯಿತು. ರಾಜಮ್ಮ ಅವನ ಕಾಲ ಹತ್ತಿರ ತಲೆಯಿಟ್ಟುಕೊಂಡು ಶೂನ್ಯದೃಷ್ಟಿಯಿಂದ ನನ್ನ ಕಡೆ ನೋಡುತ್ತಿದ್ದಳು. ನಾನು ಎಷ್ಟೋ ಜನರು ಸಾಯುವುದನ್ನು ನೋಡಿದ್ದೇನೆ. ಅದೆಷ್ಟೋ ಜನರು ಎದೆ ಎದೆ ಬಡಿದುಕೊಂಡು ಅಳುವ ಕರುಣಾಕ್ರಂದನವನ್ನೂ ಕೇಳಿದ್ದೇನೆ. ಆದರೆ, ಅದಾವ ದೃಶ್ಯಗಳೂ ರಾಜಮ್ಮನ ಮೂಕರೋದನದಷ್ಟು ವ್ಯಥೆಯನ್ನುಂಟುಮಾಡಿರಲಿಲ್ಲ.

ಸ್ವಲ್ಪ ಹೊತ್ತಿನ ಹಿಂದೆ ನಾನು ರಾಜಮ್ಮನನ್ನು ನೋಡಿ ಸಹ ಇರಲಿಲ್ಲ. ಅವಳ ವಿಷಯದಲ್ಲಿ ತಿರಸ್ಕಾರವಿತ್ತು. ಸತ್ತರೂ ಸಾಯಲಿ ಎಂಬ ಭಾವನೆ ಇತ್ತು. ಒಂದುಸಾರಿ ಅವಳ ಅಳುವ ಮುಖವನ್ನು ನೋಡಿದ ಮಾತ್ರದಿಂದ ನನಗವಳ ವಿಷಯದಲ್ಲಿದ್ದ ಎಲ್ಲ ಭಾವನೆಗಳೂ ಮಾಯವಾಗಿ ಅಸೀಮ ಕರುಣೆಯೊಂದು ಮಾತ್ರ ಅದೇಕೆ ಉಳಿಯಿತೋ

ಹೇಳಲಾರೆ. ಅವಳ ಪ್ರಾಯವೇನೂ ಹೆಚ್ಚಾಗಿದ್ದಂತೆ ತೋರಲಿಲ್ಲ. ನನ್ನ ಮಗಳು ಶಾಂತಿಗಿಂತ ಒಂದೆರಡು ವರ್ಷಕ್ಕೆ ಹಿರಿಯಳೋ ಏನೋ. ಇಷ್ಟೊಂದು ಚಿಕ್ಕ ಪ್ರಾಯದಲ್ಲೇ ಇಂತಹ ಅವಸ್ಥೆ ! ಹೆಸರಾದ ಸೂಳೆ ಎಂಬ ಕೀರ್ತಿ!!

ಮಲಗಿದ್ದ ಮನುಷ್ಯ ಹೊರಳಾಡಿದ. ನಾನು ಕುಡಿಸಿದ ಔಷಧಿಯ ಪ್ರಭಾವದಿಂದ ಅವನನ್ನು ಬದುಕಿಸಲು ಅಸಾಧ್ಯವಾದರೂ ಅವನಿಗೆ ಸ್ಮೃತಿ ಬರುವ ಸಂಭವವಿತ್ತು. ಕಾಲದಿಸೆಯಲ್ಲಿ ಕುಳಿತಿದ್ದ ರಾಜಮ್ಮ ಎದ್ದು ಬೆವರುತ್ತಿದ್ದ ಅವನ ಮುಖವನ್ನು ಒರೆಸತೊಡಗಿದಳು. ಆತನ ತುಟಿ ಅಲುಗಾಡಿತು. ಸ್ವಲ್ಪ ನೀರನ್ನು ಕುಡಿಸುವಂತೆ ಹೇಳಿದೆ. ಅವಳು ಒಂದೆರಡು ಚಮಚ ನೀರನ್ನು ಕುಡಿಸುತ್ತಲೇ ಅವನು ಬಹು ಮೆಲ್ಲಗೆ 'ರಾಣಿ' ಎಂದ. ರಾಜಮ್ಮ ನನ್ನ ಕಡೆಗೊಮ್ಮೆ ಕೃತಜ್ಞತೆಯಿಂದ ನೋಡಿ 'ಏನು ಮನು?' ಎಂದಳು. ಪಾಪ, ಅವಳಿಗೆ ಗೊತ್ತಿರಲಿಲ್ಲ- ಆರುವ ಮೊದಲು ದೀಪ ಜೋರಾಗಿ ಉರಿಯುವುದೆಂದು 'ರಾಣೀ, ರಾಣೀ, ರಾಣೀ' ಎಂದು ಕೂಗುತ್ತ ಆತ ಅವಳ ಕೈಗಳನ್ನು ಹಿಡಿದುಕೊಂಡ. 'ಇಲ್ಲೇ ಇದ್ದೇನೆ, ಮನು ಏನು?' ಎಂದು ರಾಜಮ್ಮ ಕೇಳಿದಳು. ಪುನಃ ಇನ್ನೊಮ್ಮೆ 'ರಾಣೀ ಎಂದು ಜೋರಾಗಿ ಚೀರಿದ ಆತ. ಆಯ್ತು ; ಅದೇ ಅಂತ್ಯ.

ಬೆಳಗಿನ ಹತ್ತು ಗಂಟೆಯಾಗಿತ್ತು. ಮರುದಿನ ನಾನು ಮನೆಗೆ ಹೋಗುವಾಗ, ಮಕ್ಕಳಿಬ್ಬರೂ ಸ್ಕೂಲಿಗೆ ಹೋಗಿದ್ದರು. ಪಾರ್ವತಿ ಹೋದೊಡನೆಯೇ 'ಎಲ್ಲಿಗೆ ಹೋಗಿದ್ರಿ? ರಾತ್ರಿನೇ ಹೋದ್ರೋ, ಬೆಳಗಾಗಿತ್ತೋ? ಯಾರಿಗೆ ಕಾಯ್ಲೆ?' ಎಂದು ಮುಂತಾಗಿ ಪ್ರಶ್ನೆಗಳ ಮಳೆಯನ್ನೇ ಸುರಿಸಿಬಿಟ್ಟಳು. ಆದರೆ ಆಗ ಅವಳ ಪ್ರಶ್ನೆಗಳಿಗೆ ಪ್ರತ್ಯುತ್ತರವನ್ನು ಕೊಡುವ ಸ್ಥಿತಿಯಲ್ಲಿರಲಿಲ್ಲ. ನನ್ನ ಮನಸ್ಸು ಹಿಂದಿನ ದಿನದ ಆ ರೋಗಿ, ಕೆದರಿದ ಕೂದಲಿನ ಊದಿದ ಕಣ್ಣುಗಳ ಬಾಡಿದ ಮುಖದ ರಾಜಮ್ಮ. ಅವಳ ಮುಖರೋದನ ಎಲ್ಲಾ ಕಣ್ಣು ಮುಂದೆ ಕಟ್ಟಿದಂತಿತ್ತು. ನನ್ನಿದಿರು ಪಾರ್ವತಿಯೇ ನಿಂತಿದ್ದರೂ ನನ್ನ ಕಣ್ಣುಗಳಿಗೆ ರಾಜಮ್ಮನ ಬಾಡಿ ಬೆಂಡಾಗಿದ್ದ ಆ ಮುಖ ಕಾಣಿಸುತ್ತಿತ್ತು.

ನಾನು ಮೂಕನಂತೆ ಬೆಪ್ಪಾಗಿ ನಿಂತಿರುವುದನ್ನು ನೋಡಿ ಪಾರ್ವತಿಗೆ ಆಶ್ಚರ್ಯವೇ ಆಗಿರಬೇಕು. ಹಿಂದಿನ ದಿನದ ನನ್ನ ವಿಪರೀತದ ಕೆಲಸದಿಂದಲೇ ನಾನು ಹಾಗಿರುವುದೆಂದು ಅವಳು ಬಲು ನೊಂದುಕೊಂಡಳು. 'ನಿನ್ನೆ ಇಡೀ ದಿನ ನಿದ್ರೆಯಿಲ್ಲ; ಹೊತ್ತಿಗೆ ಸರಿಯಾಗಿ ಊಟವಿಲ್ಲ, ಇನ್ನಾದರೂ ಫಲಹಾರ ಮಾಡಿ ವಿಶ್ರಾಂತಿ ತಕ್ಕೊಳ್ಳಿ' ಎಂದು ಕಾಫಿ ತಿಂಡಿಯನ್ನು ತಂದಿಟ್ಟುಕೊಂಡು ಬಲವಂತಪಡಿಸತೊಡಗಿದಳು. 'ಈಗೇನೂ ಬೇಡ ಪಾರ್ವತಿ. ಸ್ವಲ್ಪ ಮಲಗಿ ನಿದ್ರೆ ಮಾಡಿದರೆ ಎಲ್ಲಾ ಸರಿಯಾಗುತ್ತೆ' ಎಂದು ಬಟ್ಟೆಯನ್ನು ಸಹ ಬದಲಾಯಿಸದೆ ಹಾಗೆಯೇ ಬಿದ್ದುಕೊಂಡೆ. ನಾನು ನಿದ್ರೆ ಮಾಡಲೆಳಸುವೆನೆಂದೆಣಿಸಿ ಪಾರ್ವತಿ ಹೊರಗೆ ಹೊರಟಳು. 'ಇಲ್ಲಿ ಬಂದು ಕೂತ್ಕೋ ಪಾರ್ವತಿ' ಎಂದೆ. ಪಾರ್ವತಿ ನನ್ನ ಹತ್ತಿರ ಬಂದು ಕುಳಿತಳು. ಇವತ್ತು ನಿನಗೇನಾಗಿದೆ ಎಂದು ಕೇಳುವಂತಿತ್ತು ಪಾರ್ವತಿಯ

ಪ್ರಶ್ನಾಸೂಚಕವಾದ ದೃಷ್ಟಿ. ನಾನವಳಿಗೆ ಹಿಂದಿನ ರಾತ್ರಿ ರಾಜಮ್ಮನ ಮನೆಯಲ್ಲಿ ನಡೆದುದೆಲ್ಲವನ್ನೂ ಹೇಳಿದೆ. ನನ್ನ ಮಾತುಗಳನ್ನು ಕೇಳಿ ಪಾರ್ವತಿ 'ಸತ್ತವನು ಯಾರು? ರಾಜಮ್ಮನಿಗೆ ಏನಾಗಬೇಕು?' ಎಂದು ಕೇಳಿದಳು. ಅಷ್ಟರವರೆಗೂ ನನಗಾ ವಿಷಯ ಹೊಳೆದಿಲಿಲ್ಲ. 'ಸತ್ತವನು ಯಾರು? ರಾಜಮ್ಮನಿಗೆ ಅಷ್ಟೊಂದು ವ್ಯಸನವನ್ನುಂಟು ಮಾಡಲು ಅವನಿಗೂ ಅವಳಿಗೂ ಏನು ಸಂಬಂಧ?'ಎಂದು ನನಗೂ ಈಗ ಎನಿಸಿತು. ಪಾರ್ವತಿಗೆ ರಾಜಮ್ಮನ ಮೇಲೆ ಬಹಳ ಸಂದೇಹ : 'ಎಲ್ಲಾದರೂ ರಾಜಮ್ಮ ಅವನನ್ನು ವಿಷಹಾಕಿ ಕೊಂದಿರಬಹುದೆ?' ಎಂತ. ಒಂದೇ ಒಂದು ದಿನದ ಹಿಂದೆ ಪಾರ್ವತಿಯಂತೆಯೇ ನನಗೂ ಸಂದೇಹ ಉಂಟಾಗುತ್ತಿತ್ತು. ರಾಜಮ್ಮನನ್ನೊಂದುಸಾರಿ ನೋಡಿದ ಮೇಲೆ ನನ್ನ ಆ ತರದ ಭಾವನೆಗಳೆಲ್ಲಾ ಬದಲಾಗಿಹೋಗಿದ್ದವು. ಆದ್ದರಿಂದ ಅವಳ ವಿಷಯದಲ್ಲಿ ಪಾರ್ವತಿಯ ಸಂಶಯದ ಮಾತುಗಳನ್ನು ಕೇಳಿ ನನಗೆ ಕೋಪ ಬಂತು. 'ಸುಮ್ಮನಿರು ಪಾರ್ವತಿ' ಎಂದುಬಿಟ್ಟೆ. ನನ್ನ ಸ್ವರ ಕಠೋರವಾಗಿದ್ದಿರಬೇಕು, ಸಿಟ್ಟಿನಿಂದ ಪಾರ್ವತಿಯ ಕಣ್ಣುಗಳಲ್ಲಿ ನೀರು ತುಂಬಿತು. ಅವಳ ಮುಖವನ್ನು ನೋಡಿ ನನ್ನ ಕಠೋರತೆಗಾಗಿ ನಾಚಿಕೆಯಾಯ್ತು. ಅವಳನ್ನು ಸಮಾಧಾನಪಡಿಸುತ್ತ 'ರಾಜಮ್ಮ ವಿಷಹಾಕಿ ಕೊಲ್ಲುವಂಥ ರಾಕ್ಷಸಿಯಂತೆ ತೋರುವುದಿಲ್ಲ ಪಾರ್ವತಿ. ನಮ್ಮ ಶಾಂತಿಗಿಂತ ಎಲ್ಲಾದರೂ ಒಂದೆರಡು ವರ್ಷಕ್ಕೆ ದೊಡ್ಡವಳಾಗಿರಬೇಕು. ಪಾಪ, ಅವಳನ್ನು ನೋಡುವಾಗ ಬಹಳ ಮರುಕವಾಗುತ್ತೆ. ಜನರಿಗೇನು, ಸುಮ್ಮನೆ ಏನಾದರೂ ಹೇಳುತ್ತಾರೆ' ಎಂದು ಹೇಳಿದೆ. ಆದರೆ, ಪಾರ್ವತಿಗೆ ರಾಜಮ್ಮನ ಮೇಲಿನ ಸಂದೇಹವು ಸಂಪೂರ್ಣವಾಗಿ ದೂರವಾದದಂತೆ ತೋರಲಿಲ್ಲ. ಸತ್ತವನು ಹಣಗಾರನಾಗಿರಬಹುದು –ಅವನ ಹಣಕ್ಕಾಗಿ ಅವನನ್ನು ಕೊಂದಿರಬಹುದು – ಈಗ ವ್ಯಸನವನ್ನು ನಟಿಸಿ ಪಾರಾಗಲು ಯತ್ನಿಸುತ್ತಿದ್ದಾಳೆ ಎಂದು ಪಾರ್ವತಿಯ ಊಹನೆ.

ಆ ದಿನ ನಾನು ಆಸ್ಪತ್ರೆಗೆ ಹೋಗಲಿಲ್ಲ ; ವಿಶ್ರಾಂತಿಯನ್ನು ತೆಗೆದುಕೊಳ್ಳುವ ನೆವದಿಂದ ಹಾಸಿಗೆಯ ಮೇಲೆಯೇ ಹೊರಳಾಡುತ್ತಿದ್ದೆ. ನಿದ್ರೆ ಮಾತ್ರ ಎಷ್ಟೆಷ್ಟು ಪ್ರಯತ್ನಿಸಿದರೂ ಬರಲಿಲ್ಲ. ಕೊನೆಗೆ ಸಾಯಂಕಾಲ ಸ್ವಲ್ಪ ಹೊರಗೆ ಹೋಗಿ ತಿರುಗಾಡಿಕೊಂಡಾದರೂ ಬರೋಣ ಎಂದು ಹೊರಟೆ. ನನಗೆ ತಿಳಿಯದಂತೆಯೇ ಕಾಲುಗಳು ನನ್ನನ್ನು ರಾಜಮ್ಮನ ಮನೆಯ ಕಡೆಗೆ ಎಳೆದುಕೊಂಡು ಹೋದುವು. ಬಾಗಿಲು ತೆರೆದಿತ್ತು. ಒಳಗೆ ಹೋದೆ. ಹಿಂದಿನ ದಿನ ರೋಗಿಯು ಮಲಗಿದ್ದ ಮಂಚದ ಹತ್ತಿರ ನೆಲದಮೇಲೆ ಕುಳಿತುಕೊಂಡು ನೆಟ್ಟದೃಷ್ಟಿಯಿಂದ ಬಾಗಿಲ ಕಡೆ ನೋಡುತ್ತಿದ್ದಳು ರಾಜಮ್ಮ. ಬಾಗಿಲ ದಾಟಿ ನಾನು ಒಳಗೆ ಹೋಗಿದ್ದರೂ ನನ್ನನ್ನವಳು ನೋಡಿದಂತೆ ತೋರಲಿಲ್ಲ. ನನಗವಳ ಸ್ಥಿತಿಯನ್ನು ನೋಡಿ ಬಹಳ ಕಳವಳವಾಯ್ತು. ಹೆಣದ ದಹನವಾಗಿತ್ತು– ಈಗ ಅವಳೊಬ್ಬಳೇ ಆ ಮನೆಯಲ್ಲಿ, ಸೂಳೆಯ ಜೊತೆಗೆ ಹೋಗುವವರು ಯಾರು? ಪಾರ್ವತಿಯನ್ನಾದರೂ ಜೊತೆಯಲ್ಲಿ ಕರೆತರಬೇಕಾಗಿತ್ತು ಎನ್ನಿಸಿತು ನನಗೆ. ಹಿಂದಿನ ದಿನ ಯಾರಾದರೂ ನನ್ನೊಡನೆ ರಾಜಮ್ಮನ ಮನೆಗೆ ನನ್ನ ಹೆಂಡತಿಯನ್ನು ಕರೆದುಕೊಂಡು ಹೋಗೆಂದಿದ್ದರೆ ನಾನವರೊಡನೆ ಖಂಡಿತವಾಗಿಯೂ ಜಗಳವಾಡಿ ಬಿಡುತ್ತಿದ್ದೆ.

ರಾಜಮ್ಮನನ್ನು ನೋಡಿದ ಮೇಲೆ ಆ ತರದ ಭಾವನೆಗಳೇಕೋ ಮಾಯವಾಗಿ ಹೋಗಿದ್ದವು. ಹಿಂದೆ ನಾನವಳ ವಿಷಯವಾಗಿ ನೆನಸಿಕೊಂಡುದನ್ನೆಲ್ಲಾ ಯೋಚಿಸಿಕೊಂಡಾಗ ನನ್ನ ಮೇಲೆ ನನಗೇ ಧಿಕ್ಕಾರ ಉಂಟಾಗುತ್ತಿತ್ತು.

ಅವಳಿಗೆ ನಾನು ಹೋದುದು ತಿಳಿಯಲಿಲ್ಲ. 'ರಾಜಮ್ಮಾ' ಎಂದು ಕೂಗಿದೆ. ಬೇರೆ ಯಾವುದನ್ನೋ ನೋಡುತ್ತಿದ್ದವಳು ಥಕ್ಕನೆ ತಿರುಗುವಂತೆ ನನ್ನ ಮಾತು ಕೇಳಿ ಅವಳು ತಿರುಗಿದಳು. ಮೊದಮೊದಲು ನಾನು ಯಾರಂತ ಅವಳಿಗೆ ಗುರುತು ಸಿಕ್ಕಿದಂತೆ ತೋರಲಿಲ್ಲ. ಅವಳನ್ನು ನಾನೆಷ್ಟೋ ಸಮಾಧಾನಪಡಿಸಲು ಯತ್ನಿಸಿದೆ. ಅವಳು ಅಳುತ್ತಿರಲಿಲ್ಲವಾದರೂ ನನ್ನ ಮಾತುಗಳಿಂದ ಅವಳಿಗೆ ಸಮಾಧಾನವಾದಂತೆ ತೋರಲಿಲ್ಲ. ಕತ್ತಲಾಗುತ್ತ ಬಂದಿತ್ತು. ಅವಳೊಬ್ಬಳೇ ಆ ಮನೆಯಲ್ಲಿ. ಆದರೆ ನಾನೇನೂ ಮಾಡುವಂತಿರಲಿಲ್ಲ. ಕೊನೆಗೆ ಯಾರನ್ನಾದರೂ ಜೊತೆಗೆ ಕಳುಹಿಸುತ್ತೇನೆಂದು ಹೇಳಿ ಹೊರಟೆ. ಬಾಯಲ್ಲಿ ಹೇಳುವಷ್ಟು ಸುಲಭವಾಗಿರಲಿಲ್ಲ ರಾಜಮ್ಮನ ಮನೆಗೆ ಜನರನ್ನು ಕಳುಹಿಸುವುದು. ಅಂತೂ ಕೊನೆಗೆ ನಮ್ಮನೆಯ ಕೆಲಸದವಳನ್ನು ಆ ರಾತ್ರಿಯ ಮಟ್ಟಿಗೆ ಅಲ್ಲಿಗೆ ಹೋಗಲು ಒಪ್ಪಿಸಿದೆ. ಶಾಂತಿ ನಾನೂ ಅವಳೊಡನೆ ಹೋಗುತ್ತೇನೆಂದಳು. ನನ್ನ ಆಕ್ಷೇಪಣೆ ಇಲ್ಲದಿದ್ದರೂ ಪಾರ್ವತಿ ಅವಳನ್ನು ಕಳುಹಿಸಲು ಒಪ್ಪಲಿಲ್ಲ.

ಎರಡು ದಿನಗಳಿಂದ ನಿದ್ರೆ ಸರಿಯಾಗಿಲ್ಲದುದರಿಂದ ಆ ದಿನ ನಿದ್ರೆ ಚೆನ್ನಾಗಿ ಬಂದು ಹೋಗಿತ್ತು ನನಗೆ. ಪಾರ್ವತಿಯೂ ಎಚ್ಚರಗೊಳಿಸಲಿಲ್ಲ. ಆದ್ದರಿಂದ ಆ ದಿನ ನಾನು ಏಳುವಾಗ ಎಂಟು ಹೊಡೆದು ಹೋಗಿತ್ತು. ಆಸ್ಪತ್ರೆಗೆ ಹೋಗಲು ಹೊತ್ತಾಗುವುದೆಂದು ಅವಸರವಾಗಿ ಹೊರಟಿದ್ದೆ. ಗೇಟನ್ನು ದಾಟುವಾಗ ರಾತ್ರಿ ರಾಜಮ್ಮನ ಮನೆಗೆ ಹೋಗಿದ್ದ ನಮ್ಮ ಕೆಲಸದವಳು ಇಂದಿರಾ ಬಂದಳು. ಇದಿರಾಗಿ ಬಂದಳು. ಅವಸರದಲ್ಲಿ ರಾಜಮ್ಮನ ಸುದ್ದಿಯೇ ಮರೆತುಹೋಗಿತ್ತು ನನಗೆ. ಅವಳನ್ನು ನೋಡಿ 'ರಾಜಮ್ಮ ಹೇಗಿದ್ದಾಳೆ?' ಎಂದು ವಿಚಾರಿಸಿದೆ. ತಾನು ಬರುವಾಗ ಇನ್ನೂ ಎದ್ದಿರಲಿಲ್ಲವೆಂದೂ ನಿದ್ರೆ ಮಾಡುತ್ತಾಳೆಂದೂ ಹೇಳಿ ಅವಳು ತನ್ನ ಕೆಲಸಕ್ಕೆ ಹೊರಟು ಹೋದಳು.

ಆ ದಿನ ನನಗೂ ಸ್ವಲ್ಪ ಹೆಚ್ಚು ಕೆಲಸವಿತ್ತು. ಆದೇ ಮನೆಗೆ ಊಟಕ್ಕೆ ಬರುವಾಗ ಮೂರು ಗಂಟೆಯಾಗಿತ್ತು. ಊಟವಾದ ಮೇಲೆ ನಾನೂ ಪಾರ್ವತಿಯೂ ಮಾತಾಡುತ್ತ ಕುಳಿತಿರುವಾಗ ಮಧ್ಯಾಹ್ನದ ಟಪಾಲಿನಲ್ಲಿ ಬಂದ ಒಂದು ಕಾಗದವನ್ನು ಪಾರ್ವತಿ ಕೊಟ್ಟಳು. ಕಾಗದವನ್ನು ಬಿಡಿಸಿದೆ. ಅಕ್ಷರಗಳು ನನಗೆ ಪರಿಚಿತವಾಗಿರಲಿಲ್ಲ. ಯಾರ ಕಾಗದವಿರಬಹುದೆಂದು ಕುತೂಹಲದಿಂದ ಕೊನೆಯನ್ನು ನೋಡಿದೆ. ರಾಜಮ್ಮ ! ನನಗೆ ತುಂಬಾ ಆಶ್ಚರ್ಯವಾಯ್ತು. ರಾಜಮ್ಮ ನನಗೆ ಬರೆಯುವಂತಹ ವಿಷಯವೇನು? ಆತುರದಿಂದ ಓದತೊಡಗಿದೆ.

''ಡಾಕ್ಟ್ರೇ,

ನನ್ನಂಥವಳ ಮೇಲೆ ಜನರಿಗೆ ಕರುಣೆ ಇರುವುದು ಅಪರೂಪ. ನನ್ನಂಥವರಿಗೆ ಕಷ್ಟ ಬಂದಾಗ ಸಹಾಯ ಮಾಡುವುದು ಸಹ ಮನುಷ್ಯಧರ್ಮಕ್ಕೆ ವಿರೋಧವೆಂದು ಭಾವಿಸುವವರೇ ಹೆಚ್ಚು. ಇಷ್ಟು ದಿನ - ಈಗ ನಾಲ್ಕು ವರ್ಷ ನಾನು ಯಾರಿಂದಲೂ ಸಹಾಯವನ್ನಾಗಲಿ ಸಹಾನುಭೂತಿಯನ್ನಾಗಲಿ ಅಪೇಕ್ಷಿಸಿದವಳಲ್ಲ. ಮೊನ್ನೆ ಮನುವಿಗೆ ಒಂದೇ ಸಾರಿ ಜ್ವರ ಜೋರಾಯಿತು.

ಸುಬ್ಬು ವಿನಾ ನನ್ನ ಮನೆಯ ಕಡೆಗೆ ಮತ್ತಾರೂ ಸುಳಿಯುವುದಿಲ್ಲ. ಅವನನ್ನೇ ಕಳುಹಿಸಿದೆ ಡಾಕ್ಟರನ್ನು ಕರೆದುಕೊಂಡು ಬರುವುದಕ್ಕೆ. ತಾವು ಮನೆಯಲ್ಲಿರಲಿಲ್ಲ...ರ ಮನೆಗೆ ಕಳುಹಿಸಿದೆ. ಅವರು ನಿರ್ದಾಕ್ಷಿಣ್ಯವಾಗಿ ಬರುವುದಿಲ್ಲ ಎಂದು ಹೇಳಿ ಕಳುಹಿಸಿಬಿಟ್ಟರು. ಪುನಃ ನಿಮಗೇ ಹೇಳಿಕಳುಹಿಸಿದೆ. ನೀವು ಬೆಳಗ್ಗೆ ಬರುವೆನೆಂದುಬಿಟ್ಟಿರಿ. ಈ ಮಧ್ಯೆ ಮನುವಿಗೆ ನಿಮಿಷ ನಿಮಿಷಕ್ಕೆ ಜೋರಾಗುತ್ತಿತ್ತು. 'ಕಾಲಿಗೆ ಬಿದ್ದಾದರೂ ಕರೆದುಕೊಂಡು ಕರೆದುಕೊಂಡು ಬಾ' ಎಂದು ತಿರುಗಿ ಸುಬ್ಬುವನ್ನು ಕಳುಹಿಸಿದೆ. ನಿಮಗೇನೋ ದಯೆ ಬಂತು, ನೀವು ಬಂದಿರಿ. ಆದರೆ, ಮನುವನ್ನು ಇಟ್ಟುಕೊಳ್ಳುವ ಭಾಗ್ಯ ನನಗಿರಲಿಲ್ಲ. ಅವನು ಹೊರಟುಹೋದ.

ನಾನು ಯಾರು- ಮನು ಯಾರು? ನಮನಮಗೆ ಸಂಬಂಧವೇನು ? ಎಂದು ಮುಂತಾಗಿ ನೀವು ಯೋಚಿಸಬಹುದು. ನನ್ನ ವಿಷಯವಾಗಿ ಜನರಾಡಿಕೊಳ್ಳುವ ಮಾತುಗಳೂ ನೀವು ಕೇಳಿರಬಹುದು. ಹೌದು, ನನ್ನ ತಾಯಿ ಸೂಳೆಯಾಗಿದ್ದಳು. ನಾನೂ ಅದೇ ವೃತ್ತಿಗಾಗಿ ತಯಾರುಮಾಡಲ್ಪಟ್ಟಿದ್ದೆ. ನನ್ನ ತಾಯಿಯು ನನ್ನಿಂದ ತುಂಬ ಹಣ ಸಂಪಾದಿಸಲು ಬಯಸುತ್ತಿದ್ದಳು. ಅವಳ ಬಯಕೆಯೂ ನಿರರ್ಥಕವಾಗುವಂತಿರಲಿಲ್ಲ, ಏಕೆಂದರೆ, ಅನೇಕ ಗಣ್ಯಮಾನ್ಯ ಧನಿಗಳು ನನ್ನನ್ನು ಮೆಚ್ಚಿ ಮನಸೋತಿದ್ದರು. ಆದರೆ ಮನುವಿನಿಂದಾಗಿ ನನ್ನ ತಾಯಿಯ ಆಶೆ ನಿರಾಶೆಯಾಗಬೇಕಾಯಿತು. ಮನು-ಮೋಹನ ಎಂದು ಅವನ ಹೆಸರು. ಭಾಗ್ಯವಂತರ ಒಬ್ಬನೇ ಮಗ. ಚಿಕ್ಕಂದಿನಲ್ಲೇ ತಂದೆತಾಯಿಯರನ್ನು

ಇವು ಕೆಲವು ಕಾಗದಪತ್ರಗಳು ಮಾತ್ರವೆ ಆದರೂ ಬರೆದವರ ಜಾಣ್ಮೆಯಿಂದಾಗಿ ಸಾಹಿತ್ಯದ ಸಾಲಿನಲ್ಲಿ ಸೇರಿವೆ. ಕನ್ನಡದಲ್ಲಿ ಇದೊಂದು ಹೊಸದಾರಿ. ಬರೆದವರ ವಿಶಿಷ್ಟತೆ, ಪ್ರಾಯ ಮೊದಲಾದವನ್ನೆಣಿಸಿದರೆ ಇವರು ಬರಹಗಾರರೊಳಗೆ ಒಂದೆಡೆಯನ್ನು ಪಡೆದುಕೊಳ್ಳುವರೆಂದು ತೋರುತ್ತದೆ. ಲೇಖನದಲ್ಲಿ ಬರಹಗಾರರ ಹೆಸರಿಲ್ಲ. ಆದ್ದರಿಂದ ಅವರೆಣಿಕೆಯನ್ನರಿಯದೆ ಅವರ ಹೆಸರನ್ನು ಪ್ರಕಟಿಸುವುದೆ ನನ್ನ ಹಕ್ಕಿನಿಂದಾಚೆಯ ಕೆಲಸವೆಂದು ಸುಮ್ಮನಾಗಿದ್ದೇನೆ. ಇವರು ತಮ್ಮ ಈ ಲೇಖನ ಕರ್ತವ್ಯವನ್ನು ಸಾಗಿಸುತ್ತ ಕನ್ನಡವನ್ನು ಬೆಳೆಸುವಂತಾಗಲಿ ಎಂದು ಪರಮಾತ್ಮನನ್ನು ಪ್ರಾರ್ಥಿಸುವದಷ್ಟೆ ನನ್ನ ಕೆಲಸ.

-ಮುಳಿಯ ತಿಮ್ಮಪ್ಪಯ್ಯ

ಕಳೆದುಕೊಂಡಿದ್ದುದರಿಂದ ಹೇಳುವವರು ಕೇಳುವವರು ಯಾರೂ ಇರಲಿಲ್ಲ ಅವನಿಗೆ. ಒಂದು ದಿನ ನನ್ನ ತಾಯಿಯ ಹಳೆಯ ಸ್ನೇಹಿತನೊಬ್ಬನು ಅವನನ್ನು ನಮ್ಮನೆಗೆ ಕರೆದುಕೊಂಡು ಬಂದನು. ಅಂದಿನಿಂದ ಯಾವಾಗಲೂ ಮನು ನಮ್ಮನೆಗೆ ಬರತೊಡಗಿದ ನನಗಾಗಿ. ಸೂಳೆಯರಿಗೆ ಹೃದಯವಿರಬಾರದೆಂದು ನನ್ನ ತಾಯಿ ಹೇಳಿಕೊಟ್ಟಿದ್ದರೂ ಮನುವನ್ನು ನಾನು ಪ್ರೀತಿಸತೊಡಗಿದೆ. ಆತನೂ ನನ್ನನ್ನು ಪ್ರೀತಿಸುತ್ತಿದ್ದ. ಮನುವಿನ ಮತ್ತು ನನ್ನ ವ್ಯವಹಾರಗಳು ನನ್ನ ತಾಯಿಗೆ ಸರಿಬೀಳುತ್ತಿದ್ದಿಲ್ಲ. ಈ ಮಧ್ಯೆ ಮನುವಿನ ಹಣ-ಕಾಸೆಲ್ಲಾ ನಮ್ಮ ಪೆಟ್ಟಿಗೆಗೆ ಸೇರಿಹೋಗಿತ್ತು. ಆದ್ದರಿಂದ ಮುಂದೆ ಅವನಿಂದ ನನ್ನ ತಾಯಿಗೆ ಪ್ರಯೋಜನವಾಗುವಂತಿರಲಿಲ್ಲ.

ಅಕಸ್ಮಾತ್ತಾಗಿ ಮನು ನಮ್ಮನೆಗೆ ಬರುವುದು ನಿಂತು ಹೋಯ್ತು. ನಾನು ತಾಯಿಯನ್ನು ವಿಚಾರಿಸಿದಾಗ ಅವನು ಮದುವೆಯಾಗಿರುವನೆಂದು ಹೇಳಿದಳು. ಮನುವಿನ ಮದುವೆಯ ಮಾತು ಕೇಳಿ ನನಗೆ ಬಹಳ ದುಃಖವಾಯ್ತು. ಒಂದೆರಡು ತಿಂಗಳು ಪ್ರಾಣಾಂತಿಕವಾದ ಕಾಯಿಲೆಯಲ್ಲಿ ಮಲಗಿಹೋದೆ. ಆಗಲೇ ನಾನು ಏಕೆ ಸಾಯಲಿಲ್ಲವೊ ! ಅಂತೂ ನನಗೆ ಜ್ವರ ಬಿಟ್ಟಾಗ ನಮ್ಮ ಕೆಲಸದವಳ ಮೂಲಕ ಮನು ಮದುವೆಯಾಗಲಿಲ್ಲವೆಂದೂ, ನಾನು ಸತ್ತುಹೋದೆನೆಂದು ನಮ್ಮ ತಾಯಿ ಹುಟ್ಟಿಸಿದ ವರ್ತಮಾನದಿಂದ ಅವನು ಅರೆಹುಚ್ಚನಾಗಿರುವನೆಂದೂ ತಿಳಿಯಿತು. ಅದೇ ದಿನ ರಾತ್ರಿ ನಾನು ಮನೆ ಬಿಟ್ಟು ಹೊರಟುಬಿಟ್ಟೆ. ಮನುವಿನ ಮನೆಗೇ ಹೋದೆ. ಅವನು ಹುಚ್ಚನಾಗಿ ಹೋಗಿದ್ದ. ಹುಚ್ಚಿನಲ್ಲಿ ಕಣ್ಣಿಗೇನೋ ಹಾಕಿಕೊಂಡಿದ್ದರಿಂದ ಎರಡು ಕಣ್ಣುಗಳೂ ದೃಷ್ಟಿಹೀನವಾಗಿದ್ದವು. ನಮಗೆ ಕೊಟ್ಟು ಉಳಿದಿದ್ದ ಹಣವೂ ಖರ್ಚಾಗಿ ಹೋಗಿತ್ತು. ಆದರೆ, ನನ್ನ ಹತ್ತರ ಮನು ಉತ್ತಮ ಸ್ಥಿತಿಯಲ್ಲಿದ್ದಾಗ ಕೊಟ್ಟ ಕೆಲವು ನಗಗಳಿದ್ದುವು. ಅವುಗಳನ್ನೆಲ್ಲಾ ಮಾರಿ ಮನುವಿಗೆ ಚಿಕಿತ್ಸೆ ಮಾಡಿಸಿದೆ. ಚಿಕಿತ್ಸೆಯಿಂದ ಅವನ ಹುಚ್ಚು ಸಂಪೂರ್ಣ ವಾಸಿಯಾಗದಿದ್ದರೂ ಕೆಲವು ವೇಳೆ ಅವನು ಸರಿಯಾಗಿರುತ್ತಿದ್ದ. ಆದರೆ, ಅದರಿಂದ ಆಗಾಗ ಜ್ವರ ಬರುತ್ತಿತ್ತು. ಅಂತೂ ಮೊದಲಿನ ಮನುವನ್ನು ನನ್ನ ತಾಯಿ ಕೊಂದುಹಾಕಿಬಿಟ್ಟಿದ್ದಳು. ಮನುವಿನ ಆ ಸ್ಥಿತಿಯಲ್ಲಿ ನಾನವನೊಡನೆ ಹೆಚ್ಚು ಕಾಲ ನಿಲ್ಲಲಾರೆನೆಂದು ನನ್ನ ತಾಯಿ ಯೋಚಿಸಿದ್ದಳು. ಆದರೆ, ಅವಳು ಕರೆಯುವಾಗ ನಾನು ಅವಳೊಡನೆ ಹೋಗದಿದ್ದುದರಿಂದ ಅವಳಿಗೆ ತುಂಬಾ ಸಿಟ್ಟುಬಂತು. ಅದರ ಮೇಲೆ ನಾನಲ್ಲಿರುವುದೇ ಕಷ್ಟವಾಯಿತು. ಕೊನೆಗೆ ನಾನೂ ಮನುವೂ ಊರುಬಿಟ್ಟು ಇಲ್ಲಿಗೆ ಬಂದುಬಿಟ್ಟೆವು. ದಿನಗಳು ಕಳೆದಂತೆ ಮನುವಿನ ಬುದ್ಧಿ ಸಂಪೂರ್ಣವಾಗಿ ಲೋಪವಾಗಿಹೋಯ್ತು. ಏನೇನು ಮಾಡಿದರೂ ಅವನಿಗೆ ವಾಸಿಯಾಗಲಿಲ್ಲ. ಕೇವಲ 'ರಾಣಿ' ಎಂದು ನನ್ನನ್ನು ಕೂಗುವುದಲ್ಲದೆ ಹೆಚ್ಚಿನ ಮಾತುಗಳನ್ನೇ ಆಡುತ್ತಿರಲಿಲ್ಲ. ಆದರವನಿಗೆ ನಾನು ಹತ್ತಿರವಿರುವುದು ತಿಳಿಯುತ್ತಿತ್ತು. ನಾನೆಲ್ಲಾದರೂ ಸ್ವಲ್ಪ ಅತ್ತಿತ್ತ ಹೋದರೆ 'ರಾಣೀ' ಎನ್ನುತ್ತಿದ್ದ. ಮೂರು ವರ್ಷಗಳಿಂದ ನಾವಿಬ್ಬರೂ ಈ ಮನೆಯಲ್ಲಿದ್ದೆವು ; ಈಗ ಅವನಿಲ್ಲ. ಮತ್ತೆ ನನಗಿಲ್ಲೇನು ಕೆಲಸ ?

ಡಾಕ್ಟ್ರೇ, ನಾನು ನಿಮಗಿದೆಲ್ಲಾ ಒರೆಯುತ್ತಿರುವೆನೇಕೆ ? ಇಷ್ಟು ವರ್ಷಗಳಲ್ಲಿ ನಮ್ಮಿಬ್ಬರ ವಿಷಯದಲ್ಲಿ ಮನುಷ್ಯೋಚಿತವಾದ ಕರುಣೆಯಿಂದ ವರ್ತಿಸಿದವರು ನೀವು ಮತ್ತು ಸುಬ್ಬು ಇಬ್ಬರೇ. ಆದ್ದರಿಂದ ನಿಮಗೆ ಹೇಳಿ ಹೋಗುವ ಸಲುವಾಗಿ ಇದನ್ನು ಬರೆಯಬೇಕಾಯ್ತು. ನೀವು ಮನುವಿನ ಕೊನೆಗಾಲದಲ್ಲಿ ಮಾಡಿದ ಸಹಾಯ ಎಂದೂ ಮರೆಯುವಂತಿಲ್ಲ. ನನ್ನಂಥ ದರಿದ್ರ ಪ್ರಾಣಿ ನಿಮಗೆ ಯಾವ ಪ್ರತಿಫಲವನ್ನು ಕೊಡಬಲ್ಲುದು? ದೇವರೇ, ನಿಮಗೆ ಒಳ್ಳೆಯದನ್ನು ಮಾಡಬೇಕು.

ರಾಜಮ್ಮ

ಓದಿ ಪಾರ್ವತಿಯ ಕೈಗೆ ಕೊಟ್ಟೆ. ಅವಳೂ ಓದಿದಳು. ಕಣ್ಣುಗಳೆರಡರಲ್ಲೂ ನೀರು ತುಂಬಿತ್ತು. 'ನಾನೆಂಥ ಪಾಪಿ' ಎಂದುಕೊಂಡಳು. ನನ್ನ ಮನಸ್ಸು ಏನೋ ಒಂದು ತರವಾಗಿತ್ತು. ಅದೂ ಪಾರ್ವತಿಯ ಮಾತನ್ನೇ ಹೇಳುವಂತೆ 'ನಾನೆಂಥಾ ಪಾಪಿ!' ಎಂದಿತು.

ಆ ದಿನ ಸಾಯಂಕಾಲ ತಿರುಗಾಡಲು ಹೊರಡುವಾಗ ಪಾರ್ವತಿಯು ತಾನೂ ಬರುತ್ತೇನೆಂದಳು. ಇಬ್ಬರೂ ರಾಜಮ್ಮನ ಮನೆಗೆ ಹೋದೆವು. ಆದರೆ ನಾವು ಹೋಗುವ ಮೊದಲೇ ಅವಳು ಹೊರಟುಹೋಗಿದ್ದಳು.

ಎಲ್ಲಿಗೋ ಯಾರಿಗೆ ಗೊತ್ತು !

೦

[ಮಾರ್ಚ್ ೧೯೩೭]

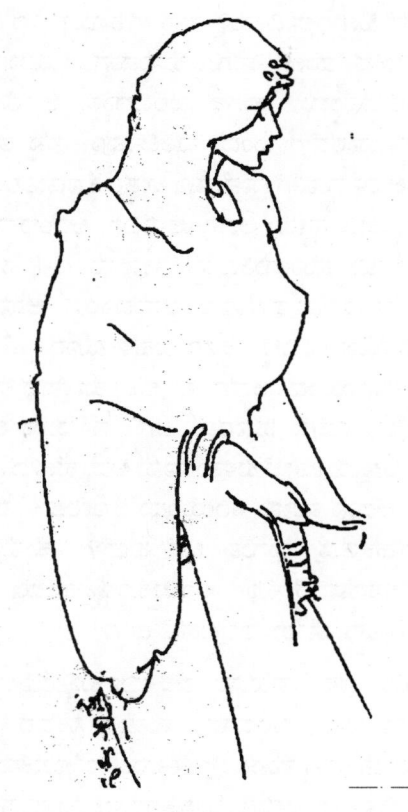

ಪುನರ್ವಿವಾಹ

  ನನ್ನ ಮಡದಿ ಸಾವಿತ್ರಿಯು ನನ್ನನ್ನು ಬಿಟ್ಟು ಸ್ವರ್ಗಕ್ಕೆ ಹೊರಟು ಹೋದಾಗ ನನಗೆ ಮೂವತ್ತೈದು ವರ್ಷ ವಯಸ್ಸಾಗಿದ್ದಿತು. ಅವಳಿಗಾಗ ಮೂವತ್ತು ವರ್ಷ. ಹದಿನೈದು ವರ್ಷಗಳಿಂದ ನನ್ನ ಸಹಚರಿಯಾಗಿದ್ದ ಅವಳನ್ನು ಕಳೆದುಕೊಂಡ ಬಳಿಕ ನನಗೆ ಜೀವನವೇ ನಿಸ್ಸಾರವೆಂದು ತೋರಿತು. ನನ್ನ ಮುಂದಿನ ಜೀವನವನ್ನು ವಿಧುರನಾಗಿಯೇ ಕಳೆಯುವೆ ನೆಂದು ನಿಶ್ಚಯಿಸಿಕೊಂಡೆ. ನನ್ನ ಸಾವಿತ್ರಿಯ ಸ್ಥಾನಕ್ಕೆ ಇನ್ನೊಬ್ಬಳನ್ನು ಕರೆತರುವುದು ಅತಿ ಪಾಪವೆಂದು ನನ್ನ ಭಾವನೆಯಾಗಿತ್ತು. ನನಗೆ ಐಶ್ವರ್ಯಕ್ಕೇನೂ ಕೊರತೆ ಇರಲಿಲ್ಲ ಆದುದರಿಂದಲೇ ಸಾವಿತ್ರಿಯು ಸತ್ತು ಹದಿನೈದು ದಿನಗಳಾಗುವುದರೊಳಗಾಗಿಯೇ ಕನ್ಯಾಪಿತೃಗಳ ಕಾಗದಗಳಿಗೆ ಆರಂಭವಾಯಿತು. ನನಗೆ ಪುನರ್ವಿವಾಹದ ಮನಸ್ಸಿಲ್ಲದಿದ್ದರೂ ನನ್ನ ವೃದ್ಧಮಾತೆಗೆ ನನಗೊಂದು ಮದುವೆ ಮಾಡಿಬಿಡಬೇಕೆಂದು

ಆಸೆಯಿತ್ತು. 'ಎಷ್ಟು ದಿನಗಳವರೆಗೆ ಹೀಗಿರಲಾದೀತು? ನಾನು ಯಾವಾಗಲೂ ಹೀಗೆಯೇ ಇರುವೆನೇ? ನಾನು ಕಣ್ಣು ಮುಚ್ಚಿದ ಮೇಲೆ ನಿನಗೂ ಕುಸುಮೆಗೂ ಯಾರು ದಿಕ್ಕು? ಇಷ್ಟೆಲ್ಲಾ ಜನರು ಹೆಣ್ಣು ಕೊಡುವೆವೆಂದು ಕಾಗದ ಬರೆದಿದ್ದಾರೆ. ಅವರೊಳಗೊಬ್ಬ ಹುಡುಗಿಯನ್ನು ಮದುವೆಯಾಗಬಾರದೆ?' ಎಂದು ಪ್ರತಿದಿನವೂ ನನ್ನ ತಾಯಿಯು ಒತ್ತಾಯಪಡಿಸತೊಡಗಿದಳು. ಅವಳ ಮಾತಿಗೆ ನಾನೇನೂ ಉತ್ತರ ಕೊಡುತ್ತಿರಲಿಲ್ಲ. ನನ್ನ ಮೌನವನ್ನು ನೋಡಿ ಅವಳು ಅಳುತ್ತಿದ್ದಳು. ಅವಳ ಅಳುವಿಗೆ ಆರಂಭವಾದೊಡನೆ ನಾನು ಅವಳಿದಿರಿನಿಂದ ಹೊರಟು ಹೋಗುತ್ತಿದ್ದೆನು. ಒಂದು ದಿನ ಮದುವೆಯ ಸಂಬಂಧವಾಗಿ ಹೀಗೆಲ್ಲಾ ವಾದವಿವಾದಗಳಾದ ತರುವಾಯ ಅಮ್ಮನೊಡನೆ ಕೋಪಿಸಿಕೊಂಡು ಮನೆಯಿಂದ ಹೊರಟುಬಿಟ್ಟೆ. ಆದರೆ ಬಹಳ ದೂರ ಹೋಗಲಿಲ್ಲ. ನಮ್ಮೂರ ಹೊಳೆಗೆ ನಮ್ಮ ಮನೆಯಿಂದ ಅರ್ಧ ಮೈಲು. ಕೋಪದ ತಾಪವನ್ನು ತಣಿಸುವುದಕ್ಕೆ ನಾನು ಹೊಳೆಯ ಕಡೆಗೇ ಹೊರಟೆ. ಆಗ ಸಾಯಂಕಾಲವಾಗಿತ್ತು. ಹೊಳೆಯ ದಡದಲ್ಲಿದ್ದ ಮರಳು ದಿಣ್ಣೆಯ ಮೇಲೆ ಕುಳಿತು ನಾನು ಅಮ್ಮ ಹೇಳಿದ ಮಾತುಗಳ ವಿಷಯವಾಗಿ ಆಲೋಚಿಸಿದೆ. ಅಮ್ಮನ ಮಾತು ಸರಿಯೆಂದು ತೋರಿತು. ಮನೆಗೊಬ್ಬ ಮಡದಿ ಇಲ್ಲದಿದ್ದ ಮೇಲೆ ಗೃಹಕೃತ್ಯವು ಸಾಗುವ ಬಗೆ ಹೇಗೆ? ಕುಸುಮೆಯನ್ನು ನೋಡಿಕೊಳ್ಳುವವರಾರು? ಕೆಲಸದವರನ್ನೇನೋ ಇಟ್ಟುಕೊಳ್ಳಬಹುದು. ಆದರೆ, ಅವರನ್ನು ಸರಿಯಾಗಿ ಕೆಲಸ ಮಾಡಿಸುವವರು ಇಲ್ಲದಿದ್ದರೆ ಹೇಗೆ?

ನನಗಿನ್ನೂ ಮೂವತ್ತೈದು ವರ್ಷ ವಯಸ್ಸು. ಐಶ್ವರ್ಯಕ್ಕೂ ತೊಂದರೆಯಿಲ್ಲ. ನಾನು ಮದುವೆಯಾದರೇನಾಯಿತು? ಸರಿಯಾದ ಹುಡುಗಿ ಸಿಕ್ಕಿದರೆ ಮದುವೆ ಯಾಗುತ್ತೇನೆಂದು ನಿಶ್ಚಯಿಸಿಕೊಂಡೆ. ನನ್ನ ಮನದಲ್ಲೇ ಈ ರೀತಿ ಯೋಚಿಸುತ್ತಿರುವಾಗ ಹಿಂದಿನಿಂದ ಯಾರೋ ನಕ್ಕಂತೆ ಕೇಳಿಸಿತು. ತಿರುಗಿ ನೋಡಿದರೆ ಇಬ್ಬರು ಹುಡುಗಿಯರು! ಇಬ್ಬರೂ ಚಿಕ್ಕವರೇ ! ಕೊಡವನ್ನು ಹಿಡಿದುಕೊಂಡು ಬರುತ್ತಿದ್ದ ಇನ್ನೊಬ್ಬ ಹುಡುಗಿಯನ್ನು ನೋಡಿ ನಗುತ್ತಿದ್ದರು. ಆ ಮೂರನೆಯ ಹುಡುಗಿಗೆ ಸುಮಾರು ಹದಿನೈದು ವರ್ಷಗಳಾಗಿರಬಹುದು. ಅವಳ ಕೈಯಿಂದ ಅಕಸ್ಮಾತ್ತಾಗಿ ಕೊಡ ಬಿದ್ದುದೇ ಚಿಕ್ಕ ಹುಡುಗಿಯರ ನಗುವಿಗೆ ಕಾರಣ. ನಾನಲ್ಲಿ ಕುಳಿತಿದ್ದನ್ನು ಅವಳು ನೋಡಿರಲಿಲ್ಲವೆಂದು ತೋರುತ್ತದೆ. 'ನಗುವಿರಾ, ನಿಲ್ಲಿ ನಿಲ್ಲಿ' ಎನ್ನುತ್ತಾ ಅವರನ್ನು ಅಟ್ಟಿಸಿಕೊಂಡು ಬಂದಳು ನಾನು ಕುಳಿತಿದ್ದೆಡೆಗೆ. ನನ್ನನ್ನು ಕಂಡು ಮೂವರೂ ಹಿಂದಿರುಗಿದರು. ಹಿರಿಯವಳಿಗೆ ನಾಚಿಕೆಯಿಂದ ಮುಖವು ಕೆಂಪಾಗಿಬಿಟ್ಟಿತು. ಕೊಡವನ್ನು ತೆಗೆದುಕೊಂಡು ಹುಡುಗಿಯರೊಡನೆ ಹೊರಟುಹೋದಳು.

* * *

ಹೊಳೆಯ ದಡದಲ್ಲಿ ಮರಳು ದಿಣ್ಣೆಯ ಮೇಲೆ ಅಂದು ನಾನು ಕಂಡ ಬಾಲೆಯು ಅತಿ ಲಾವಣ್ಯವತಿಯಾಗಿದ್ದಳು. ಅಂದಿನಿಂದ ಹಗಲೂ ರಾತ್ರಿಯೂ

ನಿದ್ರೆಯಲ್ಲಿಯೂ ಎಚ್ಚರದಲ್ಲಿಯೂ ನಾಚಿಕೆಯಿಂದ ಕೆಂಪಾದ ಆ ಸುಲಕ್ಷಣ ಮುಖವು ನನ್ನಿದಿರಿನಲ್ಲಿರುತ್ತಿತ್ತು. ಸಾವಿತ್ರಿಯನ್ನು ಎಷ್ಟು ಸ್ಮರಿಸಿಕೊಂಡರೂ ಮರುಕ್ಷಣದಲ್ಲಿಯೇ ಆ ಬಾಲೆಯ ಚಿತ್ರವು ನನ್ನ ಕಣ್ಣೆದುರಿಗೆ ಬಂದು ನಿಲ್ಲುತ್ತಿತ್ತು. ಆ ಹುಡುಗಿಯು ನಮ್ಮ ಮನೆಯಾಚೆ ಒಂದು ಬಾಡಿಗೆ ಮನೆಯಲ್ಲಿ ಮೊನ್ನೆ ಮೊನ್ನೆ ವಿಧವೆಯಾದ ತನ್ನ ತಾಯಿಯೊಡನೆ ವಾಸಿಸುತ್ತಿದ್ದಳು. ಬಡತನದ ದೆಸೆಯಿಂದ ಇನ್ನೂ ಮದುವೆಯಾಗಿರಲಿಲ್ಲ. ಯಾವುದೋ ಒಂದು ಶಾಲೆಗೆ ಹೋಗುತ್ತಿದ್ದಳೆಂದು ತೋರುತ್ತದೆ. ಅವಳು ಶಾಲೆಗೆ ಹೋಗಿ ಬರುವುದನ್ನು ನಮ್ಮ ಮನೆಯ ಜಗುಲಿಯ ಮೇಲೆ ನಿಂತು ನಾನು ನೋಡತೊಡಗಿದೆ. ಅದು ಅವಳಿಗೆ ತಿಳಿದಿರಬೇಕು. ಅವಳು ಹಿತ್ತಲು ಬಾಗಿಲಿನಿಂದ ಹೋಗತೊಡಗಿದಳು. ನಾನೂ ನಮ್ಮ ಮನೆಯ ಹಿತ್ತಲದಲ್ಲಿದ್ದ ಸೀಬೆ ಗಿಡದ ಮೇಲೆ ಕೂತು ಅವಳನ್ನು ನೋಡತೊಡಗಿದೆ.

ಮದುವೆಯಾಗುವುದಾದರೆ ಅವಳನ್ನೇ ಮದುವೆಯಾಗುತ್ತೇನೆಂದು ನಿಶ್ಚಯಿಸಿಕೊಂಡೆ. ಸಾವಿತ್ರಿಯು ಗತಿಸಿ ಮೂರು ತಿಂಗಳುಗಳು ಕಳೆದುಹೋಗಿದ್ದವು. ಈಗವಳ ನೆನಪೇ ನನಗಾಗುತ್ತಿರಲಿಲ್ಲ. ಆ ಹುಡುಗಿಯ ಹೆಸರು ರಾಜಿಯಂತೆ. ನನಗೆ ಸದಾ ರಾಜಿಯ ಚಿಂತೆ. ಯೋಚನೆಯಲ್ಲಿರುವಾಗಲೇ ನನ್ನ ಮಗು ಕುಸುಮ 'ಎತ್ತಿಕೊಳ್ಳಣ್ಣ' ಎಂದರೂ ನನಗೆ ಕೋಪ ಬರುತ್ತಿತ್ತು. ಯಾವಾಗ ನನ್ನ ತಾಯಿ ಪುನಃ ಮದುವೆಯ ಪ್ರಸ್ತಾಪ ಎತ್ತುವಳೋ ಎಂದು ಕಾದುಕೊಂಡಿದ್ದೆ. ಆದರೆ, ಆ ಸಾರಿ ಅಮ್ಮ ಆ ವಿಷಯ ಮಾತಾಡಲು ಅಷ್ಟೊಂದು ಉತ್ಸುಕತೆಯಿದ್ದಂತೆ ಕಾಣಲಿಲ್ಲ. ಹಿಂದಿನ ಸಾರಿ ಈ ಮಾತಿನ ವಿಷಯದಲ್ಲಿ ನಾನು ಕೋಪಿಸಿಕೊಂಡುದಕ್ಕೆ ಅವಳಿಗೆ ಬಹಳ ಬೇಸರವಾಗಿತ್ತೆಂದು ಕಾಣುತ್ತದೆ. ಅಂತು ಒಂದು ದಿನ 'ಏನಪ್ಪಾ ನನ್ನ ಮಾತು ಕೇಳುವುದಿಲ್ಲವೇ?' ಎಂದು ಮೊದಲು ಮಾಡಿ ಒಂದು ದೊಡ್ಡ ಉಪನ್ಯಾಸವನ್ನು ಕೊಟ್ಟಳು. ಕೊನೆಯಲ್ಲಿ ಅಳಲು ತೊಡಗಿದಳು. 'ಅಮ್ಮಾ, ಅಳುವೆಯೇಕೆ ? ನಿನ್ನಿಷ್ಟದಂತೆಯೇ ಮಾಡುತ್ತೇನೆ. ಆದರೆ, ಆ ಮನೆಯಲ್ಲಿರುವ ರಾಜಿಯಾದರೆ ಮಾತ್ರ' ಎಂದೆ. ಅಮ್ಮನಿಗೆ ಬಲು ಸಂತೋಷವಾಯಿತು. ಅಂದೇ ರಾಜಿಯ ತಾಯಿಯೊಡನೆ ಕೇಳಿದಳು. ಬಡವಳಾದ ಅವಳ ತಾಯಿ ಐಶ್ವರ್ಯವಂತನಾದ ಅಳಿಯ ಸಿಕ್ಕಿದನೆಂದು ಸಂತೋಷದಿಂದ ರಾಜಿಯನ್ನು ನನಗೆ ಕೊಡುವುದಾಗಿ ಮಾತುಕೊಟ್ಟಳು.

* * *

ಆದರೆ ರಾಜಿಯ ಅಭಿಪ್ರಾಯ ಏನೆಂದು ನನಗೆ ತಿಳಿಯಲಿಲ್ಲ. ತಿಳಿದುಕೊಳ್ಳುವ ಪ್ರಯತ್ನವನ್ನೂ ಮಾಡಲಿಲ್ಲ. ಮದುವೆಯ ಮುಹೂರ್ತಕ್ಕೆ ಇನ್ನೂ ನಾಲ್ಕು ತಿಂಗಳಿದ್ದವ. ಆ ನಾಲ್ಕು ತಿಂಗಳುಗಳನ್ನು ಕಳೆಯುವುದು ನನಗೆ ಬಲು ಕಷ್ಟವೆನಿಸಿತು. ಎಂದಿನಂತೆ ಸೀಬೆಯ ಮರದ ತುದಿಯಲ್ಲಿ ಕೂತು ಶಾಲೆಗೆ ಹೋಗುವ ರಾಜಿಯನ್ನು ನೋಡುತ್ತಿದ್ದೆ. ಅಮ್ಮನಿಗೆ

ಮದುವೆಗೆ ಲಗ್ನವಿಟ್ಟ ಮೇಲೆ ರಾಜಿ ಶಾಲೆಗೆ ಹೋಗುವುದು ಇಷ್ಟವಿರಲಿಲ್ಲ. ಆದರೆ, ಅವಳು ಶಾಲೆಗೆ ಹೋಗದಿದ್ದರೆ ನನಗೆ ಕಾಣಲು ಸಿಕ್ಕುವುದಿಲ್ಲವೆಂದು 'ಇನ್ನೂ ನಾಲ್ಕು ತಿಂಗಳಿದೆಯಲ್ಲ, ಈಗ ಹೋದರೇನಾಯಿತು? ಹೋಗಲಿ' ಎಂದು ಹೇಳಿಬಿಟ್ಟೆ.

'ಏನೋ, ಈ ಕಾಲದವರು ನೀವೆಲ್ಲಾ ; ಏನಾದರೂ ಮಾಡಿ' ಎಂದು ಗೊಣಗಿಕೊಂಡು ಅಮ್ಮ ಸುಮ್ಮನಾಗಿಬಿಟ್ಟಳು.

ದಿನಕ್ಕೆರಡು ಬಾರಿ ನಾನು ಸೀಬೆಯ ಮರದ ತುದಿಯಿಂದ ರಾಜಿಯನ್ನು ಕಾಣುತ್ತಿದ್ದೆ. ಒಂದು ದಿನ ಅವಳು ನಾನಲ್ಲಿರುವುದನ್ನು ಕಂಡುಬಿಟ್ಟಳು. ಮಾರನೆಯ ದಿನದಿಂದ ಒಂದು ಕೊಡೆಯನ್ನು ತನ್ನ ಮುಖಕ್ಕೆ ಮರೆಯಾಗಿ ಹಿಡಿದುಕೊಂಡು ಹೊರಟಳು. ಶಾಲೆಗೆ ಹೋಗುವಾಗಲಾದರೂ ಅವಳ ಮುಖವನ್ನು ನೋಡಬಹುದಲ್ಲಾ ಎಂದು ಶಾಲೆಗೆ ಹೋಗಲಿ ಎಂದಿದ್ದೆ. ಈಗ ಆ ಆಶೆಯು ನಿರಾಶೆಯಾದುದರಿಂದ ತುಂಬಾ ವ್ಯಸನವಾಯಿತು. ಅವಳನ್ನು ನೋಡಲು ಇನ್ನೇನು ಉಪಾಯಮಾಡಲಿ ಎಂದು ಯೋಚಿಸತೊಡಗಿದೆ. ಕಡೆಗೊಂದು ಯೋಚನೆ ಹೊಳೆಯಿತು. ಪ್ರತಿದಿನವೂ ಹೊಳೆಯಿಂದ ನೀರು ತರುವುದು ಅವಳ ಕೆಲಸವಾಗಿತ್ತು. ನಾನು ವಾಕಿಂಗ್ ಹೋಗುವ ನೆವದಿಂದ ಹೊಳೆಗೆ ಹೋಗತೊಡಗಿದೆ. ಜೊತೆಯ ಹುಡಗಿಯರೊಂದಿಗೆ ರಾಜಿ ನೀರಿಗೆ ಬರುತ್ತಿದ್ದಳು. ಒಂದು ಮರದ ಮರೆಯಲ್ಲಿ ಕುಳಿತು ನಾನವಳನ್ನು ನೋಡುತ್ತಿದ್ದೆನು. ನಾನವಳನ್ನು ಮೊದಲನೆಯ ಸಾರಿ ಮರಳುದಿನ್ನೆಯ ಮೇಲೆ ನೋಡುವಾಗಿದ್ದ ನಗುಮುಖವೀಗ ಗಂಭೀರವಾಗಿತ್ತು. ಅಷ್ಟು ಬೇಗನೆ ಆದ ಆ ವ್ಯತ್ಯಾಸವನ್ನು ನೋಡಿ ನನಗೆ ಆಶ್ಚರ್ಯವಾಯಿತು.'ನನ್ನನ್ನು ಮದುವೆಯಾಗಲು ಅವಳಿಗೆ ಇಷ್ಟವಿಲ್ಲವೇನು?' ಎಂದು ಯೋಚಿಸಿದೆ. ಆದರೆ ಮರುಕ್ಷಣದಲ್ಲಿಯೇ ಹಾಗಾಗಿರಲಾರದೆಂದುಕೊಂಡೆ. 'ನಾನು ಐಶ್ವರ್ಯವಂತ. ಇನ್ನೂ ಮೂವತ್ತೈದೇ ವರ್ಷ- ನನ್ನನ್ನು ಮದುವೆಯಾದರೆ ಅವಳಿಗೇನು ಕಷ್ಟ? ಏನೋ, ಅವಳ ತಾಯಿ ಏನಾದರೂ ಅಂದಿರಬೇಕು; ಅದೇ ಹಾಗಿದ್ದಾಳೆ' ಎಂದುಕೊಂಡೆ. ರಾಜಿ ಗೆಳತಿಯರೊಂದಿಗೆ ಹಿಂದಿರುಗಿದಳು. ನಾನೂ ಮನೆಗೆ ಬಂದೆ. ನಾಲ್ಕೈದು ದಿನಗಳು ಹೀಗೆಯೇ ಕಳೆದವು. ಹೇಗೋ ನಾನು ಮರದ ಮರೆಯಲ್ಲಿ ಅಡಗಿನಿಲ್ಲುವುದನ್ನೂ ರಾಜಿ ನೋಡಿರಬೇಕೆಂದು ತೋರುತ್ತೆ - ನೀರಿಗೆ ಬರುವುದನ್ನೇ ನಿಲ್ಲಿಸಿಬಿಟ್ಟಳು. ಆ ದಿನ ನಿರಾಶನಾಗಿ ನಾನು ಮನೆಗೆ ಹಿಂದಿರುಗಿದೆ.

* * *

'ಅದೇಕೆ ರಾಜಿ ನನಗೆ ಕಾಣಿಸಿಕೊಳ್ಳುವುದಿಲ್ಲ ?' ಎಂದು ನನಗೆ ಚಿಂತೆಗಾರಂಭವಾಯಿತು. 'ನನ್ನನ್ನು ಮದುವೆಯಾಗಲು ಇಷ್ಟವಿಲ್ಲದೆ ಹಾಗೆ ಮಾಡುವುದಲ್ಲ' ಎಂದು ನನ್ನನ್ನು ನಾನೇ ಸಂತೈಸಿಕೊಂಡೆ. 'ನನ್ನನ್ನು ಮದುವೆಯಾದರೆ ಅವಳ ಸುಖಕ್ಕೆ ಕೊರತೆಯೇನು? ನಾನು ಐಶ್ವರ್ಯವಂತ. ಅವಳ ಯಾವ ಬಯಕೆಯನ್ನಾದರೂ ನನ್ನ

ಐಶ್ವರ್ಯವು ಪೂರ್ತಿ ಮಾಡುವುದು. ಹೀಗಿರುವಾಗ ಅವಳು ನನ್ನನ್ನು ತಿರಸ್ಕರಿಸಲಾರಳು. ಅವಳಿಗೆ ನಾಚಿಕೆ. ಅದಕ್ಕೇ ಅವಳು ಹಾಗೆ ಮಾಡಿರುತ್ತಾಳೆ. ಮದುವೆಯಾದ ಮೇಲೆ ಎಲ್ಲಾ ಸರಿಯಾಗುತ್ತೆ'ಎಂದು ಮನಸ್ಸಿಗೆ ಬುದ್ಧಿ ಹೇಳಿದೆ. ಮದುವೆಗಿನ್ನೂ ಮೂರು ತಿಂಗಳಿತ್ತು. ಅಷ್ಟು ದಿನಗಳನ್ನು ಹೇಗೆ ಕಳೆಯುವುದೆಂದು ತೋರಲಿಲ್ಲ. ಓದುತ್ತೇನೆಂದು ಒಂದು ಪುಸ್ತಕವನ್ನು ತೆಗೆದುಕೊಂಡರೆ ಅಕ್ಷರಗಳ ಬದಲು ರಾಜಿಯ ಮುಖವು ಕಾಣುತ್ತಿತ್ತು. ಏನು ಮಾಡಿದರೂ ಹೊತ್ತೇ ಹೋಗುತ್ತಿರಲಿಲ್ಲ. ನನ್ನ ಮಗಳು ಕುಸುಮೆ ರಾಜಿಯ ಮನೆಗೆ ಹೋಗುತ್ತಿದ್ದಳು. ರಾಜಿ ಎಂದರೆ ಕುಸುಮೆಗೆ ಬಲು ಪ್ರೀತಿ. ಅವಳೂ ಕುಸುಮೆಯನ್ನು ಪ್ರೀತಿಸುತ್ತಿದ್ದಳು. ಈಗೀಗ ಕುಸುಮ ನನ್ನೆಡೆಗೆ ಬರುತ್ತಲೇ ಇರಲಿಲ್ಲ.

ರಾಜಿಯ ಯೋಚನೆಯಲ್ಲಿದ್ದಾಗ, ಕುಸುಮ ಬಂದು 'ಎತ್ತಿಕೋ' ಎಂದಿದ್ದಾಗ ಅವಳನ್ನು ಗದರಿಸಿದ್ದೆ. ಅಂದಿನಿಂದೀಚೆ ಅವಳು ನನ್ನ ಹತ್ತಿರ ಬರುವುದು ಅಪರೂಪವಾಗಿತ್ತು. ಯಾವಾಗಲೂ ನನ್ನೊಡನೆ ಆಡುತ್ತಿದ್ದ ಅವಳು ಈಗ ನನ್ನೆಡೆಗೆ ಬರದಿದ್ದರೂ ನನಗೇನೂ ವ್ಯಸನವಾಗಲಿಲ್ಲ. ರಾಜಿಯನ್ನು ನೋಡಬೇಕೆಂಬ ಚಿಂತೆಯಲ್ಲದೆ ನನಗೆ ಇನ್ನಾವ ಚಿಂತೆಯೂ ಇರಲಿಲ್ಲ. ಆದರೆ, ರಾಜಿಯನ್ನು ನೋಡುವ ಬಗೆ ಹೇಗೆ? ಉಪಾಯಗಳನ್ನು ಯೋಚಿಸುವುದರಲ್ಲೇ ದಿನಗಳು ಕಳೆಯತೊಡಗಿದವು. ಎಷ್ಟು ಆಲೋಚಿಸಿದರೂ ಏನೂ ಹೊಳೆಯಲಿಲ್ಲ. ಅವಳಿಗೆ ಅಣ್ಣ ತಮ್ಮಂದಿರಾರಾದರೂ ಇದ್ದಿದ್ದರೆ ಅವರೊಡನೆ ಮಾತನಾಡುವ ನೆವದಿಂದಲಾದರೂ ಅವರ ಮನೆಗೆ ಹೋಗಬಹುದಿತ್ತು. ಈಗ ಅಲ್ಲಿಗೆ ಹೋಗುವುದು ಹೇಗೆ? ಅಲ್ಲಿಗೆ ಹೋಗುವುದಕ್ಕೆ ನೆವವೇನೂ ಇರಲಿಲ್ಲ. ಶಾಲೆಗೆ ಹೋಗುವಾಗ ಕೊಡೆಯೊಂದು ಮುಖಕ್ಕೆ ಅಡ್ಡ. ನೀರಿಗಂತೂ ಬರುತ್ತಲೇ ಇರಲಿಲ್ಲ. ಒಂದು ದಿನ ಕುಸುಮ ಅಲ್ಲಿಗೆ ಹೋಗಿದ್ದವಳು ಸಂಜೆಯಾದರೂ ಬರಲೇ ಇಲ್ಲ. ಅಮ್ಮ ಅವಳನ್ನು ಕರೆತರುವುದಕ್ಕೆ ಕೆಲಸದವನನ್ನು ಕೂಗಿದಳು. ಅವನು ಅಲ್ಲಿರಲಿಲ್ಲ. ನಾನೇ ಅವಳನ್ನು ಕರೆತರುತ್ತೇನೆಂದು ಹೊರಟೆ. ಈ ನೆವದಿಂದಲಾದರೂ ಅಲ್ಲಿಗೆ ಹೋಗಲಾಯಿತಲ್ಲಾ ಎಂದು ನನಗೆ ಹಿಡಿಸಲಾರದಷ್ಟು ಸಂತೋಷ.

* * *

ಆಗ ಮೂರು ಸಂಜೆಯಾಗಿತ್ತು. ಮುಚ್ಚಿದ ಬಾಗಿಲಿನ ಸಂದಿಯಿಂದ ಒಳಗಿನ ದೀಪದ ಬೆಳಕು ಕಾಣುತ್ತಿತ್ತು. ನಾನು ಕದವನ್ನು ತಟ್ಟಿದೆ. ಒಳಗಿನಿಂದ ರಾಜಿ 'ಯಾರವರು?' ಎಂದಳು. ನಾನು ಮಾತನಾಡಲಿಲ್ಲ. ಅವಳೇ ಬಂದು ಕದ ತೆರೆದಳು. ಕತ್ತಲಲ್ಲಿ ನಿಂತಿದ್ದ ನನ್ನನ್ನು ಗುರುತಿಸಲಿಲ್ಲ. 'ಯಾರು ನೀವು' ಎಂದು ಕೇಳಿದಳು. ನಾನು ನಿರುತ್ತರ. ಪುನಃ ಕೇಳಿದಳು ಸ್ವಲ್ಪ ಜೋರಾಗಿ 'ಯಾರ್‍ರಿ ನೀವು?' ಎಂದು. ನಾನು 'ಕುಸುಮ ಎಲ್ಲಿ?' ಎಂದೆ. ನನ್ನ ಸ್ವರ ಕೇಳಿದೊಡನೆಯೇ ಒಳಗೆ ಹೊರಟು ಹೋದಳು. 'ಕುಸುಮಾ, ನಿಮ್ಮ ನೆಯಿಂದ ಕೂಗುವುದಕ್ಕೆ ಬಂದಿದ್ದಾರೆ. ಹೋಗಮ್ಮ' ಎಂದು ಒಳಗಿನಿಂದ ಹೇಳುವುದು

ಕೇಳಿಸಿತು. 'ನಾ ಹೋಗಲ್ಲ' ಎಂದು ರಾಜಿ ಹೇಳಿದಳು. ಸ್ವಲ್ಪ ಹೊತ್ತಿನ ತರುವಾಯ ಕುಸುಮ ಒಬ್ಬಳೇ ಹೊರಗೆ ಬಂದಳು.

ಅವಳನ್ನು ಎತ್ತಿಕೊಂಡು ನಮ್ಮ ಮನೆಗೆ ಬಂದುಬಿಟ್ಟೆ. 'ರಾಜಿ ನನ್ನನ್ನು ಕಂಡೊಡನೆಯೇ ಹಾಗೇಕೆ ಮಾಡಿದಳು? ನನ್ನ ಸ್ವರ ಕೇಳಿದೊಡನೆಯೇ ಓಡಿ ಹೋಗಲು ನಾನೇನು ಹುಲಿಯೇ ?' ಸ್ವಲ್ಪ ಬೇಸರವಾಯಿತು. ಇನ್ನೊಮ್ಮೆ ಅವಳನ್ನು ಕಂಡಾಗ 'ನನ್ನನ್ನು ಕಂಡರೆ ಹಾಗೇಕೆ ಮಾಡುವೆ'ಯೆಂದು ಕೇಳಿಯೇ ಬಿಡುತ್ತೇನೆ. ಆದರವಳನ್ನು ಕಾಣುವುದೆಂದು? ಕಂಡರೂ ಮಾತನಾಡುವುದಾದರೂ ಹೇಗೆ ? ಅವಳು ನನ್ನನ್ನು ಕಂಡೊಡನೆಯೇ ಓಡುತ್ತಾಳೆ. ಅಂಥವಳ ಹತ್ತಿರ ಮಾತನಾಡುವುದು ಹೇಗೆ ? ಇಲ್ಲ; ಅವಳಿಗೆ ನಾಚಿಕೆ. ಅದೇ ಹಾಗೆ ಮಾಡುತ್ತಾಳೆ. ಅವಳನ್ನೇನು ಕೇಳುವುದು, ಕೇಳಿದರೂ ನಾಚಿಕೆಯಿಂದ ಮಾತೇ ಆಡಲಾರಳು. ನನಗೆ ಬೇಕಾದಷ್ಟು ಹಣವಿದೆ– ಇನ್ನೂ ಮೂವತ್ತೈದೇ ವರ್ಷ. ನನ್ನ ಜಾತಕದಲ್ಲಿ ಎಂಬತ್ತು ವರ್ಷ ಆಯುಷ್ಯ ಎಂದಿದೆ. ಬಡವರ ಹುಡುಗಿಗೆ ನನ್ನಂತಹ ವರ ಸಿಕ್ಕುವುದು ಪುಣ್ಯವಲ್ಲವೆ? ಐಶ್ವರ್ಯವಂತನಾದ ಗಂಡ ಸಿಕ್ಕುವನೆಂದು ಅವಳಿಗೆ ಸಂತೋಷ ಇದ್ದೇ ಇರಬೇಕು. ಹಾಳು ನಾಚಿಕೆಯಿಂದ ಹಾಗೆಲ್ಲಾ ಮಾಡುತ್ತಾಳೆ. ಪಾಪ, ಇನ್ನೂ ಹುಡುಗಿಯಲ್ಲವೇ? ಮದುವೆಯಾದ ಮೇಲೆ ಹೀಗೆಲ್ಲಾ ಮಾಡಲಾರಳು. ಹುಡುಗಿಯ ನಾಚಿಕೆಗಾಗಿ ನಾನೇಕೆ ವ್ಯಸನಪಡಬೇಕು? ಆ ಹುಡುಗಿಯನ್ನು ಕೇಳುವುದಾದರೂ ಏನು? ಅವಳ ತಾಯಿ ಮಗಳು ಸುಖದಿಂದಿರುತ್ತಾಳೆಂದು ತಿಳಿದಿರುವುದರಿಂದಲ್ಲವೇ ನನಗೆ ಕೊಡಲು ಒಪ್ಪಿದ್ದು? ತಾಯಿಗಿಂತ ಬಳಗವಿಲ್ಲ. ತಾಯಿಯೇ ಒಪ್ಪಿರುವಾಗ ಮಗಳಿಗೆ ಮನಸ್ಸಿಲ್ಲದೆ ಏನು? ಅವಳಿಗೆ ಬಹು ನಾಚಿಕೆ ಅಷ್ಟೆ ಎಂದು ನೊಂದ ಮನಸ್ಸನ್ನು ಸಂತೈಸಿಕೊಂಡೆ.

* * *

ರಾಜಿಯು ನನ್ನ ಹೆಂಡತಿಯಾಗಬೇಕಾಗಿದ್ದ ದಿನಕ್ಕೆ ಇನ್ನೂ ಒಂದು ತಿಂಗಳಿತ್ತು. ಕಳೆದ ಎರಡು ತಿಂಗಳುಗಳಲ್ಲಿ ನಾನವಳನ್ನು ಒಂದು ಬಾರಿಯಾದರೂ ನೋಡಿರಲಿಲ್ಲ. ಕುಸುಮ ಎಂದಿನಂತೆ ಹೋಗುತ್ತ ಬರುತ್ತಲಿದ್ದಳು. ಇತ್ತೀಚೆಗೆ ಇಡೀ ದಿನವೆಲ್ಲ ಅಲ್ಲೆ ಇರುತ್ತಿದ್ದಳು. ರಾಜಿ ಎಂದರೆ ಕುಸುಮಗೆ ಪ್ರಾಣ. ರಾತ್ರಿ ನಿದ್ರೆಯಲ್ಲಿಯೂ ಒಮ್ಮೊಮ್ಮೆ 'ರಾಜಕ್ಕಾ' ಎಂದು ಕನವರಿಸುತ್ತಿದ್ದಳು.

ಮಧ್ಯಾಹ್ನದ ಊಟ ತೀರಿಸಿಕೊಂಡು ಬಂದು ಜಗುಲಿಯ ಮೇಲೆ ನಿಂತಿದ್ದೆ. ಅಂದು ಭಾನುವಾರ. ರಾಜಿಗೆ ಶಾಲೆ ಇರಲಿಲ್ಲ. ನಾನು ಜಗುಲಿಯ ಮೇಲೆ ನಿಂತು ರಾಜಿ ಮನೆಯ ಕಡೆಗೆ ನೋಡುತ್ತಾ ಇದ್ದೆ ; ಎಲ್ಲಾದರೂ ಅವಳು ಹೊರಗೆ ಬಂದರೆ ನೋಡಬಹುದಲ್ಲಾ ಎಂದು ನೋಡುತ್ತಿದ್ದಂತೆಯೇ ಅವರ ಮನೆಯ ಮುಚ್ಚಿದ್ದ ಕದವು ತೆರೆಯಿತು. ರಾಜಿ ಇರಬಹುದೇನೋ ಎಂದು ಬಹು ಉತ್ಸಾಹದಿಂದ ನೋಡುತಾ ನಿಂತೆ!

ಹೊರಗೆ ಬಂದವಳು ರಾಜಿಯಲ್ಲ – ಕುಸುಮೆ. ಅವಳ ಕೈಯಲ್ಲಿ ಒಂದು ಚೂರು ಕಾಗದವಿತ್ತು. ನನ್ನನ್ನು ನೋಡಿ ಬೇಗ ಬೇಗನೆ ಓಡಿಬಂದಳು. ರಾಜಿ ಮನೆಯಲ್ಲಿರುವಾಗ ಅವಳು ನಮ್ಮ ಮನೆಗೆ ಬರುತ್ತಲೇ ಇರಲಿಲ್ಲ. ಈಗ ಬರುವುದನ್ನು ನೋಡಿ ನನಗೆ ಆಶ್ಚರ್ಯವಾಯಿತು. ನನ್ನ ಹತ್ತಿರ ಬಂದು ತನ್ನ ಕೈಯಲ್ಲಿದ್ದ ಕಾಗದ ನನಗೆ ಕೊಟ್ಟಳು. ಯಾರು ಇದನ್ನು ಕೊಟ್ಟರು ಎಂದು ಕೇಳುವ ಮೊದಲೇ ಅವಳು ಪುನಃ ರಾಜಿಯ ಮನೆಯ ಬಾಗಿಲಿಗೆ ತಲುಪಿದ್ದಳು. ಇದೇನು ! ಕುಸುಮ ನನಗೇಕೆ ಈ ಕಾಗದ ಕೊಟ್ಟಳು ಎಂದು ಅದನ್ನು ಬಿಡಿಸಿದೆ ; ದುಂಡಾದ ಅಕ್ಷರಗಳು ಕಾಣಿಸಿದವು. ಕೆಳಗೆ ನೋಡಿದೆ – ಬರೆದವರ ಹೆಸರಿರಬಹುದೆಂದು. ಹೆಸರಿರಲಿಲ್ಲ. 'ದಯಮಾಡಿ ಸಾಯಂಕಾಲ ಐದು ಗಂಟೆಗೆ ಹೊಳೆಯ ದಡಕ್ಕೆ ಬರುವಿರಾ?' ಎಂದು ಮಾತ್ರ ಬರೆದಿತ್ತು. ಬರೆದವರು ಯಾರು ? ನನಗೆ ಬರೆದಿರುವುದೇನು? ರಾಜಿ ಬರೆದುದಾಗಿರಬಹುದೇ? ನನ್ನನ್ನು ಕಂಡರೆ ಓಡುವವಳು ನನಗೆ ಬರೆಯುವಳೇ? ಅವಳಲ್ಲದಿದ್ದರೆ ಇನ್ನಾರು ತಾನೆ ಬರೆಯುತ್ತಾರೆ? ಕೇಳೋಣ ಎಂದರೆ ಕುಸುಮೆಯೂ ಇಲ್ಲಿಲ್ಲ. ಯಾರಾದರೂ ಕೊಡಲಿ, ಸಾಯಂಕಾಲ ಹೊಳೆಯವರೆಗೆ ವಾಕಿಂಗ್ ಹೋದರೆ ನಷ್ಟವೇನು? ಹೋಗುತ್ತೇನೆ ಎಂದು ನಿಶ್ಚಯಿಸಿಕೊಂಡೆ. ರಾಜಿಯೇ ಬರೆದಿರುವಳೆಂದು ನನ್ನ ಮನಸ್ಸು ಹೇಳುತ್ತಲಿತ್ತು. ಇಂದಾದರೂ ಅವಳನ್ನು ನೋಡಬಹುದಲ್ಲಾ ಎಂದು ಬಹಳ ಸಂತೋಷವಾಯಿತು.

* * *

ನಾಲ್ಕು ಗಂಟೆಯ ಹೊತ್ತಿಗೆ ನನ್ನ ಶೃಂಗಾರವೆಲ್ಲವೂ ಮುಗಿದಿತ್ತು. ರಾಜಿಯನ್ನು ಇದಿರುಗೊಳ್ಳುವ ತವಕದಿಂದ ಬೇಗಬೇಗನೆ ಹೊಳೆಯ ದಡಕ್ಕೆ ಹೋದೆ. ಬಿಸಿಲು ಇನ್ನೂ ತಂಪಾಗಿರಲಿಲ್ಲ. ಆದುದರಿಂದ ಹೊಳೆಯ ಹತ್ತಿರ ಯಾರ ಸುಳಿವೂ ಇರಲಿಲ್ಲ. ಒಂದು ಮರದಡಿಯಲ್ಲಿ ನನ್ನ ಹೊಸ 'ಸೂಟ್' ಹಾಳಾಗದಂತೆ ಬಹು ಜಾಗರೂಕತೆಯಿಂದ ಒಂದು ಕಲ್ಲಿನ ಮೇಲೆ ರಾಜಿಯನ್ನು ನಿರೀಕ್ಷಿಸುತ್ತಾ ಕುಳಿತುಕೊಂಡೆ. ಇನ್ನು ಸ್ವಲ್ಪ ಹೊತ್ತಿನಲ್ಲಿಯೇ ರಾಜಿಯನ್ನು ನೋಡುವೆನೆಂಬ ಸಂತೋಷದಲ್ಲಿ ನನ್ನ ಮನಸ್ಸು ಕುಣಿಯತೊಡಗಿತು. ಆದರೆ , ಮರುಕ್ಷಣದಲ್ಲಿಯೇ ಆ ಕಾಗದವು ರಾಜಿಯದೋ ಅಲ್ಲವೋ ಎಂಬ ಸಂದೇಹದಿಂದ ನನ್ನ ಉತ್ಸಾಹವು ಕುಗ್ಗಿತು. ಅವಳು ಬಾರದಿದ್ದರೆ ನಾನು ಮಾಡಿಕೊಂಡ ಶೃಂಗಾರವೆಲ್ಲ ವ್ಯರ್ಥವಾಯಿತಲ್ಲ . ಒಂದು ಗಂಟೆ ಕನ್ನಡಿಯ ಇದಿರು ನಿಂತು ಟೈ ಕಟ್ಟಿಕೊಂಡದು ನಿಷ್ಪ್ರಯೋಜನವಾಯಿತಲ್ಲ ! ಎಂದು ಮುಂತಾಗಿ ಯೋಚನೆಗೆ ಪ್ರಾರಂಭವಾಯಿತು.

ರಾಜಿಯದೇ ಆ ಕಾಗದವಾಗಿದ್ದರೆ ? ಅವಳು ನನ್ನನ್ನು ಬರಲು ಹೇಳಿದುದೇಕೆ? ನನ್ನೊಡನೆ ಆ ರೀತಿ ವರ್ತಿಸಿದುದಕ್ಕೆ ಕ್ಷಮೆ ಕೇಳಿಕೊಳ್ಳುವುದಕ್ಕಾಗಿರಬಹುದು. 'ನೀವು ನನ್ನ ವರ್ತನೆಗಳಿಗಾಗಿ ನನ್ನನ್ನು ಕ್ಷಮಿಸಿರಿ' ಎಂದವಳು ಬೇಡುವಾಗ ನಾನು ಯಾವ ರೀತಿ

ಅವಳೊಡನೆ ಮಾತನಾಡಬೇಕು. ಏನೇನು ಹೇಳಬೇಕು – ಎಂದು ನಿಶ್ಚಯಿಸತೊಡಗಿದೆ. ನಾನು ಬಂದು ಸುಮಾರು ಅರ್ಧ ಗಂಟೆಯಾಗಿತ್ತು. ರಾಜಿಯ ಸುಳಿವೇ ಇಲ್ಲ. ಏನು? ನನ್ನನ್ನು ಅಪಹಾಸ್ಯಮಾಡಲು ರಾಜಿ ಹಾಗೆ ಬರೆದಳೇನು? ಇಲ್ಲದಿದ್ದರೆ ಇನ್ನೂ ಬರಲಿಲ್ಲವೇಕೆ? ಎಂದು ಯೋಚಿಸುವಷ್ಟರಲ್ಲೇ ದೂರದಲ್ಲಿ ರಾಜಿ ಬರುವುದು ಕಾಣಿಸಿತು. ಇನ್ನು ಮನದಣಿಯೆ ರಾಜಿಯನ್ನು ನೋಡಬಹುದೆಂದು ಹಿಗ್ಗಿದೆನು. ಸಂತೋಷದಿಂದ ಹೃದಯವು ತುಂಬಿಹೋಯಿತು. ರಾಜಿಯು ನಾನು ಕುಳಿತದ್ದನ್ನು ನೋಡಿದಳು. ಆದರೆ, ನಾನು ಕುಳಿತೆಡೆಗೆ ಬರಲಿಲ್ಲ. ಮರಗಳು ಒತ್ತೊತ್ತಾಗಿ ಬೆಳೆದು ಜನಸಂಚಾರವಿಲ್ಲದಿದ್ದ ಕಡೆಗೆ ಹೋದಳು. ನಾನೂ ಆ ಕಡೆ ಹೋದೆ. ರಾಜಿ ಒಂದು ಮರದಡಿಯಲ್ಲಿ ನಿಂತಿದ್ದಳು. ನಾನು ಬಿಲಿಸಿನಿಂದ ಹೋದುದರಿಂದ ನೆರಳಿನಲ್ಲಿದ್ದ ಅವಳ ಮುಖವು ಕಾಣಿಸಲಿಲ್ಲ. ನೆರಳಿನ ಪರಿಚಯವು ನನ್ನ ಕಣ್ಣುಗಳಿಗಾದ ತರುವಾಯ ರಾಜಿಯ ಮುಖವು ಕಾಣಿಸಿತು. ವನಮಧ್ಯದಲ್ಲಿ ವನದೇವತೆಯಂತೆ ನಿಂತಿರುವ ಅವಳು ಸದ್ಯದಲ್ಲೇ ನನ್ನ ಮನೆ ದೇವಿಯಾಗುವಳೆಂದು ನನ್ನ ಮನವು ಆನಂದದಿಂದ ನರ್ತಿಸತೊಡಗಿತು. ಏನೆಂದು ಮಾತನಾಡಬೇಕೆಂದು ತಿಳಿಯಲಿಲ್ಲ. ಸುಮ್ಮನೆ ಅವಳನ್ನು ನೋಡುತ್ತ ನಿಂತೆನು.

* * *

ರಾಜಿಯೂ ಮಾತನಾಡಲಿಲ್ಲ. ಅವಳೂ ಆ ಮರಕ್ಕೆ ಒರಗಿ ಸುಮ್ಮನೆ ನಿಂತಿದ್ದಳು. ಕಡೆಗೆ ನಾನೇ 'ನನ್ನನ್ನು ಬರಲು ಹೇಳಿದುದೇಕೆ ರಾಜಿ?' ಎಂದು ಕೇಳಿದೆ. ಅವಳು ಮಾತನಾಡಲಿಲ್ಲ. ಪುನಃ ಕೇಳಿದೆ; 'ನನ್ನಲ್ಲಿ ಸಂಕೋಚವೇಕೆ? ಹೇಳು' ಎಂದು. ಸ್ವಲ್ಪ ಹೊತ್ತಿನ ತರುವಾಯ ಹೇಳಿದಳು : 'ನೀವು ನನ್ನನ್ನು ಮದುವೆಯಾಗಲು ಬಯಸುತ್ತಿರುವಿರಿ. ದಯಮಾಡಿ ಮದುವೆಯಾಗಬೇಡಿರಿ. ಈ ಮದುವೆಯಿಂದ ನಮಗಿಬ್ಬರಿಗೂ ಸುಖವಿಲ್ಲ ಇಷ್ಟನ್ನು ಹೇಳುವುದಕ್ಕಾಗಿ ನಿಮ್ಮನ್ನು ಇಷ್ಟು ದಣಿಸಬೇಕಾಯಿತು ಕ್ಷಮಿಸಿ'. ಕಲ್ಲಿನ ಮೂರ್ತಿಯಂತೆ ನಿಂತು ರಾಜಿಯ ಮಾತನ್ನು ಕೇಳಿದೆ. ನನ್ನ ಕಿವಿಗಳನ್ನು ನಾನೇ ನಂಬಲಿಲ್ಲ. ಅವಳು ಅಂದದ್ದು ನನಗೆ ಸರಿಯಾಗಿ ಗೊತ್ತಾಗಲಿಲ್ಲ ಎಂದುಕೊಂಡೆ. ಅಷ್ಟರಲ್ಲೇ ರಾಜಿ ತಿರುಗಿ ಹೇಳಿದಳು. 'ನನ್ನ ಪ್ರಾರ್ಥನೆಯನ್ನು ನೆರವೇರಿಸುವಿರಾ?' ಈ ಸಾರಿ ನನ್ನ ಭ್ರಮೆಯು ಹಾರಿ ಹೋಯಿತು : 'ರಾಜಿ ಈ ಮದುವೆಯಿಂದ ನಿನಗೆ ತೊಂದರೆ ಏನು? ನಿನ್ನ ಭಾವನೆಯು ತಪ್ಪು. ನಿನ್ನ ಮೇಲೆ ನಿಜವಾದ ಪ್ರೇಮವಿಲ್ಲದಿದ್ದರೆ ನಿನ್ನನ್ನು ಮದುವೆಯಾಗಲು ಇಚ್ಛಿಸುತ್ತಿರಲಿಲ್ಲ. ನಿನ್ನನ್ನು ಮದುವೆಯಾಗುವುದರಿಂದ ಸುಖವಿದೆಯೆಂದೇ ನಾನು ನಿನ್ನನ್ನು ಮದುವೆಯಾಗಬಯಸುವುದು. ನೀನಿನ್ನೂ ಚಿಕ್ಕ ಹುಡುಗಿ. ನಿನಗೇನೂ ತಿಳಿಯದು. ನನ್ನನ್ನು ಮದುವೆಯಾದರೆ ನಿನಗೆ ಸುಖಕ್ಕೆ ಕೊರತೆಯಿಲ್ಲ . ನಿನಗೆ ಬೇಕಾದ ಒಡವೆ ವಸ್ತ್ರಗಳನ್ನು ನಾನು ಕೊಡಬಲ್ಲೆನು. ನನ್ನ ಸಕಲೈಶ್ವರ್ಯಕ್ಕೂ ನೀನೇ ಯಜಮಾನಿಯಾಗುವೆ. ನಾನಂತೂ ನಿನ್ನನ್ನು ಯಾವಾಗಲೂ ಪ್ರೀತಿಸುತ್ತೇನೆ. ನನ್ನ ಹೆಂಡತಿಯಾಗಿರುವುದರಿಂದ

ನಿನ್ನ ಬಡತನದ ಕಷ್ಟಗಳೆಲ್ಲಾ ದೂರವಾಗುವವು....' ನನ್ನ ಮಾತು ಪೂರೈಸುವ ಮೊದಲೇ ರಾಜಿ ಕೇಳಿದಳು : 'ನಾನು ಮದುವೆಯಾಗಬೇಕಾದ್ದು ನಿಮ್ಮನ್ನೋ ಅಥವಾ ನಿಮ್ಮೈಶ್ವರ್ಯವನ್ನೋ ?' 'ರಾಜಿ ನೀನು ನನ್ನನ್ನು ಮದುವೆಯಾದರೆ, ನನ್ನ ಐಶ್ವರ್ಯಕ್ಕೆ ಒಡತಿಯಾಗುವೆ. ನನ್ನ ಪ್ರೇಮಕ್ಕೆ ರಾಣಿಯಾಗುವೆ'. ಅವಳು ಕೇಳಿದಳು : 'ನೀವು ನಿಮ್ಮ ಮೊದಲನೆಯ ಹೆಂಡತಿಯನ್ನು ಪ್ರೀತಿಸುತ್ತಿದ್ದಿರೇನು?' ನಾನು ಹೇಳಿದೆ- 'ಹೌದು, ಆದರೆ ಈಗವಳ ಮಾತೇಕೆ ? ಈಗ ಪ್ರೀತಿಸುವುದು ನಿನ್ನನ್ನು. ನೀನೆನ್ನ ಮಡದಿಯಾಗು.!'

'ಈಗ ಪ್ರೀತಿಸುವುದು ನನ್ನನ್ನೇ? ನಾಳೆ ಪ್ರೀತಿಸುವುದು ಇನ್ನೂ ಯಾರನ್ನೂ? ಪ್ರೀತಿಸುತ್ತಿದ್ದರಂತೆ ! ಪ್ರೀತಿಸಿ ಪ್ರೀತಿಸಿ ಸತ್ತು ಇನ್ನೂ ಆರು ತಿಂಗಳಾಗುವ ಮೊದಲೇ ಎರಡನೆಯ ಮದುವೆಗೆ ಅವಸರ. ಇದೀಗ ನಿಜವಾದ ಪ್ರೇಮ ! ಅಲ್ಲವೇ ?'

ರಾಜಿಯ ಬಾಯಿಂದ ಈ ರೀತಿಯ ಮಾತುಗಳು ಹೊರಡುವುದು ಕೇಳಿ ನನಗೆ ಸ್ವಲ್ಪ ಕೋಪ ಬಂದಿತು. ಬಡವರ ಮನೆಯ ಈ ಹುಡುಗಿಗೆ ಇಷ್ಟೊಂದು ಅಹಂಕಾರವೇ -ಎಂದುಕೊಂಡು 'ರಾಜೀ ನೀನು ಯಾವುದೋ ಒಂದು ಕಾದಂಬರಿಯನ್ನು ಓದಿ ಹೀಗೆ ಮಾತನಾಡುತ್ತಿರುವೆ. ಪ್ರೇಮವೆಂದರೇನೆಂದು ನಿನಗೆ ತಿಳಿಯದು. ನಾನು ನಿನ್ನನ್ನು ಎಲ್ಲಕ್ಕೂ ಹೆಚ್ಚಾಗಿ ಪ್ರೀತಿಸುವೆನು. ನಿನಗಾಗಿ ಏನು ಬೇಕಾದರೂ ಮಾಡಬಲ್ಲೆನು. ನಿನ್ನನ್ನು ನಾನು ಇಷ್ಟೊಂದು ಪ್ರೀತಿಸುವಾಗ ನೀನು ನನ್ನನ್ನು ಮದುವೆಯಾಗುವದಿಲ್ಲವೆನ್ನುವುದೇಕೆ? ಎರಡನೆಯ ಮದುವೆಯೆಂದು ನಿನಿಗಿಷ್ಟವಿಲ್ಲದಿರಬಹುದು. ಆದರೆ ನನಗಿನ್ನೂ ಮೂವತ್ತೈದು ವರ್ಷ. ನನಗೆ ಬೇಕಾದಷ್ಟು ಆಸ್ತಿಯಿದೆ, ಐಶ್ವರ್ಯವಿದೆ. ಇಷ್ಟೆಲ್ಲ ಇರುವಾಗ ಮದುವೆಯಾಗಲು ಅಡ್ಡಿ ಏನು?' ಎಂದು ಕೇಳಿದೆ.

* * *

ರಾಜಿ ಸ್ವಲ್ಪ ಹೊತ್ತು ಸುಮ್ಮನಿದ್ದು ಮತ್ತೆ ಹೇಳಿದಳು - 'ಕಾದಂಬರಿಯನ್ನು ಓದಿದವರಂತೆ ಮಾತನಾಡುತ್ತಿರುವವರು ನೀವು. 'ನಾನು ನಿನ್ನನ್ನು ಎಲ್ಲಕ್ಕೂ ಹೆಚ್ಚಾಗಿ ಪ್ರೀತಿಸುವೆ' ಎಂದಿರಿ. ನಿನಗಾಗಿ ಏನು ಬೇಕಾದರೂ ಮಾಡುವೆನೆಂದು ಹೇಳುತ್ತಿರುವಿರಿ. ನೀವೀಗ ಆಡುತ್ತಿರುವ ಮಾತುಗಳು ಸುಳ್ಳು. ನನಗಾಗಿ ನೀವು ನಿಮ್ಮ ಸಮಾಜದ ಕಟ್ಟುಗಳನ್ನು ಮುರಿಯಲಾರಿರಿ. ನಿಮಗಿನ್ನೂ ಮೂವತ್ತೈದು ವರ್ಷಗಳೆಂದು ಹೇಳುತ್ತಿರುವಿರಿ. ನನಗೆ ಹದಿನೈದೇ ವರ್ಷ. ನಾನು ನಿಮ್ಮ ಮಗಳಾಗಬಹುದು. ಪ್ರೇಮವೆಂದರೇನೆಂದು ನನಗೆ ತಿಳಿಯದೆಂದಿರಿ. ನನಗೆ ತಿಳಿದಿರುವುದರಿಂದಲೇ ನಾನು ನಿಮ್ಮ ಮಡದಿಯಾಗಲು ಇಚ್ಛಿಸುವುದಿಲ್ಲ. ಏಕೆಂದರೆ ನಿಮ್ಮ ಮೇಲೆ ನನಗೆ ಪ್ರೇಮವಿಲ್ಲ. ನೀವು ನನ್ನನ್ನು ಪ್ರೀತಿಸುತ್ತಿಲ್ಲ. **ನಿಮಗೆ ನನ್ನಲ್ಲಿರುವುದು ಮೋಹ. ನಿಮ್ಮ ಹೆಂಡತಿಯನ್ನು ನೀವು ನಿಜವಾಗಿ ಪ್ರೀತಿಸುತ್ತಿದ್ದುದಾದರೆ ಅವಳು ಸತ್ತು ಆರು ತಿಂಗಳುಗಳು ಕಳೆಯುವ ಮೊದಲೇ ಅವಳನ್ನು ಮರೆಯುತ್ತಿರಲಿಲ್ಲ. ಅವಳ ಮಗು ಕುಸುಮೆಯನ್ನು ಅನಾದರಿಸುತ್ತಿರಲಿಲ್ಲ. ನೀವು ಸತ್ತು**

ಅವಳು ಬದುಕಿದ್ದರೆ ಎರಡನೆಯ ಮದುವೆಯಾಗುತ್ತಿದ್ದಳೇನು?' ರಾಜಿಯ ಮಾತುಗಳನ್ನು ಕೇಳಿ ನಾನು ಕೋಪದಿಂದ ಕಿಡಿಕಿಡಿಯಾದೆನು. ರಾಜೀ-ಈ ರಾಮಾಯಣ ಕೇಳಲಿಕ್ಕೆ ನಾನಿಲ್ಲಿಗೆ ಬಂದುದಲ್ಲ, ನೀನು ನನ್ನನ್ನು ಮದುವೆಯಾಗುವೆಯೋ ಇಲ್ಲವೋ ಹೇಳು ' ರಾಜಿಯು ತಗ್ಗಿದ ಮುಖವನ್ನು ಎತ್ತಿದಳು. ಅವಳ ಆ ದೊಡ್ಡ ದೊಡ್ಡ ಕಣ್ಣುಗಳು ಬೆಂಕಿಯನ್ನು ಕಾರತೊಡಗಿದವು. ನಡುಗುವ ದನಿಯಿಂದ ಹೇಳಿದಳು.- **'ನಾನು ನಿಮ್ಮನ್ನು ಮದುವೆಯಾಗುವೆನೋ ಇಲ್ಲವೋ ಎಂಬುದನ್ನು ಬಿಡಿರಿ. ಧೈರ್ಯವಿದ್ದರೆ, ನೀವು ಹೇಳಿದಂತೆ ನನಗಾಗಿ ಏನು ಬೇಕಾದರೂ ಮಾಡುವ ಶಕ್ತಿಯಿದ್ದರೆ, ನನ್ನನ್ನು ನಿಜವಾಗಿ ಪ್ರೀತಿಸುತ್ತಿದ್ದರೆ ಮದುವೆಯಾಗಿರಿ. ನಾನು ಬಾಲವಿಧವೆ.'**

* * *

ರಾಜಿಯ ಮಾತನ್ನು ಕೇಳಿ ನನಗೆ ಸಿಡಿಲು ಬಡಿದಂತಾಯಿತು. ಏನು? ಯಾವಳನ್ನು ನನ್ನ ಧರ್ಮಪತ್ನಿಯನ್ನಾಗಿ ಮಾಡಿಕೊಳ್ಳಲಿಚ್ಛಿಸಿದ್ದೆನೋ ಅವಳು ವಿಧವೆಯೇ ! ವಿಧವೆಯೊಬ್ಬಳನ್ನು ನಾನು ಸಹಧರ್ಮಿಣಿಯಾಗಿ, ನನ್ನ ಸುಖದುಃಖದಲ್ಲಿ ಸಹಭಾಗಿನಿಯಾಗಿ, ನನ್ನ ಅತುಲೈಶ್ವರ್ಯಕ್ಕೆ ಯಜಮಾನಿನಿಯಾಗಿ ನನ್ನ ಪ್ರೇಮಕ್ಕೆ ರಾಣಿಯಾಗಿ ಮಾಡಲಿಚ್ಛಿಸಿದ್ದೆ. ತಿಳಿಯದೆ ವಿಧವೆಯನ್ನು ಮದುವೆಯಾಗಿ ಕುಲಕ್ಕೆ ಕಲಂಕವನ್ನು ತಾರದಿದ್ದಂತೆ ಮಾಡಿದ ಭಗವಂತನನ್ನು ಮನಸ್ಸಿನಲ್ಲಿಯೇ ವಂದಿಸಿದೆ. ವಿಧವೆಯಾದ ಮಗಳನ್ನು ನನಗೆ ಮದುವೆ ಮಾಡಬೇಕೆಂದಿದ್ದ ಅವಳ ತಾಯಿಯನ್ನು ಶಪಿಸಿದೆನು. ನಾನು ಸುಮ್ಮನಿದ್ದುದನ್ನು ನೋಡಿ ರಾಜಿ ಕೇಳಿದಳು- 'ಏನು ? ನನಗಾಗಿ ಏನು ಬೇಕಾದರೂ ಮಾಡತಕ್ಕ ನೀವು ಈಗ ನನ್ನನ್ನು ಮದುವೆಯಾಗುವಿರೇನು?' ಯಾವ ರಾಜಿಯನ್ನು ನಾನು ಪ್ರೀತಿಸುತ್ತಿದ್ದೇನೆಂದು ತಿಳಿದಿದ್ದೆನೋ ನನಗವಳ ಮೇಲೆ ಪ್ರೇಮವಿರಲಿಲ್ಲ. ವಿಧವೆಯಾದವಳನ್ನು ಪ್ರೀತಿಸುವುದುಂಟೆ ? ಅವಳ ಮೇಲೆ ಅತ್ಯಂತ ತಿರಸ್ಕಾರ ಉಂಟಾಯಿತು. ಈ ವಿಧವೆಯನ್ನಲ್ಲವೇ ನನ್ನನ್ನು ಮದುವೆಯಾಗೆಂದು ಪ್ರಾರ್ಥಿಸಿದ್ದು ಎಂದು ನನ್ನನ್ನು ನಾನೇ ಹಳಿದುಕೊಂಡೆ. ಕೋಪದಿಂದ ರಾಜಿಗೆ ಪ್ರತ್ಯುತ್ತರವಿತ್ತೆ-**'ನೀನು ವಿಧವೆ ಎಂದು ತಿಳಿದಿದ್ದರೆ ನಿನ್ನ ಮುಖವನ್ನು ಸಹ ನೋಡುತ್ತಿರಲಿಲ್ಲ. ಯಾವ ವಿಧವೆಯನ್ನು ಪ್ರಾತಃಕಾಲ ನೋಡಿದರೆ ಅಮಂಗಲವೋ ಅಂತಹ ವಿಧವೆಯನ್ನು ಮದುವೆಯಾಗುವವನು ನಾನಲ್ಲ.'**

'ವಿಧವೆಯರನ್ನು ಬೆಳಗಿನ ಹೊತ್ತಿನಲ್ಲಿ ನೋಡಿದರೆ ಅಮಂಗಲ ಸರಿ ; ಆದರೆ ವಿಧುರರನ್ನೋ ? ಮದುವೆ ಎಂದರೇನೆಂದು ತಿಳಿಯದ, ಸಂಸಾರದ ಕಷ್ಟಸುಖಗಳ ಅರಿವಿಲ್ಲದ, ಪತಿ ಎಂದರೇನೆಂದು ಗೊತ್ತಿಲ್ಲದ ಎಳೆ ಪ್ರಾಯದ ಮಗುವನ್ನು ಮುದುಕನೊಬ್ಬನ ಕೊರಳಿಗೆ ಕಟ್ಟಿ ಅವಳಿಗೆ ಬುದ್ಧಿ ಬರುವ ಮೊದಲೇ ಅವನು ಸತ್ತರೆ ತನ್ನ ಮುಂದಿನ ಆಯುಷ್ಯವೆಲ್ಲವನ್ನೂ ಅವಳು ಅಮಂಗಳ ಸ್ವರೂಪಳಾಗಿಯೇ ಕಳೆಯಬೇಕು.

ಆದರೆ, ಮಕ್ಕಳಿರುವ ಹೆಂಡತಿಯೊಡನೆ ಸಂಸಾರ ಮಾಡಿದ ಗಂಡನು ಅವಳು ಸತ್ತ ಮರುದಿನವೇ ಅಜ್ಞಾನಿ ಬಾಲಿಕೆಯೊಬ್ಬಳನ್ನು ಮದುವೆಯಾಗಿ ಅವಳನ್ನು ಆಜನ್ಮ ಶಿಕ್ಷೆಗೆ ಗುರಿಮಾಡುವುದೀಗ ನ್ಯಾಯ ಅಲ್ಲವೇ?' ನನ್ನನ್ನು ಮೋಸದಿಂದ ಮದುವೆಯಾಗಲು ಯತ್ನಿಸಿದ್ದನ್ನೂ ಅಲ್ಲದೆ ನನಗೀ ರೀತಿಯ ಮಾತುಗಳನ್ನು ಹೇಳುವುದನ್ನೂ ಕೇಳಿ ಬೆಂಕಿಗೆ ತುಪ್ಪ ಹೊಯಿದಂತೆ ನನ್ನ ಸಿಟ್ಟು ಹೆಚ್ಚಾಯಿತು.

'ಸಮಾಜದಲ್ಲಿ ನಡೆಯದಿದ್ದುದನ್ನು ಮಾಡಿ ನಾನು ಪರರ ಹಾಸ್ಯಕ್ಕೆ ಈಡಾಗಬೇಕೆ? ಸಮಾಜದಲ್ಲಿ ನಡೆದರೂ ನಾನು ನನ್ನ ಪವಿತ್ರ ಕುಲವನ್ನು ವಿಧವಾ ವಿವಾಹದಿಂದ ಕಲುಷಿತ ಮಾಡಲು ತಯಾರಾಗಿಲ್ಲ. ಪ್ರತಿ ದಿನ ಬೆಳಗಾದೊಡನೆ ವಿಧವೆಯ ಮುಖ ನೋಡುವ ಬಯಕೆ ನನಗಿಲ್ಲ'

* * *

ನನ್ನ ಮಾತು ಮುಗಿಯುವುದೇ ತಡ ; ರಾಜಿ ತುಳಿಯಲ್ಪಟ್ಟ ಸರ್ಪಿಣಿಯಂತೆ ನನ್ನನ್ನು ನೋಡತೊಡಗಿದಳು. ಯಾವಳು ನನ್ನ ಕಣ್ಣಿಗೆ ವನದೇವತೆಯಂತೆ ಕಂಡಿದ್ದಳೋ ಈಗವಳು ಮಹಾಮಾರಿಯಂತೆ ಕಾಣತೊಡಗಿದಳು. ಸಿಟ್ಟಿನಿಂದ ನಡುಗುವ ದನಿಯಿಂದ ಹೇಳತೊಡಗಿದಳು. 'ಏನಂದಿರಿ? ಬೆಳಗಾದೊಡನೆಯೇ ನಿಮಗೆ ವಿಧವೆಯ ಮುಖ ನೋಡುವ ಅಪೇಕ್ಷೆಯಿಲ್ಲವೇ? ನನಗೂ ಇಲ್ಲ. **ಹೆಂಡತಿ ಸತ್ತು ಇನ್ನೂ ಆರು ತಿಂಗಳಾಗುವ ಮೊದಲೇ ತನ್ನ ಮಗುವನ್ನು ಮರೆತು ಪುನರ್ವಿವಾಹವನ್ನಾಗಬಯಸುವ ಗಂಡಸಿನ ಮುಖ ನೋಡುವ ಆಸೆ ನನಗೂ ಇಲ್ಲ. ನೀವು ನನ್ನನ್ನು ಬೇಡಿದರೂ ನಾನು ನಿಮ್ಮನ್ನು ಮದುವೆಯಾಗುವೆನೆಂದು ಯೋಚಿಸಿದಿರೇನು? ಅಂಥ ಆಸೆಯು ನನಗಿದ್ದರೆ ನಾನು ಸತ್ಯ ಸಂಗತಿಯನ್ನು ಹೇಳುತ್ತಲೇ ಇರಲಿಲ್ಲ. ನಿಮ್ಮಂತಹ ಕಾಮುಕರ ಮೋಹವನ್ನು ಪ್ರೇಮವೆಂದು ತಿಳಿದು ಮದುವೆಯಾಗುವ ಹುಚ್ಚಿ ನಾನಲ್ಲ.** ಎಂದಿನವರೆಗೆ ನನಗೆ ಜೀವವಿರುತ್ತದೆಯೋ ಅಂದಿನವರೆಗೂ ನಾನು ನನ್ನಂತೆಯೇ ಸಮಾಜದ ಅತ್ಯಾಚಾರದ ಹೋಮಕುಂಡದಲ್ಲಿ ಬೇಯುತ್ತಿರುವ ಸಹೋದರಿಯರ ಉದ್ಧಾರದ ಸಲುವಾಗಿ ಕೆಲಸ ಮಾಡುತ್ತೇನೆ. ನಿಮ್ಮಂತಹ ಕಾಮುಕರ ಮೋಹವನ್ನು ಮೆಚ್ಚಿ ನಿಮ್ಮ ತುಚ್ಛವಾದ ಐಶ್ವರ್ಯಕ್ಕೆ ಅಧಿಕಾರಿಣಿಯಾಗುವ ಆಸೆ ನನಗಿಲ್ಲ, ನಿಮ್ಮಂತಹವರ ಮೋಹಕ್ಕೆ ಬಲಿಯಾಗಿ ಬುದ್ಧಿ ಬರುವ ಮೊದಲೇ ವಿಧವೆಯರಾದ ನನ್ನ ಲಕ್ಷೋಪಲಕ್ಷ ಸಹೋದರಿಯರು ಎಂದಿನವರೆಗೆ ಸಮಾಜದ ಅನ್ಯಾಯಕ್ಕೆ ತುತ್ತಾಗಿರುವರೋ ಅಂದಿನವರೆಗೆ ಹಿಂದೂ ಸಮಾಜದ ಉನ್ನತಿಯಾಗಲಾರ ದೆಂದು ತಿಳಿಯಿರಿ. ಈ ತರದ ಸಾಮಾಜಿಕ ಅನ್ಯಾಯದಿಂದ ಎಷ್ಟು ಹಿಂದೂ ವಿಧವೆಯರು ನಿರ್ಲಜ್ಜನತನದ ಜೀವನವನ್ನು ಅವಲಂಬಿಸಿದ್ದಾರೆ ! ಎಷ್ಟು ವೇಶ್ಯೆಯರ ಸಂಖ್ಯೆಯು ಹೆಚ್ಚಾಗಿದೆ? ಎಷ್ಟು ಬಾಲಹತ್ಯೆ, ಭ್ರೂಣಹತ್ಯೆಗಳು ನಡೆಯುತ್ತಿವೆ. ಗೊತ್ತಿದೆಯೇ? **ಇದಕ್ಕೆಲ್ಲಾ ಕಾರಣರು ಯಾರು? ಅಜ್ಞಾನಿಯಾದ ಒಬ್ಬ ಚಿಕ್ಕ ಬಾಲೆಯೇ? ಶಾಸ್ತ್ರ**

-ಶಾಸ್ತ್ರವೆಂದು ಬಡಿದುಕೊಂಡು ಜಾತಿಕೆಡುತ್ತದೆಂಬ ಹೆದರಿಕೆಯಿಂದ ಎಳೆ ಮಕ್ಕಳನ್ನು ಮುದುಕರ ಕೊರಳಿಗೆ ಕಟ್ಟುವ ತಂದೆತಾಯಿಗಳೇ ? ಅಥವಾ ನಿಮ್ಮಂತಹ ಕಾಮುಕರೇ? ಅಲ್ಲ ; ತಪ್ಪು ನಿಮ್ಮದಲ್ಲ; ಸಹಾಯಹೀನೆಯರಾದ ಚಿಕ್ಕ ಹುಡುಗಿಯರೆ ತಪ್ಪುಗಾರರು. ಶಾಸ್ತ್ರವೆಂದು ಹೊಡೆದು ಕೊಳ್ಳುವ ನಿಮಗೆ ಅದರ ಗಂಧವಾದರೂ ತಿಳಿದಿದೆಯೆ ? ತಿಳಿದಿದ್ದಾದರೆ ನೀವು ವಿಧವೆಯರನ್ನ ಈ ರೀತಿ ತಿರಸ್ಕರಿಸುತ್ತಿರಲಿಲ್ಲ. ಮನುಸ್ಮೃತಿ , ವಶಿಷ್ಟಸ್ಮೃತಿ ಮುಂತಾದವುಗಳನ್ನು ತೆಗೆದು ನೋಡಿರಿ. ಶಾಸ್ತ್ರಗಳು ನ್ಯಾಯಕ್ಕೆ ವಿರೋಧವೆಂದು ತಿಳಿದಿರುವಿರೇನು? ಹೌದು, ಪುರಾಣ ಮತವಾದಿಗಳು ತಮ್ಮ ವಾದಕ್ಕೆ ಶ್ರುತಿಸ್ಮೃತಿಗಳ ಆಧಾರ ಕೊಡುವುದೇನೋ ನಿಜ. ಆದರದು ನಿರ್ವಂಚನೆಯಿಂದ ಶಾಸ್ತ್ರಗಳನ್ನು ನೋಡಿದರೆ ವಿಧವಾ ಪುನರ್ವಿವಾಹಕ್ಕೆ ಶಾಸ್ತ್ರಗಳ ಸಮ್ಮತಿಯೂ ಇದೆ ಎಂದು ತಿಳಿಯದಿರಲಾರದು. ಮನುವೂ ವಿಧವಾ ವಿವಾಹಕ್ಕೆ ತನ್ನ ಪೂರ್ಣ ಸಮ್ಮತಿಯನ್ನಿತ್ತಿದ್ದಾನೆ. ಪ್ರೇಮಮಯವಾದ ಆರ್ಯಧರ್ಮಕ್ಕೆ ಕಲಂಕವನ್ನು ಹಚ್ಚುತ್ತಿರುವವರು ನೀವು. ಆ ಕಲಂಕದ ಹೊರೆಯನ್ನು ಹೊರಬೇಕಾದವರು ನಿರ್ದೋಷಿಗಳಾದ ವಿತಂತುಗಳು. ಅಮಾನುಷೀಯ ಕ್ರೂರತನವನ್ನು ಅನುಭವಿಸಿದವರು ವಿಧವೆಯರು. ಗಂಡನು ಸತ್ತ ಒಡನೆಯೆ ಹೆಂಡತಿಯ ತಲೆಯು ಮುಡಿಯಾಗಬೇಕು? ಇಲ್ಲದಿದ್ದರೆ ನೀತಿ ಬಾಹಿರರಾಗುವರಂತೆ. ವಿಧುರರು ಮುದುಕರಾದರೂ ಅವರು ಮಾಡಿಕೊಳ್ಳಬಹುದು ಪುನರ್ವಿವಾಹ. ನೀತಿ ನೀತಿ ಎಂದು ಬಡವಿಧವೆಯರ ಮೇಲೆ ನಡೆಸುವ ಕ್ರೂರ

ಅತ್ಯಾಚಾರದ ಫಲವಾಗಿ ಆರ್ಯಧರ್ಮಕ್ಕೆ ಎಂತಹ ಬಾಧಕವು ಉಂಟಾಗಿದೆಯೆಂದು ನಿಮಗೆ ತಿಳಿದಿದೆಯೇನು? ಹಿಂದೂ ಸಮಾಜದ ಅವನತಿಗೆ ಇದು ಮುಖ್ಯ ಕಾರಣವೆಂದು ನಿಮಗೆ ಗೊತ್ತಿದೆಯೇನು? ಈ ತರದ ಕಠೋರ ವ್ಯವಹಾರಗಳ ಫಲವಾಗಿ ಎಷ್ಟು ಜನ ವಿಧವೆಯರು ಪರಧರ್ಮಕ್ಕೆ ಸೇರಿರುವರೆಂದು ಎಂದಾದರೂ ಯೋಚಿಸಿರುವಿರೇನು? ಇಲ್ಲ; ಈ ತರಹದ ಆಲೋಚನೆಗಳನ್ನು ಮಾಡಿ ನಿಮ್ಮ ಪವಿತ್ರ ಕುಲವನ್ನು ಕಲುಷಿತವನ್ನಾಗಿ ಮಾಡಿಕೊಳ್ಳುವುದು ನಿಮಗೆ ಸರಿಯಲ್ಲ ; ಅಲ್ಲವೇ? ಪಾಪ! ಗೊತ್ತಿಲ್ಲದೆ ನೀವು ಪ್ರತಿದಿನವೂ ಸೀಬೆಯ ಮರದ ತುದಿಯಿಂದ ವಿಧವೆಯೊಬ್ಬಳ ಮುಖ ನೋಡುತ್ತಿದ್ದಿರಿ. ಆ ಅಮಂಗಲ ಮುಖವನ್ನು ನೋಡಿ ನೀವೆಷ್ಟು ಕಷ್ಟಕ್ಕೆ ಒಳಗಾದಿರೋ ಗೊತ್ತಿಲ್ಲ. ಹಿಂದಾದುದು ಹೋಗಲಿ. ಇನ್ನು ಮುಂದಾದರೂ ವಿಧವೆಯರ ಅವಲಕ್ಷಣ ನೋಡಿ ಕಷ್ಟಕ್ಕೊಳಗಾಗಬೇಡಿ ತಿಳಿಯಿತೇ?'

* * *

ರಾಜಿಯ ಮಾತುಗಳು ಹೃದಯವನ್ನು ಬೆಂಕಿಯಂತೆ ಸುಡತೊಡಗಿದವು. ಅವಳ ಪ್ರತಿಯೊಂದು ವಾಕ್ಯವೂ ನನ್ನಂತರಂಗವನ್ನು ಕೊರೆಯತೊಡಗಿತು. ಅವಳ ಕಠೋರ ಹಾಸ್ಯವು ನನ್ನೆದೆಯನ್ನು ಸೀಳಿಕೊಂಡು ಹೃದಯವನ್ನು ಹೊಕ್ಕಿತು. ಆ ಬಾಲವಿಧವೆಯ ಮನಸ್ಸಿನ ಯಾತನೆಯು ಈ ರೀತಿಯ ಮಾತುಗಳಿಂದ ಹೊರಹೊರಟು ನನಗೆ ಪುನರ್ಜನ್ಮವಿತ್ತವು. ನನ್ನ ಮೋಹವನ್ನು ಸುಟ್ಟವು. ನನ್ನ ಕಣ್ಣುಗಳು ತೆರೆದವು. ಅವಳ ಮೇಲೆ ನನಗಿದ್ದ ಮೋಹವು ನಾಶವಾಗಿ ಒಂದು ಬಗೆಯ ಭಕ್ತಿಯುಂಟಾಯಿತು. ಭಕ್ತಿಯ ಭರದಲ್ಲಿ ನಾನವಳ ಕಾಲಮೇಲೆ ಬಿದ್ದು 'ದೇವಿ, ನಿನ್ನ ಅಮೌಲ್ಯವಾದ ಉಪದೇಶದ ಪ್ರತಿಫಲವಾಗಿ ಕೊಡಲು ನನ್ನಲ್ಲೇನೂ ಇಲ್ಲ, ನಿನ್ನ ಪವಿತ್ರ ಚರಣಗಳ ಆಣೆಯಿಟ್ಟು ಇನ್ನು ಮುಂದಿನ ನನ್ನ ಈ ಅಲ್ಪ ಜೀವನವನ್ನು ವಿಧವೆಯರ ಉದ್ಧಾರಕ್ಕಾಗಿಯೇ ವಿನಿಯೋಗಿಸುತ್ತೇನೆಂದು ಹೇಳುತ್ತೇನೆ. ನಿನ್ನ ಈ ಪವಿತ್ರ ಚರಣಗಳಡಿಯಲ್ಲಿ ವಿಧವೆಯರ ಹಿತಸಾಧನೆಗಾಗಿ ನನ್ನ ತನುಮನಧನಗಳನ್ನು ಧಾರೆ ಎರೆಯುತ್ತೇನೆ' ಎಂದು ಹೇಳಿದೆ. ರಾಜಿಗೆ ನನ್ನ ಈ ತರದ ವ್ಯವಹಾರವನ್ನು ನೋಡಿ ಆಶ್ಚರ್ಯವಾಯಿತೆಂದು ತೋರುತ್ತದೆ. ನಾನವಳ ಕಾಲಿಗೆ ಬಿದ್ದುದನ್ನು ನೋಡಿ 'ಅಣ್ಣಾ ನನ್ನ ಕಾಲನ್ನು ಹಿಡಿಯುವದೇಕೆ? ಸಾಮಾನ್ಯಳಾದ ಒಬ್ಬ ವಿಧವೆಯ ಕಾಲಿಗೆ ಬೀಳುವುದು ಗಂಡಸಾದ ನಿನಗೆ ಭೂಷಣವಲ್ಲ, ಆದರೆ, ನೀನೀಗ ಮಾಡಿದ ಪ್ರತಿಜ್ಞೆಯು ನಿಜವಾದರೆ ನಿಮ್ಮ ಮಾತೆಯು ಧನ್ಯಳೇ ಸರಿ. ನೀನವಳ ಮಗನಾಗಿ ಜನಿಸಿದುದು ಸಾರ್ಥಕವಾಯಿತು' ಎಂದಳು.

೦

[೧೯೩೧]

ಕೆಲವು ಕಾಗದಗಳು

ಮಡಿಕೇರಿ

ತಾ. ೩೦ ಮಾರ್ಚಿ ೩೦

ಶ್ರೀಮಾನ್ ವಸಂತರಾಯರಿಗೆ , ಸುಪ್ರೇಮ ಸಮಸ್ಕಾರ.

ಇನ್ನು ತಮ್ಮಿಂದ ಬಚ್ಚಿಡುವುದು ಅಸಾಧ್ಯ. ನಾನು ನಿಮ್ಮನ್ನು ಪ್ರೀತಿಸುತ್ತೇನೆ, -ಒಬ್ಬ ಸ್ತ್ರೀಯು ಎಷ್ಟು ಪವಿತ್ರಭಾವದಿಂದ ಇನ್ನೊಬ್ಬ ಪುರುಷನನ್ನು ಪ್ರೀತಿಸಲು ಸಾಧ್ಯವೋ.. ಅಂತಹ ಭಾವದಿಂದ. ಏನು ? ಪ್ರೀತಿಸುವುದೂ ಒಂದು ಪಾಪವೇ? ನಮ್ಮ ಹೃದಯದ ಮೇಲೆ ಇತರರಿಗೂ ಅಧಿಕಾರವಿದೆಯೆ ?

ಸಹಾಯಹೀನೆಯಾದ ಚಿಕ್ಕಮ್ಮನ ಮನೆಯಲ್ಲಿ ನೀವು ಕಾಯಿಲೆಯಿಂದ ಮಲಗಿದ್ದಾಗ, ನಿಮ್ಮ ಸೇವೆ ಮಾಡಲಿಕ್ಕೆ ಸುರುಮಾಡಿದಂದಿನಿಂದ ನಿಮ್ಮನ್ನು ಪ್ರೀತಿಸತೊಡಗಿದೆನು. ನಿಮ್ಮ ಸೇವೆ ಮಾಡುವಾಗ ನನಗೆ ಅತ್ಯಂತ ಸುಖವುಂಟಾಗುತ್ತಲಿತ್ತು. ಆದರೆ, ಇನ್ನು ಮುಂದೆ ಆ ಸೌಭಾಗ್ಯವು ನನ್ನ ಪಾಲಿಗಿಲ್ಲ. ನಿನ್ನೆ ದಿನ ನಿಮ್ಮ ಪತ್ನಿ ಬಂದಿರುವರು. ನಮ್ಮಿಬ್ಬರ ಮೇಲೆ ಚಿಕ್ಕಮ್ಮನಿಗೂ ಅವರಿಗೂ ಸಂದೇಹ ಉಂಟಾಗಿದೆ. ನಾನು ನಿಮ್ಮನ್ನು ಪ್ರೀತಿಸುವುದನ್ನು ಮುಚ್ಚಿಡಲಾಗಲಿಲ್ಲ. ಪ್ರೇಮಭಾವವನ್ನು ಮುಚ್ಚಿಡಲೂ ಆಗುತ್ತದೆಯೇ ? ಪವಿತ್ರ ಪ್ರೇಮವನ್ನು ಮುಚ್ಚಿಡುವ ಅವಶ್ಯಕತೆಯಾದರೂ ಏನು? ಆದರೆ ಮಾಡುವುದೇನು? ಸಮಾಜದಲ್ಲಿದ್ದ ಮೇಲೆ ಅದರ ಕಟ್ಟುಗಳಿಗೂ ಬದ್ಧರಾಗಬೇಕು. ನಾನು ಇದೇ ನಮ್ಮ ಬೋರ್ಡಿಂಗಿಗೆ ಹೋಗುತ್ತೇನೆ. ತಮ್ಮನ್ನು ಈ ಸ್ಥಿತಿಯಲ್ಲಿ ಬಿಟ್ಟುಹೋಗಲು ಕಾಲೇಬರುವುದಿಲ್ಲ. ನಾನಿಲ್ಲದಿದ್ದರೆ ಜನರು ವ್ಯರ್ಥವಾಗಿ ನಮ್ಮ ಮೇಲೆ ಸಂದೇಹಪಡುತ್ತಾರೆ. ಜನರ ಮನಸ್ಸನ್ನು ತಿದ್ದುವುದು ಸುಲಭವಲ್ಲ. ತಾವು ವ್ಯಸನಪಡಬೇಡಿರಿ. ಇದಿರಿಗೇ ಈ ಮಾತುಗಳನ್ನು ಆಡಲು ನನಗೆ ಧೈರ್ಯಸಾಲದುದರಿಂದ ಈ ಕಾಗದ ಬರೆಯಬೇಕಾಯಿತು. ಕ್ಷಮಿಸಿರಿ.

-ಪ್ರಭೆ

* * *

ಮಡಿಕೇರಿ

ತಾ. ೩೦ ಮಾರ್ಚಿ ೩೨ ಸಾಯಂಕಾಲ ೪-೩೦

ಪ್ರಭಾ , ನಾನು ಕಾಯಿಲೆ ಬಿದ್ದಿದ್ದೇನೆ. ಆದರೆ ಕುರುಡನಾಗಿಲ್ಲ. ನಾನು ನಿನ್ನ ಪ್ರೇಮವನ್ನು ತಿಳಿದುಕೊಂಡಿದ್ದೇನೆ; ಜನರ ಸಂದೇಹವನ್ನೂ ನೋಡುತ್ತಿದ್ದೇನೆ. ಸತ್ಯಕ್ಕೆ ಸಂಕೋಚವೇಕೆ? ನನಗಾಗಿ ನೀನು ಕೆಟ್ಟ ಹೆಸರು ಪಡೆಯುವೆಯಲ್ಲಾ ಎಂದು ನನಗೆ ದುಃಖ. ನನ್ನ ಹೆಂಡತಿಯೂ ನನ್ನಲ್ಲಿ ವಿಶ್ವಾಸವಿರಿಸಿಲ್ಲವೆಂದು ಬೇಸರ. ಅವಳಿಗೂ ಸಹ ನನ್ನ ಮೇಲೆ ಸಂದೇಹವಿರಬಹುದೆಂದು ನಾನು ಸ್ವಪ್ನದಲ್ಲಿಯೂ ಚಿಂತಿಸಿರಲಿಲ್ಲ. ಹೋಗಲಿ - ಇವನ್ನೆಲ್ಲಾ ಮರೆತುಬಿಡು. ಮೊದಲು ಯಾವ ರೀತಿ ಇದ್ದೆಯೋ ಹಾಗೆಯೇ ಈಗಲೂ ಇರು. ನಿನ್ನ ವ್ಯವಹಾರವನ್ನು ಪರಿವರ್ತನೆ ಮಾಡಬೇಡ. ನೀನು ಹೋಗಲೂ ಬೇಡ. ನಿನ್ನನ್ನು ನಾನು ಎಂತಹ ಶುದ್ಧಭಾವನೆಯಿಂದ ಪ್ರೀತಿಸುವೆನೆಂದು ನಿನಗೆ ಚೆನ್ನಾಗಿ ತಿಳಿದಿದೆ. ನೀನು ಹೊರಟುಹೋದರೆ ನನಗೆ ಬಲು ವ್ಯಸನವಾಗುವುದು.

-ವಸಂತ

* * *

ಮಡಿಕೇರಿ

ತಾ. ೧.೪.೩೨

ಶ್ರೀ ವಸಂತರಾಯರಿಗೆ ಸಾಷ್ಟಾಂಗ ನಮಸ್ಕಾರಗಳು.

ತಾವು ಬರೆದಂತೆ ಮಾಡಲು ಅನಾಥೆಯಾದ ನನಗೆ ಇಷ್ಟವಿಲ್ಲ. ಸಮಾಜದ ಬಂಧನಗಳಿಗೆ ಬಾಗಿಯೇ ತೀರಬೇಕು. ತಮ್ಮ ಸೇವೆಮಾಡುವ ಪುಣ್ಯವು ತೀರಿತು. ಇನ್ನು ತಮ್ಮ ಹತ್ತಿರ ಬರುವುದಕ್ಕೆ ಸಹ ನನಗೆ ಭಾಗ್ಯವಿಲ್ಲ. ದೂರವಿದ್ದರೇನಾಯಿತು? ನನ್ನ ಹೃದಯದಲ್ಲಿ ಇರುವ ಪವಿತ್ರ ಪ್ರೇಮವು ಎಂದೂ ನಾಶವಾಗುವುದಿಲ್ಲ. ತಾವಿನ್ನು ನನಗೆ ಪತ್ರ ಬರೆಯಬೇಡಿರಿ. ಯಾರಾದರೂ ನೋಡಿದರೆ ಸಂದೇಹಕ್ಕೆ ಆಸ್ಪದವಾಗುತ್ತದೆ. ಸಂದೇಹ ಉಂಟಾಗುವಂತಹದನ್ನು ಮಾಡಿ ದುಃಖಕ್ಕೀಡಾಗಬೇಡಿರಿ.

ಸದಾ ನಿಮ್ಮನ್ನು ಪ್ರೀತಿಸುವ ,

-ಪ್ರಭೆ

* * *

ಮಡಿಕೇರಿ

ತಾ. ೧-೪-೩೨, ಸಾ. ೬-೩೦

ಪ್ರಭಾ , ನಮ್ಮ ಹೃದಯದಲ್ಲಿ ಪಾಪವಿಲ್ಲದಿರುವಾಗ ಇನ್ನೊಬ್ಬರ ಹೇಳಿಕೆಗೆ ಹೆದರಬೇಕೆ? ನೀನು ಮೊದಲಿನಂತೆಯೇ ಇರು. ಸಂಸಾರದಲ್ಲಿ ಪ್ರತಿಯೊಬ್ಬರನ್ನೂ ಸಂತುಷ್ಟಿಯಲ್ಲಿರಿಸುವುದು ಆಗದ ಮಾತು. ನೀನು ಹತ್ತಿರ ಬರುತ್ತಾ ಹೋಗುತ್ತಾ ಇರುವುದನ್ನು ನಿಲ್ಲಿಸಬೇಡ. ನನ್ನ ಪತ್ನಿಗೂ ನಾನು ನಿಜವಾದ ವಿಷಯ ಹೇಳಿ ಸಂಶಯ ಪರಿಹರಿಸುತ್ತೇನೆ. ಈ ಕೋರಿಕೆಯನ್ನು ತಿರಸ್ಕರಿಸುವುದಿಲ್ಲವೆಂದು ಭಾವನೆ.

-ವಸಂತ

* * *

ಮಡಿಕೇರಿ

ಸಾ. ೬.೩೦, ತಾ. ೧.೪.೩೨.

ಶ್ರೀ ವಸಂತರಾಯರಿಗೆ ಪ್ರಣಾಮಗಳು.

ನಿಮಗೇನಾಗಿದೆ? ಮಕ್ಕಳಂತೆ ಮಾತನಾಡುತ್ತಿರುವಿರಲ್ಲ! ಎಂತಹ ಸಲಹೆಯನ್ನು ಕೊಡುತ್ತಿರುವಿರಿ? ನಾನು ಇದ್ದರೆ ಇತರರಿಗಾಗುವ ಕಷ್ಟಗಳು ನಿಮಗೆ ತಿಳಿಯವೇ? ನಿಮ್ಮ ಪತ್ನಿಗೆ ತಿಳಿಯಹೇಳುವೆನ್ನುವಿರಿ. ಸ್ತ್ರೀ ಹೃದಯ ನಿಮಗೇನು ಗೊತ್ತು? ಈಗ ನಾನು ಹೊರಟುಹೋದರೆ ಎಲ್ಲರಿಗೂ ಸುಖವಾಗುವುದು. ಇನ್ನು ಕೆಲವು ದಿನಗಳಲ್ಲೇ ನೀವೂ ಮೈಸೂರಿಗೆ ಹೋಗುವಿರಿ. ಆಗ ನಾನು ಬರಲಾಗುವುದೇ? ನಿಮಗೆ ನಿಮ್ಮ ಮನಸ್ಸಿನ

ಮೇಲೆ ಅಧಿಕಾರವಿಲ್ಲ. ನಿಮ್ಮ ಬಾಯಿಯಿಂದ ಜ್ವರದ ಹುಚ್ಚಿನಲ್ಲಿ ಹೊರಡುವ ಮಾತುಗಳಿಗೆ ಜನರು ವಿಪರೀತಾರ್ಥವನ್ನುಂಟುಮಾಡುತ್ತಾರೆ. ನಾನಿಲ್ಲಿರುವುದರಿಂದ ತೊಂದರೆ ಹೊರತು ಬೇರೆಯಿಲ್ಲ. ನಾನು ಹೋಗುವುದೇ ಒಳ್ಳೆಯದು.

ನಿಮ್ಮ

-ಪ್ರಭೆ

* * *

ಮಡಿಕೇರಿ

ತಾ. ೨-೪-೩೨, ಮುಂಜಾನೆ ೮-೪೫

ಪ್ರಭಾ, ನಿನ್ನ ಕಾಗದ ಸಿಕ್ಕಿತು. ನಿನಗೂ ನನ್ನ ವಿಷಯ ಗೊತ್ತಿಲ್ಲವೆ ? ನೀನು ಹೋಗಬೇಡ. ಏಕೆ ದುಃಖ ಕೊಡುತ್ತಿರುವೆ? ಎಲ್ಲಾ ತರದ ಕಷ್ಟಗಳನ್ನೂ ಸಹಿಸುವ ಶಕ್ತಿ ನನಗೀಗ ಇಲ್ಲ. ಯಾವಾಗಲೂ ನೀನು ನನ್ನೊಡನೇ ಇರು. ಬಹುದಿನಗಳ ಹಿಂದೆ ನನ್ನನ್ನು ಬಿಟ್ಟು ಹೋದ ನನ್ನ ಚಿಕ್ಕ ಸಹೋದರಿಯು ನನ್ನೊಡನಿದ್ದಿದ್ದರೆ ಜನರು ಅಪವಾದವನ್ನು ಹೇಳುತ್ತಿದ್ದರೇನು? ನಾನು ಆ ಚಿಕ್ಕ ಸಹೋದರಿಯನ್ನು ಪ್ರೀತಿಸುತ್ತಿದ್ದಂತೆಯೇ ನಿನ್ನನ್ನೂ ಪ್ರೀತಿಸುತ್ತಿದ್ದೇನೆ. ನಾನು ನಿನ್ನನ್ನು ಬೇಡುವದು -. ಸದಾ ನನ್ನೊಡನೆ ಇರು ಎಂದು.

-ವಸಂತ

* * *

ಮಡಿಕೇರಿ

ತಾ. ೨-೪-೩೨, ಮುಂಜಾನೆ ೧೦-೪೦

ಶ್ರೀ ವಸಂತರಾಯರಿಗೆ , ಸಪ್ರೇಮ ನಮಸ್ಕಾರಗಳು.

ನಾನು ಅನಾಥೆ, ಅಬಲೆ, ಜನರಿಂದ ಮಿಥ್ಯಾಪವಾದವನ್ನು ಕೇಳುವುದು ಅತಿ ಕಷ್ಟ ಇನ್ನಿಲ್ಲಿರುವುದು ಅಸಾಧ್ಯ. ನಾಳೆಯ ಬೆಳಿಗ್ಗೆ ಅವಶ್ಯವಾಗಿಯೂ ಹೋಗುವೆನು ಇಂದು ಬೆಳಿಗ್ಗೆ ನಿಮ್ಮ ಹತ್ತಿರ ಬಂದಾಗ ನೀವು ಬಲು ಅಧೈರ್ಯವನ್ನು ತೋರಿದಿರಿ. ಜನರೇನೆಂದುಕೊಳ್ಳುವರು? ನಾನು ನಿಮ್ಮ ಹತ್ತಿರ ಬಾರದೆ ಹೋದರೆ ನೀವು ಎಲ್ಲರ ಮೇಲೆಯೂ ಸಿಟ್ಟಾಗುತ್ತೀರಿ. ನಿಮಗೆ ಇನ್ನೊಬ್ಬರು ವಿಪರೀತಾರ್ಥವನ್ನು ಮಾಡುವರೆಂಬ ಶಂಕೆಯೂ ಕೂಡ ಬೇಡವೇ? ಹೋಗುವ ಮೊದಲೇ ನಿಮ್ಮನ್ನು ನೋಡಲಾಗುವುದಿಲ್ಲ. ಇದಕ್ಕಾಗಿ ನಿಮ್ಮಲ್ಲಿ ನನ್ನ ಪ್ರೇಮ ಕಡಿಮೆ ಎಂದು ತಿಳಿಯಬೇಡಿರಿ.

ನಿಮ್ಮ

-ಪ್ರಭೆ

* * *

ಮಡಿಕೇರಿ

ತಾ. ೪-೪-೩೨

ಪ್ರಭಾ ನನಗೆ ನೀನು ದರ್ಶನವನ್ನೀಯದೆ ಹೊರಟುಹೋದೆ ಏಕೆ? ನಾನು ನಿದ್ದೆಯಿಂದೆದ್ದೊಡನೆಯೇ ನೀನು ಹೊರಟುಹೋದೆಯೆಂದು ತಿಳಿಯಿತು. ನಾನು ನಿದ್ದೆಯಲ್ಲಿರುವಾಗಲೇ ಹೊರಡಬೇಕೆಂದು ನಿಶ್ಚಯಿಸಿದ್ದೆಯೇನು ? ಏಕೆಂದು ಗೊತ್ತಾಗುವುದಿಲ್ಲ. ಆದರೆ , ನೀನು ಹೊರಟುಹೋದುದು ಕೇಳಿ ತರುವಾಯ ಇಹಜನ್ಮದಲ್ಲಿನ್ನು ನಮ್ಮಿಬ್ಬರ ಭೇಟಿಯಾಗಲಾರದೆಂದು ನನ್ನ ಮನವು ಹೇಳುತ್ತದೆ. ನೀನು ನನಗೆ ಕಾಣಿಸಿಕೊಳ್ಳದೆಯೇ ಏಕೆ ಹೊರಟು ಹೋದೆ ಎಂಬುದು ತಿಳಿಯುವುದಿಲ್ಲ. ನಿನ್ನ ವಿಷಯದಲ್ಲೇನಾದರೂ ಅನುಚಿತ ಭಾವನೆ ನನ್ನ ಮನಸ್ಸಿನಲ್ಲಿದೆ ಎಂದು ಭಾವಿಸಿದೆಯೇನು ಪ್ರಭಾ ? ದೇವರ ಆಣೆ ಮಾಡಿ ಹೇಳುತ್ತೇನೆ- ನನಗೆ ನಿನ್ನ ಮೇಲಿರುವುದು ಪಾಪರಹಿತವಾದ ಪವಿತ್ರ ಪ್ರೇಮ. ಡಾಕ್ಟರರು ಹೇಳುತ್ತಾರೆ. ಬೇಗನೆ ಆರೋಗ್ಯವಾಗುವುದೆಂದು ; ಆದರೆ ನನಗೆ ಗೊತ್ತಿದೆ - ಈ ಭೂಮಿಯಲ್ಲಿ ನಾನಿರುವುದು ಇನ್ನು ಕೆಲವು ದಿನಗಳು ಮಾತ್ರ. ಇಂದು ಸಾಯಂಕಾಲ ನಾನು ಮೈಸೂರಿಗೆ ಹೋಗುತ್ತೇನೆ. ಅಪರಾಧವನ್ನು ಕ್ಷಮಿಸು. ನನ್ನ ಮೂರ್ಖತನಕ್ಕೆ ನೀನು ಕೋಪಿಸಿಕೊಂಡಿರುವಂತೆ ತೋರುತ್ತದೆ.

ಶುಭಚಿಂತಕ

-ವಸಂತ

* * *

ವಸಂತನ ಡೈರಿಯಲ್ಲಿ ತಾ. 12-4-32

4ನೆಯ ತಾರೀಖಿಗೆ ಮೈಸೂರಿಗೆ ಬಂದೆ. ಮಡಿಕೇರಿ ಬಿಟ್ಟ ಮೇಲೆ ಜೀವಿಸುವ ಇಚ್ಛೆಯಿಲ್ಲ. ಮನುಷ್ಯನು ಎಲ್ಲವನ್ನೂ ಸಹಿಸಬೇಕು. ಆದರೆ ಇಂಥ ಕಠೋರ ದುಃಖವನ್ನು ಸಹನೆ ಮಾಡುವುದು ನನ್ನ ಈ ಸ್ಥಿತಿಯಲ್ಲಿ ಅಸಾಧ್ಯ. ಯಾವಾಗಲೂ ಪ್ರಭೆಯ ಯೋಚನೆಯೇ ಉಂಟಾಗುತ್ತದೆ. ಏನು ? ಯಾವ ರೀತಿ ಗಂಡಸೊಬ್ಬನು ಇನ್ನೊಬ್ಬರನ್ನು ಪ್ರೀತಿಸುವನೋ ಹಾಗೆಯೇ ಒಬ್ಬ ಹೆಂಗಸನ್ನೂ ಪ್ರೀತಿಸಲಾಗುವುದಿಲ್ಲವೇ ? ಸ್ತ್ರೀ ಪುರುಷರ ಮೈತ್ರಿಗೆ ಜನರು ಬೆರಳನ್ನು ತೋರುವರೇಕೆ ? ಏನಿದು? ಸಂಸಾರದ ಪ್ರಾಕೃತಿಕ ನಿಯಮವೇ ಹೀಗೇನು? ಎಲ್ಲರ ಹೃದಯದಲ್ಲೂ ಪಾಪವೇ ಇದೆಯೇನು? ಸ್ತ್ರೀಪುರುಷರಲ್ಲಿ ಇಚ್ಛಾರಹಿತವಾದ ಪವಿತ್ರ ಪ್ರೇಮವು ನೆಲೆಸಲಾರದೆಂದು ತಿಳಿದಿರುವರೇನು? ಇದನ್ನು ಬಿಡಿಸುವುದು ನನಗೊಂದು ಒಗಟಾಗಿದೆ.

* * *

ಮಡಿಕೇರಿ

ಹುಡುಗಿಯರ ಹೈಸ್ಕೂಲ್,

ತಾ. ೧೪-೪-೩೨

ಶ್ರೀ ವಸಂತರಾಯರಿಗೆ - ಸಾಷ್ಟಾಂಗ ಪ್ರಣಾಮಗಳು.

ನಮ್ಮ ಶಾಲೆಯಲ್ಲೀಗ ಪರೀಕ್ಷೆಯ ಸಮಯ. ನಿಮ್ಮ ಪತ್ರಕ್ಕೆ ಪ್ರತ್ಯುತ್ತರವೀಯಲು ತಡವಾದುದು ಈ ಕಾರಣದಿಂದ. ನನ್ನ ಕಾಗದವನ್ನು ಇದಿರುನೋಡುತ್ತಿರುವ ನಿಮಗೆ ಬರೆಯದೆ ಬೇರೇನು ಕೆಲಸಮಾಡಲು ಮನವೊಪ್ಪುವುದಿಲ್ಲ. ನೀವು ನನ್ನ ವಿಷಯದಲ್ಲಿ ಬಹಳ ಚಿಂತಿತರಾಗಿರುವಂತೆ ತೋರುತ್ತದೆ. ನಿರ್ಭಾಗ್ಯಳನ್ನು ಮರೆತು ಆರೋಗ್ಯವನ್ನು ಸಂಪಾದಿಸಿದಿರಿ. ನಿಮ್ಮ ಪತ್ರಕ್ಕೆ ಏನೆಂದು ಪ್ರತ್ಯುತ್ತರವೀಯಲಿ? ನಿಮ್ಮನ್ನು ನೋಡದೆ ಬಂದುದೇನೋ ಸರಿಯೆಂದು ಭಾವಿಸುತ್ತೇನೆ. ನಿಮ್ಮನ್ನು ನೋಡದೆ ಬಂದರೂ ನಿಮ್ಮ ಮೇಲಿನ ಪ್ರೇಮವು ನನ್ನ ಹೃದಯದಲ್ಲಿ ಸ್ಥಿರವಾಗಿದೆ. ಹೆಚ್ಚೇನು ಬರೆಯಲಿ? ನಿಮ್ಮ ಮನಸ್ಸನ್ನು ಶಾಂತವಾಗಿಟ್ಟುಕೊಳ್ಳಿರಿ. ಶರೀರಕ್ಕೆ ಆಯಾಸವನ್ನೀಯಬೇಡಿ. ನಿಮ್ಮ ಯಾತನೆಗಳೆಲ್ಲಾ ನನಗೆ ತಿಳಿಯುತ್ತದೆ - ಆದರೆ ಏನು ಮಾಡಲಿ .....

ನಿಮ್ಮ,

-ಪ್ರಭೆ

* * *

ಮೈಸೂರು

ತಾ. ೧೬-೪-೩೨

ಶ್ರೀಮತಿ ಪ್ರಭಾದೇವಿಗೆ ನಮಸ್ಕಾರಗಳು.

ನಿಮ್ಮ ಕಾಗದವು ಬದಿದೆ. ಆದರೆ ಅವರಿಗೀಗ ಕಾಯಿಲೆಯು ಬಹಳ ಜೋರಾಗಿರುವುದರಿಂದ ಕಾಗದವನ್ನು ಕೊಡಲಿಲ್ಲ. ನಿಮಗೊಂದು ಮಾತು ಹೇಳಬಯಸುತ್ತೇನೆ. ನೀವವರಿಗೆ ಕಾಗದ ಬರೆಯುವುದು ಅನುಚಿತ. ಅವರು ನನ್ನ ಪತಿ. ಪರಪುರುಷರೊಡನೆ ಈ ತರದ ಪತ್ರವ್ಯವಹಾರವು ಸರಿಯಲ್ಲ. ಮಾನಸ್ಥೆಯರಿಗಿದು ಮಾನ್ಯವಿಲ್ಲ. ನೀವು ಅವರ ಕಲ್ಯಾಣವನ್ನು ಬಯಸುವಿರಾದರೆ ಇನ್ನವರಿಗೆ ಬರೆಯಬೇಡಿರಿ.

ಇಂತಾಶಿಸುವ,

ಸುನೀತ ವಸಂತರಾಯ

* * *

ವಸಂತನ ಡೈರಿಯಲ್ಲಿ , ತಾ. ೧೮-೪-೩೨

ನಾನಿನ್ನು ಬದುಕುವದಿಲ್ಲ. ಹೆಚ್ಚು ದಿನವಿಲ್ಲವೆಂದು ತೋರುತ್ತದೆ. ಪ್ರಭೆಯ ಪತ್ರಗಳು ಬರುವುದಿಲ್ಲವೇಕೆ ? ಎಷ್ಟು ಪ್ರಯತ್ನ ಮಾಡಿದರೂ ಪ್ರಭೆಯಿಂದ ನಾನೇನು ಬಯಸುವೆನೆಂದು ನನಗೇ ತಿಳಿಯುವುದಿಲ್ಲ. ಯಾವ ತರದ ಪ್ರೇಮ ? ಯಾವ ಅನುಚಿತ ಭಾವನೆಯದೂ ಅಲ್ಲವೆಂದು ಹೇಳಬಲ್ಲೆನು. ಯಾವ ಲಾಲಸೆಯೂ ಅಲ್ಲ; ಕಾಮವಶದ್ದೂ ಅಲ್ಲ. ಹಾಗಾದರೆ ಮತ್ತಿನ್ನೇತರದು ? ಯಾರೊಡನೆ ಕೇಳಲಿ? ಸುನೀತೆಯೊಡನೆ ಕೇಳುವೆನೆಂದರೆ ಪ್ರಭೆಯ ಸುದ್ದಿ ಎತ್ತಿದರೆ ಕೋಪಿಸುವಳು. ಅವಳಿಗೆ ನನ್ನ ಭಾವ ಗೊತ್ತಿಲ್ಲ. ನೀರು ಬೆಂಕಿಯೊಡನೆ ಆಡಲಾರದೆಂದು ಹೇಳುತ್ತಾಳೆ. ಸ್ತ್ರೀ ಪುರುಷರಲ್ಲಿ ಪವಿತ್ರ ಪ್ರೇಮವು ದುರ್ಲಭವೇ ? ಯಾರನ್ನು ಕೇಳಲಿ ?

* * *

ಮಡಿಕೇರಿ

ಹುಡುಗಿಯರ ಹೈಸ್ಕೂಲ್,

ತಾ. ೧೯-೪-೩೨

ಪ್ರಿಯ ಸಹೋದರಿಗೆ ನಮಸ್ಕಾರ-

ನಿಮ್ಮ ೧೬ನೇ ತಾರೀಖಿನ ಕಾಗದವು ಸಿಕ್ಕಿತು. ನೀವು ಚಿಂತಿಸಬೇಡಿ. ನಾನು ನಿಮ್ಮ ಆಜ್ಞೆಯನ್ನು ಯಥಾಶಕ್ತಿ ಪಾಲಿಸುತ್ತೇನೆ. ನೀವು ಹೇಳುವುದು ಸರಿ. ವಸಂತರಾಯರು ನಿಮ್ಮ ಪತಿ. ಅವರಿಗೂ ನನಗೂ ಯಾವ ಸಂಬಂಧವೂ ಇಲ್ಲ. ಅವರಿಗೆ ಕಾಗದ ಬರೆಯಲು ನನಗಾವ ಅಧಿಕಾರವೂ ಇಲ್ಲ. ತಮ್ಮೊಡನೆ ಕ್ಷಮೆ ಬೇಡುತ್ತೇನೆ. ಇನ್ನು ಮುಂದೆಂದಿಗೂ ನಾನವರಿಗೆ ಕಾಗದ ಬರೆಯುವುದಿಲ್ಲ. ಆದರೆ, ನಿಮ್ಮಲ್ಲಿ ನಾನೊಂದು ನಿವೇದಿಸಿಕೊಳ್ಳುತ್ತೇನೆ. ನನ್ನಲ್ಲಿ ನೀವು ವಿಶ್ವಾಸವಿಡದಿದ್ದರೂ ನಿಮ್ಮ ಪತಿದೇವನಲ್ಲಾದರೂ ನಂಬಿಕೆಯನ್ನಿಡಿರಿ. ವ್ಯರ್ಥ ಸಂದೇಹದಿಂದ ನೀವವರನ್ನು ದುಃಖಕ್ಕೀಡುಮಾಡುವಿರಿ ; ನಾನು ಇಷ್ಟು ಮಾತ್ರ ಬರೆಯಬಲ್ಲೆನು. ನಿಮಗೆ ಉಚಿತ ತೋರಿದಂತೆ ಮಾಡಿ. ನೀವು ವಿದ್ಯಾವಂತರು. ತಿಳಿದುಕೊಳ್ಳುವ ಶಕ್ತಿಯುಳ್ಳವರು. ನಾನು ಬುದ್ಧಿಶೂನ್ಯಳಾದ ಅನಾಥೆ - ನಿಮಗೆ ಸರಿಯೆಂದು ತೋರಿದರೆ ಅವರ ಆರೋಗ್ಯ ವಿಷಯವನ್ನು ಬರೆಯಬೇಕಾಗಿ ಬೇಡುತ್ತೇನೆ.

ಕೃಪಾಕಾಂಕ್ಷಿ

-ಪ್ರಭೆ

* * *

ಮೈಸೂರು

ತಾ. ೨೦-೪-೩೨

ಪ್ರಭಾ, ಕಾಗದ ಬರೆಯುವುದಿಲ್ಲವೇಕೆ? ಸಿಟ್ಟೇ? ಸಿಟ್ಟು ಬರುವದಕ್ಕೆ ನಾನೇನು ಮಾಡಿದೆ? ಇದೇ ನಿಮಗೆ ನನ್ನ ಕಡೆಯ ಪತ್ರ. ನನ್ನ ಜೀವನದ ದಿನಗಳೂ ಪೂರೈಸಿದವು. ನನಗಿನ್ನು ಈ ಭೂಮಿಯಲ್ಲಿರುವ ಇಚ್ಛೆಯೂ ಇಲ್ಲ. ನನ್ನ ಹೃದಯವು ದುಃಖದಿಂದ ಬೆಂದುಹೋಗಿದೆ. ಸುನೀತೆಗೆ ನನ್ನ ಮೇಲೆ ಸಂದೇಹ. ಸಂದೇಹವೂ ಪ್ರೇಮವೂ ಜತೆಯಲ್ಲಿರಲಾರವು. ನಾನೇನೋ ಮೃತ್ಯುವಿಗೆ ತಯಾರಾಗಿದ್ದೇನೆ. ನಾನದನ್ನು ಶಾಂತಚಿತ್ತದಿಂದ ಇದಿರುಗೊಳ್ಳುತ್ತೇನೆ. ನಿನ್ನೊಡನೆ ಕ್ಷಮೆ ಬೇಡುವುದೊಂದೆ ಉಳಿದಿದೆ. ನೀನು ನನ್ನ ಕಾಯಿಲೆಯಲ್ಲಿ ಮಾಡಿದ ಸೇವೆಗಳಿಗಾಗಿ ನಾನೇನನ್ನು ತಾನೇ ಕೊಡಬಲ್ಲೆನು? ಆದರೆ ಇಷ್ಟುಮಾತ್ರ ಹೇಳಬಲ್ಲೆನು. ನನ್ನ ಹೃದಯದಲ್ಲಿ ನಿನಗಾಗಿ ಯಾವ ಪ್ರೀತಿಯು ಮೊದಲಿದ್ದಿತೋ ಅದು ಈಗಲೂ ಇದೆ. ಇನ್ನು ಮುಂದೂ ಇರುವುದು.

-ವಸಂತ

* * *

ಮೈಸೂರು

ತಾ. ೨೦-೪-೩೨

ಪೂಜ್ಯ ತಂದೆಯವರ ಚರಣಗಳಿಗೆ ಸಾಷ್ಟಾಂಗ ನಮಸ್ಕಾರಗಳು.

ನಾನಿನ್ನು ಎಂಟು ಹತ್ತು ದಿನಗಳಿಗಿಂತ ಹೆಚ್ಚು ಬದುಕಲಾರೆನು. ನೀವಿಲ್ಲಿಗೆ ಬೇಗ ಬನ್ನಿರಿ. ನನ್ನ ಈ ಕಾಗದವನ್ನು ನೋಡಿ ತಾವು ವ್ಯಸನಪಡಬೇಡಿ. ನನಗೆ ಸಾಯಲು ಸ್ವಲ್ಪವೂ ಭಯವಿಲ್ಲ, ನನ್ನ ಅಲ್ಪ ಜೀವನದಲ್ಲಿ ವಿಧಾತನ ಮುಂದೆ ಹೋಗುವುದಕ್ಕೆ ಭಯಪಡುವಂಥ ಯಾವ ಕಾರ್ಯವನ್ನೂ ಮಾಡಿಲ್ಲ; ಮತ್ತೇಕೆ ಹೆದರಿಕೆ? ನಾನು ಈಶ್ವರನೆಡೆಗೆ ಹೋಗಲು ಭಯಪಡುವದಿಲ್ಲವೆಂದು ಕೇಳಿ ನೀವೂ ಆನಂದಪಡಬೇಕು. ಜೀವನ- ಮರಣಗಳ ಸಮಸ್ಯೆ ಪ್ರಪಂಚದೊಡನೆಯೇ ಉತ್ಪತ್ತಿಯಾಗಿದೆ. ಉದಯಿಸಿದ ಸೂರ್ಯನು ಅಸ್ತಮಿಸದಿರುವನೇ? ನನಗಾಗಿ ನೀವು ದುಃಖಿತರಾಗಬೇಡಿ. ನೀವು ಬರುವಾಗ ಹುಡುಗಿಯರ ಹೈಸ್ಕೂಲಿನಲ್ಲಿರುವ ಪ್ರಭಾಕುಮಾರಿಯನ್ನು ನೋಡಿಕೊಂಡು ಅವಳ ಸಮಾಚಾರವನ್ನು ತಿಳಿದುಕೊಂಡು ಬರಬೇಕು.

ನಿಮ್ಮ ಪ್ರಿಯಪುತ್ರ.

-ವಸಂತ

* * *

ಮಡಿಕೇರಿ
ಹುಡುಗಿಯರ ಹೈಸ್ಕೂಲ್
ತಾ. ೨೩-೪-೩೨

ಪ್ರಿಯ ಸಹೋದರಿಗೆ, ನಮಸ್ಕಾರ-

ವಸಂತರಾಯರ ಪತ್ರವು ಬಂದಿದೆ. ಅವರಿಗೆ ಕಾಗದ ಬರೆಯುವುದಿಲ್ಲವೆಂದು ನಿಮಗೆ ನಾನು ವಚನವಿತ್ತಿದ್ದೇನೆ. ನನಗವರ ಮೇಲೆ ಕೋಪವೆಂದವರು ತಿಳಿದುಕೊಂಡಿದ್ದಾರೆ. ಏನು ಮಾಡಲಿ ? ಅವರ ಕಾಯಿಲೆ ಬಹಳ ಜೋರಾಗಿದೆಯೆಂದು ಅವರ ಕಾಗದದಿಂದ ತಿಳಿದೆ. ಸೋದರೀ, ದಯವಿಟ್ಟು ನನಗವರ ವಿಷಯ ಬರೆಯಿರಿ. ಇನ್ನು ಅವರಿಗೆ ವ್ಯಸನವನ್ನುಂಟು ಮಾಡುವ ಮಾತುಗಳನ್ನಾಡಬೇಡಿರಿ. ನಾನೇನು ಮಾಡಲಿ ? ಅವರು ಬೇಗ ಆರೋಗ್ಯ ಹೊಂದಲೆಂದು ಈಶ್ವರನನ್ನು ಪ್ರಾರ್ಥಿಸುತ್ತೇನೆ.

-ಪ್ರಭೆ

* * *

ಮೈಸೂರು
ತಾ. ೨೧-೪-೩೨

ಪ್ರಿಯ ಭಗನಿ,

ವಿಧಾತನ ಇಚ್ಛೆ ಏನೆಂದು ತಿಳಿಯಲು ಸಾಧ್ಯವೇ ? ಈಗೀಗ ಅವರಿಗೆ ಬೇನೆ ಬಹಳ ಜೋರು. ಮಾವನವರು ನಿನ್ನನ್ನು ನೋಡಿಬಂದು ಅವರಿಗೆ ಹೇಳಿದ್ದಾರೆ. ನಿತ್ರಾಣದಿಂದ ಆಗಾಗ ಮೂರ್ಛಿತರಾಗುತ್ತಾರೆ. ನಿದ್ದೆಯಲ್ಲಿ ನಿನ್ನ ಹೆಸರು ಹೇಳುತ್ತಾ ಎದ್ದು ತಿರುಗಾಡುತ್ತಾರೆ. ಮಾಡುವುದೇನೆಂದು ತಿಳಿಯುವುದಿಲ್ಲ.

ನಿನ್ನ ನಿರ್ಭಾಗ್ಯ ಸೋದರಿ,
-ಸುನೀತ

* * *

ಶ್ರೀಮತಿ ಪ್ರಭಾಕುಮಾರಿಗೆ,

ತಂತಿ ಸಿಕ್ಕಿರಬಹುದು. ನಿನ್ನೆ ದಿನ ಪ್ರಾತಃಕಾಲ 6 ಗಂಟೆಗೆ ನನ್ನ ಮಿತ್ರ ವಸಂತನು ಸ್ವರ್ಗಕ್ಕೆ ಹೊರಟುಹೋದನು. ಹೋಗುವ ಮೊದಲು ನನಗೆಲ್ಲವನ್ನೂ ಹೇಳಿರುವೆನು. ನಿಮ್ಮನ್ನು ಒಂದು ಬಾರಿ ನೋಡುವ ಆಸೆ ಅವನಿಗಿತ್ತು. ಸುನೀತಿಗೆ ಬೇಸರವಾಗುವುದೆಂದು

ನಿಮ್ಮನ್ನು ಕರೆಸಲಿಲ್ಲ. ನೀವು ಎಲ್ಲಿರಲು ಇಷ್ಟಪಡುವಿರೋ ಅಲ್ಲಿದ್ದು , ಎಷ್ಟು ಓದಬಯಸುವಿರೋ ಅಷ್ಟರವರೆಗೆ ಓದಲಾಗುವ ಖರ್ಚನ್ನು ಕೊಡಬೇಕೆಂಬುದೇ ವಸಂತನ ಅಂತಿಮೇಚ್ಛೆ. ಅವನ ತಂದೆಯೂ ಅದಕ್ಕೆ ಸಮ್ಮತಿಸಿದ್ದಾರೆ.

-ಸೀತಾರಾಮು

* * *

ಮೇ 3ನೇ ತಾರೀಖಿನ 'ಕೊಡಗು' ಪೇಪರಿನಲ್ಲಿ

ಇಲ್ಲಿನ ಕಾನ್ವೆಂಟಿನಲ್ಲಿದ್ದ ೧೬ ವರ್ಷ ಪ್ರಾಯದ ಪ್ರಭಾಕುಮಾರಿ ಎಂಬ ಹುಡುಗಿ ನಿನ್ನೆಯ ರಾತ್ರಿಯಿಂದ ಕಾಣದಾಗಿದ್ದಾಳೆ. ಹುಡುಗಿ ಅನಾಥೆ. ಆರನೆಯ ತರಗತಿಯ ವಿದ್ಯಾಭ್ಯಾಸ. ತರಗತಿಯಲ್ಲಿ ಅವಳೇ ಮೊದಲನೆಯವಳು. ಮುಖ್ಯಾಧ್ಯಾಯನಿಯ ಹೆಸರಿನಲ್ಲಿ ಒಂದು ಕಾಗದ ಬರೆದಿಟ್ಟಿದ್ದಾಳೆ. ನನ್ನನ್ನು ಹುಡಕಬೇಡಿ, ನನ್ನನ್ನು ನಾನು ರಕ್ಷಿಸಿಕೊಳ್ಳುತ್ತೇನೆ. ನನಗಾಗಿ ಅಳುವವರು ಯಾರ ಇಲ್ಲ.

೦

ಆಹುತಿ

ನಾನು ಎಂ.ಎ. ಪಾಸಾಗಿದ್ದೆ. ನನ್ನ ತಂದೆತಾಯಿಯವರು ನನಗೆ ಮದುವೆ ಮಾಡಬೇಕೆಂದು ಹೆಣ್ಣು ಹುಡುಕುತ್ತಿದ್ದರು. ಅಂತೂ ಕಡೆಗೆ ಹುಡುಗಿಯೂ ನಿಶ್ಚಯವಾದಳು. ನಮ್ಮ ಮನೆಯಿಂದ ಹನ್ನೆರಡು ಮೈಲಿ ದೂರದಲ್ಲಿದ್ದ ಒಂದು ಹಳ್ಳಿಯಲ್ಲಿ ಅವಳ ಮನೆ. ಅವಳಿಗೂ ತಂದೆ ತಾಯಿ ಇದ್ದರು. ಆದರೆ ಅವರು ಬಹಳ ಬಡವರಂತೆ. ನನಗೇನೋ ಐಶ್ವರ್ಯವಂತರ ಅಳಿಯನಾಗಬೇಕೆಂದು ಬಹಳ ಆಸೆಯಿತ್ತು. ಇಂಗ್ಲೆಂಡಿಗೆ ಹೋಗಿ ಬ್ಯಾರಿಸ್ಟರನಾಗಬೇಕೆಂದು ಬಲವಾದ ಇಚ್ಛೆ. ಇಂಗ್ಲೆಂಡಿಗೆ ಹೋಗಬೇಕಾದರೆ ಹಣಬೇಕು. ನನಗಾಗಿ ತುಂಬಾ ಹಣ ಖರ್ಚು ಮಾಡುವಷ್ಟು ಅನುಕೂಲವು ನನ್ನ ತಂದೆಗಿರಲಿಲ್ಲ. ಐಶ್ವರ್ಯವಂತರ ಅಳಿಯನಾದರೆ ನಾನು ಇಂಗ್ಲೆಂಡಿಗೆ ಸುಲಭವಾಗಿ ಹೋಗಬಹುದಾಗಿತ್ತು. ಆದುದರಿಂದ ಆ ಬಡವರ ಹುಡುಗಿಯನ್ನು ಮದುವೆಯಾಗಲು ನನಗೆ ಮನಸ್ಸಿರಲಿಲ್ಲ.

ಸಾಯಂಕಾಲವಾಗಿತ್ತು. ತಿರುಗಾಡಲು ಹೋಗಿದ್ದವನು ಆಗ ತಾನೆ ಮನೆಗೆ ಬಂದಿದ್ದೆ. ನನ್ನ ತಂದೆ ತುಂಬ ಆಚಾರವಂತರು. ಪ್ರತಿದಿನವೂ ತಪ್ಪದೆ ಸಂಧ್ಯಾವಂದನಾದಿಗಳನ್ನು ಮಾಡುತ್ತಿದ್ದರು. ನಾನೂ ಮಾಡಬೇಕೆಂದು ಅವರ ಬಯಕೆ. ತಿರುಗಾಡಲು ಹೋದಲ್ಲಿ ಸ್ನೇಹಿತರೊಡನೆ ಮಾತನಾಡುವ ಸಂಭ್ರಮದಲ್ಲಿ ಸಂಧ್ಯಾವಂದನೆಯ ಸಮಯವಾದುದೂ ನನಗೆ ಗೊತ್ತಾಗಲಿಲ್ಲ. ನಾನು ಮನೆಗೆ ಬಂದಾಗ ತಂದೆಯವರು ಒಳಗೆ ಜಪಮಾಡುತ್ತಿದ್ದರು. ನಾನು ಬಟ್ಟೆಯನ್ನು ತೆಗೆದಿರಿಸುವುದಕ್ಕೆ ನನ್ನ ರೂಮಿಗೆ ಹೋದೆ. ನನ್ನ ತಂಗಿ ವಿಜಯ ಅಲ್ಲಿ ಕುಳಿತುಕೊಂಡು ಓದುತ್ತಿದ್ದಳು. ನಾನವಳನ್ನು 'ವಿ' ಎಂದು ಕರೆಯುತ್ತಿದ್ದೆ. ಯಾವೊತ್ತೂ ಸಂಜೆಯ ಹೊತ್ತಿನಲ್ಲಿ ಅವಳು ದೇವರ ಕೀರ್ತನೆಗಳನ್ನು ಹಾಡುತ್ತಾ ದೇವರ ಮನೆಯಲ್ಲಿರುವುದು ವಾಡಿಕೆ. ಇಂದು ನನ್ನ ರೂಮಿನಲ್ಲಿ ಕುಳಿತದ್ದು ಕಂಡು 'ಏನು ಓದುತ್ತಿರುವೆ ವಿ' ಎಂದು ಕೇಳಿದೆ. ಓದುತ್ತಿದ್ದ ಪುಸ್ತಕವನ್ನು ಮೇಜಿನ ಮೇಲೆಸೆದು 'ಓದುತ್ತಲೂ ಇರಲಿಲ್ಲ ಏನೂ ಇಲ್ಲ. ಈ ಹಾಳು ಪುಸ್ತಕದಲ್ಲಿ ಓದುವುದಕ್ಕೇನಿದೆ?' ಎಂದಳು. 'ಇದೇನು ವಿ? ನೀನು ಹಾಡುವದಿಲ್ಲವೇ?' ಎಂದೆ. 'ಆಗಲೇ ಆಗೋಯ್ತು' ಎಂದಳು ಅವಳು. ನಾನು ಕೋಟನ್ನು ಬಿಚ್ಚಿಟ್ಟು ಟೈಯನ್ನು ಬಿಚ್ಚುತ್ತಿದ್ದೆ. ಆಗ ಅವಳು 'ಅಣ್ಣ ನಿನಗೆ ಒಪ್ಪಿಗೆಯೇ?' ಎಂದು ಕೇಳಿದಳು. ನಾನು 'ಏನು ಒಪ್ಪಿಗೆ' ಎಂದೆ.

ಅವಳು –'ಏನೂ ಗೊತ್ತೇಯಿಲ್ಲ ಪಾಪ ! ಆ ಹುಡುಗಿಯನ್ನು ಮದುವೆಯಾಗಲು ಒಪ್ಪಿಗೆಯೇ ಎಂದರೆ ಏನು ಎನ್ನುತ್ತಿ' ಎಂದಳು. ನಾನೆಂದೆ 'ನಾನು ಅವಳನ್ನು ನೋಡಿಯೇ ಇಲ್ಲ, ನಾನು ಏನೆಂದು ಉತ್ತರ ಕೊಡಲಿ?' ಆಗ ವಿಜಯ ಎಂದಳು. 'ಅಣ್ಣ, ನಾನು ಅವಳನ್ನು ನೋಡಿರುವೆ. ಅವಳು ಎಲ್ಲಾ ತರದಲ್ಲೂ ನಿನಗೆ ಯೋಗ್ಯಳಾಗಿದ್ದಾಳೆ. ಓದುಬರಹ ಗೊತ್ತಿದೆ. ನೋಡುವುದಕ್ಕೆ ಅತಿ ಚೆಲುವೆ '. ನಾನಾಗ ಕೇಳಿದೆ : 'ವರದಕ್ಷಿಣೆ ಎಷ್ಟು ಕೊಡುತ್ತಾರೆ?'

ವಿಜಯ ಹೇಳಿದಳು : 'ಅಣ್ಣ , ಅಪ್ಪನಿಗೆ ವರದಕ್ಷಿಣೆಯನ್ನು ತೆಗೆದುಕೊಳ್ಳಲಿಕ್ಕೆ ಇಷ್ಟ ಇಲ್ಲ, ಅವರು ಬಹಳ ಬಡವರು. ಆದರೆ , ಹುಡುಗಿ ರತಿದೇವಿಯಂತೆ ಇದ್ದಾಳೆ. ಅವರೇ ಐನೂರು ರೂಪಾಯಿ ಕೊಡುವೆವೆಂದು ಹೇಳಿದ್ದಾರೆ. ಅದನ್ನು ತೆಗೆದು ಕೊಳ್ಳುವುದಕ್ಕೂ ಅಪ್ಪನಿಗೆ ಒಪ್ಪಿಗೆ ಇಲ್ಲ, ' ನಾನು ಹೇಳಿದೆ : 'ವಿ, ನನಗೆ ಲಂಡನ್ನಿಗೆ ಹೋಗಿ ಲಾ ಕಲಿಯಬೇಕೆಂದು ಇಚ್ಛೆಯಿದೆ. ಅದಕ್ಕಾಗುವ ಖರ್ಚನ್ನು ಕೊಡವುದಾದರೆ ಮಾತ್ರ ನಾನು ಆ ಹುಡುಗಿಯನ್ನು ಮದುವೆಯಾಗುತ್ತೇನೆ. ಇಲ್ಲದಿದ್ದರೆ ಇಲ್ಲ,' ಆಗ ವಿಜಯ: 'ಅಣ್ಣ, ನೀನು ಎಂ.ಎ. ನಿನ್ನ ಬಾಯಿಂದ ಇಂತಹ ಮಾತು ಹೊರಡಬಹುದೇ? ನಿನ್ನನ್ನು ನೀನು ಮಾರಿಕೊಳ್ಳಬಯಸುವಿಯೇಕೆ?' ಎಂದು ಸ್ವಲ್ಪ ಕೋಪದಿಂದಲೇ ಹೇಳಿದಳು. ನಾನು ಉತ್ತರವೀಯಲಿಲ್ಲ, ಕೋಪಿಸಿಕೊಂಡು ಅವಳು ಒಳಗೆ ಹೊರಟುಹೋದಳು.

* * *

ಜಪಮಾಡಿ ಹೊರಗೆ ಬಂದು ಕುಳಿತಿದ್ದೆ. ನಮ್ಮ ತಂದೆಯೂ ಜಪ ತೀರಿಸಿ ಹೊರಗೆ ಬಂದರು. 'ಏನೋ, ನೀನು ವಿಜಯನ ಹತ್ತಿರ ಏನೆಂದೆ?' ಎಂದು ಕೇಳಿದರು. ನಾನು ಮಾತನಾಡಲಿಲ್ಲ. 'ನೀನು ಮುಂದೆ ಓದಿನ ಖರ್ಚಿಗೆ ಹಣ ಕೊಟ್ಟರೆ ಮದುವೆ ಯಾಗುತ್ತೇನೆಂದೆಯಂತೆ. ಅವರು ಬಡವರು. ಆರೇಳು ಜನ ಹೆಣ್ಣುಮಕ್ಕಳು ಇದ್ದಾರೆ. ಎಲ್ಲಿಂದ ತಾನೇ ಹಣ ತರಬಲ್ಲರು? ನೀನೇನೂ ತಿಳಿಯದ ಚಿಕ್ಕ ಮಗುವಲ್ಲ. ಹುಡುಗಿ ಲಕ್ಷಣವಾಗಿದ್ದಾಳೆ. ನೀನು ದೊಡ್ಡವರ ಅಳಿಯನಾಗಿ ಲಂಡನ್ನಿಗೆ ಹೋಗುವುದಕ್ಕೆ ನನಗೆ ಒಪ್ಪಿಗೆ ಇಲ್ಲ. ಈ ಹುಡುಗಿಯನ್ನು ಮದುವೆಯಾದರೆ ಇಲ್ಲೇ ಲಾ ಓದುವ ಖರ್ಚನ್ನು ಹೇಗಾದರೂ ಮಾಡಿ ನಾನು ಕೊಡುತ್ತೇನೆ. ನನ್ನ ಮಾತು ಕೇಳದಿದ್ದರೆ ನೀನು ನನ್ನ ಮಗನೇ ಅಲ್ಲ. ಆಲೋಚಿಸಿ ನಾಳೆ ಹೇಳು' ಎಂದು ಹೇಳಿ ಒಳಗೆ ಹೊರಟುಹೋದರು. ಸ್ವಲ್ಪ ಹೊತ್ತಿನ ಮೇಲೆ ಅಮ್ಮ ಊಟಕ್ಕೆ ಕರೆದಳು. ನನಗೆ ಸ್ವಲ್ಪವೂ ಬೇಡವೆಂದು ಹೇಳಿದೆ.

ಅಂದಿನ ರಾತ್ರಿ ಎಲ್ಲರೂ ಮಲಗಿದ ಮೇಲೆ ನಾನು ಹೊರಗೆ ಹೊರಟೆ. ನನ್ನ ಮನಸ್ಸು ಸಿಟ್ಟಿನಿಂದ ಚಂಚಲವಾಗಿತ್ತು. ಆ ಹುಡುಗಿಯನ್ನು ಮದುವೆಯಾಗುವ ಇಚ್ಛೆ ನನಗೆ ಸ್ವಲ್ಪವೂ ಇರಲಿಲ್ಲ. ತಂದೆಯಿದಿರು ನಿಂತು ಹಾಗೆ ಹೇಳುವ ಧೈರ್ಯ ನನಗಿರಲಿಲ್ಲ. ಆದುದರಿಂದ ಅಂದಿನ ರಾತ್ರಿಯೇ ಮನೆ ಬಿಟ್ಟುಹೊರಟೆ. ನಮ್ಮ ಹಳ್ಳಿಯಿಂದ ರೈಲ್ವೇ ಸ್ಟೇಶನ್ನಿಗೆ ನಾಲ್ಕು ಮೈಲಿ. ನಾನಲ್ಲಿಗೆ ತಲುಪುವಾಗ ಹನ್ನೆರಡು ಗಂಟೆಯಾಗಿತ್ತು. ನಮ್ಮ ಊರಿನಿಂದ ರೈಲು ಹೊರಡುವುದಕ್ಕೆ ಇನ್ನೂ ಹತ್ತು ನಿಮಿಷವಿತ್ತು. ಅಷ್ಟರೊಳಗೆ ಮದರಾಸಿಗೆ ಒಂದು ಟಿಕೆಟ್ಟನ್ನು ತೆಗೆದುಕೊಂಡು ಒಂದು ಕಂಪಾರ್ಟಮೆಂಟಿನಲ್ಲಿ ಹೋಗಿ ಕುಳಿತೆ. ನಾನು ಕುಳಿತಲ್ಲಿ ಬೇರೆ ಯಾರೂ ಇರಲಿಲ್ಲ. ಮುಂದಿನ ಗತಿಯೇನೆಂದು ಆಲೋಚಿಸುತ್ತ ಕುಳಿತಿದ್ದಂತೆಯೇ ನಿದ್ರೆ ಬಂದುಬಿಟ್ಟಿತು. ಏನೋ ಶಬ್ದವಾದಂತಾಗಿ ನನಗೆ ನಿದ್ರಾಭಂಗವಾಯಿತು. ಕಣ್ಣು ತೆರೆದು ನೋಡಿದೆ. ಹುಣ್ಣಿಮೆಯ ಚಂದ್ರನು ಕಿಟಕಿಯ ಮೂಲಕ ಒಳಗೆ ಇಣುಕಿ ನೋಡುತ್ತಿದ್ದನು. ಬೆಳದಿಂಗಳಿನ ಪ್ರಕಾಶದಲ್ಲಿ ಇದಿರಿನ ಬೆಂಚಿನ ಮೇಲೆ ಇನ್ನೊಬ್ಬರು ಕುಳಿತದ್ದನ್ನು ನೋಡಿದೆ. ನಮ್ಮೂರಿನಿಂದ ಹೊರಡುವಾಗ ನಾನೊಬ್ಬನೇ ಇದ್ದೆ. ಮಧ್ಯದಲ್ಲಿ ಯಾರೋ ಹತ್ತಿ ಕುಳಿತಿರಬೇಕೆಂದು ಯೋಚಿಸುತ್ತಾ ಮಲಗಿದಲ್ಲಿಂದ ಎದ್ದು ಕುಳಿತೆ. ನನ್ನಿದಿರು ಕುಳಿತಿದ್ದ ಮನುಷ್ಯ ಮುದುಕ. ಮುದುಕನಾದರೂ ಹುಡುಗರಂತೆ ಡ್ರೆಸ್ ಮಾಡಿಕೊಂಡಿದ್ದ. ನೋಡಿದ ಕೂಡಲೇ ಮುದುಕನೆಂದು ಗೊತ್ತಾಗುತ್ತಿರಲಿಲ್ಲ, ಅವನು ಹಣವಂತನಾಗಿರಬೇಕೆಂದು ಅವನ ವೇಷಭೂಷಣಗಳಿಂದ ವ್ಯಕ್ತವಾಗುತ್ತಿತ್ತು. ಅವನು ಐಶ್ವರ್ಯವಂತನಾಗಿರಬಹುದೆಂದು ಭಾವನೆಯುಂಟಾದ ಕೂಡಲೇ ಅವನ ಪರಿಚಯ ಮಾಡಿಕೊಳ್ಳಬೇಕೆಂದು ಆಸೆಯಾಯಿತು. ಅವನು ನನ್ನನ್ನೇ ನೋಡುತ್ತಾ ಕುಳಿತಿದ್ದರೂ ಮಾತನಾಡುವಂತೆ ತೋರಲಿಲ್ಲ. ನಾನೇ ಮಾತನಾಡಬೇಕಾಗಿ ಬಂತು. 'ಸ್ವಾಮಿ ದಯಮಾಡಿ ಗಂಟೆ ಎಷ್ಟೆಂದು ಹೇಳುವಿರಾ?' ಎಂದು ಕೇಳಿದೆ. ಅವನು ಕೈಗಡಿಯಾರವನ್ನು ನೋಡಿ 'ಎರಡು ಗಂಟೆಗೆ ಹತ್ತು ನಿಮಿಷವಿದೆ' ಎಂದು

ಹೇಳಿದ. ಆ ಮುದುಕ ತುಂಬಾ ಮಾತುಗಾರ. ನಾನು ಮೊದಲು ಮಾತನಾಡಿದ ಮೇಲೆ ಅವನೂ ಮಾತಿಗೆ ಪ್ರಾರಂಭಿಸಿದ. ಅಂತೂ ಮದರಾಸಿಗೆ ತಲುಪುವಷ್ಟರಲ್ಲೇ ನಾವಿಬ್ಬರೂ ಸ್ನೇಹಿತರಾಗಿಬಿಟ್ಟೆವು.

ಆ ಮುದುಕ ಒಬ್ಬ ರತ್ನ ವ್ಯಾಪಾರಿ. ನಾನು ಯಾರೆಂದು ಕೇಳಿದುದಕ್ಕೆ – ನಾನೊಬ್ಬ ಬಡವರ ಮಗನೆಂದೂ ಎಂ.ಎ. ಪಾಸಾಗಿದೆಯೆಂದೂ ಕೆಲಸ ಹುಡುಕುವುದರ ಸಲುವಾಗಿ ಮದರಾಸಿಗೆ ಹೊರಟಿದ್ದೇನೆಂದೂ ಹೇಳಿದೆ. ಕೆಲಸವೇನೂ ಸಿಕ್ಕದಿದ್ದರೆ ಬಂದು ತನ್ನನ್ನು ಕಾಣಬೇಕೆಂದು ಹೇಳಿದ. ಅಷ್ಟು ಹೊತ್ತಿನಲ್ಲೇ ಮದರಾಸನ್ನು ತಲುಪಿದ್ದೆವು. ನಾನು ಓದುವಾಗ ವಾಸವಾಗಿದ್ದ ವೈ.ಎಂ.ಸಿ.ಎ.ಗೆ ಹೋದೆ. ಲಾ ಕಲಿಯುತ್ತಿದ್ದ ನನ್ನ ಸ್ನೇಹಿತರನೇಕರು ಅಲ್ಲಿದ್ದರು. ಅವರೊಡನೆ ಮಾತನಾಡುತ್ತಾ ಅಂದು ಅಲ್ಲೇ ಉಳಿದೆನು.

ಮರುದಿನದಿಂದ ಕೆಲಸ ಹುಡುಕಲು ಪ್ರಾರಂಭಿಸಿದೆ. ನನ್ನ ದುರದೃಷ್ಟದಿಂದ ಎಲ್ಲಿಯೂ ಕೆಲಸ ಸಿಗಲಿಲ್ಲ. ನಾನು ಮದರಾಸಿಗೆ ಬಂದು ಎರಡು ವಾರಗಳು ಕಳೆದಿದ್ದವು. ಕೈಯಲ್ಲಿದ್ದ ಕೆಲವು ರೂಪಾಯಿಗಳೂ ಖರ್ಚಾಗಿದ್ದವು. ಊಟಕ್ಕೇ ತೊಂದರೆಯಾಯಿತು. ಬೇರೇನೂ ದಿಕ್ಕು ತೋರದೆ ರೈಲಿನ ಸ್ನೇಹಿತನ ಮನೆಗೆ ಹೋದೆ. ದೇವರ ದಯೆಯಿಂದ ನಾನಲ್ಲಿಗೆ ಹೋಗುವ ಹೊತ್ತಿಗೆ ಆತನೂ ಮನೆಯಲ್ಲಿದ್ದನು. ನಾನು ಬಂದುದನ್ನು ನೋಡಿ ಅವನಿಗೆ ಬಲು ಸಂತೋಷವಾಯಿತು. ಮಾತುಕತೆಯಾದ ಬಳಿಕ ನನಗೆ ಕೆಲಸ ಸಿಗಲಿಲ್ಲವೆಂದವನಿಗೆ ಗೊತ್ತಾಯಿತು. ಅವನಿಗೊಬ್ಬ ಮಗಳೂ ದೂರ ಸಂಬಂಧದ ಸೊಸೆಯೂ ಇದ್ದರು. ಅವರಿಬ್ಬರಿಗೂ ಪಾಠ ಹೇಳಿಕೊಡಲು ಆಗುತ್ತದೆಯೇ ಎಂದು ನನ್ನನ್ನು ಕೇಳಿದ. ಏನೂ ಕೆಲಸವಿಲ್ಲದ ನನಗೆ ಅದೇ ಬಲು ದೊಡ್ಡ ಕೆಲಸವೆಂದಾಯಿತು. ಹೇಳಿಕೊಡುವುದಾಗಿ ಒಪ್ಪಿಕೊಂಡೆ.

ಮರುದಿನದಿಂದ ಪಾಠ ಹೇಳಲುಪಕ್ರಮಿಸಿದೆ. ಅವನ ಮಗಳಿಗೆ ಸುಮಾರು ಹದಿನಾಲ್ಕು ವರ್ಷ ಸೊಸೆಗೆ ಹದಿನಾರು ವರ್ಷ ; ಆತನ ಮಗಳು ಲಕ್ಷಣವಾಗಿದ್ದಳು. ಸೊಸೆಗೋ ಒಂದು ಸಾರಿ ಹೇಳುವದೇ ತಡ, ಕಲಿತುಬಿಡುತ್ತಿದ್ದಳು. ಮಗಳಿಗೆ ಮಾತು ಬಹಳ. ಸೊಸೆ ಕೇಳಿದ ಪ್ರಶ್ನೆಗೆ ಉತ್ತರವಲ್ಲದೆ ಬೇರೆ ಮಾತನಾಡುತ್ತಿರಲಿಲ್ಲ. ಮಗಳಿಗೆ ಸದಾ ನಗುಮುಖ, ಸೊಸೆಯ ಸುಂದರವಾದ ಮುಖವು ಯಾವುದೋ ಚಿಂತೆಯಿಂದ ಬಾಡಿರುತ್ತಿತ್ತು. ಚಿಂತೆಯಿಂದ ಬಾಡಿದ್ದರೂ ಆ ಮುಖದಲ್ಲಿ ಅದೊಂದು ಬಗೆಯ – ಎಷ್ಟು ನೋಡಿದರೂ ಸಾಲದೆನ್ನುವ ತರದ–ಸೌಂದರ್ಯ. ಮಗಳ ಹೆಸರು ಸೀತೆ, ಶಾಂತಿ ಎಂದು ಸೊಸೆಯ ಹೆಸರು.

ನಾನು ಪಾಠ ಹೇಳಲು ಮೊದಲು ಮಾಡಿ ಆರು ತಿಂಗಳುಗಳು ಸಂದಿದ್ದವು. ಹುಡುಗಿಯರಿಬ್ಬರೂ ಚೆನ್ನಾಗಿಯೇ ಪಾಠ ಕಲಿಯುತ್ತಿದ್ದರು. ಆದರೆ, ಶಾಂತಿಯಷ್ಟು ಚುರುಕಾಗಿ ಸೀತೆ ಕಲಿಯುತ್ತಿರಲಿಲ್ಲ. ಶಾಂತಿಯ ಸೌಂದರ್ಯ, ಸೌಂದರ್ಯ

ವನ್ನಾವರಿಸಿದ್ದ ದುಃಖ, ವಿದ್ಯೆಗಳಲ್ಲಿ ಅವಳಿಗಿದ್ದ ಅಭಿರುಚಿ, ಮಿತವಾದ ಮಾತು ಇವೆಲ್ಲವೂ ಸೇರಿ ನನ್ನ ಮನಸ್ಸನ್ನು ಅವಳೆಡೆಗೆ ಎಳೆಯತೊಡಗಿದವು. ಎಷ್ಟು ನೋಡಿದರೂ ಅವಳನ್ನು ಇನ್ನೊಮ್ಮೆ ನೋಡಬೇಕೆನಿಸುತ್ತಿತ್ತು. ಅವಳು ಹೈಕೋರ್ಟು ಜಡ್ಜಿಯ ತಂಗಿಯ ಮಗಳಾದರೂ ಅವಳ ತಂದೆ ತಾಯಿಯರು ಅಷ್ಟೇನೂ ಅನುಕೂಲಸ್ಥರಾಗಿರಲಿಲ್ಲ. ಮಗಳ ಮದುವೆಗೆ ಬಹಳ ಪ್ರಯತ್ನ ಮಾಡುತ್ತಿದ್ದರು. ಬಡತನದ ದೆಸೆಯಿಂದ ವರದಕ್ಷಿಣೆ ಕೊಡಲಾರದೆ ಇನ್ನೂ ಮಗಳಿಗೆ ಮದುವೆಯಾಗಿರಲಿಲ್ಲ. ನನಗಂತೂ ಯಾವಾಗಲೂ ಶಾಂತಿಯ ಜಪವೇ ಆಯಿತು. ಮದುವೆಯಾದರೆ ಅವಳನ್ನು ಮದುವೆಯಾಗ ಬೇಕೆಂದೆನಿಸಿತು; ಅವಳನ್ನು ಮದುವೆಯಾದರೆ ಲಂಡನ್ನಿಗೆ ಹೋಗಲಾಗುತ್ತಿರಲಿಲ್ಲ. ಆದುದರಿಂದ ಅವರನ್ನು ಮರೆಯಲು ಪ್ರಯತ್ನಿಸತೊಡಗಿದೆ. ಎಷ್ಟೆಷ್ಟೂ ಪ್ರಯತ್ನಿಸಿದರೂ ಅವಳ ಸದ್ಗುಣಗಳು ನನ್ನ ಮನಸ್ಸನ್ನು ಅವಳೆಡೆಗೆ ಎಳೆಯತೊಡಗಿದವು. ನಾನು ಸೀತೆಯನ್ನು ಮದುವೆಯಾಗಬಹುದಿತ್ತು. ಎಷ್ಟೋ ಸಾರಿ ಅವಳ ತಂದೆ ನನ್ನನ್ನು ಹಾಸ್ಯಕ್ಕಾಗಿ 'ಅಳಿಯ' ಎಂದು ಕೂಗುತ್ತಿದ್ದರು. ಅವರಿಗೆ ಸೀತೆಯೊಬ್ಬಳೇ ಮಗಳು. ನನಗವಳನ್ನು ಮದುವೆಮಾಡಿ ನನ್ನನ್ನು ಮನೆ ಅಳಿಯನನ್ನಾಗಿ ಮಾಡಿಕೊಳ್ಳಬೇಕೆಂಬ ಬಯಕೆಯೂ ಅವರಿಗಿತ್ತು. ನಾನವರ ಅಳಿಯನಾದರೆ ಸುಲಭವಾಗಿ ಲಂಡನ್ನಿಗೆ ಹೋಗಬಹುದಿತ್ತು. ಆದರೆ, ಎಂದಿನಿಂದ ಶಾಂತಿಯನ್ನು ಪ್ರೀತಿಸತೊಡಗಿದೆನೋ ಅಂದಿನಿಂದ ಹಣಕ್ಕಾಗಿ ಪ್ರೇಮವನ್ನು ಬಲಿಗೊಡಬೇಡವೆಂದು ನನ್ನ ಮನಸ್ಸು ಹೇಳುತ್ತಲಿತ್ತು. ನನಗೆ ಇನ್ನೂ ಲಂಡನ್ನಿಗೆ ಹೋಗುವ ಆಸೆ ಕಮ್ಮಿಯಾಗಿರಲಿಲ್ಲ. ಆದುದರಿಂದ ಶಾಂತಿಯ ತಂದೆ-ತಾಯಿಗಳೊಡನೆ ಭಿಕ್ಷೆಯನ್ನು ಬೇಡಲು ನಾನಿನ್ನೂ ಸಿದ್ಧನಾಗಿರಲಿಲ್ಲ.

ಒಂಬತ್ತು ಗಂಟೆಯಾಗಿತ್ತು. ನಾನು ಪಾಠದ ಕೋಣೆಯಲ್ಲಿ ಕುಳಿತು ನನ್ನ ಶಿಷ್ಯೆಯರಿಬ್ಬರನ್ನು ಇದಿರು ನೋಡುತ್ತಿದ್ದೆ. ಸತ್ಯವನ್ನು ಹೇಳುವುದಾದರೆ ನಾನಿದಿರು ನೋಡುತ್ತಿದ್ದುದು ಶಾಂತಿಯನ್ನು. ಶಾಂತಿಯನ್ನು ಸ್ಮರಿಸುತ್ತಿರುವಾಗಲೇ ಬಾಗಿಲು ತೆರೆದ ಶಬ್ದವಾಯಿತು. ತೆರೆದ ಬಾಗಿಲಿನಿಂದ ಒಳಗೆ ಹೊಕ್ಕಳು ಸೀತೆ. ಯಾವಾಗಲೂ ಅವಳೊಡನೆಯೇ ಬರುತ್ತಿದ್ದ ಶಾಂತಿಯ ಸುಳಿವಿಲ್ಲ. ಅವಳನ್ನು ಕಾಣದೆ ಮನಸ್ಸಿಗೆ ವಿಷಾದವಾಯಿತು. ಆದರೆ, ನಾನು ಕೇಳುವ ಮೊದಲೇ ಅವಳೇ 'ನೋಡಿ ಮೇಷ್ಟ್ರೆ ನಿನ್ನೆ ರಾತ್ರಿ ಶಾಂತಿಯ ತಂದೆ ಬಂದು ಅವಳನ್ನು ಊರಿಗೆ ಕರೆದುಕೊಂಡು ಹೋಗಿಬಿಟ್ಟರು. ಯಾಕೆಂತ ಗೊತ್ತಿದೆಯೇ? ಮದುವೆಗೆ ?' ಎಂದಳು.

ಆಗ ನನಗೆ ತಿಳಿಯಿತು. ಶಾಂತಿ ಇಲ್ಲದೆ ನಾನು ಬದುಕಲಾರೆನೆಂದು. ಮೊದಲೇ ಅವಳ ತಂದೆತಾಯಿಯರನ್ನು ಕೇಳದಿದ್ದುದಕ್ಕಾಗಿ ನನ್ನನ್ನು ನಾನೇ ಹಳಿದುಕೊಂಡೆ. ಏನು ಮಾಡಿದರೆ ತಾನೆ ಈಗೇನು ಪ್ರಯೋಜನ ? ಹಣದಾಸೆಯಿಂದ ನನ್ನ ಜೀವನವನ್ನು ನಾನೇ ಮಣ್ಣುಗೂಡಿಸಿಕೊಂಡ ಮೇಲೆ ಗೊತ್ತಾಯಿತು. ಶಾಂತಿವಿಹೀನ ಪ್ರಪಂಚದಲ್ಲಿ ಜೀವಿಸುವುದು ನನ್ನಿಂದ ಅಸಾಧ್ಯವೆಂದು. ಶಾಂತಿಯನ್ನು ಕಳೆದುಕೊಂಡು ಅಂದಿನ

ದಿನವೆಲ್ಲ ಅಶಾಂತಿಯಲ್ಲಿ ಕಳೆದೆನು. ಮರುದಿನ ಪಾತದ ಹೊತ್ತಿನಲ್ಲಿ ಸೀತೆ ನನಗೊಂದು ಕಾಗದ ತೋರಿಸಿದಳು. ಅಂದಿನ ಬೆಳಗಿನ ಹೊತ್ತು ಅಂಚೆಯ ಮೂಲಕ ಸೀತೆಗೆ ಶಾಂತಿಯಿಂದ ಬಂದ ಪತ್ರವದು.

"ಸ್ನೇಹಮಯಿ ಸೀತಾ, ಸಂತೋಷದಲ್ಲಿರುವ ನಿನ್ನನ್ನು ಈ ಕಾಗದದ ಮೂಲಕ ದುಃಖಕ್ಕೀಡುಮಾಡುತ್ತಿದ್ದೇನೆ; ಕ್ಷಮಿಸು, ನಿನಗೆ ನನ್ನ ವ್ಯಥೆಯನ್ನು ಬರೆಯುತ್ತಿರಲಿಲ್ಲ. ಆದರೆ, ಈ ಪ್ರಪಂಚದಲ್ಲಿ ನನಗೆ ನಿನಗಿಂತಲೂ ಬೇರೆ ಯಾವ ಸ್ನೇಹಿತರೂ ಇಲ್ಲ. ನಿನ್ನೊಡನೆ ಹೇಳದೆ ನಾನು ಇಂದಿನವರೆಗೆ ಯಾವ ಕೆಲಸವನ್ನೂ ಮಾಡಿಲ್ಲ. ಈಗ ಮಾಡುವ ಈ ಕೆಲಸವನ್ನೂ ನಿನಗೆ ಹೇಳದೆ ಮಾಡುವುದಿಲ್ಲ.

ಅಣ್ಣ ನನ್ನ ಮದುವೆ ನಿಶ್ಚಯಿಸಿದ್ದಾರೆ. ಅಣ್ಣನಿಗಿಂತಲೂ ವಯಸ್ಸಾದ ವರ. ಮೂರನೆಯ ಮದುವೆಗೆ ನಾನು ವಧು. ನಾಲ್ಕು ಜನ ಮೊಮ್ಮಕ್ಕಳು ವರನಿಗಿರುವರಂತೆ. ವರದಕ್ಷಿಣೆಯನ್ನು ಕೊಡಲು ಶಕ್ತಿಯಿಲ್ಲದುದಕ್ಕಾಗಿ ನನಗೆ ಮೊದಲು ನಿಶ್ಚಿತವಾದ ವರನು ನನ್ನನ್ನು ಮದುವೆಯಾಗಲು ಒಪ್ಪುವುದಿಲ್ಲಂತೆ. ಸೀತಾ, ಆ ಮುದುಕನ ಮಡದಿಯಾಗಿ ಸತ್ತು ಹೆಣದಂತೆ ಜೀವನವನ್ನು ಕಳೆಯುವುದಕ್ಕಿಂತಲೂ ನನಗೆ ಸಾವೇ ಲೇಸೆಂದು ತೋರುವುದು. ಲೇಸಾದ ಕಾರ್ಯವನ್ನೇಕೆ ಮಾಡಬಾರದು? ಆತ್ಮಹತ್ಯೆಯು ಪಾಪವೆಂದು ಜನರೆನ್ನುವರು. ಮುದುಕನ ಕೊರಳಿಗೆ ಚಿಕ್ಕ ಬಾಲಿಕೆಯನ್ನು ಕಟ್ಟುವುದು ಪುಣ್ಯವಾದರೆ, ನನಗಾ ಪುಣ್ಯಕ್ಕಿಂತಲೂ ಆತ್ಮಹತ್ಯೆಯ ಪಾಪವೇ ಲೇಸೆಂದು ತೋರುವುದು. ನಿನಗೆ ಈ ಕಾಗದವು ತಲುಪುವಾಗ ನಿನ್ನ ನಿರ್ಭಾಗ್ಯ ಸಹೋದರಿಯು ಈ ಪ್ರಪಂಚದಿಂದ ಹೊರಟು ಹೋಗಿರುವಳು. ಆತ್ಮಹತ್ಯೆಯನ್ನು ಮಾಡಿಕೊಂಡ ಪಾಪಿಯೆಂದು ನೀನೊಬ್ಬಳಾದರೂ ಜರಿಯುವುದಿಲ್ಲವೆಂದು ನನಗೆ ಗೊತ್ತಿದೆ. ಕ್ಷಮಿಸು.

ನಿನ್ನ,
ಶಾಂತಿ

ಶಾಂತಿಯ ಕಾಗದವನ್ನು ಓದಿದೆ. ಶಾಂತಿಯಂತಹ ಸ್ವರ್ಣಪುತ್ಥಳಿಯನ್ನು ಕೊಡುವುದೂ ಅಲ್ಲದೆ ಅವಳೊಡನೆ ವರದಕ್ಷಿಣೆಯನ್ನೂ ಕೊಡಬೇಕೆಂದು ಕೇಳಿದ ನೀಚನನ್ನು ಶಪಿಸಿದೆ. ಹಿಂದೊಂದು ಬಾರಿ ನಾನು ಬಡವರ ಹುಡುಗಿಯನ್ನು ಮದುವೆಯಾಗಲು ತಿರಸ್ಕಿಸಿದ್ದುದು ದುಃಖದ ಭರದಲ್ಲಿ ಮರೆತೇ ಹೋಗಿತ್ತು. ವಿಧಾತನನ್ನು ಹಳಿದೆ. ವಿಧಾತನನ್ನು ದೂರುವ ಬದಲು ನಾನೇ ನನ್ನ ದುರಾಸೆಯನ್ನು ಬಿಟ್ಟು ಶಾಂತಿಯನ್ನು ಮದುವೆಯಾಗಿದ್ದರೆ, ಆ ಮುದ್ದು ಬಾಲೆಯು ಈಗ ಸುಖದಲ್ಲಿರುತ್ತಿದ್ದಳು. ನನ್ನ ತಪ್ಪಿಗಾಗಿ ನನ್ನನ್ನು ನಾನೇ ಜರಿದುಕೊಂಡೆ. **ವರದಕ್ಷಿಣೆ ಎಂಬ ಪಿಶಾಚಿಯು ಎಷ್ಟೆಷ್ಟು ಸುಕುಮಾರಿಯರನ್ನು ಬಲಿ ತೆಗೆದುಕೊಳ್ಳುವುದೋ ದೇವರೇ ಬಲ್ಲ ! ಆದರೆ ನನ್ನ ಶಾಂತಿಯನ್ನು ಅದು ಬಲಿ ತೆಗದುಕೊಂಡ ಮೇಲೆ ನನಗದರ ನಿಜಸ್ವರೂಪವು ಗೊತ್ತಾಯಿತು.**

* * *

ಅಂದಿನ ರಾತ್ರಿಯೇ ಊರಿಗೆ ಹೊರಟೆ. ಮರುದಿನ ಬೆಳಗಿನ ಹೊತ್ತಿನಲ್ಲಿ ಮನೆಗೆ ತಲುಪಿದೆ. ನಾನು ಹೋಗುವಾಗ ಅಮ್ಮ ಅಂಗಳ ಸಾರಿಸಿ ರಂಗವಲ್ಲಿ ಇಡುತ್ತಿದ್ದಳು. ನನ್ನ ತಂದೆಯೂ 'ವಿ'ಯೂ ಒಳಗಿದ್ದರು. ನನ್ನನ್ನು ನೋಡಿದೊಡನೆಯೇ ಅಮ್ಮ ಸಂತೋಷದಿಂದ ಮುಂದೆ ಬಂದು ಅಪ್ಪಿಕೊಂಡಳು. ಅಮ್ಮನೊಡನೆ ಮಾತುಕತೆಯಾಡಿ ಒಳಗೆ ಹೋದೆ. ನನ್ನ ತಂದೆ ನಡುಮನೆಯಲ್ಲಿ ಕುಳಿತಿದ್ದರು. ನನ್ನನ್ನು ನೋಡಿದರೂ ಮಾತಾಡಲಿಲ್ಲ. ನಾನು ಅಲ್ಲಿ ನಿಲ್ಲದೆ ನನ್ನ ಕೊಠಡಿಗೆ ಹೋದೆ. ಅಲ್ಲಿ ವಿಜಯ ಒಂದು ಚಿತ್ರವನ್ನು ನೋಡುತ್ತ ನಿಂತಿದ್ದಳು. ನನ್ನನ್ನು ಕಂಡು ಆ ಚಿತ್ರವನ್ನು ಬಚ್ಚಿಟ್ಟಳು. ಆಶ್ಚರ್ಯದಿಂದ 'ನೋಡುತ್ತಿದ್ದುದೇನು ವಿ?'ಎಂದೆ. ಆಗವಳು ತಾನು ನೋಡುತ್ತಿದ್ದ ಪೇಪರನ್ನು ನನ್ನೆದುರು ಎಳೆದು – 'ನೋಡುತ್ತಿದ್ದುದು ನೀನು ಕೊಂದ ಹುಡುಗಿಯನ್ನು' ಎಂದಳು. ನನಗೆ ಬಹಳ ಆಶ್ಚರ್ಯವಾಯಿತು. ಪತ್ರಿಕೆಯನ್ನು ಆತುರದಿಂದ ತೆಗೆದು ನೋಡಿದೆ –

ಶಾಂತಿಯ ಚಿತ್ರ – ಅದರ ಕೆಳಗಡೆ ವರದಕ್ಷಿಣೆಗೆ ಆಹುತಿ.

ಶಾಂತಿಯೇ ನಾನು ಮೊದಲು ಕೈಬಿಟ್ಟ ಕನ್ಯೆ?

ಈಗ ...... ಏನು ಪ್ರಯೋಜನ !.....

೦

ಒಂದು ಚಿತ್ರ

ರೋಹಿಣಿ ಬಲು ಮುದ್ದಾದ ಹುಡುಗಿ. ಗೌರಿ, ಶೀಲಾ, ಚಂದ್ರಾ ಎಲ್ಲರಿಗಿಂತಲೂ ಅವಳು ಸುಂದರಿ. ರೂಪಕ್ಕೆ ತಕ್ಕ ಗುಣವನ್ನೂ ದೇವರು ಅವಳಿಗೆ ಕೊಟ್ಟಿದ್ದ. ಆದ್ದರಿಂದಲೇ ಅವಳೆಂದರೆ ನನಗೆ ಬಲುಪ್ರೀತಿ. ಶಾಲೆಗೆ ಹೋಗುವಾಗ ಬರುವಾಗ ನಮ್ಮ ಮನೆಯ ಇದಿರಾಗಿಯೇ ಹೋಗಬೇಕಾದುದರಿಂದ ದಿನವೂ ನಾನವಳನ್ನು ನೋಡುತ್ತಿದ್ದೆ. ಒಮ್ಮೊಮ್ಮೆ ಏನಾದರೂ ಕೆಲಸಮಾಡುತ್ತ ಒಳಗಿದ್ದರೆ ಅವಳೇ ಒಳಗೆ ಬಂದು ಒಂದೆರಡು ಮಾತಾಡಿ ಹೋಗುತ್ತಿದ್ದಳು. ನಮ್ಮ ಮನೆಯ ಹಿತ್ತಲಲ್ಲಿ ಅರಳಿದ ಹೂಗಳೆಲ್ಲ ಅವಳಿಗೇ ಮೀಸಲು. ರೋಹಿಣಿಯ ರೂಪಗುಣಗಳೂ ಅಲ್ಲದೆ ನನಗೆ ಹೆಣ್ಣುಮಕ್ಕಳಿಲ್ಲದುದೂ ಅವಳ ಮೇಲಿನ ನನ್ನ ಅಗಾಧ ಪ್ರೇಮಕ್ಕೆ ಕಾರಣವಾಗಿರಬಹುದು. ಅಂತೂ ಅವಳೆಂದರೆ ನನಗೆ ಅಷ್ಟು ಮಮತೆ.

ರೋಹಿಣಿಯ ತಾಯಿಗೆ ಏಳು ಜನ ಹುಡುಗಿಯರು. ನಾಲ್ಕನೆಯವಳು ರೋಹಿಣಿ. ಅವಳಿಗಿಂತಲೂ ಚಿಕ್ಕ ಮಕ್ಕಳಿದ್ದುದರಿಂದ ಮನೆಯಲ್ಲಿ ಅವಳನ್ನು ವಿಶೇಷವಾಗಿ ಮುದ್ದಿಸುತ್ತಿರಲಿಲ್ಲ, ಆದ್ದರಿಂದಲೇ ಬಹುಶಃ ಅವಳಿಗೂ ನನ್ನ ಪ್ರೇಮವು ಹಿತವಾಗಿ ಕಂಡಿತು. ಇನ್ನು ನನ್ನ ಮಗ ದಿನೇಶನಿಗೂ ಅವಳಲ್ಲಿ ಬಲು ಪ್ರೀತಿ. ನಾನೇನಾದರೂ ಅಂದರೆ 'ಒಲ್ಲೆ' ಎನ್ನುತ್ತಿದ್ದ. ಅವನು ಅವಳಿಗಾಗಿ ಮರ ಹತ್ತಿ ಸೀಬೆಕಾಯಿ ಕುಯಿದು ಕೊಡುತ್ತಿದ್ದ; ಮುಳ್ಳುಗಳ ಮಧ್ಯದಿಂದ ಹೂ ಕಿತ್ತು ತರುತ್ತಿದ್ದ; ಚಿತ್ರ ಬರೆದು ಕೊಡುತ್ತಿದ್ದ. ಅನೇಕ ಸಾರಿ ಜಗಳವಾಡಿ ಮಾತು ಬಿಟ್ಟು ಅವಳನ್ನಳಿಸುತ್ತಲೂ ಇದ್ದ. ಜನರೆಲ್ಲ ದಿನೇಶ – ರೋಹಿಣಿಯರನ್ನು ನೋಡಿ ಗಂಡ –ಹೆಂಡತಿಯರು ಎಂದು ತಮಾಷೆ ಮಾಡುವರು. ಆದರೆ ಅಕ್ಕತಂಗಿಯರಿಲ್ಲದೆ ಒಂಟಿಯಾಗಿ ಬೆಳೆದ ದಿನೇಶನ ರೋಹಿಣಿಯ ಮೇಲಿನ ಪ್ರೀತಿಯನ್ನು ನೋಡುವಾಗ ನನಂಗತೂ ಅವರು ಅಣ್ಣ ತಂಗಿಯರಂತೆಯೇ ತೋರುವರು.

ಆಗ ರೋಹಿಣಿಗೆ ಹದಿನಾಲ್ಕು ವರ್ಷ ವಯಸ್ಸು. ಇಂಗ್ಲೀಷ್ ನಾಲ್ಕನೇ ತರಗತಿಯಲ್ಲಿ ಓದುತ್ತಿದ್ದಳು. ದಿನೇಶ ಅವಳಿಗಿಂತಲೂ ಒಂದೇ ವರ್ಷ ಹಿರಿಯವನಾದರೂ ಆ ವರ್ಷ ಮೆಟ್ರಿಕ್ ಪರೀಕ್ಷೆಗೆ ಕಟ್ಟಿದ್ದ. ಆ ವರ್ಷ ಅವನಿಗೆ ಓದೂ ಸ್ವಲ್ಪ ಹೆಚ್ಚು, ಅದೇ ರೋಹಿಣಿಯೊಡನೆ ಮೊದಲಿನಂತೆ ಹಾರಾಡಲು ಸಮಯವಿಲ್ಲ. ಆಗ ತಾನೇ ಬಾಲ್ಯವನ್ನು ಮೆಲ್ಲಮೆಲ್ಲನೆ ದಾಟುತ್ತಿದ್ದ ರೋಹಿಣಿಗೂ ತಾನು ದೊಡ್ಡವಳಾಗಿದ್ದೇನೆ, ಇನ್ನು ಮೊದಲಿನಂತೆ ಹುಡುಗರೊಡನೆ ಕುಣಿದಾಡಬಾರದು ಎಂಬ ಭಾವನೆ ಬರತೊಡಗಿತ್ತು. ನನಗಂತೂ ದಿನಗಳು ಕಳೆದಂತೆ ಬೆಳೆಯುತ್ತಿರುವ ಅವಳ ಅಪೂರ್ವ ಸೌಂದರ್ಯವನ್ನು ನೋಡಿ ಹಿಡಿಸಲಾರದ ಹಿಗ್ಗು. ದೇವರಿವಳಿಗೆ ಸುಯೋಗ್ಯ ಪತಿಯನ್ನು ಕೊಡಲಿ. ಇವಳ ಜೀವನ ಸುಖಮಯವಾಗಲಿ ಎಂದು ಅವಳನ್ನು ನೋಡಿದಾಗಲೆಲ್ಲಾ ಮನದಲ್ಲೇ ಪ್ರಾರ್ಥಿಸುತ್ತಿದ್ದೆ. ಅವಳಕ್ಕಂದಿರಾದ ಗೌರಿ, ಶೀಲಾ, ಚಂದ್ರಾ ಎಲ್ಲರಿಗೂ ಮದುವೆಯಾಗಿ ಅವರವರ ಅತ್ತೆಯ ಮನೆಯಲ್ಲಿದ್ದರು. ಅವರ ಅತ್ತೆ ಮನೆಯವರು ಅನುಕೂಲಸ್ಥರೂ, ಗಂಡಂದಿರು ಓದಿ ತಿಳುವಳಿಕೆಯುಳ್ಳವರೂ ಆಗಿದ್ದರು. ಅವರೆಲ್ಲರಿಗಿಂತಲೂ ಮಿಗಿಲಾದ ಪತಿ ನಮ್ಮ ರೋಹಿಣಿಗೆ ದೊರೆಯಬೇಕು ಎಂಬುದು ನಮ್ಮೆಲ್ಲರ ಬಯಕೆ.

ಇದರ ಮೇಲೆ ಅವಳ ತಂದೆ ಸುಧಾರಿಸಿದವರು. ಹೆಣ್ಣು ಮಕ್ಕಳಿಗೂ ಪ್ರೌಢಶಿಕ್ಷಣ ಕೊಡಿಸಬೇಕೆಂಬ ಹೆಬ್ಬಯಕೆ ಅವರಿಗೆ. ಮೊದಲಿನ ಮೂರು ಹುಡುಗಿಯರ ಮದುವೆಗಳೂ ಅವಳ ತಾಯಿಯ ಒತ್ತಾಯದಿಂದ ಬಾಲ್ಯದಲ್ಲೇ ನಡೆದುಹೋಗಿದ್ದವು. ರೋಹಿಣಿಯ ತಂದೆ 'ಏನೀಗ ಅವಸರ ! ಇವಳಾದರೂ ಸ್ವಲ್ಪ ಓದಲಿ' ಎಂದು, ವರನನ್ನು ನೋಡಿ ಎಂದು ಒತ್ತಾಯಪಡಿಸುವ ತಮ್ಮ ಹೆಂಡತಿಯನ್ನು ಸುಮ್ಮನಿರಿಸಿಬಿಡುತ್ತಿದ್ದರು. ಆದರೂ ಅವರಿಗೆ ರೋಹಿಣಿಯ ಮದುವೆಯ ಯೋಚನೆ ಇರಲಿಲ್ಲವೆಂತಲ್ಲ, ಸರಿಯಾದ ವರ ಸಿಕ್ಕಿ, ಅವನು ಮದುವೆಯಾದಮೇಲೂ ರೋಹಿಣಿಯು ತನ್ನ ವಿದ್ಯಾಭ್ಯಾಸ

ಮುಂದುವರಿಸಬಹುದೆಂಬ ಒಪ್ಪಿಗೆಯನ್ನು ಕೊಡುವವನಾದರೆ, ಆಗಲೇ ಅವರು ಅವಳ ಮದುವೆಯನ್ನು ಮಾಡಲು ಹಿಂತೆಗೆಯುವಂತಿರಲಿಲ್ಲ. ಆದರೆ, ಅಂದಿನ ತನಕವೂ ಅಂತಹ ವರನು ದೊರೆತಿಲ್ಲವಾದುದರಿಂದ ಅವಳ ಮದುವೆಯೂ ಆಗಿರಲಿಲ್ಲ.

ಇದೇ ಸಮಯದಲ್ಲಿ ರೋಹಿಣಿಯ ತಂದೆ ಬೇರೆ ಊರಿಗೆ ವರ್ಗವಾಗಿ ಹೊರಟು ಹೋದರು. ನಾಲ್ಕೈದು ವರ್ಷಗಳಿಂದ ಬಳಕೆಯಾಗಿ ಮನೆಯ ಮಗಳಂತಾಗಿದ್ದ ರೋಹಿಣಿಯನ್ನು ಅಗಲುವಾಗ ನಮ್ಮ ಮನೆಯವರಿಗೆಲ್ಲಾ ಬಲು ಬೇಸರ. ಅವಳಿಗೂ ನಮ್ಮನ್ನಗಲಲು ವ್ಯಥೆಯಾಗದಿರಲಿಲ್ಲ. ಹೊಸ ಊರಿಗೆ ಹೋಗುವ ಆನಂದವನ್ನೆಲ್ಲ ನಮ್ಮನ್ನಗಲಬೇಕಲ್ಲಾ ಎಂಬ ಬೇಸರವು ಎಲ್ಲಿಗೆ ಓಡಿಸಿಬಿಟ್ಟಿತ್ತೋ? ಹೊರಡುವಾಗ ಹೋಗಿ ಬರುತ್ತೇನೆ ಎಂದೆನ್ನುವುದಕ್ಕೂ ಆಗದಂತೆ ಅವಳ ದುಃಖವು ಗಂಟಲನ್ನು ಕಟ್ಟಿಬಿಟ್ಟಿತ್ತು.

ಆ ವರ್ಷ ದಿನೇಶ ಮೆಟ್ರಿಕ್ ಪಾಸಾದ. ನಮ್ಮೂರಿನಲ್ಲಿ ಕಾಲೇಜು ಇರಲಿಲ್ಲವಾದುದರಿಂದ ಕಾಲೇಜು ಶಿಕ್ಷಣದ ಸಲುವಾಗಿ ಅವನನ್ನು ಮದರಾಸಿಗೆ ಕಲುಹಿಸಲೇಬೇಕಿತ್ತು. ಮೊದಲೇ ರೋಹಿಣಿಯ ಇಲ್ಲದಿರುವಿಕೆಯಿಂದ ಬರಿದಾಗಿದ್ದ ನಮ್ಮ ಮನೆ ದಿನೇಶ ಹೊರಟುಹೋದಮೇಲಂತೂ ತೀರಾ ಬರಿದಾಯಿತು.

ದಿನದಿಂದ ದಿನಕ್ಕೆ ವ್ಯತ್ಯಾಸವಿಲ್ಲದಂತೆ ಎರಡು ವರ್ಷಗಳು ಉರುಳಿಹೋದವು. ಈ ಎರಡು ವರ್ಷಗಳಲ್ಲಿ ದಿನೇಶ ಎರಡು ಸಾರಿ ರಜೆಯಲ್ಲಿ ಮನೆಗೆ ಬಂದಿದ್ದ. ನನ್ನ ಆಗ್ರಹದ ವಿನಂತಿಯ ಮೇಲೆ ರೋಹಿಣಿಯನ್ನೂ ಅವಳ ತಾಯಿ ಒಂದೆರಡು ಸಾರಿ, ಕೆಲವು ದಿನಗಳ ಮಟ್ಟಿಗೆ ನಮ್ಮ ಮನೆಗೆ ಕಳುಹಿಸಿದ್ದರು. ಎರಡು ಸಾರಿಯೂ ರಜೆ ತೀರಿ ಹಿಂತಿರುಗಿ ಹೋಗುವಾಗ ರೋಹಿಣಿಯನ್ನು ಅವರ ಮನೆಗೆ ಮುಟ್ಟಿಸಿ, ಅಲ್ಲೆರಡು ದಿನ ನಿಂತು ಮುಂದಕ್ಕೆ ಮದರಾಸಿಗೆ ಹೋಗಿದ್ದ ದಿನೇಶ.

ಮೂರನೆಯ ವರ್ಷ ದಿನೇಶ ರಜೆಯಲ್ಲಿ ಮನೆಗೆ ಬರಲಿಲ್ಲ. ಯಾರೋ ಸ್ನೇಹಿತರೊಡನೆ ಜೋಗಿನ ಜಲಪಾತವನ್ನು ನೋಡಲು ಹೋದವನು ಆ ರಜೆಯನ್ನೆಲ್ಲಾ ಅವರ ಮನೆಯಲ್ಲೇ ಕಳೆಯಬೇಕಾಯಿತು. ರೋಹಿಣಿಯ ಮದುವೆಯಾದುದೂ ಆಗಲೇ. ಅವಳಿಗೆ ಆಗಲೇ ಮದುವೆ ಎಂದು ಮೊದಲೇ ದಿನೇಶನಿಗೆ ತಿಳಿದಿದ್ದರವನು ಬಾರದಿರುತ್ತಿರಲಿಲ್ಲ. ಆದರೆ ಅದು ಅಕಸ್ಮಾತ್ತಾಗಿ ನಿಶ್ಚಯವಾದ ಮದುವೆ. ನನಗೂ ಏನೇನೋ ಹಲವು ಅನಾನುಕೂಲಗಳ ದೆಸೆಯಿಂದ ಮದುವೆಗೆ ಹೋಗಲಾಗಲಿಲ್ಲ. ಆದರೂ ರೋಹಿಣಿಯ ರೂಪಕ್ಕೂ ಪ್ರಾಯಕ್ಕೂ ವಿದ್ಯೆಗೂ ಅನರೂಪವಾದ ವರನೇ ದೊರೆತಿರುವನೆಂದು ತಿಳಿದು ಸಂತೋಷಪಟ್ಟೆ.

ಆದರೆ ಕೆಲವು ದಿನಗಳ ಮೇಲೆ ಬಂದ ರೋಹಿಣಿಯ ಕಾಗದವನ್ನು ನೋಡುವಾಗ ಎದೆಯೊಡೆದುಹೋಯ್ತು. ಮದುವೆಗೆ ಹೋಗಿದ್ದವರ ಹೇಳಿಕೆಯ ಪ್ರಕಾರ ಅವಳ ಪತಿ

ಹಣವಂತರ ಒಬ್ಬನೇ ಮಗ. ವಿದ್ಯೆ, ರೂಪ, ಪ್ರಾಯ ಎಲ್ಲದರಲ್ಲೂ ರೋಹಿಣಿಗೆ ಸರಿಯಾಗಿರುವಾತ. ರೋಹಿಣಿಯೂ ತನ್ನ ಕಾಗದದಲ್ಲಿ ಇದೆಲ್ಲವನ್ನೂ ಅಲ್ಲವೆಂದು ಬರೆದಿರಲಿಲ್ಲ. ಆದರೆ...!

''ಅತ್ತೆ, ನನಗೆ ಮದುವೆಯಾಯ್ತು. ನನ್ನನ್ನು ಮದುವೆಯಾದಾತ ಹಣವಂತರ ಒಬ್ಬನೇ ಮಗನಂತೆ, ಬರುವ ವಾರ ಮುಂದಿನ ಓದಿಗಾಗಿ ಯುರೋಪಿಗೆ ಹೋಗಲಿರುವನಂತೆ ಹಾಗೆ ಹೋದಾಗ ಯಾರಾದರೂ ಯುರೋಪಿಯನ್ ರಮಣಿಯರ ಮೋಹಪಾಶಕ್ಕೆಲ್ಲಾದರೂ ಬಿದ್ದುಬಿಟ್ಟರೆ - ಎಂಬ ಭಯದಿಂದ ಹೋಗುವ ಮೊದಲೇ ಮದುವೆ ಮಾಡಿಬಿಡಬೇಕೆಂದು ಅವನ ತಂದೆಯ ಹಠವಂತೆ. ಮದುವೆಯಾಗದೆ ಹೋಗಲು ಬಿಡುವುದಿಲ್ಲವೆಂದು ಅವನೂ ಒಪ್ಪಿದನಂತೆ. ನನಗೆ ರೂಪ ಸೌಂದರ್ಯ ಗಳಿವೆಯಂತೆ. ನನ್ನ ರೂಪವು ತಮ್ಮ ಮಗನನ್ನು ಕಾಪಾಡಬಲ್ಲುದೆಂಬ ಕಾರಣ ಅವರ ತಂದೆಗೆ - ನಮ್ಮ ತಂದೆಗೆ: ಹುಡುಗ ಸುರೂಪಿ, ವಿದ್ಯಾವಂತ- ಇದಕ್ಕೂ ಹೆಚ್ಚಿನದೇನೆಂದರೆ ಅವನ ಯುರೋಪು ಯಾತ್ರೆಯು ಮುಗಿಯದೆ ನಾನು ಅತ್ತೆಯ ಮನೆಗೆ ಹೋಗಬೇಕಾಗಿಲ್ಲ - ಇದರಿಂದ ನನ್ನೋದು ಸುಗಮವಾಗಿ ಸಾಗಬಹುದು ಎಂಬ ಕಾರಣ ; ಸರಿ ಮದುವೆಯಾಗಬೇಕಾದರೆ ಇದಕ್ಕಿಂತ ಹೆಚ್ಚಿನ ಕಾರಣಗಳೇಕೆ ? ಹೌದು, ನನ್ನ ಮದುವೆಯಾಯ್ತು. ಆದರೆ ಯಾರನ್ನು ನಾನು ಮದುವೆಯಾಗಿದ್ದೇನೋ ಅವನು ಹೇಗಿರುವನೆಂದು ನೋಡುವ ಕುತೂಹಲ ಸಹ ನನಗಿಲ್ಲ- ನಾನೂ ನೋಡಲೂ ಇಲ್ಲ. ಬಹುಶಃ ಅವನಿಗೂ ಅದೇ ಭಾವ ಇರಬಹುದು. ನನ್ನ ಚಿಕ್ಕ ತಂಗಿ ಚಿತ್ರಾ ಹೇಳಿದಳು- ಅವನೂ ನನ್ನ ಕಡೆ ಒಂದು ಸಾರಿ ಸಹ ತಿರುಗಿ ನೋಡಲಿಲ್ಲವಂತೆ - ಅಂತೂ ನನಗೆ ಮದುವೆಯಾಯ್ತು...'' ಇನ್ನೂ ಇದೇ ರೀತಿ ಬಹಳ ಬರೆಯುತ್ತಿದ್ದಳು ರೋಹಿಣಿ.

ಈಗೇನೂ ರೋಹಿಣಿ ಚಿಕ್ಕ ಹುಡುಗಿಯಲ್ಲ. ಹದಿನಾರು ವರ್ಷ. ತನ್ನ ಮನಸ್ಸನ್ನು ಸರಿಯಾಗಿ ತಿಳಿದುಕೊಳ್ಳುವ ಶಕ್ತಿ ಬಂದಿದೆ. ಇಷ್ಟಾದರೂ ಸುಯೋಗ್ಯಪತಿಯು ದೊರೆತಿರುವಾಗ ಅತೃಪ್ತಿ ಏಕೆ? ವಿದ್ಯೆ - ರೂಪ- ಯೌವ್ವನ- ಐಶ್ವರ್ಯ -ಇದಕ್ಕಿಂತಲೂ ಹೆಚ್ಚಿಗೆ ಅವಳು ಬಯಸುವುದಾದರೂ ಏನು? ಪ್ರೇಮ ! - ಹುಚ್ಚು ಹುಡುಗಿ ರೋಹಿಣಿ! -ಆದರೂ ಸುಧಾರಿಸಿದವರು ಅವಳ ತಂದೆ. ಮದುವೆಗೆ ಮೊದಲು ಅವಳ ಒಪ್ಪಿಗೆಯನ್ನೇಕೆ ಕೇಳಬಾರದಿತ್ತು? ಬೆಳೆದು ಬುದ್ಧಿ ಬಂದ ಹುಡುಗಿಯನ್ನು ಅನುಕೂಲಕ್ಕೆ ಸರಿಯಾಗಿ ಬಗ್ಗಿಸುವುದು ಸಾಧ್ಯವಾದರೂ ಅವಳ ಮನಸ್ಸನ್ನು ಬಗ್ಗಿಸುವುದು ಸಾಧ್ಯವೇ? ಹಾಗಾಗಬೇಕೆಂದಿದ್ದರೆ ಅವಳಿಗೆ ಬುದ್ಧಿ ಬರುವ ಮೊದಲೇ ಗೌರಿ, ಶೀಲಾ, ಚಂದ್ರಾನಂತೆ ಬೇಗನೆ ಮದುವೆಮಾಡಿಬಿಡಬೇಕಾಗಿತ್ತು. ಈಗ - ? ಎಲ್ಲರಿಗಿಂತಲೂ ಹೆಚ್ಚು ಸುಖಿಯಾಗಲಿ ಎಂದು ಕೊಂಡಿದ್ದ ರೋಹಿಣಿಯ ಮುಂದಿನ ಜೀವನದ ಮೊಳಕೆಯೇ ಹೀಗಾದರೆ ...? ಎಂದೆನಿಸಿತು ನನಗೆ. ಯೋಚಿಸಿದಷ್ಟೂ ಅವಳಿಗೆ ಯಾವ ರೀತಿ ತಿಳುವಳಿಕೆ ಹೇಳುವದೆಂದು

ತೋರಲಿಲ್ಲ. ನಮ್ಮ ಮನೆಗಾದರೂ ಸ್ವಲ್ಪ ದಿನಗಳ ಮಟ್ಟಿಗೆ ಕರೆಯಿಸಿಕೊಂಡು ತಿಳಿಯ ಹೇಳೋಣವೆಂದರೆ ಅವಳಿಗೆ ಕಾಲೇಜು ಶುರುವಾಗಿಹೋಗಿತ್ತು. ಬೇರೇನೂ ತೋರದೆ ಕೊನೆಗೆ ಒಂದು ಕಾಗದ ಬರೆದೆ :

''ನನ್ನ ಪ್ರಿಯ ರೋಹಿಣಿ, ನೀನು ನಿನ್ನ ಮದುವೆಯಲ್ಲಿ ಅತೃಪ್ತಿಗೊಂಡಂತೆ ತೋರಿತು. ನಿನ್ನ ಕಾಗದ ಓದಿದೆ. ನೀನು ನನಗೆ ಹೊಟ್ಟೆಯಲ್ಲಿ ಹುಟ್ಟಿದ ಮಗಳಂತೆ. ದಿನೇಶನು ಸುಖವಾಗಿರಬೇಕೆಂಬ ಬಯಕೆ ನನಗೆ ಹೇಗೆ ಸಹಜವೋ ಅಷ್ಟೇ ನಿನ್ನ ಜೀವನಲತೆಯೂ ಸೊಂಪಾಗಿ ನಳನಳಿಸಿ ಬೆಳೆದು ಸುಂದರ ಪುಷ್ಪಗಳಿಂದ ಅಲಂಕೃತವಾಗಿರಬೇಕೆಂಬುದು ನನ್ನ ಸಹಜವಾದ ಬಯಕೆ. ನಿನ್ನ ಮದುವೆಗೆ ನಾನು ಬರಲಾಗದಿದ್ದರೂ ಬಂದಿದ್ದವರಿಂದ ನಿನ್ನ ಪತಿಯ ವಿಷಯ ಕೇಳಿ ತಿಳಿದಿದ್ದೆ. ತಿಳಿದು ಆನಂದಪಟ್ಟಿದ್ದೆ. ನನ್ನ ಮುದ್ದು ರೋಹಿಣಿಗೆ ಸರಿಯಾದ ಸತ್ಪಾತ್ರ ದೊರೆತನೆಂದು ಹಿಗ್ಗಿದ್ದೆ. ಈಗ ನಿನ್ನ ಕಾಗದ ಓದಿ ಹಿಡಿಸಲಾರದಷ್ಟು ವ್ಯಸನವಾಯ್ತು. ನಿನಗೆ ಸರಿಯಾದ ವರ ದೊರೆಯಲಿಲ್ಲವೆಂದಲ್ಲ – ದೊರೆತರೂ ಯಾವುದೋ ಒಂದು ಕಾಣದ ನೆರಳು ನಿಮ್ಮಿಬ್ಬರ ನಡುವೆ ಬಂದಿದೆಯಲ್ಲಾ ಎಂದು ನನಗೆ ಬಲು ದುಃಖವಾಗುತ್ತಿದೆ.

ಪ್ರಿಯ ರೋಹೀ, ನಿನ್ನ ಗಂಡ ಚಿಕ್ಕ ಪ್ರಾಯದಾತ. ವಿದ್ಯೆ, ರೂಪ, ಐಶ್ವರ್ಯ ಒಂದಕ್ಕೂ ಕಮ್ಮಿಯಿಲ್ಲ. ಇವೆಲ್ಲಕ್ಕೂ ಕಲಶವಿಟ್ಟಂತೆ ಅವನು ಸೌಜನ್ಯಶೀಲನೂ ಹೌದೆಂದು ನೋಡಿದವರಿಂದ ಕೇಳಿ ತಿಳಿದಿದ್ದೇನೆ. ಪತಿಯಾದವನಲ್ಲಿ ಇದಕ್ಕಿಂತಲೂ ಹೆಚ್ಚಾಗಿ ನೀನು ಬಯಸುವುದಾದರೂ ಏನು ? ಪ್ರೇಮ – ! ಪ್ರಿಯ ರೋಹಿ, ಪ್ರೇಮದ ಅಡಿಗಲ್ಲೇ ಮದುವೆ ಎಂದು ನಿನಗೆ ತಿಳಿಯದೇ ? ಪಾಶ್ಚಾತ್ಯರಂತೆ ನಮ್ಮಲ್ಲಿ ಪ್ರೇಮದ ಅಂತ್ಯವೇ ಮದುವೆಯಾಗುವುದಿಲ್ಲ. ಜೀವನದ ನಿಜವಾದ ಶ್ರೇಷ್ಠತೆಗೆ ಮೊದಲಿನ ಮೆಟ್ಟಿಲಷ್ಟೆ ಮದುವೆ. ನಿನ್ನ ಪತಿ ಸುಯೋಗ್ಯ. ಅವನಲ್ಲಿ ನಿನ್ನ ಪ್ರೇಮವೇಕೆ ಬೆಳೆಯಬಾರದು? ನಿನ್ನ ನಿಜವಾದ ಜೀವನ ಶುರುವಾಗಬೇಕಾದುದು ಇನ್ನುಮುಂದೆ. ವಿಶ್ವಪ್ರಯತ್ನದಿಂದಾದರೂ ಅದನ್ನು ಸುಂದರ ಸುಖಮಯವನ್ನಾಗಿ ಮಾಡಿಕೊಳ್ಳುವುದರ ಬದಲು ಕಾಣದ ಕಾರಣಗಳನ್ನು ಮುಂದೆ ಮಾಡಿಕೊಂಡ ಮುಂದಿನ ಜೀವನವನ್ನೇ ಬಲಿಕೊಡುವುದು ಸರಿಯಲ್ಲ.

ಹೌದು ರೋಹಿ, ನೀನಂದಂತೆ ನಿನ್ನ ಮದುವೆಯಾಗಿ ಹೋಯ್ತು – ಇನ್ನು ನೀನೇನು ಮಾಡಿದರೂ ಅದು ಬದಲಾಗುವಂತಿಲ್ಲ. ಜನ್ಮವಿರುವ ತನಕವೂ ಬಂಧಿಸುವ ಕಟ್ಟು ಅದು. ನೋಡು, ಅದು ಮುಳ್ಳಿನ ಕಟ್ಟೂ ಆಗಬಹುದು. ಸುಕೋಮಲ ಪುಷ್ಪಗಳ ಮೃದುಸ್ಪರ್ಶವೂ ಆಗಬಹುದು. ಎಲ್ಲದಕ್ಕೂ ಮನಸ್ಸೇ ಮುಖ್ಯ ಕಾರಣ. ಗೌರೀ, ಶೀಲಾ, ಚಂದ್ರಾ ಎಲ್ಲಾ ನೋಡು ಎಷ್ಟು ಸುಖವಾಗಿರುವರು ! ಅವರ ಪುಟ್ಟ ಪುಟ್ಟ ಮುದ್ದು ಮಕ್ಕಳ ಮುಖ ನೋಡು. ಶಾಂತಿ ತೃಪ್ತಿಗಳ ನಲಿದಾಟದ ಅವರ ಮನೆಗಳನ್ನು ನೋಡು. ಅವರಿಗೂ

ನಿನ್ನಂತೆಯೇ ಮದುವೆಯಾಯ್ತು. ಅದರಿಂದ ಅವರ ಜೀವನ ಹಾಳಾಯ್ತೇ ? ಅವರ ಮುಖಗಳನ್ನು ನೋಡಿ ಸೌಭಾಗ್ಯ ಶಾಲಿನಿಯರಲ್ಲವೆಂದು ನೀನು ಹೇಳಬಲ್ಲೆಯಾ ?

ನನ್ನ ರೋಹೀ, ಕೊನೆಗೊಂದು ಮಾತು: ಇದನ್ನೋದಿ ನೀನು ಬೇಸರಗೊಳ್ಳಲಾರೆ ಎಂದು ನನ್ನಾಸೆ. ಮೊದಲೇ ಹೇಳಿದಂತೆ ನನ್ನ ದಿನೇಶನಂತೆ ನೀನೂ ನನ್ನ ರೋಹಿ ಎಂದು ತಿಳಿದುಕೊಂಡಿರುವುದೇ ಈ ರೀತಿ ಬರೆಯಲು ಕಾರಣವಾಗಿದೆ. ಪ್ರಿಯ ರೋಹಿ, ನೀನು ವಿದ್ಯಾವಂತೆ. ಆದರೂ ನಿನ್ನ ವಿದ್ಯೆಯು ನಿನ್ನ ಜೀವನಲತೆಯನ್ನು ಬಾಡಿಸುವುದರ ಬದಲು ಚಿಗುರಿಸಲು ಯತ್ನಿಸಲಿ. ನಿನ್ನಲ್ಲಿ ತಪ್ಪು ಅಭಿಪ್ರಾಯಗಳನ್ನು ಹುಟ್ಟಿಸಲು ನೆರವಾಗುವುದರ ಬದಲು ನಿನ್ನ ಜೀವನವನ್ನು ತೃಪ್ತಿ ಶಾಂತಿಗಳಿಂದ ತುಂಬಲಿ. ಇದು ನನ್ನ ಹಿರಿಯಾಸೆ-ನನ್ನ ಪ್ರೀತಿಯ ಆಶೀರ್ವಾದ''.

ಈ ಕಾಗದಕ್ಕೆ ರೋಹಿಣಿಯಿಂದ ಬಂದ ಪ್ರತ್ಯುತ್ತರದಿಂದ ಅವಳ ಭಾವನೆಗಳು ಬದಲಾದಂತೆ ತೋರಲಿಲ್ಲ. ನನ್ನನ್ನು ನೋಯಿಸಬಾರದೆಂಬ ಉದ್ದೇಶದಿಂದಲೋ ಏನೋ! ಅವಳ ಮುಂದಿನ ಕಾಗದಗಳಲ್ಲಿ ಮದುವೆಯ ಸಂಬಂಧವಾದ ವಿಷಯಗಳೇ ಇರುತ್ತಿರಲಿಲ್ಲ. ಆ ವರ್ಷ ರಜೆಯಲ್ಲೂ ಅವಳು ನಮ್ಮ ಮನೆಗೆ ಬರಲಿಲ್ಲ- ಬಂದರೆ ನನ್ನ ಉಪನ್ಯಾಸವನ್ನು ಕೇಳಬೇಕಾಗಬಹುದು ಎಂಬುದೇ ಇದಕ್ಕೆ ಕಾರಣವೆಂದು ನಾನೂ ಊಹಿಸದಿರಲಿಲ್ಲ.

ವರುವರ್ಷ ದಿನೇಶ ಜರ್ಮನಿಗೆ ಹೊರಟುಹೋದ. ಹೋಗುವ ಮೊದಲು ರೋಹಿಣಿಯ ಮನೆಗೂ ಹೋಗಿ ಬಂದಿದ್ದ. ಅವನಿಗೆ ರೋಹಿಣಿಯ ಮದುವೆಯ ಸಂಬಂಧದ ವಿಚಾರಗಳೊಂದೂ ತಿಳಿಯದು. ಅದೇ ಅಲ್ಲಿಗೆ ಹೋಗಿದ್ದಾಗ ರೋಹಿಣಿಯೊಡನೆ 'ಏನ್ರೋಹಿ, ಗಂಡನ ಕಾಗ್ದ ಬರ್ತಾ ಇದ್ಯೋ ಸ್ವಲ್ಪ ಎಡ್ರೆಸ್ ಕೊಟ್ರೆ ನಾನಲ್ಲಿಗೆ ಹೋದಾಗ ನಿನ್ಸುದ್ದಿ ಎಲ್ಲಾ ಹೇಳ್ತೇನೆ' ಎಂದು ಹೇಳಿದನಂತೆ. ಅದರ ಪ್ರತ್ಯುತ್ತರವಾಗಿ ರೋಹಿಣಿಯ ವಕ್ರವಾದ ಮುಖವು ಅವನಿಗೆ ಬಹಳ ಆಶ್ಚರ್ಯವನ್ನುಂಟು ಮಾಡಿತ್ತು. ಮನೆಗೆ ಬಂದವನೇ ಆ ಸಮಾಚಾರವನ್ನು ನನ್ನೊಡನೆ ಹೇಳಿದ. ನಾನಾಗ ಅವನಿಗೆಲ್ಲವೂ ಹೇಳಬೇಕಾಯ್ತು - ರೋಹಿಣಿಯಲ್ಲಿ ಸ್ವಂತ ತಂಗಿಯಷ್ಟು ಆತ್ಮೀಯತೆ ಅವನಿಗೆ. ಅದೇ ಎಲ್ಲಾ ಸಮಾಚಾರಗಳನ್ನು ಕೇಳಿ ಬಲು ನೊಂದುಕೊಂಡ.

ಇನ್ನೂ ಮೂರು ವರ್ಷಗಳು ಜಾರಿದವು. ದಿನೇಶನ ಓದು ಮುಗಿದು ಅವನು ಸದ್ಯದಲ್ಲಿಯೇ ಹಿಂದಿರುಗುವವನಿದ್ದನು. ದಿನೇಶ ಬರುವ ಸಮಯಕ್ಕೆ ರೋಹಿಣಿಯನ್ನು ಕರೆಸಿಕೊಳ್ಳಬೇಕೆಂದು ನನಗೆ ಬಲು ದಿನಗಳ ಬಯಕೆ. ಮದುವೆಯ ಸುದ್ದಿ ಹಳೆ ನೆನಪಾಯ್ತು- ಆ ವಿಷಯವಿನ್ನು ಬರಲಾರದೆಂದು ತಿಳಿದಿದ್ದಳೇನೋ ! ರೋಹಿಣಿಯೂ ಬರುತ್ತೇನೆಂದು ಬರೆದಿದ್ದಳು. ಮೂರು ವರ್ಷಗಳಿಂದಲೂ ಬಾರದಿದ್ದವಳು ಈಗ ಬರುವುದಾಗಿ ಬರೆದುದನ್ನು ಓದಿ ನನಗೆ ಹಿಡಿಸಲಾರದ ಹಿಗ್ಗು. ದಿನೇಶ ಬರುವುದಕ್ಕೆ

ಒಂದು ದಿನ ಮೊದಲೇ ರೋಹಿಣಿ ಬಂದಳು. ಆದರೆ, ಮರುದಿನವೇ ಬರಬೇಕಾಗಿದ್ದ ದಿನೇಶ ಗಾಡಿ ತಪ್ಪಿಹೋಯಿತೆಂದು ಅದರ ಮರುದಿನ ತಾನೊಬ್ಬ ಸ್ನೇಹಿತನೊಡನೆ ಬರುವೆನೆಂದೂ ಟೆಲಿಗ್ರಾಂ ಮಾಡಿದ್ದ. ಅದಕ್ಕೆ ಸರಿಯಾಗಿ ಮಾರನೆಯ ದಿನ ತನ್ನ ಸ್ನೇಹಿತನೊಡನೆ ಬಂದ.

ದಿನೇಶನಿಗೆ ರೋಹಿಣಿ ನಮ್ಮ ಮನೆಗೆ ಬರುವ ವಿಷಯ ನಾನು ಬರೆದಿದ್ದರೂ ತಾನು ಬರುವಾಗ ಅವಳೂ ಬಂದಿರಬಹುದು ಎಂಬುದು ಅವನಿಗೆ ಗೊತ್ತಿಲ್ಲದ ವಿಷಯ. ಅದೇ ಅವಳನ್ನು ನೋಡಿ ಮನೆಗೆ ಬಂದ ಸಂತೋಷದಿಂದ ಮೊದಲೇ ಅರಳಿದ್ದ ಅವನ ಮುಖವು ಇನ್ನಷ್ಟು ಅಗಲವಾಯಿತು. ತನ್ನ ಸ್ನೇಹಿತನಿಗೆ ನಮ್ಮ ಪರಿಚಯ ಮಾಡಿಸುವ ಮೊದಲೇ 'ನೋಡು ಚಂದರ್, ಇವಳೇ ರೋಹಿ ನನ್ನ ತಂಗಿ ರೋಹಿ' ಎಂದು ಅವಳ ಪರಿಚಯ ಮಾಡಿಸಿದ. ಹೊಸಬನೊಬ್ಬನಿಗೆ ತನ್ನನ್ನೇ ಮುಂದುಮಾಡಿ ತೋರಿಸುತ್ತಿರುವ ತನ್ನ ವ್ಯವಹಾರದಿಂದ ಲಜ್ಜಿತಳಾದ ರೋಹಿಣಿಯ ಕೆಂಪಗಾದ ಮುಖ ನೋಡಿ ದಿನೇಶನಿಗೆ ಹಿಡಿಸಲಾರದಷ್ಟು ನಗು – 'ಏನ್ರೋಹಿ, ಹೊಸಬರೊಬ್ಬರು ಬಂದ್ಬಿಟ್ರೊಂದ್ರೆ ನಿನ್ನ ಹರಕು ಬಾಯಿಗೂ ಬೀಗ ಹಾಕ್ಕೊಂಡು ಬಿಡ್ಬೇಕೇನು? ಎಲ್ಹೋಯ್ತು ನಿನ್ನ ಬಾಯ್ಬಡ್ಕತನ ಎಲ್ಲಾ'' ಎಂದು ಕೆಣಕಿದ. ರೋಹಿಣಿಯೂ ಅದಕ್ಕೆ ಸರಿಯಾದ ಉತ್ತರ ಕೊಡುತ್ತಿದ್ದಳಾದರೂ ದಿನೇಶನ ಸ್ನೇಹಿತನ ಇರವು ಅವಳನ್ನು ಸುಮ್ಮನಾಗಿಸಿತು.

ನಾನು, ರೋಹಿ, ಮೂರು ವರ್ಷಗಳ ತರುವಾಯ ಒಂದಾಗಿ ಸೇರಿದುದು ಅದೇ ಪ್ರಥಮ ಬಾರಿಯಾದರೂ ಚಂದರ್‌ನ ಇದಿರು ಮನಬಿಚ್ಚಿ ಮಾತನಾಡಲು ನನಗೂ ರೋಹಿಣಿಗೂ ಸ್ವಲ್ಪ ಸಂಕೋಚ. ಆದರೆ ಒಂದೆರಡು ದಿನಗಳು ಕಳೆಯುವ ಮೊದಲೇ ಚಂದರ್‌ನೂ ನಮ್ಮಲ್ಲೊಬ್ಬನಾಗಿ ಹೋಗಿದ್ದ. ಅವನ ಸೌಜನ್ಯವು ನಮ್ಮೆಲ್ಲರ ಒಲವನ್ನೂ ಸೆಳೆದಿತ್ತು. ಮೊದಮೊದಲು ಅವನೆಂದರೆ ಸಂಕೋಚದಿಂದ ವರ್ತಿಸುತ್ತಿದ್ದ ರೋಹಿಣಿಯೂ ಒಂದು ವಾರದೊಳಗೆ ದಿನೇಶನಷ್ಟೇ ಸಲಿಗೆಯಿಂದ ಅವನೊಡನೆ ಚರ್ಚೆ ಮಾಡಲು ಹಿಂಜರಿಯುತ್ತಿರಲಿಲ್ಲ.

ಚಂದರ್ ದಿನೇಶನಿಗಿಂತ ನಾಲ್ಕೈದು ವರ್ಷ ಹಿರಿಯವನಾಗಿರಬಹುದಷ್ಟೇ. ಅವನೂ ಇಂಗ್ಲೆಂಡಿನಲ್ಲಿ ತನ್ನ ವಿದ್ಯಾಭ್ಯಾಸವನ್ನು ಪೂರೈಸಿ ಒಂದು ವರ್ಷ ಇಡೀ ಯುರೋಪಿನ ಪ್ರವಾಸ ಮಾಡಿದ್ದನು. ಅವನ ಜರ್ಮನಿಯ ಪ್ರವಾಸದಲ್ಲೇ ಅವನಿಗೂ ದಿನೇಶನಿಗೂ ಪರಿಚಯವಾದುದು. ಅದು ಕ್ರಮವಾಗಿ ಬೆಳೆದಿದ್ದು, ಹಡಗಿನಲ್ಲಿ ಇಬ್ಬರೂ ಜೊತೆಯಾಗಿ ಬರುವಾಗ ಇನ್ನಷ್ಟು ದೃಢವಾಗಿತ್ತು. ಅದೇ ತನ್ನ ಮನೆಯವರು ತನ್ನ ಬರವನ್ನು ತವಕದಿಂದ ಇದಿರು ನೋಡುತ್ತಿದ್ದರೂ ದಿನೇಶನ ಮಾತನ್ನು ಮೀರಲಾರದೆ ನಮ್ಮ ಮನೆಯಲ್ಲಿ ಎರಡು ವಾರಗಳನ್ನು ಕಳೆಯಲು ಒಪ್ಪಿ ಬಂದಿದ್ದನು.

ಕ್ರಮವಾಗಿ ದಿನೇಶನ ಮೂಲಕ ಚಂದರ್‌ನ ವಿಷಯ ಇಷ್ಟೇ ನನಗೂ ರೋಹಿಗೂ ತಿಳಿದದ್ದು. ಚಂದರ್‌ನೂ ಕೂಡ ರೋಹಿಣಿಯನ್ನು ನನ್ನ ಮಗಳೆಂದೇ ಎಣಿಸಿದಂತೆ ತೋರಿತು. ನಮ್ಮ ವ್ಯವಹಾರದಲ್ಲಿ ಹಾಗಲ್ಲವೆಂದೆಣಿಸಲು ಅವನಿಗೆ ಯಾವ ಕಾರಣವೂ ಇರಲಿಲ್ಲ.

ಬಹುದಿನಗಳಿಂದ ಬರಿದಾಗಿದ್ದ ನಮ್ಮ ಮನೆ ರೋಹಿಣಿ, ದಿನೇಶ, ಚಂದರ್ ಇವರ ಬರುವಿಕೆಯಿಂದ ತುಂಬಿಹೋಗಿತ್ತು. ಸದಾ ನಗು-ಮಾತು-ಚರ್ಚೆ-ಕೋಲಾಹಲ. ಇದರಲ್ಲೇ ಮೈಮರೆತ ನಮಗೆ ಎರಡು ವಾರ ಕಳೆದುದೇ ತಿಳಿಯಲಿಲ್ಲ. ಚಂದರ್‌ಗೆ ಹೋಗುವ ಸಮಯ ಬಂತು. ಆಗಲೇ ನನಗೆ ಎರಡು ವಾರಗಳ ಸುಖಸಾಮ್ರಾಜ್ಯದ ಕನಸಿನಿಂದ ತಟ್ಟನೆ ಎಚ್ಚರವಾದುದು.

ನಮ್ಮ ಆನಂದ ಸಂಭ್ರಮಗಳ ಮಧ್ಯದಲ್ಲಿ ರೋಹಿಣೀ ಚಂದರ್‌ರಿಗೆ ಹೃದಯಗಳಿವೆ ಎಂಬುದು ನಾನು ಊಹಿಸದ ಮಾತಾಗಿತ್ತು. ದಿನೇಶ ರೋಹಿಣಿಯರಲ್ಲಿ ಹೇಗೆ ಬಂಧು ಭಗನೀ ಪ್ರೇಮವು ನೆಲೆಸಿದೆಯೋ ಅದೇ ರೀತಿ ತಾವೆಂದೂ ನೋಡಿರದ ಚಂದರ್ ರೋಹಿಣಿಯರಲ್ಲೂ ಇರುವುದು ಸಂಭವವೇ ಎಂಬುದನ್ನು ಯೋಚಿಸುವ ಅಗತ್ಯವೇ ತೋರಲಿಲ್ಲ ನನಗೆ.

ಚಂದರ್, ನಾಲ್ಕೈದು ವರ್ಷ ಯುರೋಪಿನಲ್ಲಿದ್ದು ವಿದ್ಯೆಯೊಡನೆ ಅಲ್ಲಿಯವರ ನಾಗರಿಕತೆ, ಆಚಾರವಿಚಾರಗಳನ್ನೂ ತನ್ನದಾಗಿ ಮಾಡಿಕೊಂಡವನು. ರೋಹಿಣಿ - ಪ್ರೇಮವಿಲ್ಲದ ಮದುವೆಯೇ ಅಲ್ಲ ಎನ್ನುತ್ತಿರುವ ಸುಶಿಕ್ಷಿತ ತರುಣಿ. ಅದರಲ್ಲೂ ಚಂದರ್‌ನಿಗೆ ರೋಹಿಣಿಗೆ ಮದುವೆಯಾಗಿದೆ ಎನ್ನುವ ವಿಷಯ ನಾವ್ಯಾರೂ ಹೇಳಿ ಸಹ ಇಲ್ಲ. ಅವಳ ಸಹಜಸೌಂದರ್ಯ, ಸುಶಿಕ್ಷಿತ ನಡೆನುಡಿಗಳು ಚಂದರ್‌ನ ಮನವನ್ನು ಒಲಿಸಿಕೊಂಡಿರುವುದೂ ಅವನ ವಿದ್ಯಾ, ವಿನಯ, ರೂಪ, ಸೌಜನ್ಯಗಳು ಅವಳ ಹೃದಯವನ್ನು ಕದಿಯುವುದೂ ಕಷ್ಟದ ಮಾತಲ್ಲ. ಅದನ್ನು ಮೊದಲೇ ತಿಳಿದುಕೊಳ್ಳುವುದೂ ನನ್ನ ಕರ್ತವ್ಯವಾಗಿತ್ತು. ಆದರೆ - ಈಗ?

ಅವನು ಹೊರಟು, ಹೋಗಿಬರುತ್ತೇನೆನ್ನುವಾಗಲೇ ನನಗವರವರ ಪ್ರೇಮದ ಆಳದ ಅರಿವಾದುದು. ಕೇವಲ ಅವರ ಮುಖಗಳನ್ನು ನೋಡಿಯೇ ನಾನು ತಿಳಿದುಕೊಂಡೆ - ಕುರುಡನೂ ತಿಳಿದುಕೊಳ್ಳಬಹುದಾಗಿತ್ತು -ಅಷ್ಟೊಂದು ಸ್ಪಷ್ಟವಾಗಿ ಚಿತ್ರಿತವಾಗಿತ್ತು ಅವರ ಪ್ರೇಮ, ಆ ಮುಖಗಳಲ್ಲಿ.

ಅವನು ಹೊರಟುಹೋದ. ಒಂದೆರಡು ದಿನಗಳಲ್ಲಿ ಅವಳೂ ಹೊರಟು ಹೋಗುವಳು. ಆದರೆ, ಮೊದಲೇ ಮೋಡ ಮುಚ್ಚಿದ್ದ ಅವಳ ಜೀವನದಲ್ಲಿ ಈಗ ಕತ್ತಲೆಯೂ ಸೇರಿಹೋಗಿದೆ .

ಅದೇ ರಾತ್ರಿ ರೋಹಿಣಿಯು ಮಲಗಲು ಹೋದ ಮೇಲೆ ದಿನೇಶನೊಡನೆ, 'ದಿನೇಶ, ರೋಹಿ ಚಂದರ್‌ರು ಒಬ್ಬರನ್ನೊಬ್ಬರು ಪ್ರೀತಿಸುವಂತೆ ತೋರುತ್ತೆ – ಇಂದವನು ಹೊರಡುವಾಗ ಅವರಿಬ್ಬರ ಬಾಡಿದ ಮುಖಗಳನ್ನು ನೋಡಲಿಲ್ಲವೇ ನೀನು?' – ಎಂದೆ. ಅದಕ್ಕವನು ನಕ್ಕು – 'ನೀನೇನು ಬಿಡಮ್ಮಾ – ಈಗ ಸೈಕಾಲಜಿಯನ್ನೂ ಬೇರೆ ಅಭ್ಯಾಸಮಾಡಿದಂತೆ ತೋರುತ್ತೆ. ಅವರವರ ಮುಖ ನೋಡಿಯೆ ಅವರವರು ಪ್ರೀತಿಸುವರೆಂಬುದು ತಿಳಿದುಹೋಯ್ತಂತೆ' ಎಂದು ಹಾಸ್ಯದಲ್ಲೇ ನನ್ನ ಮಾತುಗಳನ್ನು ತೇಲಿಸಿಬಿಟ್ಟ. ಬಹುಶಃ ನನ್ನೂಹೆ ತಪ್ಪಿರಬಹುದೆಂದು ಆಗ ಅವನ ಹಾಸ್ಯದಿಂದ ನನಗನಿಸಿದರೂ ಮರುಕ್ಷಣವೇ ನಾನೂಹಿಸಿದುದು ಸರಿ ಎಂದು ನನಗೆ ತೋರಿತು. ಆದರೂ ರೋಹಿಣಿಯೊಡನೆ ಆ ವಿಷಯವಾಗಿ ಏನೆಂ ಸ ಹೇಳಲಿ?

ಎರಡು ದಿನಗಳ ತರುವಾಯ ರೋಹಿಣಿಯೂ ಹೊರಟಳು. ದಿನೇಶನೇ ಅವಳನ್ನು ಅವರ ಮನೆಗೆ ಮುಟ್ಟಿಸಿ ಬಂದ. ಬಂದವನೇ ದಿನೇಶ – 'ಅಮ್ಮಾ ರೋಹೀ ಗಂಡನೂ ಸೀಮೆಯಿಂದ ಬಂದಿರುವನಂತೆ–ಇನ್ನೊಂದು ತಿಂಗಳೊಳಗೇ ಅವನು ಬಂದು ರೋಹೀನ ಕರೆದುಕೊಂಡು ಹೋಗಬಹುದೆಂದು ವರ್ತಮಾನ' ಎಂದ.

ಮತ್ತೆಂಟು ದಿನಗಳೊಳಗಾಗಿಯೇ ರೋಹಿಣಿಯ ತಾಯಿಯಿಂದ ಒಂದು ಕಾಗದ ಬಂತು: ಮದುವೆಗಂತೂ ನೀವು ಬರಲಿಲ್ಲ, ಈಗಲಾದರೂ ನೀವು ಖಂಡಿತ ಬರಲೇಬೇಕು. ನಾವೆಲ್ಲರಲ್ಲದೆ ರೋಹಿಯೂ ನಿಮ್ಮ – ಹಾದಿ ಕಾಯುತ್ತಾಳೆ' ಎಂದಿತ್ತು ಅವರ ಪತ್ರದಲ್ಲಿ. ನನಗೂ ರೋಹಿಣಿಯೊಡನೆ ಮಾತಾಡಿ ತಿಳುವಳಿಕೆ ಹೇಳಬೇಕೆಂದು ಬೇರೆ. ಸರಿ, ಹೊರಟೆ, ದಿನೇಶನೂ ನನ್ನ ಜೊತೆ ಬಂದ.

ನಾವು ಹೋದ ದಿನ ರೋಹಿಣಿಯೊಬ್ಬಳೊಡನೆಯೇ ಏಕಾಂತವಾಗಿ ಮಾತಾಡಲು ಆಗಲೇ ಇಲ್ಲ. ಮರುದಿನವೇ ಅವಳ ಗಂಡ ಬಂದ. ಎಲ್ಲರೂ ಬೀಗರನ್ನು ಸ್ವಾಗತಿಸಿ ಸತ್ಕರಿಸುವ ಸಮಯವನ್ನು ಸಾಧಿಸಿ ಬಾಡಿದ ಮೋರೆಯ ರೋಹಿಣಿಯನ್ನು ನನ್ನ ಕೋಣೆಗೆ ಕರೆದುಕೊಂಡು ಹೋದೆ. ಇನ್ನೇನು – ಅವಳೊಡನೆ ಮನಬಿಚ್ಚಿ ಮಾತನಾಡಬೇಕೆಂದಿರುವಾಗಲೇ ಅವಳ ಕಿರಿತಂಗಿ ಚಿತ್ರಾ ಬಿರುಗಾಳಿಯಂತೆ ಓಡಿ ಬಂದು '–ಅಕ್ಕಾ, ದಿನೇಶಣ್ಣನ ಸ್ನೇಹಿತ ಚಂದರ್ ಬಂದಿದ್ದಾನೆ. ದಿನೇಶಣ್ಣನ ರೂಮಿನಲ್ಲಿದ್ದಾನೆ – ನೀನು ಬರ್ಬೇಕಂತೆ, ದಿನೇಶಣ್ಣ ಕೂಗ್ತಾನೆ–' ಎಂದು ಒಂದೇ ಉಸುರಿಗೆ ಹೇಳಿ ಓಡಿಬಿಟ್ಟಳು. ಅವಳ ಮಾತು ಕೇಳಿ ಬಾಡಿದ್ದ ರೋಹಿಣಿಯ ಮುಖವರಳಿದರೂ ನನಗದೇಕೋ ಈಗೇಕೆ ಈ ಚಂದರ್ ಬಂದ ಎನ್ನಿಸಿತು. ಅದಕ್ಕೆ ಅವಳೊಡನೆಯೇ ನಾನೂ ದಿನೇಶನ ರೂಮಿಗೆ ಹೋದೆ. ಹೌದು, ನಿಜವಾಗಿಯೂ ದಿನೇಶನೊಡನೆ ಚಂದರ್ ಅಲ್ಲಿದ್ದ. ನಮಗಿಂತ ಮುಂದೆ ಓಡಿಹೋಗಿ ಬಾಗಿಲಲ್ಲೇ ನಿಂತಿದ್ದ ಚಿತ್ರಾ 'ಅಕ್ಕಾ ನಿನಗಿವರ ಗುರುತಿಲ್ಲವೇನು?' ಎಂದು ಕೇಳಿದಳು.

'ಇಲ್ಲದೇನು- ನಮ್ಮನೆಯಲ್ಲಿ ನಾನೇ ಪರಿಚಯ ಮಾಡಿಸಿದ್ದೇನೆ' ಎಂದ ದಿನೇಶ ಮುಗುಳುನಗೆಯೊಡನೆ.

'ಪಾಪ! ಅದಕ್ಕೂ ಮೊದಲು ಒಬ್ಬರನ್ನೊಬ್ಬರು ನೋಡಿಯೇ ಇಲ್ಲ' ಎಂದಳು - ವ್ಯಂಗ್ಯವಾಗಿ -ತುಂಟ ಚಿತ್ರಾ.

'ಮದುವೆಯ ಚಪ್ಪರದಲ್ಲವರ ಕಣ್ಣುಗಳು ಕುರುಡಾಗಿದ್ದವೆಂದು ನಿನಗೆ ಇನ್ನೂ ತಿಳಿಯಲಿಲ್ವೇ ಚಿತ್ರಾ ?' ಎಂದು ದಿನೇಶ ಈ ಸಾರಿ ಜೋರಾಗಿ ನಕ್ಕ. ಚಿತ್ರಾ 'ಕುರುಡು ಭಾವ-ಕುರುಡಕ್ಕ'ಎಂದು ತಾನೂ ನಕ್ಕಳು. ಆಶ್ಚರ್ಯದ ಶಿಖರವನ್ನೇರಿದ್ದ ನನ್ನನ್ನಲ್ಲಿಂದ ಉರುಳಿಸುವ ರೋಹಿಣೀ ಚಂದರ್‌ರೂ ನಗತೊಡಗಿದರು.

ಆಗ ಬೆಪ್ಪಳಂತೆ ಮೂಕಳಾಗಿ ನಿಂತಿದ್ದ ನನ್ನನ್ನು ನೋಡಿ ಉಕ್ಕುವ ನಗುವನ್ನು ತಡೆದುಕೊಂಡು ದಿನೇಶ - 'ಅಮ್ಮಾ, ಈ ಪ್ರೇಮವಿವಾಹದ ಪ್ರೇಮಿಗಳು ತಮ್ಮ ಮದುವೆಯಲ್ಲಿ ಒಬ್ಬರ ಮುಖವನ್ನೊಬ್ಬರು ನೋಡಿಯೇ ಇಲ್ಲವಂತೆ' ಎಂದ.

ಆ ತಪ್ಪನ್ನೀಗ ತಿದ್ದಿಕೊಳ್ಳುವೆವು ಎನ್ನುವಂತಿತ್ತು. ರೋಹಿಣೀ-ಚಂದ್ರಶೇಖರರು ಒಬ್ಬರನ್ನೊಬ್ಬರು ಆಗ ನೋಡಿದ ಆ ನೋಟ !

೦

ಪಾಪನ ಮದುವೆ

ಆಗಿನ ಆಟ, ತಮಾಷೆ, ಜಗಳ ಎಲ್ಲಾ ನೆನೆಸಿಕೊಂಡರೆ ನಗು ಬರುತ್ತೆ - ಅದೇ ಬಾಲ್ಯ. ಇನ್ನೊಮ್ಮೆ ಬರಲಿ ಎಂದೆನಿಸುತ್ತೆ. 'ಆಗ ನಾವು ಬೇಗ ದೊಡ್ಡವರಾದರೆ ಈ ಹಿಂಸೆ ಎಲ್ಲಾ ತಪ್ಪುತ್ತಿತ್ತಲ್ಲಾ 'ಎಂದು ಹಲಬುತ್ತಿದ್ದೆವು. ಈಗ 'ಅಯ್ಯೋ, ಆ ಸುಖಮಯವಾದ ಬಾಲ್ಯ ಕಳೆದುಹೋಯಿತಲ್ಲಾ' ಎಂದು ಮರುಗುತ್ತೇವೆ. ನಮ್ಮ ಬಾಲ್ಯವು ಕಳೆದರೂ ಆ ಎಳೆತನದ ಗೆಳೆತನ ಮಾತ್ರ ಬೆಳೆದಿದೆ. 'ಪಾಪ' ಕಾಲೇಜಿನ ಶಿಕ್ಷಣವನ್ನು ಪಡೆದು ಈಗ ವಕೀಲಿ ಮಾಡುತ್ತಾನೆ. ನಾನು ! ಅಂದಿನ ತುಂಟಾಟಿಕೆಯಲ್ಲಿ ಪ್ರಸಿದ್ಧಳಾಗಿದ್ದ ನಾನೀಗ ತುಂಟ ಹುಡುಗನೊಬ್ಬನ ತಾಯಿಯಾಗಿದ್ದೇನೆ. ಬೇಬಿ ತಂಟೆ ಮಾಡುವಾಗ,ಎಷ್ಟೊಂದು ತಂಟೆಯಪ್ಪಾ' ಎಂದರೆ 'ನೀನು ಮಾತ್ರ ಕಮ್ಮಿಯವಳಾಗಿದ್ದೇಯೇನೋ?' ಎಂದು ಈಗಲೂ ಅಕ್ಕ ಹಾಸ್ಯಮಾಡುತ್ತಾಳೆ.

ನಾನೂ ಪಾಪನೂ ಬಾಲ್ಯದಿಂದ ಕೂಡಿ ಆಡಿದವರು ; ಬೆಳೆದವರು. ಅವನು ನನ್ನಕ್ಕನ ಮಗ - ಆ ಸಂಬಂಧಕ್ಕಿಂತಲೂ ಹೆಚ್ಚಿನದು ನನ್ನ ಸ್ನೇಹದ ಸಂಬಂಧ. ಚಿಕ್ಕವರಾಗಿದ್ದಾಗ ನಾವೆಷ್ಟೋ ಸಾರಿ ಜಗಳ ಆಡಿಕೊಳ್ಳುತ್ತಿದ್ದೆವು. ಮಾತು ಬಿಡುತ್ತಿದ್ದೆವು. ಆದರೆ ಅದೆಲ್ಲಾ ಒಂದು ಗಳಿಗೆಯ ತನಕ ಅಷ್ಟೇ ; ಮರುಕ್ಷಣದಲ್ಲಿ ಆ ಜಗಳವನ್ನೆಲ್ಲಾ ಮರೆತು ಪುನಃ ಒಂದುಗೂಡಿ ಆಡುತ್ತಿದ್ದೆವು. ಅವನು ನನಗಿಂತ ಒಂದೆರಡು ವರ್ಷಗಳಿಗೆ ಕಿರಿಯವನಿರಬಹುದು. ಆ ಒಂದೆರಡು ವರ್ಷಗಳ ಹಿರಿತನದ ಹೆಮ್ಮೆಯಿಂದ ನಾನು ಹೇಳಿದಂತೆ ಅವನು ಕೇಳಬೇಕೆಂದು ನನ್ನ ಬಯಕೆ. ಅವನೆಲ್ಲಾದರೂ ನಾನೆಂದುದಕ್ಕೆ 'ಹೂಂ, ನಾನೊಲ್ಲೆ' ಎಂದರೆ ತೀರಿತು, ಚೆನ್ನಾಗಿ ಎರಡೇಟು ಕೊಡುತ್ತಿದ್ದೆ. ಅವನು ಅತ್ತುಕೊಂಡು ಹಿರಿಯರಿಗೆ ದೂರು ಹೇಳಲು ಒಳಗೆ ಓಡುತ್ತಿದ್ದ. ಸರಿ, ಒಳಗಿನಿಂದ ಅಕ್ಕನೊ ಅಮ್ಮನೋ ಬಂದು 'ಯಾತಕ್ಹೊಡ್ದೆ ಪಾಪಂಗೆ' ಎಂದು ನನ್ನ ಬೆನ್ನಿಗೆ ಗುದ್ದುತ್ತಿದ್ದರು. ಕೋಪದಿಂದ ನಾನು ಪಾಪನನ್ನು ಆಟಕ್ಕೆ ಸೇರಿಸಿಕೊಳ್ಳುತ್ತಿರಲಿಲ್ಲ. ಪಾಪ ನನ್ನೇಟಿನ ನೋವನ್ನು ತಾಳಲಾರದೆ ಒಳಗೆ ಹೋಗಿ ದೂರು ಹೇಳುತ್ತಿದ್ದುದೇನೋ ನಿಜ. ಆದರೆ ನನಗೆರಡು ಗುದ್ದುಬಿದ್ದಮೇಲೆ ಅವನ ನೋವು ಸ್ವಲ್ಪ ಕಡಿಮೆಯಾಗಿ ಅಳು ನಿಲ್ಲುತ್ತಿತ್ತು. ಪುನಃ ಮೊದಲಿನಂತೆ ಆಡಬೇಕೆಂಬ ಆಸೆಯೂ ಆಗುತ್ತಿತ್ತು. ಹೊಸದಾಗಿ ಬಿದ್ದ ಗುದ್ದಿನಿಂದಲೂ, ನನಗೆ ಹೊಡಿಸಿದನಲ್ಲಾ ಎಂಬ ಕೋಪದಿಂದಲೂ ನಾನು ಮಾತ್ರ ಅವನನ್ನು ಆಟಕ್ಕೆ ಸೇರಿಸಿಕೊಳ್ಳುತ್ತಿರಲಿಲ್ಲ. ನನ್ನ ಕೋಪವು ಹೆಚ್ಚಿದಂತೆಲ್ಲಾ ಪಾಪ ಮೆತ್ತಗಾಗುತ್ತಿದ್ದ. ಕೊನೆಗೆ ತನ್ನ ಜೇಬಿನಲ್ಲಿದ್ದ ಬಳಪ, ಗೋಲಿ, ಪೆಪ್ಪರಮೆಂಟ್ ಎಲ್ಲಾ ನನಗೆ ಒಪ್ಪಿಸಿ ಸಂಧಿ ಮಾಡಿಕೊಳ್ಳುತ್ತಿದ್ದ. ಪುನಃ ನಗುನಗುತ್ತ ಮೊದಲಿನಂತೆ ಒಂದಾಗಿ ಆಡುತ್ತಿದ್ದೆವು. ಇದು ಅಂದಿನ ನಮ್ಮ ದಿನಚರಿಯ ಒಂದಂಕ.

ಎರಡನೆಯ ಅಂಕ ಎಂದರೆ ನಮ್ಮ ಸ್ನಾನ. ಅದರಲ್ಲೂ ಎಣ್ಣೆ ಹಚ್ಚಿ ಸ್ನಾನ ಮಾಡಿಸುತ್ತಾರೆಂದು ತಿಳಿದರಂತೂ ತೀರಿಹೋಯ್ತು - ಎಲ್ಲಾದರೂ ಹೋಗಿ ಅಡಗಿಕೊಳ್ಳುತ್ತಿದ್ದೆವು. ಅಡಗಿಕೊಂಡರೆ ತಪ್ಪುವಂತಿರಲಿಲ್ಲ ಸ್ನಾನ. ಮೂಲೆ ಹುಡುಕಿ ಎಳೆದುಕೊಂಡು ಬಂದು ಎಣ್ಣೆ ಹಚ್ಚುತ್ತಿದ್ದರು. ಆಮೇಲೆ 'ಪಾಪ ಮೊದಲು ಸ್ನಾನ ಮಾಡಲಿ' ಎಂತ ನಾನು, 'ಅವಳದು ಮೊದಲು ಆಗಲಿ' ಎಂತ ಅವನು. ಅಂತೂ ಒಂದು ದೊಡ್ಡ ಯುದ್ಧವೇ ಆಗುತ್ತಿತ್ತು. ಇದಕ್ಕೆ ಕಾರಣವಿಷ್ಟೆ,; ಮೊದಲು ಸ್ನಾನ ಮಾಡಿದವರಿಗಿಂತಲೂ ಸ್ವಲ್ಪ ಹೆಚ್ಚು ಹೊತ್ತು ಮಣ್ಣಾಟ ಆಡುತ್ತಿರಬಹುದಲ್ಲಾ ಅಂತ. ಈ ಮಧ್ಯೆ ತಲೆಯಿಂದ ಎಣ್ಣೆ ಹರಿದು ಕಣ್ಣಿಗೆ ಬರುತ್ತಿತ್ತು. ಮಣ್ಣು ಕೈಯಿಂದಲೇ ಕಣ್ಣುಜ್ಜಿಕೊಂಡು ಕಣ್ಣುರಿಯುವಾಗ 'ನನ್ನನ್ನೇ ಮೊದಲು ಸ್ನಾನಮಾಡಿಸು' ಎನ್ನುತ್ತಿದ್ದೆವು. 'ನಾ ಮುಂದು ನಾ ಮುಂದು' ಎಂದು ಇನ್ನೊಂದು ಕದನ. ಇದೆಲ್ಲಾ ಮುಗಿಯಿತೆಂದರೆ ಊಟಕ್ಕೆ ಕೂಡುವ ಜಾಗವನ್ನು ಕುರಿತು ಮತ್ತೊಂದು ಶುರುವಾಗುತ್ತಿತ್ತು. ಅಕ್ಕ ಬಂದು ಒಂದೇಟು ಕೊಟ್ಟು ನಮ್ಮ ನಮ್ಮ ಜಾಗದಲ್ಲಿ ಕೂರಿಸುತ್ತಿದ್ದಳು. ಆಮೇಲೆ 'ನಂಗೆ ಸಣ್ಣ

ಮಣೆ. ನಂಗೆ ಸಣ್ಣದು' ಎಂದು. 'ನನಗೆ ಮೊದಲು ಬಡಿಸಬೇಕು. ನಂಗೆ ಮೊದ್ಲು' ಎಂತ ಮತ್ತೆ. ಇದೆಲ್ಲಾ ತೀರಿ ಊಟಕ್ಕೆ ಶುರುವಾಯಿತೆಂದರೆ ಮೆಣಸಿನಕಾಯಿಯನ್ನಗಿದು 'ಅಯ್ಯೋ ರಾ.....ರಾ.....' ಅಂತ ಪಾಪನ ಚೀರಾಟ. ಅವನಿಗೆ ನೀರು ಕುಡಿಸಿ ಅವನನ್ನು ಸಮಾಧಾನ ಮಾಡುವಷ್ಟರಲ್ಲಿ ನನ್ನದೊಂದು ದೂರು. ಹೀಗೆಲ್ಲಾ ಆಗಿ ಅಂತೂ ಇಂತೂ ನಮ್ಮೂಟ ಮುಗಿಯಬೇಕಾದರೆ ಒಂದು ಗಂಟೆಯಾದರೂ ಬೇಕಾಗುತ್ತಿತ್ತು. ಊಟವಾದ ಮೇಲೆ ನಾವಿಬ್ಬರೂ ಒಂದು ಗಂಟೆಯತನಕವಾದರೂ ಮಲಗಿ ನಿದ್ರೆ ಮಾಡಬೇಕಾಗಿತ್ತು. ನಮಗಿಷ್ಟವಿಲ್ಲದಿದ್ದರೂ ಅಕ್ಕ ಬೆತ್ತವನ್ನು ಹಿಡಿದು 'ಮಲಗುತ್ತೀರೋ ಇಲ್ಲವೋ' ಎನ್ನುವಾಗ ಬೆತ್ತಕ್ಕಾಗಿ ಮಲಗಲೇಬೇಕಾಗುತ್ತಿತ್ತು. ಅಣ್ಣ, ಮೂರ್ತಿ ಎಲ್ಲಾ ಅವರಿಷ್ಟ ಬಂದಂತಿರುವಾಗ ನಾವು ಮಾತ್ರ ಅದೇಕೆ ಮಲಗಬೇಕು ಎಂದೆನ್ನಿಸುತ್ತಿತ್ತು ನಮಗೆ. ಆದರೆ ಅಕ್ಕನ ಕೈಲಿದ್ದ ಬೆತ್ತ ನಮ್ಮನ್ನು ಸುಮ್ಮನಿರಿಸಿ ಕಣ್ಣು ಮುಚ್ಚುವಂತೆ ಮಾಡುತ್ತಿತ್ತು. ನಾವು ಕಣ್ಣು ಮುಚ್ಚಿದೆವೆಂದರೆ ಅಕ್ಕ ಒಳಗಿನ ಕೆಲಸಕ್ಕೆ ಹೊರಟುಹೋಗುತ್ತಿದ್ದಳು. ಅಕ್ಕನ ಬೆನ್ನು ತಿರುಗುವುದೇ ತಡ-ನಾವು ಕಣ್ಣು ತೆರೆದು ಎದ್ದು ಕುಳಿತುಕೊಳ್ಳುತ್ತಿದ್ದೆವು. ಆದರೆ ಹೊರಗೆ ಹೋಗಿ ಆಡುವಷ್ಟು ಧೈರ್ಯವಿರುತ್ತಿರಲಿಲ್ಲ ನಮಗೆ. ರಜಾ ಕಾಲದಲ್ಲಿ ಮಧ್ಯಾಹ್ನದ ಹೊತ್ತು ಅಣ್ಣ ಮೂರ್ತಿ ಇಸ್ಪೀಟಾಡುವುದನ್ನು ನೋಡಿದ್ದೆವು. ಕೂತುಕೊಂಡೇ ಆಡಬಹುದಾದ ಆಟ ನಮಗೆ ತಿಳಿದಮಟ್ಟಿಗೆ ಅದೊಂದೆ. ಆದರೆ ಇಸ್ಪೀಟು ಆಗಬೇಕಲ್ಲ ನಮಗೆ. 'ಅದಕ್ಕೇನು ? ಮೇಜಿನ ಮೇಲೆ ಅಣ್ಣನ ಪುಸ್ತಕವಿದೆ. ಅದರ ಹಾಳೆಗಳನ್ನು ಹರಿದುಕೊಂಡರಾಯಿತು.' ಇದು ನನ್ನ ಸೂಚನೆ. ಪಾಪನೂ ಅನುಮೋದಿಸಿದ. ಎಲ್ಲಾದರೂ ಕೊನೆಗೆ ಗೊತ್ತಾಗಿ ಹೋದರೆ ದೂರು ನನಗಿರಬಾರದೆಂದು ಪಾಪನೇ ಅದನ್ನು ಹರಿದು ತರಬೇಕೆಂದು ನನ್ನ ಉಪಾಯ. ಸರಿ, ಆಟಕ್ಕೆ ಸುರುವಾಗುತ್ತಿತ್ತು. ಒಳ್ಳೊಳ್ಳೆ ಬೊಂಬೆಗಳಿರುವ ಹಾಳೆಗಳೆಲ್ಲಾ ನನಗೆ. ಎಷ್ಟಾದರೂ ಪಾಪ ಹರಿದು ತಂದಾತ - ಸುಮ್ಮನಿರುವನೇ? ತನಗೂ ಒಳ್ಳೊಳ್ಳೆ ಬೊಂಬೆ ಬೇಕು ಎನ್ನುತ್ತಿದ್ದ. ಈ ಜಗಳ ಅಕ್ಕ ಬಂದು ಇಬ್ಬರಿಗೂ ಒಂದೊಂದು ಕೊಡುವ ತನಕವೂ ನಡೆಯುತ್ತಿತ್ತು. ಪುನಃ ಮಲಗಬೇಕಾಗುತ್ತಿತ್ತು. ಈ ಸಾರಿ ಒಬ್ಬರ ಮೇಲೊಬ್ಬರಿಗೆ ಸಿಟ್ಟಾದುದರಿಂದ ಮಾತಾಡದೆ ಮಲಗುತ್ತಿದ್ದೆವು. ಅದೇ ಸಮಯ ಸಾಧಿಸಿ ನಿದ್ದೆಯೂ ಬಂದುಬಿಡುತ್ತಿತ್ತು. ಎಚ್ಚರವಾಗುವಾಗ ಕಾಫಿ ತಿಂಡಿಯು ತಯಾರಾಗುತ್ತಿತ್ತು. ನಿದ್ರೆಗೆ ಮೊದಲಿನ ಜಗಳವೇನೋ ಎಚ್ಚರವಾಗುವಾಗ ಮರೆತು ಹೋಗಿದ್ದರೂ ಕಾಫಿ ತಿಂಡಿಯ ಸಮಯದಲ್ಲಿ ಊಟದ ಸಮಯದಲ್ಲಿ ನಡೆದಂತೆಯೆ ಮತ್ತೊಂದು ಪ್ರಕರಣ ತಪ್ಪದೆ ನಡೆಯುತ್ತಿತ್ತು. ಇದಾಯ್ತು ಎಂದರೆ ತಿರುಗಿ ಮನೆಯ ಅಂಗಳದ ಆಟ. ಇದೇ ಸಮಯದಲ್ಲಿ ಪಾಪನ ಜೇಬಿನಲ್ಲಿದ್ದ ತಿಂಡಿ ನನ್ನ ಹೊಟ್ಟೆಯನ್ನು ಸೇರುತ್ತಿತ್ತು. ತಿಂಡಿ ಮುಗಿಯಿತೆಂದರೆ ಅವನು ಅಳು ಸುರುವಾಗುತ್ತಿತ್ತು. ಅಕ್ಕ ಬಂದು ನನಗೆ ಪೂಜೆ ಮಾಡಿ ಅವನಿಗೆ ಪುನಃ ತಿಂಡಿ ಕೊಡುತ್ತಿದ್ದಳು. ಆದರೆ ನನ್ನೊಡನೆ ಸಂಧಿ ಮಾಡಿಕೊಳ್ಳುವಷ್ಟರಲ್ಲಿ ಪುನಃ ಆ ತಿಂಡಿಯು ನನ್ನ ಹೊಟ್ಟೆ ಸೇರುತ್ತಿತ್ತು. ಇಷ್ಟೆಲ್ಲಾ ಆಗುವಾಗ ಸುಮಾರು ಆರು

ಗಂಟೆಯಾಗುತ್ತಿತ್ತು. ಸರಿ – ನಮ್ಮ ಕೈಕಾಲು ತೊಳೆಯಿಸುವ ಪ್ರಕರಣ ಸುರುವಾಗುತ್ತಿತ್ತು. ಆಗಲೂ ಒಂದು ಪುಟ್ಟ ಕಾಳಗ. ಇನ್ನೇನು ಇದು ತೀರಿತು ಎನ್ನುವಾಗ ಎಲ್ಲಿರುತ್ತಿದ್ದರೋ ಮಹಾರಾಯರು ! ನಮ್ಮ ಮಾಸ್ಟರರ ಆಗಮನವಾಗುತ್ತಿತ್ತು. ಅವರು ಬಂದರು ಎಂದರಂತೂ ತೀರಿಹೋಯ್ತು – ನಮ್ಮ ವ್ಯಸನ ಅಷ್ಟಿಷ್ಟು ಎಂದೂ ಬಾರದ ನಿದ್ರೆ, ಬಾಯಾರಿಕೆ ಎಲ್ಲಾ ಬರಲು ಸುರುವಾಗುತ್ತಿದ್ದವು. ಒಮ್ಮೊಮ್ಮೆ ಹೊಟ್ಟೆನೋವೂ ಬರುತ್ತಿತ್ತು. ಆದರೆ ಮೊದಮೊದಲು ಹೊಟ್ಟೆನೋವಿನಿಂದ ಪಾಠ ತಪ್ಪಿಸಿದ್ದರೂ ಕೊನೆಗೇನೋ ಮಾಸ್ಟರು ಹೊಟ್ಟೆನೋವೆಂದ ಕೂಡಲೇ ಬೆತ್ತದಿಂದ ಮಂತ್ರಿಸಿ ವಾಸಿಮಾಡಿಬಿಡುತ್ತಿದ್ದರು. **ನಮಗಂತೂ ಪ್ರತಿ ದಿನ ಸಂಜೆಯಾಯಿತೆಂದರೆ 'ಅಯ್ಯೋ, ನಮ್ಮಾಷ್ಟ್ರು ಇರದೆ ಇದ್ರೆ ಎಷ್ಟೊಂದು ಚೆನ್ನಾಗಿರುತ್ತಿತ್ತು–'** ಎನ್ನಿಸುತ್ತಿತ್ತು. ಆದರೆ ಅದೇಕೋ – ನಾವು 'ಅವರು ಸಾಯಲಿ, ಅವರಿಗೆ ಜ್ವರ ಬರಲಿ' ಎಂದು ಬಯಸಿದಂತೆಲ್ಲಾ ಅವರು ಆರೋಗ್ಯವಾಗಿ ದೃಢಕಾಯರಾಗುತ್ತಿದ್ದರು. ನಮ್ಮ ಅಣ್ಣನಿಗೆ ಕವಿತೆ ಬರೆಯುವುದೊಂದು ಹುಚ್ಚು. ತಾನು ಬರೆದುದನ್ನು ನಮ್ಮನ್ನೆಲ್ಲಾ ಕೂಡಿಸಿ ಓದಿ ಹೇಳುವುದು ಅವನ ಪದ್ಧತಿ. ನಾವೂ ಅವನ ಸರಿಸಮಾನರೆನಿಸಬೇಕೆಂದು ಒಂದು ಕವಿತೆ ಮಾಡಿದೆವು. 'ಹಾಳಾದ ಮಾಸ್ಟ್ರು ಸತ್ತು

ಹೋಗಿದ್ರೆ' ಶುರುವಾಗಿತ್ತು ನಮ್ಮ ಕವನ. ಅಣ್ಣ ತನ್ನನ್ನು ಅಣಕಿಸಲು ನಾವೂ ಕವಿತೆ ಬರೆದಿರುವೆವೆಂದೆಣಿಸಿ ಅದನ್ನು ನಮ್ಮ ಕೈಯಿಂದ ಕಿತ್ತು ಆ ದಿನ ಸಂಜೆ ಮಾಸ್ತರಿಗೆ ತೋರಿಸಿಯೇ ಬಿಟ್ಟ. ಆ ದಿನ ನಮ್ಮ ಅವಸ್ಥೆ ಹೇಳತೀರದು. ನಮ್ಮಿಬ್ಬರ ಬೆನ್ನುಗಳಲ್ಲೂ ಬಾಸುಂಡೆಗಳು – ಅಂದಿನಿಂದ ನಾವು ಕವಿತೆ ಬರೆಯುವುದನ್ನು ಬಿಟ್ಟೇಬಿಟ್ಟೆವು.

ಮತ್ತೊಂದು ದಿನ : ಆಗ ನಾವು ಶಾಲೆಗೆ ಹೋಗುತ್ತಿದ್ದೆವು. ಅದರಿಂದ ನಮಗೆ ಸ್ವಲ್ಪ ಹೆಚ್ಚಿನ ಸ್ವಾತಂತ್ರ್ಯವೂ ದೊರೆತಿತ್ತು. ನಮ್ಮ ಮನಸ್ಸಿನಲ್ಲಿ ಈಗ ನಾವೂ ಅಣ್ಣ ಮತ್ತು ಮೂರ್ತಿಗೆ ಸರಿಸಮಾನರೆಂಬ ಹೆಮ್ಮೆ. ಅವರಿಬ್ಬರೂ ಸೈಕಲ್ ಸವಾರಿ ಮಾಡುತ್ತಿರುವಾಗ ನಾವೇಕೆ ಮಾಡಬಾರದು ಎಂಬ ಪ್ರಶ್ನೆ ಬಹು ದಿನಗಳಿಂದಲೂ ನಮ್ಮನ್ನು ಪೀಡಿಸುತ್ತಿತ್ತು. ಆ ದಿನ ಮೂರ್ತಿ ಸೈಕಲ್ ಹೊರಗೇ ಇಟ್ಟು ಹಾಕಿ ಆಡುವುದಕ್ಕೆ ಹೊರಟುಹೋಗಿದ್ದ. ಇಂಥ ಸುಯೋಗ ಸಿಕ್ಕಿದಾಗ ನಾವು ಸುಮ್ಮನಿರುವುದುಂಟೇ? ಹಿರಿತನದ ನೆಪಮಾಡಿ ಮುಂಚೆ ನಾನೇ ಸೈಕಲ್ ಹತ್ತುವುದೆಂದು ಹೇಳಿದೆ. ಪಾಪನೂ ಒಪ್ಪಿದ. ಒಂದು ಸ್ಟೂಲ್ ತಂದಿಟ್ಟುಕೊಂಡು ಪಾಪನ ಸಹಾಯದಿಂದ ಸೈಕಲ್ ಏನೋ ಹತ್ತಿದುದಾಯ್ತು. ಆದರೆ ....ಮುಂದೆ ಗೊತ್ತೇ ಇದೆಯಲ್ಲ! ಎರಡೂ ಮಂಡಿಗಳು ಒಡೆದು ರಕ್ತ ಸೋರತೊಡಗಿತು. ಕಾಲಿನ ನೋವೊಂದು ಕಡೆ – ಮನೆಯವರಿಗೆ ಗೊತ್ತಾಗಿ ಬಯ್ಯುವರಲ್ಲಾ ಎಂಬ ಭಯವಿನ್ನೊಂದು ಕಡೆ. **ಪಾಪನಂತೂ ನನ್ನ ಕಾಲಿನಿಂದ ಧಾರೆ ಧಾರೆಯಾಗಿ ಸುರಿಯುವ ರಕ್ತವನ್ನು ನೋಡಿ ಭಯದಿಂದ ಬೆಪ್ಪಾಗಿ ಹೋಗಿದ್ದ.** ನಾನೂ ಬಿದ್ದಲ್ಲಿಂದ ಏಳುವ ಸ್ಥಿತಿಯಲ್ಲಿರಲಿಲ್ಲ. ಆ ದಿನ ಬಹಳ ಏಟು ಕೊಡುವರೆಂದೆಣಿಸಿಕೊಂಡಿದ್ದೆ. ಆದರೆ ನನ್ನ ಆ ಅವಸ್ಥೆಯನ್ನು ನೋಡಿ ಯಾರೂ ಏನೂ ಅನ್ನಲಿಲ್ಲ. 'ಹೀಗೆಲ್ಲಾ ತುಂಟತನ ಮಾಡಿ ಪೆಟ್ಟು ಮಾಡಿಕೋಬಾರದು' ಎಂದು ಒಳ್ಳೆಯ ಮಾತುಗಳಲ್ಲೇ ಹೇಳಿದರು. 'ಏನೂ ಅನ್ನಲಿಲ್ಲವಲ್ಲ – ಸತ್ತು ಬದುಕಿದೆ' ಎಂದುಕೊಂಡು, ಅಂದಿನಿಂದ ಸೈಕಲ್ ಸವಾರಿ ಮಾಡಬೇಕೆಂಬ ಆಸೆಗೆ ತಿಲಾಂಜಲಿಯನ್ನಿತ್ತೆ. ಪಾಪ ಮಾತ್ರ ಅಷ್ಟಕ್ಕೇ ಸುಮ್ಮನಾಗದೆ ಹೇಗೋ ಕಲಿತೇಬಿಟ್ಟ. ಆದರೆ ನನಗೆ ಈಗಲೂ ಅಂದಿನ ಸೈಕಲ್ ಸವಾರಿಯನ್ನು ನೆನೆಸಿಕೊಂಡರೆ ಮೈ 'ಜುಂ' ಎನ್ನುತ್ತದೆ.

ಹದಿನೈದು ದಿನಗಳು ಹಿಡಿದವು ಗಾಯ ಮಾಯುವುದಕ್ಕೆ. ಆದರೂ ಸರಿಯಾಗಿ ನಡೆಯುವುದಕ್ಕೆ ಆಗುತ್ತಿರಲಿಲ್ಲ. ನಮ್ಮ ತಾಯಿಗಂತೂ ಮೂಳೆ ಎಲ್ಲಾದರೂ ಮುರಿದು ಹೋಗಿದೆಯೋ ಎಂಬ ಭಯ, ಡಾಕ್ಟರರಿಗೆ ತೋರಿಸಿದಾಗ ಹಾಗೇನೂ ಇಲ್ಲ; ಎಲ್ಲೋ ಸ್ವಲ್ಪ ಉಳುಕಿದೆ ಎಂದರು. ಸರಿ – ಉಳುಕು ತೆಗೆಯುವುದಕ್ಕೆ ಭಾಗೀರಥಮ್ಮನನ್ನು ಕರೆಸಿದರು. ಭಾಗೀರಥಮ್ಮ ಭಾಗ್ಯಹೀನೆಯಾದೊಬ್ಬ ಮುದುಕಿ ; ನಾಲ್ಕು ಮನೆ ಭಿಕ್ಷೆ ಮಾಡಿ ಹೊಟ್ಟೆ ಹೊರಕೊಳ್ಳುವಾಕೆ. ಉಳುಕು ತೆಗೆಯುವದರಲ್ಲಿ ಬಲು ಬುದ್ಧಿವಂತೆ ಎಂದು ಎಲ್ಲರೂ ಹೇಳುತ್ತಿದ್ದರು. ಆಕೆ ಮರುದಿನ ಭಿಕ್ಷಕ್ಕೆ ಬಂದಾಗ ನಮ್ಮ ತಾಯಿ ನನ್ನ

ಕಾಲಿನ ಉಳುಕು ತೆಗೆಯಬೇಕೆಂದು, ವಾಸಿ ಮಾಡಿದರೆ ಒಂದು ಸೀರೆ ಕೊಡುವುದಾಗಿಯೂ ಹೇಳಿದಳು. ಅಂದಿನಿಂದಲೇ ನನಗೆ ಯಮಯಾತನೆಗೆ ಶುರುವಾಯ್ತು. ಭಾಗೀರಥಮ್ಮ ಎಣ್ಣೆ ಹಚ್ಚಿ ಉಳುಕನ್ನು ತೆಗೆಯಲೋಸುಗ ಕಾಲು ತಿಕ್ಕುವಾಗ ಜೀವವೇ ಹಾರಿಹೋದಂತಾಗುತ್ತಿತ್ತು. ಕೂಗಿಕೊಂಡರೆ 'ಸೈಕಲ್ ಸವಾರಿ ಮಾಡೋಕೆ ಯಾರಂದ್ರು – ಈಗ ಸುಮ್ನೆ ಇರದೆ ಹೋದ್ರೆ ಕುಂಟಾಗ್ಹೊಗುತ್ತೆ ನೋಡ್ ನಿನ್‌ಕಾಲು' ಎಂದು ಗದರಿಸುತ್ತಿದ್ದರು. ನನಗೂ ಬೇಗ ಕಾಲು ಸರಿಯಾದರೆ ಮನೆಯಲ್ಲೆ ಬಿದ್ದಿರುವುದು ತಪ್ಪುವದಲ್ಲಾ ಎಂದು ಆಸೆ. **ಅಂತೂ ಭಾಗೀರಥಮ್ಮನ ಭಗೀರಥ ತಿಕ್ಕುವಿಕೆಯಿಂದ ನನ್ನ ಕಾಲು ಏಳೆಂಟು ದಿನಗಳಲ್ಲೇ ಸರಿಯಾಯ್ತು.** ಅವರಿಗೂ ಸೀರೆ ಸಿಕ್ಕಿತು. ಇದಾಗಿ ಒಂದೆರಡು ವಾರಗಳಲ್ಲೇ ಅದೇನಾಯಿತೋ ಭಾಗೀರಥಮ್ಮ ಸತ್ತುಹೋದರು. ಅವರೇನೋ ಸತ್ತುಹೋದರು. ಅವರಿಗಾಗಿ ಅಳುವವರು ಇರಲಿಲ್ಲ, ಆದರೆ ಅವರು ಸತ್ತಂದಿನಿಂದ ನನಗೂ ಪಾಪನಿಗೂ ಬಲು ಕಷ್ಟ ನಮ್ಮ ಕೆಲಸದವಳ ಮೂಲಕವೂ ಅಣ್ಣ, ಮೂರ್ತಿಯವರಿಂದಲೂ ನಾವು ಭೂತದ ಕತೆಗಳನ್ನು ಕೇಳಿದ್ದೆವು. ಆದರೆ ನಮ್ಮೂರಲ್ಲಿ ಮೊನ್ನೆ ಮೊನ್ನೆ ನನ್ನ ಕಾಲು ವಾಸಿಮಾಡಿದಾಕೆ ಸತ್ತುಹೋದಳೆಂದು ತಿಳಿದು ನಮಗಿಬ್ಬರಿಗೂ ಹೇಗೆ ಹೇಗೋ ಅನಿಸಿತು. ಇದಕ್ಕೆ ಸರಿಯಾಗಿ ನಮ್ಮ ಕೆಲಸದವಳು , ಯಾರ ಹತ್ತಿರವೋ ಅವರ ಸುದ್ದಿ ಮಾತಾಡುತ್ತಾ 'ಮೊನ್ನೆ ನಮ್ಮವ್ವ ಕೊಟ್ಟ ಹೊಸ ಸೀರೆ ಇನ್ನೂ ಉಡ್ಲಿಲ್ಲ ಆಕಿ ಎಷ್ಟಾಸೆ ಪಟ್ಟು ಇಟ್ಕೊಂಡಿದ್ಲೋ ಏನೋ ?' ಎನ್ನುವುದನ್ನೂ ಕೇಳದೆವು. ಯಾವುದಾದರೂ ಒಂದು ವಸ್ತುವಿನ ಮೇಲೆ ಆಸೆಯಿದ್ದರೆ ಸತ್ತವರು ಭೂತವಾಗಿ ಬರುತ್ತಾರೆ ಎನ್ನುವುದನ್ನು ನಾವು ಕೇಳಿದ್ದೆವು. ಕೆಲಸದವಳ ಮಾತು ಕೇಳಿ ಭಾಗೀರಥಮ್ಮ ನಿಜವಾಗಿಯೂ ಭೂತವಾಗುತ್ತಾಳೆ ಎಂದೆನಿಸಿತು. ಹಗಲೆಲ್ಲಾ ಇದೇ ವಿಷಯ ಮಾತಾಡುತ್ತಿದ್ದೆವು. ರಾತ್ರಿಯೂ ಏನೇನೋ ಭಯಂಕರ ಕನಸುಗಳು. ಬೆಳಗಾಯಿತೆಂದರೆ ನಮಗೆ ಕೊಂಚ ಧೈರ್ಯ. ರಾತ್ರಿಯಾದರೆ ಒಂದು ರೂಮಿನಿಂದ ಇನ್ನೊಂದು ರೂಮಿಗೆ ಹೋಗಬೇಕಾದರೆ ಜೊತೆ ಬೇಕು. ಅಕ್ಕ, ಅಮ್ಮ ಎಲ್ಲಾ ನಮ್ಮ ಈ ವ್ಯವಹಾರವನ್ನು ನೋಡಿ ಕೋಪಿಸಿಕೊಳ್ಳುತ್ತಿದ್ದರು. 'ಎಲ್ಲಿ ಸತ್ತು ಮಣ್ಣಾದ್ಲೋ ಏನೋ, ಸುಮ್ನೆ ಹುಚ್ಚುಚ್ಚಾಗಿ ಆಡ್ತೀರಿ' ಎನ್ನುತ್ತಿದ್ದರು. ಯಾರೇನಂದರೂ ಭಾಗೀರಥಮ್ಮನ ಭಯವು ಮಾತ್ರ ನಮಗೆ ಕಮ್ಮಿಯಾಗಲಿಲ್ಲ. ನಮ್ಮ ಕೆಲಸದವಳು ರಾತ್ರಿ ತಾನು ಕೆಲಸ ತೀರಿಸಿ ತನ್ನ ಮನೆಗೆ ಹೋಗುವಾಗ ಭಾಗೀರಥಮ್ಮನ ಜೋಪಡಿಯಲ್ಲಿ ಬೆಳಕುಕಾಣುತ್ತಿತ್ತು – ಎಂದು ಹೇಳಿದ ಮೇಲಂತೂ ಆಕೆ ಖಂಡಿತವಾಗಿಯೂ ಪಿಶಾಚಿ ಆಗಿರುವಳೆಂದು ನಮಗೆ ದೃಢವಾಯಿತು. ಹಗಲು ನನಗೂ ಪಾಪನಿಗೂ ಎಷ್ಟೇ ಜಗಳವಾಗಿರಲಿ ಕತ್ತಲಾದೊಡನೆ ನಾವು ರಾಜಿಯಾಗಿ ಬಿಡುತ್ತಿದ್ದೆವು. ಭಾಗೀರಥಮ್ಮನ ಪಿಶಾಚಿ ಬಂದರೆ ಒಬ್ಬರಿಗೊಬ್ಬರು ಜೊತೆಬೇಕಲ್ಲ, ಅದಕ್ಕಾಗಿ ಅಣ್ಣ ಮೂರ್ತಿಯರೂ ನಮ್ಮ ಈ ನಂಬಿಕೆಯನ್ನು ಬಲಪಡಿಸುತ್ತಿದ್ದರು. ಅವರು ಹೇಳಿದ ಕೆಲಸ ನಾವೇನಾರೂ ಮಾಡದಿದ್ದರೆ 'ತಡಿ, ರಾತ್ರಿ ಆಗ್ಲಿ, ಪಿಶಾಚಿ ಬರೋ ಹಾಗೆ

ಮಾಡ್ತೀವಿ' ಎನ್ನುತ್ತಿದ್ದರು. 'ನಮಗ್ಮಾತ್ರ ಬರುತ್ತೇನೋ, ನಿಮ್ಗೂ ಬರುತ್ತೆ–ಬರುತ್ತೆ' ಎಂದೊಮ್ಮೆ ಪಾಪ ಹೇಳಿದ. ಅದಕ್ಕವರಿಬ್ಬರೂ 'ನಮ್ಗೇನು! ಉಪನಯನ ಆಗಿದೆ. ಜನಿವಾರ ಇದೆ– ಜನಿವಾರ ತೋರಿಸಿದ್ರೆ ಏನೂ ಮಾಡೊದಿಲ್ಲ' ಎಂದುಬಿಟ್ಟರು. ಸರಿ, ಭಯತೋರಿ ಈ ಜನಿವಾರದವರು ನಮ್ಮಿಂದ ಸೇವೆ ಮಾಡಿಸಿಕೊಳ್ಳುತ್ತಿದ್ದರು. ಈ ರೀತಿ ಒಂದೆರಡು ತಿಂಗಳಾದವು. ಜನಿವಾರವಿದ್ದ ಮೂರ್ತಿ, ಅಣ್ಣ ಇವರ ಸೇವೆ ಮಾಡಿದುದರಿಂದಲೋ ಏನೋ - ಭಾಗೀರಥಮ್ಮನ ಭಯ ದಿನದಿನಕ್ಕೆ ತಗ್ಗತೊಡಗಿತು. ಈ ಭಯನಿವಾರಣೆಗೆ ಸತ್ತು ಇಷ್ಟೊಂದು ದಿನಗಳಾದರೂ ಭಾಗೀರಥಮ್ಮನ ಪಿಶಾಚಿ ನಮ್ಮ ಕಣ್ಣಿಗೆ ಕಾಣಿಸಿಕೊಳ್ಳದಿದ್ದುದೂ ಮತ್ತೊಂದು ಕಾರಣವಾಯ್ತು.

* * *

ಆ ದಿನ ಭಾನುವಾರ ಎಂತ ತೋರುತ್ತೆ - ನಾನು ಸಮಾಜಕ್ಕೆ ಹೋದವಳು ಹಿಂದಿರುಗುವಾಗ ಸೀತಾಬಾಯಿಯ ಮನೆಗೆ ಹೋಗಿದ್ದೆ. ಆಗ ಐದೂವರೆ ಗಂಟೆಯಾಗಿತ್ತಷ್ಟೆ ನಾನಿನ್ನೂ ಅರ್ಧ ಗಂಟೆಯ ಹೊತ್ತು ಅಲ್ಲೇ ಕೂರುತ್ತಿದ್ದೆ. ಆದರೆ 'ಮನೆಗೆ ಯಾರೋ ಬಂದಿದ್ದಾರೆ. ಈಗಲೇ ಬರಬೇಕಂತೆ' ಎಂದು ಮಾದ ಓಡುತ್ತ ಬಂದ. ನಾನು 'ಎಂದೂ ಇಲ್ಲದವರು ಇದ್ಯಾರಪ್ಪ ?' ಎಂದು ಅವಸರವಸರವಾಗಿ ಮನೆಗೆ ಬಂದೆ. ಬಂದಿದ್ದವನು ಪಾಪ. ಬಹಳ ದಿನಗಳಾಗಿದ್ದವು ಅವನನ್ನು ನೋಡದೆ. ಈಗ ನೋಡಿ ತುಂಬಾ ಸಂತೋಷವಾಯ್ತು. 'ಏನಪ್ಪಾ ಬಹಳ ಅಪ್ರೂಪ' ಎಂದೆ. 'ಏನ್ಮಾಡ್ಲಿ ಆಂಟಿ, ಸಮಯಾನೇ ಸಿಕ್ಕೋದಿಲ್ಲ' ಎಂದ ಪಾಪ. 'ಆಗ್ಲಿ ಈಗಾದ್ರೂ ಸಿಕ್ತಲ್ಲ. ಅಷ್ಟೇ ಸಾಕು' ಎಂದೆ. 'ನನ್ಕೆಲ್ಸಾನೆಲ್ಲಾ ರಾಜಾರಾಯರಿಗೆ ಒಪ್ಪಿಸಿ ನಾಲ್ಕು ದಿನಗಳ ಮಟ್ಟಿಗೆ ಪುರುಸೊತ್ತು ಮಾಡ್ಕೊಂಡಿದೀನಿ ; ನನಗಂತೂ ಈಗ ಎಲ್ಲೋಗೋಕೂ ಮನ್ಸಿಲ್ಲ ; ತುಂಬಾ ಕೆಲ್ಸದ ಸಮಯ. ಆದರೆ ನೋಡು ಅಮ್ಮನ ಹಠಾ ತಡೀಲಾರೆ. ಸುಮ್ನೆ ಮೂರುಹೊತ್ತು ಒಂದೇ ಜಪ ಅವಳಿಗೆ- ನಿನ್ನನ್ನು ಕರ್‍ಕೊಂಡು ಇನ್ನೊಂದು ಎಕ್ಸಿಬಿಷನ್‌ಗೆ (Exhibition) ಹೋಗ್ಬೇಕಂತೆ . ಅಮ್ಮ ಈ ಸರ್ತಿ ಬರೋದಿಲ್ವಂತೆ'.

ಸರಿ ; ಪಾಪನ ಆಗಮನದ ಕಾರಣವು ತಿಳಿಯಿತು. ಈ ಸಾರಿ ಪಾಪನೊಡನೆ ನಾನು ಹೋಗಬೇಕು. ಹೋಗುವುದು ಬರುವುದು ಇಷ್ಟೆ. ಪಾಪ ಮಾತ್ರ ಒಪ್ಪುವುದಿಲ್ಲ. 'ಏನಾಪ, ಸುಮ್ಸುಮ್ನೆ ರೂಪಾಯಿ ಖರ್ಚು ಮಾಡ್ಕೊಂಡು ಹೋಗ್ಬರೋದೇಕೆ ? ನೀನಂತೂ ಯಾರನ್ನೂ ಒಪ್ಪೋಹಾಗಿಲ್ಲ' ಎಂದೆ. ಅದಕ್ಕೆ ಪಾಪ 'ಏನ್ಮಾಡ್ಲಿ ಆಂಟಿ - ನಾನ್ಹೋಗ್ದೆ ಇದ್ರೆ ಅಮ್ಮ ಸುಮ್ನೆ ನೊಂದ್ಕೋತಾಳೆ. - ನಂಗಂತೂ ಈ ಗೋಳು ನೋಡೋವಾಗ ಮದ್ವೇನೂ ಬೇಡ ಏನೂ ಬೇಡ' ಎನ್ನಿಸುತ್ತಿದೆ. 'ಅಮ್ಮನಿಗೆ ಹೇಗಾದ್ರೂ ಸರಿ ; ಒಬ್ಬಳು ಸೊಸೆ ಬಂದ್ರೆ ಸಾಕು. ಆದ್ರೆ ನೋಡು, ಅನುಭವಿಸಬೇಕಾದೋನು ನಾನಾಲ್ವಾನೆ? Uneducated ಹಳ್ಳೀ ಹುಡುಗೀರ್‍ನ ಕಟ್ಕೊಂಡು ಸಂಸಾರ ಮಾಡೂ ಅಂದ್ರೆ

ಹೇಗೆ? ಈಗ ನಾವು ಹೋಗೋದೂನೂ ಒಬ್ಬ ಹಳ್ಳಿ ಜೋಯಿಸರ ಮನೆಗೆ. ಜೋಯಿಸರನ್ನೇನೋ ನಾನೂ ನೋಡಿದ್ದೀನಿ. ಅವರನ್ನು ನೋಡಿದ್ಮೇಲೆ ಇನ್ನವರ ಮಗಳನ್ನು ನೋಡೋದೇ ಬೇಡ ಎನ್ನಿಸೋ ಹಾಗಿದ್ದಾರೆ ಜೋಯಿಸರು. ಏನ್ಮಾಡ್ಲಿ ಆಂಟಿ, ಅಮ್ಮನ ಒತ್ತಾಯ ಸಹಿಸೋ ಹಾಗಿಲ್ಲ. ನೋಡದೆ ಆಗೋಲ್ಲ ಎಂತ ಅನ್ನೋದೇನೂಂತ ಅನ್ನಾಳೆ – ಸರಿ, ನೋಡಿ ಆಗೋಲ್ಲ ಎಂದ್ಬಿಡೋಣಾಂತ ಹೊರಟೆ–' ನನಗೂ ಪಾಪನ ಮಾತು ಸರಿ ಎನಿಸಿತು. ಪಾಪ ಓದಿದ ಹುಡುಗ. ತನ್ನಂತೆಯೇ ವಿದ್ಯಾವಂತಳಾದ, ರೂಪವತಿಯಾದ ಹೆಂಡತಿಯನ್ನು ಬಯಸುವುದು ಸಹಜ. ಅಂಥವನನ್ನು ನಾಗರೀಕತೆಯ ಸುಳಿವನ್ನರಿಯದ ಹಳ್ಳಿಯ ಹುಡುಗಿಯನ್ನು ಮದುವೆ ಮಾಡಿಕೋ ಎಂದರೆ ಹೇಗೆ? ಅಕ್ಕ ಹಳೆ ತರದವಳು. ಅವಳಿಗೊಬ್ಬ ಸೊಸೆ ಬಂದರೆ ಸಾಕು. ಹಳೆ ತರದವಳೇ ಆದರೆ ಆಕೆಗೆ ಹೆಚ್ಚಿನ ಮೆಚ್ಚಿಕೆ. ದುರಾದೃಷ್ಟದಿಂದ ನಮ್ಮವರಲ್ಲಿ ಓದಿದ ಹುಡುಗಿಯರು ಕಮ್ಮಿ. ಏನೋ ಸ್ವಲ್ಪ ಓದಿದವಳು ಸಿಕ್ಕಿದಳೆಂದರೆ ರೂಪ ಅವಲಕ್ಷಣ. ಪಾಪ 'ನಮ್ಜಾತೀಂದ್ಲೇ ಮದ್ವೆ ಆಗ್ಬೇಕೂಂತೇನಾ? ಬೇರೆ ಜಾತಿ ಬ್ರಾಹ್ಮಣರ ಹುಡುಗಿಯರಾದರೇನು?' ಎನ್ನುತ್ತಿದ್ದ. ಅಕ್ಕನಿಗೆ ಇದು ಹೇಗೆ ಸರಿಬರಬೇಕು ? ಅಂತೂ ನಾವೆಲ್ಲಾ ಪಾಪನಿಗೆ 'ವಿನಾಯಕನ ಮದುವೆಯ ದಿನವೇ ಮದ್ವೆ' ಎಂದು ಖಂಡಿತ ಮಾಡಿಬಿಟ್ಟಿದ್ದೆವು.

ಮರುದಿನ ಏಳು ಗಂಟೆಯ ಬಸ್ಸಿನಲ್ಲಿ ನಾವು ಹೊರಟೆವು. 'ಎಷ್ಟು ಹೊತ್ತಿಗೆ ತಲುಪುತ್ತೇವೆ ಪಾಪ?' ಎಂದು ಕೇಳಿದುದಕ್ಕೆ 'ಸಾಯಂಕಾಲದೊಳಗಾಗಿ ತಲುಪಬಹುದು' ಎಂದಿದ್ದ ಅವನು.

ಸಾಯಂಕಾಲವೇನೋ ಆಯಿತು. ಆದರೆ ಊರುಮಾತ್ರ ಸಿಕ್ಕಲಿಲ್ಲ. ಸುಮಾರು ಆರೂವರೆ ಗಂಟೆಯ ಹೊತ್ತಿಗೆ ಅದ್ಯಾವುದೋ ಒಂದು ಊರು (ನಮಗೆ ಬೇಕಾದ ಊರಲ್ಲ) ಬಂತು. ಮತ್ತಲ್ಲಿಂದ ಬಸ್ ಹೊರಡುವುದು ಮರುದಿನ ಬೆಳಿಗ್ಗೆ ಎಂಟುಗಂಟೆಗೆ. ಆ ಊರಿಗೆ ಅದೇ ನಾವು ಮೊದಲನೆಯ ಸಲ ಹೋದುದು. ಯಾರ ಪರಿಚಯವೂ ಇಲ್ಲ! ಒಳ್ಳೆಯ ಹೋಟೆಲುಗಳಂತೂ ಮೊದಲೇ ಇಲ್ಲ. ಪುಣ್ಯಕ್ಕೆ ಬೇಬಿಯನ್ನು ಮನೆಯಲ್ಲೇ ಬಿಟ್ಟು ಬಂದಿದ್ದೆ. ನಾವಿಬ್ಬರೂ ಹೇಗಾದರೂ ರಾತ್ರಿ ಕಳೆದರೆ ತೀರಿತು. ಮರುದಿನ ಮಧ್ಯಾಹ್ನ ಜೋಯಿಸರ ಮನೆ ಬರುತ್ತೆ. ಆದರೆ ರಾತ್ರಿ ಕಳೆಯುವುದೆಲ್ಲಿ ? ಟಿ.ಬಿ.ಗೆ ಹೋಗೋಣ ಎಂದ ಪಾಪ. ಒಬ್ಬ ಕೂಲಿಯವನ ಹತ್ತಿರ ಟ್ರಂಕು ಹಾಸಿಗೆಗಳನ್ನೆಲ್ಲಾ ಹೊರಿಸಿಕೊಂಡು ಹೊರಟೆವು. ಬಸ್‌ಸ್ಟ್ಯಾಂಡಿನಿಂದ ಅಲ್ಲಿಗೆ ಒಂದೂವರೆ ಮೈಲಿ. ನಮ್ಮ ಸಾಮಾನು ಹೊರಲು ಕೂಲಿ ಸಿಕ್ಕುವುದೇ ಕಷ್ಟವಾದಾಗ ಇನ್ನು ಗಾಡಿಯ ಮಾತೇಕೆ? ನಡೆದುಕೊಂಡೇ ಹೋದೆವು. ಬೆಳಗಿನಿಂದ ಏನೂ ಇಲ್ಲ, ಬಸ್ಸಿನಲ್ಲಿ ಕೂತು ಕೂತು ಕಾಲೆಲ್ಲ ಸತ್ತು ಹೋದಂತಾಗಿತ್ತು. ಅಂತೂ ಇಂತೂ ಟಿ.ಬಿ. ತಲುಪಿದಾಗ ಗಂಟೆ ಎಂಟಾಯಿತು. ಆದಾವ ಮುಹೂರ್ತದಲ್ಲಿ ನಾವು ಮನೆ ಬಿಟ್ಟಿದ್ದೆವೋ ! 'ಡಿ.ಸಿ. ಬಂದು ಕೇಂಪ್‌ಮಾಡಿದ್ದಾರೆ. ಸ್ಥಳ

ಇಲ್ಲ' ಎಂದುಬಿಟ್ಟರು ಅಲ್ಲಿ. ಪುನಃ 'ಬಂದದಾರಿಗೆ ಸುಂಕವಿಲ್ಲ' ಎಂದುಕೊಂಡು ಊರಿಗೆ ಹಿಂದಿರುಗಿದೆವು. ಇಷ್ಟಾಗುವಾಗ ಗಂಟೆ ಒಂಬತ್ತು ಹೊಡೆಯಿತು. ಹೊಟ್ಟೆ ಹಸಿವೊಂದು ಕಡೆ – ಇಡೀ ದಿನ ಪ್ರಯಾಣದ ಪರಿಣಾಮವಾಗಿ ಆಯಾಸ ಒಂದು ಕಡೆ. ಇದರ ಮಧ್ಯೆ ನಮ್ಮ ಕೂಲಿಯವನ 'ನನಗೆ ಹೊತ್ತಾಯ್ತು' ಎಂಬ ಕೂಗಾಟ ಬೇರೆ ! ಸ್ವಲ್ಪ ಸ್ಥಳಕ್ಕಾಗಿ ಊರೆಲ್ಲಾ ವಿಚಾರಿಸಿದ ಮೇಲೆ ಕೊನೆಗೊಬ್ಬ ಪುಣ್ಯಾತ್ಮ ಮುನಿಸಿಪಲ್ ಆಫೀಸಿನಲ್ಲಿ ಸ್ಥಳ ಸಿಗುವುದೆಂದು ಹೇಳಿದ. ಅಲ್ಲಿಗೆ ಹೋಗುವಾಗ ಜವಾನ ಬಾಗಿಲು ಹಾಕಿ ಮನೆಗೆ ಹೊರಟುಹೋಗಿದ್ದ. ಸರಿ – ಅಲ್ಲಿಂದ ಅವನ ಮನೆಗೆ. ಇಷ್ಟೆಲ್ಲಾ ಆಗಿ ಅವನು ಬಂದು ಬಾಗಿಲು ತೆರೆದುಕೊಡುವಾಗ ಟಣ್ ಟಣ್ ಎಂತ ಹನ್ನೊಂದಾಯಿತು. ಇದಾದ ಮೇಲೆ ನಮ್ಮ ಕೂಲಿಯವನು ಕೊಟ್ಟ ಕೂಲಿ ಸಾಲದೆಂಬ ಜಗಳ- ಹನ್ನೊಂದೂವರೆಯ ಹೊತ್ತಿಗೆ ಅಂತೂ ಇಂತೂ ಇದೆಲ್ಲಾ ತೀರಿತು. ಇಷ್ಟಾಗುವಾಗ ನಮಗೆ ಒಂದು ಸಾರೆ ಮಲಗಿದರೆ ಸಾಕಪ್ಪಾ ಎಂದೆನಿಸಿಹೋಗಿತ್ತು. ಹಾಗೆಯೇ ಹಾಸಿಗೆಯನ್ನು ಹಾಸಿಕೊಂಡು ಮಲಗಿದೆವು. ನಮಗೆ ಎಚ್ಚರವಾದಾಗ ಬೆಳಗಾಗಿತ್ತು. ಹಾಸಿಗೆಗಳನ್ನೆಲ್ಲಾ ಕಟ್ಟಿಟ್ಟು ಮುಖ ತೊಳೆದುಕೊಳ್ಳುವುದರಲ್ಲಿ ಬಸ್ಸು ಬಂತು. ತನ್ನ ಮನೆಯಲ್ಲಾಗಿದ್ದರೆ ಬೆಳಗ್ಗೆ ಏಳುವಾಗ ಕಾಫಿ ತಯಾರಾಗಿರದಿದ್ದರೆ 'ಏನಮ್ಮಾ ಇನ್ನೂ ಕಾಫಿ ಆಗಿಲ್ಲ' ಎನ್ನುತ್ತಿದ್ದ ಪಾಪ. ಇಲ್ಲಿ! ಈ ಹಾಳು ಊರಲ್ಲಿ ಕಾಫಿ ಎಲ್ಲಿಂದ ! ಕಾಫಿ ಕುಡಿದು ಪಾಠವಾಗಿದ್ದ ನಮಗೆ ಕಾಫಿ ಇಲ್ಲದೆ ಹೇಗೇಗೋ ಅನಿಸಿತು. ಇನ್ನೇನು ಮಾಡುವುದು – ಮಧ್ಯಾಹ್ನ ಹೇಗೋ ಜೋಯಿಸರ ಮನೆ ಬರುತ್ತೆ – ಅಲ್ಲಿತನಕ ಸುಮ್ಮನಿರಲೇಬೇಕು.

ಬಸ್ ಹೊರಟಿತು. ಹಿಂದಿನ ದಿನ ಬಂದ ದಾರಿಗಿಂತ ಈ ದಿನದ ದಾರಿ ಹಾಳು. ಜೋಯಿಸರ ಮನೆ ತಲುಪುವಷ್ಟರಲ್ಲಿ ಮೂಳೆ ಮುರಿದು ಹೋಗದಿದ್ದರೆ ಸಾಕಪ್ಪಾ ಎಂದುಕೊಂಡೆವು. ಪಾಪನಂತೂ 'ಥೂ ಹಾಳು– ಹೀಗಾಗುವದೆಂದು ಗೊತ್ತಿದ್ದರೆ ಯಾರು ಹೊರಡುತ್ತಿದ್ರು ? ಈ ಹುಡುಗೀ ನೋಡೋದು ಸಾಕು– ಎಲ್ಲಾ ಸಾಕು' ಎನ್ನತೊಡಗಿದ. ಮದ್ವೆ ಅಂದ್ರೆ ಸುಮ್ನೆ ಆಗುತ್ತ್ಯೆ ಪಾಪ ? ಈಗಿನ ಆಯಾಸ ಎಲ್ಲ ಹುಡುಗಿ ನೋಡಿದ್ಮೂಕ್ಲೆ ಮರ್ತೆ ಹೋಗುತ್ತೆ ನಿಂಗೆ. ಆಂದ್ರೆ ನಂಗೆ ನಾತ್ರ ಸುಮ್ನೆ ತಿರುಗಾಡಿದ್ದೇ ಬಂತು' ಎಂದೆ. 'ಅಯ್ಯೋ ಸುಮ್ನಿರಿ ಆಂಟಿ, ಹುಡುಗಿ ನೋಡೋಕೆ ಮೊದ್ಲೇ ಸಾಕಾಗ್ಹೋಗಿದೆ – ಇನ್ನು ನೋಡಿದ್ಮೇಲೆ ದೇವ್ರೆ ಗತಿ' ಎಂದು ಪಾಪ ಹಲ್ಲುಕಿರಿದ.

ಆ ದಿನ ಮಧ್ಯಾಹ್ನ ಸುಮಾರು ಒಂದು ಗಂಟೆಯ ಹೊತ್ತಿಗೆ ಆ ಊರು ಬಂತು. ಇನ್ನವರ ಮನೆ ಪತ್ತೆ ಮಾಡಬೇಕಲ್ಲ ? ನಾವು ಬರುವುದನ್ನು ಅವರಿಗೆ ತಿಳಿಸಿರಲಿಲ್ಲ. ತಿಳಿಸಿದರೆ ಹುಡುಗಿಯನ್ನು ಸರಿಯಾಗಿ ನೋಡಲು ಆಗುವುದಿಲ್ಲ ಎಂದು ಪಾಪನ ಹೇಳಿಕೆ. 'ನೋಡಾಂಟಿ, ನಾವು ಬರೋದು ತಿಳ್ದು ಹೋದ್ರೆ ಹುಡ್ಗೀನ ಅಲಂಕಾರ ಮಾಡಿ ಬಣ್ಣ ಬಳಿದು ಬೊಂಬೆ ಹಾಗೆ ಮಾಡಿ ತೋರಿಸುತ್ತಾರೆ. ಕಪ್ಪೋ ಬಿಳುಪೋ ಅಂತ ಕೂಡ ತಿಳಿಯೋದಿಲ್ಲ' ಎಂದ ಪಾಪ. 'ನೋಡೋದ್ಕೆ ಮೊದ್ಲೇ ಮದ್ವೆ ಬೇಡ ಅನ್ನೋ ನಿನ್ಗೆ

ಹುಡ್ಗಿ ಹೇಗಿದ್ರೇನು' ಎಂದೆ ನಾನು. 'ಅಲ್ಲಾ , ಇಷ್ಟೆಲ್ಲಾ ಕಷ್ಟಪಟ್ಕೊಂಡು ಬಂದ್ಮೇಲೆ ಒಂದ್ಸಾರಿ ಹುಡ್ಗೀನಾದ್ರೂ ನೋಡೋದು ಬೇಡ್ವೆ?' ಅಂದ ಪಾಪ. ಆತನ ಮಾತೇ ಗೆದ್ದಿತು. ನಾವು ಬರುವ ವಿಷಯ ಅವರಿಗೆ ತಿಳಿಸಿರಲಿಲ್ಲ.

ಆ ಊರು ಬಲು ಚಿಕ್ಕದು. ಹೊಸಬರು ಬರುವುದಂತೂ ಬಹಳ ಅಪರೂಪವಾಗಿರಬೇಕು. ನಾವಿಬ್ಬರೂ ಅಲ್ಲಿಳಿದ ಕೂಡಲೇ ಜನರೆಲ್ಲಾ ವಿಚಿತ್ರ ಪ್ರಾಣಿಗಳನ್ನು ಕಂಡರೆ ಹೇಗೋ ಹಾಗೆ ನಮ್ಮನ್ನು ನೋಡತೊಡಗಿದರು. ಪಾಪ – ಏನು 'ನಮಗೆ ಕೊಂಬುಗಳಿವೆಯೋ- ಮನುಷ್ಯರನ್ನೇ ನೋಡಿದ್ದರೋ ಹಾಗೆ ನೋಡ್ತಾರಲ್ಲ ನಮ್ಮನ್ನ' ಎಂದ. 'ಇವರ ಕಣ್ಣುಗಳಿಗೆ ನಾವು ಸಾಧಾರಣ ಮನುಷ್ಯರಂತೆ ಕಾಣ್ಸೋದ್ದೇಗೆ ಪಾಪ- ನಿನ್ನ ಸೂಟ್, ಹ್ಯಾಟ್ ಎಲ್ಲಾ ನೋಡಿ ಏನೋ ಸಾಹೇಬರು ಎಂದುಕೊಂಡಿದ್ದಾರೆ' ಎಂದೆ. ಕೊನೆಗೆ ಸಾಮಾನುಗಳನ್ನು ಒಬ್ಬರ ಹತ್ತಿರ ಹೊರಿಸಿ ಅವರಿವರ ಹತ್ತಿರ ವಿಚಾರಿಸಿ ಜೋಯಿಸರ ಮನೆ ಪತ್ತೆಮಾಡಿದೆವು. ಜೋಯಿಸರ ಮನೆ ಊರ ದೇವಾಲಯದ ಹತ್ತಿರ. ಅಂದು ಆ ದೇವಾಲಯದಲ್ಲಿ ಗಿರಿಜಾಕಲ್ಯಾಣೋತ್ಸವ. ಉತ್ಸವದ ಸಮಾರಾಧನೆಯನ್ನು ತೀರಿಸಿ ಬ್ರಾಹ್ಮಣವೃಂದ ಎಲೆ ಅಡಿಗೆ ಜಗಿಯುತ್ತಾ ದೇವಾಲಯದ ಮುಂದಿನ ಹಜಾರದಲ್ಲಿ ಮಂಡಿಸಿತ್ತು. ಜೋಯಿಸರೂ ಅಲ್ಲೇ ಇದ್ದರು. ಗಿರಿಜಾಕಲ್ಯಾಣದ ಸಮಯದಲ್ಲಿ ಭಕ್ತರು ಅಲ್ಲಿಗೆ ಬರುವ ವಾಡಿಕೆ. ಆದ್ದರಿಂದ ನಾವಲ್ಲಿಗೆ ಹೋದುದು ಹೆಚ್ಚಿನ ಕುತೂಹಲಕ್ಕೆ ಕಾರಣವಾಗಿರಲಿಲ್ಲ. ಯಾರೋ ಭಕ್ತರು ಬಂದಿರುವರೆಂದು ಅವರೆಲ್ಲರ ಊಹೆ. ಹತ್ತಿರ ತಲುಪುವವರೆಗೂ ಜೋಯಿಸರೂ ಹಾಗೇ ತಿಳಿದಿದ್ದರು. ಹತ್ತಿರ ಬಂದು ನೋಡಿದರೆ 'ಅಳಿಯ ದೇವೋಭವ !' ಅವರ ಆನಂದಕ್ಕೆ ಮಿತಿ ಇಲ್ಲ. 'ಓಹೋ ಇತ್ತಲಾಗಿ ಬನ್ನಿ. ಏನು ಬರೋದು ತಿಳಿಸಲೇ ಇಲ್ವಲ್ಲ – ಲೋ, ರಂಗಾ,

ಹೋಗ್ರೋ ಎರಡು ಚೆಂಬು ನೀರು ತಗೊಂಡ್ಬಾ – ಬಾಯಾರಿಕೆಗೆ ಕೊಂಚ ಪಾನಕ ತರೋಕ್ಹೇಳು. ....' ಜೋಯಿಸರ ಆನಂದ ಎಲ್ಲೆ ಮೀರಿ ಹರಿಯತೊಡಗಿತು. ಅವರ ಉಪಚಾರಗಳನ್ನು ನೋಡಿ ಪ್ರಯಾಣದ ಕಷ್ಟವೆಲ್ಲಾ ಮರೆತುಹೋಯ್ತು.

ಜೋಯಿಸರ ಮನೆ ದೇವಸ್ಥಾನದ ಹತ್ತಿರ ಎಂದು ಮೊದಲೇ ಹೇಳಿದ್ದೇನಲ್ಲ – ಅವರ ಮನೆಗೆ ಹೋಗಬೇಕಾದರೆ ದೇವಸ್ಥಾನ ದಾಟಿ ಹೋಗಬೇಕು. ಇಷ್ಟೆಲ್ಲಾ ನಡೆದದ್ದು ದೇವಸ್ಥಾನದಲ್ಲಿ. ಉಪಚಾರಗಳ ಒಂದಂಕ ಮುಗಿದ ಮೇಲೆ ಜೋಯಿಸರು ನಮ್ಮನ್ನು ಕರೆದುಕೊಂಡು ಮನೆಗೆ ಹೊರಟರು. ಮನೆಯ ಬಾಗಿಲಲ್ಲಿ ಅವರ ಮಗ ಅಂತ ತೋರುತ್ತೆ. ಹದಿನಾರು–ಹದಿನೇಳು ವರ್ಷದ ಒಬ್ಬ ಹುಡುಗ ನಿಂತಿದ್ದ. ಜೋಯಿಸರು ಆತನನ್ನು ಕುರಿತು ಲೋ, 'ಚಾಪೆ ಹಾಸು,ಸ್ನಾನಕ್ಕೆ ನೀರು ಕಾಸೋಕೆ ಹೇಳು. ಇವರಿಗಿನ್ನೂ ಸ್ನಾನ ಇಲ್ಲ' ಎಂದರು. ಆತನೂ ನಮ್ಮನ್ನು ದೇವಸ್ಥಾನಕ್ಕೆ ಬಂದ ಭಕ್ತರೆಂದು ತಿಳಿದುಕೊಂಡಾಂತ ಕಾಣುತ್ತೆ – ಅದೇ 'ಲಕ್ಷ್ಮೀ, ಚಾಪೆ ತಗೊಂಡು ಬಾ' ಎನ್ನುವಷ್ಟರಲ್ಲಿಯೇ ಒಳಗಿನಿಂದ ಲಕ್ಷ್ಮಿ ಚಾಪೆಯನ್ನು ತೆಗೆದುಕೊಂಡು ಬಂದು ಹಜಾರದಲ್ಲಿ ಹಾಸತೊಡಗಿದಳು. ಅದೇ ಲಕ್ಷ್ಮಿಯನ್ನು ನಾನು ಮೊಟ್ಟಮೊದಲು ನೋಡಿದ್ದು. ಪಾಪನೂ ಅವಳನ್ನೇ ನೋಡಿದ. ಆದರೆ ಅವನಿಗೆ ತಾನು ನೋಡಬಂದ ಜೋಯಿಸರ ಮಗಳವಳೆಂದು ತಿಳಿದಿದ್ದರೆ ಇನ್ನಷ್ಟು ಚೆನ್ನಾಗಿ ನೋಡುತ್ತಿದ್ದನೇನೋ, ಆದರೆ, ಅವನಿಗದು ತಿಳಿಯದು. 'ನಿನಗೆ ಮಾತ್ರ ತಿಳಿದು ಹೋಯ್ತೋ?' ಅಂತ ನೀವು ಕೇಳಬಹುದು. ಹೌದು ತಿಳಿಯಿತು ಹೇಗೆಂತಲೇ? –ಪಾಪ ನೋಡಹೋಗುವ ಹುಡುಗಿಯ ಹೆಸರು 'ಲಕ್ಷ್ಮಿ' ಎಂದು ನನಗೆ ಮೊದಲೇ ಅಕ್ಕನ ಕಾಗದದಿಂದ ತಿಳಿದಿತ್ತು. ಅದರಿಂದಲೇ ನಾನವಳನ್ನು ಚೆನ್ನಾಗಿ ನೋಡಿದೆ – ನೋಡಿ, 'ದೇವರೇ, ಇದೇ ಹುಡುಗಿ ಪಾಪನವಳಾಗಲಿ' ಎಂದು ಮನಸ್ಸಿನಲ್ಲಿಯೇ ಅಂದುಕೊಂಡೆ. ಅದೇನು ಒಂದು ಸರ್ತಿ ನೋಡಿದೊಡನೆ ಅವಳ ಗುಣ – ದೋಷಗಳೆಲ್ಲ ನಿನಗೆ ಹೇಗೆ ತಿಳಿದುಹೋಯಿತು ಎನ್ನಬಹುದು ನೀವೆಲ್ಲಾ. ಅದಕ್ಕೆ ಪ್ರತ್ಯುತ್ತರ ಕೊಡುವ ಶಕ್ತಿ ನನಗಿಲ್ಲ. ಅದೇನು ಲಕ್ಷ್ಮಿ ಅಂತಹ ರೂಪವತಿಯೇ ಎಂದು ಕೇಳಿದರೂ ಅಲ್ಲವೆಂದೇ ಹೇಳಬೇಕು. ರವಿವರ್ಮನ ಚಿತ್ರದಲ್ಲಿರುವ ರಮಣಿಯರ ರೂಪವನ್ನು ಹೋಲಿಸಿದರೆ ಲಕ್ಷ್ಮಿ ರೂಪವತಿಯಲ್ಲ. ಹಾಗಾದರೆ ಕುರೂಪಿಯೇ ಎಂದು ನೀವು ಕೌತುಕಪಡಬಹುದು. ಆದರವಳು ಖಂಡಿತವಾಗಿಯೂ ಕುರೂಪಿಯಲ್ಲ. ಮತ್ತೇನನ್ನು ಕಂಡು ಮೋಹಗೊಂಡೆನೆಂದು ಆಶ್ಚರ್ಯವಾಗಬಹುದು.

ಅದಕ್ಕುತ್ತರ ಇಷ್ಟೇ : ಲಕ್ಷ್ಮಿ ಅತ್ಯಂತ ಲಕ್ಷಣವಾಗಿದ್ದಾಳೆ – ಹೇಗೆ ಏನು ಎಂದು ಕೇಳಿದರೆ ಬರವಣಿಗೆಗೆ ನಿಲುಕಲಾರದ ಅವಳ ಆ ಸೌಂದರ್ಯವನ್ನು ಚಿತ್ರಿಸಲು ನಾನು ಅಸಮರ್ಥ ಎಂದು ಹೇಳಬೇಕಾಗುವುದು. ಆದರೆ ಇಷ್ಟು ಮಾತ್ರ ಹೇಳಬಲ್ಲೆ – ಒಮ್ಮೆ ಅವಳನ್ನು ನೋಡಿದವರು ಬಹು ದಿನಗಳ ತನಕ ಆ ಮುಖವನ್ನು ಮರೆಯುವುದು

ಅಸಾಧ್ಯವೆಂದು. ಲಕ್ಷ್ಮಿ ಚಾಪೆ ಹಾಸಿ ಒಳಗೆ ಹೋದಳು. ನಾವು ಜೋಯಿಸರ ವಿನಂತಿಯಂತೆ ಕೂತೆವು. ಪಾಪ ! ಅವರಿಗೆ ತುಂಬಾ ಓಡಾಟ. ಹೇಳದೇ ಬಂದವರು ನಾವು. ಆದರೂ ದೇವಸ್ಥಾನದ ಕೆಲಸಗಳಿಂದಾಗಿ ಮನೆಯಲ್ಲಿ ಹೆಚ್ಚಿನ ಸೌಕರ್ಯಗಳನ್ನೂ ಒದಗಿಸಿಕೊಂಡಿರಲಿಲ್ಲ ಅಂತ ತೋರುತ್ತೆ. ನಾವೆಲ್ಲಿ ಅಸಮಾಧಾನಪಟ್ಟುಕೊಳ್ಳುವೆವೋ ಎಂದವರಿಗೆ ಭಯ. ಮಾತು ಮಾತಿಗೂ 'ಏನೋ ಗರೀಬರ ಮನೆ' ಎಂದು ಒತ್ತು ಸೇರಿಸಿಕೊಳ್ಳುತ್ತಿದ್ದರು. ಅವರ ಆ ದೈನ್ಯವನ್ನು ನೋಡಿ ನನಗೆ ಅಯ್ಯೋ ಅನಿಸಿತು– ಲಕ್ಷ್ಮೀಯಂತಹ ಮಗಳನ್ನು ಪಡೆದೂ ಕೂಡ ಒಬ್ಬ ವರನಿಗಾಗಿ ಇಷ್ಟೊಂದು ದೀನತೆಯೇ! ಹೆಣ್ಣು ಮಕ್ಕಳನ್ನು ಪಡೆದ ಮಾತ್ರಕ್ಕೆ ಹೆರರಿಗೆ ಇಷ್ಟೊಂದು ತಲೆತಗ್ಗಿಸಬೇಕೆ ? – ಎನಿಸಿತು. ಪಾಪನಿಗೂ ಅವರಿಂದ ಅಷ್ಟೊಂದು ಉಪಚಾರಗಳನ್ನು ಮಾಡಿಸಿಕೊಳ್ಳಲು ಹಿತವೆನಿಸಲಿಲ್ಲ. ಅವರತ್ತಕಡೆ ಹೋದೊಡನೆ – 'ಇದೇನು , ನಾನೀಗಲೇ ಇವರ ಅಳಿಯ ಆಗ್ಬಿಟ್ನೇ? ಇಷ್ಟೊಂದು ಉಪಚಾರ ಏತಕ್ಕೋ ?' ಎಂದ.

'ಅಳಿಯ ಆಗಿದ್ರೇನೀಗ – ಇನ್ನು ಮುಂದೆ ಆಗ್ತಿ' ಎಂದು ನಕ್ಕೆ ನಾನು. 'ಏನಾಂಟಿ, ಇವರ ಮಗಳನ್ನು ನಾ ಮದ್ವೆ ಆಗೋದೋ , ಅಲ್ಲ ಇವರನ್ನೇನೋ'? ಎಂದು ಪಾಪ ಕೇಳಿದ.

'ಸರಿ ಈಗ್ಱೂ ಬಿಡಲ್ಲ ನಿನ್ನ ಹುಡುಗಾಟ. ಆ ಚಾಪೆ ಹಾಸಿದ್ಲಲ್ಲ – ಅದೇ ಹುಡುಗಿ'ಎಂದೆ ನಾನು. 'ಆ ಹುಡ್ಗಿನೋ.....' ಎಂದು ಪಾಪ ರಾಗ ಎಳೆಯುತ್ತಿರುವಾಗಲೇ ಸ್ನಾನಕ್ಕೆ ನೀರು ಬಿಸಿಯಾಗಿದೆ ಎಂದು ಜೋಯಿಸರು ಬಂದರು. ಜೋಯಿಸರು ಒಳಗೆ ಹೋಗಿ ಬರುವುದರೊಳಗೆ ಮನೆಯವರಿಗೆಲ್ಲಾ ಗೊತ್ತಾಗಿ ಹೋಗಿತ್ತು, ನಮ್ಮ ಹೋಗುವಿಕೆಯ ಕಾರಣ. ಎಲ್ಲರೂ ನಮ್ಮನ್ನು ಮೆಚ್ಚಿಸಲು ಸೊಂಟಕಟ್ಟಿದ್ದರು. ಜೋಯಿಸರ ಹೆಂಡತಿ ಬಂದು ನನ್ನನ್ನು ಸ್ನಾನಕ್ಕೆ ಕರೆದುಕೊಂಡು ಹೋದರು. ಆ ಹುಡುಗ – ಮರಿ ಜೋಶಿ, ಪಾಪನನ್ನು ಕರೆದುಕೊಂಡು ಹೋದ. ಕ್ರಮವಾಗಿ ಸ್ನಾನ ಊಟ ಎಲ್ಲಾ ಆಯಿತು. ಆಮೇಲೆ ಕೊಂಚ ಮಲಗಿ ವಿಶ್ರಮಿಸಿಕೊಳ್ಳಿ; ಪ್ರಯಾಣದ ಆಯಾಸ ಎಂದು ಜೋಯಿಸ ಪತಿ–ಪತ್ನಿಯರು ಸೂಚಿಸಿದರು. ಸರಿ, ನಾವು ಮಲಗಿ ಏಳುವಾಗ ಕಾಫಿ ತಿಂಡಿ ಎಲ್ಲಾ ರೆಡಿ ಆಗಿತ್ತು. ಕಾಫಿಯಾದ ಮೇಲೆ 'ಸ್ವಲ್ಪ ಹಾಗೇ ತಿರುಗಾಡಿಕೊಂಡು ಬರೋಣ' ಎಂದರು ಜೋಯಿಸರು. ಊರ ಹೊರಗಿನ ಹನುಮಂತನ ಗುಡಿಯತನಕ ಹೋಗಿ ಬರುವಾಗ ಕತ್ತಲಾಯ್ತು. ಹೋಗುತ್ತಾ ಬರುತ್ತಾ ದಾರಿಯಲ್ಲಿ ಜೋಯಿಸರ ಇಷ್ಟ ಮಿತ್ರರು 'ಇದ್ಯಾರು ಸ್ವಾಮಿ' ಎಂದು ಕೇಳುವಾಗ ಹಿಗ್ಗಿನಿಂದ ಜೋಯಿಸರ ಮುಖ ಇಷ್ಟಗಲವಾಗುತ್ತಿತ್ತು – 'ಇವರೂ ....ಎಂದು ನಮ್ಮ ಕುಲಗೋತ್ರಗಳನ್ನೆಲ್ಲ ಹೇಳಿ ಕೊನೆಗೆ ನಮ್ಮ ಲಕ್ಷ್ಮೀನ ನೋಡೊದಕ್ಕೆ ಬಂದಿದ್ದಾರೆ' ಎನ್ನುತ್ತಿದ್ದರು. ಜೋಯಿಸರ ಈ ಉತ್ಸಾಹದಿಂದ ಪಾಪನಿಗೆ ತುಂಬಾ ಬೇಸರ. 'ಇದೇನಿದು? ನಾ ಹುಡ್ಗಿ ನೋಡೋದಕ್ಕೆ ಬಂದಿರೋದೋ

ಇಲ್ಲಾ ನನ್ನ ಪ್ರದರ್ಶನಕ್ಕೋ' ಎಂದು ನನ್ನ ಹತ್ತಿರ ಬುಸುಗುಟ್ಟಿದ ಪಾಪ. ಈ ತರದ ಪ್ರದರ್ಶನವು ನಮಗೆ ಅಪ್ರಿಯವೆಂದು ಜೋಯಿಸರಿಗೆ ಹೇಗೆ ತಿಳಿಯಬೇಕು? ಅವರು ಉತ್ಸಾಹದಿಂದ ಹಿಗ್ಗಿ ಹೋಗಿದ್ದರು. ಅಂತೂ ಕತ್ತಲಾಗುವಾಗ ಮನೆಗೆ ತಲುಪಿದೆವು. **ಮತ್ತೆ ಕೈಕಾಲು ತೊಳೆದು ಜೋಯಿಸರು ಜಪಕ್ಕೆ ಕೂತರು. ಪಾಪನೂ ಸಂಧ್ಯಾವಂದನೆಯ ನೆಪ ತೀರಿಸಿದ.** ಆ ಮೇಲೆ ಯಥಾ ಪ್ರಕಾರ ಊಟ.. ಇಷ್ಟೆಲ್ಲಾ ಆದರೂ ಮಧ್ಯಾಹ್ನ ಚಾಪೆ ಹಾಸುವಾಗ ಒಂದು ಸಾರಿ ಮಾತ್ರ ಲಕ್ಷ್ಮಿ ಕಾಣಸಿಕ್ಕದ್ದು. ನಾವು ಬಂದ ಕಾರಣವನ್ನು ತಿಳಿದ ಮೇಲೆ ಅವಳ ಪತ್ತೆಯೇ ಇಲ್ಲ, ಗಂಡಸರೆಲ್ಲಾ ಊಟಮಾಡಿ ಹೊರಗೆ ಹೋದ ಮೇಲೆ ಅವಳ ತಾಯಿಯ ಹತ್ತಿರ -'ಎಲ್ಲಿ ಲಕ್ಷ್ಮಿ ಕಾಣೋದೆ ಇಲ್ವಲ್ಲ' ಎಂದೆ. ಅವಳ ತಾಯಿ- 'ಅವಳಿಗೆ ತುಂಬ ನಾಚ್ಕೆ. ನೋಡಿ - ಮಧ್ಯಾಹ್ನದಿಂದಲೂ ದೇವರ ಮನೇಲೇ ಇದ್ದಾಳೆ'ಎಂದು 'ಲಕ್ಷ್ಮಿ ಬಾರೆ, ಯಾರೂ ಇಲ್ಲ' ಎಂದು ಕೂಗಿದರು. ಮೆಲ್ಲಮೆಲ್ಲನೆ ಬಂದಳು ಲಕ್ಷ್ಮಿ. ಇನ್ನೊಮ್ಮೆ ಅವಳ ಮುಖ ನೋಡಿ 'ಪಾಪನನ್ನೊಪ್ಪಿಸು ದೇವರೇ' ಎಂದುಕೊಂಡೆ. ಅವಳೂ ಬಂದು ನನ್ನ ಹತ್ತಿರವೇ ಊಟಕ್ಕೆ ಕೂತಳು. ಊಟ ಮಾಡುತ್ತಾ ಮಾಡುತ್ತಾ ಒಂದೊಂದಾಗಿ ಮಾತಾಡಿಸತೊಡಗಿದೆ : 'ಅಡಿಗೆ ಮಾಡೋಕ್ಕೆ ಬರುತ್ತೋ ಲಕ್ಷ್ಮೀ ನಿಂಗೆ? ' ಎಂದೆ. 'ಸ್ವಲ್ಪ ಸ್ವಲ್ಪ ಬರುತ್ತೆ'ಎಂದಳು ಅವಳು. 'ಎಷ್ಟನೆ ಕ್ಲಾಸ್ತಂಕ ಓದಿದ್ದೀ?' 'ಪ್ರೈಮರಿ ಪಾಸಾಗಿದ್ದೇನೆ.' 'ಸಂಗೀತ ಬರುತ್ತೋ' 'ಎಲ್ಲೋ ಕೊಂಚ ಬರುತ್ತಷ್ಟೇ!' ಹೀಗೆ ಇನ್ನೂ ಏನೇನೋ ಮಾತುಗಳಾದವು. ಊಟ ಮುಗಿಯುವಷ್ಟರಲ್ಲಿ ನನ್ನೊಡನೆ ಮೊದಲ ಮಾತನಾಡುವಾಗಿದ್ದ ಲಕ್ಷ್ಮಿಯ ಸಂಕೋಚವು ಕಮ್ಮಿಯಾಗಿ ನಗುತ್ತ ಸಲಿಗೆಯಾಗಿ ಮಾತನಾಡತೊಡಗಿದಳು. ಅವಳದು ನನಗಿಂತಲೂ ಮೊದಲೇ ಊಟ ತೀರಿತು. ನಾನು ಊಟ ತೀರಿಸಿ ಕೈ ತೊಳೆದುಕೊಂಡು ಒಳಗೆ ಬರುವಾಗ ಮೊದಲೇ ಕೈ ತೊಳೆದು ಒಳಗೆ ಬಂದಿದ್ದ ಅವಳು ಕಿಟಕಿ ಹತ್ತಿರ ನಿಂತು ಹೊರಗೆ ಹಜಾರದಲ್ಲಿ ಕೂತಿದ್ದ ಪಾಪನನ್ನು ನೋಡುತ್ತಿದ್ದಳು. ನಾನು ಒಳಗೆ ಬಂದದ್ದನ್ನು ನೋಡಿ ಅವಳಿಗೆ ನಾಚಿಕೆಯಾಗಿರಬೇಕೆಂದು ತೋರುತ್ತೆ. ದೇವರ ಮನೆಗೆ ಓಡಲು ಯತ್ನಿಸಿದಳು. ನಾನು ಕೈಹಿಡಿದು 'ಏತಕ್ಕೊಡೋಗ್ತಿ?' ಎಂದು ನಗುತ್ತಾ ಕೇಳಿದೆ. ತಾನು ಪಾಪನನ್ನು ನೋಡವುದನ್ನು ಇವಳು ನೋಡಿದಳಲ್ಲಾ ಎಂದವಳಿಗೆ ಸಂಕೋಚ. ತಪ್ಪಿಸಿಕೊಂಡು ಓಡಿಯೇ ಬಿಟ್ಟಳು.

ಮರುದಿನ ಬೆಳಿಗ್ಗೆ ಕಾಫಿ ಆದ ತರುವಾಯ ಪಾಪ ನನ್ನೊಡನೆ 'ಏನಾಂಟಿ, ಹೀಗೆ ಉಪಚಾರ ಮಾಡಿಸ್ಕೋತಾ ಇಲ್ಲೇ ಇರೋದಕ್ಕೆ ಬಂದೀರೋರೇ ನಾವು ! ಇವತ್ತು ಮಧ್ಯಾಹ್ನವೇ ಹೊರಡಬೇಕೂಂತ ಅಂದ್ಬಿಡು' ಎಂದ. 'ಅಲ್ಲಾ ಪಾಪ, ಹುಡುಗೀನ ನೋಡೋದಕ್ಕೆ ಬಂದವನು ನೀನು. ಬಂದ ಕೆಲ್ಸ ಆಗ್ದೆ ಹೇಗ್ಹೋದೋದು?' ಎಂದು ನಾನು ಕೇಳಿದೆ. ಅಷ್ಟರಲ್ಲೇ ಜೋಯಿಸರು ಹೊಸಬರೊಬ್ಬರೊಡನೆ ಅಲ್ಲಿಗೆ ಬಂದರು. ಹೊಸಬರು ಜೋಯಿಸರ ನೆರೆಮನೆಯ ಶಾಸ್ತ್ರಿಗಳು. 'ತಮ್ಮನ್ನು ಕಂಡದ್ದು ಬಲ್ಸಂತೋಷ. ಹೇಗೆ, ನಮ್ಮ ಹುಡ್ಗಿ ಒಪ್ತೇನು ನಿಮಗೆ?' ಎಂದು ಶಾಸ್ತ್ರಿಗಳು ಹಲ್ಲು ಕಿರಿದರು. 'ಹುಡ್ಗೀನ

ನೋಡ್ಲೇ ಇಲ್ವಲ್ಲ. ಒಪ್ಪಬೇಕಾದವನು' ಎಂದು ನಾನೂ ಹಲ್ಲು ಕಿರಿದೆ. 'ಹಿಂಗೇನು? ಜೋಯಿಸರೆ , ಕೂಗಿ ಲಕ್ಷ್ಮೀನ ಹಾರ್ಮೋನಿಯಮ್ ಬಾರಿಸ್ಲಿ-' ಎಂದು ಶಾಸ್ತ್ರಿಗಳು ಸೂಚಿಸಿದರು. ಜೋಯಿಸರು ಒಳಗೆ ಹೋದರು. ಇತ್ತ ಶಾಸ್ತ್ರಿಗಳು ಜೋಯಿಸರ ಗುಣಗಾನಕ್ಕೆ ಪ್ರಾರಂಭಿಸಿದರು. ಪಾಪ ಮೆಲ್ಲಗೆ 'ಜೋಯಿಸರ ಗುಣ ಮೆಚ್ಚಿ ಅವಳನ್ನೇ ಮದ್ವೆ ಮಾಡ್ಕೋತೇನೆ' ಎಂದ.

ಜೋಯಿಸರ ಸದ್ಗುಣ ಸಂಪನ್ನತೆಯ ಪ್ರಶಂಸೆಯು ಲಕ್ಷ್ಮಿ ಬರುವವರೆಗೂ ನಡೆಯಿತು. ಲಕ್ಷ್ಮಿ ಬಂದಳು. ಮರಿ ಜೋಶಿ ಹಾರ್ಮೋನಿಯಂ ತೆಗೆದುಕೊಂಡು ಬಂದು ಅವಳಿದಿರಿನಲ್ಲಿಟ್ಟ. ಶಾಸ್ತ್ರಿಗಳು ಜೋಯಿಸರ ಪ್ರಶಂಸೆಯನ್ನು ಬಿಟ್ಟು ಲಕ್ಷ್ಮಿಯ ವಿದ್ಯಾವಿನಯಾದಿಗಳ ಪ್ರಶಂಸೆಗೆ ಶುರು ಮಾಡಿದರು. ಪಾಪ ! ಮೊದಲೇ ಆ ಹುಡುಗಿಗೆ ನಾಚಿಕೆ. ಜೊತೆಗೆ ಶಾಸ್ತ್ರಿಗಳ ಮುಖಸ್ತುತಿ ಬೇರೆ – ತಗ್ಗಿದ ಮುಖವನ್ನು ಮೇಲೆತ್ತುವಂತಿಲ್ಲ.

ಸುರು ಮಾಡಿದರು ಶಾಸ್ತ್ರಿಗಳು. ರಘುವಂಶಸುಧಾ ಬಾರಿಸಮ್ಮಾ ಬಾಯಲ್ಲೂ ಹಾಡು...

ಲಕ್ಷ್ಮಿ ಬಾರಿಸುತ್ತಾ ಹಾಡತೊಡಗಿದಳು.

ಸಂಗೀತದಲ್ಲಿ ಹೆಚ್ಚಿನ ಪರಿಶ್ರಮವಿದ್ದಂತೆ ತೋರಲಿಲ್ಲ, ಆದರೆ, ಕಂಠ ಕೋಮಲವಾಗಿತ್ತು – ಕೇಳುವಾಗ ನಿಲ್ಲಿಸಲಿ, ಸಾಕು, ಎಂದೆನಿಸುತ್ತಿರಲಿಲ್ಲ.

ಒಂದಾದ ಮೇಲೆ ಒಂದು ಹೀಗೆ ಶಾಸ್ತ್ರಿಗಳು ನಾಲ್ಕಾರು ಹಾಡುಗಳನ್ನು ಹಾಡಿಸಿದರು. ಈ ಮಧ್ಯೆ ಲಕ್ಷ್ಮಿಯನ್ನು ನೋಡುವುದರ ಸಲುವಾಗಿಯೇ ಬಂದಿದ್ದ ಪಾಪ – ಎಲ್ಲೋ ನೋಡುತ್ತ ಸುಮ್ಮನೆ ಕೂತಿದ್ದ. ನನಗಂತೂ ಅವನನ್ನು ನೋಡಿ ಹಿಡಿಸಲಾರದಷ್ಟು ನಗು. ಹೇಗೋ ತಡೆದುಕೊಂಡೆ.

ಲಕ್ಷ್ಮಿಯ ಹಾಡು ಮುಗಿಯಿತು. ಜೋಯಿಸರು ಏಕೋ ಒಳಗೆದ್ದು ಹೋದರು. 'ಶಾಸ್ತ್ರಿಗಳು ಇನ್ನೊಂದು ಹಾಡಮ್ಮಾ' ಎಂದರು. ಅರ್ಧಗಂಟೆಯಿಂದಲೂ ಒಂದೇ ಸಮನೆ ಹಾಡುತ್ತಾಳೆ – ಸಂಕೋಚ – ನಾಚಿಕೆ – ಭಯ ಇವೆಲ್ಲಾ ಬೇರೆ ಜೊತೆಗೆ. ಇದೇನು ಕನ್ಯಾ ಪರೀಕ್ಷೆ ಎಂದರೆ ಚಿತ್ರಹಿಂಸೆಯೇ ಎಂದಾಯ್ತು ನನಗೆ ! 'ಸಾಕು ಬಿಡಿ ಶಾಸ್ತ್ರಿಗಳೇ' ಎಂದು 'ಬಲು ಚೆನ್ನಾಗಿ ಹಾಡ್ತೀಯಮ್ಮ' ಎಂದೆ ಲಕ್ಷ್ಮಿಯ ಹತ್ತಿರ. ಲಕ್ಷ್ಮೀ ಇನ್ನೇನು ಎದ್ದು ಹೋಗತಕ್ಕವಳು. ಆದರೆ ಶಾಸ್ತ್ರಿಗಳು 'ಎಲ್ಲಮ್ಮಾ ನೀ ಓದೋದು ಇವರಿಗೆ ಕೇಳಬೇಕಂತೆ– ಓದಿ ತೋರಿಸು' ಎಂದರು. ಪುಸ್ತಕವನ್ನು ತರಲು ಲಕ್ಷ್ಮಿ ಒಳಗೆ ಹೋದಳು. ಪಾಪ ಮಾತ್ರ ಒಂದು ತುಟಿ ಎರಡು ಮಾಡದೆ, ಕಣ್ಣಿದ್ದರೂ ಕಾಣದಂತೆ ಅದೆಲ್ಲೋ ನೋಡುತ್ತ ಸುಮ್ಮನಿದ್ದ. ನಾವು ಬರುವಾಗ ದಾರಿಯಲ್ಲಿ ಅವನಾಡಿದ ಮಾತೆಲ್ಲಾ ಜ್ಞಾಪಿಸಿಕೊಂಡು ನನಗಂತೂ ಬರುವ ನಗುವನ್ನು ತಡೆಯುವುದು ಅಸಾಧ್ಯವಾಯಿತು ಹೇಳಿದ್ದ –'ಹುಡುಗಿ ನಾನು

ಕೇಳಿದ ಪ್ರಶ್ನೆಗಳಿಗೆಲ್ಲಾ ಜವಾಬು ಕೊಡಬೇಕು. ನನ್ನನ್ನು ಮದ್ವೆ ಆಗೋಕ್ಕೆ ಇಷ್ಟವಿದೆಯೋ ಇಲ್ಲವೋ ಎಂದು ಹೇಳಬೇಕು. ಸುಮ್ನೆ ಪೂರ್ವಕಾಲದಂತೆ ನಾಚಿಕೊಂಡಿದ್ದರೆ ನಾನು ಖಂಡಿತಾ ಒಪ್ಪೋಲ್ಲ' ಎಂದು ಮುಂತಾಗಿ. ನಾನಾಗ, 'ಹೌದು ಪಾಪ, ನೀನೂ ಹೇಗೂ ಒಪ್ಪೋದೇ ಇಲ್ಲಾಂತ ಹೊರಟಿರೋದು ತಾನೆ ? ನಾಚ್ಕೊಂಡ್ರೆ ಒಳ್ಳೇದೇ ಆಯ್ತು. ಬೇಡಾ ಅನ್ನೋಕೆ ನಿಂಗೆ ಕಾರಣ ಸಿಕ್ಕಿದಂತಾಯ್ತು' ಎಂದವನ ಬಾಯಿಮುಚ್ಚಿಸಿದ್ದೆ.

ಆದರೆ, ಈಗ ಪಾಪ ಅವಳನ್ನು ಪ್ರಶ್ನಿಸುವುದಂತೂ ಒತ್ತಟ್ಟಿಗಿರಲಿ ಅವಳ ಕಡೆ ನೋಡಲು ಸಹ ಸಂಕೋಚಪಡುತ್ತಿದ್ದ.

ಲಕ್ಷ್ಮಿ ಪುಸ್ತಕ ತೆಗೆದುಕೊಂಡು ಬಂದು ಓದತೊಡಗಿದಳು. ಅದೇನು ಓದಿದಳೋ ಅದೀಗ ನನಗೆ ಜ್ಞಾಪಕವಿಲ್ಲ. ಅಂತೂ ಓದಿದಳು. ಬಲು ಚೆನ್ನಾಗಿ ಓದಿದಳು. ಇನ್ನೇನು ಇವಳ ಓದು ಮುಗಿಯಬೇಕು. ಬಾಯಲ್ಲಿ ತುಂಬಿಕೊಂಡಿದ್ದ ಎಲೆ ಅಡಿಕೆ ಹೊಗೆಸೊಪ್ಪುಗಳನ್ನುಗುಳಲು ಶಾಸ್ತ್ರಿಗಳೂ ಎದ್ದು ಹೊರಗೆ ಹೋದರು.

ಪಾಪ ಪ್ರಶ್ನೆ ಮಾಡಬೇಕಾದರೆ ಇದೀಗ ಸುಸಂದರ್ಭ-ನಾನವನಿಗೆ ಜಿಗುಟಿ ಮಾತಾಡಲು ಸೂಚಿಸಿದೆ. ಆದರೆ, ಅದೇಕೋ ಕೋರ್ಟಿನಲ್ಲಿ ಅದೆಷ್ಟೋ ಸಾಕ್ಷಿಗಾರರನ್ನು ತನ್ನ ಪಾಟಿಸವಾಲುಗಳಿಂದ ತಬ್ಬಿಬ್ಬಾಗಿ ಆಡಿದ ಪಾಪನಿಗೆ ಆಗ ಮಾತೇ ಬರುವಂತೆ ತೋರಲಿಲ್ಲ. ಇನ್ನೊಮ್ಮೆ ಸ್ವಲ್ಪ ಬಲುವಾಗಿಯೇ ಜಿಗುಟಿದೆ. ನನ್ನ ಒತ್ತಾಯವನ್ನು ತಡೆಯಲಾರದೆ ಪಾಪ ಎಲ್ಲೋ ಹೋಗಿದ್ದ ತನ್ನ ದೃಷ್ಟಿಯನ್ನು ಲಕ್ಷ್ಮಿಯ ಕಡೆ ಹೊರಳಿಸುವುದಕ್ಕೂ ಲಕ್ಷ್ಮಿ ಓದು ಮುಗಿಸಿ ತಲೆ ಎತ್ತುವುದಕ್ಕೂ ಸರಿಯಾಗಿ ನಾಲ್ಕು ಕಣ್ಣುಗಳು ಒಂದುಗೂಡಿದವು. ಮರುಕ್ಷಣದಲ್ಲಿ ಲಕ್ಷ್ಮಿಯ ತಲೆ ತಗ್ಗಿತು. ಮುಖ ಕೆಂಪಾಯ್ತು; ಪಾಪನ ಕಣ್ಣುಗಳು ಮಾತ್ರ ಬೇರೆ ಕಡೆ ತಿರುಗಲಿಲ್ಲ. ಮೆಲ್ಲಗೆ ಇನ್ನೊಮ್ಮೆ ಜಿಗುಟಿದೆ ಪಾಪನಿಗೆ. ನನ್ನ ಮುಖ ನೋಡಿ ಮುಗುಳ್ನಗೆ ನಕ್ಕು 'ಸಾಕ್ಷಿ ವಿಚಾರದಷ್ಟು ಸುಲಭವಲ್ಲ ಆಂಟಿ ಇದು' ಎಂದ. ನನಗೂ ನಗು ಬಂತು. ನಾವಿಬ್ಬರೂ ನಗುವುದನ್ನು ಕೇಳಿ ಲಕ್ಷ್ಮಿ ನಾವವಳನ್ನು ಹಾಸ್ಯ ಮಾಡುವೆವೆಂದು ತಿಳಿದಳೇನೋ-ಏಳತೊಡಗಿದಳು. ಇನ್ನು ಹೊರಟುಹೋಗಿ ಬಿಡುವಳಲ್ಲಾ ಎಂದು ಪಾಪ ಧೈರ್ಯ ಮಾಡಿ 'ಏತಕ್ಕೇಳ್ತಿ - ಕೂತ್ಕೊ' ಎಂದ. ಅವಳು ಕೂತುಕೊಂಡಳು. ಶುರುವಾಯ್ತು ಪಾಪನ ಪ್ರಶ್ನೆಗಳ ಮಳೆ. 'ನಿನ್ನ ಹೆಸರೇನು?' ಎಂದು ಮೊದಲು ಮಾಡಿದ - ಅವಳ ಹೆಸರೇನು ಎಂದು ಅವನಿಗೂ ಗೊತ್ತಿದೆ. ಆದರೆ ಕೇಳಲು ಏನಾದರೂ ಬೇಕಲ್ಲ- ಸುಲಭದ ಪ್ರಶ್ನೆ ಅದು - ಅದನ್ನೇ ಕೇಳಿದ. ನಾನೆಣಿಸಿದ್ದೆ, ಲಕ್ಷ್ಮಿ ನಾಚಿಕೆಯಿಂದ ಉತ್ತರ ಕೊಡಲಾರಳೆಂದು. ಆದರವಳು ಗಂಭೀರವಾಗಿ 'ಸೀತಾಲಕ್ಷ್ಮಿ' ಎಂದಳು. ಅವಳು ಉತ್ತರ ಕೊಟ್ಟದ್ದನ್ನು ಕೇಳಿ ನನಗೆ ಬಲು ಸಂತೋಷವಾಯ್ತು - 'ನಿಂಗೆಷ್ಟು ವರ್ಷ ವಯಸ್ಸು ?' ಇದು ಪಾಪನ ಎರಡನೆಯ ಪ್ರಶ್ನೆ. 'ಹದಿನೈದು ' ಎಂದು ತಟ್ಟನೆ ಅವಳುತ್ತರ ಬಂತು. 'ಎಷ್ಟನೆ ಕ್ಲಾಸತಂಕ ಓದಿದ್ದೀ ನೀನು?'

ಎಂಬ ಮೂರನೆಯ ಪ್ರಶ್ನೆಗೆ 'ನಾಲ್ಕನೆ ಕ್ಲಾಸು ಪಾಸಾಗಿದ್ದೀನಿ' ಎಂದವಳ ಉತ್ತರ. ನಿಂಗೆ 'ಅಡಿಗೆ ಮಾಡೋಕೆ ಬರುತ್ತೋ' ನಾಲ್ಕನೆಯ ಪ್ರಶ್ನೆ ಇದು. ಇದಕ್ಕುತ್ತರವಾಗಿ 'ಸ್ವಲ್ಪಸ್ವಲ್ಪ ಬರುತ್ತೆ' ಎಂದು ಲಕ್ಷ್ಮಿ ಎಂದುದಕ್ಕೆ ಪಾಪ – 'ಊಟ ಮಾಡ್ಬೇಕಾದ್ರೆ ಚೆನ್ನಾಗಿ ಮಾಡೋಕ್ಕೆ ಕಲ್ಯೋಣಬೇಕು'ಎಂದ. ಇದೇನು ಈಗಲೇ ಪಾಪ ಇವಳಿಗೆ ಆರ್ಡರ್ ಮಾಡೋಕೆ ಹೊರಟುಬಿಟ್ಟ ! ಎಂದು ಆಶ್ಚರ್ಯ. ಹಾಗೆ ಮಾಡಬೇಕಾದರೆ ಅವನಿಗವಳು ಒಪ್ಪಿರಬೇಕೆಂದು ಸಂತೋಷ. ಪಾಪನ ಐದನೆ ಪ್ರಶ್ನೆ 'ನೀನು ನನ್ನ ಮದ್ವೆ ಆಗೋದಕ್ಕೆ ಒಪ್ತಿಯಾ?' ಎಂದ. ಅದಕ್ಕವಳಿಂದ ಉತ್ತರವಿಲ್ಲ – 'ಹಾಗಾದರೆ ಒಪ್ಪೋದಿಲ್ವೋ?'ಈ ಆರನೆಯ ಪ್ರಶ್ನೆ ಕೇಳುವಾಗ ಪಾಪನ ಸ್ವರ ಕೊಂಚ ಕಾತರ, ಬಹುಮೆಲ್ಲಗೆ 'ಒಪ್ಪುತ್ತೀನಿ' ಎಂದವಳಿಂದ ಪ್ರತ್ಯುತ್ತರ ಬಂತು. ಪಾಪನ ಮುಖದಲ್ಲಿ ಮಾಯವಾಗಿದ್ದ ನಗು ಪುನಃ ಮೂಡಿತು. ಕೇಳಿದ : **'ನಮ್ಮೂರು ಬಲು ದೂರ. ನಿಮ್ಮ ತಂದೆತಾಯೀನೆಲ್ಲಾ ಬಿಟ್ಟು ಬರೋದಕ್ಕೆ ಬೇಜಾರಾಗೋದಿಲ್ವೋ ನಿಂಗೆ?'**

'ದೂರವಾದ್ರೇನು- ಅಭ್ಯಾಸವಾಗುತ್ತೆ' ಎಂದಳವಳು.

'ನೀನು ಬಲ್ಚೆನ್ನಾಗಿ ಹಾಡಿದೆ ಲಕ್ಷ್ಮಿ. ಆದರೆ ನೋಡು, ನಾನಿನ್ನೊಂದು ಸರ್ತಿ ಬರುವಾಗ ಇನ್ನೂ ಚೆನ್ನಾಗಿ ಹಾಡೋದು ಕಲ್ಯೋಣಬೇಕು....'

'ಆಗ್ಲಿ ಕಲ್ಯೋಣತೇನೇ'ಎಂದಳು ಲಕ್ಷ್ಮಿ.

'ನಿಂಗೆ ಕಾಗದ ಬರಿಯೋಕೆ ಬರುತ್ತೋ ?' ಅಬ್ಬಾ ಬಲು ಘಾಟಿ ಪಾಪ ಎಂದುಕೊಂಡೆ ನಾನು. ಅವಳು 'ಬರುತ್ತೆ' ಎಂದಳು.

'ಹಾಗಾದರೆ ನಂಗೆ ಬರೀತಿಯಾ?' ಅವಳು ಉತ್ತರ ಕೊಡಲಿಲ್ಲ. 'ಇರ್‍ಲಿಬಿಡು–ನಂಗೆ ಬರೀದಿದ್ರೆ ಹೋಗ್ಲಿ –ಆಂಟಿಗಾದ್ರೂ ಬರೀತೀಯಾ ?'

'ಹುಂ' ಇನ್ನೂ ಏನು ಕೇಳಬೇಕೆಂದಿದ್ದನೋ ಪಾಪ, ಆದರೆ ಶಾಸ್ತ್ರಿಗಳು ಬಂದುದರಿಂದ ಮೌನವನ್ನು ತಾಳಿದ. ಲಕ್ಷ್ಮಿ ಎದ್ದಳು. ಈ ಸಾರಿ ಪಾಪ ನಿರೋಧಿಸಲಿಲ್ಲ.

ಪಾಪ ಒಪ್ಪಿದ ಇನ್ನಿಲ್ಲೇನು ಕೆಲಸ ನಮಗೆ – ಪಾಪ ಬೆಳಿಗ್ಗೆ ಹೇಳಿದಂತೆ ಮಧ್ಯಾಹ್ನ ಹೊರಡಬಹುದೆಂದು ತೋರಿತು ನನಗೆ. 'ಮಧ್ಯಾಹ್ನ ಹೊರಡೋಣವೇ ಪಾಪ?' ಎಂದೆ. ಆದರೆ ಅದೇಕೋ ! 'ನಾಳೆ ಹೊರಟರಾಯಿತು ಆಂಟಿ ಎಂದುಬಿಟ್ಟ.

○

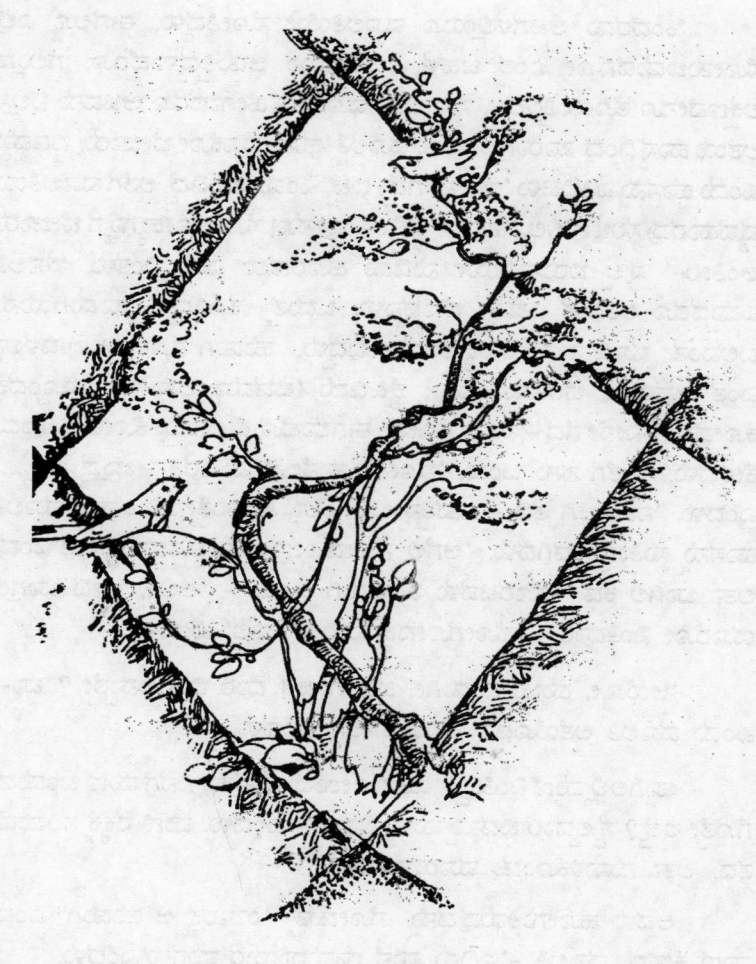

ಅದೃಷ್ಟದ ಆಟ

     ಮಣಿ ಬಂದ ದಿನ ಸಾಯಂಕಾಲ, ಇದಿರುಮನೆ ಲತೆಯ ಜೊತೆಯಲ್ಲಿ ಮಾಲತಿ ಪಗಡೆಯಾಡುತ್ತ ಕುಳಿತಿದ್ದಳು . ಅದೇ ಆಗ ಕಾಫಿ ಕುಡಿದು ಮಣಿಯೂ ರಾಜನೂ ತಿರುಗಾಡುವುದಕ್ಕೆ ಹೋಗಿದ್ದರು. ಮಗು ಮನೋಹರ ಲತೆಯ ತಂಗಿಯೊಡನೆ ಜಗುಲಿಯ ಮೇಲೆ ಆಡುತ್ತ ಕೂತಿದ್ದ

ಹಿಂದೆರಡು ಆಟಗಳಲ್ಲಿಯೂ ಮಾಲತಿಯೇ ಸೋತಿದ್ದಳು. ಈಗಲೂ ಎಲ್ಲಿ ಸೋತುಬಿಡುವೆನೋ ಎಂತ ಬಹಳ ಎಚ್ಚರಿಕೆಯಿಂ ಆಡುತ್ತಿದ್ದಳಾದರೂ, ಗೆಲ್ಲುವ ಲಕ್ಷಣವೇನೂ ತೋರುತ್ತಿರಲಿಲ್ಲ. ಸೋಲುವ ಮೊದಲೇ ಹೇಗಾದರೂ ಆಟವನ್ನು ನಿಲ್ಲಿಸಿ ಲತೆಯ ಹಾಸ್ಯದಿಂದ ಪಾರಾಗಬೇಕೆಂದು ಮಾಲತಿ 'ಥೂ-ಯಾಕೋ ಬೇಜಾರು. ಬಿಡಮ್ಮ' ಎಂದು ಹಾಸನ್ನು ಎತ್ತಿಬಿಟ್ಟಳು 'ಇನ್ನೇನು ಗೆದ್ದೇ ಬಿಟ್ಟೆ' ಎಂದುಕೊಂಡಿದ್ದ ಲತೆಗೆ ಮಾಲತಿಯ ವ್ಯವಹಾರವು ಸರಿಬೀಳಲಿಲ್ಲ. 'ಪರವಾ ಇಲ್ರೀ ನೀವೂನೂ! ಸೋಲೋಕ್ಕಾಗ್ವಾಗ ಬೇಜಾರು ಅಂತೀರಿ-' ಸ್ವಲ್ಪ ಬಿರುಸಾಗಿಯೇ ನುಡಿದು ಹೊರಡಲು ಎದ್ದು ನಿಂತಳು. ಮಾಲತಿ ಎಷ್ಟಾದರೂ ಲತೆಗಿಂತ ಎಷ್ಟೋ ದೊಡ್ಡವಳು. ಓದುತ್ತ ಕೂತಿದ್ದ - ಹುಡುಗಿಯನ್ನು ಬಲವಂತ ಮಾಡಿ ತಾನೇ ಆಟಕ್ಕೆ ಕರೆದುತಂದಿದ್ದಳು. ಹುಡುಗಿ ನೊಂದುಕೊಂಡಳಲ್ಲಾ ಎಂತ ಅವಳಿಗೂ ಬೇಸರವಾಯ್ತು ; ಕೈಹಿಡಿದು 'ಬಿಡಮ್ಮಾ ಲತಾ - ಇಷ್ಟೊಂದಕ್ಕೆ ಕೋಪವೇ? ನೀನೇ ಗೆದ್ದೆ- ನಾನೇ ಸೋತೆ; ಈಗಲಾದ್ರೂ ಹೋಯ್ತೇ ಕೋಪ?' ಎಂದು ಕೇಳಿದಳು. ಲತೆಗೆ ನಗು ಬಂತು. 'ಸೋತಿರಿ ತಾನೇ ? ಮೂರ್ಸರ್ತಿ-ಜ್ಞಾಪ್ಕ ಇರ್ಲಿ....' ಎಂದಳು. 'ನಾಳೆ ಆಗ್ಲಿ ತಡಿ - ಇವತ್ತಿನ ಬಡ್ಡಿ ಎಲ್ಲಾ ತೀರಿಸುತ್ತೇನೆ' ಎನ್ನುತ್ತ ಮಾಲತಿ ಹಾಸನ್ನು ಸುತ್ತಿಡತೊಡಗಿದಳು. 'ಆಗಲಿ ನೋಡೋಣ-ಸೋಲೋರ್ಯಾರೂಂತ'ಎಂದು ಲತಾ ಬಾಗಿಲ ಕಡೆ ಹೊರಟವಳು ಹಿಂದಿರುಗಿ ಬಂದು - 'ಅಲ್ರೀ, ಬೀದಿ ಬಾಗ್ಲಲ್ಲಿ ಯಾರೋ ನಿಂತಿದ್ದಾರೆ - ಹೋಗೋದಕ್ಕೆ ದಾರೀನೇ ಇಲ್ಲ' ಎಂದಳು.

'ಅಯ್ಯೋ, ಹುಚ್ಚು ಹುಡುಗೀ, ಹೋಗಾಚೆ ! ದಾರಿ ಬಿಡಿ ಅನ್ನಾರ್ದೇ ? ಬಾ-' ಎಂದು ಮಾಲತಿ ಲತೆಯೊಡನೆ ಮುಂಬಾಗಿಲಿಗೆ ಬಂದಳು.

ಬಾಗಿಲಲ್ಲಿ ಮಣಿ ನಿಂತಿದ್ದ. 'ಯಾರೋಂತಿದ್ದೆ-ಏನ್ಲತಾ, ನಿನಗೆ ಮಣಿ ಬಂದುದ್ದು ಗೊತ್ತೇ ಇಲ್ವೆ? ಸ್ವಲ್ಪದಾರಿ ಬಿಡಪ್ಪಾ ಮಣಿ, ಲತಾಗೆ-' ಎಂದಳು. ಮಣಿ ಪಕ್ಕಕ್ಕೆ ಸರಿದುದೇ ತಡ, ಲತಾ ನುಸುಳಿಕೊಂಡು ಮಾಯವಾದಳು.

ಅವಳು ಹೋಗುತ್ತಿರುವುದನ್ನು ನೋಡುತ್ತ 'ಯಾರಕ್ಕ ಆ ಹುಡುಗಿ' ಎಂದು ಮಣಿ ಕೇಳಿದ. ಮಾಲತಿ -'ಇದಿರು ಮನೆ ರಾಮರಾಯರ ಮಗಳು'ಎಂದಳು.

* * *

ಮಧ್ಯಾಹ್ನ ಮೂರು ಗಂಟೆಯ ಹೊತ್ತಿನಲ್ಲಿ ತನ್ನ ರೂಮಿನ ಬಾಗಿಲನ್ನು ಹಾಕಿಕೊಂಡು ಸ್ನೇಹಿತನೊಬ್ಬನಿಗೆ ಕಾಗದ ಬರೆಯುತ್ತ ಕೂತಿದ್ದ ಮಣಿ. ಇನ್ನೂ ನಾಲ್ಕು ಗೆರೆ ಬರೆದಿದ್ದನೋ ಇಲ್ಲವೋ ಅಷ್ಟರಲ್ಲಿ ಮನೋಹರ ಹೊರಗಿನಿಂದ - 'ಮಣಿ ಮಾಮಾ! ಕದ ತೆಗಿ' ಎಂದು ಬಾಗಿಲನ್ನು ಒಂದೇ ಸಮನೆ ತಟ್ಟತೊಡಗಿದ. ಒಳಗಿನಿಂದಲೇ ಮಣಿ - 'ಮನೂ, ತಂಟೇ ಮಾಡ್ಬೇಡಪ್ಪಾ - ಸುಮ್ನಿದ್ರೆ ಸಾಯಂಕಾಲ ವಾಕಿಂಗ್

ಕರ್‍ಕೊಂಡ್ಹೋಗ್ತೀನಿ' ಎಂದ. ಮನೋಹರ ತೃಪ್ತನಾಗಿ ಒಳಗೆ ಓಡಿದ. ಮಣಿ ಪುನಃ ಬರೆಯಲಾರಂಭಿಸಿ ಇನ್ನೂ ಐದು ನಿಮಿಷಗಳಾಗಿರಲಿಲ್ಲ; ತಿರುಗಿ ಬಾಗಿಲು ತಟ್ಟುವ ಶಬ್ದ. ಈ ಸಾರಿ ಮಣಿಗೆ ಕೋಪ ಬಂತು. 'ತಡಿ ಸುಮ್ನೆ ಇರೂಂತಂದ್ರೆ ಗಲಾಟೆ ಮಾಡ್ತೀಯಾ? ವಾಕಿಂಗ್ ಕರ್‍ಕೊಂಡ್ಹೋಗೋದೇ ಇಲ್ಲ ನಿನ್ನ, ಕೆಟ್ಟ ಹುಡುಗ' ಎಂದು ಗದರಿಸಿದ. ಆದರೆ ತನ್ನ ಗದರಿಕೆಗೆ ಮನೋಹರನ ಅಳುವಿನ ಬದಲಾಗಿ ಲತೆಯ ನಗು ಕೇಳಿ ಮಣಿ ಬರೆಯುತ್ತಿದ್ದ ಕಾಗದವನ್ನು ಅಷ್ಟಕ್ಕೇ ಬಿಟ್ಟು ಕದ ತೆರೆದ. ಈಗೆರಡು ತಿಂಗಳುಗಳಲ್ಲಿ ಅಕ್ಕನ ಮನೆಗೆ ಬಂದು ಹೋಗುವ ಲತೆಯನ್ನು ನೋಡಿ, ಮಾತಾಡಿ, ಸಲಿಗೆಯಾಗಿ ಹೋಗಿತ್ತು ಅವನಿಗೆ. ಆದ್ದರಿಂದ ಸ್ವಲ್ಪ ಕೋಪದಿಂದಲೇ ಕೇಳಿದ : 'ಏನ್ಲತಾ, ಒಬ್ರಿಲ್ದಿದ್ರೆ ಒಬ್ರು. ಸುಮ್ನೆ ಗಲಾಟೆ ಮಾಡ್ತೀರ್ರಿ' ಎಂದ.

ಪಾಪ ! ಲತೆಗೆ ಮಣಿಯ ಕೋಪವನ್ನು ನೋಡಿ ಪಾಠವಿಲ್ಲ, ತನ್ನ ಮೇಲೇ ಕೋಪಿಸಿಕೊಂಡಿರುವುದನ್ನು ನೋಡಿಯಂತೂ ಅವಳ ಕಣ್ಣುಗಳಲ್ಲಿ ನೀರು ತುಂಬಿತು. 'ನಾನೇನ್ಮಾಡ್ಲಿ – ನಿಮ್ಮಕ್ಕ ಕೂಗ್ಬಿಟ್ಟು ಬಾ ಅಂದ್ರು. ಅದ್ಕೇ ಕದ ತಟ್ಟಿದೆ' ಎಂದಳು. ಲತೆಯ ಕಣ್ಣುಗಳನ್ನು ತುಂಬಿದ್ದ ನೀರು ಮಣಿಗೆ ಗೋಚರಿಸದಿದ್ದರೂ , ಅವಳ ಸ್ವರದಿಂದ ನೊಂದುಕೊಂಡಿರುವಳೆಂದು ತಿಳಿಯಿತು. ತನ್ನ ಮುಂಗೋಪಕ್ಕಾಗಿ ಸ್ವಲ್ಪ ನಾಚಿಕೆಯೂ ಆಯ್ತು. ಸಮಾಧಾನಪಡಿಸುವ ಸ್ವರದಿಂದ – 'ಇಲ್ನೋಡು ಲತಾ, ಒಂದು ಕಾಗದ ಬರೀತಾ ಇದ್ದೀನಿ. ಬರೆದ್ಬಿಟ್ಟು ಈಗ ಬರ್ತೀನಂತ ಅನ್ನು' ಎಂದೆ.

ಲತೆ ಹೊರಟುಹೋದ ಮೇಲೆ ಮಣಿ ಪುನಃ ಬರೆಯುವುದಕ್ಕೆ ಕೂತ. ಆದರೆ, ಮರುಕ್ಷಣದಲ್ಲಿಯೇ ಬಾಗಿಲನ್ನು ಬಡಿಯುವ ಶಬ್ದ; 'ಇನ್ನು ಬರೆಯುವಂತಿಲ್ಲಾ' ಎಂದು ಮಣಿ ಕದ ತೆರೆದ. ಈ ಸಾರಿ ಬಂದವಳು ಮಾಲತಿ. ಮಾಲತಿ ಮಾರುತ್ತರ ಕೇಳುವವಳೇ! 'ಬಾ ಒಂದಾಟ ಆಡೋಣ' ಎಂದು ಹಠಮಾಡಿ ಮಣಿಯನ್ನು ಎಳೆದುಕೊಂಡು ಹೋದಳು. ಆಗಲೇ ಮಾಲತಿ ಗಂಡ ರಾಜ ಮತ್ತು ಲತಾ ಹಾಸಿನ ಮುಂದೆ ಕೂತಿದ್ದರು. ಮಾಲತಿ – 'ನಾನೂ ಮಣೀನೂ ಒಂದ್ಪಾರ್ಟಿ ; ನೀವಿಬ್ರೂ ಒಂದು' ಎಂದು ಆಟಕ್ಕೆ ಪ್ರಾರಂಭಿಸಿದಳು.

ಮಣಿಗೆ ಬಹಳ ದಿನಗಳಿಂದ ಆಡಿ ರೂಢಿಯಿಲ್ಲ, ಆದರೂ ರಾಜನೂ ಆಟದಲ್ಲಿ ಅಷ್ಟೊಂದು ನುರಿತವನಲ್ಲದುದರಿಂದ ಲತೆಯನ್ನು ಹೇಗಾದರೂ ಸೋಲಿಸಿಬಿಡುವುದು ಸುಲಭವೆಂದು ತಿಳಿದುಕೊಂಡಿದ್ದಳು ಮಾಲತಿ. ಲತೆಯನ್ನು ಸೋಲಿಸುವುದು ಮಾತ್ರ ಮಾಲತಿ ಎಣಿಸಿದಷ್ಟು ಸುಲಭವಾಗಿರಲಿಲ್ಲ. ಲತಾ ಸೋಲಬಾರದೆಂದು ಬಹಳ ಹಠದಿಂದ ಆಡುತ್ತಿದ್ದಳು. ಅದರಿಂದ ಕೊನೆಗೆ ಮಾಲತಿಯ ಪಾರ್ಟಿಯೇ ಸೋಲಬೇಕಾಯ್ತು. ಮೊದಲು ತಾವೇ ಸೋತುಬಿಡಬಹುದೆಂದಿದ್ದ ರಾಜ ಗೆದ್ದೊಡನೆಯೇ –'ಏನ್ಮಣೀ, ಪರೀಕ್ಷೇಲಿ ರ್‍ಯಾಂಕ್ ಹೊಡ್ದೋನು ಒಂದೇ ಆಟ್ದಲ್ಲಿ ಸೋತ್ಹೋದ್ಯಲ್ಲ! ನಿಮ್ಮಕ್ಕನ ಬಡಾಯಿ

ಕೇಳಿ ನೀವೇ ಗೆದ್ಬಿಡ್ತೀರೀಂತಿದ್ದೆ' ಎಂದು ಸುರುಮಾಡಿಬಿಟ್ಟ ಹಾಸ್ಯಕ್ಕೆ. ಇಷ್ಟು ಹೊತ್ತು ಬಹಳ ಗಂಭೀರವಾಗಿ ಆಡುತ್ತಿದ್ದ ಲತೆಯೂ 'ನೋಡಿದ್ರಾ, ಯಾರ್ಗೆದ್ರು?' ಎನ್ನುವಂತೆ ಮೆಲ್ಲಮೆಲ್ಲನೆ ನಗುತ್ತಿದ್ದಳು.

ಮಣಿ 'ಅದೇನು ಭಾವ, – ಇನ್ನೊಂದಾಟ ಆಡೋಣ. ನಾವು ಗೆದ್ದೇ ಗೆಲ್ತೀವೆ. ಆಗಾಗ್ಲಿ ತಡೀರಿ' ಎಂದು ಕಾಯಿಗಳನ್ನು ಸರಿಯಾಗಿಡತೊಡಗಿದ. ಮಾಲತಿಯು ಹೇಗಾದರೂ ಗೆದ್ದು ಅವಮಾನ ತೀರಿಸಿಕೊಳ್ಳಬೇಕೆಂದು – 'ಒಂದಾಟದ್ಲಿ ಗೆದ್ರೇನು ಮಹಾ ! ಮೂರಾಟ ಆಡೋಣ–ಯಾರು ಎರಡ್ಸರ್ತೀನೂ ಗೆಲ್ತಾರೋ ಅವರೇ ಗೆದ್ರೂ ಅಂತ – ಏನ್ಲತಾ, ಒಪ್ತೀಯಾ?' ಎಂದು ಕೇಳಿದಳು. ಲತೆಯೇನೋ ಒಪ್ಪಿದಳು. ಆದ್ರೆ ರಾಜ – 'ಅದೆಲ್ಲಾ ಸರಿ ಮಾಲತಿ – ಗೆದ್ದವರಿಗೇನು ಬಹುಮಾನ ಅಂತ ನೀನು ಹೇಳ್ಲೇ ಇಲ್ವಲ್ಲ?' ಎಂದ. ಅದಕ್ಕೆ ಮಾಲತಿ –'ಬಹುಮಾನ ಏನು? ಗೆದ್ದಿದ್ರೋದೆ ಸಾಲ್ದೇನೋ' ಎಂದಳು. 'ಅದ್ಕೇನೂ ನಾನೊಪ್ಪೊಲ್ಲ. ಸುಮ್ಸುಮ್ನೆ ಯಾರಾಟಕ್ಕೆ ಬರ್ತಾರೆ ? ಆಫೀಸ್ನಲ್ಲಿ ನನ್ನ ಕಕ್ಷಿಗಾರ್ರು ಕಾಯ್ತಾ ಇರ್ಬಹುದು. ನಾನಿಲ್ಲಿ ಆಡ್ತಾ ಕೂತ್ಕೊಂಡ್ರೆ ಸರಿಯಾಗುತ್ತೆ?' ಎಂದು ರಾಜ ಏಳತೊಡಗಿದ. ಅದಾವ ಮುಹೂರ್ತದಲ್ಲಿ ರಾಜ ಎದ್ದನೊ ! ಅವನನ್ನೇ ಹುಡುಕುತ್ತ ನಿಜವಾಗಿಯೂ ಒಬ್ಬ ಕಕ್ಷಿಗಾರ ಮನೆಗೆ ಬಂದುಬಿಟ್ಟ. ಆಟವನ್ನು ಅಷ್ಟಕ್ಕೆ ಬಿಟ್ಟು ರಾಜ ಹೊರಟುಹೋದ. ಬಹಳ ಉತ್ಸಾಹದಿಂದ ಆಟವನ್ನಾರಂಭಿಸಿದ್ದ ಮಾಲತಿಗೆ ಆಟವನ್ನಂತ್ಯಗೊಳಿಸಲು ಮನಸ್ಸಿಲ್ಲ. ಲತೆಗೂ ಮಾಲತಿಯನ್ನು ಇನ್ನೊಮ್ಮೆ ಸೋಲಿಸ ಬೇಕೆಂದಾಸೆ. ಮಾಲತಿಯನ್ನೇ ಏಕೆ? – ಇನ್ನೊಂದು ಸಾರಿ ಗೆದ್ದು ಬಿಡುವೆನೆಂದು ಪೌರುಷಕೊಚ್ಚಿದ ಮಣಿಯನ್ನೂ ಹಾಸ್ಯಕ್ಕೀಡುಮಾಡಿಬಿಡಬೇಕೆಂದಿತ್ತು ಅವಳಿಗೆ. ಮಣಿಯೂ ಹಿಂದಿನ ಸಾರಿ ಸೋತ ಅವಮಾನವನ್ನು ತೀರಿಸಿಕೊಳ್ಳಬೇಕೆಂದು ಹಟ ತೊಟ್ಟಿದ್ದ. ಆದರೆ ಆಟಕ್ಕೆ ಇನ್ನೊಬ್ಬರಾಗಬೇಕು ಇಲ್ಲವೇ ಮಣಿ ಆಟದಿಂದೇಳಬೇಕು, ಏನು ಮಾಡುವುದು?

ಕೊನೆಗೆ ಮಾಲತಿ – 'ನಾನೂ ಲತಾನೂ ಮೊದ್ಲಾಡ್ತೀವಿ– ಆಮೇಲೆ ಗೆದ್ದೋರು ಮಣಿ ಜೊತೆ ಆಡಬೇಕು. ಆಗ್ಯಾರ್ಗೆಲ್ತಾರೋ ಅವ್ರೆ ಗೆದ್ರೂ ಅಂತ' ಎಂದು ತೀರ್ಮಾನಿಸಿದಳು.

ಮಣಿ ಅದಕ್ಕೊಪ್ಪಿ ಪಕ್ಕಕ್ಕೆ ಸರಿದು ಕುಳಿತ. ಲತಾ ಮಾಲತಿಯರು ಆಟಕ್ಕೆ ಸುರು ಮಾಡಿದರು. ಮಣಿ ಬಹು ಉತ್ಸಾಹದಿಂದ ಆಟವನ್ನು ನೋಡುತ್ತಿದ್ದ. ನೋಡುತ್ತಿದ್ದಂತೆ ಲತೆಯೇ ಗೆದ್ದುಬಿಡುವಳೆಂದು ಅವನಿಗೆ ತಿಳಿದುಹೋಯ್ತು. ತನ್ನಕ್ಕ ಅಷ್ಟೊಂದು ಚಮತ್ಕಾರವಾಗಿ ಆಡಿದರೂ ಅವಳ ಕಾಯಿಗಳನ್ನೆಲ್ಲಾ ಲತಾ ಹೊಡೆದು ಹಾಕುತ್ತಿರುವುದನ್ನು ನೋಡಿ ಮಣಿ ಬೆರಗಾದ. ಹಾಗೆಯೇ ಆಟವನ್ನು ನೋಡುತ್ತಿದ್ದಂತೆ ಮಣಿಯ ದೃಷ್ಟಿ ಕಾಯಿಗಳನ್ನು ನಡೆಸುತ್ತಿದ್ದ ಲತೆಯ ಕೈಯ ಕಡೆಗೆ ಹೊರಳಿತು. ಎಷ್ಟೊಂದು ಪುಟ್ಟ ಕೈ !

ಎಷ್ಟೊಂದು ಸುಕುಮಾರವಾದ ಬೆರಳುಗಳು ! ಎಂದೆನಿಸಿತವನಿಗೆ, ಸರಿ - ಕೈಯ ಸೌಂದರ್ಯಕ್ಕೆ ತಲೆದೂಗಿದುದೇ ಮೊದಲಾಯ್ತು. ಆಟದ ವಿಷಯದ ಉತ್ಸಾಹ ಮಾಯವಾಗುವುದಕ್ಕೆ. ಲತೆಯ ಆ ಪುಟ್ಟ ಕೈಯಲ್ಲಿ ಎಷ್ಟು ಬಳೆಗಳಿವೆ, ಯಾವ ಯಾವ ಮಾದರಿಯವು, ಎಂಬುದನ್ನೆಲ್ಲಾ ಸೂಕ್ಷ್ಮವಾಗಿ ಗ್ರಹಿಸತೊಡಗಿದ. ಈ ಮೊದಲು ಮಣಿ ಲತೆಯನ್ನು ನೋಡಿರಲಿಲ್ಲವೆಂತಲ್ಲ. ನೋಡಿದ್ದ, ಮಾತಾಡಿದ್ದ. ಅಕ್ಕನೊಡನೆ ಆಡಲು ಬರುತ್ತಿರುವ ಇದಿರುಮನೆಯ ಚಿಕ್ಕ ಹುಡುಗಿ ಎಂಬ ಒಂದು ತರಹದ ಉದಾಸೀನದ ನೋಟದಿಂದ ; ಆದರೆ ಈಗ ಅವಳನ್ನು ಸೂಕ್ಷ್ಮವಾಗಿ ನೋಡಿದಂತೆ ಲತೆ ನಿಜವಾಗಿಯೂ ಲಕ್ಷಣವಾಗಿದ್ದಾಳೆ ಎಂದೆನಿಸಿತು ಮಣಿಗೆ.

ಮಣಿಯ ಊಹೆ ಸುಳ್ಳಾಗಲಿಲ್ಲ ; ಆಟದಲ್ಲಿ ಲತೆಯೇ ಗೆದ್ದಳು. ಮಣಿ ಅಲ್ಲೇ ಕುಳಿತುಕೊಂಡಿದ್ದುದರಿಂದಲೇನೋ ! ಅವಳ ಹಾಸ್ಯವು ಉಕ್ಕಿ ಹರಿಯಲಿಲ್ಲ. ಮಾಲತಿಗೂ ಅಷ್ಟೇ ಬೇಕಾಗಿತ್ತು. ಬದುಕಿದೆ ಎಂದಂದುಕೊಂಡಳು, ಆದರೆ ಮಣಿ ಮಾತ್ರ ಉಕ್ಕುತ್ತಿದ್ದ ನಗುವನ್ನು ತಡೆದುಕೊಂಡು 'ಹೀಗೇಕಾಯ್ತುಕ್ಕಾ ?' ಎಂದ. ನಗುವನ್ನು ನುಂಗಲು ಯತ್ನಿಸಿಕೊಳ್ಳುತ್ತಿರುವ ತಮ್ಮನ ಪ್ರಯತ್ನವು ಮಾಲತಿಗೆ ಕಾಣಿಸದಿರಲಿಲ್ಲ. ತಡೆಯನ್ನು ಒಡೆದುಕೊಂಡು ಆತನ ಹಾಸ್ಯ ಹೊರಹೊರಟಿತೆಂದರೆ ತಾನಿನ್ನು ಉಳಿಯುವಂತಿಲ್ಲ ಎಂದು ಅವಳಿಗೆ ಖಂಡಿತ ಗೊತ್ತು. ಹೇಗಾದರೂ ಪಾರಾದರೆ ಸಾಕೆಂದು 'ನಾನು ಕಾಫಿಗೆ ನೀರಿಡ್ತೀರ್ತಿನಿ- ನೀವಿಬ್ರಾಡಿ ಈಗ' ಎಂದು ಮೆಲ್ಲನೆ ಜಾರಿಬಿಟ್ಟಳು.

* * *

ಮಣಿಗೆ ಲತೆಯೊಡನೆ ಆಡಲು ಮನಸ್ಸಿಲ್ಲ. ಅವನಿಗೆ ಗೊತ್ತು - ತಾನೇ ಸೋಲಬೇಕಾಗುವುದೆಂದು. ಆಡುವುದಿಲ್ಲ ಎಂದರೆ ಸೋತುಬಿಡುವೆನೆಂದು ಹೆದರಿ ಆಡುವುದಿಲ್ಲ ಎಂದು ಲತಾ ತಿಳಿದುಕೊಂಡುಬಿಡುವಳಲ್ಲಾ ಎಂದು ಬೇರೆ. ಕೊನೆಗೆ 'ಪಂಥ ಕಟ್ಟಿ ಆಡೋದಾದ್ರೆ ನಾ ಆಟಕ್ಬರ್ತೀನಿ - ಲತಾ, ಇಲ್ದಿದ್ರಿಲ್ಲ' ಎಂದ. ಲತಾಗೆ ಮಣಿಯನ್ನು ಸೋಲಿಸುವುದು ಸುಲಭ ಎಂದಿದ್ದುದರಿಂದ ಆಟವನ್ನು ನಿಲ್ಲಿಸಲು ಮನಸ್ಸಿರಲಿಲ್ಲವಾದರೂ ಪಂಥ ಕಟ್ಟಲೂ ಒಪ್ಪಿಗೆಯಿರಲಿಲ್ಲ. ಆದ್ದರಿಂದ 'ಪಂಥಾ ಕಟ್ಟೋದಕ್ಕೆ ನನ್ಹತ್ರ ಏನೂ ಇಲ್ಲ' ಎಂದಳು. ಮಾಲತಿಯೊಡನೆ ಅವಳಾಡುತ್ತಿರುವಾಗಲೇ ಅವಳ ಪುಟ್ಟ ಬೆರಳಿನಲ್ಲಿ ಒಂದು ಉಂಗುರವನ್ನು ನೋಡಿದ್ದ ಮಣಿ. 'ನೋಡು, ನಿನ್ಬೆರಳಲ್ಲಿ ಇದ್ಯೆಲ್ಲಾ ಆ ಉಂಗ್ರ ಕೊಡ್ಬೇಕು ನೀ ಸೋತ್ರೆ - ಇಲ್ದಿದ್ರೆ ನನ್ನುಂಗ್ರ ನಿಂಗೆ ಕೊಡ್ತೀನಿ' ಎಂದ. ಲತೆಗೆ ತಾನು ಸೋಲಲಾರೆ ಎಂದು ದೃಢ ನಂಬಿಕೆ ಇದ್ದುದರಿಂದ 'ಹುಂ ಆಗ್ಲಿ' ಎಂದುಬಿಟ್ಟಳು. ಮಣಿ ನಿರ್ವಾಹವಿಲ್ಲದೆ ಆಡಲು ಕುಳಿತ.

ಸರಿಯಾಗಿ ಮನಸ್ಸಿಟ್ಟು ಆಡಿದ್ದರೆ ಮಣಿ ಬಹುಶಃ ಗೆಲ್ಲುತ್ತಿದ್ದನೋ ಏನೋ ! ಆದರವನ ದೃಷ್ಟಿ ಆಟದ ಮೇಲಿಗಿಂತ ಲತೆಯ ಲಾವಣ್ಯದ ಕಡೆ ಹೆಚ್ಚಾದುದರಿಂದ

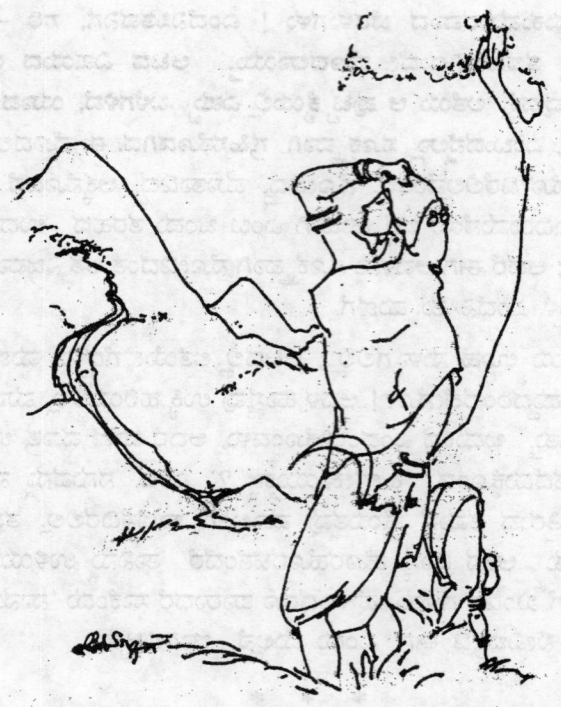

ಕೊನೆಗೆ ಅವನೇ ಸೋತ. ಸೋತ ಮಣಿ ಅವಳಿಗೆ ಕೊಡಲೆಂದು ತನ್ನುಂಗರವನ್ನು ಬೆರಳಿನಿಂದ ತೆಗೆಯುವ ಮೊದಲೇ ಲತಾ ಅವನ ಮುಖ ನೋಡಿ 'ಸೋತ್ಬಿಟ್ರಲ್ಲಾ' ಎಂದು ನಗುನಗುತ್ತಾ ಮಾಲತಿ ಇದ್ದೆಡೆಗೆ ಓಡಿಬಿಟ್ಟಳು.

ಇಷ್ಟು ಹೊತ್ತೂ ಲತೆ ಲಕ್ಷಣವಾದ ಹುಡುಗಿ ಎಂದು ಮಣಿ ಅಂದುಕೊಂಡಿದ್ದ. ಈಗವಳ ನಗುವಿನಿಂದರಳಿದ್ದ ಕಣ್ಣುಗಳನ್ನು ನೋಡಿದ ಮೇಲಂತೂ ಅವನ ಅಭಿಪ್ರಾಯವು ಇನ್ನಷ್ಟು ದೃಢವಾಯಿತು. **'ಲತಾ ನಿಜವಾಗಿಯೂ ನಳನಳಿಸುವ ಲತೆಯಂತಿದ್ದಾಳೆ. ಅವಳ ಕಣ್ಣುಗಳಂತೂ ಲತೆಯಲ್ಲರಳಲನುವಾದ ಹೂಗಳಿಂತಿವೆ'**..... ಇನ್ನೂ ಹಾಸಿಗೆ ಮುಂದೆಯೇ ಕುಳಿತುಕೊಂಡು ಮಣಿ ಯೋಚಿಸುತ್ತಿದ್ದ. ಅಷ್ಟರಲ್ಲಿ ಮಾಲತಿ – 'ಏನ್ಮಣೀ, ನೀನೂ ಲತಾಗೆ ಸೋತೋದ್ಯಲ್ಲ' ಎಂದುಕೊಂಡು ಒಳಗಿನಿಂದ ಬಂದಳು. ಇದೇ ಸಮಯ ಸಾಧಿಸಿ ಲತಾ ಮಾಲತಿಯೊಡನೆ 'ಹೋಗ್ತಿನ್ನಾಕ್ಕಣ್ರೀ' ಎಂದು ಓಡಿ ಬಿಟ್ಟಳು.

ಲತಾ ಓಡಿಹೋದಳು : ಆದರೆ, ಲತೆಯ ಪ್ರತಿಬಿಂಬ ಮಾತ್ರ ಮಣಿಯ ಹೃದಯದಲ್ಲುಳಿಯಿತು. ಆ ದಿನ ರಾತ್ರಿ ಎಲ್ಲಾ ಅವನಿಗೆ ಅವಳದೇ ಯೋಚನೆ. ಲತಾ ಹಣವಂತರ ಮಗಳಲ್ಲ. ಸಿನಿಮಾ ತಾರೆಯರಂಥ ಸೌಂದರ್ಯವಾಗಲೀ ಅಂತರರಾಷ್ಟ್ರೀಯ

ವಿಷಯಗಳನ್ನು ಕುರಿತು ಮಾತನಾಡಬಲ್ಲಷ್ಟು ವಿದ್ಯೆಯಾಗಲೀ ಅವಳಿಗಿಲ್ಲ, ಆದರೇನು? ಅವಳಿಗೆ ಓದು ಬರಹ ಚೆನ್ನಾಗಿ ಬರುತ್ತದೆ ; ಪತಿಯನ್ನು ಸುಖ ಸಂತೋಷದಲ್ಲಿರಿಸಬಲ್ಲ, ಆದರ್ಶ ಗೃಹಿಣಿಯಾಗಬಲ್ಲ ಗುಣಗಳಿಗೆ ಅವಳಲ್ಲಿ ಕೊರತೆಯಿಲ್ಲ. ಸದಾ ಹಾಸ್ಯದ ಅಲೆಗಳು ಸುಳಿದಾಡುತ್ತಿರುವ ಅವಳ ನಗುಮುಖ ನಿಜವಾಗಿಯೂ ಅವಳನ್ನು ಮದುವೆಯಾಗುವಾತ ಸೌಭಾಗ್ಯಶಾಲಿಯೇ ಸರಿ. ಆ ಸೌಭಾಗ್ಯ ತನ್ನದೇಕಾಗಬಾರದು? ಆದರೆ, ಈ ಯೋಚನೆ ಬಂದೊಡನೆಯೇ ಮಣಿ ಖಿನ್ನನಾದ. ತನ್ನಲ್ಲಿ ಅದಾವ ಸೌಭಾಗ್ಯವನ್ನು ಕಂಡು ಲತಾ ಮೆಚ್ಚುವಳು ! ಹೆಂಡತಿಯನ್ನು ಸಾಕುವ ಶಕ್ತಿಯೇ ಇಲ್ಲದ ತನಗೆ ಆಕೆಯ ತಂದೆ ಮಗಳನ್ನು ಕೊಡುವರೇಕೆ? ಅಥವಾ ಕೊಟ್ಟರೂ ಅವಳನ್ನು ಸಾಕುವುದು ಹೇಗೆ? ರಾಜನ ಉದಾರತನದಿಂದಾಗಿ ಇಷ್ಟರ ತನಕ ಓದೇನೋ ಸಾಗಿತು ; ಆದರೆ ಇನ್ನು ?

ಪರೀಕ್ಷೆ ತೀರಿದ ಮರುದಿನದಿಂದಲೇ ಮಣಿ ಕೆಲಸ ಹುಡುಕಲು ಸುರು ಮಾಡಿದ್ದ. ಇಂದಿನವರೆಗೆ ಸಫಲವಾಗದಿದ್ದರೂ ಅವನೇನೋ ಅದನ್ನು ಅಷ್ಟೊಂದು ಮನಸ್ಸಿಗೆ ತೆಗೆದುಕೊಂಡಿರಲಿಲ್ಲ ; ಆದರೀಗ ಲತೆಯನ್ನು ನೋಡಿದಾಗಲೆಲ್ಲಾ ಅವನಿಗದೇ ಚಿಂತೆ. ಕೆಲಸ–ಕೆಲಸ–ಕೆಲಸ.

ಈ ಮಧ್ಯೆ ಲತೆಯ ತಂದೆ ರಾಮರಾಯರು ಮಣಿಯನ್ನು ಆಗಾಗ ತಮ್ಮನೆಗೆ ಆಮಂತ್ರಿಸತೊಡಗಿದ್ದರು. ಮಣಿಯು ಲತೆಯನ್ನು ನೋಡಬಹುದಲ್ಲಾ ಎಂದು ಹೋಗುತ್ತಿದ್ದ. ಹೋದಾಗಲೆಲ್ಲಾ ಮಣಿಗೆ ಅವಳೇ ಟೀ ತಂದು ಕೊಡುತ್ತಿದ್ದಳು. ಇಷ್ಟೆಲ್ಲಾ ಆದರೂ ಒಂದು ದಿನ ಮಾಲತಿ 'ಮಣೀ, ರಾಮರಾಯ್ರು ನಿನ್ನ ಆಗಾಗ ತಮ್ಮನೆಗೆ ಕೂಗ್ತಾ ಇರೋದು ಯಾತಕ್ಕೆ ಗೊತ್ತೊ ? 'ಎಂದು ಕೇಳಿದಾಗ, ಮಣಿ ಸಹಜವಾಗಿ– 'ಟಿ'ಗೆ ಎಂದ. ಮಾಲತಿ ಅವನನ್ನೇ ಅಣಕಿಸುವಂತೆ 'ಟೀ.....ಗೆ' ಎಂದಳು. ಮಣಿ ಆಶ್ಚರ್ಯದಿಂದ ಅವಳ ಮುಖ ನೋಡಿದ. ಮಾಲತಿ ನಗುತ್ತ 'ಏನೂ ಗೊತ್ತೇ ಆಗೋಲ್ಲ–ಪಾಪ, ಇನ್ನೂ ಚಿಕ್ಕ ಮಗು' ಎಂದಳು. ಮಣಿಗೆ ತಾನು ಲತೆಯನ್ನು ಪ್ರೀತಿಸುವುದು ಮಾಲತಿಗೆಲ್ಲಿ ತಿಳಿದುಹೋಯ್ತೋ ಎಂದು ಕಳವಳ. ಆದರೂ 'ಏನಕ್ಕ, ಹಾಗಂದ್ರೆ ?' ಎಂದು ಕೇಳಿದ. ಮಾಲತಿ ನಗುವನ್ನು ನಿಲ್ಲಿಸಿ 'ಘಾಟಿ ಕಾಣೋ ನೀನು. ಗೊತ್ತೇ ಇಲ್ದ ಹಾಗೆ ನಟಿಸ್ತೀಯಲ್ಲಾ! ಇರ್ಲಿ ಬಿಡು – ನಾನೇ ಹೇಳ್ತಿನಿ ; ಅವರಿಗೆ ಲತಾನ ನಿಂಗೇ ಮದ್ವೆ ಮಾಡ್ಬೇಕೂಂತಿದೆ. ನಮಗೂ ಒಪ್ಪಿಗೆ . ಇನ್ನಿನ್ನಾತು ಏನಂತಿ?'ಎಂದು ಕೇಳಿದಳು.

ಮಣಿ ತಾನೇನೋ ಲತೆಯ ವಿಷಯದಲ್ಲಿ ಗಾಳಿಗೋಪುರಗಳನ್ನು ಕಟ್ಟಿಕೊಂಡಿದ್ದರೂ ತನ್ನಂಥ ನಿರ್ಗತಿಕನಿಗೆ ಲತೆ ಸಿಕ್ಕಬಹುದೆಂದು ತಿಳಿದುಕೊಂಡಿರಲಿಲ್ಲ. ಈಗ ಅವರೇ ಕೊಡಲಿಚ್ಛಿಸುವರು ಎಂದು ತಿಳಿದ ಮೇಲಂತೂ ಅವನಿಗೆ ಬಹಳ ಆಶ್ಚರ್ಯವಾಯಿತು. ಏನನ್ನುವುದಕ್ಕೂ ತೋಚಲಿಲ್ಲ. ಅವನು ಸುಮ್ಮನಿರುವುದನ್ನು ನೋಡಿ ಮಾಲತಿ 'ಲತಾನಂಥಾ ಹುಡ್ಗಿ ಹುಡುಕಿದರೂ ಸಿಕ್ಕೋದಿಲ್ಲ ಮಣಿ ; ಅವಳಿಗೇನಾಗಿದೆ? ಲಕ್ಷಣವಾಗಿಲ್ವೆ ?' ಎಂದು ಕೇಳಿದಳು.

ಮಣಿ – 'ನಂಗ್ಯಾಕಕ್ಕ ಮದ್ವೆ ? ಒಂದ್ಕೆಲ್ಸ ಕೂಡ ಇಲ್ಲ' ಎಂದ. 'ಸರಿ, ಈಗ ಕೆಲ್ಸ ಇಲ್ದಿದ್ರೆ ಇನ್ನು ಸಿಕ್ಲಬಾರ್ದು ಎಂತಿದ್ಯೇನು ? ನಿಂಗೆ ಸಿಕ್ಕೋಲ್ಲಾಂದ್ರೆ – ರ್‍ಯಾಂಕ್ ಹೊಡ್ದಿದಿ. ಸುಂಸುಮ್ನೆ ನೆವನಾ ಹೇಳ್ಬೇಡ' ಎಂದಳು ಮಾಲತಿ.

ಮಣಿ ಲತೆಯನ್ನು ಪ್ರೀತಿಸುತ್ತಿದ್ದ ನಿಜ ; ಆದರೆ ಮನೆ ಮಾಡಿ ಹೆಂಡತಿಯನ್ನು ಸಾಕಲು ಶಕ್ತನಾಗುವ ಮೊದಲು ಅವನಿಗೆ ಮದುವೆ ಆಗುವ ಮನಸ್ಸಿರಲಿಲ್ಲ. ಆದ್ದರಿಂದ ಆ ದಿನ ರಾತ್ರಿ ಮಾಲತಿ – 'ಏನ್ಮಣೀ, ಇನ್ನೂ ಯೋಚ್ನೆ ಪೂರೈಸಿಲ್ವೇ?' ಎಂದು ಕೇಳಿದಾಗ, 'ನಂಗೆ ಕೆಲ್ಸ ಸಿಕ್ಕೋ ತನ್ಕ ಕಾಯೋದಾದ್ರೆ ಲತಾನ್ನೆ ಮದ್ವೆ ಮಾಡಿಕೊಳ್ತೀನಿ – ಕೆಲ್ಸ ಆಗ್ದೆ ಮಾತ್ರ ನಂಗ್ಮದ್ವೆ ಬೇಡ' ಎಂದುಬಿಟ್ಟ.

ರಾಜ, ಮಾಲತಿಯರಿಗೂ ಈ ಮಾತು ಯುಕ್ತವಾಗಿ ತೋರಿತು. ಲತೆಯ ತಂದೆ ತಾಯಿಯವರಿಗೇನೋ ಇದೇ ವರ್ಷ ಮದುವೆ ಮಾಡಿಬಿಡಬೇಕೆಂದಿತ್ತು. ಆದರೆ ಮಣಿಯಂಥ ಯೋಗ್ಯ ವರನು ಮತ್ತೆಲ್ಲಿ ದೊರೆಯುವನು? ಅವರೂ ಒಪ್ಪಿದರು.

* * *

ಲತೆಯನ್ನು ಮಣಿ ಮದುವೆಯಾಗುವದೆಂದು ನಿಶ್ಚಯವಾದಂದಿನಿಂದ ಅವಳು ಮಾಲತಿಯ ಮನೆಗೆ ಬರುವುದು ನಿಂತುಹೋಯ್ತು. ಮಣಿ ಅವರ ಮನೆಗೆ ಹೋದರೂ ಅವಳವನಿಗೆ ಕಾಣಲು ಸಿಕ್ಕುತ್ತಿರಲಿಲ್ಲ. ಮಣಿಗೆ ಮಾತ್ರ ತಾನು ಮದುವೆಯಾಗುವ ಹುಡುಗಿ ಲತೆಯೆಂದು ತಿಳಿದಂದಿನಿಂದ ಅವಳಡೊನೆ ಮಾತಾಡಿ ಅವಳಭಿಪ್ರಾಯವನ್ನು ತಿಳಿದುಕೊಳ್ಳಬೇಕೆಂದು ಆಸೆ. ಆ ಆಸೆ ನೆರವೇರಲು ಒಂದು ಸಂದರ್ಭವೂ ದೊರೆಯಿತು.

ಒಂದು ದಿನ ಸಾಯಂಕಾಲ ಮಣಿ ತಿರುಗಾಡುವುದಕ್ಕೆಂದು ಹೊರಟ. ಆಗ ಮಾಲತಿ, 'ಇವತ್ತೆಲ್ಲೂ ಹೋಗ್ಬೇಡ –ಮಣಿ, ಏನೋ ಬೇಜಾರು. ಒಂದಾಟ ಆದ್ರೂ ಆಡೋಣ' ಎಂದಳು. ಮಣಿ– 'ಇಲ್ಲಾ ಅಕ್ಕ ! ಕೂತು ಸಾಕಾಗೋಯ್ತು. ಲತಾ ಜೋತೇಲಿ ಆಡು' ಎಂದು ಹೊರಟೇ ಬಿಟ್ಟ. 'ಲತಾ ಬರೋದೆ ಇಲ್ವಲ್ವ ; ಈಗ ಏನ್ಮಾಡ್ಲಿ ?' ಎಂದು ಮಾಲತಿ ನಕ್ಕಳು. 'ನಾನಿದ್ದೇನೆಂತ ತಾನೇ ಬರೋದಿಲ್ಲ ಅವಳು ! ನಾನೀಗ ಹೋಗ್ತೇನಲ್ಲ' ಅಂದು ಮಣಿ ಹೊರಟು ಹೋದ.

ಮಣಿ ಹೋದ ಮೇಲೆ ಮಾಲತಿ ಲತಾನ್ನ ಬಲವಂತಪಡಿಸಿ ಕರೆದುಕೊಂಡು ಬಂದಳು. ಅಷ್ಟರಲ್ಲಿ ತಿರುಗಾಡಲು ಹೋದ ಮಣಿ ಹಿಂದಿರುಗಿ ಬಂದ. 'ಏನ್ಮಣೀ, ತಿರುಗಾಡೋಕ್ಕೆ ಹೋಗ್ತೀನೆಂತಿದ್ಯಲ್ಲ ?' ಎಂದು ಮಾಲತಿ ಕೇಳಿದಳು.

'ಭಾವ ಸಿಕ್ಲಿಲ್ಲ ; ಒಬ್ನೇ ಹೋಗೋಕ್ಕೆ ಬೇಜಾರಾಯ್ತು ; ನೀನೂ ಆಡೋಣಾಂತಿದ್ಯಲ್ಲ – ಬಂದ್ಬಿಟ್ಟೆ – ಎಂದು ಮಣಿ ಚಾಪೆಯ ಮೇಲೆ ಕೂತೇ ಬಿಟ್ಟ. ಲತೆ ಮಣಿಯೊಡನೆ ನಿಸ್ಸಂಕೋಚವಾಗಿ ಮಾತುಕತೆಯಾಡುತ್ತಿದ್ದಳು. ಲತೆ – ಈಗ ಬಗ್ಗಿದ

ತಲೆಯನ್ನು ಮೇಲೆತ್ತಲಿಲ್ಲ. ಮಾಲತಿ 'ಆಗ ಬಾ ಎನ್ನೋವಾಗ ಬರ್ಲಿಲ್ಲ, ಈಗ ನಾನೂ ಲತಾ ಮುಂದೆ ಆಡೋದು ; ಅಮೇಲ್ನೀನು' ಎಂದಳು.

ಮಣಿ ಪಕ್ಕದಲ್ಲೇ ಕೂತುಕೊಂಡಿದ್ದುದರಿಂದಲೋ ಏನೋ ! ಲತೆ ಸೋತು ಹೋದಳು. 'ಮಣೀನ್ನೇ ಗೆದ್ಮೇಲೆ ಆಟ ಗೆಲ್ಲೋದೇನೂಂತ, ತಿರಸ್ಕಾರವೇನ್ಲತಾ?' ಎಂದು ಹಾಸ್ಯ ಮಾಡತೊಡಗಿದಳು ಮಾಲತಿ. ಲತೆಯ ಬಗ್ಗಿದ ಮುಖವು ಇನ್ನಷ್ಟು ಬಗ್ಗಿತು. 'ಸುಮ್ನಿರೀಂದ್ರೆ' ಎಂದಳು. ಮಾಲತಿಗೆ ಇನ್ನೂ ಅನುಕೂಲವಾಯ್ತು ; 'ಹೋ.....ಹೋ... ಮಣಿ ಹತ್ರಾನೇ ... ಇದ್ದಾನೇಂತ ತಾನೇ ಇಷ್ಟೊಂದು ಗಡಸು?' ಎಂದು ಇನ್ನಷ್ಟು ನಗತೊಡಗಿದಳು. ಲತಾ ಪಾರಾದರೆ ಸಾಕು ಎಂದು ಓಡಲು ಯತ್ನಿಸುವುದನ್ನು ಮಣಿ ನೋಡಿ ಇನ್ನೆಲ್ಲಿ ಓಡಿಬಿಡುವಳೋ ಎಂದು 'ಇರ್ಲಿ, ಬಿಡಕ್ಕ ಇನ್ನೊಂದಾಟ ಆಡೋಣ. ನಾನು ನೀನೂ' ಎಂದ. ಅಷ್ಟರಲ್ಲಿ ಮಾಲತಿಯ ಚಿಕ್ಕ ಮಗು ಎದ್ದು ಅಳತೊಡಗಿತು. 'ಈಗ್ಬರ್ತೀನೆ–ಅಷ್ಟರ ತನ್ಕ ನೀವಾಡ್ತಾ ಇರಿ' ಎಂದು ಮಾಲತಿ ಅಳುವ ಮಗುವನ್ನು ಸಂತೈಸಿ ಮಲಗಿಸಲು ಒಳಗೆ ಹೋದಳು. ಮಣಿಗೂ ಅಷ್ಟೇ ಬೇಕಾಗಿತ್ತು.

ಮಾಲತಿಯು ಕಣ್ಮರೆಯಾದೊಡನೆಯೇ ಲತೆಯ ಕೈಯನ್ನು ಹಿಡಿದು 'ಈಗೋಡು, ನೋಡೋಣ' ಎಂದ ಮಣಿ. ಲತೆಯ ಮುಖವಂತೂ ಲಜ್ಜೆಯಿಂದ ಬೆವರಿಹೋಯ್ತು. ಒಂದೇ ಸವನೆ ಕೈ ಬಿಡಿಸಿಕೊಳ್ಳಲು ಯತ್ನಿಸತೊಡಗಿದಳು. ಕೈಬಿಡುವನೇ ಮಣಿ ! ನಗುತ್ತ ತನ್ನ ಕೈ ಬೆರಳಿನಲ್ಲಿದ್ದ ಉಂಗುರವನ್ನು ತೆಗೆದು ಅವಳಿಗೆ ತೊಡಿಸಿಲು ಯತ್ನಿಸಿದ. ಮಣಿಯ ಬೆರಳ ಉಂಗುರ ಅವಳ ಕೈಗಾಗುವುದೇ? ಕೊನೆಗೆ ಮಣಿ ಅದನ್ನವಳ ಹೆಬ್ಬೆಟ್ಟಿಗಿಟ್ಟು 'ಎಷ್ಟೊಂದು ಪುಟ್ಬೆರ್ಳು ನಿಂದ್ಲತಾ!' ಎಂದ.

ಲತಾ ಲಜ್ಜೆಯಿಂದ ಭೂಮಿಗಿಳಿದು ಹೋಗಿದ್ದಳು. ಅವಳ ಕಳವಳವನ್ನು ಮಣಿಯೂ ನೋಡಿದ. ಆದರೆ, ಕೈ ಬಿಟ್ಟರೆಲ್ಲಿ ಓಡಿಬಿಡುವಳೋ ಎಂತ ಕೈಬಿಡದೆ – 'ಏನ್ಲತಾ, ನನ್ನ ನೋಡಿದ್ರೆ ಭಯವಾಗುತ್ತೋ ನಿಂಗೆ?' ಎಂದು ಕೇಳಿದ.

ಬಹು ಮೆಲ್ಲನೆ 'ಇಲ್ಲ' ಎಂದಳು ಲತೆ.

'ಹಾಗಾದ್ರೆ ನನ್ನೋಡಿದ್ರೆ ಓಡೋದ್ಯಾಕೆ?'

ಲತೆಯ ಉತ್ತರವಿಲ್ಲ ; ಮಣಿಯೂ ಕೈಬಿಟ್ಟು, ಸುಮ್ಮನೆ ಕೂತ. ಸ್ವಲ್ಪ ಹೊತ್ತಾದ ಮೇಲೆ ಲತಾ 'ನಂಗಿದು ಬೇಡ' ಎಂದು ಉಂಗುರವನ್ನು ತೆಗೆದು ಮಣಿಯ ಮುಂದಿಟ್ಟು ಏಳತೊಡಗಿದಳು. ಮಣಿ ಪುನಃ ಅವಳ ಕೈ ಹಿಡಿದು ಕೂರಿಸಿ – 'ಯಾಕ್ಬೇಡ? ನಿಂದೇ ತಾನೆ ಅದು' ಎಂದು ಕೇಳಿದ. ಅದಕ್ಕೆ ಲತೆ 'ನಾನೇನೂ ಪಂಥ ಕಟ್ಟಿಲ್ಲ' ಎಂದಳು.

'ಇರ್ಲಿ ಬಿಡ್ಲತಾ; ಪಂಥ ಅಲ್ದಿದ್ರೆ ಎಂಗೇಜ್‌ಮೆಂಟ್ ರಿಂಗ್ ಇದು' ಎಂದು ಪುನಃ ಅದನ್ನವಳ ಹೆಬ್ಬೆರಳಿಗಿಟ್ಟ. ತಲೆ ಎತ್ತಿ ಮಣಿಯ ಮುಖ ನೋಡಿ ಪುಟ್ಟ ನಗುವೊಂದನ್ನು

ನಕ್ಕು ಲತಾ–'ಎಂಗೇಜ್‌ಮೆಂಟ್ ರಿಂಗ್ ಹೆಬ್ಬೆಟ್ಟಿಗೆ ಇಡೋದೆ?' ಎಂದಳು. ಆ ಎಳೆ ನಗುವಿನಲ್ಲಿ ಮಣಿಗೆ ಲತೆಯ ಹೃದಯದರ್ಶನವಾಯ್ತು. ನೋಡಿ ಆನಂದದಿಂದ ಹಿಗ್ಗಿ ಹೋದ. 'ನಾಳೆ ಚಿಕ್ಕದು ಮಾಡ್ಸಿ ಕೊಡ್ತೀನಿ.... ಆಗ.....?' ಎಂದ. 'ಹೂಂ' ಎಂದಳು ಲತಾ. 'ಹಾಗಾದ್ರೆ ನಾಳೆ ಬರ್ತೀಯಾ?' ಎಂದು ಕೇಳಿದ ಮಣಿ. ಅದಕ್ಕೂ ಲತಾ 'ಹೂಂ' ಎಂದು ಮಣಿ ಕೈ ಬಿಟ್ಟೊಡನೆಯೇ ಓಡಿಬಿಟ್ಟಳು.

ಲತಾ ಹೊರಟು ಹೋದ ಮೇಲೆ ಮಣಿಯೂ ಪೇಟೆಗೆ ಹೋದ. ಹಿಂದಿರುಗಿ ಬರುವಾಗ ಅವನ ಉಂಗುರವು ಚಿಕ್ಕದಾಗಿತ್ತು. ಅವನ ಹೆಸರಿನ ಮೊದಲಿನಕ್ಷರ M ಜೊತೆಗೆ L ಎಂಬ ಇನ್ನೊಂದು ಅಕ್ಷರವೂ ಸೇರಿಹೋಗಿತ್ತು.

ಮರುದಿನ ಬೆಳಿಗ್ಗೆ ಸುಮಾರು ಹತ್ತು ಗಂಟೆಯ ಹೊತ್ತಿಗೆ ಲತಾ ನಾಲ್ಕೈದು ಗುಲಾಬಿ ಹೂಗಳನ್ನು ತೆಗೆದುಕೊಂಡು ಮಾಲತಿಗೆ ಕೊಡುವ ನೆಪದಿಂದ ಬಂದಳು. ಆಗ ಮಾಲತಿಗೆ ತುಂಬಾ ಕೆಲಸದ ಸಮಯ. ಅಡಿಗೆಯ ಮನೆಯಲ್ಲಿದ್ದಳು. ಅವಳಿಗೆ ಹೂ ಕೊಟ್ಟು ಲತ ಹಿಂದಿರುಗುವಾಗ ಮಣಿ ತನ್ನ ರೂಮಿನ ಬಾಗಿಲಲ್ಲಿ ನಿಂತು 'ಇಲ್ಲಿ ಬಾ, ಲತಾ' ಎಂದ. ಲತೆ ಬಾಗಿಲ ಹತ್ತಿರ ನಿಂತು, 'ಏನು' ಎಂದು ಕೇಳಿದಳು.

ಜೇಬಿನಲ್ಲಿದ್ದ ಉಂಗುರವನ್ನು ತೆಗೆದು ಮಣಿ ಅವಳ ಬೆರಳಿಗಿಟ್ಟು 'ಈಗ?' ಎಂದು ಬಗ್ಗಿದ ಅವಳ ಮುಖವನ್ನು ಗಲ್ಲ ಹಿಡಿದೆತ್ತಿದ. ಇಬ್ಬರ ದೃಷ್ಟಿಗಳೂ ಕೂಡಿದವು. ಮತ್ತೊಮ್ಮೆ ಮಣಿಗೆ ಲತೆಯ ಹೃದಯದರ್ಶನವಾಯಿತು.

* * *

ಅದೇ ದಿನ ಮಧ್ಯಾಹ್ನ ಮಣಿಗೆ ಅವನ ಸ್ನೇಹಿತನ ಕಾಗದ ಬಂತು; ಒಂದು ಕೆಲಸ ಖಾಲಿ ಇದೆ. ಆದಷ್ಟು ಜಾಗ್ರತೆಯಾಗಿ ಬಂದು ಪ್ರಯತ್ನಿಸು ಎಂತ. ಮೊದಲಾಗಿದ್ದರೆ ಮಣಿ ಒಂದರೆಡು ದಿನ ತಡೆದು ಹೋಗುತ್ತಿದ್ದ. ಆದರೆ ತಾನು ಈಗ ಲತೆಯನ್ನು ಹೊಂದುವುದು ಆ ಕೆಲಸವನ್ನೇ ಹೊಂದಿಕೊಂಡಿದ್ದರಿಂದ ಅದೇ ದಿನ ಸಾಯಂಕಾಲವೇ ಹೊರಟ. ಹೊರಡುವಾಗ ಲತೆಯನ್ನು ಪುನಃ ನೋಡಲಾಗಲಿಲ್ಲ. 'ಈಗ ನೋಡದಿದ್ದರೇನು? ಬೇಗನೇ ತನ್ನವಳಾಗುವಳಲ್ಲ' ಎಂದು ಮಣಿ ಮನವನ್ನು ಸಂತೈಸಿಕೊಂಡು ರೈಲು ಹತ್ತಿದ.

ಪಾಪ ! ಎಷ್ಟೊಂದು ಉತ್ಸಾಹದಿಂದ ಹೊರಟಿದ್ದ ಮಣಿ ! ಆದರವನು ತಲುಪುವ ಮೊದಲೇ ಬೇರೊಬ್ಬನಿಗಾಗಿ ಹೋಗಿತ್ತು ಆ ಕೆಲಸ. ಇದಲ್ಲದಿದ್ದರೆ ಇನ್ನೊಂದು ಅಂತೂ ಕೆಲಸ ಸಿಕ್ಕದೆ ಲತೆಗೆ ಮುಖ ತೋರಿಸುವುದಿಲ್ಲವೆಂದು ಮಣಿ ಕೆಲಸ ಹುಡುಕುತ್ತಾ ಊರಿಂದೂರು ಅಲೆಯತೊಡಗಿದ. ಲತೆಯ ನೆನಪೇನೋ ಅವನ ಎಡೆಬಿಡುತ್ತಿರಲಿಲ್ಲ. ಆದರೆ ಅವಳು ಕೆಲಸ ಸಿಕ್ಕಿದ ಮರುದಿನವೇ ತನ್ನವಳಾಗುವಳೆಂಬ ನಂಬಿಕೆಯು ಅವನ ಆಯಾಸವನ್ನು ಬೇಸರವನ್ನೂ ಮರೆಸುತ್ತಿತ್ತು. ಮಾಲತಿಯೂ ಲತೆಯ ಸುದ್ದಿ ಬರೆಯುತ್ತಿದ್ದಳು. ಆದುದರಿಂದ ಮಣಿ ನಿಶ್ಚಿಂತೆಯಿಂದ ಕೆಲಸಕ್ಕಾಗಿ ಪೇಚಾಡತೊಡಗಿದ.

ಅದೃಷ್ಟದ ಆಟ ೧೮೩

ಆದರೆ ಅದೇನೋ ! ಊರು ಬಿಟ್ಟು ಎಂಟು ತಿಂಗಳಾದರೂ ಮಣಿಗೆ ಕೆಲಸ ಮಾತ್ರ ಸಿಕ್ಕಲಿಲ್ಲ. ಎಲ್ಲಾದರೂ ಟ್ಯೂಶನ್ ಹೇಳಿ ತನ್ನ ಖರ್ಚನ್ನು ಹೇಗೋ ಕಳೆಯುತ್ತಿದ್ದ.

ಈ ಮಧ್ಯೆ ಲತೆಯ ತಂದೆಯಿಂದವನಿಗೆ ಕಾಗದಗಳು ಬರತೊಡಗಿದವು. 'ಮದುವೆ ಮಾಡಿಕೊಂಡರೆ ಸಾಕು ; ಲತೆ ನಿನಗೆ ಕೆಲಸ ಸಿಕ್ಕುವತನಕ ನಮ್ಮಲ್ಲೇ ಇರಲಿ' ಎಂದಿತ್ತು ಅವರ ಅಭಿಪ್ರಾಯ. ಮಣಿಗೆ ಹೆಂಡತಿಯನ್ನು ಸಾಕಲಾರೆನೆಂದು ಮಾವನ ಮನೆಯಲ್ಲಿ ಬಿಡುವುದು ಒಪ್ಪಿಗೆಯಿಲ್ಲ. ಬರೆದ : 'ಹೇಗಾದರೂ ಲತೆಯನ್ನು ನಾನೇ ಮದುವೆ ಆಗುತ್ತೇನೆ. ನನಗ ಕೆಲಸವಾದ ತರುವಾಯ ಆದರೇನು?' ಎಂದು.

ಇದಾದ ಮೂರು ನಾಲ್ಕು ದಿನಗಳಲ್ಲೇ ಮಾಲತಿಯ ಕಾಗದವೂ ಬಂತು. 'ರಾಮರಾಯರಿಗೆ.... ಊರಿಗೆ ವರ್ಗವಾಯ್ತು. ಅವರಿಗೆ ಈ ವರ್ಷವೇ ಲತೆಯ ಮದುವೆ ಮಾಡಿಬಿಡಬೇಕೆಂದಿದೆ. ಸುಮ್ಮನೆ ಕೆಲಸ ಸಿಕ್ಕಲಿ ಎಂದು ಹಠಮಾಡಬೇಡ. ನಿನಗೆ ಕೆಲಸವಾಗುವತನಕ ಅವಳು ತಂದೆಯ ಮನೆಯಲ್ಲಿರಲಿ' ಎಂದು ಮುಂತಾಗಿ ಬರೆದಿದ್ದಳು.

ಅವಳಿಗೂ ಮಣಿ ಕೆಲಸವಾಗದೆ ಖಂಡಿತವಾಗಿಯೂ ಮದುವೆ ಬೇಡ ಎಂದು ಸ್ವಲ್ಪ ಕಠಿಣವಾಗಿಯೇ ಬರೆದ. ಮಣಿಯ ಈ ಕಾಗದಕ್ಕೆ ರಾಮರಾಯರಿಂದಾಗಲೀ ಮಾಲತಿಯಿಂದಾಗಲೀ ಉತ್ತರಬರಲಿಲ್ಲ. ಮಣಿಯೂ 'ಸಿಟ್ಬಂದ್ರೆ ಬರ್ಲಿ – ಇವ್ರೇನೋ ಮದ್ವೆ ಮಾಡ್ಬಿಡ್ತಾರೆ – ಆಮೇಲೆ ಹೆಂಡ್ತೀನ ಸಾಕ್ಬೇಕಾದೋನು ನಾನಾನ್ತೆ ?' ಎಂದು ಸುಮ್ಮನಾದ.

ಇನ್ನೂ ಎರಡು ತಿಂಗಳುಗಳಾದವು. ಒಬ್ಬರಿಂದಲೂ ಕಾಗದವಿಲ್ಲ. ಇದೇ ಸಮಯದಲ್ಲಿ ಅವನಿಗೊಂದು ಕೆಲಸ ಸಿಕ್ಕಿತು. ಸಂಸ್ಥಾನಕ್ಕೆಲ್ಲ ಸರ್ವ ಪ್ರಥಮನಾಗಿ ಪಾಸಾದ ಪದವೀಧರನ ಯೋಗ್ಯತೆಗದು ತಕ್ಕುದಲ್ಲವಾದರೂ ತಿರುತಿರುಗಿ ಬೇಸತ್ತಿದ್ದ ಮಣಿಗದು ದೊಡ್ಡದಾಗಿಯೇ ತೋರಿತು. ಅವರಿಂದ ಕಾಗದ ಬರದೆ ಬರೆಯುವುದಿಲ್ಲವೆಂದಿದ್ದ ಮಣಿ ಅದೇ ದಿನ ಕೆಲಸ ಸಿಕ್ಕಿತೆಂದೂ ಇನ್ನು ಮದುವೆಗೆ ತನ್ನಡ್ಡಿ ಏನೂ ಇಲ್ಲವೆಂದೂ ಮಾಲತಿಗೂ ರಾಮರಾಯರಿಗೂ ಬರೆದ.

ಮರು ಟಪಾಲಿನಲ್ಲಿಯೇ ಮಾಲತಿಯ ಕಾಗದ ಬಂತು. ಉತ್ಸಾಹದಿಂದ, ಆನಂದದಿಂದ ಒಡೆದೋದಿದ : **'ಶೆಟ್ಟಿ ಶೃಂಗಾರವಾಗುವಷ್ಟರಲ್ಲಿ ಪಟ್ಣ ಸೂರೆಯಾಯ್ತು.** ಮಣಿ ನಾನು ನಿನಗೆ ಎಷ್ಟೋ ಹೇಳಿದೆ. ಅವರಾದರೂ ಪಾಪ ! ಬೆಳೆದ ಹುಡುಗಿಯನ್ನು ಎಷ್ಟು ದಿನ ಮನೆಯಲ್ಲಿಟ್ಟುಕೊಂಡಾರು? ಕಳೆದ ವಾರವೇ ಲತೆಯ ಮದುವೆ ಆಗಿಹೋಯ್ತಂತೆ. ನಿನ್ನ ಭಾವನ ಸ್ನೇಹಿತರೊಬ್ಬರ ಮೂಲಕ ತಿಳಿಯಿತು. ಇನ್ನೇನು ಮಾಡುವುದು? ಆದದ್ದಾಯ್ತು – ಬೇರೆಲ್ಲಾದರೂ ನೋಡೋಣ...' ಇನ್ನೂ ಏನೇನೋ ಬರೆದಿದ್ದಳು ಮಾಲತಿ. ಆದರೆ ಮಣಿಗದೊಂದೂ ಕಾಣಿಸಲಿಲ್ಲ. ಅವನ ಪ್ರಜ್ಞಾಶಕ್ತಿಯು ಲೋಪವಾಗಿ ಹೋಗಿತ್ತು.

* * *

ಆರು ವರ್ಷಗಳ ತರುವಾಯ ಒಂದು ದಿನ ರಾತ್ರಿ ಊಟಮಾಡಿ ಮಣಿ ಪೇಪರನ್ನು ಓದುತ್ತಾ ಕೂತಿದ್ದ. ಅವನ ನವವಿವಾಹಿತ ಪತ್ನಿ ಲಕ್ಷ್ಮಿ ಒಳಗಿನ ಕೆಲಸಗಳನ್ನು ತೀರಿಸಿಕೊಂಡು ಬಂದವಳು, ಅವನೋದುತ್ತಿದ್ದುದನ್ನು ನೋಡಿ ಅಲ್ಲೇ ಅವನ ಕಾಲ ಹತ್ತಿರ ಕೂತುಕೊಂಡಳು. ಓದುತ್ತಿದ್ದಂತೆಯೇ ಮಣಿ ಅವಳ ಕೈ ಹಿಡಿದುಕೊಂಡ. ಐದು ನಿಮಿಷವಾಯ್ತು, ಹತ್ತಾಯ್ತು ಹದಿನೈದಾಯ್ತು – ಅವನ ಓದು ಮುಗಿಯುವಂತೆ ತೋರಲಿಲ್ಲ. ನೋಡಿ ಬೇಸತ್ತ ಲಕ್ಷ್ಮಿ ಅವನ ಕೈಯಿಂದ ಪೇಪರ್ ಕಿತ್ತುಕೊಂಡೇ ಬಿಟ್ಟಳು. ಮಣಿ ನಗುತ್ತಾ 'Shrew ಕಣೇ ನೀನು' ಎಂದು ಅವಳ ಕೈಯನ್ನು ತುಟಿಯ ಹತ್ತಿರಕ್ಕೊಯ್ದ. ಆದರೆ ಆ ಕೈ ತುಟಿಯನ್ನು ತಲುಪುವ ಮೊದಲೇ ಕಲ್ಲಿನ ಪ್ರತಿಯಂತಾಗಿ ಹೋದ ಮಣಿಯನ್ನು ನೋಡಿ 'ಏನಾಗಿದೆ ನಿನ್ಗೆ? ಎಂದು ಕೇಳಿದಳು. ಅವಳ ಬೆರಳಿನಲ್ಲಿದ್ದ ಉಂಗುರವನ್ನು ನೋಡಿ ಮೂಕನಾಗಿದ್ದ ಮಣಿ – 'ಎಲ್ಲಿಂದ ಲಕ್ಷ್ಮೀ ಈ ಉಂಗ್ರ 'ಎಂದು ಕೇಳಿದ.

ಲಕ್ಷ್ಮಿ ನಗುತ್ತ 'ಏನೋಂತಿದ್ದೆ. ಇದ್ಕೇ ಇಷ್ಟೊಂದಾಶ್ಚರ್ಯನೋ ಅದ್ನಂಗೆ ಗೋವಿಂದ್ರಾಯ್ರ ಹೆಂಡ್ತಿ ಲತಾ ಕಡೆ ಪ್ರೆಸೆಂಟ್. ಮೊದ್ಲು ಅವ್ರು ಅಣ್ಣನ್ಮನೆ ಪಕ್ಕದಲ್ಲೇ ಇದ್ರು ; ಅವ್ರು ಸತ್ತೋದ್ಮೇಲೆ ಈಗ ತೌರ್ಮನೆಲ್ಲೆ ಇದ್ದಾಳೆ. ನಾನಂದ್ರವಳಿಗೆ ಜೀವ, ಮದ್ವೆಗೆ ಬರೋಕ್ಕಾಗ್ಲಿಲ್ಲ ಎಂತ ಪಾರ್ಸಲ್ ಮಾಡಿ ಕಳ್ಸಿದಾಳೆ ಉಂಗ್ರಾನ. ನೋಡಿ ಎಂ.ಎಲ್. ಎಂತ ನಮ್ಹೆಸ್ರೇ ಕೆತ್ತಿದ್ದಾಳೆ.....' ಎಂದು ಲಕ್ಷ್ಮಿ ಏನೇನೋ ಹೇಳಬೇಕೆಂದಿದ್ದವಳು ಮಣಿಯ ಮ್ಲಾನ ಮುಖವನ್ನು ನೋಡಿ ; 'ಏನು ಬಹಳ ಯೋಚ್ನೆ ಮಾಡ್ತಿರೋ ಹಾಗಿದೆ?' ಎಂದು ಕೇಳಿದಳು.

'ಇಲ್ಲಾ, ಅದೃಷ್ಟದ ಆಟ ಎಷ್ಟೊಂದು ವಿಚಿತ್ರಾ –' ಎಂದು ಮಣಿ ನಿಟ್ಟುಸಿರು ಬಿಟ್ಟ.

ಲಕ್ಷ್ಮಿಗವನ ಮಾತು ಅರ್ಥವಾಗದಿದ್ದರೂ, ಅವನ ಮುಖ ನೋಡಿ ಕೇಳಬೇಕೆಂದಿದ್ದ ಪ್ರಶ್ನೆಯನ್ನು ನುಂಗಿಕೊಂಡಳು.*

○

ಇದು ಗೌರಮ್ಮ ಹೊಳೆಯಲ್ಲಿ ಈಸಹೋಗಿ ತನ್ನ ಇಹಯಾತ್ರೆ ಕೊನೆಗಾಣಿಸಿದ ಮುನ್ನಾದಿನ ಬರೆದಿದ್ದ ಕಥಾಭಾಗ. ಕಾಡ ನಮ್ಮ ಮೇಸ್ತ್ರೀ. ಈಗಲೂ ಮೇಸ್ತ್ರಿಯಾಗಿ ಇದ್ದಾನೆ ನಮ್ಮಲ್ಲಿ. ಅವನ ಜೀವನದಲ್ಲಿ ಇದು ದ್ವಿತಿಯಾಂಕ ಮಾತ್ರ. ಈ ಕಥೆ ಇಷ್ಟಕ್ಕೆ ನಿಂತಿತು. ಗೌರಮ್ಮನ ಕಥೆಯೂ ಅಷ್ಟೆ

–ಬಿ.ಟಿ. ಗೋಪಾಲಕೃಷ್ಣ

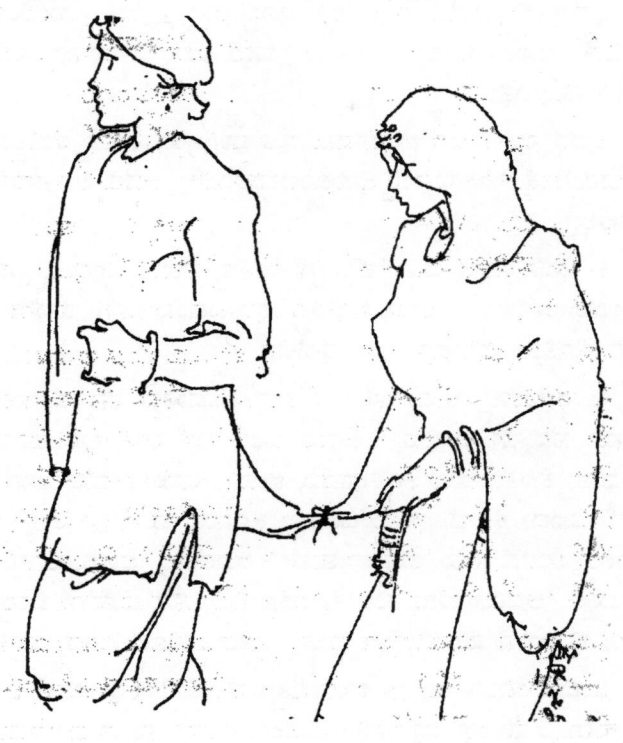

ನನ್ನ ಮದುವೆ

ನಾನು ಚಿಕ್ಕವನಾಗಿದ್ದಾಗ ನಮ್ಮನೆಯ ಪಕ್ಕದ ಮನೆಯವರ ಮಗನು ಇಂಗ್ಲೆಂಡಿಗೆ ಯಾವುದೋ ಒಂದು ಪರೀಕ್ಷೆಗಾಗಿ ಹೋಗಿದ್ದವನು, ಯುರೋಪು ಪ್ರವಾಸವನ್ನು ಮಾಡಿಕೊಂಡು ಮನೆಗೆ ಹಿಂತಿರುಗಿದ. ಆಗ ಊರಿನವರು ಅವನಿಗೆ ಮಾಡಿದ ಮರ್ಯಾದೆ, ಆತನ ಕಾರು, ಹೊಸ ನಮೂನೆಯ ವಸ್ತ್ರಭೂಷಣಗಳು, ಆತ ನಡೆಯುವ ಬೆಡಗು, ಮಾತನಾಡುವ ಮಟ್ಟು ಎಲ್ಲಾ ನೋಡಿ ನನಗೂ ಆಸೆಯಾಯಿತು ; ಇಂಗ್ಲೆಂಡಿಗೆ ಹೋಗಿ ಆತನಂತಾಗಿ ಬರಬೇಕೆಂದು. ಚಿಕ್ಕತನದಲ್ಲಿ ಮಾಡಿದ ಈ ಆಸೆಯು ದೊಡ್ಡವನಾದಂತೆ ಮರೆಯುವುದರ ಬದಲು ಇನ್ನೂ ದೃಢವಾಗಿ ಬೆಳೆಯಿತು. ಇಂಗ್ಲೆಂಡಿಗೆ ಹೋಗಬೇಕೆಂಬ ಆಸೆಯಿಂದಲೇ ಸ್ಕೂಲಿನಲ್ಲಿ ಒಂದು ವರ್ಷವೂ ಸೋಲಲಿಲ್ಲ, ಕ್ಲಾಸಿನಲ್ಲಿ ನಾನೇ ಮೊದಲನೆಯ ವಿದ್ಯಾರ್ಥಿ, ಸ್ಕೂಲಿಗೆ ನಾನೇ ಮಾದರಿಯವನು. ಮನೆಯಲ್ಲೂ ನನ್ನನ್ನು ಆದರಿಸದವರೇ ಇರಲಿಲ್ಲ.

ಹೈಸ್ಕೂಲ್ ವಿದ್ಯಾಭ್ಯಾಸವು ತೀರಿ ಕಾಲೇಜನ್ನು ಸೇರಿದ ಮೇಲಂತೂ ನನ್ನ ಇಂಗ್ಲೆಂಡಿಗೆ ಹೋಗಬೇಕೆನ್ನುವ ಆಸೆಯು ಬೇರೆ ಎಲ್ಲಾ ಆಸೆಗಳನ್ನು ಮರೆಸುವಷ್ಟು ದೃಢವಾಗಿ ಹೋಗಿತ್ತು.

ಆದರೆ ನನ್ನ ತಂದೆಗೆ ಜೀವನವನ್ನು ಸುಖವಾಗಿ ನಡೆಸುವಷ್ಟು ಉತ್ಪತ್ತಿಯಿದ್ದರೂ ನನ್ನನ್ನು ಪರದೇಶಕ್ಕೆ ಕಳುಹಿಸುವಷ್ಟು ಅನುಕೂಲತೆಗಳಿರಲಿಲ್ಲ. ಆದರೆ, ಆಗ ನನಗೆ ವಿಷಯ ತಿಳಿದಿರಲಿಲ್ಲ.

ಆ ವರ್ಷ ನಾನು ಬಿ.ಎ. ಪರೀಕ್ಷೆಗೆ ಕೂತಿದ್ದೆ. ರಜಾ ಬಂದಿತ್ತು. ಪರೀಕ್ಷೆಯ ಫಲಿತಾಂಶವು ತಿಳಿದಿರಲಿಲ್ಲ. ಆದರೂ ಫಲಿತಾಂಶದ ವಿಷಯ ನನಗೆ ಹದರಿಕೆ ಇರಲಿಲ್ಲ – ನನಗೆ ಗೊತ್ತಿತ್ತು. ಫಸ್ಟ್‌ಕ್ಲಾಸೇ ಬರುವುದೆಂದು.

ಆ ರಜಾದಲ್ಲಿ ಮದ್ರಾಸಿನಲ್ಲಿ ಬಿ.ಎಲ್. ಓದುತ್ತಿದ್ದ ತನ್ನ ತಂಗಿಯ ಗಂಡ ಅನಂತನೂ ನಮ್ಮನೆಗೆ ಬಂದಿದ್ದ. ಅನಂತ ಬಂದ ದಿನ ರಾತ್ರಿ ಊಟವಾದ ಮೇಲೆ ಮಾತಾಡುತ್ತಾ ಕೂತಿರುವಾಗ ಆತ 'ರಾಮು, ಬಿ.ಎ. ಆದಮೇಲೆ ಮದರಾಸಿಗೆ ಬರುತೀ ತಾನೇ?' ಎಂದು ಕೇಳಿದ. ನಾನು ಜವಾಬು ಕೊಡುವ ಮೊದಲೇ ಅಣ್ಣ – 'ಬಿ.ಎ. ಆದಮೇಲೆ ಉಳ್ದಿರೋದು ಬಿ.ಎಲ್.ತಾನೇ. ಊರಲ್ಲೆಲ್ಲ ಲಾಯರುಗಳು ತುಂಬಿ ಹೋಗಿದ್ದಾರೆ. ಆದರೂ ಬೇರೇನೂ ತೋಚೋದಿಲ್ಲ. ನಿನ್ನ ಜೊತೆಗೇ ಬರ್ತಾನೆ. ಏನು ರಾಮೂ, ಬಿಎಲ್.ಗೆ ಹೋಗ್ತಿಯೋ ಇಲ್ಲಾ ಎಮ್‌ಎ.ಗೋ' ಎಂದು ಹೇಳಿದರು.

ಬುದ್ಧಿ ಬಂದಾಗಿನಿಂದಲೂ ಬಯಸುತ್ತಿರುವ ಯುರೋಪು ಯಾತ್ರೆ ಐ.ಸಿ.ಎಸ್. ಪರೀಕ್ಷೆ ಕಾರು.... ಮುಂತಾದವುಗಳೆಲ್ಲಿ! ಬಿ.ಎಲ್. ಪಾಸಾಗಿ ನೊಣ ಹೊಡೆದುಕೊಂಡು ಕೂರುವ ಲಾಯರಿಕೆ ಎಲ್ಲಿ !! ನನಗೆ ನಗು ಬಂದುಬಿಟ್ಟಿತು.

'ಇಂಗ್ಲೆಂಡಿಗೆ ಹೋಗಬೇಕೆಂದು ಆಸೆ ಅಣ್ಣ' ಎಂದೆ.

ಪ್ರತಿಯೊಬ್ಬ ತಂದೆಗೂ ತನ್ನ ಮಗನು ದೊಡ್ಡ ಪರೀಕ್ಷೆಯನ್ನು ಪಾಸಾಗಿ ದೊಡ್ಡ ನೌಕರಿ ಸಂಪಾದಿಸಿ ಕೈತುಂಬ ಸಂಬಳ ತರಬೇಕೆಂದಿರುವ ಆಸೆಯೇನೋ ಸಹಜವೇ. ಆದರೆ ಅಣ್ಣನಿಗೆ ನನ್ನನ್ನು ಇಂಗ್ಲೆಂಡಿಗೆ ಕಳುಹಿಸುವಷ್ಟು ಅನುಕೂಲತೆಗಳಿರಲಿಲ್ಲ. ಅಷ್ಟರವರೆಗೂ ಅವನ ಮುಖದಲ್ಲಿ ಮಿನುಗುತ್ತಿದ್ದ ಮುಗುಳುನಗೆಯು ಮಾಯವಾದಾಗ ನನಗದು ತಿಳಿಯಿತು.

'ನಿನ್ನನ್ನು ಇಂಗ್ಲೆಂಡಿಗೆ ಕಳುಹಿಸಬೇಕೂಂತ ನಿನಗಿಂತಲೂ ಹೆಚ್ಚಾಸೆ ನನಗಿದೆ ರಾಮೂ. ಆದರೆ ಹಣಕ್ಕೇನ್ಮಾಡ್ಲಿ ಹೇಳು.'

ಅಣ್ಣನ ಉತ್ತರವು ಬಹಳ ವರ್ಷಗಳಿಂದಲೂ ಸಂಚಯಿಸಿಟ್ಟಿದ್ದ ನನ್ನ ಆಸೆಯನ್ನು ನಿರಾಶೆಯನ್ನಾಗಿ ಮಾಡಿಬಿಟ್ಟಿತು. ಆ ದಿನ ರಾತ್ರೆಯೆಲ್ಲಾ ನನಗೆ ನಿದ್ರೆಯೇ ಬರಲಿಲ್ಲ. ಬಹಳ ವರ್ಷಗಳಿಂದ ಬಯಸಿದ ಬಯಕೆಗೂ ಅದರ ಪೂರ್ತಿಗೂ ನಡುವೆ ಹಣವು

ಕಂಟಕ ಸ್ವರೂಪವಾಗಿ ಬಂದು ನಿಂತಿತ್ತು. ಹಣ ! ಹಣ ! ಇಡೀ ರಾತ್ರಿ ಕಣ್ಣುಮುಚ್ಚದೆ ಹಣಕ್ಕೇನು ಮಾಡ್ಲಿ – ಹಣಕ್ಕೇನು ಮಾಡ್ಲಿ ಎಂದು ಜಪಿಸುತ್ತಿದ್ದ. ಬೆಳಗಿನ ಜಾವದ ಹೊತ್ತಿಗೆ ನಿದ್ದೆ ಬಂತು. ನಿದ್ರೆಯಲ್ಲೂ ಅದೇ ಪ್ರಶ್ನೆ – ಏನೇನೋ ಕನಸುಗಳು.

ನನಗೆ ಎಚ್ಚರವಾದಾಗ ಒಂಬತ್ತು ಗಂಟೆ ಹೊಡೆದು ಹೋಗಿತ್ತು. ಆದರೂ ಹಾಸಿಗೆಯಿಂದೇಳದೆ ಹಣದ ವಿಷಯವನ್ನೇ ಚಿಂತಿಸುತ್ತಾ ಗೋಡೆ ಕಡೆಗೆ ಮುಖ ತಿರುಗಿಸಿಕೊಂಡು ಮಲಗಿದ್ದೆ. ಏಳುವುದಕ್ಕೆ ಇಚ್ಛೆಯಿರಲಿಲ್ಲ. ಕಡಿಮೆ ಪಕ್ಷ ಒಂದು ಗಂಟೆಯ ತನಕವಾದರೂ ಹಾಗೆಯೇ ಬಿದ್ದಿರುತ್ತಿದ್ದೆ. ಅಷ್ಟರಲ್ಲೇ ನನ್ನ ತಂಗಿ ರತ್ನ ಬಂದು 'ರಾಮೂ, ಅಣ್ಣ ಕೂಗ್ತಾರೆ, ಎಂದಳು. ಬೇಗ ಬೇಗನೆದ್ದು ಮುಖ ತೊಳೆದುಕೊಂಡು ಅಣ್ಣನ ರೂಮಿಗೆ ಹೋದೆ. ಅಲ್ಲಿ – ಅಣ್ಣನೂ ಅನಂತನೂ ಮಾತನಾಡುತ್ತಾ ಕೂತಿದ್ದರು. ನಾನು ಬಾಗಿಲಲ್ಲೇ ನಿಂತುದನ್ನು ನೋಡಿ ಅಣ್ಣ 'ಬಾ ರಾಮೂ ಇಲ್ಲಿ' ಎಂದರು. ನಾನು ಒಳಗೆ ಹೋಗಿ ಅಣ್ಣನ ಕುರ್ಚಿಯ ಹಿಂದೆ ನಿಂತುಕೊಂಡೆ. ನನ್ನ ಮುಖ ನೋಡಿ ಮುಗುಳ್ನಗೆ ನಕ್ಕು ಅನಂತ ಎದ್ದುನಿಂತ. ಅವನೆದ್ದುದನ್ನು ನೋಡಿ ಅಣ್ಣ 'ಹೋಗ್ಬೇಡ ಅನಂತ' ಎಂದು ನನ್ನ ಕಡೆ ತಿರುಗಿ 'ನೀನೂ ಅನಂತನ ಹತ್ರಾನೇ ಕೂತ್ಕೋ ರಾಮು'ಎಂದರು. ಅವರಿಬ್ಬರ ಮುಖದಲ್ಲೂ ಮೂಡಿರುವುದನ್ನೂ ನೋಡಿ ಏನೋ ವಿಶೇಷವಿರಬೇಕೆಂದು ಊಹಿಸಿಕೊಂಡೆ.

ನಾನು ಕೂತಮೇಲೆ ಅಣ್ಣ ನನ್ನ ಮುಖ ನೋಡಿ –'ರಾಮೂ, ಈಗ ಕೆಲವು ದಿನಗಳಿಂದ ನಿನಗೆ ಹೆಣ್ಣು ಕೊಡುತ್ತೇವೆಂದು ಅನೇಕ ಕಾಗದಗಳು ಬರುತ್ತಿವೆ. ನೀನೂ ನಮಗೆ ಒಬ್ಬನೇ ಮಗ. ಸೊಸೆಯನ್ನು ನೋಡಬೇಕೆಂದು ನಿಮ್ಮ ತಾಯಿಗೂ ತವಕ' ಎಂದು ಸ್ವಲ್ಪ ನಕ್ಕರು.

ನನ್ನ ಆಸೆಯು ನಿರಾಶೆಯಾದ ಆ ದಿನ ಅಣ್ಣ ಮದುವೆಯ ಪ್ರಸ್ತಾಪವನ್ನೆತ್ತಿದುದು ನನಗೆ ಸರಿಯಾಗಿ ತೋರಲಿಲ್ಲ. ಅದೂ ಅಲ್ಲದೆ ಸದ್ಯಕ್ಕೆ ಮದುವೆಯಾಗುವ ಇಚ್ಛೆಯೂ ನನಗಿರಲಿಲ್ಲ. ಕಲ್ಪನಾ ಸಾಮ್ರಾಜ್ಯದಲ್ಲಿ ನನ್ನ ಹೆಂಡತಿಯಾಗುವಾಕೆಯ ಚಿತ್ರಗಳನ್ನು ಎಷ್ಟೋ ಸಾರಿ ಕಲ್ಪಿಸಿ ನೋಡಿ ನಲಿಯುತ್ತಿದ್ದೆ. ನಿಜ – ಆದರೆ ನನ್ನ ಜೀವನದ ಮುಖ್ಯ ಧ್ಯೇಯವೇ ಮುರಿದು ಬಿದ್ದ ಆ ದಿನ ಮದುವೆಯ ಮಾತೇಕೆ ? ನನ್ನ ಇಚ್ಛೆಗೆ ಎಂದೂ ವಿರೋಧವನ್ನು ಹೇಳದಿದ್ದ ಅಣ್ಣ – ಅಮ್ಮನ ಮನನೋಯಿಸಲು ನನಗಿಚ್ಛೆಯಿರಲಿಲ್ಲ. ಆದರೂ ಮದುವೆ ! ನಾನೆಣಿಸಿದ್ದ ಭವ್ಯ ಭವಿಷ್ಯದ ಆಸೆಯನ್ನು ತೊರೆಯಬೇಕಾಗಿದ್ದ ಆ ದಿನ ಮದುವೆಯ ಸುದ್ದಿ ನನಗೆ ಸಮರ್ಪಕವಾಗಿರಲಿಲ್ಲ. ಆದರೆ, ನಿರ್ದಾಕ್ಷಿಣ್ಯವಾಗಿ ಹಾಗೆ ಹೇಳುವಷ್ಟು ಧೈರ್ಯವೂ ನನಗಿರಲಿಲ್ಲ.

ಅನಂತ ನನ್ನನ್ನು ನೋಡಿ ಮೆಲ್ಲನೆ ನಗುತ್ತಿದ್ದ, ಅಣ್ಣ ನಾನು ಸುಮ್ಮನಿರುವದನ್ನು ನೋಡಿ 'ರಾಮೂ,' ನಿನಗಿಷ್ಟು ಬೇಗ ಮದುವೆ ಮಾಡುವ ಯೋಚನೆ ನನಗೂ ಇರಲಿಲ್ಲ.

ಆದ್ರೆ ನೋಡು, ನೀನೀಗ ಮದ್ವೆ ಆದ್ರೆ ನಿನ್ನ ಇಚ್ಛೆಯಂತೆ ಯೂರೋಪಿಗೆ ಹೋಗ್ಬಹುದು. ಮಾವನ್ಮನೆಯೋರು ನಿನ್ನ ಓದಿಸ್ತಾರಂತೆ – ಏನಂತಿ' ಎಂದರು.

ಇಂಗ್ಲೆಂಡಿಗೆ ಹೋಗುವ ಆಸೆಗೇ ತಿಲಾಂಜಲಿಯನ್ನಿತ್ತಿದ್ದ ನನಗೆ ಆಗ ಅಣ್ಣ ಆ ದಿನವೇ ಮದುವೆಯ ಮಾತೇಕೆ ಎತ್ತಿದರು ಎಂದು ತಿಳಿಯಿತು. ಸ್ವಲ್ಪ ಸಂತೋಷವೂ ಆಯಿತು. ಆದರೆ? ಕಾಲೇಜಿನಲ್ಲಿವಾಗ್ವಾದಗಳಾದಾಗ ನಾನೆಷ್ಟುಸಾರಿ ವರದಕ್ಷಿಣೆಯನ್ನು ತೆಗೆದುಕೊಳ್ಳಬಾರದೆಂದು ವಾದಿಸಿದ್ದೆ. ನನ್ನ ಮದುವೆಯಲ್ಲಿ ಒಂದು ಕಾಸನ್ನೂ ತೆಗೆದುಕೊಳ್ಳಬಾರದೆಂದು ವಾದಿಸಿದ್ದೆ. ನನ್ನ ಮದುವೆಯಲ್ಲಿ ಒಂದು ಕಾಸನ್ನೂ ತೆಗೆದುಕೊಳ್ಳುವುದಿಲ್ಲ ಎಂದು ಎಷ್ಟು ಜನ ವರದಕ್ಷಿಣೆ ತೆಗೆದುಕೊಂಡ ಸ್ನೇಹಿತರಿದಿರಿನಲ್ಲಿ ಹೇಳಿ ಪೌರುಷ ಕೊಚ್ಚಿದ್ದೆ ! ಸಮಾಜದಲ್ಲಿ ನಡೆಯುವ ಈ ಕಠೋರ ವ್ಯವಹಾರವನ್ನು ನಾನೆಷ್ಟು ಸಾರಿ ಖಂಡಿಸಿದ್ದೆ !!

ಆ ನಾನು ಈಗ ಆತ್ಮಗೌರವವನ್ನು ಬಲಿಗೊಟ್ಟು ಮನಸ್ಸಿಗೆ ವಿರೋಧವಾಗಿ ನಡೆದು ಇಂಗ್ಲೆಂಡಿಗೆ ಹೋಗಬೇಕೇನು? ನನ್ನ ಚಿರಸಂಚಿತವಾದ ಆಸೆಯನ್ನು ಪೂರೈಸಿಕೊಳ್ಳಲೇ ಅಥವಾ ಮನಸ್ಸನ್ನು ವಂಚಿಸದೆ ಆತ್ಮಗೌರವವನ್ನು ಕಾಯ್ದುಕೊಳ್ಳಲೇ? ಎರಡೂ ನನಗೆ ಅತ್ಯಂತ ಪ್ರಿಯವಾದವುಗಳು. ಏನು ಮಾಡಲಿ ?.....

ನಾನು ಮೌನವಾಗಿರುವುದನ್ನು ನೋಡಿ ಅಣ್ಣ 'ಯೋಚಿಸಿ ಆಮೇಲೆ ಹೇಳು' ಎಂದು ಹೊರಗೆ ಹೋದರು. ಅಣ್ಣಹೋದ ಕೂಡಲೇ ಅನಂತ 'ಏನ್ರಾಮೂ, ಯೋಚ್ನೇ ಏನು ? ನಿನ್ನೇ ದಿನ್ವೇ ಆಫರ್ ಬಂದಿತ್ತು. ಈಗ್ನೋಡು, ನೀ ಮದ್ವೆ ಆದ್ರೆ ಈ ವರ್ಷಾನೇ ಇಂಗ್ಲೆಂಡಿಗೇ ಹೋಗ್ಬಹುದು. ನೀ ಬರೋತನ್ಕ ಹುಡ್ಗಿ ಅವರಪ್ಪನ ಮನೇಲೇ ಇರ್ತಾಳೆ. ಈಗ ಮೆಟ್ರಿಕ್ ಕ್ಲಾಸಿನಲ್ಲಿ ಇದ್ದಾಳಂತೆ. ನೀ ಹೂಂ ಅಂದ್ರೆ ಮೆಟ್ರಿಕ್ ಆದ ಮೇಲೆ ಕಾಲೇಜಿಗೂ ಕಳಿಸ್ತಾರಂತೆ. ಸಂಗೀತಾನೂ ಕಲೀತಿದ್ದಾಳಂತೆ. ಹುಡ್ಗಿ ತಂದೆ ಜಮೀನ್‌ದ್ರಾರ್ರು. ರಾಮೂ ಒಬ್ಬೆ ಮಗ್ಳು. ಬಡವರ ಹತ್ರಾದ್ರೆ ಹಣ ತಕ್ಕೋಬಾರ್ದೂ ಅಂತ. ಅವರಾಗೇ ಕೊಡ್ತೇನೆ ಅನ್ನೋವಾಗ ನಿನ್ಗೇನೋ? ನೀನೋಳ್ಳೆ ಲಕ್ಕಿ ಚಾಪ್ ಕಣೋ– ಏನ್ಹೇಳ್ತಿ ? ಹೂಂ ಅಂದ್ಬಿಡೋ' ಎಂದು ಒಂದೇ ಸಮನಾಗಿ ಲೆಕ್ಚರಿಗೆ ಪ್ರಾರಂಭಿಸಿಬಿಟ್ಟ. ಅವನ ಮಾತು ನನಗೂ ರುಚಿಸದಿರಲಿಲ್ಲ. ಆದರೂ ಒಂದೇ ಸಾರಿ 'ಹೂಂ' ಅನ್ನಲೇಕೋ ಮನ ಒಪ್ಪಲಿಲ್ಲ. 'ಯೋಚಿಸಿ ಸಾಯಂಕಾಲ ಹೇಳುತ್ತೇನಂತೆ' ಎಂದೆ. 'ಹಾಗೆ ಮಾಡು' ಎಂದು ನನ್ನ ಬೆನ್ನುತಟ್ಟಿ ನಗುತ್ತಾ ಆತನೂ ಹೊರಟುಹೋದ.

ನಾನೊಬ್ಬನೇ ಆ ರೂಮಿನಲ್ಲಿಕುಳಿತು ಮನದಲ್ಲೇ ತರ್ಕ ವಿತರ್ಕಗಳಿಗಾರಂಭಿಸಿದೆ. ಮಧ್ಯಾಹ್ನ ಊಟದ ಹೊತ್ತಾದರೂ ನನ್ನ ಯೋಚನೆ ಬಗೆ ಹರಿಯಲಿಲ್ಲ. ಸಾಯಂಕಾಲ ತಿರುಗಾಡಿ ಮನೆಗೆ ಹಿಂದಿರುಗುವಾಗ ಅನಂತ 'ಏನೆಂತ ನಿಶ್ಚಯ ಮಾಡ್ದೆ ರಾಮೂ'ಎನ್ನುವಾಗಲೂ ನಾನು ಏನೆಂತಲೂ ನಿಶ್ಚಯಿಸಿರಲಿಲ್ಲ. ಆದರೆ ಅಕಸ್ಮಾತ್ತಾಗಿ ನನ್ನ ಬಾಯಿಂದ 'ಆಗ್ಲಿ' ಎಂದು ಹೊರಟುಬಿಟ್ಟಿತು.

ಆತ 'Congratulations ! old chap' ಎಂದು ಬೆನ್ನು ತಟ್ಟಿದ. 'ಅಯ್ಯೋ ನನ್ನ ಬಾಯಿಂದ ಆಗ್ಲಿ ಎಂತೇಕೆ ಬಂತು-ಲವ್ ಮ್ಯಾರೇಜ್‌ಗಳಲ್ಲೇ ಸಂಪೂರ್ಣ ವಿಶ್ವಾಸವನ್ನಿಟ್ಟುಕೊಂಡಿದ್ದ ನಾನು ಹಣಕ್ಕೋಸ್ಕರವಾಗಿ ನನ್ನನ್ನೇಕೆ ನಾನೇ ಮಾರಿಕೊಂಡೆ ? ಮದುವೆಯೇ, ಮಾರಾಟವೇ.....ಇಲ್ಲ, ಕೇವಲ ಹಣಕ್ಕಾಗಿ ಒಬ್ಬ ಹುಡುಗಿಯ ಜೀವನವನ್ನೇಕೆ ಹಾಳು ಮಾಡಲಿ...'

ಆದರೆ ಅನಂತ ಅಷ್ಟರಲ್ಲೇ ಒಳಗೆ ಹೋಗಿ ಎಲ್ಲರೊಡನೆಯೂ ಹೇಳಿಬಿಟ್ಟಿದ್ದ. ರಾಮು ಮದುವೆಗೆ ಒಪ್ಪಿದ ಎಂತ. ಎಲ್ಲರಿಗೂ ತುಂಬಾ ಸಂತೋಷವಾಯಿತು. ನನಗೆ? ನನ್ನ ಜೀವನದ ಮುಖ್ಯ ಆಸೆಯು ಸಫಲತೆಯನ್ನು ಪಡೆಯುವಂತಿದ್ದರೂ ನನಗೆ ಆಗಬೇಕಾದಷ್ಟು ಆನಂದವಾಗಲಿಲ್ಲ.

ಮರುದಿನ ಅನಂತ 'ಹುಡುಗಿಯನ್ನು ನೋಡುವುದಕ್ಕೆ ಹೋಗ್ಬೇಡ್ವೇನೋ' ಎಂದು ಕೇಳಿದ. **ಹಣವನ್ನು ಮದುವೆಯಾಗುವ ನನಗೆ ಹುಡುಗಿನ ನೋಡಿ ಮಾಡಬೇಕಾದುದೇನು?** 'ಬೇಡ ಅನಂತ ; ಹೇಗಿದ್ರೂ ಒಪ್ಪಿದ್ದೇನೆ ಇನ್ನೇನ್ನೋಡೋದು?' ಎಂದೆ. ಅವನು 'ನಿನ್ನಿಷ್ಟ'ಎಂದು ಸುಮ್ಮನಾದ.

ಆ ತಿಂಗಳ ಅಂತ್ಯದಲ್ಲೇ ಮದುವೆಯು ನಿಶ್ಚಯವಾಯ್ತು. ಹುಡುಗಿಯ ಮನೆ ಹೈದರಾಬಾದಿನಲ್ಲಿ. ಅವಳ ಮನೆಯಲ್ಲೇ ಮದುವೆ. ಮದುವೆಯ ಮೊದಲೇ ರಿಸಲ್ಟೂ ಬಂತು. ನಾನು ಯೂನಿವರ್ಸಿಟಿಗೆ ಸರ್ವ ಪ್ರಥಮವಾಗಿ ಪಾಸಾಗಿದ್ದೆ. ನನ್ನ ತಾಯಿ-ತಂದೆಯವರಿಗೆ ಆನಂದ ; ಅತ್ತೆ -ಮಾವಂದಿರಾಗುವವರಿಗೆ ಆನಂದ ; ಅನಂತ-ರತ್ನರಿಗೆ ಆನಂದ ; ಸ್ನೇಹಿತರಿಗೆ ಎಲ್ಲಾ ಆನಂದ. ಆದರೆ ನನಗದೇಕೋ **ನನ್ನ ಸ್ವಪ್ನವೂ ನಿಜವಾಗುವ ಸೂಚನೆಯಾದ ಆ ದಿನ ಆಗಬೇಕಾದಷ್ಟು ಆನಂದವಾಗಲಿಲ್ಲ.**

ಮದುವೆ ನಿಶ್ಚಯವಾದಂದಿನಿಂದ ನಮ್ಮನೆಯಲ್ಲಿ ಒಬ್ಬರಿಗೂ ಪುರುಸೊತ್ತಿಲ್ಲ. ನನ್ನ ಮನಸ್ಸಿನಲ್ಲಿ ಮಾತ್ರ ಏಕಕಾಲದಲ್ಲಿ ಆಸೆ - ನಿರಾಶೆಗಳ ಪ್ರತಿದ್ವಂದ್ವ ನಡೆಯುತ್ತಿತ್ತು. ಅಂತೂ ದಿನಗಳು ಬಹು ಬೇಗನೆ ಕಳೆದುಹೋಗಿ ಮದುವೆಯ ದಿನಕ್ಕೆ ಒಂದೇವಾರ ಉಳಿಯಿತು. ಮದುವೆಗೆ ಹೊರಡುವ ಸನ್ನಾಹಗಳು ಆಗತೊಡಗಿದವು. ಹಳ್ಳಿಯಲ್ಲಿದ್ದ ನನ್ನ ಚಿಕ್ಕಪ್ಪಂದಿರು ಹೆಂಡಿರುಮಕ್ಕಳೊಡನೆ ಬಂದರು. ಅಕ್ಕಪಕ್ಕಗಳ ಮನೆಗಳಿಂದಲೂ ಕೆಲವರು ಬಂದರು. ಅಂತೂ ಮದುವೆಗೆ ಎರಡು ದಿನಗಳಿಗೆ ಮೊದಲೇ ಬಲು ಉತ್ಸಾಹದಿಂದ ಎಲ್ಲರೂ ರೈಲು ಹತ್ತಿದೆವು. ಮರುದಿನ ಮಧ್ಯಾಹ್ನ ಹೈದರಾಬಾದಿಗೆ ತಲುಪುವಾಗ ಅವರು ಕಾರುಗಳನ್ನು ತೆಗೆದುಕೊಂಡು ಬಂದು ನಮ್ಮನ್ನಿದಿರು ನೋಡುತ್ತಿದ್ದರು.

ನಮ್ಮನ್ನು ಇಳಿಸಿದ್ದ ಮನೆ ಬಲು ದೊಡ್ಡದು. ಅದರ ಇದಿರು ಮನೆಯಲ್ಲಿಯೇ ಹೆಣ್ಣಿನ ಮನೆಯವರಿದ್ದರು. ಆ ಮನೆಯೂ ಅಷ್ಟೇ ದೊಡ್ಡದು. ಮೂರು ಮಹಡಿಯ

ಮನೆ. ಹೆಣ್ಣಿನ ತಂದೆ ಜರಿ ರುಮಾಲನ್ನು ಸುತ್ತಿಕೊಂಡು ಆ ಮನೆಯಿಂದ ಈ ಮನೆಗೆ, ಈ ಮನೆಯಿಂದ ಆ ಮನೆಗೆ ಓಡಾಡುತ್ತಾ ನಮ್ಮ ಯೋಗಕ್ಷೇಮವನ್ನು ವಿಚಾರಿಸಿಕೊಳ್ಳುತ್ತಿದ್ದರು. ಅವರು ಅಣ್ಣನ ಸಹಪಾಠಿಯಂತೆ. ಆದರೆ ನಾನವರನ್ನು ನೋಡಿದ್ದು ಅದೇ ಮೊದಲು.

ನಾವು ಊಟ ತೀರಿಸಿ ಕುಳಿತದ್ದೇ ತಡ, ಇದಿರು ಮನೆಯಿಂದ ಹೆಂಗಸರ ಗುಂಪೊಂದು ಬಂದು ನನ್ನನ್ನು ಬಾಗಿಲು, ಕಿಟಕಿಗಳ ಸಂದಿಯಿಂದ ಇಣುಕಿ ನೋಡಲಾರಂಭಿಸಿತು. ಕಳೆದ ವರ್ಷ ಅಣ್ಣ ಹೊಸ ಮೋಟಾರು ಸೈಕಲ್ ಕೊಂಡುಕೊಂಡಾಗ ಪಕ್ಕದ ಮನೆಯವರು ನೋಡಲಿಕ್ಕೆ ಬಂದುದರ ನೆನಪು ಬಂತು ನನಗೆ. ಅಲ್ಲಿಂದೆದ್ದು ಹೋಗಿ ಒಂದು ಶಾಲು ಮುಸುಕಿ ಹಾಕಿ ಮಲಗಿದೆ ; ಆದರೆ ಮನಸ್ಸು ಒಳಗೊಳಗೇ ಚುಚ್ಚುತ್ತಿತ್ತು - 'ನಿನ್ನ ಮಾರಾಟವಾಗಿ ಹೋಯಿತು' ಎಂತ.

* * *

ಮರುದಿನ ಹತ್ತು ಗಂಟೆಗೆ ಧಾರೆ. ಅದಕ್ಕೆ ಮೊದಲೇ ಒಂದು ಸಾರಿ ನನ್ನ ಹೆಂಡತಿಯಾಗುವಾಕೆಯನ್ನು ನೋಡಬೇಕೆಂದು ಆಸೆಯಾಯ್ತು. ಆದರೆ, ನೋಡಲಿ ಹೇಗೆ? ಮೊದಲು ನೋಡಬೇಕೇ ಎಂದು ಕೇಳುವಾಗ ಬೇಡ ಎಂದಿದ್ದೆ. ಈಗ ನೋಡಬೇಕು ಎಂದರೆ ಏನೆಂದು ತಿಳಿದುಕೊಳ್ಳುವರು?

ಅಂತೂ ಸಾಯಂಕಾಲ ನಾಲ್ಕು ಗಂಟೆಯ ಹೊತ್ತಿಗೆ ಅನಂತನನ್ನು ಕೂಗಿ ಹೇಳಿದೆ- 'ಅನಂತ, ಮದುವೆಯಾಗುವ ಮೊದಲೊಂದು ಬಾರಿ ಶಾರಿಯನ್ನು ನೋಡಬೇಕು...'

ಅನಂತ 'ಈಗಲೇ ಏನೋ ಅವಸರ - ನಾಳೆ ನೋಡೇ ನೋಡುತ್ತಿ' ಎಂದು ನಕ್ಕು ನನ್ನನ್ನು ಸುಮ್ಮನಿರಿಸಿದ.

* * *

ಮದುವೆ ಮಂಟಪದಲ್ಲಿ ನಾನೂ ಶಾರಿಯೂ ಇದಿರುಬದಿರಾಗಿ ನಿಂತಿದ್ದೆವು. ಮಧ್ಯದಲ್ಲಿ ಒಂದು ತೆರೆ. ತೆರೆಯ ಮೂಲಕವಾಗಿ ಶಾರಿ ಅಸ್ಪಷ್ಟವಾಗಿ ಕಾಣುತ್ತಿದ್ದಳು. ಇನ್ನೇನು ! ಐದೇ ನಿಮಿಷ ಅವಳನ್ನು ಪ್ರತ್ಯಕ್ಷವಾಗಿ ಕಾಣಬಹುದು. ಆದರೂ ಆ ಐದು ನಿಮಿಷಗಳು ಕಳೆದು ತೆರೆಯು ಮರೆಯಾಗುವುದೆಂದಿಗೆ ಎಂದಾಗಿ ಹೋಗಿತ್ತು ನನಗೆ.

ಕೊನೆಗೆ ತೆರೆಯು ಮರೆಯಾಯಿತು. ನೋಡಿದೆ - ನನ್ನ ಕಲ್ಪನಾ ಸಾಮ್ರಾಜ್ಯದ ರಾಣಿಯಂತಿರಲಿಲ್ಲ ಶಾರೀ ; ಎಣ್ಣೆಗೆಂಪು ಬಣ್ಣ ; ತೆಳ್ಳಗೆ ಉದ್ದವಾಗಿದ್ದಳು.

ಪುರೋಹಿತರು 'ಮಾಲೆ ಹಾಕಮ್ಮಾ' ಎಂದರು.

ಅವಳು ನನ್ನನ್ನು ನೆಟ್ಟ ದೃಷ್ಟಿಯಿಂದ ನೋಡುತ್ತಾ ಸುಮ್ಮನೆ ನಿಂತಿದ್ದಳು. ಅವರು ಇನ್ನೊಮ್ಮೆ ಹೇಳಿದರು. 'ಮಾಲೆ ಹಾಕಿ ತಾಯಿ' ಅವಳು ನಿಶ್ಚಲವಾಗಿ ನಿಂತಿದ್ದಳು.

ಅಷ್ಟರಲ್ಲಿ ಅವಳ ತಾಯಿ ಹತ್ತಿರ ಬಂದು 'ಶಾರಿ, ನಿನ್ನಿದಿರೇ ನಿಂತಿರುವರಮ್ಮಾ, ಹಾಕು ಮಾಲೆ' ಎಂದರು.

ಹೂಮಾಲೆಯನ್ನು ಹಿಡಿದಿದ್ದ ಅವಳ ಕೈಗಳ ಮುಂದೆ ಬಂದವು. ನಾನು ತಲೆಯನ್ನು ಬಗ್ಗಿಸಿದ್ದೆ. ಅವಳು ಮೆಲ್ಲನೆ ತಡವರಿಸುತ್ತ ನನಗೆ ಮಾಲೆ ಹಾಕಿದಳು.

ಪುನಃ ಅವಳ ಮುಖ ನೋಡಿದೆ. ಶಾರಿಯ ಕಣ್ಣುಗಳಲ್ಲಿ ತುಂಬಿದ್ದ ಕಣ್ಣೀರಿನ ತೊಟ್ಟುಗಳೆರಡು ಕಪೋಲಗಳ ಮೇಲುರುಳಿ ಮಾಯವಾದವು.

ಮದುವೆಗೆ ಬಂದಿದ್ದ ನಮ್ಮ ಕಡೆಯ ಅಷ್ಟೊಂದು ಜನರಿಗೆ ಗೊತ್ತಾಗದ ಆ ವಿಷಯ ನನಗಾಗ ತಿಳಿಯಿತು –

ನನ್ನ ಹೆಂಡತಿ ಶಾರಿ ಕುರುಡಿ ಎಂದು.

೦

ಮರದ ಬೊಂಬೆ

ನಾನು ಸ್ಕೂಲಿಗೆ ಸೇರಿ ಎರಡು ತಿಂಗಳಾಗಿತ್ತು. ನಮ್ಮ ಮನೆ ಹಳ್ಳಿಯಲ್ಲಿ. ಹಾಗಾಗಿ ನಾನು ಬೋರ್ಡಿಂಗ್‌ನಲ್ಲಿರಬೇಕಾಯಿತು. ನಾನು ಹಳ್ಳಿಯವಳಾದುದರಿಂದ ಪಟ್ಟಣದವರ ಆಚಾರ-ವ್ಯವಹಾರಗಳು ನನಗೆ ತಿಳಿಯದು. ನನ್ನ ಸಹಪಾಠಿಗಳೆಲ್ಲರೂ ಸೊಗಸಾಗಿ ತಲೆ ಬಾಚಿಕೊಂಡು ಒಳ್ಳೆಯ ಬಟ್ಟೆಯನ್ನು ಹಾಕಿಕೊಳ್ಳುತ್ತಿದ್ದರು. ನನಗೂ ಒಳ್ಳೆಯ ಬಟ್ಟೆ ಇರಲಿಲ್ಲವೆಂದಲ್ಲ ; ಆದರೆ ಅವೆಲ್ಲ ಹಳೆಯ ಮಾದರಿ. ತಲೆ-ಬಾಚಿಕೊಳ್ಳಲು ನನಗೆ ಗೊತ್ತಿರಲಿಲ್ಲ. ಆದುದರಿಂದ ಹುಡುಗಿಯರೆಲ್ಲರೂ ಹಳ್ಳಿ ಹುಡುಗಿ, ಗೊಗ್ಗು ಎಂದು ಚೇಷ್ಟೆ ಮಾಡುತ್ತಿದ್ದರು. ಹೊಸಬಳಾದ ನನ್ನೊಡನೆ ಅವರಾರೂ ಸ್ನೇಹ ಮಾಡುತ್ತಿರಲಿಲ್ಲ. ಹಳ್ಳಿಯ ಶಾಲೆಯಲ್ಲಿ ಇಂಗ್ಲಿಷ್ ಸ್ವಲ್ಪ ಕಡಿಮೆಯಾದುದರಿಂದ ಕ್ಲಾಸಿನಲ್ಲಿ ಇಂಗ್ಲಿಷಿನಲ್ಲಿ ಪ್ರಶ್ನೆ ಮಾಡಿದರೆ ನನಗೆ ಪ್ರತ್ಯುತ್ತರ ಕೊಡಲು ತಿಳಿಯುತ್ತಿರಲಿಲ್ಲ. 'ಕೇಳಿದುದಕ್ಕೆ ಜವಾಬು ಕೊಡುವುದಿಲ್ಲ' ವೆಂದು ಉಪಾಧ್ಯಾಯಿನಿ ಗದರಿಸಿದರೆ ನನಗೆ ಅಳು ಬರುತ್ತಿತ್ತು. ನನ್ನ ಅಳುವನ್ನು ನೋಡಿ ಹುಡುಗಿಯರು ಗಟ್ಟಿಯಾಗಿ ನಗುತ್ತಿದ್ದರು. ಅವರ ನಗು ನನ್ನನ್ನು ನಾಚಿಕೆಯಲ್ಲಿ ಮುಳುಗಿಸುತ್ತಿತ್ತು. ನಮ್ಮ ಹಳ್ಳಿಯನ್ನು ಬಿಟ್ಟಂದಿನಿಂದ ನನಗೆ ಒಂದು ದಿನವಾದರೂ ಸಂತೋಷವಿರಲಿಲ್ಲ. ಅಮ್ಮನನ್ನು ಕಾಣದೆ ಬೇಸರ.

ಹುಡುಗಿಯರ ಹಾಸ್ಯ, ಸಾಲದುದಕ್ಕೆ ಇಂಗ್ಲಿಷ್ ತಿಳಿಯದಿದ್ದದಕ್ಕಾಗಿ ಶಿಕ್ಷೆ. ಮನೆಯಿಂದ ಹೊರಡುವಾಗಿದ್ದ ಉತ್ಸಾಹವೆಲ್ಲವೂ ಮಾಯವಾಗಿತ್ತು. ಅಣ್ಣ ಯಾಕೆ ಬಂದು ನನ್ನನ್ನು ಕರೆದುಕೊಂಡು ಹೋಗುವವುದಿಲ್ಲ - ಎಂದೆನ್ನಿಸುತ್ತಿತ್ತು. ಕಾಗದ ಬರೆಯೋಣವೆಂದರೆ ನಾವು ಬರೆದ ಕಾಗದಗಳನ್ನು ಮದರ್ ಓದುತ್ತಿದ್ದರು. ಇದೆಲ್ಲಾ ನೋಡುವಾಗ ಶಾಲೆಗೆ ನಮಸ್ಕಾರ ಹೇಳಿ ಹೊರಟುಹೋಗುವುದೇ ಉತ್ತಮವೆಂದು ತೋರಿತು. ಇನ್ನೊಂದು ಸಾರಿ ಅಣ್ಣ ನನ್ನನ್ನು ನೋಡುವುದಕ್ಕೆ ಬಂದಾಗ ಅವನೊಡನೆ ಹೊರಟು ಹೋಗಬೇಕೆಂದು ನಿಶ್ಚಯಿಸಿಕೊಂಡೆ.

ಒಂದು ದಿನ ಇಂಗ್ಲಿಷ್ ಕ್ಲಾಸಿಗೆ ನಾನು ಹೋಗದೆ ತಲೆನೋವೆಂದು ಸುಳ್ಳು ಹೇಳಿ ನನ್ನ ರೂಮಿನಲ್ಲಿ ಕೂತಿದ್ದೆ. ಬೇರೆ ಹುಡುಗಿಯರ ವರ್ತನದಿಂದ ನನಗೆ ಬಲು ದುಃಖವಾಗಿತ್ತು. ಅಲ್ಲಿ ಯಾರೂ ಇರಲಿಲ್ಲವಾದುದರಿಂದ ನನ್ನಷ್ಟಕ್ಕೆ ನಾನೇ ಅಳುತ್ತಿದ್ದೆನು. ಬಾಗಿಲ ತೆರೆದ ಶಬ್ದವಾಯಿತು. ಬಾಗಿಲನ್ನು ಮುಚ್ಚಿದ್ದೆನಾದರೂ ಚಿಲಕವನ್ನು ಹಾಕಿಕೊಂಡಿರಲಿಲ್ಲ. ತಿರುಗಿ ನೋಡಿದೆ : ಬಾಗಿಲು ತೆರೆದವಳು ಶೈಲಾ. ಅವಳೂ ನಾನು ಒಂದೇ ತರಗತಿ. ಪಾಠದಲ್ಲಿ ಅವಳು ಹಿಂದಾದರೂ ಆಟದಲ್ಲಿಯೂ, ತಂಟೆ ಮಾಡುವುದರಲ್ಲಿಯೂ ಮುಂದಾಳು. ಅವಳನ್ನು ಹುಡುಗಿಯರು ಕ್ಲಾಸಿನಲ್ಲಿ ಹಾಸ್ಯ ಮಾಡುತ್ತಿದ್ದರೂ ಹೊರಗೆ ಹೊರಟ ಮೇಲೆ ಅವಳಿಗೆ ಎಲ್ಲರೂ ಹೆದರುತ್ತಿದ್ದರು. ಅವಳು ಬಂದುದನ್ನು ನೋಡಿ ನಾನು ಕಣ್ಣೊರೆಸಿಕೊಂಡೆ. ಅವಳು ಒಳಗೆ ಬಂದು ನನ್ನ ಮಂಚದ ಮೇಲೆ ಕುಳಿತುಕೊಂಡಳು. ನಾನು ಸ್ಕೂಲಿಗೆ ಸೇರಿ ಎರಡು ತಿಂಗಳಾಗಿದ್ದರೂ ಅಂದಿನವರೆಗೆ ನನ್ನೊಡನವಳು ಮಾತಾಡಿರಲಿಲ್ಲ. ಆದುದರಿಂದ ಅವಳು ನನ್ನ ರೂಮಿಗೆ ಬಂದುದನ್ನು ನೋಡಿ ಅತ್ಯಾಶ್ಚರ್ಯವಾಯಿತು. ನನ್ನ ಮುಖವನ್ನು ನೋಡಿದೊಡನೆಯೆ ಅವಳಿಗೆ ನಾನತ್ತದ್ದು ತಿಳಿಯಿತು. 'ಅಳುವಿಯೇಕೆ ಸೀತೆ?' ಎಂದು ಕೇಳಿದಳು. ನಾನು ಮಾತನಾಡಲಿಲ್ಲ. ಅವಳು ಕುಳಿತಲ್ಲಿಂದ ಎದ್ದು ಬಂದು ನನ್ನೆರಡು ಭುಜದ ಮೇಲೆ ಕೈಯಿಟ್ಟು 'ಏಕಳುವುದೆಂದು ಹೇಳಬಾರದೆ?' ಎಂದು ತಿರುಗಿ ಕೇಳಿದಳು. ನನಗಿನ್ನೂ ಜೋರಿನಿಂದ ಅಳು ಬಂದುಬಿಟ್ಟಿತು. ಆಗ ಅವಳ ವಾತ್ಸಲ್ಯದಿಂದ ನನ್ನ ಕೈಹಿಡಿದುಕೊಂಡು 'ನಿನ್ನ ಗೆಳತಿಯೊಡನೆಯೂ ಹೇಳಬಾರದ ವಿಷಯವೇನು? ನಿನಗೇನಾದರೂ ಸಹಾಯವಾಗಬೇಕಾದರೆ ನನ್ನೊಡನೆ ಕೇಳು' ಎಂದಳು. ಅವಳ ಸ್ನೇಹವನ್ನು ನೋಡಿ ನನ್ನ ದುಃಖವು ಇನ್ನಷ್ಟು ಹೆಚ್ಚಾಯಿತು. ಕೊನಗೆ ಸಮಾಧಾನ ಮಾಡಿಕೊಂಡು ನನ್ನ ಮನಸ್ಸಿನಲ್ಲಾಗುತ್ತಿದ್ದುದನೆಲ್ಲಾ ಅವಳೊಡನೆ ಹೇಳಿಬಿಟ್ಟೆ. 'ಇಷ್ಟೊಂದಕ್ಕಾಗಿ ಅಳಬೇಕೇನು? ನಿನ್ನ ಬೇಸರವನ್ನೆಲ್ಲಾ ನಾನು ಪರಿಹಾರ ಮಾಡುತ್ತೇನೆ. ಇಂಗ್ಲಿಷ್ ತಿಳಿಯದಿದ್ದರೇನಾಯಿತು? ನಾನೇನು ಬಹಳ ಕಲಿತಿರುವೆನೇನು? ಈಗ ಸಹ ನಾನು ಪಾಠ ಕಲಿಯದಿದ್ದುದ್ದಕ್ಕಾಗಿ ಹೊರಗೆ ಹೋಗಲು ಹೇಳಿದ್ದರಿಂದ ಇಲ್ಲಿಗೆ ಬಂದೆ. ನೀನಳುವ ಶಬ್ದ ಕೇಳಿ ಒಳಗೆ ಇಣುಕಿದೆ. ಸ್ವಲ್ಪ ಕಷ್ಟಪಟ್ಟು ಪಾಠ ಕಲಿಯುವುದು ಬಹು ದೊಡ್ಡದೆ ? ಇಂದಿನಿಂದ

ನಾನೂ ನೀನೂ ಗೆಳತಿಯರು. ಇನ್ನು ಮುಂದೆ ನಿನಗೆ ಯಾರಾದರೂ ಏನಾದರೂ ಅಂದರೆ ನನ್ನೊಡನೆ ಹೇಳು' ಎಂದಳು. ಕೃತಜ್ಞತೆಯಿಂದ ನಾನವಳ ಕೈಗಳನ್ನು ಹಿಡಿದುಕೊಂಡೆ. ಬಾಯಿಂದ ಮಾತೇ ಹೊರಡಲಿಲ್ಲ. ಅಷ್ಟರಲ್ಲಿಯೇ ಎರಡನೆಯ ಗಂಟೆ ಹೊಡೆಯಿತು. ನಾವಿಬ್ಬರೂ ಕನ್ನಡ ಕ್ಲಾಸಿಗೆ ಹೋದೆವು.

* * *

ಶೈಲೆ ಬಾಲಬೋಧೆಯಿಂದಲೂ ಅದೇ ಶಾಲೆಯಲ್ಲಿ ಕಲಿತವಳು. ಎಲ್ಲರೂ ಅವಳಿಗೆ ಸ್ನೇಹಿತರು. ಹುಡುಗಿಯರು ಅವಳು ಹೇಳಿದಂತೆ ಕೇಳುತ್ತಿದ್ದರು. ಅವಳು ಎಲ್ಲರ ಎದುರಿನಲ್ಲೆ ಉಪಾಧ್ಯಾಯಿನಿ ಕೂಡುವ ಕುರ್ಚಿಯ ಮೇಲೆ ಸೂಜಿಗಳನ್ನಿಟ್ಟರೂ ಶೈಲೆ ಹಾಗೆ ಮಾಡಿದಳೆಂದು ಯಾರೂ ಹೇಳುತ್ತಿರಲಿಲ್ಲ. ಮನಸ್ಸು ಮಾಡಿದರೆ ಅವಳು ಕ್ಲಾಸಿನಲ್ಲಿ ಮೊದಲನೆಯವಳಾಗಬಹುದಿತ್ತು. ಅವಳೇನು ದಡ್ಡಳಲ್ಲ, ನಮಗಾರಿಗೂ ತಿಳಿಯದ ಲೆಕ್ಕವನ್ನು ಅವಳು ಒಂದೇ ನಿಮಿಷದಲ್ಲಿ ಮಾಡಿಬಿಡುತ್ತಿದ್ದಳು. ಆದರವಳಿಗೆ ಪಾಠಕ್ಕಿಂತ ಆಟದಲ್ಲಿ ಮನಸ್ಸು ಹೆಚ್ಚು. ಮಾಡಬೇಡವೆಂದಿದ್ದನ್ನು ಮಾಡುವುದಕ್ಕೆ ಬಯಕೆ ಬಹಳ. ತನ್ನ ಸ್ನೇಹಿತರಿಗಾಗಿ ಅವಳು ಏನು ಬೇಕಾದರೂ ಮಾಡುತ್ತಿದ್ದಳು. ಆದ್ದರಿಂದ ಹುಡುಗಿಯರೆಲ್ಲರಿಗೂ ಬೇಕಾದವಳಾಗಿದ್ದಳು. ನನ್ನನ್ನಂತೂ ಅವಳು ಸಹೋದರಿಗಿಂತಲೂ ಹೆಚ್ಚಾಗಿ ಪ್ರೀತಿಸುತ್ತಿದ್ದಳು. ಮೊದಲಿನಂತೀಗ ನನಗೆ ಬೇಸರವಾಗುತ್ತಿರಲಿಲ್ಲ. ಶೈಲೆಯ ಸ್ನೇಹವಾದ ಬಳಿಕ ಬಹಳ ಹುಡುಗಿಯರು ನನ್ನಲ್ಲಿ ಪ್ರೀತಿಯಿಂದ ವರ್ತಿಸುತ್ತಿದ್ದರು. ಕಷ್ಟಪಟ್ಟು ಇಂಗ್ಲಿಷಿನಲ್ಲೂ ಹೆಚ್ಚಿನ ಜ್ಞಾನವನ್ನು ಪಡೆದೆ. ಶಾಲೆ ಸುಖಮಯವಾಗಿ ತೋರಿತು.

ಒಂದು ದಿನ ಉಪಾಧ್ಯಾಯಿನಿ ಹೊರಗೆ ಹೋದಾಗ ನಾವೆಲ್ಲರೂ ಓದುವುದನ್ನು ಬಿಟ್ಟು ಬಿಟ್ಟು ಮಾತನಾಡಲು ತೊಡಗಿದೆವು. ಅವರು ಬಂದು ನಮ್ಮ ಗಲಾಟೆಯನ್ನು ನೋಡಿ ಕೋಪದಿಂದ ಆ ದಿನ ನಾವು ಉಪವಾಸವಿರಬೇಕೆಂದು ಹೇಳಿದರು. ಸಾಯಂಕಾಲದವರೆಗೆ ಹಸಿದಿದ್ದೆವು. ಮತ್ತೆ ತಡೆಯಲಾಗಲಿಲ್ಲ. ಆದರೆ ಮಾಡುವುದೇನು? ಶಾಲೆಯ ನಿಯಮಕ್ಕೆ ವಿರೋಧವಾಗಿ ನಡೆದವರು ಉಪವಾಸವಿದ್ದೇ ತೀರಬೇಕಾಗುತ್ತಿತ್ತು. ಊಟದ ಮನೆಗೆ ಅಂದು ನಮ್ಮನ್ನು ಬಿಡುತ್ತಿರಲಿಲ್ಲ. ಹಸಿವನ್ನು ಸಹಿಸಲಾರದೆ ನಾವೆಲ್ಲರೂ ಅಳುಮೋರೆಯಿಂದಿರುವುದನ್ನು ನೋಡಿ ಶೈಲೆಗೆ ಬಹಳ ವ್ಯಸನವಾಯಿತು. ಅವಳೇ ಅಂದು ಗಲಾಟೆ ಎಬ್ಬಿಸಿದವಳು. ತನಗಾಗಿ ಹುಡುಗಿಯರು ಉಪವಾಸ ಮಾಡುವುದು ನೋಡಿ ಹಸಿವನ್ನು ಪರಿಹರಿಸಬೇಕೆಂದು ನಿಶ್ಚಯವಾಯಿತು. ಶೈಲೆ ಕೇಳಿದಳು : 'ನಿಮ್ಮೆಲ್ಲರ ಹತ್ತಿರ ದುಡ್ಡಿದೆಯೇ?'ಎಂದು. ದುಡ್ಡೇನೋ ಇತ್ತು. 'ಆದರೆ ದುಡ್ಡ ತಿನ್ನುವುದಕ್ಕಾಗುತ್ತದೆಯೇ?' ವಿನೋದ ಹಾಗೆ ಕೇಳಿಬಿಟ್ಟಳು. ಆಗ ಶೈಲೆ 'ದುಡ್ಡು ತಿನ್ನುವುದಕ್ಕಾಗದಿದ್ದರೂ ತಿನ್ನುವ ವಸ್ತುವನ್ನು ದುಡ್ಡಿನಿಂದ ತರಬಹುದಲ್ಲ ?' ಎಂದಳು. ಆಗ ರಾತ್ರಿ ಒಂಭತ್ತು ಗಂಟೆಯಾಗಿತ್ತು. ಶಾಲೆಯಿಂದ ಪೇಟೆಗೆ ಅರ್ಧಮೈಲು. ಅಲ್ಲಿಂದ

ತಿಂಡಿಯನ್ನು ತರುವವರು ಯಾರು ? ಜವಾನರೆಲ್ಲರೂ ಮಲಗಿದ್ದರು. ಎಚ್ಚರದಲ್ಲಿದ್ದರೂ ಶಿಕ್ಷೆಯನ್ನು ಅನುಭವಿಸುವವರಿಗೆ ತಿಂಡಿ ತಂದುಕೊಡುವುದು ನಿಯಮಕ್ಕೆ ವಿರುದ್ಧ. ಶೈಲೆ ನಾನು ಪೇಟೆಗೆ ಹೋಗಿ ತಿಂಡಿ ತರುತ್ತೇನೆಂದು ಹೇಳಿದಳು. ನಮ್ಮ ಶೈಲೆಯನ್ನು ರಾತ್ರಿಯಲ್ಲಿ ಪೇಟೆಗೆ ಕಳಿಸುವುದಕ್ಕೆ ನಾವು ಒಪ್ಪಲಿಲ್ಲ. ಸ್ಕೂಲಿನ ಕಂಪೌಂಡಿನಿಂದ ಹಗಲು ಸಹ ಹೊರಗೆ ಹೋಗುವುದಕ್ಕೆ ನಮಗೆ ಅನುಮತಿ ಇರಲಿಲ್ಲ. ಇನ್ನು ರಾತ್ರಿ ಶೈಲೆಯೊಬ್ಬಳು ಹೊರಗೆ ಹೋಗುವುದು ಹೇಗೆ? ಉಪವಾಸದವರನ್ನು ಹಾಲಿಗೆ ಸೇರಿಸಿ ಬೀಗ ಹಾಕಿದ್ದರು. ಬೀಗವನ್ನು ತೆಗೆದು ಹೊರಗೆ ಬರುವುದು ತಾನೆ ಹೇಗೆ? ಆದರೆ ಶೈಲೆಗದು ಅಷ್ಟೇನು ಕಷ್ಟವಾಗಿ ತೋರಲಿಲ್ಲ. ಕಿಟಕಿಯಿಂದ ಹೊರಗೆ ಹಾರಿದರಾಯಿತೆಂದಳು. ಕಿಟಕಿಯು ನೆಲದಿಂದ ಹನ್ನೆರಡು ಅಡಿ ಎತ್ತರದಲ್ಲಿತ್ತು. ಹಾರುವುದು ಸುಲಭವಾಗಿರಲಿಲ್ಲ. ಶೈಲೆ 'ಹಾರಿತೋರಿಸುತ್ತೇನೆಂದಳು'. ' ಹೋಗುವುದಾದರೆ ನಾವಿಬ್ಬರೂ ಹೋಗೋಣ' ನಾನೆಂದೆ. 'ನನಗೋಸ್ಕರವಾಗಿ ನೀವೆಲ್ಲರೂ ಹಸಿದಿದ್ದೀರಿ. ಆದುದರಿಂದ ನಾನೊಬ್ಬಳೆ ಹೋಗುತ್ತೇನೆ' ಎಂದು ಹೇಳಿದಳು. ಕಡೆಗೆ ಅವಳ ಹಠವೇ ಗೆದ್ದಿತು. ನನ್ನ ಸೀರೆಯನ್ನು ಕಿಟಕಿಯ ಕಂಬಕ್ಕೆ ಕಟ್ಟಿ ಅದರ ತುದಿಯನ್ನೇ ಹಿಡಿದುಕೊಂಡು ಕೆಳಗಿಳಿದಳು. 'ಅರ್ಧ ಗಂಟೆ ಹಸಿವನ್ನು ಸಹಿಸಿಕೊಂಡಿರಿ ಅಷ್ಟರಲ್ಲಿ ತಿಂಡಿಯನ್ನು ತರುತ್ತೇನೆ' ಎಂದು ಹೇಳಿ ಕತ್ತಲೆಯಲ್ಲಿ ಕಣ್ಮರೆಯಾದಳು.

ಒಂಭೂತ್ತೂವರೆಯಾಯಿತು ; ಶೈಲೆ ಬರಲಿಲ್ಲ. ಹತ್ತಾಯಿತು ; ಶೈಲೆಯ ಸುಳಿವಿಲ್ಲ. ಹತ್ತೂವರೆಯಾಯಿತು ; ಶೈಲೆಯ ಸದ್ದಿಲ್ಲ. ಅವಳು ಹೋದೊಡನೆಯೆ ನಮ್ಮ ಮನಸ್ಸಿನಲ್ಲಿ 'ಹಸಿವಿದ್ದರೂ ಚಿಂತೆಯಿರಲಿಲ್ಲ, ಅವಳನ್ನು ಹೋಗಗೊಡಬಾರದಾಗಿತ್ತು' ಎಂದೆನಿಸಿತು. ಅವಳು ಬಾರದಿದ್ದುದನ್ನು ನೋಡಿದ ಮೇಲಂತೂ ನಮಗೆ ಬಲು ಹೆದರಿಕೆಯಾಯಿತು. ಇನ್ನೂ ಬರಲಿಲ್ಲವೇಕೆ ? ಅವಳಿಗೇನಾಯಿತು? ನಾವೆಲ್ಲರೂ ಸೇರಿ ಅವಳೊಬ್ಬಳನ್ನೇ ಹೊರಗೆ

* * *

ಹೋಗಗೊಟ್ಟೆವಲ್ಲ ! ಎಂದು ನಮ್ಮನ್ನು ನಾವೇ ತಿರಸ್ಕರಿಸಿಕೊಳ್ಳಲು ಪ್ರಾರಂಭಿಸಿದೆವು. ತಿಂಡಿಯಿಲ್ಲದಿದ್ದರೂ ಚಿಂತೆಯಿಲ್ಲ, ಹಸಿದರೂ ಸರಿ. ಶೈಲೆ ಬಂದರೆ ಸಾಕೆಂದು ದೇವರನ್ನು ಬೇಡಿಕೊಳ್ಳತೊಡಗಿದೆವು. ದೇವರು ನಮ್ಮ ಪ್ರಾರ್ಥನೆಯನ್ನು ಕೇಳಿದನೋ ಎಂಬಂತೆ ಶೈಲೆಯು ಕಿಟಕಿಯನ್ನು ಹತ್ತಿ ನಮ್ಮೆದಿರಿನಲ್ಲಿ ಬಂದು ನಿಂತಳು. ಅವಳ ಬಟ್ಟೆಯೆಲ್ಲಾ ಕೆಸರಾಗಿತ್ತು. ತಲೆಗೂದಲು ಹರಡಿತ್ತು. ಮುಖವೆಲ್ಲ ಬೆವತಿತ್ತು. ಆದರೆ, ಅವಳ ಕಣ್ಣುಗಳು ನಗುತ್ತಿದ್ದವು. ಶೈಲೆಯ ನಗುಮುಖವನ್ನು ನೋಡಿ ನಮ್ಮ ಗಾಬರಿ ಮಾಯವಾಯಿತು 'ಇಷ್ಟೊಂದು ಹೊತ್ತೇಕೆ ಆಯಿತು ಶೈಲಾ?' ಎಂದು ಕೇಳಿದೆ. ಅದಕ್ಕವಳು 'ಮುಂಚೆ ತಿಂಡಿ ತಿನ್ನಿ. ಆ ಮೇಲೆ ಕತೆ ಹೇಳುತ್ತೇನೆ' ಎಂದಳು. ನಾವೆಲ್ಲರೂ ಅವಳು ತಂದ ತಿಂಡಿಯನ್ನು ಬೇಗ ಬೇಗ ತಿಂದೆವು. ತಿಂದಾದ ಮೇಲೆ ಅವಳು ಹೇಳಿದಳು. 'ನಾನು ಇಲ್ಲಿಂದ ಪೇಟೆಗೆ ಹೋಗಿ ತಿಂಡಿಯನ್ನು ತೆಗೆದುಕೊಂಡು ಸ್ಕೂಲಿನ ಹತ್ತಿರದವರೆಗೆ ಬಂದಿದ್ದೆ. ಅಷ್ಟರಲ್ಲಿ ಇದಿರಿನಿಂದ ಇಬ್ಬರು ಹೆಂಡಗುಡುಕರು ಜಗಳವಾಡುತ್ತ ನನ್ನ ಕಡೆಗೇ ಬರುತ್ತಿದ್ದರು. ನಾನು ಮರೆಯಾಗಬೇಕೆಂದು ಪ್ರಯತ್ನಿಸುವಷ್ಟರಲ್ಲೇ ಅವರು ನನ್ನನ್ನು ಕಂಡರು. ಅಲ್ಲಿ ಇನ್ನು ಯಾರೂ ಇರಲಿಲ್ಲ. ಅವರು ನಾನು ಭೂತವೆಂದು ತಿಳಿದುಕೊಂಡು ನನ್ನಟ್ಟಿಕೊಂಡು ಬಂದರು. ನಾನು ಓಡತೊಡಗಿದೆ. ಪೇಟೆಯ ಹತ್ತಿರ ತಲುಪುವಷ್ಟರಲ್ಲಿ ಇದಿರಿನಿಂದ ಯಾರೋ ಬರುವುದು ಕಾಣಿಸಿತು. ನಾನು ನಿಂತುದನ್ನು ನೋಡಿ ಕುಡುಕರೂ ನಿಂತುಬಿಟ್ರು. ಇದರಿನಿಂದ ಬಂದಾತನು 'ಯಾರಮ್ಮ ನೀನು? ರಾತ್ರಿ ಎಲ್ಲಿಗೆ ಹೋಗುತ್ತಿರುವೆ ? 'ಎಂದು ಕೇಳಿದ. ನಾನೇನೂ ಹೇಳಲಿಲ್ಲ. ಕುಡುಕರ ಕಡೆಗೆ ಕೈ ತೋರಿಸಿದೆ. ಅವನನ್ನು ನೋಡಿ ಕುಡುಕರು ಪಲಾಯನ ಮಾಡಿದರು. ನಾನು ಮತ್ತೇನೂ ಹೇಳದೆ ಸ್ಕೂಲಿನ ಕಡೆಗೆ ಹೊರಟೆ. ಆಗ ಅವನು 'ರಾತ್ರಿ ಒಬ್ಬಳೇ ಎಲ್ಲಿಗೆ ಹೋಗುತ್ತಿರುವೆ ?' ಎಂದು ಕೇಳಿದ. ಸುಳ್ಳನ್ನು ಯೋಚಿಸುವುದಕ್ಕೂ ಸಮಯವಿರಲಿಲ್ಲ, ಸತ್ಯವನ್ನ ಹೇಳಿದೆ. ಆಗ ಅವನು 'ನಿನ್ನ ಹೆಸರೇನು?' ಎಂದು ಕೇಳಿದ. ಹೇಳಿಬಿಟ್ಟೆ, 'ಗಂಡುಬೀರಿಯತೆ ರಾತ್ರಿ ನೀನು ಹೊರಗೆ ಬಂದುದು ತಪ್ಪು. ಕುಡುಕರು ನಿನಗನಾದರೂ ತೊಂದರೆ ಮಾಡಿದ್ದರೆ ನೀನೇನು ಮಾಡುತ್ತಿದ್ದೆ? ನನಗೆ ನಿನ್ನ ತಂದೆಯು ಗೊತ್ತಿದೆ. ಶಾಲೆಗೆ ತಲುಪಿಸಿ ಬರುತ್ತೇನೆ. ಹೋಗೋಣ'ಎಂದ. ಅವನು ನನ್ನನ್ನು 'ಗಂಡುಬೀರಿ' ಎಂದುದಕ್ಕೆ ನನಗೆ ಕೋಪ ಬಂತು. ಆದರೆ ನನ್ನ ತಂದೆಯು ಗೊತ್ತಿದೆಯೆಂದ ಮೇಲೆ ಅವರಿಗೆಲ್ಲಾದರೂ 'ಈ ವಿಷಯ ಹೇಳಬಹುದೆಂದು ಸುಮ್ಮನಿದ್ದೆ. ಸ್ಕೂಲಿನ ಗೇಟಿನ ಹತ್ತಿರ ಬಂದಾಗ ಈ ವಿಷಯವನ್ನು ನನ್ನ ತಂದೆಗೆ ಹೇಳಬೇಡಿ' ಎಂದು ಕೇಳಿಕೊಂಡೆ. 'ಆಲೋಚಿಸುತ್ತೇನೆ' ಎಂದು ಹೇಳಿಕೊಂಡು ಹೊರಟುಹೋದ. ನಾನು ಇಲ್ಲಿಗೆ ಬಂದೆ ಇದೇ ನನ್ನ ಕತೆ.'

ಆಗ ವಿನೋದ ಕೇಳಿದಳು : 'ಸೀರೆಯ ಕೆಸರು ಹೇಗಾಯಿತು?' ಎಂದು. 'ಓಡುವಾಗ ಬಿದ್ದೆ' ಎಂದು ಶೈಲಾ ಹೇಳಿದಳು. ನಮಗಾಗಿ ಶೈಲೆ ಪಟ್ಟ ಕಷ್ಟ ಕೇಳಿ ನಮಗವಳ ಮೇಲೆ ಪ್ರೀತಿ ಇನ್ನಷ್ಟು ಹೆಚ್ಚಾಯಿತು. 'ನಿನ್ನನ್ನು ಕುಡುಕನ ಕೈಯಿಂದ ಬಿಡಿಸಿದವರು

ಯಾರು? ಎಂದು ನಾನು ಕೇಳಿದೆ. ಶೈಲೆ 'ನನಗವನು ಗೊತ್ತಿಲ್ಲ' ಎಂದು ಹೇಳಿದಳು. ವಿನೋದ 'ಅವನು ನೋಡುವುದಕ್ಕೆ ಹೇಗಿದ್ದನು? ಮುದುಕನೋ ಹುಡುಗನೋ?' ಕೇಳಿದಳು. ಶೈಲೆಗೆ ಅವಳ ಪ್ರಶ್ನೆಯಿಂದ ಸ್ವಲ್ಪ ಸಿಟ್ಟು ಬಂತೆಂದು ತೋರುತ್ತೆ. 'ಕತ್ತಲೆಯಲ್ಲಿ ಅವನು ಹೇಗಿದ್ದನೆಂದು ನೋಡುವುದು ಹೇಗೆ? ಮುದುಕನೋ, ಮೋಟನೋ ನನಗೆ ಗೊತ್ತಿಲ್ಲ' ಎಂದಳು.

ಆದರೂ ವಿನೋದ 'ಅವನ ಸ್ವರವು ಹೇಗಿತ್ತು? ತಿರುಗಿ ಅವನನ್ನು ನೋಡಿದರೆ ಗುರುತಿಸಲಾರೆಯಾ?' ಎಂದು ಕೇಳಿದಳು. ವಿನೋದಳ ಕುತೂಹಲವನ್ನು ನೋಡಿ ಶೈಲೆಗೆ ಸಿಟ್ಟುಹೋಗಿ ನಗು ಬಂತು. 'ಅವನ ಸ್ವರದಿಂದ ಗುರುತಿಸಬಲ್ಲೆನು. ಆದರೆ ನಿನಗೆ ಅವನ ಸ್ವರ ಹೇಗಿತ್ತೆಂದು ಹೇಳಲಿ? ಮೃದುವಾಗಿತ್ತೆಂದು ಹೇಳಬಹುದು' ಎಂದು ಹೇಳಿದಳು. **'ಕುಡುಕರ ಕೈಯಿಂದ ಬಿಡಿಸಿದ ಧೀರನನ್ನೇ ನೀನು ಮದುವೆಯಾಗಬೇಕು. ಅದೀಗ ರೋಮಾನ್ಸ್' ಎಂದು ವಿನೋದ ವಿನೋದಮಾಡಿದಳು. 'ಅವನನ್ನು ನೀನು ಪತ್ತೆಮಾಡು ಮದುವೆಯಾಗುತ್ತೇನೆ' ಎಂದು ನಗುತ್ತ ಶೈಲೆ ಹೇಳಿದಳು.** ನಾವೆಲ್ಲರೂ ಅವಳ ಮಾತು ಕೇಳಿ ಗಟ್ಟಿಯಾಗಿ ನಕ್ಕೆವು. ಹೊಟ್ಟೆ ತುಂಬಿದ್ದರಿಂದ ಸ್ವಲ್ಪ ಹೊತ್ತಿನಲ್ಲಿ ನಮಗೆ ನಿದ್ದೆ ಬರಲು ಸುರುವಾಯಿತು. ಬೆಂಚುಗಳ ಮೇಲೆ ಮಲಗಿಕೊಂಡೆವು.

* * *

ನಮಗೆ ಲೆಕ್ಕವನ್ನೂ ಕನ್ನಡವನ್ನೂ ಕಲಿಸುವುದಕ್ಕೆ ಒಬ್ಬ ಉಪಾಧ್ಯಾಯರು ಬರುತ್ತಿದ್ರು. ಅವರಿಗೆ ಪೆನ್ಶನ್ ಆದುದರಿಂದ ಅವರ ಬದಲಿಗೆ ಇನ್ನೊಬ್ಬರು ನೇಮಕವಾಗಿದ್ದರು. ಅವರಿನ್ನೂ ಜಾರ್ಜು ವಹಿಸಿಕೊಂಡಿರಲಿಲ್ಲವಾದ್ದರಿಂದ ನಾವವರನ್ನು ನೋಡಿರಲಿಲ್ಲ. ಹಿಂದಿನವರು ಮುದುಕರಾಗಿದ್ದರಿಂದ ಶೈಲೆ ಅವರಿಗೆ 'ಅಜ್ಜಯ್ಯ' ಎಂದು ಹೆಸರಿಟ್ಟಿದ್ದಳು. ಈಗಿನವರಿಗೆ ಹೆಸರಿಡುವುದೇನೆಂದು ನಮ್ಮದೊಂದು ಸಭೆಯಾಯಿತು. ಶೈಲೆ ಅದಕ್ಕೆ ಅಧ್ಯಕ್ಷಳು. ಎಷ್ಟೆಷ್ಟೋ ಹೆಸರುಗಳು ಸೂಚಿಸಲ್ಪಟ್ಟವು. ಯಾವದೂ ಸರಿ ತೋರಲಿಲ್ಲ. ಅವರನ್ನು ನೋಡದೆ ಹೆಸರಿಡುವುದು ಸಾಧ್ಯವಿಲ್ಲ. ಒಳ್ಳೆಯವನೋ, ಕೆಟ್ಟವನೋ, ಮುದುಕನೋ, ಹುಡುಗನೋ ಎಂದು ನೋಡಿಕೊಂಡು ಅವನ ಸ್ವಭಾವಕ್ಕೆ ತಕ್ಕಂತೆ ಹೆಸರಿಡಬಹುದು ಎಂದು ಅಧ್ಯಕ್ಷ ಭಾಷಣ ಮಾಡಿ ಸಭೆಯನ್ನು ಮುಗಿಸಿದಳು. ಅಷ್ಟರಲ್ಲಿ ಪಾಠಕ್ಕೆ ಸಮಯವಾಯಿತು. ಆಗ ಲೆಕ್ಕದ ಸಮಯ, ಟೀಚರ್ ಇಲ್ಲದ್ದರಿಂದ ಲೆಕ್ಕ ಮಾಡುವುದು ತಪ್ಪೆಂದು ಸಂತೋಷದಿಂದಿದ್ದೆವು. ಸುಮ್ಮನೆ ಕೂರುವುದು ಶೈಲೆಗೆ ಹಿತವಾಗಲಿಲ್ಲ. ಏನಾದರೂ ತಂಟೆ ಮಾಡಬೇಕೆಂದು ಅವಳ ಬಯಕೆ. ಏನು ಮಾಡುವುದೆಂದು ನಮ್ಮೆಲ್ಲರನ್ನೂ ಕೇಳಿದಳು. ನಮಗೇನೂ ತೋಚಲಿಲ್ಲ. ಕಡೆಗೆ ಅವಳೇ ಒಂದು ತಮಾಷೆಯನ್ನು ಕಂಡುಹಿಡಿದಳು. ಏನಾದರೂ ಒಂದನ್ನು ಮಾಡಬೇಕಾದರೆ ಅದನ್ನು ಆ ಕೂಡಲೇ ಮಾಡುವುದು ಅವಳ ಸ್ವಭಾವ. ಹಾಗೆಯೇ ಈಗಲೂ ಡ್ರೆಸಿಂಗ್

ರೂಮಿಗೆ ಹೋಗಿ, ಸಿಸ್ಟರ್ ಮಾರ್ಗರೇಟಿನ ತಲೆಯ ಟೋಪಿಯನ್ನು ತಂದು ತನ್ನ ತಲೆಯ ಮೇಲಿಟ್ಟುಕೊಂಡು ಟೀಚರ್ ಕೂರುವ ಕುರ್ಚಿಯ ಮೇಲೆ ಕುಳಿತುಕೊಂಡಳು. ಆ ಉದ್ದವಾದ ಟೊಪ್ಪಿಗೆಯನ್ನಿಟ್ಟು ಸಿಸ್ಟರ್ ಮುಖದಂತೆಯೇ ಮುಖ ಮಾಡಿಕೊಂಡು ಕೂತಿದ್ದ ಅವಳನ್ನು ನೋಡಿದಾಗ ನಮಗೆ ನಗೆಯನ್ನು ತಡೆಯಲಾಗಲಿಲ್ಲ. ನಕ್ಕುಬಿಟ್ಟೆವು. ಆಗವಳು 'ನಾನು ಹೊಸ ಟೀಚರ್, ನೀವು ನಾನು ಹೇಳಿದಂತೆ ಕೇಳಬೇಕು. ಈಗ ಸಿಸ್ಟರ್ ಕ್ಲಾಸಿನಲ್ಲಿ ನಿದ್ದೆ ಮಾಡುತ್ತಿದ್ದಾಗ ರೆವ್ಹರಂಡ ಮದರ್ ಕ್ಲಾಸಿಗೆ ಬಂದು ಅವರನ್ನೆಚ್ಚರಿಸಿದ ಸಂಗತಿಯನ್ನು ಕುರಿತು ಒಂದು ಉಪನ್ಯಾಸವನ್ನು ಬರೆಯಿರಿ' ಎಂದಳು. ನಾವೆಲ್ಲರೂ ಅವಳ ಮೆಚ್ಚುಕೆಯನ್ನು ಪಡೆಯಬೇಕೆಂದು ಬೇಗಬೇಗನೆ ಬರೆಯತೊಡಗಿದೆವು. ಬರೆದುದೂ ಆಯಿತು. ಒಬ್ಬೊಬ್ಬರಾಗಿ ಶೈಲೆಗೆ ತೋರಿಸಹತ್ತಿದೆವು. ಉಪನ್ಯಾಸಕ್ಕೆ ತಕ್ಕಂತೆ ಗುಡ್, ಫೇರ್ ಮುಂತಾದ ಬಿರುದುಗಳು ಸಿಕ್ಕಿದವು. ಎಲ್ಲರದೂ ನೋಡಿಯಾಯಿತು. ನನ್ನದು ಮಾತ್ರ ಉಳಿದಿತ್ತು. ನಾನು ತೆಗೆದುಕೊಂಡು ಹೋಗಿ ತೋರಿಸುತ್ತಿದ್ದೆ. 'ಬಹಳ ಚೆನ್ನಾಗಿದೆ. ಇಡಿ ಕ್ಲಾಸು ಇದನ್ನು ಕಾಪಿ ಮಾಡಬೇಕು' ಎಂದು ಹೇಳಿ, ಶೈಲೆ ಅದನ್ನು ಗಟ್ಟಿಯಾಗಿ ಓದತೊಡದಿಗಳು : ಕುರ್ಚಿಯ ಮೇಲೆ ಕುಳಿತು ಗೊರಕೆ ಹೊಡೆಯುತ್ತಿದ್ದ ನಮ್ಮ ಸಿಸ್ಟರ್....'ವಾಕ್ಯವು ಪೂರೈಸಲಿಲ್ಲ. ರೆವ್ಹರೆಂಡ ಮದರ್ ಹೊಸಬನೊಬ್ಬನೊಡನೆ ಕ್ಲಾಸಿನ ಒಳಗೆ ಬಂದುಬಿಟ್ಟರು. ಅಲ್ಲಲ್ಲಿ ಮಾತನಾಡುತ್ತ ನಿಂತಿದ್ದ ಹುಡುಗಿಯರು ಬೇಗಬೇಗನೆ ಅವರವರ ಸ್ಥಳಗಳಲ್ಲಿ ಕುಳಿತುಕೊಂಡರು. ನಾನು ಮೇಜಿನ ಹತ್ತಿರ ನಿಂತಿದ್ದೆ. ನನ್ನ ಸ್ಥಳಕ್ಕೆ ಹೋಗಲಾಗಲಿಲ್ಲ. ಶೈಲಾ ಕುರ್ಚಿಯ ಮೇಲೆ ಕುಳಿತಿದ್ದಳು. ಮದರ್ ಅವಳನ್ನು ಸಿಸ್ಟರ್ ಎಂದೇ ಭಾವಿಸಿ ಅವಳ ಹತ್ತಿರ – 'ಸಿಸ್ಟರ್, ಇವರು...' ಅಷ್ಟರಲ್ಲೇ ತಾವು ಸಂಬೋಧಿಸುತ್ತಿರುವುದು ಸಿಸ್ಟರ್ ಅಲ್ಲವೆಂದು ತಿಳಿಯಿತು. ಹತ್ತಿರ ಬಂದರು. ಅವಳನ್ನು ನೋಡಿ ಅವರಿಗೆ ನಗು ಬಂದುಬಿಟ್ಟಿತು; ಆದರೂ ಕೋಪ ಬಂದವರಂತೆ ನಟಿಸುತ್ತ 'ಇದೇನು ಶೈಲಾ' ಎಂದರು. ಅದಕ್ಕವಳು 'ಟೀಚರ್ ಇಲ್ಲದ್ದರಿಂದ ಹುಡುಗಿಯರಿಗೆ ಪಾಠ ಹೇಳುತ್ತಿದ್ದೆ' ಎಂದಳು. ಅವರು 'ನೀನು ಓದುತ್ತಿರುವುದೇನು?' ಎಂದು ಕೇಳಿದಳು. 'ಸೀತೆಯು ಬರೆದ ಉಪನ್ಯಾಸ'ಎಂದು ಶೈಲೆ ಪ್ರತ್ಯುತ್ತರವಿತ್ತಳು. ಮದರ್‌ಗೆ ಕನ್ನಡ ಬರುತ್ತಿರಲಿಲ್ಲ. ಪುಸ್ತಕವನ್ನು ತೆಗೆದುಕೊಂಡು 'ಇವಳು ಬರೆಸಿದುದನ್ನು ಓದಿರಿ ; ಹೇಗಿದೆಯೆಂದು ನೋಡಿ' ಎಂದು ಹೊಸಬರ ಕೈಲದನ್ನು ಕೊಟ್ಟರು. ಅವನದನ್ನು ಮನಸ್ಸಿನಲ್ಲಿಯೇ ಓದತೊಡಗಿದ. ಪರಿಣಾಮವನ್ನು ನೆನೆಸಿಕೊಂಡು ನಮ್ಮೆಲ್ಲರಿಗೂ ಭಯವಾಯಿತು. ಶೈಲೆಯ ಮುಖದಲ್ಲಿ ಮಾತ್ರ ಎಳೆ ನಗುವು ನಾಟ್ಯವಾಡುತ್ತಿತ್ತು. ಓದಿ ಆದಮೇಲೆ ಅವನು ಶೈಲೆಯ ಮುಖವನ್ನು ನೋಡಿ 'ಬಹಳ ಚೆನ್ನಾಗಿದೆ'ಎಂದ. ಅವನ ಮಾತು ಕೇಳಿ ನಮಗೆಲ್ಲ ಆಶ್ಚರ್ಯವಾಯಿತು. ಶೈಲೆಗೆ ಹೇಗಾಯಿತೆಂದು ಅವಳ ಮುಖ ನೋಡಿದೆ. ಮತ್ತಷ್ಟೂ ಆಶ್ಚರ್ಯವಾಯಿತು. ಶೈಲೆಯು ತನ್ನ ಭಾವನೆಗಳನ್ನು ಇತರರಿಗೆ ತೋರಗೊಡುತ್ತಿರಲಿಲ್ಲ, ಆದರೆ, ಇಂದು ಅವಳ ಮುಖವು ಅವಳ ಅಂತರಂಗದ

ಕನ್ನಡಿಯಂತೆ ಕಾಣಿಸುತ್ತಿತ್ತು. ಅವಳೆರಡೂ ಕಣ್ಣುಗಳಲ್ಲಿ ಆಶ್ಚರ್ಯವು ಪ್ರತಿಬಿಂಬಿಸಿತ್ತು. ಅವಳಿಗೆ ಅಷ್ಟರಮಟ್ಟಿಗೆ ಆಶ್ಚರ್ಯವಾಗಬೇಕಾದರೆ ಏನಾದರೂ ಬಲವಾದ ಕಾರಣವಿರಬೇಕೆಂದು ನಮಗೆ ಗೊತ್ತು. ರಾತ್ರಿ ಆ ವಿಷಯ ಕೇಳಬೇಕೆಂದು ಸುಮ್ಮನಾದೆ. ಶೈಲೆ ಬರೆಸಿದ್ದು ಚೆನ್ನಾಗಿದೆ ಎಂದು ಹೊಸಬನು ಹೇಳಿದುದನ್ನು ಕೇಳಿ ಮದರ್‌ಗೆ ಸಂತೋಷವಾಯಿತು. ಪಾಪ ! ಸಿಸ್ಟರಿನ ಮರುಳುತನವೇ ಆ ಉಪನ್ಯಾಸದಲ್ಲಿ ಪ್ರತಿಬಿಂಬಿತವಾಗಿದೆಯೆಂದು ಅವರಿಗೇನು ಗೊತ್ತು? ಅವರಿಗೆ ಗೊತ್ತಾಗಿದ್ದರೆ ಶೈಲೆ ಅಂದು ಉಪವಾಸ ಇರಬೇಕಾಗಿತ್ತು. ಆದರದು ಅವರಿಗೆ ತಿಳಿಯದಿದ್ದುದರಿಂದ ಶೈಲೆಯ 'ಬೆನ್ನು ತಟ್ಟಿ ಬೇರೆಯವರ ವಸ್ತುಗಳನ್ನು ಮುಟ್ಟಬಾರದು. ಟೊಪ್ಪಿಯನ್ನು ತೆಗೆದಿರಿಸಿ ಬಾ-' ಎಂದರು. ಶೈಲೆಯು ಟೊಪ್ಪಿಗೆಯನ್ನಿಟ್ಟು ಬಂದು ತನ್ನ ಸ್ಥಳದಲ್ಲಿ ಕುಳಿತುಕೊಂಡ ಬಳಿಕ ಆ ಹೊಸಬನಿಗೆ ನಮ್ಮೆಲ್ಲರ ಪರಿಚಯ ಮಾಡಿಸಿದರು. ಅವನು ನಮ್ಮ ಹೊಸ ಉಪಾಧ್ಯಾಯ ಕೃಷ್ಣಮೂರ್ತಿ. ಇಷ್ಟೆಲ್ಲಾ ಆಗುವಾಗ ಗಂಟೆಯಾದುದರಿಂದ ಹೊಸ ಉಪಾಧ್ಯಾಯನು ಅಂದು ಲೆಕ್ಕ ಮಾಡಿಸಲಿಲ್ಲ. ಅವನ ವಿಷಯವನ್ನು ಮಾತಾಡುತ್ತಾ ನಾವು ಕ್ಲಾಸಿನಿಂದ ಹೊರಗೆ ಬಂದೆವು. ಅಂದಿನ ರಾತ್ರಿ ಶೈಲೆಯೊಡನೆ ಅವಳ ಆಶ್ಚರ್ಯದ ಕಾರಣ ಕೇಳಿದೆ: 'ನಿಮ್ಮೆಲ್ಲರಂತೆಯೇ ನನಗೂ ಅವನು ಹೇಳಿದುದನ್ನು ಕೇಳಿ ಆಶ್ಚರ್ಯವಾಯಿತು. ಕಾರಣವಿನ್ನೇನು ? ' ಎಂದಳವಳು. ಎಂದೂ ನನ್ನೊಡನೆ ಸುಳ್ಳು ಹೇಳದ ಅವಳು ನನ್ನಿಂದ ಏನೋ ಬಚ್ಚಿಡುವುದನ್ನು ನೋಡಿ ನನಗೆ ಮತ್ತಷ್ಟು ಕುತೂಹಲವಾಯಿತು. ಅವಳನ್ನು ಒತ್ತಾಯಪಡಿಸಿದೆ. ಕಡೆಗೆ ಹೇಳಿದಳು: 'ನಿನ್ನೆ ರಾತ್ರಿ ನಾನು ರಸ್ತೆಯಲ್ಲಿ ಕಂಡ ಮನುಷ್ಯನೇ ಇವನು. ಈ ಮಾತು ಯಾರಿಗೂ ಹೇಳಬೇಡ.' ಎಂದಳು. ನಾನೂ ಹೇಳುವುದಿಲ್ಲವೆಂದು ಮಾತು ಕೊಟ್ಟೆ.

* * *

ನಮ್ಮ ಹೊಸ ಉಪಾಧ್ಯಾಯನ ಹೆಸರು ಕೃಷ್ಣಮೂರ್ತಿ. ಅವನು ಬಿ.ಎ. ಡಿಗ್ರಿಯನ್ನು ಸಂಪಾದಿಸಿದ್ದು ಅದೇ ವರ್ಷವಂತೆ. ಮುಂದೆ ಲಾ ಕಲಿಯುವ ಯೋಚನೆಯಿದ್ದರೂ ಹಣದ ಅಡಚಣೆಯ ದೆಸೆಯಿಂದ ಮದರಾಸಿಗೆ ಹೋಗಲು ಸಾಧ್ಯವಾಗಲಿಲ್ಲವಂತೆ. ಒಂದು ವರ್ಷ ನಮ್ಮ ಸ್ಕೂಲಿನಲ್ಲಿ ಟೀಚರಾಗಿದ್ದು ಮುಂದಿನ ವರ್ಷ ಮದರಾಸಿಗೆ ಹೋಗುವುದೆಂದು ನಿಶ್ಚಯವಾಗಿತ್ತಂತೆ. ಅವನ ಮನೆಯ ಪಕ್ಕದಲ್ಲೇ ನಮ್ಮ ಸಹಪಾಠಿ ಶಕುಂತಲೆಯ ಮನೆ. ಚಿಕ್ಕಂದಿನಿಂದಲೂ ಅವಳು ಅವನನ್ನು ಬಲ್ಲಳಂತೆ. ಅವಳೇ ಅವನ ವಿಷಯಗಳನ್ನು ನಮಗೆ ಹೇಳಿದ್ದು.

ನಮಗೆ ವಾರಕ್ಕೆ ಐದು ಗಂಟೆ ಲೆಕ್ಕ, ಮೂರು ಗಂಟೆ ಕನ್ನಡ ಪಾಠಕ್ಕೆ ಕೃಷ್ಣಮೂರ್ತಿ ಬರುತ್ತಿದ್ದ. ಬಂದೊಡನೆಯೇ ಬೋರ್ಡಿನಮೇಲೆ ಒಂದೆರಡು ಲೆಕ್ಕಗಳನ್ನು ಬರೆದು ಅವುಗಳನ್ನು ಮಾಡುವ ಕ್ರಮವನ್ನು ವರ್ಣಿಸುತ್ತಿದ್ದ. ಲೆಕ್ಕ ಮಾಡುವಾಗ ಬೋರ್ಡನ್ನೇ ನೋಡುತ್ತಾ ಅದರ ವಿಷಯ ಹೇಳುತ್ತಿದ್ದನಲ್ಲದೆ ಕ್ಲಾಸಿನ ಕಡೆ ತಿರುಗಿ ನಮಗೆ

ಗೊತ್ತಾಯಿತೋ ಇಲ್ಲವೋ ಎಂದು ಸಹ ಪ್ರಶ್ನೆ ಮಾಡುತ್ತಿರಲಿಲ್ಲ. ಆ ಮೇಲೆ ಅದೇ ರೀತಿಯ ಲೆಕ್ಕಗಳನ್ನು ಬೋರ್ಡಿನ ಮೇಲೆ ಬರೆದು ಅವುಗಳನ್ನು ನಾವು ಮಾಡುವಂತೆ ಹೇಳುತ್ತಿದ್ದನು. ನಾವು ಲೆಕ್ಕ ಮಾಡುವಾಗ ಅವನು ಕುರ್ಚಿಯ ಮೇಲೆ ಮುಖ ತಗ್ಗಿಸಿಕೊಂಡು ಕುಳಿತುಕೊಳ್ಳುತ್ತಿದ್ದನು. ಕೆಲವು ಸಾರಿ ಯಾವುದಾದರೊಂದು ಪುಸ್ತಕ ನೋಡುತ್ತಿದ್ದನು. ಆದರೆ ಒಂದು ಸಾರಿಯಾದರೂ ನಮ್ಮ ಕಡೆ ನೋಡುತ್ತಿರಲಿಲ್ಲ. ಪ್ರದಿದಿನವೂ ಇದೇ ಕ್ರಮ. ಕನ್ನಡ ಕ್ಲಾಸಿನಲ್ಲಿ ಪ್ರಶ್ನೆ ಕೇಳುವಾಗಲೂ ನಮ್ಮ ಮುಖ ನೋಡುತ್ತಿರಲಿಲ್ಲ. ಅವನು ಕೇಳಿದಾಗ ಗೊತ್ತಿದ್ದವರು ಉತ್ತರ ಹೇಳುತ್ತಿದ್ದರೇ ಹೊರತು ಇಂಥವರು ಹೇಳಿ ಎಂದು ಸಹ ಅವನು ಹೇಳುತ್ತಿರಲಿಲ್ಲ. ಒಂದು ದಿನ ಅವನು ಯಾವುದೋ ಒಂದು ಪ್ರಶ್ನೆ ಮಾಡಿದನು. ಶೈಲೆಯು ಮೊದಲೇ ಹೇಳಿಕೊಟ್ಟಂತೆ ನಮ..ದರ ಉತ್ತರವು ಗೊತ್ತಿದ್ದರೂ ನಾವಾರೂ ಜವಾಬು ಕೊಡಲಿಲ್ಲ. ಆಗವನು 'ಇಷ್ಟು ಜನರಲ್ಲಿ ಯಾರಿಗೂ ಇದರ ಉತ್ತರ ಗೊತ್ತಿಲ್ಲವೇ? ಎಂತಹ ನಾಚಿಕೆಗೇಡು' ? ಎಂದನು.

ಆಗ ಶೈಲೆಯು ಎದ್ದು ನಿಂತು 'ಗೊತ್ತಿಲ್ಲ ಎಂದವರಾರು?' ಎಂದು ಕೇಳಿದಳು. ಅದಕ್ಕವನು 'ಜವಾಬು ಕೊಡದಿದ್ದುದರ ಅರ್ಥವೇನು?' ಎಂದು ಕೇಳಿದ. 'ಕೇಳದೆ ಉತ್ತರ ಕೊಡಕೂಡದೆಂದು ರೆವರೆಂಡ್ ಮದರ್ ಹೇಳಿದ್ದಾರೆ' ಎಂದು ಶೈಲೆ ಹೇಳಿದಳು. ಶೈಲೆಯ ಮಾತಿನಿಂದ ಅವನಿಗೆ ಕೋಪ ಬಂತು. 'ನಿಮಗಾರಿಗೂ ಕಿವಿ ಕೇಳಿಸುವುದಿಲ್ಲವೇ? ಈಗ ತಾನೆ ಪ್ರಶ್ನೆ ಕೇಳಿದೆನಲ್ಲ?' ಎಂದು ಕೃಷ್ಣಮೂರ್ತಿ ಹೇಳಿದ. ಅದಕ್ಕೆ ಶೈಲೆ 'ಹೌದ, ಪ್ರಶ್ನೆ ಕೇಳಿದ್ದು ನಿಜ.' ಆದರೆ ಯಾರೊಡನೆ? ನಮಗೆಲ್ಲರಿಗೂ ಅದರ ಉತ್ತರವು ಗೊತ್ತಿದೆ; ಎಲ್ಲರೂ ಎದ್ದುನಿಂತು ಹೇಳಬೇಕೇನು?' ಎಂದು ಕೇಳಿದಳು. ಕೃಷ್ಣಮೂರ್ತಿಯ ಮುಖವು ಸಿಟ್ಟಿನಿಂದ ಕೃಷ್ಣವರ್ಣವಾಯಿತು. 'ನಿಮ್ಮಲ್ಲಿ ಒಬ್ಬರು ಜವಾಬು ಕೊಡಬಾರದೆ?' ಎಂದು ಕೇಳಿದ. 'ನಮಗೆಲ್ಲರಿಗೂ ಹೆಸರಿದೆ. ಒಬ್ಬರು ಎಂದರೆ ಗೋಡೆಯೇ ? 'ಎಂದು ಶೈಲೆ ಜವಾಬು ಹೇಳಿದಳು. ಅದಕ್ಕವನು 'ಹಾಗಾದರೆ ಅದರ ಉತ್ತರವನ್ನು ನೀನೇ ಹೇಳು–ಅಧಿಕ ಪ್ರಸಂಗಿ' ಎಂದ. 'ನನ್ನ ಹೆಸರು ಶೈಲಾ' ಎಂದು ಹೇಳಿ, ಶೈಲೆಯು ಆ ಪ್ರಶ್ನೆಗೆ ಪ್ರತ್ಯುತ್ತರವಿತ್ತಳು.

ಅಂದಿನ ಸಾಯಂಕಾಲ ನಾವೆಲ್ಲರೂ ಸಭೆ ಸೇರಿದಾಗ ಶೈಲೆ ಅಂದು ಕ್ಲಾಸಿನಲ್ಲಿ ಯಾರೊಡನೆಯೂ ಮಾತನಾಡದಿದ್ದ ಕೃಷ್ಣಮೂರ್ತಿಯ ಬಾಯಿಂದ ಮಾತು ಹೊರಡಿಸಿದುದಕ್ಕಾಗಿ ಅವಳನ್ನು ಹೊಗಳಿದೆವು. ಅಂದಿನ ಸಭೆಯಲ್ಲಿ ಅಧ್ಯಕ್ಷಳಾದ ಶೈಲೆಯು ಅವನಿಗೆ **'ಮರದ ಬೊಂಬೆ'** ಎಂದು ನಾಮಕರಣ ಮಾಡಿದಳು.

ಅವನು ಕ್ಲಾಸಿನಲ್ಲಿ ಮರದ ಬೊಂಬೆಯಂತೆಯೇ ವರ್ತಿಸುತ್ತಿದ್ದುದರಿಂದ ನಾವೂ ಆ ಹೆಸರನ್ನು ಅನುಮೋದಿಸಿದೆವು. 'ಮರದ ಬೊಂಬೆಗೆ ಮನುಷ್ಯರ ನಡೆವಳಿಕೆ ಕಲಿಸುವವರಾರು? ' ಎಂದು ಶಕುಂತಳೆ ಹಾಸ್ಯ ಮಾಡಿದಳು. 'ಆ ಕೆಲಸ ಶೈಲೆಗೆ ಸೇರಿದ್ದು'

ಎಂದು ವಿನೋದ ಹೇಳಿದಳು. ಅದಕ್ಕೆ ಶೈಲೆ 'ಶಕುಂತಳೆಯೇ ಆ ಕೆಲಸವನ್ನು ವಹಿಸಿಕೊಳ್ಳುವುದುತ್ತಮ. ನಮಗಿಂತಲೂ ಮರದ ಬೊಂಬೆಯ ಪರಿಚಯವು ಅವಳಿಗೆ ಹೆಚ್ಚು, ಅವರಿಬ್ಬರ ಮನೆಯೂ ಹತ್ತಿರ' ಎಂದಳು. ಶೈಲೆಯ ಮಾತಿಗೆ ಶಕುಂತಳೆ 'ಮನೆ ಹತ್ತಿರವಾದರೇನಾಯಿತು? ಅವನೆಲ್ಲಾದರೂ ಹೊರಗೆ ಬರುವಾಗ ನನ್ನನ್ನು ಕಂಡರೆ ಮುಖವನ್ನು ತಿರುಗಿಸಿಕೊಂಡು ಹೋಗುತ್ತಾನೆ. ಚಿಕ್ಕಂದಿನಿಂದಲೂ ನನ್ನ ಪರಿಚಯವಿದ್ದರೂ ನನ್ನ ಕಡೆ ನೋಡುವುದಕ್ಕೂ ಸಹ ಅವನಿಗೆ ನಾಚಿಕೆ. ಇನ್ನವನಿಗೆ ಸಭ್ಯತನ ಕಲಿಸುವುದು ನನ್ನಿಂದ ಸಾಧ್ಯವೇ?' ಎಂದಳು. ಇಲಿಗಳ ಸಭೆಯಲ್ಲಿ ಬೆಕ್ಕಿನ ಕೊರಳಿಗೆ ಗಂಟೆ ಕಟ್ಟುವವರಾರು ಎಂದು ಚರ್ಚೆಯಾದಂತೆ. ಅವನನ್ನು ಮದುವೆಯಾದ ಹೆಂಡತಿಗಲ್ಲದೆ ಇತರರಿಗಾರಿಗೂ ಆ ಕೆಲಸ ಸುಲಭವಾಗಿರಲಿಲ್ಲ; ಹೆಂಗಸರ ಕಡೆ ಸಹ ನೋಡದೆ ಅವನು ಮದುವೆಯಾಗುವನೇ? ಹೇಗಾದರೂ ಸರಿ. ಅವನು ಮದುವೆಯಾಗುವಂತೆ ಮಾಡಿ ಹೆಂಡತಿಯಿಂದಲೇ ಬುದ್ಧಿ ಕಲಿಸಬೇಕೆಂದು ನಿಶ್ಚಯವಾಯಿತು. ಆದರೆ ಅವನನ್ನು ಮದುವೆಯಾಗುವವರಾರು? ನಮ್ಮಲ್ಲಿ ಬುದ್ಧಿವಂತೆಯಾದ ಶೈಲೆಯನ್ನೇ ಅವನನ್ನು ಮದುವೆಯಾಗುವುದಕ್ಕೆ ಚುನಾಯಿಸಿದೆವು.

ಆಗ ನಾನು 'ಶೈಲಾ ಗಂಡುಬೀರಿ, ಅಧಿಕ ಪ್ರಸಂಗಿ, ಎಂದುದರ ಸೇಡನ್ನು ತೀರಿಸುವುದಕ್ಕೆ ಇದೀಗ ತಕ್ಕ ಸಮಯ. ಈ ಸುಸಮಯವನ್ನು ಕಳೆದುಕೊಳ್ಳಬೇಡ' ಎಂದು ಹೇಳಿ ನಕ್ಕುಬಿಟ್ಟೆ, ನನ್ನ ಮಾತಿನಿಂದ ಹುಡುಗಿಯರೆಲ್ಲರೂ 'ಮರದ ಬೊಂಬೆಯೆ ಅಂದು ಶೈಲೆಯನ್ನು ಗಂಡುಬೀರಿ' ಎಂದವನು ಎಂದು ತಿಳಿಯಿತು. ವಿನೋದಳಂತೂ ಕೈ ಚಪ್ಪಾಳೆ ತಟ್ಟಿಕೊಂಡು 'ರೋಮಾನ್ಸ್-ರೋಮಾನ್ಸ್ ' ಎಂದು ಕುಣಿದುಬಿಟ್ಟಳು. ವಿನೋದಳ ವಿನೋದಕ್ಕೆ ಶೈಲೆ ನಗುತ್ತಾ ಅಲ್ಲಿಂದೆದ್ದು ಹೊರಟೆ ಹೋದಳು. ಅಂದಿನ ಸಭೆಯೂ ಮುಗಿಯಿತು.

* * *

ಮರದ ಬೊಂಬೆಯನ್ನು ಮದುವೆಯಾಗಲು ಒಪ್ಪಿದರೂ ಮಾಡಿ ತೋರಿಸುವುದು ಬುದ್ಧಿವಂತೆಯಾದ ಶೈಲೆಗೂ ಸುಲಭವಾಗಿ ಕಾಣಲಿಲ್ಲ. ಶೈಲೆಯು ಕ್ಲಾಸಿನಲ್ಲವನನ್ನು ಕೆಣಕಿದಂದಿನಿಂದ ಬೋರ್ಡಿನ ಮೇಲೆ ಪ್ರಶ್ನೆಗಳನ್ನು ಬರೆದು ಅದಕ್ಕೆ ಪ್ರತ್ಯುತ್ತರಗಳನ್ನು ನಮ್ಮ ನಮ್ಮ ಪುಸ್ತಕಗಳಲ್ಲಿ ಬರೆಯಲು ಹೇಳುತ್ತಿದ್ದನು. ಬರೆದಾದ ಮೇಲೆ ಓದಿ ನೋಡಿ, ಬರಹಕ್ಕೆ ತಕ್ಕಂತೆ ಮಾರ್ಕ್ಸ್ ಕೊಡುತ್ತಿದ್ದನು. ಅವನನ್ನು ಹಿಂದಿನಿಂದ 'ಮರದ ಬೊಂಬೆ' ಎಂದು ನಾವನ್ನುತ್ತಿದ್ದರೂ ಅವನು ಕ್ಲಾಸಿಗೆ ಬಂದೊಡನೆಯೆ ಅವನ ಹೇಳಿಕೆಯ ವಿರುದ್ಧವಾಗಿ ನಡೆಯಲು ಶೈಲೆಯಿಂದಲೂ ಸಾಧ್ಯವಾಗುತ್ತಿರಲಿಲ್ಲ. ಒಂದು ದಿನ ನಾವೆಲ್ಲರೂ ಅವನು ಬರೆದ ಕೆಲವು ಪ್ರಶ್ನೆಗಳಿಗೆ ಉತ್ತರ ಬರೆಯುವಷ್ಟರಲ್ಲಿ ಗಂಟೆಯಾಯಿತು. ಆಗವನು ನಮ್ಮೆಲ್ಲರ ಪುಸ್ತಕಗಳನ್ನು ತಿದ್ದಿ ಮರುದಿನ ಕೊಡುವುದಾಗಿ

ಹೇಳಿ ತೆಗೆದುಕೊಂಡು ಹೋದನು. ಮರುದಿನ ನಮ್ಮೆಲ್ಲರ ಪುಸ್ತಕಗಳು ಸಿಕ್ಕಿದವು. ಕ್ಲಾಸಿನಲ್ಲಿ ನಾವೆಲ್ಲರೂ ಬರೆಯುತ್ತಿರುವಾಗ ಮರದ ಬೊಂಬೆ ಒಂದು ಪುಸ್ತಕ ನೋಡುತ್ತಿದ್ದನು. ಅದರ ರಟ್ಟು ಹಸಿರು. ಯಾವಾಗಲೂ ಅದು ಅವನ ಕಿಸೆಯಲ್ಲಿರುತ್ತಿತ್ತು. ನಮ್ಮ ಶಾಲೆಗೆ ಬರಲು ಸುರುವಾಗಿ ಆರು ತಿಂಗಳಾದರೂ ಅವನು ಆ ಪುಸ್ತಕವನ್ನು ಓದಿ ಮುಗಿಸಿರಲಿಲ್ಲ. ಯಾವಾಗ ನೋಡಿದರೂ ಅವನು ಅದೇ ಪುಸ್ತಕವನ್ನು ನೋಡುತ್ತಿದ್ದನು. ಅಷ್ಟೊಂದು ನಿಷ್ಠೆಯಿಂದ ಓದುವುದಕ್ಕೆ ಆ ಪುಸ್ತಕದಲ್ಲಿ ಏನಿರಬಹುದು? ಎಂದು ಶೈಲೆಗೆ ಬಹು ಕುತೂಹಲ. ಹೇಗಾದರೂ ಮಾಡಿ ಆ ಪುಸ್ತಕವನ್ನು ಒಂದು ಬಾರಿ ನೋಡಬೇಕೆಂದವಳಿಗೆ ತವಕ. ಯಾವತ್ತೂ ಅವನ ಕೈಯ್ಯಲ್ಲೇ ಇರುವ ಪುಸ್ತಕವನ್ನು ನೋಡುವುದು ಹೇಗೆ? ಆದರೆ ಶೈಲೆ ನೋಡಿಯೇ ತೀರಬೇಕೆಂದು ಹಠ ತೊಟ್ಟಮೇಲೆ ಕಷ್ಟ ಯಾವುದು? ಅವಳೊಂದು ಉಪಾಯ ಕಂಡುಹಿಡಿದಳು.

ನಾವೆಲ್ಲರೂ ಲೆಕ್ಕ ಮಾಡುತ್ತಿದ್ದೆವು. ಅವನು ಎಂದಿನಂತೆ ಹಸಿರು ಪುಸ್ತಕವನ್ನು ಓದುತ್ತಿದ್ದನು. ಶೈಲೆ ಸದ್ದಾಗದತೆ ತನ್ನ ಸ್ಥಳದಿಂದೆದ್ದು ಲೆಕ್ಕದ ಪುಸ್ತಕವನ್ನು ತೆಗೆದುಕೊಂಡು ಅವನು ಕುಳಿತಿದ್ದೆಡೆಗೆ ಹೋದಳು. ನಾವಾರೂ ಅವನು ಕುಳಿತಲ್ಲಿಗೆ ಹೋಗುತ್ತಿರಲಿಲ್ಲ ವಾದುದರಿಂದ ಶೈಲೆಯು ಅಲ್ಲಿಗೆ ಹೋದುದನ್ನು ನೋಡಿ ಓದುತ್ತಿದ್ದ ಪುಸ್ತಕವನ್ನು ಮೇಜಿನ ಮೇಲಿಟ್ಟು ಅವಳ ಮುಖವನ್ನು ಆಶ್ಚರ್ಯದಿಂದ ನೋಡಿದನು. ಶೈಲೆಯು ತನ್ನ ಕೈಲಿದ್ದ ಪುಸ್ತಕವನ್ನು ಮೇಜಿನ ಮೇಲಿಟ್ಟು 'ನನಗೆ ಈ ಲೆಕ್ಕ ಗೊತ್ತಾಗುವುದಿಲ್ಲ' ಎಂದಳು. 'ಯಾವ ಲೆಕ್ಕ' ಎಂದು ಹೇಳುತ್ತ ಅವನು ಪುಸ್ತಕವನ್ನು ಕೈಯಲ್ಲಿ ತೆಗೆದುಕೊಂಡನು. ಶೈಲೆಯ ಪುಸ್ತಕವನ್ನು ಅವನು ನೋಡುತ್ತಿರುವಾಗ ಶೈಲೆ ಅವನ ಪುಸ್ತಕವನ್ನು ಮೇಜಿನ ಮೇಲಿಂದ ತೆಗೆದು ನೋಡಿದಳು. (ನಾನವಳ ಮುಖವನ್ನು ನೋಡುತ್ತಿದ್ದೆ) **ನೋಡಿದೊಡನೆಯೆ ಅವಳ ಮುಖವು ಕೆಂಪಾಯಿತು. ಪುಸ್ತಕವನ್ನು ಮೇಜಿನ ಮೇಲಿಟ್ಟಳು. ಮರದ ಬೊಂಬೆಯು ಅದನ್ನು ಕಂಡು ಬೇಗನೆ ಕಿಸೆಯಲ್ಲಿ ತೆಗೆದಿಟ್ಟುಕೊಂಡು ಶೈಲೆಯ ಮುಖವನ್ನು ನೋಡಿದನು. ಕೆಂಪಾದವನ ಮುಖಕ್ಕಿಂತಲೂ ಹೆಚ್ಚಾಗಿ ಮರದ ಬೊಂಬೆಯ ಮುಖವು ಕೆಂಪಾಯಿತು.** ಮರುಕ್ಷಣದಲ್ಲಿಯೇ ಮುಖವನ್ನು ತಗ್ಗಿಸಿಕೊಂಡು ಶೈಲೆಗೆ ಲೆಕ್ಕ ಮಾಡುವ ವಿಧಾನವನ್ನು ತೋರಿಸಿಕೊಟ್ಟನು. ಲೆಕ್ಕವಾದ ಮೇಲೆ ಶೈಲೆ ಬಂದು ತನ್ನ ಸ್ಥಳದಲ್ಲಿ ಕೂತುಕೊಂಡಳು. ಗಂಟೆಯಾದ ಮೇಲೆ 'ಪುಸ್ತಕದಲ್ಲಿ ಏನಿತ್ತೇ' ಎಂದು ಶೈಲೆಯನ್ನು ಕೇಳಿದೆ. 'ಅದು ಹಿಂದೀ ಪುಸ್ತಕ. ಏನಿತ್ತೆಂದು ಗೊತ್ತಿಲ್ಲ' ಎಂದು ಅವಳೆಂದಳು. ಅವಳು ಹೇಳುವುದೂ ನಿಜವೆಂದು ನಾನೇ ಊಹಿಸಿದ್ದೆ. ಮರುದಿನ ಶೈಲೆ ತಲೆನೋವೆಂದು ಲೆಕ್ಕದ ಕ್ಲಾಸಿಗೆ ಬರಲಿಲ್ಲ. ಎಂದಿನಂತೆಯೇ ಮರದ ಬೊಂಬೆ ತಲೆತಗ್ಗಿಸಿಕೊಂಡು ಕ್ಲಾಸಿಗೆ ಬಂದು ಬೋರ್ಡಿನ ಮೇಲೆ ಲೆಕ್ಕ ಬರೆದುದೂ ಆಯಿತು. ತನ್ನ ಕುರ್ಚಿಯ ಮೇಲೆ ಕುಳಿತು ಹಸಿರು ಪುಸ್ತಕ ಓದುವ ಮೊದಲು ಕ್ಲಾಸಿನ ಕಡೆ ನೋಡಿದ. ಶೈಲೆ ಇಲ್ಲದಿರುವುದು ಅವನಿಗೆ ತಿಳಿಯಿತೆಂದು ಅವನ ಮುಖದಿಂದ ನನಗೆ ಗೊತ್ತಾಯಿತು. ಯಾವಾಗಿನಂತೆ ಮರದ ಬೊಂಬೆಯ ಕಣ್ಣುಗಳು ಅಂದು ಹಸಿರು ಪುಸ್ತಕವನ್ನು ನೋಡುವುದರಲ್ಲಿ ಅಷ್ಟೊಂದು

ಉತ್ಸುಕತೆಯಿಂದಿರಲಿಲ್ಲ. ಶೈಲೆಯ ಸ್ಥಳದ ಕಡೆಗೆ ಆಗಾಗ ಅವನ ದೃಷ್ಟಿಯು ಚಲಿಸುತ್ತಿತ್ತು. ಅವನ ಪ್ರತಿಯೊಂದು ಕಾರ್ಯವನ್ನೂ ನೋಡುತ್ತಿದ್ದ ನನಗೆ ಅಂದು ಅವನೇನೋ ಬೇಸರದಲ್ಲಿರುವಂತೆ ತೋರಿತು. ಅವನ ಬೇಸರಕ್ಕೆ ಕಾರಣವೇನಿರಬಹುದೆಂದು ತಿಳಿದುಕೊಳ್ಳಲು ಶಕುಂತಳೆಯೊಡನೆ 'ಅವನ ಮನೆಯಲ್ಲಿ ಏನಾದರೂ ವಿಶೇಷ ನಡೆಯಿತೇ?' ಎಂದು ಕೇಳಿದೆ. 'ಸ್ಕೂಲಿಗೆ ಬರುವ ಸ್ವಲ್ಪ ಮೊದಲು ಅವನ ಅಕ್ಕನೊಡನೆ ಮಾತಾಡಿದೆ. ವಿಶೇಷವಿದ್ದರವಳು ಹೇಳುತ್ತಿದ್ದಳು.' ಎಂದು ಶಂಕುತಲೆ ಹೇಳಿದಳು. ಆಗ ನನ್ನ ಅಲ್ಪ ಬುದ್ಧಿಗೆ ಹೊಳೆಯಿತು. 'ಮರದ ಬೊಂಬೆಯ ಬೇಸರಕ್ಕೆ ಶೈಲೆಯ ಸ್ಥಳ ಖಾಲಿಯಾಗಿರುವುದು ಕಾರಣ'ವೆಂದು. ಆ ದಿನ ಮಧ್ಯಾಹ್ನದ ಮೇಲೆ ಕನ್ನಡ ಪಾಠವಿತ್ತು. ಆಗ ಶೈಲೆಗೆ ತಲೆನೋವು ಬಿಟ್ಟಿತ್ತು. ಅವಳು ಗಂಟೆ ಹೊಡೆಯುವ ಮೊದಲೇ ಕ್ಲಾಸಿಗೆ ಹೋಗಿಕುಳಿತಿದ್ದಳು. ನಾವೆಲ್ಲರೂ ಹೋಗುವಾಗ ಅವಳು ತನ್ನ ಸ್ಥಳದಲ್ಲಿ ಕೂತು ಏನೋ ಓದುತ್ತಿದ್ದಳು. ಓದುವಂತೆ ತೋರುತ್ತಿದ್ದರೂ ಅವಳು ನಿಜವಾಗಿ ಓದುತ್ತಿರಲಿಲ್ಲ. ನಾನು ಅವಳ ಹತ್ತಿರ ಹೋದಾಗ ಪುಸ್ತಕವನ್ನು ತಲೆಕೆಳಗೆ ಹಿಡಿದು ನಗುತ್ತಿದ್ದಳು. ಶೈಲೆಯ ನಗುವಿಗೆ ಕಾರಣವು ತಿಳಿಯಲಿಲ್ಲ. ಕೇಳುವ ಮೊದಲೇ 'ಮರದ ಬೊಂಬೆ'ಯು ಬಂದುಬಿಟ್ಟಿದ್ದರಿಂದ ಕೇಳಲು ಸಾಧ್ಯವಾಗಲಿಲ್ಲ. ಬಂದೊಡನೆಯೆ ಕೃಷ್ಣಮೂರ್ತಿಯ ಕಣ್ಣುಗಳು ಶೈಲೆಯ ಸ್ಥಳಕ್ಕೆ ಹೋದವು. ಶೈಲೆಯನ್ನು ಕಂಡಕೂಡಲೇ ನೆಲವನ್ನು ನೋಡತೊಡಗಿದವು.

ತರುವಾಯ ಕ್ರಮವಾಗಿ ಪ್ರಶ್ನೆಗಳನ್ನು ಬರೆದು ಕುರ್ಚಿಯ ಮೇಲೆ ಕುಳಿತು ಕೊಳ್ಳುವುಗಕ್ಕೆ ಹೋದ. ನಾವು ಪ್ರಶ್ನೆಗಳಿಗೆ ಪ್ರತ್ಯುತ್ತರಗಳನ್ನು ಬರೆಯತೊಡಗಿದೆವು. ನಾನು ಒಂಯು ವಾಕ್ಯವನ್ನು ಬರೆದು ಪೂರೈಸಿರಲಿಲ್ಲ. ಅಷ್ಟರಲ್ಲಿ ಏನೋ ದೊಪ್ಪನೆ ಬಿದ್ದ ಸಪ್ಪಳವಾಯಿತು. ಗಾಬರಿಯಿಂದ ನಾವೆಲ್ಲರೂ ತಲೆಯೆತ್ತಿ ನೋಡಿದೆವು.

ತನ್ನ ಮೇಲೆ ಬಿದ್ದಿದ್ದ ಕುರ್ಚಿಯನ್ನು ಎತ್ತಿಕೊಂಡು ಮರದಬೊಂಬೆಯು ನೆಲದಿಂದ ಮೇಲೇಳುತ್ತಿದ್ದನು. ನಮ್ಮೆಲ್ಲರೆದುರಿನಲ್ಲಿ ಬಿದ್ದುದರಿಂದ ನಾಚಿಕೆಯಿಂದ ಅವನ ಮುಖವು ಕೆಂಪಾಗಿತ್ತು. ನಾಚಿಕೆಯೊಡನೆ ಸಿಟ್ಟು ಬಂದಿತು. 'ಕುರ್ಚಿಯ ಕಾಲಡಿಯಲ್ಲಿ ಅಡಿಕೆಯನ್ನಿಟ್ಟವರು ಯಾರು?'ಎಂದು ಕೋಪದಿಂದ ನಮ್ಮನ್ನು ಕೇಳಿದ. ನಾವಾರೂ ಅಡಿಕೆಯನ್ನು ಇಟ್ಟಿರಲಿಲ್ಲವಾದುದರಿಂದ ಮಾತನಾಡಲಿಲ್ಲ. ಶೈಲೆ ಗಂಟೆಯಾಗುವ ಮೊದಲೇ ಕ್ಲಾಸಿಗೆ ಬಂದ ಕಾರಣವೂ ನನಗೆ ತಿಳಿಯಿತು. ನಾವು ಜವಾಬು ಹೇಳದಿರುವುದನ್ನು ನೋಡಿ 'ನಿಜವನ್ನು ಹೇಳುವವರೆಗೂ ನೀವು ಕ್ಲಾಸಿನಿಂದ ಹೊರಗೆ ಹೋಗಕೂಡದು' ಎಂದು ಹೇಳಿದ. ಆಗ ಶೈಲೆ ಎದ್ದುನಿಂತು 'ಅಡಿಕೆಯನ್ನಿಟ್ಟವಳು ನಾನು' ಎಂದಳು. 'ನೀನು ಗಂಟೆಯಾದ ಮೇಲೆ ನಾನು ಮಾಡಿದ್ದು ತಪ್ಪು ಎಂದು ಸಾವಿರಸಾರಿ ಬರೆದು ಹೋಗಬೇಕು'ಎಂದು ಹೇಳಿ ಮರದ ಬೊಂಬೆಯು ಕುಳಿತುಕೊಂಡನು.

ಗಂಟೆಯಾಯಿತು. ನಾವೆಲ್ಲರೂ ಹೊರಗೆ ಬಂದೆವು. ಶೈಲೆಯೊಬ್ಬಳೆ ಕ್ಲಾಸಿನಲ್ಲಿ. ಅವಳು ಹೊರಗೆ ಹೋಗದಂತೆ ನೋಡಿಕೊಳ್ಳುವುದಕ್ಕೆ ಮರದ ಬೊಂಬೆಯು ಕುರ್ಚಿಯ ಮೇಲೆ ಕಾವಲು ಕೂತಿದ್ದ.

ನಾವೆಲ್ಲರೂ ಕಾಫಿ ಕುಡಿದಾಯಿತು. ಆದರೂ ಶೈಲೆ ಬರಲಿಲ್ಲ. ನಾನು ಶೈಲೆಯು ಏನು ಮಾಡುತ್ತಿರುವಳೆಂದು ಮೆಲ್ಲನೆ ಕಿಟಕಿಯ ಮರೆಯಲ್ಲಿ ನಿಂತು ನೋಡಿದೆ. ಶೈಲೆ ಅವಳ ಸ್ಥಳದಲ್ಲಿ ಕುಳಿತು ಬರೆಯುತ್ತಿದ್ದಳು. ಮರದಬೊಂಬೆ ಕ್ಲಾಸಿನ ಒಂದು ಕಡೆಯಿಂದ ಇನ್ನೊಂದು ಕಡೆಗೆ ನಡೆದಾಡುತ್ತಿದ್ದನು. ಸ್ವಲ್ಪ ಹೊತ್ತಿನ ಮೇಲೆ ಶೈಲೆ – 'ಬರೆದಾಯಿತು' ಎಂದು ಹೇಳಿ ಎದ್ದು ನಿಂತಳು. ಮರದ ಬೊಂಬೆ ಅವಳ ಹತ್ತಿರ ಹೋಗಿ ಅವಳು ಬರೆದುದನ್ನು ಓದಿ 'ಇದೇನೆಂದು ಬರೆದಿರುವೆ?' ಎಂದು ಕೇಳಿದನು. 'ಓದಲು ಬರುವುದಿಲ್ಲವೇ?' ಎಂದು ಶೈಲೆ ಪ್ರತ್ಯುತ್ತರವಿತ್ತಳು. 'ಮರದ ಬೊಂಬೆಗೆ ಮನುಷ್ಯ ವ್ಯವಹಾರವನ್ನು ಕಲಿಸುವುದು ಕಷ್ಟವೆಂದು ಬರೆದಿರುವಿಯಲ್ಲ – ಹಾಗೆಂದರೇನು?' ಎಂದು ಕೋಪದಿಂದಲೇ ಅವನು ಕೇಳಿದ. ಅದಕ್ಕೆ ಶೈಲೆ 'ಹಾಗೆಂದರೆ ಮರದ ಬೊಂಬೆಯನ್ನು ಮದುವೆಯಾಗುವುದು ಸುಲಭವೆಂದರ್ಥ' ಎಂದಳು. 'ಮರದ ಬೊಂಬೆಯನ್ನೇಕೆ ಮದುವೆಯಾಗಬೇಕು?' ಎಂದು ಅವನು ಕೇಳಿದ. 'ಮನುಷ್ಯ ವ್ಯವಹಾರ ಕಲಿಸುವದಕ್ಕೆ' ಎಂದಳು ಸೈಲೆ. ಆಗವನು ಕೇಳಿದ. 'ಮನುಷ್ಯ ವ್ಯವಹಾರ ತಿಳಿಯದ ಮರದ ಬೊಂಬೆ ಯಾರು? ಅದನ್ನು ಮದುವೆಯಾಗುವವರು ಯಾರು? ಎಂದು. ಶೈಲೆ ಹೇಳಿದಳು. **'ಬೇರೆಯವರ ಚಿತ್ರವನ್ನು ಕೇಳದೆಯೇ ತೆಗೆದಿಟ್ಟುಕೊಂಡು ನೋಡುವಾತನು ಮರದ ಬೊಂಬೆ. ಅವನನ್ನು ಮದುವೆಯಾಗಿ ಮನುಷ್ಯ ವ್ಯವಹಾರವನ್ನು ಕಲಿಸುವವಳು ನಾನು.'**

ಮುಂದೇನಾಯಿತು ಎಂದು ನೋಡಲು ನಾನಲ್ಲಿ ನಿಲ್ಲಲಿಲ್ಲ. ನಾವೆಲ್ಲರೂ ನೇರಳೆಯ ಮರದಡಿಯಲ್ಲಿ ಒಟ್ಟುಗೂಡಿ ಅವಳ ಬರವನ್ನೇ ಎದುರು ನೋಡುತ್ತಿದ್ದೆವು. ಅರ್ಧ ಗಂಟೆಯ ಮೇಲೆ ಶೈಲೆ ನಾವು ಕುಳಿತಲ್ಲಿಗೆ ಬಂದಳು. **ಶೈಲೆ ಅಷ್ಟೊಂದು ಸುಂದರಿಯಲ್ಲ; ಆದರೆ ಹಿಂದೆಂದೂ ತೋರದ, ಎಷ್ಟು ನೋಡಿದರೂ ಸಾಲದೆನ್ನುವಂಥ ಅದೊಂದು ತರದ ಅಪೂರ್ವ ಸೌಂದರ್ಯವು ಆಗವಳ ಮುಖದಲ್ಲಿ ಹೊಳೆಯುತ್ತಿತ್ತು.** ನಗುವು ಅವಳ ಕಣ್ಣುಗಳಿಂದ ಉಕ್ಕಿ ತುಟಿಗಳನ್ನು ಬಿಡಿಸಿ ಎರಡು ಸಾಲು ಮುತ್ತಿನಂತಹ ಹಲ್ಲುಗಳನ್ನೂ ತೋರಿಸುತ್ತಿತ್ತು. ಗುಂಗುರುಗುಂಗುರಾದ ಅವಳ ಮುಂಗುರುಳುಗಳು ಅವಳ ಕೆಂಪಾದ ಕೆನ್ನೆಗಳಿಗೆ ಮುತ್ತಿಡುತ್ತಿದ್ದವು. 'ಬರೆದುದಾಯಿತು ಕೆಲಸವೂ ಸಿಕ್ಕಿತು' ಎಂದಳು ಶೈಲೆ. ಗೊತ್ತಿಲ್ಲದಂತೆ ನಾನು, 'ಯಾವ ಕೆಲಸ' ಎಂದು ಕೇಳಿದೆ. 'ಮರದ ಬೊಂಬೆಗೆ ಮನುಷ್ಯ ವ್ಯವಹಾರವನ್ನು ಕಲಿಸುವ ಕೆಲಸ' ಎಂದಳು ಅವಳು. ಎಂದಿನಂತೆ ಶೈಲೆ ಕೈಗೊಂಡ ಕೆಲಸವನ್ನು ಇಂದೂ ನಮ್ಮ ಇಷ್ಟದಂತೆ ಕೊನೆಗಾಣಿಸಿದ್ದರಿಂದ ನಮ್ಮೆಲ್ಲರಿಗೂ ಸಂತೋಷವಾಯಿತು. ಎಲ್ಲರೂ ಒಟ್ಟು ಸೇರಿ ಅವಳ ಮದುವೆಗೆ ಯಾವ ಉಡುಗೊರೆ

ಕೊಡುವುದೆಂದು ಚರ್ಚಿಸತೊಡಗಿದೆವು. ಆದರೆ ಹಿಂದಿನಂತೆ ಶೈಲೆ ಇಂದಿನ ಸಭೆಯ ಅಧ್ಯಕ್ಷಳಾಗಿರಲಿಲ್ಲ.

* * *

ಮೊನ್ನೆ ದಿನ ನನ್ನ ಮಗು ವಸಂತನನ್ನು ಕರೆದುಕೊಂಡು ಶೈಲೆಯ ಮನೆಗೆ ಹೋಗಿದ್ದೆ. ಮರದ ಬೊಂಬೆ ಈಗ ಗಣ್ಯನಾದೊಬ್ಬ ಕ್ರಿಮಿನಲ್ ಲಾಯರು. ನಾನು ಹೋಗುವಾಗ ಶೈಲಾ - ಕೃಷ್ಣಮೂರ್ತಿಯರ ಮೂರು ವರುಷದ ಮಗ ಪ್ರಭಾತ ಜಗುಲಿಯ ಮೇಲೆ ನಿಂತಿದ್ದನನ್ನನ್ನು ಕಂಡು 'ಅಮ್ಮಾ ಅತ್ತೆ ಬಂದ್ರು' ಎನ್ನುತ್ತ ಒಳಗೆ ಹೋದ. ಅವನನ್ನೆತ್ತಿಕೊಂಡು ಶೈಲೆ ಹೊರಗೆ ಬಂದಳು. ನಾವಿಬ್ಬರೂ ಅವರ ಮನೆಯ ಮುಂದಿನ ದ್ರಾಕ್ಷಿ ಚಪ್ಪರದಡಿಯಲ್ಲಿ ಕುಳಿತು ಮಾತಾಡುತ್ತಿದ್ದೆವು. ವಸಂತ, ಪ್ರಭಾತರು ಅಂಗಳದಲ್ಲಿ ಆಡುತ್ತಿದ್ದರು. ಕೋರ್ಟಿಗೆ ಹೋಗಿದ್ದ ಕೃಷ್ಣಮೂರ್ತಿ ಐದು ಗಂಟೆಗೆ ಬಂದಾಗಲೂ ನಮ್ಮ ಹರಟೆ ಮುಗಿದಿರಲಿಲ್ಲ. ನಾವಿನ್ನೂ ಅಲ್ಲೇ ಕೂತಿದ್ದೆವು. ಮಕ್ಕಳಿಬ್ಬರೂ ಅಲ್ಲೇ ಆಡುತ್ತಿದ್ದರು. ಅವನು ಬರುವುದನ್ನು ನೋಡಿ ಶೈಲೆ 'ಕಾಫಿ ತರುತ್ತೇನೆ 'ಎಂದು ಒಳಗೆ ಹೋದಳು. ಕೃಷ್ಣಮೂರ್ತಿ ಬರುವಾಗ ನಾನೊಬ್ಬಳೇ ಅಲ್ಲಿದ್ದೆ. ನನ್ನನ್ನು ನೋಡಿ 'ಯಾವಾಗ ಬಂದೆ ಸೀತೇ ? ಚೆನ್ನಾಗಿರುವೆಯಾ?' ಎಂದು ಹೇಳಿ ವಸಂತನನ್ನೆತ್ತಿಕೊಂಡು 'ಹೆಸರೇನು?' ಎಂದು ಕೇಳಿದ. ಶೈಲೆ ಸೂಚಿಸಿದ ಹೆಸರು - 'ವಸಂತ' ನಾನು ಹೇಳಿದೆ. ಶೈಲೆ ಕಾಫಿ ತೆಗೆದುಕೊಂಡು ಬರುವಾಗ ಅರ್ಧಗಂಟೆಯಾಯಿತು. ಅಷ್ಟರವರೆಗೂ ಕೃಷ್ಣಮೂರ್ತಿ ನನ್ನೊಡನೆ ಮಾತನಾಡುತ್ತಾ ಕುಳಿತಿದ್ದ. ಕಾಫಿ ಕುಡಿಯುತ್ತ ನಾನು ನನ್ನ ಹತ್ತಿರವೇ ಕುಳಿತಿದ್ದ ಶೈಲೆಯನ್ನು ನೋಡಿ ನಕ್ಕೆ. 'ನಗುವುದೇಕೆ?' ಎಂದವಳು ಕೇಳಿದಳು. 'ಶೈಲೆ ನೀನು ನಿಜವಾಗಿಯೂ ನನ್ನನ್ನು ಕಂಡರೆ ತಲೆ ತಗ್ಗಿಸಿಕೊಳ್ಳುತ್ತಿದ್ದ ಮರದ ಬೊಂಬೆ, ಈಗ ಅರ್ಧ ಗಂಟೆಯಿಂದಲೂ ನನ್ನೊಡನೆ ಅಳುಕಿಲ್ಲದೆ ಮಾತನಾಡಿದ' ಎಂದು ಹೇಳುತ್ತ ನಾನು ನಗತೊಡಗಿದೆ. 'ಗಂಡುಬೀರಿ - ಅಧಿಕಪ್ರಸಂಗಿಯನ್ನು ಮದುವೆಯಾದ ಮೇಲೆ ಅವಳಿಷ್ಟದಂತೆ ನಡೆಯದಿದ್ದರಾಗುತ್ತದೆಯೇ?' ಎಂದು ಹೇಳುತ್ತ ಶೈಲೆ ಕೃಷ್ಣಮೂರ್ತಿಯನ್ನು ಪ್ರೇಮಪೂರ್ಣ ದೃಷ್ಟಿಯಿಂದ ನೋಡಿದಳು.

'ಹೌದು ಸೀತೆ, ಈ ಗಂಡುಬೀರಿ ನನಗೆ ತೊಂದರೆ ಮಾಡುತ್ತಾಳೆ. ಸ್ವಲ್ಪ ಬುದ್ಧಿ ಹೇಳು' ಎಂದು ಹೇಳಿ ಶೈಲೆಯ ಬೆನ್ನಿಗೆ ಮೆಲ್ಲನೆ ಒಂದು ಗುದ್ದುಕೊಟ್ಟನು. 'ಅಣ್ಣಾ ಹೊಡೆಯುವುದು ನೋಡಿಲ್ಲಿ' ಎಂದು ಶೈಲೆ ಕೃಷ್ಣಮೂರ್ತಿಯ ಮೇಲೆ ಪ್ರಭಾತನ ಹತ್ತಿರ ದೂರು ಹೇಳಿದಳು. 'ಅಮ್ಮನಿಗೆ ಹೊಡೆಯಬೇಡ' ಎನ್ನುತ್ತ ಪ್ರಭಾತ ತಂದೆಗೊಂದು ಪುಟ್ಟ ಗುದ್ದು ಕೊಟ್ಟು ತಾಯಿಯ ತೊಡೆಯ ಮೇಲೆ ಕುಳಿತುಕೊಂಡನು.

ನಮ್ಮೆಲ್ಲರ ಎಳೆತನದ ಚೇಷ್ಟೆಯು ಇಂದು ಪ್ರೇಮಮಯವಾದ ಕುಟುಂಬವಾಗಿ ಪರಿಣಮಿಸಿದುದನ್ನು ನೋಡಿ ನನ್ನ ಕಣ್ಣುಗಳಿಂದ ಆನಂದಬಾಷ್ಪಗಳುದುರಿದವು.

○

ಮುನ್ನಾದಿನ

ಮಹಾತ್ಮಾಗಾಂಧೀಜಿಯವರು ಹಿಂದೂ -ಮುಸ್ಲಿಮ್ ಐಕ್ಯತೆಯನ್ನು ಬೋಧಿಸಿದ್ದರೆ ಅದನ್ನು ಕಾರ್ಯತಃ ಆಚರಣೆಗೆ ತಂದವನು ಕಾಡ ಮೇಸ್ತ್ರಿ. ಅವನದು ವಿಚಿತ್ರ ಕಥೆ.

ಹುಟ್ಟಿನಿಂದವನು ಗಾಣಿಗ, ತನ್ನ ಒಂಬತ್ತು ವಯಸ್ಸಿನಲ್ಲಿ ತಂದೆಯನ್ನು ಕಳೆದುಕೊಂಡ. ತಾಯಿ ಪುನಃ ಮದುವೆಯಾದಳು. ಹತ್ತನೆಯ ವರ್ಷದ ತನಕವೂ ಹುಡುಗ ಹೇಗೋ ಆ ಮನೆಯಲ್ಲಿ ಬೆಳೆದ. ಚಿಕ್ಕಪ್ಪನ ಮನೆಯಲ್ಲಿ ಹುಡುಗನಿಗೆ ಸರಿಯಾಗಲಿಲ್ಲ. ಒಂದು ದಿನ ಹೇಳದೆ ಓಡಿಹೋದ. ಎರಡನೆ ಮದುವೆಯಿಂದ ಮಕ್ಕಳನ್ನು ಪಡೆದಿದ್ದ ತಾಯಿಯು ಅವನನ್ನು ಹುಡುಕುವ ಪ್ರಯತ್ನಕ್ಕೆ ಕೈ ಹಚ್ಚಲಿಲ್ಲ, ಚಿಕ್ಕ ತಂದೆಗೇನು ಮತ್ತೆ? ಮನೆಯಿಂದ ಮಾರಿ ತೊಲಗಿದುದೇ ಸಾಕೆಂದು ಸುಮ್ಮನಿದ್ದುಬಿಟ್ಟ

ಚಿಕ್ಕಹುಡುಗ. ಇನ್ನೂ ಹತ್ತೇ ವರ್ಷ ಪ್ರಾಯ. ವಿಶಾಲ ವಿಶ್ವದಲ್ಲಿ ಒಬ್ಬಂಟಿಗನಾಗಿ ಏನು ಮಾಡಬಲ್ಲ - ಎಂದು ಆಶ್ಚರ್ಯಪಡುವ ಕಾರಣವಿಲ್ಲ. **ಕಷ್ಟದ ಮಡಿಲಲ್ಲಿ ಬೆಳೆದು ಕೆಲಸದ ಮೊಲೆಹಾಲುಂಡ ಕಾಡನಿಗೆ ಯಾವ ಬೆದರಿಕೆಯೂ ಇರಲಿಲ್ಲ.** ಎಲ್ಲಾದರೂ ಚಿಕ್ಕಪ್ಪನ ಮನೆಯಲ್ಲಿ ಮಾಡುತ್ತಿದ್ದ ಕೆಲಸದ ಅರ್ಧ ಮಾಡಿದರೆ ಧಾರಾಳವಾಗಿ ಊಟ ದೊರೆಯುತ್ತಿತ್ತು. ಹೊಟ್ಟೆ ತುಂಬುವಷ್ಟು ಅನ್ನ ದೊರೆತರೆ ಸಾಕು - ಅದಕ್ಕಿಂತ ಹೆಚ್ಚಿನ ಆಸೆಯೇ ಅವನಿಗೆ ಇರಲಿಲ್ಲ. ಒಂದೆರಡು ತಿಂಗಳು ಹೀಗೆ ಅಲ್ಲಲ್ಲಿ ಸುತ್ತಾಡಿ ಅವರಿವರ ಮನೆಯಲ್ಲಿ ಕೆಲಸ ಮಾಡಿ ಹೊಟ್ಟೆ ಹೊರೆದುಕೊಳ್ಳುತ್ತಿದ್ದ. ಕೊನೆಗೊಂದು ದಿನ ಒಂದು ಕಾಫಿತೋಟಕ್ಕೆ ಹೋದ. ಸಾಲ-ಗೀಲ ಏನನ್ನೂ ಕೇಳದೆ ಹಿಡಿ ಕೂಳಿಗಾಗಿ ದುಡಿಯುವ ಆಳನ್ನು ಯಾರು ಬೇಡುವೆನ್ನುವರು? ಮೇಸ್ತ್ರಿ ಜಿನ್‌ರಾಜು ಅವನನ್ನು ತನ್ನ ಪಟ್ಟಿಗೆ ಸೇರಿಸಿಕೊಂಡು ಮರುದಿನದಿಂದ ಕಾಫಿ ತೋಟದ ಕೆಲಸಕ್ಕೆ ಸುರುಮಾಡಿಸಿದ. ಹೀಗೆ ಮತ್ತೆರಡು ತಿಂಗಳುಗಳು ಕಳೆದವು. ಈ ಮಧ್ಯೆ ಆ ತೋಟದ ಯಜಮಾನ ಒಂದು ಜೊತೆ ಆಲ್‌ಶೇಷಿಯನ್ ನಾಯಿಗಳನ್ನು ಕೊಂಡು ತಂದ. ಅವುಗಳ ಲಾಲನೆ ಪಾಲನೆಗೆ ಒಂದು ಚುರುಕಾದ ಹುಡುಗ ಬೇಕಾಗಿತ್ತು. ದೊರೆ (ಕಾಫಿ ತೋಟದಲ್ಲಿ ಯುರೋಪಿಯನ್ ಪ್ಲಾಂಟರ್‌ಗಳನ್ನು ದೊರೆ ಎನ್ನುತ್ತಾರೆ) ಜಿನ್‌ರಾಜು ಮೇಸ್ತ್ರಿಯೊಡನೆ ಒಬ್ಬ ಯೋಗ್ಯ ಹುಡುಗನನ್ನು ಕರೆಸಲು ಹೇಳಿದನು. ಅದೇ ಆಗೆರಡು ತಿಂಗಳ ಹಿಂದೆ ಬಂದಿದ್ದ ಕಾಡನ ಚಟುವಟಿಕೆಗೆ ಮೆಚ್ಚಿದ ಮೇಸ್ತ್ರಿ ಅಲ್ಲೇ ಕೆಲಸ ಮಾಡುತ್ತಿದ್ದ ಅವನನ್ನು ದೊರೆಗೆ ತೋರಿದ. ದೊರೆಗೂ ಅವನನ್ನು ನೋಡಿ ಮೆಚ್ಚುಗೆಯಾಯ್ತು. ಕಾಡ ಮರುದಿನದಿಂದ ದೊರೆ ಬಂಗಲೆಯಲ್ಲಿ 'ನಾಯಿಗಳನ್ನು ಸಾಕುವ ಬಾಯ್' ಆದ. ಇದು ಕಾಡನ ಜೀವನದಲ್ಲಿ ಪ್ರಥಮಾಂಕ.

ದೊರೆಗೆ ನಾಯಿಗಳೆಂದರೆ ಬಲು ಪ್ರೀತಿ. ಮೂರು ಹೊತ್ತೂ ಅವುಗಳನ್ನು ನೋಡಬೇಕು. ಅವುಗಳ ದೆಸೆಯಿಂದ ಅವುಗಳ ಪಾಲಕ ಕಾಡನ ಮೇಲೂ ದೊರೆಯ ದೃಷ್ಟಿ ಆಗಾಗ ಬೀಳುತ್ತಿತ್ತು. ಅವನ ಚಟುವಟಿಕೆ, ಕಾರ್ಯತತ್ಪರತೆ, ವಿನಯ-ಇವುಗಳು ದೊರೆಯ ಪ್ರೀತಿಯನ್ನವನಿಗೆ ಗಳಿಸಿಕೊಡಲು ಸಹಾಯಕವಾದವು. ಆ ಪ್ರೀತಿಯ ಪರಿಣಾಮವಾಗಿ, ಕಾಡ ನಾಯಿಗಳ ಕೆಲಸದಿಂದ ವಿಮುಕ್ತನಾಗಿ 'ದೊರೆಯ ಸ್ವಂತ ಬಾಯ್' ಆಗಿ ನೇಮಿಸಲ್ಪಟ್ಟ. ದೊರೆಯ ಪ್ರೀತಿ ಇಷ್ಟಕ್ಕೆ ಅಂತ್ಯವಾಗದೆ ಅವನನ್ನು ಕ್ರೈಸ್ತ ಧರ್ಮಕ್ಕೂ ಮತಾಂತರ ಹೊಂದುವಂತೆ ಮಾಡಿತು.

ಎಷ್ಟಾದರೂ ಹನ್ನೊಂದು ವರ್ಷದ ಪ್ರಾಯದ ಹುಡುಗ. ಜಾತಿ-ನೀತಿಗಳ ವಿಷಯದ ತಿಳಿವಳಿಕೆ ಇಲ್ಲದೆ, ಹುಟ್ಟುವುದು ಕೆಲಸ ಮಾಡಲು - ಹೊಟ್ಟೆ ಹೊರೆಯಲು ಎಂಬ ಒಂದೇ ಒಂದು ಭಾವನೆಯಿಂದ ಬೆಳೆದ ಮಗು. ಅವನಿಗೇನು ಗೊತ್ತು- ತನ್ನ ಜಾತಿಯನ್ನು ತ್ಯಜಿಸಿ ವಿಧರ್ಮಿಯಾಗಬಾರದೆಂದು ? ಯಾವ ಜಾತಿಯಾದರೇನು? ಯಾವ ಮತವಾದರೇನು? ಹೊಟ್ಟೆ ತುಂಬ ಕೂಳು-ಮೈತುಂಬ ಬಟ್ಟೆ, ಜೊತೆಗೆ ತಿಂಗಳಿಗೆ

ಎರಡು ರೂಪಾಯಿ ಸಂಬಳ ಬೇರೆ. ಇಷ್ಟೆಲ್ಲ ಸಿಕ್ಕುವಾಗ ಜಾತಿ ನೀತಿ ಎಂದೇಕೆ ಸುಮ್ಮನೆ ಪೇಚಾಡಬೇಕು ? ಅದರಲ್ಲೂ ದೊರೆ ತನ್ನನ್ನು ತಮ್ಮ ಜಾತಿಗೆ ಸೇರಿಕೋ ಎನ್ನುವಾಗ ಬಡ ಕಾಡನಿಗೆ ಸಂತೋಷವಾಯಿತೆಂದರೆ ಆಶ್ಚರ್ಯವೇನು? ದೊರೆಯ ಜಾತಿಗೆ ಸೇರುವುದೇನು ಕಡಿಮೆ ಭಾಗ್ಯವೆ ? ಕಾಡ ಕ್ರಿಶ್ಚಿಯನ್ ಆಗಿ 'ಜೋಸೆಫ್ ಕಾಡ' ಆದ. ದೊರೆಯ ಸ್ವಂತ ನೌಕರನಾದುದರಿಂದ ಕಾಡನಿಗೆ ಒಂದು ಭಾಗ್ಯ ಅಷ್ಟೇ ಅಲ್ಲ, ಕನ್ನಡ ಬಾರದಿದ್ದ ದೊರೆಯೊಡನೆ ಮಾತಾಡಿ ಹರಕುಮುರುಕಾಗಿ ಇಂಗ್ಲಿಷ್ ಮಾತಾಡಲು ಅಭ್ಯಾಸವಾಯ್ತು.

ಈಗ ಕಾಡ ಒಂದು ವರ್ಷದ ಹಿಂದಿನ ಕೂಳಿಲ್ಲದ ಕಂಗೆಟ್ಟ ಕಾಡನಲ್ಲ, ಚೂಟಿಯಾದ, ಶುಚಿಯಾದ ಅವನನ್ನು ಅವನ ಸ್ವಂತ ತಾಯಿ ನೋಡಿದ್ದರೂ ಗುರುತಿಸುವಂತಿರಲಿಲ್ಲ.

ಹೀಗೆ ಕಾಡ ತನ್ನ ಬಾಲ್ಯದ ಏಳೆಂಟು ವರ್ಷಗಳನ್ನು ಹೆಚ್ಚಿನ ಕಷ್ಟಗಳೊಂದೂ ಇಲ್ಲದೆ ಕಳೆದ. ಇಷ್ಟರಲ್ಲಿ ಆರ್ಥಿಕ ಅಡಚಣೆಯಿಂದ ಕಂಗೆಟ್ಟಿದ್ದ ಅವನ ದೊರೆ ತೋಟವನ್ನು ಮಾರಿ ವಿಲಾಯಿತಿಗೆ ಹೊರಟುಹೋದನು. ಆದರೆ ಹೋಗುವ ಮೊದಲು ಹೊಸ ಯಜಮಾನನಿಗೆ ರಾಜನ ವಿಷಯ ಶಿಫಾರಸು ಮಾಡದೆ ಇರಲಿಲ್ಲ . ತೋಟವನ್ನು ಹೊಸದಾಗಿ ಕೊಂಡ ಪ್ಲಾಂಟರ್‌ಗೆ ಆ ತೋಟವಲ್ಲದೆ ಬೇರೆ ನಾಲ್ಕಾರು ತೋಟಗಳಿದ್ದವು. ಅದರಿಂದ ಆತ ಸ್ವಂತವಾಗಿ ಅಲ್ಲಿ ಬಂದಿರದೆ ಒಬ್ಬ ಮೇನೇಜರರನ್ನು ನಿಯಮಿಸಿದ. ಹಿಂದಿನ ದೊರೆಯ ಶಿಫಾರಸಿನ ಪರವಾಗಿ ಕಾಡನಿಗೆ ಮೇನೇಜರರ ಕುದುರೆಯ ಯೋಗಕ್ಷೇಮದ ಕೆಲಸ ಸಿಕ್ಕಿತು. ಕುದುರೆ ಚಾಕರಿಯಲ್ಲದೆ ತೋಟದಿಂದ ಮೂರು ಮೈಲಿ ದೂರವಿದ್ದ ಊರಿಗೆ ದಿನಕ್ಕೆರಡು ಸಾರಿ ಹೋಗಿ ಟಪ್ಪಾಲು ತರುವ ಕೆಲಸವನ್ನೂ ಅವನೇ ಮಾಡುತ್ತಿದ್ದನು.

ಕಾಡನಿದ್ದ ತೋಟದಿಂದ ಊರಿಗೆ ಮೂರು ಮೈಲೆಂದು ಹೇಳಿದೆನಲ್ಲ - ಹೆಚ್ಚಿನ ಕೆಲಸವಿಲ್ಲದ ಮೇನೇಜರರ ಕುದುರೆಗೆ ವ್ಯಾಯಾಮವಾಗಲೆಂದು ಕಾಡ ಟಪ್ಪಾಲಿಗೆ ಹೋಗುವಾಗ ಕೆಲವು ಸಾರಿ ಕುದುರೆಯ ಮೇಲೆ ಹೋಗುವಂತೆ ಹೇಳುತ್ತಿದ್ದರು. ಅವರು ಊರಿಗೆ ಹೋಗುವ ದಾರಿಯಲ್ಲೊಂದು ಮಾಪಿಳ್ಳೆ ಚಿಲ್ಲರೆ ಅಂಗಡಿ. ಅಂಗಡಿಯ ಯಜಮಾನ ಮುಮ್ಮುಕಾಕ ವ್ಯಾಪರವಲ್ಲದೆ, ಆಳು ಕಟ್ಟುವ ಮೇಸ್ತ್ರಿ ಕೆಲಸವನ್ನೂ ಮಾಡುತ್ತಿದ್ದರು. ಅದರಿಂದ ಕೆಲವು ಸಮಯ ಅವನು ಆಳು ತರುವುದಕ್ಕಾಗಿ ಕನ್ನಡ ಜಿಲ್ಲೆಗೆ (ದ.ಕ.) ಹೋಗಬೇಕಾಗುತ್ತಿತ್ತು. ಆ ಸಮಯಗಳಲ್ಲಿ ಅವನ ತಂಗಿ ಹುಸೇನ್ ಬೀಬಿಯು ಅಂಗಡಿಯಲ್ಲಿ ವ್ಯಾಪಾರ ಮಾಡುತ್ತಿದ್ದಳು, ತಾಯಿ ಮುದುಕಿಗೆ ಲೆಕ್ಕ ಗೊತ್ತಿಲ್ಲದಿದ್ದರಿಂದ. ಹುಸೇನ್ ಬೀಬಿ ಕೆಲಸ ಕಾರ್ಯಗಳಲ್ಲಿ ಚತುರೆ. ಲೆಕ್ಕಾಚಾರ ವ್ಯಾಪಾರ ವ್ಯವಹಾರಗಳಲ್ಲಿ ನಿಪುಣೆ. ಸಾಲದುದಕ್ಕೆ ತೆಳ್ಳಗೆ ಬೆಳ್ಳಗಾಗಿ ಲಕ್ಷಣವಾಗಿದ್ದಳು. ಅಣ್ಣ ಮುಮ್ಮುಕಾಕ

ಅಂಗಡಿಯಲ್ಲಿ ಕೂತರೆ ಆಗುವ ವ್ಯಾಪಾರಕ್ಕಿಂತಲೂ, ತಂಗಿ ಹುಸೇನ್ ಬೀಬಿಯು ಕೂತರೆ ಹೆಚ್ಚು. ಸುತ್ತಮುತ್ತಲಿನ ತೋಟಗಳಿಂದ ಮೇಸ್ತ್ರಿಗಳು - ಆಳುಗಳು ಎಲ್ಲ ಬೀಡಿ-ಹೊಗೆಸೊಪ್ಪು ಎಲೆ ಅಡಿಕೆ ಸೋಡಾ ಮುಂತಾದವುಗಳಿಗಾಗಿ ಅವಳ ಅಂಗಡಿಗೇ ಬರುವರು.

ತೋಟದ ಒಳಗೆ ಇದ್ದಷ್ಟು ದಿನ ಯಾವ ಚಟವೂ ಇಲ್ಲದಿದ್ದ ಕಾಡನಿಗೆ ದಿನಾ ಊರಿಗೆ ಹೋಗಿಬರುವುದೆಂದಾದ ಮೇಲೆ ಬೀಡಿ ಸೇದುವ ಅಭ್ಯಾಸವಾಯ್ತು. ಸುರುಸುರುವಿನಲ್ಲಿ ಕಾಡ ಊರಿನಿಂದಲೇ ಬೀಡಿ ಕೊಳ್ಳುತ್ತಿದ್ದನು. ಒಂದು ದಿನ ಅವನ ಬೀಡಿ ಸಂಪೂರ್ಣ ಖರ್ಚಾಗಿತ್ತು. ದಾರಿಯಲ್ಲಿ ಹೋಗುವಾಗಲೇ ಸೇದಬೇಕಾದುದರಿಂದ ದಾರಿಬದಿಯಲ್ಲಿದ್ದ ಅಂಗಡಿಗೆ ಹೋದ. ಆ ದಿನ ಹುಸೇನ್‌ಬೀಬಿ ಅಂಗಡಿಯಲ್ಲಿ ಕೂತಿದ್ದಳು. ಒಂದಾಣೆ ಕೊಟ್ಟು ಒಂದು ಕಟ್ಟು ಬೀಡಿ ಕೊಂಡುಕೊಂಡ. ಹುಸೇನ್‌ಬೀಬಿ ಬೆಟ್ಟದಂಥ ಕುದುರೆಯ ಮೇಲೆ ಕೂತು ದಿನಾ ಊರಿಗೆ ಹೋಗಿ ಬರುತ್ತಿದ್ದ ಕಾಡನನ್ನು ಯಾವಾಗಲೂ ನೋಡುತ್ತಿದ್ದಳು. ಸುತ್ತಮುತ್ತಲಿನ ತೋಟದ ಟಪ್ಪಾಲಿನವರೆಲ್ಲ ನಡೆದು ಹೋಗುತ್ತಿರುವಾಗ ಕಾಡ ಮಾತ್ರ ಕುದುರೆಯ ಮೇಲೆ ಹೋಗುತ್ತಿರುವುದನ್ನು ನೋಡಿ ಅವನು ಅವರೆಲ್ಲರಿಗಿಂತ ಹೆಚ್ಚೆಂದು ಅವಳ ಭಾವನೆ. ಅವನೆಂದೂ ತನ್ನಂಗಡಿಗೆ ಬರದಿರುವುದು ಅವನ ಗೌರವವನ್ನು ಮತ್ತೂ ಹೆಚ್ಚಿಸಿತ್ತು ಅವಳ ದೃಷ್ಟಿಯಲ್ಲಿ. ದೊರೆಯ ಮನೆಯಲ್ಲಿ ಬೆಳೆದುದರ ಪರಿಣಾಮವಾಗಿ ಅವನ ಉಡುಪುಗಳೂ, ತೋಟದ ಮೇಸ್ತ್ರಿ ಆಳುಗಳಿಗಿಂತ ಹೆಚ್ಚಿನ ತರದ್ದೂ ಶುಚಿಯಾದದ್ದೂ ಆಗಿತ್ತು. ದೊರೆಯ ಹಳೆಯ ಹ್ಯಾಟೂ (Hat) ಹರಕು ಮುರುಕು ಇಂಗ್ಲಿಷ್ ಅವನನ್ನು ಸರ್ವ ಸಾಧಾರಣ ಕೂಲಿ ವರ್ಗದಿಂದ ಹೆಚ್ಚಿನ ಮಟ್ಟಕ್ಕೇರಿಸಲಿಕ್ಕೆ ಸಹಾಯಕವಾಗಿದ್ದವು. ಇವುಗಳೆಲ್ಲಕ್ಕೂ ಕಳಸವಿಟ್ಟಂತೆ ಅವನ ನಗುಮುಖ. ಹುಸೇನ್‌ಬೀಗೆ ಅವನು ಅನನ್ಯ ಸಾಧಾರಣನಾಗಿ ತೋರಿದುದು ಆಶ್ಚರ್ಯವೇನು?

ಆ ದಿನ ಅವನು ತನ್ನ ಅಂಗಡಿಗೆ ಬಂದುದನ್ನು ನೋಡಿ ಅವಳಿಗೆ ಸಂತೋಷವಾಯ್ತು. ನಗುನಗುತ್ತ ಬೀಡಿಯ ಕಟ್ಟನ್ನವನಿಗೆ ಕೊಟ್ಟು 'ಇನ್ನೇನು ಬೇಕು?' ಎಂದು ಕೇಳಿದಳು. ಕೇವಲ ಬೀಡಿಯ ಧ್ಯಾನದಲ್ಲಿದ್ದ ಕಾಡ ಒಂದು ಬೀಡಿಯನ್ನು ಬಾಯಲ್ಲಿಟ್ಟು ಬೆಂಕಿಪೊಟ್ಟಣದ ಸಲುವಾಗಿ ಜೇಬಿಗೆ ಕೈಹಾಕಿ ನೋಡಿದ, ಇರಲಿಲ್ಲ. ಅವಳು ಕೊಟ್ಟಳು. ಅವನು ಬೀಡಿಯನ್ನು ಹೊತ್ತಿಸಿ ಬೆಂಕಿಪೊಟ್ಟಣನ್ನು ಜೇಬಿಗೆ ಹಾಕಿ ಹೊರಟ. ಆಗವಳು - 'ಬೆಂಕಿಪೊಟ್ಟಣದ ಕ್ರಯ?' ಎಂದಳು. ಬೀಡಿಯಲ್ಲೇ ತಲ್ಲೀನನಾಗಿದ್ದವನಿಗೆ ಬೆಂಕಿಪೊಟ್ಟಣದ ಕ್ರಯ ಕೊಡಲು ಮರೆತುಹೋಗಿತ್ತು. ಅವಳು ಕೇಳುವಾಗ 'ಮರೆತಿದ್ದೆ, 'ಕೊಡುತ್ತೇನೆ' ಎಂದು ಹಿಂದಿರುಗಿದ. ಅವಳು ಪರವಾ ಇಲ್ಲ' ಎನ್ನುತ್ತ ನಗುತ್ತ ನಿಂತಿದ್ದಳು. ಕಾಸು ಕೊಡುತ್ತ ಅವಳನ್ನು ನೋಡಿದ ಕಾಡ.

ಆ ದಿನದಿಂದ ಊರಿನಲ್ಲಿ ಕಾಡನ ಬೀಡಿ ವ್ಯಾಪಾರ ಅಂತ್ಯವಾಗಿ ಹೋಯ್ತು. ಈಗ ಕಾಡನಿಗೆ ಬೀಡಿ ಬೇಕಾದರೆ ಹುಸೇನ್ ಬೀಯ ಅಂಗಡಿ. ಬೀಡಿ ಬೇಕಾದರೆ ಏಕೆ – ಬೇಡದಿದ್ದರೂ ಬೇಕೆಂದು ನೆವನ ಮಾಡಿಕೊಂಡು ಅಲ್ಲಿಗೆ ಹೋಗುತ್ತಿದ್ದ. ಆದರೆ ಮುಮ್ಮುಕಾಕ ಅಂಗಡಿಯಲ್ಲಿ ಕೂತಾಗ ಮಾತ್ರ ಕಾಡನಿಗೆ ಹೆಚ್ಚಿನ ಬೀಡಿ ಬೇಕಾಗುತ್ತಿರಲಿಲ್ಲ. ಹೀಗೆ ಒಂದಾರು ತಿಂಗಳು ಕಳೆಯುವುದರೊಳಗೆ ಬೀಡಿ ಮಾತ್ರವಲ್ಲ ಬೀಡಿ ಮಾರುವ ಹುಸೇನ್‌ಬೀಯನ್ನು ಬಿಟ್ಟು ಬದುಕುವುದು ಅಸಾಧ್ಯವೆಂದು ತೋರಿತು ಕಾಡನಿಗೆ.

ಹುಸನ್‌ಬೀಯೂ ದಿನಾ ಬೀಡಿಯ ವ್ಯಾಪಾರಕ್ಕೆ ಬರುತ್ತಿದ್ದ ಕಾಡನಿಗೆ ಬೀಡಿಯನ್ನಲ್ಲದೆ ಹೃದಯವನ್ನು ಕೊಟ್ಟಳು. ಬೀಡಿಯ ನೆವನದಿಂದ ಬೆಳೆಯುತ್ತಿದ್ದ ಅವಳ ಪ್ರಣಯ ಮುದಿ ತಾಯಿಯ ಮೂಲಕ ಮುಮ್ಮುಕಾಕನಿಗೆ ತಿಳಿಯಿತು. ಒಬ್ಬಳೇ ತಂಗಿ ಅವನಿಗೆ. ಬಲು ಪ್ರೀತಿಯಿಂದ ಸಾಕಿದ್ದ. ಅವಳ ಸುಖಕ್ಕೆ ಅಡ್ಡಿ ಬರುವ ಇಚ್ಛೆ ಇರಲಿಲ್ಲ. ಕಾಡನೂ ಯೋಗ್ಯನಾದ ವರ ಹೌದು. ಯುವಕ ಅಹಂಕಾರಿಯಲ್ಲ. ಅನೇಕ ವರ್ಷಗಳಿಂದ ಒಂದೇ ಕಡೆಗೆ ನಿಂತು ಪ್ರಾಮಾಣಿಕನಾಗಿ ಕೆಲಸ ಮಾಡಿ ಸ್ವಲ್ಪ ಹಣ ಬೇರೆ ಮಾಡಿದ್ದಾನೆ. ತಂಗಿಗೂ ಅವನಲ್ಲಿ ಪ್ರೇಮವಿದೆ. ಆದರೆ? ಜಾತಿಯೊಂದು ಬೆಟ್ಟದಂತೆ ಅಡ್ಡವಾಗಿ ನಿಂತಿತ್ತು. ಒಂದು ದಿನ ತಾನೇ ಕಾಡನೊಡನೆ ಆ ವಿಷಯ ಪ್ರಸ್ತಾಪಿಸಿದ. ಕಾಡನಿಗೇನು? ಜಾತಿಗೆ ಅವನ ದೃಷ್ಟಿಯಲ್ಲಿ ಮೌಲ್ಯವಿಲ್ಲ. ಎಷ್ಟು ಸುಲಭವಾಗಿ ಕ್ರಿಶ್ಚನ್‌ಆಗಿದ್ದನೋ ಅದಕ್ಕಿತಲೂ ಹೆಚ್ಚಿನ ಉತ್ಸಾಹದಿಂದ ಮುಸಲ್ಮಾನಾಗಲೊಪ್ಪಿದ. ಹಿಂದೆ ಹಿಡಿ ಕೂಳಿಗಾಗಿ ಜಾತಿ ಬಿಟ್ಟಿದ್ದರೆ ಈಗ ಪ್ರೇಮ ಕಾರಣವಾಗಿತ್ತು. ಹುಸೇನ್‌ಬೀಗಾಗಿ ಜೀವಬಿಡಲು ಸಿದ್ಧನಿದ್ದ ಅವನಿಗೆ ಬೆಲೆಯಿಲ್ಲದ ಜಾತಿಯನ್ನು ಬಿಟ್ಟಮಾತ್ರಕೆ ಅವಳು ಲಭಿಸುವಳೆಂದಾದ ಮೇಲೆ ಮುಸಲ್ಮಾನ ಧರ್ಮಕ್ಕೆ ಮತಾಂತರ ಹೊಂದಲು ಹೆಚ್ಚು ಸಮಯವಾಗಲಿಲ್ಲ. ಬಹುಶಃ ಅವನ ಹಿಂದಿನ ದೊರೆಯಿದ್ದಿದ್ರೆ ಈ ಸಂದರ್ಭದಲ್ಲಿ ಕೊಂಚ ತೊಂದರೆಯಾಗುತ್ತಿತ್ತೇನೋ! ಆದರೆ, ಈಗ ಮೇನೇಜರ್ ಹಿಂದೂ ಆದುದರಿಂದ ಕ್ರಿಶ್ಚಿಯನ್ ಕಾಡ ಮುಸಲ್ಮಾನಾದರೆ ತಮಗೇನೆಂದು ಸುಮ್ಮನಾಗಿಬಿಟ್ಟರು. ಎಂತೂ ಪ್ರೇಮದ ಸಲುವಾಗಿ ಕಾಡ ಎರಡನೆಯ ಸಾರಿ ಜಾತಿ ಬದಲಾಯಿಸಿ 'ಇಸ್ಮಾಯಿಲ್ ಕಾಡಕಾಕ' ಆಗಿ ಹುಸೇನ್‌ಬೀಯನ್ನು ನಿಕಾ ಮಾಡಿಕೊಂಡ.

ಇದು ಕಾಡನ ಜೀವನದಲ್ಲಿ ದ್ವಿತೀಯಾಂಕ

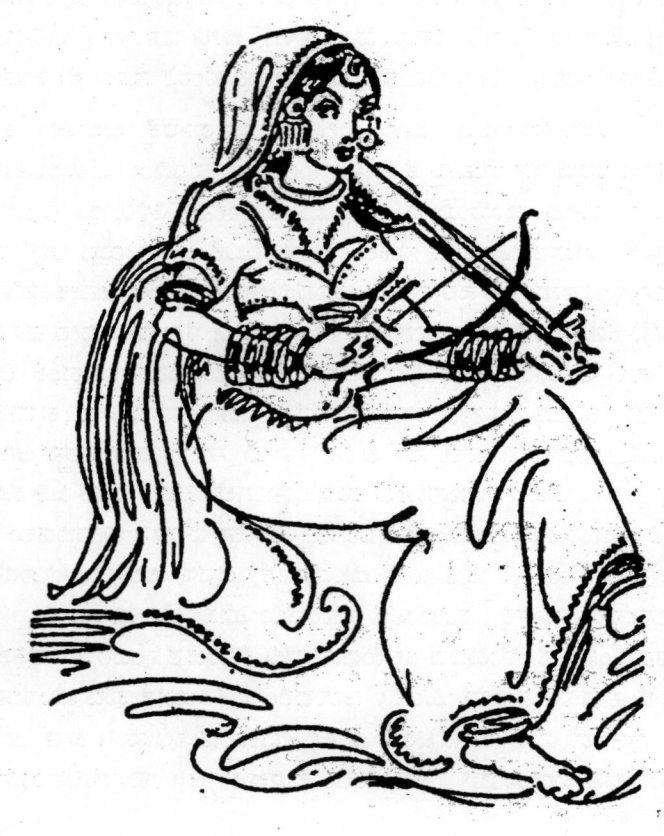

ಅನುಬಂಧ

ಮುನ್ನುಡಿ

ತಂಗಿ ಗೌರಮ್ಮನವರ ಕಥಾ ಸಂಗ್ರಹಕ್ಕೆ ಮುನ್ನುಡಿಯನ್ನು ಬರೆಯಲು ನಾನು ಒಪ್ಪಿಕೊಂಡಾಗ ಅವರು ಇಷ್ಟು ಆಕಸ್ಮಾತ್ತಾಗಿ, ದಾರುಣವಾಗಿ ನಮ್ಮನ್ನಗಲಿ ಹೋಗುವರೆಂದು ನಾನು ಭಾವಿಸಿರಲಿಲ್ಲ. ಅವರ ಕಥಾಸಂಗ್ರಹಕ್ಕೆ 'ಕಂಬನಿ' ಯೆಂದು ಹೆಸರನ್ನು ಸೂಚಿಸಿದಾಗ ಅವರನ್ನು ಕುರಿತೇ ಕಂಬನಿಗಳುರುಳುವವೆಂದು ನಾನು ಎಣಿಸಿರಲಿಲ್ಲ. ಯಾವ ಕೆಲಸ ಸಂತೋಷ ಅಭಿಮಾನಗಳೆಂದು ನಾನು ಬಗೆದಿದ್ದೆನೋ - ಅದೊರಳಗಿನ ಅಭಿಮಾನ ಉಳಿದಿದೆ ; ಆದರೆ ಸಂತೋಷದ ಸ್ಥಳವನ್ನು ಸಂತಾಪವು ವ್ಯಾಪಿಸಿದೆ. ಆ ಸಂತೋಷದಂತೆಯೇ ಸಂತಾಪದಲ್ಲಿಯೂ ಒಂದು ವಿಧದ ಸವಿಯಿರುವದಾದರೂ ಅದೆಲ್ಲವೂ ಕಣ್ಣೀರು ಸವರಿದ ನಾಲಗೆಯಿಂದ ಪೆಪ್ಪರಮೆಂಟು ಚಪ್ಪರಿಸಿದಂತೆಯೇ ಸರಿ. ಗೌರಮ್ಮನವರ ಜೀವನದಲ್ಲಿ ಒಂದು ಬಗೆಯ ಸಮಾಧಾನವಿದ್ದರೂ ಅವರ ಜೀವನಸಹಾನುಭೂತಿಯಲ್ಲಿ ಪರಗತ ದುಃಖಾಸ್ವಾದನೆಯಿಂದ ಬಂದ ಮಧುರ ವಿಷಾದಕ್ಕೆ ಅಪಾರವಾದ ಸ್ಥಳವಿತ್ತು. ಅಂತೆಯೇ ಅವರ ಕಥಾಫಲಗಳಿಗೆ ಬೇವಿನ ಹಣ್ಣುಗಳ ಕಟುಮಧುರತೆಯಿದೆ. ಉದಿತೋದಿತ ಕೀರ್ತಿಯ ಈ ಕತೆಗಾರ್ತಿಯ ಅಕಾಲಿಕ ಮರಣವು ಕಟುಮಧುರ ! ಈ ಎರಡರಿಂದುದುರುವ ಕಂಬನಿಗಳೂ ಕಟುಮಧುರ ! ಒಂದಕ್ಕೊಂದು ಹೊಂದಿಕೆಯಾಗಿಯೇ ಇದೆ !

ಶ್ರೀಮತಿ ಗೌರಮ್ಮನವರು ಜೀವಿಸಿದ್ದೇ ೨೭ ವರ್ಷ. ಈ ಸಂಗ್ರಹದೊಳಗಿನ ಹನ್ನೆರಡು ಕತೆಗಳು ಅವರ ಆಯುಷ್ಯದ ಕೊನೆಯ ಏಳು ವರ್ಷಗಳಲ್ಲಿ ಬರೆದವುಗಳು. ಅವರ ಲೇಖನಾಭ್ಯಾಸವು ಆ ಮೊದಲು ಮೂರ್‍ನಾಲ್ಕು ವರ್ಷಗಳಿಂದಲೂ ನಡೆದಿರಬೇಕೆಂದು ಅವರ ಕಾಗದಪತ್ರಗಳಿಂದ ಕಂಡುಬರುವದು. ಈ ಹನ್ನೆರಡೂ ಕತೆಗಳು ಒಂದಿಲ್ಲೊಂದು ವಿಧದಿಂದ ಹೆಣ್ಣು-ಗಂಡಿನ ಜೀವನದ, ಅದರ ಭಾಗ್ಯ-ದುರ್ಭಾಗ್ಯದ, ಅದರ ಪ್ರಣಯದ ಆಖ್ಯಾನಗಳಾಗಿವೆ. ಗಂಡಸಿನ ದೌರ್ಜನ್ಯ , ದಾರಿದ್ರ್ಯ-ಕುರೂಪತೆಗಳ ದೌರ್ಭಾಗ್ಯ, ಹೆಂಗಸಿನ ಯುಗಯುಗದ ದುರ್ವಿಧಿ ವಿಲಾಸ, ಸಮಾಜದ ವಿಪರೀತ ದುರ್ಬುದ್ಧಿ, ಶಿಷ್ಟಾಚಾರಗಳ ಅಂಧವಿರೋಧ ಇವೇ ಮೊದಲಾದ ಕಾರಣಗಳಿಂದ ಸ್ತ್ರೀಯರಿಗಾಗುವ ದುಃಖಕ್ಕಾಗಿ ಗೌರಮ್ಮನವರ ಕರುಳಿನ ತಂತಿಯಿಂದ ಮಿಡಿದು ಬಂದ ಮೂಕಶೋಕವು ಹೃದಯಭೇದಕವಾಗಿಯೂ ಹೃದಯಬೋಧಕವಾಗಿಯೂ ಆಗಿರುವುದು.

ಎಲ್ಲ ಕತೆಗಳೂ ವಿಶೇಷವಾಗಿ ಹೆಣ್ಣಿನ ಹೃದಯವನ್ನೇ ಆವಿಷ್ಕರಿಸುತ್ತಿದ್ದರೂ 'ಸನ್ಯಾಸಿ ರತ್ನ' 'ಹೋಗಿಯೇ ಬಿಟ್ಟಿದ್ದ' 'ಪ್ರಾಯಶ್ಚಿತ್ತ' ಈ ಕತೆಗಳಲ್ಲಿ ಗಂಡಿನ ಮುಖವಾಗಿ

ಪ್ರಣಯವನ್ನು ಪ್ರದರ್ಶಿಸಿದ್ದಾಗಿದೆ. ಮೊದಲಿನೆರಡು ಕತೆಗಳಲ್ಲಿ ಕತೆಗಾರಿಕೆಯಲ್ಲಿಯೂ ಕಟ್ಟಿನಲ್ಲಿಯೂ ಒಂದು ಚಮತ್ಕಾರವಿದೆ. ಮೂರನೆಯ ಕತೆಗಳಲ್ಲಿ ಗಂಡಿನಷ್ಟೇ ಹೆಣ್ಣು ಜೀವಾಳವಾಗಿದೆ. ದಿನಚರಿ, ಕಾಗದ ಮೊದಲಾದ ಕಥಾಕಾರಗಳನ್ನು ಅವರು ಕೈಜೋಡಿಸಿ ನೋಡಿದ್ದಾರೆ. ಎಲ್ಲದರರಲ್ಲಿ ಅವರ ಕೈ ತಡೆಯಿಲ್ಲದೆ ಸಾಗುವದು, ಆದರೆ ಈ ಎಲ್ಲ ಕತೆಗಳ ನಿಜವಾದ ವೈಲಕ್ಷಣ್ಯವೆಂದರೆ ಮಾನಸವ್ಯಾಪಾರಗಳ ಹೇಳಿಕೆ. 'ಕೌಲಸ್ಯಾನಂದನ', 'ಸುಳ್ಳು ಸ್ವಪ್ನ', 'ವಾಣಿಯ ಸಮಸ್ಯೆ' , 'ಮನುವಿನ ರಾಣಿ' '... ಯಾರು?' ಮೊದಲಾದವುಗಳಲ್ಲಿ ಗೌರಮ್ಮನವರ ಸಹಾನುಭವವು ನಮ್ಮನ್ನು ಮೆಚ್ಚಿಸುವುದು. ೧೯೩೨ರ ಅಕ್ಟೋಬರದಲ್ಲಿ ಬರೆದ ಅವರ 'ಒಂದು ಪುಟ್ಟ ಚಿತ್ರ'ಕ್ಕೂ ೧೯೩೯ರ ಫೆಬ್ರವರಿಯಲ್ಲಿ ಬರೆಯಲಾದ 'ಅವಳ ಭಾಗ್ಯ'ಕ್ಕೂ ಆರು ವರ್ಷದ ಅಂತರವಿರುವಂತೆಯೇ ಕಿರಿದರಲ್ಲಿ ಹಿರಿದು ಭಾವ ತುಂಬುವ ಅವರ ಕತೆಗಾರಿಕೆಯ ಬೆಳವಣಿಗೆಯಲ್ಲಾದ ಅಂತರವನ್ನು ಕಂಡು ಅವರ ಜೀವನದ ಕತೆ ಇಷ್ಟಕ್ಕೇ ಮುಗಿಯಿತೇ –ಎನಿಸುವುದು.

ಕತೆಗಳಲ್ಲಿ ಕಟುತ್ವವಿದ್ದರೂ ರೊಚ್ಚಿಲ್ಲ; ಸೋದ್ದೇಶಲೇಖನದ ಸೂಚನೆಯಿದ್ದರೂ ಅವಾಸ್ತವ ಆರ್ಭಟೆಯಿಲ್ಲ ; ಕಲೆಯು ನೈಜ್ಯವನ್ನು ಮರೆಮಾಚಿಲ್ಲ – ಎಲ್ಲೆಲ್ಲಿಯೂ ಹೆಣ್ಣಿನ ಹೃದಯದ ಸಾಕ್ಷಿಯನ್ನು ಸಾರುವ ಈ ಕಥಾಗುಚ್ಛವು 'ಶ್ರೀನಿವಾಸ' 'ಆನಂದ'ರ ಕತೆಗಳನ್ನು ಓದಿದ ವಾಚಕರಿಗೆ ಮನೋವಿಶ್ಲೇಷಣಾತ್ಮಕ ಕತೆಗಳ ಮಾದರಿಯಾಗಿ ಹೃದಯಂಗಮವಾಗುವುದೆಂದು ನಾನು ನಂಬಿದ್ದೇನೆ.

ದ.ರಾ. ಬೇಂದ್ರೆ

ಸಾಧನಕೇರಿ
೨-೮-೧೯೩೯

ಮುನ್ನುಡಿ

ಚಿಗುರು : ತಂಗಿ ಗೌರಮ್ಮನವರ ಎರಡನೆಯ ಕಥಾಸಂಗ್ರಹ. ಮೊದಲನೆಯದಾಗಿ 'ಕಂಬನಿ' ಯಲ್ಲಿ ಹೆಣ್ಣು ಕತೆಗಳಿದ್ದವು. ಇಲ್ಲಿ ಚಿಗುರಿದೆ ; ಮಿಡಿಯಿದೆ ; ಪಾಡೂ ಇದೆ. ಈ ಸಂಗ್ರಹದಲ್ಲಿ ಅವರ ಮೊಟ್ಟಮೊದಲನೆಯ ಕಥೆಯಿಂದ ಕಟ್ಟಕೊನೆಯ ಕಥಾಪಥವೂ ಕಂಗೊಳಿಸುವದು. 'ಕಾಯಿಯ ಗುಣವನ್ನು ಹೀಚಿನಲ್ಲಿ ನೋಡು' ಎಂದು ಹೇಳುತ್ತಾರೆ. ಆದರೆ ಒಮ್ಮೊಮ್ಮೆ ಅದು ಚಿಗುರಿನಲ್ಲಿಯೂ ಕಾಣವದೋ ಏನೋ ? ಚಿಗುರು – ಈ ಹೆಸರು ತಂಗಿ ಗೌರಮ್ಮನವರು ತಮ್ಮ ಕಥಾ ಸಂಗ್ರಹಕ್ಕೆ ತಾವಿರುವಾಗಲೇ ಸೂಚಿಸಿದ ಹೆಸರು. ಈ ಹೆಸರಿನಿಂದ ಕಥೆಗಾರ್ತಿಯ ಧೈರ್ಯ ಕಂಡು ಬರುತ್ತದೆ. ಈ ಕಥೆಗಳು ಚಿಗುರಾದರೆ ಅವರ ಹೃದಯದ ಹಣ್ಣುಗಳು ಎಂತಹವಾಗಿರತ್ತಿದ್ದವು?

ಚಿಗುರಿನೊಳಗೆ ಎಲ್ಲ ಕಥೆಯ ವಸ್ತು ಚಿರಂತನವಾದ ವಸ್ತು. ಅದು ಗಂಡು ಹೆಣ್ಣಿನೊಳಗೆ ಪರಸ್ಪರ ಆಕರ್ಷಣೆ, ಒಲವು ದಾಂಪತ್ಯ- ದುರಂತವೋ ಸುಖಮುಕ್ತಿಯೋ ದೇವರೇ ಬಲ್ಲ. ವಾಲ್ಮೀಕಿ ಮುನಿಯು ಕ್ರೌಂಚಮಿಥುನದಲ್ಲಿ ಕಂಡು ರಾಮಾಯಣ ತುಂಬೆಲ್ಲ ಮಿಡುಕಿ ಬರೆದ ಮೂಲವಸ್ತುವೆಂದರೆ ಸುಖದಾಂಪತ್ಯದರ್ಶನ, ಅದರ ಆಗು-ಹೋಗು, ಅದರ ಸರಸ-ವಿರಸ, ಅದರ ವಿಧಿ-ವಿಲಾಸ ದೈವದುರ್ವಿಪಾಕ. ತಂಗಿ ಗೌರಮ್ಮನವರ ಹೆಣ್ಣು ಹೃದಯ ಈ ವಸ್ತುವನ್ನೇ ಮುಗ್ಧ ಆಪೇಕ್ಷೆಯಿಂದ ಪ್ರೌಢ ವಿವೇಕದಿಂದ, ಸುಧಾರಕ ದೃಷ್ಟಿಯಿಂದ, ಅವರಿಗೇ ಸಹಜವಾದ ಬೆಳೆಯಲಿರುವ ಸಮತೂಕದಿಂದ, ನೀತಿಯ ಗರ್ಭದಲ್ಲಿಯೂ ರಸಪಾಕಗೊಳಿಸುವ ಜಾಣ್ಮೆಯಿಂದ ಈ ವಿವಿಧ ಕಥೆಗಳಲ್ಲಿ ವಿಸ್ತರಿಸಿದೆ. **'ಪಾಪನ ಮದುವೆ', 'ಮರದ ಬೊಂಬೆ'**, **ಕೊನೆಯ - 'ಕಾಡನ ಕಥೆ'** ಇವು ಮೂರು ಅವರ ಪರಿಪಕ್ವ ಪರಪಾಕೋನ್ಮುಖ ಸ್ವಾಭಾವಿಕ ಕೌಶಲ್ಯದ ಕುರುಹುಗಳಾಗಿ ಉಳಿಯಬಲ್ಲವು.

ಸಮಾನಗುಣಶೀಲ ವಧೂವರ ದಾಂಪತ್ಯವನ್ನು ಕೂಡಿಸುವುದು ದುರ್ವಿಧಿಯು ತನ್ನ ಹಣೆಯಲ್ಲಿ ತಾನೆ ಬರೆದುಕೊಂಡಿಲ್ಲ – ಎಂದು ಕಾಲಿದಾಸನೇ ಮಿಡುಕಿದ್ದಾನೆ. ಕಾಂತಾಹೃದಯಕ್ಕೆ ಹಾಗೆ ತೋಚಿದರೆ ಸೋಜಿಗವಲ್ಲ. ಆಕ್ರೋಶಕ್ಕಿಳಿಯದೆ ಕಾರುಣ್ಯದ ಹದವನ್ನು ತರಬಲ್ಲ ಈ ಕಥೆಗಾರ್ತಿಯ ಕೌಶಲದ ಧ್ವನಿ ಹೃದಯಕ್ಕೆ ಮುಟ್ಟಿದಾಗ ತಂಗಿ ಗೌರಮ್ಮನವರ ನಿಧನದಿಂದ ಕನ್ನಡಕ್ಕಾದ ಹಾನಿ ಅಷ್ಟಿಷ್ಟಲ್ಲ ಎಂದು ಮತ್ತೆ ತೋರುತ್ತದೆ.

ಅವರು ಮಾಡಬಹುದಾದ ಸೇವೆ ಅವರಿರುವಾಗಲೇ ಮಾಡಿ ಹೋದರು. ಅವರ ಜೀವನ ಸಾರ್ಥಕವಾಯಿತು. ಅವರ ಹಿಂದೆ ಉಳಿದ ಅವರ ಸ್ನೇಹಿತರಿಗೆ ಅವರ

ಅಂತಃಕರಣದ ಈ **'ಚಿಗುರ'**ನ್ನು ಕಣ್ಣಿಗೊತ್ತಿ ತಲೆಯ ಮೇಲೆ ಇಟ್ಟುಕೊಳ್ಳುವುದರ ಆಚೆಗೆ ಬೇರೆ ಸಾರ್ಥಕತೆಯೇನುಳಿದಿದೆ ? ಅವರಿಗೆ ಸಮೀಪದ ಸ್ನೇಹಿತರಾದ ಪ್ರಕಾಶಕರು ಆ ಕಾರ್ಯಮಾಡಿದ್ದಾರೆ. ಅವರ ಜೊತೆಗೆ ಈ ಎರಡು ನುಡಿಗಳನ್ನು ಬರೆಯುವುದರಿಂದ, ನನಗಾಗಿರುವ ಸಂತಾಪವನ್ನು ಕಳೆದುಕೊಳ್ಳಲು ಯತ್ನಿಸಿದ್ದೇನೆ. ಸುಖ ಹೆಚ್ಚಿಸುವ ವಸ್ತುವೇ ಹೋದ ಮೇಲೆ ಅದರ ಅಗಲಿಕೆಯಿಂದ ಆದ ದುಃಖವನ್ನು ಕಡಿಮೆ ಮಾಡಿಕೊಳ್ಳುವುದು ಸುಖವೇ ಸರಿ. ತಂಗಿ ಗೌರಮ್ಮನವರಿಗೆ ತನ್ನ **'ಚಿಗುರು'** ತನ್ನವರಿಂದ ಲಾಲಿತವಾದದ್ದು. ಇದ್ದಲ್ಲಿಂದ ಕಂಡು ಸುಖವಾಗದೆ ಇರದು.

ಚಿಗುರು ಲಲಿತ ಸಾಹಿತ್ಯಮಾಲೆಯ ಚಿಗುರೇ ಸರಿ. ಹೂಮಾಲೆಯಲ್ಲಿ ಚಿಗುರನ್ನೂ ಪೋಣಿಸುವ ರೂಢಿ ಪ್ರಾಚೀನ ಕಾಲದಿಂದಲೂ ಇದೆ. ಅದರಿಂದ ಹೂಮಾಲೆಯ ಸೌಂದರ್ಯ ಹೆಚ್ಚಾಗುವುದು. ಹೂವಿಗೆ ಚಿಗುರಿನ ಸಾನ್ನಿಧ್ಯ ದೊರೆಯುವುದು; ಮಾಲೆಗೆ ಲತೆಯ ರೂಪ ಬರುವದು. ಇಂಥ ಮಾಲೆಗಳೂ ಬಳ್ಳಿಗಳೂ ಕನ್ನಡಕ್ಕೆ ಹೆಣೆದಷ್ಟು ಬೇಕು. ಹಬ್ಬಿದಷ್ಟೂ ಬೇಕು. ಹೆಚ್ಚಾದವು ಎನ್ನುವುದು ನಮ್ಮ ಕೋಶದಾರಿದ್ರ್ಯ; ಅಥವಾ ಒಮ್ಮೊಮ್ಮೆ ನಮ್ಮ ಹೃದಯದಾರಿದ್ರ್ಯವನ್ನೂ ಸೂಚಿಸುವುದು. ಲಲಿತ ಸಾಹಿತ್ಯ ಮಾಲೆಯು ಹೆಸರಿಗೆ ತಕ್ಕಂತೆ ಸರಸ್ವತಿಯ ಲಲಿತ ಪೂಜೆಯಾಗಿ ಮೆರೆಯಲಿ. ಈ ಬಳ್ಳಿ ಹಬ್ಬಲಿ. ರಸಿಕರು ತಮ್ಮ ಹೃದಯ ಔದಾರ್ಯದಿಂದ ಇದಕ್ಕೂ ನೀರೆರೆಯಲಿ. ಬೆಳೆಯಲಿರುವ ಕನ್ನಡ ಎಲ್ಲವನ್ನೂ ಮಾಡೀತು ಎಂದು ನಾನು ನಂಬಿದ್ದೇನೆ.

ದ.ರಾ. ಬೇಂದ್ರೆ

ಸಾಧನಕೇರಿ

೧೮-೬-೧೯೪೨

ತಂಗಿ ಗೌರಮ್ಮ

ಜಲದೇವತೆ ವನದೇವತೆ ಒಂದೆಡೆಯಲಿ ಸೇರಿ
ಬಿನದಿಸುತಿಹ ಹೊಳೆಮಡುವಿಗೆ ನೀನೀಸಲು ಹಾರಿ
ತಾಯಿಯೊಡಲನು ಕೂಸಾಟಕ್ಕೆ ತಾಯ್ಮಡಲಿಗೆ ಬೀರಿ
ತೀರಲು, ಜಡವಾಗಳೆ ಕಾವೇರಿಯೇ ತಂಪೇರಿ ?
ನೆನೆದರೆಯೇ ನಾ ನಡುಗುವೆ ಇದು ಆದುದದೆಂತೋ ?
ಎಲ್ಲಿಂದೀ ಎಳೆಜೀವಕೆ ಸಾವೆಂಬುದು ಬಂತೋ ?
ಪತಿಯೊಲವಿನ ಸುತನೊಲವಿನ ಕೆಳೆಯೊಲವಿನ ತಂತು
ಜಗ್ಗದೆ ನಿನ್ನನು ಮೇಲಕೆ ? ನೀ ಮುಳುಗಿದೆಯೆಂತು ?

ಗೌರವಸ್ತ್ರ ಗೌರಸ್ಮಿತ ಗೌರವದೀ ಗೌರೀ
ಮಿಂಚಿದಳದೊ ಬಾನಂಚಿಗೆ ಕಾವೇರಿಯ ಕುವರಿ !
ಬೆಳುದಿಂಗಳೆ ಕರುವಿಟ್ಟಿತೊ ಈ ನಿರ್ಮಲಮೂರ್ತಿ
ಮೊದಲಿಲ್ಲಿಯೆ ಕುಡಿಬಿಟ್ಟಿತೊ ಮುಗುಳಿಟ್ಟಿತೊ ಕೀರ್ತಿ ?
ಉಷೆ ಸುರಿಸುವ ಇಬ್ಬನಿಯೊಲು ಕರುಣೆಯ ಕಂಬನಿಯ
ಬಾಳ್‌ಬಳ್ಳಿಗೆ ಬೀರಿದೆ ನೀ ಮಧುಹಾಸ್ಯದ ಹನಿಯ.

-ಅಂಬಿಕಾತನಯದತ್ತ

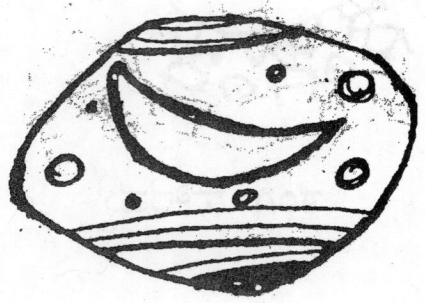

ಕನ್ನಡದ ತೋಟವನು ಕೃಷಿಮಾಡಿ ಜೀವನವ
ನೆರೆದೋವ ತೋಟಗಿತಿ ಹೋದೆ ಮೇಗೆ
ಇನು ರಸಚಿರುಗು ಮೊಗಬತ್ತಿ ಬನ ಮೌನದಲಿ
ಮರುಗದೋ ಅರಳು ಕಂಬನಿಗಳಾಗೆ !

-ಮಲ್ಲಾರಿ

(೩-೮-೧೯೩೯)

ಬರಡು ಕೊರಡ ಕೊನೆಯೊಳಿಂದು
ಚಿಗುರು ಕೊನರಿ ಕಾಂಬುದೊಂದು
ಹೆಣ್ಣು ಜೀವವೊಂದು ಎರೆದುದಿದಕೆ ನೊಂದ ಕಂಬನಿ
ಕರೆದ ಕೊಡವು ಒಡೆದರೇನು?
ಮಿಡಿದ ತಂತಿ ಕಡಿದರೇನು?
ನುಡಿದ ನಾದ ನುಡಿಸದೇನು ಬೀಣೆಯೊಡಲ ಕಾಹಿನಿ ?

ಪಿ. ವಿ. ಆ.

ಸವಿ ನೆನಪು*

ಸಂಜೆಗೆ ತಂಗಿದ್ದು ಗುಂಡಕುಟ್ಟಿಯಲ್ಲಿ. ನಿಜವಾಗಿ ಈ ಊರು ಬಿಡಬೇಕಾದರೆ ನಮಗೆಲ್ಲರಿಗೂ ನಿಟ್ಟುಸಿರು ಬಂತು. ಅಷ್ಟು ಚೆಲುವು. ಅದರ ಸುತ್ತಲೂ ಹರಡಿದ ಅಂದಚೆಂದ! ನಾವು ತಂಗಿದ್ದ ಮನೆಗೆ ನೆರೆಯಲ್ಲೇ ಒಬ್ಬ ಹುಡುಗಿ ಗಾಂಧೀಜಿ ತನ್ನ ಮನೆಗೆ ಬರಬೇಕೆಂದು ಬೆಳಗಿನಿಂದ ಹಟ ಹಿಡಿದು ಉಪವಾಸವಿದ್ದಾಳೆ – ಎಂದು ನಮಗೆ ಸುದ್ದಿ ತಿಳಿಯಿತು. ಆಕೆ ಗಾಂಧೀಜಿಯ ಬಳಿಗೆ ಬರುತ್ತಿದ್ದಾಗ ಕಣ್ಣು ಹನಿಗಣ್ಣಾಗಿತ್ತು; ಒಂದು ಮಾತೂ ಆಡಲಾರದಂತಾಗಿದ್ದಳು.

'ನೀನು ಉಪವಾಸ ಯಾಕೆ ಮಾಡುತ್ತಿದ್ದೀ ಮಗು ?' ಗಾಂಧೀಜಿ ಕೇಳಿದಳು.

ನೀವು ನಮ್ಮ ಮನೆಗೆ ಬರಬೇಕು ಅಂತ' ಕಣ್ಣೀರಿನಿಂದ ಕಂಠ ಬಿಗಿದಿತ್ತು ಆಕೆಗೆ. 'ನನ್ನ ಒಡವೆ ನಿಮಗೆ ಸಮರ್ಪಿಸಬೇಕು.'

'ಬಹಳ ಚಲೋ ಮಾತು. ಆದರೆ, ಮೊದಲು ನೀನು ಉಪವಾಸ ಬಿಡಬೇಕು'.

'ಊಹೂ, ಇಲ್ಲ, ಮೊದಲು ನೀವು ಮಾತು ಕೊಡಬೇಕು ಮನೆಗೆ ಬರುವುದಾಗಿ.'

'ಮಾತುಗೀತು ಕೇಳಬಾರದು, ಮಗು ಈ ಕಿತ್ತಳೆಹಣ್ಣು ತಗೋ, ಇದನ್ನು ಮೊದಲು ಬಾಯಿಗೆ ಹಾಕು. ಹಾಗೆಲ್ಲ ಚೌಕಾಸಿ ಮಾಡಬಾರದು, ನನ್ನ ಮೇಲೆ ನೆಚ್ಚಿಗೆಯಿರಲಿ. ನಿನ್ನ ದೃಢಪ್ರೀತಿಯಲ್ಲಿ ನಿನಗೆ ನಂಬಿಕೆ ಇರಬೇಕು.'

ಆದರೂ ಆಕೆ ಹಣ್ಣು ಮುಟ್ಟಲಿಲ್ಲ. ಮಾತು ಆಗಲೇ ಕೊಟ್ಟಾಯಿತೆಂದು ಪಾಪ, ಆಕೆಗೆ ತಿಳಿಯಲಿಲ್ಲ. ಮೀರಾಬೆನ್ ಕಿತ್ತಳೆಹಣ್ಣು ಸುಲಿದಳು. ಆಕೆಗಿನ್ನೂ ಅನುಮಾನ ! **'ನಿಜವಾಗಿಯೂ ಬರುತ್ತೀರಾ?'**

'ನಿಜವಾಗಿ ಬರುತ್ತಾರೆ' ಮೀರಾಬೆನ್ ಹೇಳಿದರು ; ಆಗ ಗೌರಿ ನಗುತ್ತ ಕಿತ್ತಳೆ ಹಣ್ಣು ತೆಗೆದುಕೊಂಡಳು.

ಆಕೆಗೆ ಒಡವೆ ಕೊಡಲು ಗಟ್ಟಿ ಮನಸ್ಸೋ ಅಲ್ಲವೋ ತಿಳಿಯಲು ಗಾಂಧೀಜಿ

---

* ಇದು ಗೌರಮ್ಮನವರ ಜೀವನದಲ್ಲಿ ನಡೆದ ಒಂದು ಘಟನೆ. ಗಾಂಧೀಜಿಯವರನ್ನು ಕಂಡಾಗಿನ ಕತೆ.

ಹವಣಿಸಿದರು. **ಈಗ ಕೊಟ್ಟ ಒಡವೆಗಳನ್ನು ಮತ್ತೆ ಮಾಡಿಸಿಕೊಳ್ಳುವದಿಲ್ಲವೆಂದು ಆಕೆ ಹೇಳಿದಳು.** ಆಕೆಗೆ ಇನ್ನೂ ೨೧ ವರ್ಷ ; ಮದುವೆಯಾಗಿತ್ತು. ಆಕೆಯ ಗಂಡನೂ ಅಲ್ಲಿದ್ದರು. ಗಾಂಧೀಜಿ ಅವರನ್ನು ಕೇಳಿದರು : 'ಈಕೆ ಒಡವೆಕೊಡಬೇಕೆನ್ನುವದು ಸ್ವಬುದ್ಧಿಯೋ ಹೇಗೆ ?'

'ಆಕೆ ಸ್ವಬುದ್ಧಿಯಿಂದಲೇ. ನಾನೂ ಹೂ ಅಂದೆ ' : ಆ ತರುಣ ಹೇಳಿದರು. ಅವರಿಗೆ ತಿಂಗಳಿಗೆ ನಲವತ್ತುರೂಪಾಯಿ ಸಂಬಳ. ಏನೋ ಒಂದು ಉತ್ಸಾಹದ ಮಬ್ಬಿನಲ್ಲಿ ಹೀಗೆ ಮಾಡಬಾರದು ಎಂದು ಗಾಂಧೀಜಿ ಬಲವಾಗಿ ಉಪದೇಶಿಸಿದರು. 'ಸರಳವಾದ ಮಿತಜೀವನ ಬಹಳ ಒಳ್ಳೇದು' ಎಂದರು. ಗೌರಿಯೂ, ಆಕೆಯ ಗಂಡನೂ ಒಪ್ಪಿದರು. ಆಮೇಲೆ ಅವರ ಮನೆಗೆ ಹೋದಾಗ ಆಕೆ ತನ್ನ ಒಡವೆ ಕೆಲವನ್ನು ಗಾಂಧೀಜಿಗೆ ಕೊಟ್ಟಳು

○

[ಹರಿಜನ ಪತ್ರಿಕೆ : ೨-೩-೧೯೩೪]

ನಿವೇದನೆ

ಇಪ್ಪತ್ತೆರಡು ವರುಷಗಳ ಹಿಂದೆ –

ಕನ್ನಡದ 'ಉದಿತೋದಿತ ಕೀರ್ತಿಯ ಕತೆಗಾರ್ತಿ' ಶ್ರೀಮತಿ ಗೌರಮ್ಮ ಆಕಸ್ಮಿಕವಾಗಿ ಅಸ್ತಮಿದರು. ನಾಡಿಗೆ ನಾಡೇ ಕಂಬನಿಗರೆಯಿತು.

ಅವರು ಜೀವಿಸಿರುವಾಗಲೇ ಯೋಜಿಸಿದ ಅವರ ಕಥಾಸಂಗ್ರಹ – ಕಂಬನಿ ಅವರ ಮರಣಾನಂತರ ಪ್ರಕಟವಾಗಬೇಕಾಯಿತು. ಲೇಖಕಿಯನ್ನು ಕಳೆದುಕೊಂಡ ನಾಡು, ಅವರ ಕಥಾರಚನೆಯನ್ನು ಮೆಚ್ಚಿಕೊಂಡ ಕನ್ನಡ ವಾಚಕರು ಕಂಬನಿಗೆ ನೀಡಿದ ಸ್ವಾಗತ ಅಭೂತಪೂರ್ವವಾಗಿತ್ತು. ಪ್ರಥಮ ಮುದ್ರಣದ ಪ್ರತಿಗಳು ಆ ಒಂದೆರಡೇ ವರುಷಗಳಲ್ಲಿ ತೀರಿಹೋದವು.

ಈ ಇಪ್ಪತ್ತು ವರುಷಗಳಲ್ಲಿ **ಕಂಬನಿ** ಸಂಗ್ರಹಕ್ಕೆ ಬೇಡಿಕೆ ಇದ್ದೇ ಇದೆ. ಅನಂತರ ಪ್ರಕಟಮಾಡಿದ ಅವರದೇ **ಚಿಗುರು** ಎಂಬ ಎರಡನೆಯ ಕಥಾ ಸಂಗ್ರಹದ ಎರಡು ಆವೃತ್ತಿಗಳೂ ತೀರಿ ವರುಷಗಳೇ ಸಂದಿವೆ. ಆದರೂ ಕಾರಣಾಂತರದಿಂದ ಈ ಎರಡು ಸಂಗ್ರಹಗಳನ್ನು ಪುನರ್ಮುದ್ರಿಸಲು ಸಾಧ್ಯವಾಗಲಿಲ್ಲ. ಈಗ ಕಂಬನಿಯನ್ನು ಲಲಿತ ಸಾಹಿತ್ಯಮಾಲೆಯ ಒಂದು ಕುಡಿಯಾಗಿ ಪವಣಿಸಿ ಪ್ರಕಟಿಸುತ್ತಿದ್ದೇನೆ.

ಚಿಗುರು ಮಾಲೆಯ ಆರಂಭದ ಪ್ರಕಟನೆ. ಅದರ ಪುನರಾವೃತ್ತಿಯನ್ನೂ ಸದ್ಯದಲ್ಲೇ ಪ್ರಕಟಿಸುತ್ತೇನೆ.

ಕಂಬನಿಯ ಪ್ರಥಮಾವೃತ್ತಿಗೆ ನಾನು ಬರೆದು ಪ್ರಕಟಿಸಿದ **ನಾನು ಕಂಡ ಗೌರಮ್ಮ** ಎಂಬ ಪರಿಚಯ ಲೇಖನವನ್ನು ಈ ಸಲ ಸೇರಿಸಲಾಗಿಲ್ಲ. ಅದು ನನ್ನ ಹಕ್ಕಿನೋಟ ಎಂಬ ಪುಸ್ತಕದಲ್ಲೂ ಬೇರೆ ಬೇರೆ ಸಂಕಲನಗಳಲ್ಲೂ ಪ್ರಕಟವಾಗಿದೆ. ವೃಥಾ ಪುಸ್ತಕದ ಗಾತ್ರವನ್ನು ಬೆಳೆಯಿಸಬಾರದೆಂದು ಇಲ್ಲಿ ಅದನ್ನು ಬಿಟ್ಟುಕೊಟ್ಟಿದೆ.

ಗೌರಮ್ಮನ ಕತೆಗಳು ಎಂಬ ಎರಡು ಭಾಗಗಳು ಈ ಮಧ್ಯೆ ಪ್ರಕಟವಾಗಿವೆ. ಆದರೂ ಇಲ್ಲಿನ ಕ್ರಮಾಗತವಾದ ಜೋಡಣೆಯಿಂದ, ಲೇಖಕಿಯ ಕಥಾಸೃಷ್ಟಿಯ ವಿಕಾಸ ದರ್ಶನದ ದೃಷ್ಟಿಯಿಂದ ಕಂಬನಿಯ ಪ್ರಕಟನೆ ಅವಶ್ಯವಾಗಿತ್ತು. ಅಂತೆಯೇ ಅದಕ್ಕೆ ನಿರಂತರವಾದ ಬೇಡಿಕೆ ಇದ್ದೇ ಇದೆ. ಈ ಕಾರಣದಿಂದ ಈ ಪ್ರಕಟಣೆಯನ್ನು ಇಂದಿನ ವಾಚಕರು, ಮಾಲೆಯ ಚಂದಾದಾರರು ಸ್ವಾಗತಿಸುವರೆಂದು ಆಶಿಸುತ್ತೇನೆ.

ಶ್ರೀಮತಿ ಗೌರಮ್ಮನವರ ಪತಿ, ಪುತ್ರ ಮತ್ತು ಬಳಗದವರೆಲ್ಲ ಅವರ ಸಾಹಿತ್ಯ ಕೃತಿಗಳ ಪ್ರಕಾಶನವನ್ನು ನನಗೆ ವಹಿಸಿಕೊಟ್ಟು ಬೆಂಬಲ ನೀಡಿದ್ದಾರೆ. ಅವರ ಬಳಗದವರಲ್ಲಿ ನಾನೂ ಒಬ್ಬನಾಗಿಬಿಟ್ಟಿದ್ದೇನೆ. ಇದೂ ಒಂದು ದೈವಯೋಗವೆಂದೇ ಹೇಳಬೇಕು.

ಒಂದು ಅರ್ಥದಲ್ಲಿ , ನಾನು ಗೌರಮ್ಮನವರ ಪರಿಚಯ ಲೇಖನ ಬರೆದು ಲೇಖಕನೆಂದು ಬೆಳಕಿಗೆ ಬಂದೆ. ಆ ನೆನಪು ನನ್ನ ಬಾಳಿನುದ್ದಕ್ಕೂ ಬೆಳಕಾಗಿ ನಿಲ್ಲುತ್ತದೆ. ಆ ಮಟ್ಟಿಗೆ ನಾನು ಕೃತಾರ್ಥನೇ ಸರಿ.

ಇಂಥ ಒಂದು ಯೋಗಕ್ಕೆ ಕಾರಣವಾದ ಆತ್ಮಕ್ಕೆ ನನ್ನ ಅನಂತ ವಂದನೆಗಳು.

ದ.ಬಾ. ಕುಲಕರ್ಣಿ

ಧಾರವಾಡ

೫-೭-೧೯೬೧

ನಾನು ಕಂಡ ಗೌರಮ್ಮನವರು

ಜಮಖಂಡಿಯಲ್ಲಿ ಸೇರಿದ ಕನ್ನಡ ಸಾಹಿತ್ಯ ಸಮ್ಮೇಲನದ ಮಂಟಪದಲ್ಲಿ ಗೌರವವರ್ಣದ, ಅಷ್ಟು ಎತ್ತರವಲ್ಲದ, ತೆಳ್ಳಗಿದ್ದರೂ ಹಾಗೆ ಕಾಣದ, ಒಬ್ಬ ಮಹಿಳೆ ಕುಳಿತದ್ದನ್ನು ನೋಡಿದೆ : ಉಟ್ಟದ್ದೊಂದು ಖಾದಿ ಬಟ್ಟೆ ; ತೊಟ್ಟದ್ದೂ ಖಾದಿಯೇ. ಮೂಗಿಗೊಂದು ಹರಳಿನ ಮೂಗುಬಟ್ಟು, ಉಳಿದ ಯಾವ ಆಭರಣವೂ ಇಲ್ಲ, ಕಣ್ಣುಗಳಲ್ಲಿ ಅದೊಂದು ಬಗೆಯ ಒಳನೋಟ. ಮುಖದಲ್ಲಿ ಅದೇನೋ ಒಂದು ಗಂಭೀರಭಾವ. ಆದರೂ ಯಾರಾದರೂ ಮಾತನಾಡಿಸಿದರೆ ಮೊದಲು ನಗೆ, ಆಮೇಲೆ ಮಾತು. ಒಮ್ಮೊಮ್ಮೆ ನಗುವಷ್ಟೇ ನುಸುಳಿ, ಮಾತುಬಾರದೆ ಉಳಿಯುತ್ತಿತ್ತು. ಒಮ್ಮೆ ನೋಡಿದರೆ ಸಾಕು ; ಇವರ ಪರಿಚಯವಾಗಬೇಕು ಎನಿಸುವಂತಹ ವ್ಯಕ್ತಿತ್ವ.

ಅವರು ಕೊಡಗಿನವರೆಂದು ತಿಳಿದಾಗ ನನಗೆ ತುಂಬಾ ಕುತೂಹಲವಾಯಿತು. ಮತ್ತೆ ವಿಚಾರಿಸಿದಾಗ ಅವರೇ ಶ್ರೀಮತಿ ಗೌರಮ್ಮ – ಮಿಸೆಸ್ ಬಿ.ಟಿ. ಜಿ. ಕೃಷ್ಣ –ಎಂದು ತಿಳಿದು ಸಂತೋಷವಾಯಿತು.

ಅದಕ್ಕೂ ಮೊದಲು ರಂಗವಲ್ಲಿ ಕಥಾಸಂಗ್ರಹದ ಕಾರ್ಯದಲ್ಲಿ , ಪತ್ರವ್ಯವಹಾರದಿಂದ ಅವರ ಪರಿಚಯವಾಯ್ತು. ಹಿಂದೆ ಜಯಕರ್ನಾಟಕದ ಸಣ್ಣ ಕತೆಗಳ ಸ್ಪರ್ಧೆಯಲ್ಲಿ ಮೆಚ್ಚುಗೆಯನ್ನು ಪಡೆದ **ಒಂದು ಪುಟ್ಟ ಚಿತ್ರ** ಓದಿದಾಗ, ಅದನ್ನು ಬರೆದವರ ಬಗ್ಗೆ ಏನೋ ಒಂದು ಬಗೆಯ ಆದರ ಹುಟ್ಟಿತ್ತು. ಮುಂದೆ ಒಂದೆರಡು ಕತೆಗಳು **ಜಯಕರ್ನಾಟಕ**ದಲ್ಲಿ ಸೇರಿದವು. ಕೆಲವು **ನೀಳ್ಗತೆಗಳು** ಎಂಬ ಸಂಗ್ರಹದಲ್ಲಿಯ **ಕೌಸಲ್ಯಾನಂದನ** ಎಂಬ ಕತೆ ನನಗೆ ಬಹಳ ಮೆಚ್ಚುಗೆಯಾಯಿತು. ಅದರಲ್ಲಿಯ ವಸ್ತು – ವಿವರಣೆ, ಆ ಕಲಾಪೂರ್ಣ ಮುಕ್ತಾಯ ನನಗೆ ತುಂಬ ಆನಂದಕೊಟ್ಟವು. 'ಅಂತೂ ಕನ್ನಡ ಮಹಿಳೆಯರೂ ಇಂತಹ ಉತ್ತಮ ಕತೆ ಬರೆಯುತ್ತಾರಲ್ಲ'! ಎಂದು ಹೆಮ್ಮೆ ತಾಳಿದೆ. ಅಂದು ಪಟ್ಟ ಆ ಆನಂದ, ತಳೆದ ಆ ಹೆಮ್ಮೆ ನನ್ನನ್ನು ಹೆಣ್ಣು ಮಕ್ಕಳದೇ ಒಂದು ಕಥಾಸಂಗ್ರಹ ಪ್ರಕಟಿಸುವ ಸಾಹಸಕ್ಕೆಳೆಯಿತು. ಆ ಕೆಲಸ **ರಂಗವಲ್ಲಿ** ಎಂಬ ಹೆಸರಿನಿಂದಾಯಿತು.

ರಂಗವಲ್ಲಿಯಲ್ಲಿ ಗೌರಮ್ಮನವರ **ಮನುವಿನ ರಾಣಿ** ಎಂಬ ಕತೆಯ ಬಗ್ಗೆ ನನಗೆ ಬಂದ ಕೆಲವು ಪ್ರಶಂಸೆಗಳನ್ನು ಅವರಿಗೆ ತಿಳಿಸಿದಾಗ ಅವರು ತಮ್ಮ ಆ ಕತೆಯ ವಿಷಯಕ್ಕಿದ್ದ ಅತೃಪ್ತಿಯನ್ನು ತಾವೇ ಸೂಚಿಸಿದರು. ಆಗಲೇ ಅವರು ಹೊಗಳಿಕೆಗೆ ಹಿಗ್ಗುವವರಲ್ಲ ಎನಿಸಿತು.

ಅದುವರೆಗೆ ಪ್ರಕಟವಾದ ಅವರ ಕತೆಗಳನ್ನೋದಿದ ನನಗೆ ಒಂದೇನೋ ಆಶೆ. ಇವರೊಂದು ಕಥಾ ಸಂಗ್ರಹ ಪ್ರಕಟಿಸಬೇಕೆಂದು. ಆ ಮೊದಲು ನನಗೆ ಬರೆದ ಒಂದೆರಡು ಕಾಗದಗಳಲ್ಲಿಯೆ ಮೈವೆತ್ತುನಿಂತ ಅವರ ಸುಸಂಸ್ಕೃತತೆ, ಹಿರಿಯಾಸೆ ನನ್ನನ್ನು ಮತ್ತಷ್ಟು ಆ ಕೆಲಸಕ್ಕೆ ಒತ್ತಾಯಪಡಿಸಿತು.

ಜಮಖಂಡಿಯಲ್ಲಿ ಅವರು ಗೌರಮ್ಮನವರೆಂದು ತಿಳಿದ ಮೇಲೆ ಅವರೊಡನೆ ಮಾತನಾಡಬೇಕೆಂಬ ಆಶೆಯಿಂದ ಅವರಿಳಿದ ಸ್ಥಳಕ್ಕೆ ಹೋದೆ. ಅಲ್ಲಿದ್ದ ನನ್ನ ಸ್ನೇಹಿತರೊಬ್ಬರು ಅವರ ಪರಿಚಯ ಮಾಡಿಸಿದರು. ಆಗ ಅವರು ಊಟಕ್ಕೆ ಕುಳಿತವರು ಎದ್ದು 'ನಮಸ್ಕಾರ' ಎಂದರು. ಅಂದಿನ ಆ ಮೊದಲ ಸಲದ ಅವರ ನಿಂತ ನಿಲುವು, ಆ ವಿನಯ, ಆ ಸಹಜವಾದ ನಗೆ ಇನ್ನೂ ನನ್ನ ಕಣ್ಣಮುಂದಿದೆ. ಊಟವಾದೊಡನೆ ನಾವಿಬ್ಬರೇ ಒಂದೆಡೆಗೆ ಕುಳಿತೆವು. ಆಗ ನಮ್ಮ ಮಾತಿನಲ್ಲಿ ರಂಗವಲ್ಲಿಯೊಂದೇ ಆಹಾರವಾಗಿತ್ತು. ಭಿನ್ನಾಭಿಪ್ರಾಯಗಳ ವಾಗ್ಯುದ್ಧದಿಂದ ನಮ್ಮ ಪರಿಚಯ ಬೆಳೆಯಹತ್ತಿತ್ತು. ಅವರು ಆಗಾಗ ವಿನಯಪೂರ್ವಕವಾಗಿ 'ಬೇಸರವಾಯಿತೇ?' ಎಂದು ಕೇಳುತ್ತ ತಮ್ಮ ಅಭಿಪ್ರಾಯವನ್ನು ತಿಳಿಸುತ್ತಿದ್ದರು. ಅವರ ಆ ಸವಿನಯವಾದ ಮಾತುಗಳೆ ಅವರ ಸರಳ ಜೀವನದ ಕುರುಹು. ಅವರು ಸಭೆಯಲ್ಲಿ ಎಂದೂ ಮಾತಾಡಿದವರಲ್ಲ. ಅಂದು ಕವಿ ಸಮ್ಮೇಲನದಲ್ಲಿ ಏನಾದರೂ ಓದಿ ಎಂದು ನಾವು ಕೇಳಿದ್ದಕ್ಕೆ ಅವರು 'ದಮ್ಮಯ್ಯ ಬೇಡಿ' ಎಂದು ಹೇಳಿಕೊಂಡರು ; ಕೊಡಗಿನ ಪರವಾಗಿ ಅಧ್ಯಕ್ಷರ ಆಯ್ಕೆಯನ್ನು ಸಮರ್ಥಿಸುವುದಕ್ಕಾಗಿ ಎದ್ದುನಿಂತು ಹೇಳಿದ ಒಂದು ಮಾತಿಗೆ ಮೈಯೆಲ್ಲ ಬೆವತು ಕಾಲು ನಡುಗಿದವೆಂದು ಹೇಳಿದರು.

'ನೀವು ಹೊರಡುವಾಗ ನಮಗೇಕೆ ತಿಳಿಸಲಿಲ್ಲ?' ಎಂದು ನಾನು ಕೇಳಿದ್ದಕ್ಕೆ 'ಏನೆಂದು ತಿಳಿಸುವುದು? ಕೊಡಗಿನ ಚಕ್ರವರ್ತಿನಿ-ನಾನು ಬರುತ್ತೇನೆಂದೇ? ಅಲ್ಲದೆ ಮೊದಲು ನಿಮ್ಮನ್ನು ನೋಡಿ ನನಗೆ ಗೊತ್ತಿತ್ತೇ?' ಎಂದು ನಕ್ಕು ನುಡಿದರು. ಅವರು ಯಾರೊಡನೆಯೂ ದುಡುಕಿ ಪರಿಚಯ ಮಾಡಿಕೊಳ್ಳುತ್ತಿದ್ದಿಲ್ಲ. 'ನೀವಾರು? ' -ಎಂದು ಅವರು ಕೇಳಿದರೆ 'ನಾನೇನೆಂದು ಹೇಳುವುದು?' ಎಂದು ಹೇಳುತ್ತಿದ್ದರು.

ಜಮಖಂಡಿಯಿಂದ ತಿರುಗಿ ಬರುವಾಗ ಧಾರವಾಡದಲ್ಲಿ - ನಮ್ಮಲ್ಲಿ ಒಂದುದಿನ ಇಳಿಯಬೇಕೆಂದು ಕೇಳಿಕೊಂಡೆ. ಅವರು ಸಂತೋಷದಿಂದೊಪ್ಪಿಕೊಂಡರು. ಅಂದು ಧಾರವಾಡದ ನಿಲ್ದಾಣದಲ್ಲಿ ನಾವಿಳಿದಾಗ ಇಂದು ಎಂತಹ ಸಂತೋಷದ ದಿನ ಎಂದು ನಾನೆಂದುದಕ್ಕೆ 'ಹೌದೋ ?' ಎಂದು ಅವರು ನಗುತ್ತ ನುಡಿದರು.

ಗೌರಮ್ಮನವರು ಬಹಳ ವಿನೋದಿಗಳಾಗಿದ್ದರು. ಅವರ ಹೂವಿನಂತಹ ಮಾತುಗಳು ಯಾರ ಮನಸ್ಸನ್ನೂ ನೋಯಿಸದೆ ಅರಳಿಸುತ್ತಿದ್ದವು. ಅವರನ್ನು ಕಳಿಸಲು

ಹುಬ್ಬಳ್ಳಿಯವರೆಗೆ ನಾನು ಹೋಗಿದ್ದೆ. ಹುಬ್ಬಳ್ಳಿ ಸ್ಟೇಶನ್ನಿನಲ್ಲಿ 'ನೀವು ಈಗ ನನ್ನ ಅತಿಥಿಗಳು; ಧಾರವಾಡದಿಂದ ಹುಬ್ಬಳ್ಳಿ ನಮ್ಮೂರ ಕಡೆಗೆ' ಎಂದು ಕಾಫಿ ಕೊಡಿಸಿದರು ; ಕೂಡಿ ನಗುತ್ತ ಕುಡಿದೆವು. ಗಾಡಿ ಹೊರಡುವ ಸಮಯವಾಗಿತ್ತು. 'ಅಲ್ಲಿ ನೋಡಿ, ನಿಮ್ಮ ಮಾವ ಬರುತ್ತಿದ್ದಾರೆ', ಎಂದರವರು. ನಾನು ತಿರುಗಿ ನೋಡಿ, ನನ್ನ ಪರಿಚಿತರಾರನ್ನೂ ಕಾಣದೆ ಯಾರು? ಎಂದೆ. 'ನೋಡಿ ನಿಮ್ಮ ಮಾವ– ಜರದ ರುಮಾಲಿನ ಯಜಮಾನ' (ನನ್ನ ಕತೆಯಲ್ಲಿಯ ಒಂದು ಪಾತ್ರ. ಧಾರವಾಡದಲ್ಲಿ ಆ ಕತೆಯನ್ನು ಓದಿ ತೋರಿಸಿದ್ದೆ) ಎಂದರು. ನಾವೆಲ್ಲ ಗೊಳ್ಳೆಂದು ನಕ್ಕೆವು. ಸಿಳ್ಳುಹಾಕಿ ಗಾಡಿ ಹೊರಟಿತು. ಕಿಟಕಿಯಲ್ಲಿ ಮುಖ ಹಾಕಿ ಅವರು ನೋಡುತ್ತಿದ್ದರು. ನಾನು ಹಾಗೆಯೇ ಕಲ್ಗೊಂಬೆಯಂತೆ ನೋಡುತ್ತ ನಿಂತಿದ್ದೆ. ಗಾಡಿ ಹೊರಟು ಹೋಗಿದೆ ; ಆದರೆ, ಕಿಡಕಿಯಲ್ಲಿ ನಗುತ್ತ ಕುಳಿತ ಗೌರಮ್ಮ ಇನ್ನೂ ಕಾಣುತ್ತಿದ್ದಾರೆ.

ಅವರ **ಪತ್ರ** ಕತೆಗಳನ್ನೋದಿ ಸಂತೋಷಪಟ್ಟ ನನಗೆ ಅವರಿಂದ ಬರುತ್ತಿದ್ದ ಕಾಗದಗಳು ಮತ್ತಿಷ್ಟು ಸಂತೋಷ ಕೊಟ್ಟಿವೆ. ಅವರ ಸುಂದರವಾದ, ಹಗುರಾದ ಮಾತುಗಳು, ಮಿತವರಿತ ವಿನೋದ, ಮೋಹಕವಾದ ಶೈಲಿ– ಹೃದಯಧವನ್ನರಳಿಸು ವಂತಹವು. ಅವರೊಡನೆ ಪರಿಚಯವಾದಂದಿನಿಂದ – ಕಳೆದ ಒಂದು ವರ್ಷದಲ್ಲಿ – ನನಗೆ ಅವರ ಪತ್ರ ಲಾಭ ಅನಂತವಾಗಿ ದೊರೆತಿದೆ.

ನನ್ನದೊಂದು ಕತೆಯನ್ನು ಅವರ ಅವಲೋಕನೆಗೆಂದು ಕಳಿಸಿದಾಗ ಕೂಡಲೇ ಅವರ ಕಾಗದ ಬಂತು. ಹೀಗೆ ಬರೆದಿದ್ದರು :

'ನಿಮ್ಮ ಕಾಗದ ಬಂದಾಗ ನಾನು ಟೆನ್ನೀಸು ಆಡುತ್ತಿದ್ದೆ. ಟಪ್ಪಾಲಿನವನು ಕಾಗದ ಕೊಟ್ಟೊಡನೆಯೆ ನೋಡಿದೆ – ಯಾರದೆಂದು ; ನಿಮ್ಮದು ! ಇಷ್ಟರವರೆಗೆ ಗೆಲ್ಲುತ್ತ ಬಂದವಳು ನಿಮ್ಮ ಕಾಗದ ಓದುವ ಆತುರತೆಯಲ್ಲಿ ಸೋತೇ ಹೋದೆ. ನನಗೆ ಇದಿರಾಗಿ ಆಡುತ್ತಿದ್ದವರು ನಿಮ್ಮನ್ನು ಬಹಳ ಬಹಳ ಹೊಗಳಿದರು ; ನಿಮ್ಮ ಕಾಗದದಿಂದಾಗಿ ಗೆಲವು ತನಗಾಯಿತಲ್ಲಾ– ಎಂದು. ನಾನು ನಿಮ್ಮ ಕಾಗದ ಸ್ವಲ್ಪ ದೂರಿದೆನೆಂದರೆ ನಿಮಗೆ ಕೋಪ ಬರುವುದೇನೋ ? ಅಂತೂ ನಾವಿಬ್ಬರೂ ಜೊತೆಯಾಗಿಯೇ ಓದಿದೆವು. ಓದಿ, ಸೋತ ಬೇಸರ ಮರೆಯಿತು ; ಅಷ್ಟೊಂದು ಚೆನ್ನಾಗಿದೆ ನಿಮ್ಮ **ಕುಳಿತ ಕನ್ನೆ.**

'ನಗನೆ ಎಲ್ಲ ಕಡೆಯಿಂದಲೂ ಪತ್ರ ಬರುತ್ತಿರಬೇಕು –ಎಂದರೆ ಬಹಳ ಇಷ್ಟ ಆದರೆ ನಾನು ಸೋಮಾರಿ, ಸಮಯಕ್ಕೆ ಉತ್ತರ ಬರೆಯದೇ ಎಷ್ಟೋ ಜನರನ್ನು ಬೇಸರಪಡಿಸಿದ್ದೇನೆ' ಎಂದು ಹೇಳುತ್ತಿದ್ದರು.

ಗೌರಮ್ಮನವರು ಕತೆ ಬರೆದ ಮೇಲೆ ಅದಕ್ಕೊಂದು ಹೆಸರಿಡುವುದಕ್ಕೆ ತುಂಬ ಪೇಚಾಡುತ್ತಿದ್ದರು. ಎಲ್ಲರನ್ನೂ ಕೇಳುತ್ತಿದ್ದರು. ನಾನು ಶೇಕ್ಸ್‌ಪಿಯರ್ ಆಗಿದ್ದರೆ 'As you like it' ಎಂದು ಬಿಡುತ್ತಿದ್ದೆ ' ಎನ್ನುತ್ತಿದ್ದರು. ಯಾರಾದರೂ ತಮಗೆ ಒಪ್ಪಿಗೆಯಾಗ ಬಹುದಾದ ಹೆಸರನ್ನು ಸೂಚಿಸಿದರೆ ಅವರಿಗೆ ಬಹಳ ಆನಂದವಾಗುತ್ತಿತ್ತು. ನಾನೊಮ್ಮೆ ಅವರಿಗೆ ತಡವಾಗಿ ಬರೆದೆ.; ಅವರದೊಂದು ಕತೆ ಬಂದಿತ್ತು. 'ಅದಕ್ಕೊಂದು ಚೆಂದವಾದ ಹೆಸರಿಟ್ಟು ನಿಮ್ಮ ನಿಜವಾದ ಅಭಿಪ್ರಾಯ ತಿಳಿಸಿರಿ' ಎಂದು ಬರೆದಿದ್ದರು. ಕತೆಗೆ ಹೆಸರಿಡುವ ವಿಚಾರದಲ್ಲಿ ನನಗೆ ಬೇಗನೆ ಬರೆಯುವುದಾಗಲಿಲ್ಲ. ಅವರು ಬೇಸತ್ತು ಬರೆದರು : 'ಏನು ನೀವೆಲ್ಲಾ ನನ್ನ ಉದಾಸೀನ ಮಾಡಿ ಸತ್ಯಾಗ್ರಹ ಮಾಡುವಂತೆ ತೋರುತ್ತೆ! ನೀವು ರಾಮದುರ್ಗದವರು ತಾನೆ ! ಮಾಡಿ ಸತ್ಯಾಗ್ರಹ !' ಎಂದು.

ಗೌರಮ್ಮನವರಲ್ಲಿ ಇದ್ದ ಮಾತನ್ನು ಎತ್ತಿ ಹಿಡಿಯುವ ದಿಟ್ಟತನವಿತ್ತು. ಅವರ ದೃಷ್ಟಿಯಲ್ಲಿ ಒಂದು ವಿಮರ್ಶಕ ಶಕ್ತಿಯಿತ್ತು. ಯಾರಿಗೂ ಸೊಪ್ಪು ಹಾಕದೆ ತಮಗೆ ತೋರಿದ ಮಾತುಗಳನ್ನು ಗಂಭೀರವಾಗಿ ಹೇಳುತ್ತಿದ್ದರು. ತಮಗೆ ಸೇರದ ಮಾತನ್ನು ಅಷ್ಟೇ ಸ್ಪಷ್ಟವಾಗಿ ಖಂಡಿಸುತ್ತಿದ್ದರು. ಹೆಣ್ಣುಮಕ್ಕಳು ಬರೆಯುವ ಸಾಹಿತ್ಯ ಒಳ್ಳೆಯದಾಗಬೇಕು... ಅದೊಂದು ಮಟ್ಟಕ್ಕೆ ಬರಬೇಕು... ಎಂಬ ಆಶೆ ಬಹಳವಾಗಿತ್ತವರಿಗೆ. 'ಇದು ಹೆಣ್ಣುಮಕ್ಕಳ ಕೃತಿ'-ಎಂದು ಪೊಳ್ಳು ಸಹಾನುಭೂತಿಯ ಹೊರೆಯನ್ನು ನಾವೆಷ್ಟು ದಿನ ಹೊತ್ತಿರಬೇಕು? ಇದರಿಂದ ಗಂಡಸರು ನಮ್ಮ ಸಾಹಿತ್ಯವನ್ನು ತೃಪ್ತಿದಾಯಕವಾಗಿ ಒಪ್ಪಿದಂತಾಯಿತೇ? ಅವರು ನಮ್ಮ ಸಾಹಿತ್ಯವನ್ನು ಗಂಡಸರು ಬರೆಯುವ ಸಾಹಿತ್ಯವನ್ನು ನೋಡುವ ದೃಷ್ಟಿಯಲ್ಲೊಮ್ಮೆ ನೋಡಲಿ- ಇಲ್ಲ ನೋಡಲಾರದವರು. ಎಂತಲೇ ನಿರ್ಭಾಗ್ಯ **ರಂಗವಲ್ಲಿ**ಯ ಅದೃಷ್ಟಕ್ಕೆ ಒಂದು ಸರಿಯಾದ ವಿಮರ್ಶೆ ಬರೆಯುವ ಪುಣ್ಯಾತ್ಮರೂ ಇಲ್ಲ !' ಎನ್ನುತ್ತಿದ್ದರು.

ಗೌರಮ್ಮನವರು ಎಳೆತನದಲ್ಲಿಯೇ ಅವರ ತಾಯಿ ತೀರಿದ್ದರು. ಒಮ್ಮೊಮ್ಮೆ ಅವರಿಗೆ ಉಂಟಾಗುವ ತಾಯಿಯ ನೆನಪು ಅವರನ್ನು ಬಹಳ ಶೋಕಕ್ಕೀಡುಮಾಡುತ್ತಿತ್ತು. ನಮ್ಮ ತಾಯಿಯನ್ನು ಕಂಡರೆ ಗೌರಮ್ಮನವರಿಗೆ ಬಹಳ ಇಷ್ಟ ನಮ್ಮ ತಾಯಿಗೂ ಗೌರಮ್ಮನವರೆಂದರೆ ಅಷ್ಟು ಪ್ರೀತಿ. 'ನಮ್ಮ ಮನೆಗೆ ಅವ್ವನನ್ನು ಕಳಿಸಿಕೊಡಿ ; ಈಗ ಇಲ್ಲಿ ಕಾವೇರಿ ಜಾತ್ರೆ. ಅವರಿಗೆ ಕಾವೇರಿ ಸ್ನಾನ ಮಾಡಿಸಿ ಕೂಡಲೇ ಕಳಿಸುವ ಭಾರ ಹೊತ್ತುಕೊಳ್ಳುತ್ತೇನೆ!' ಎಂದು ಬರೆದರು. ನಮ್ಮ ತಾಯಿ ಹೋಗಲು ಆತುರಪಟ್ಟರೂ ಬಹಳ ದೂರ ಎಂದು ನಾವು ಕಳಿಸಲಿಲ್ಲ. 'ಅವ್ವ ಮಗಳ ಮನೆಗೆ ಹೋಗಲು ಹಟ ಹಿಡಿದಿದ್ದಳು' ಎಂದು ಬರೆದು, ಕಳಿಸದಿದ್ದುದಕ್ಕೆ ಏನೇನೋ ಕಾರಣ ಒಡ್ಡಿ ಕ್ಷಮೆ ಬೇಡಿಕೊಂಡಿದ್ದೆ. ಕೂಡಲೇ ಉತ್ತರ ಬಂತು :

'ಅವ್ವ ಮಗಳ ಮನೆಗೆ ಹೋಗಲು ಹಟ ಹಿಡಿದಳು' - ಎಂದು ಬರೆದಿದ್ದೀರಿ. ನಿಮಗೆ ನಿಜವನ್ನು ಹೇಳುವುದಾದರೆ ನಾನು ಇಷ್ಟೊಂದು ಬೇಗ ಪ್ರತ್ಯುತ್ತರ ಬರೆಯಲು ಅದೊಂದು ವಾಕ್ಯ ಮುಖ್ಯಕಾರಣವೆಂದು ಹೇಳಬೇಕು. 'ಅವ್ವ ಮಗಳ ಮನೆಗೆ ಹೋಗಲು ಹಟ ಹಿಡಿದಳು, ಎಂಬುದನ್ನು ಓದಿ ನನಗೆ ಎಷ್ಟೊಂದು ಸಂತೋಷವಾಯಿತೆಂಬುದು ನಿಮಗೆ ಹೇಗೆ ತಿಳಿಯಬೇಕು? ನೀವು ಹುಡುಗಿಯಲ್ಲ - ಸಾಲದುದಕ್ಕೆ ನಿಮ್ಮ ಅವ್ವ ಯಾವಾಗಲೂ ನಿಮ್ಮ ಹತ್ತಿರದಲ್ಲೇ ಇರುತ್ತಾರೆ. ಅದರಿಂದಲೇ ಅದರ ಬೆಲೆ ನಿಮಗೆ ತಿಳಿಯಲಾರದು. ನನಗೆ - ನನ್ನ ಅವ್ವ, ನಾನು ಬೇಬಿ (ಗೌರಮ್ಮನವರ ಆರು ವರ್ಷದ ಮಗ, ವಸಂತ) ಗಿಂತಲೂ ಚಿಕ್ಕವಳಾಗಿರುವಾಗಿನಿಂದಲೂ ಇಲ್ಲ. ಹಾಗವಳು ಇಲ್ಲವೆಂದು ತಿಳಿದುಕೊಳ್ಳುವ ಶಕ್ತಿ ನನಗೆ ಬರುವ ಮೊದಲೇ ನನಗವಳು ಇಲ್ಲವಾಗಿ ಬಿಟ್ಟಿದ್ದಳು. ಮತ್ತೆ 'ನನಗೂ ಎಲ್ಲರಂತೆ ಅವ್ವನಿಲ್ಲ' ಎಂದು ತಿಳಿದುಕೊಳ್ಳುವಂತಾಗುವಾಗ 'ಇಲ್ಲದಿದ್ದರೂ ತೊಂದರೆ ಇಲ್ಲ' ಎನ್ನುವಂತೆ ಅಭ್ಯಾಸವಾಗಿ ಹೋಗಿತ್ತು. ಆದರೂ - ಆದರೂ ನೋಡಿ, ಎಲ್ಲ ಹುಡುಗಿಯರು 'ನಮ್ಮವ್ವ ಹಾಗಿದ್ದಾರೆ - ಹೀಗಿದ್ದಾರೆ' ಎಂದುಕೊಳ್ಳುವಾಗ 'ನನಗೂ ಅವ್ವ ಏಕಿರಬಾರದಿತ್ತು , ಎನಿಸದಿರುವದಿಲ್ಲ. ಈಗೆರಡು ಮೂರು ತಿಂಗಳಾಯಿತು ; ನಾನು ಮಡಿಕೇರಿಗೆ ಹೋಗಿದ್ದಾಗ ನನ್ನಣ್ಣ - ನನಗಿಂತಲೂ ಏಳೆಂಟು ವರ್ಷಗಳ ಹಿರಿಯವ- ಅವನಿಗೆ ನಮ್ಮ ಅವ್ವನ ನೆನಪು ಚೆನ್ನಾಗಿದೆ - ಆಗ ಏಕೋ ಮಾತಿಗೆ ನೋಡಿ, ಬೇಬಿ ತಂಟೆ ಮಾಡುತ್ತಿದ್ದ. ನಾನು ಅವನನ್ನು ಗದರಿಸಿದೆ. ಅದಕ್ಕೆ ಅಣ್ಣ 'ನೀನು ನೋಡು ಗೌರಿ, ನೀನು ಚಿಕ್ಕವಳಾಗಿರುವಾಗ ಇವನಿಗಿಂತಲೂ ಹೆಚ್ಚು ತಂಟೆ ಮಾಡಿ ಅಮ್ಮನನ್ನು ಗೋಳಾಡಿಸುತ್ತಿದ್ದೆ. ಈಗ ಮಾತ್ರ ಅವನನ್ನು ಗದರಿಸುತ್ತೀ. ನಿನ್ನಷ್ಟೇ ತುಂಟತನ ಇವನಿಗಿದ್ದಿದ್ದರೆ ನೀನೇನು ಮಾಡುತ್ತಿದ್ದೆಯೋ ; ಅಮ್ಮ ಇರಬೇಕಿತ್ತು ಈಗ ' ಎಂದ. ಅಣ್ಣ ನನ್ನನ್ನು ತಮಾಷೆ ಮಾಡುವ ಸಲುವಾಗಿ ಆಡಿದ ಮಾತುಗಳಿವು ; ಆದರೂ 'ಅಮ್ಮ ಇರಬೇಕಿತ್ತು ಈಗ' ಎಂದು ಅವನೆನ್ನುವಾಗ 'ಅಮ್ಮನಿಲ್ಲವಲ್ಲಾ' ಎಂದೂ- 'ಅಮ್ಮ ಇದ್ದಿದ್ದರೆ ನಾನು ಈಗ ಬೇಬಿಯನ್ನು ಪ್ರೀತಿಸುವಷ್ಟೇ ಅವಳೂ ನನ್ನನ್ನು ಪ್ರೀತಿಸುತ್ತಿದ್ದಳಲ್ಲಾ 'ಎಂದೂ ನೋಡಿ, ಏನೇನೋ ಹುಚ್ಚು ಯೋಚನೆಗಳು ತಲೆತುಂಬ ತುಂಬಿದವು. ನಿಮಗಿದನ್ನೆಲ್ಲಾ ನಾನೇಕೆ ಬರೆಯುತ್ತೇನೆಂಬುದು ನನಗೇ ತಿಳಿಯದು. 'ಅವ್ವ ಮಗಳ ಮನೆಗೆ ಹೋಗಲು ಹಟ ಹಿಡಿದಳು' ಎಂದು ಬರೆದಿದ್ದೀರಿ. ಅದನ್ನೋದುವಾಗ ಏಕೋ ಇದೆಲ್ಲಾ ಬಂದು ಹೋಯಿತು. ಅಂತೂ ಅವರು ನನ್ನನ್ನು ಮಗಳೆಂದು ತಿಳಿದು ನಮ್ಮ ಮನೆಗೆ ಬರಲು ಹಟಹಿಡಿದರಲ್ಲ ಎಂಬ ಆನಂದದಲ್ಲಿ -' ಎಂದೆಲ್ಲಾ ಬರೆದರು.

ಒಮ್ಮೆ ನಾನು ಕೊಡಗಿಗೆ ಹೋಗುವುದನ್ನು ನಿರ್ಧರಿಸಿದೆ. ಹಾಗೆ ಗೌರಮ್ಮನವರಿಗೆ ಕಾಗದ ಬರೆದೆ. ಅವರು 'ಬೇಗ ಬನ್ನಿ' ಎಂದು ಬರೆದರು. ನನಗೆ ಬೆಂಗಳೂರು

ಮೈಸೂರುಗಳಲ್ಲಿ ಕೆಲಸವಿದ್ದುದರಿಂದ ಹೇಳಿದ ಸಮಯಕ್ಕೆ ಹೋಗಲಾಗಲಿಲ್ಲ. ಅಂತೂ ಒಂದು ದಿನ ಮೈಸೂರಲ್ಲಿ ಕೊಡಗಿನ ಬಸ್ಸು ಹತ್ತಿದೆ. ನಾಲ್ಕು ಗಂಟೆಗೆ ಸುಂಟಿಕೊಪ್ಪಕ್ಕೆ (ಗೌರಮ್ಮನವರ ಊರು) ತಲುಪುತ್ತದೆಂದು ಹೇಳಿದ್ದರು. ದಾರಿಯಲ್ಲಿ ವನಸಿರಿ ಮೈವೆತ್ತು ನಿಂತಿತ್ತು. ಆದರೂ ನನಗೆ ಅತ್ತ ಲಕ್ಷ್ಯವಿದ್ದಿಲ್ಲ. ನನ್ನ ದೃಷ್ಟಿ ನನ್ನ ಹತ್ತಿರ ಕುಳಿತವರ ಕೈಗಡಿಯಾರದಲ್ಲಿಯ ತಾಸಿನ ಮುಳ್ಳಿನ ಕಡೆಗಿತ್ತು. ನಾಲ್ಕು ಆಗಲೊಲ್ಲದು ; ಕೊಡಗಿನ ದಾರಿಯೂ ಮುಗಿಯಲೊಲ್ಲದು. ನನಗೆ ಬಹಳ ಬೇಸರವೆನಿಸಿತು. 'ಈ ಗಡಿಯಾರ ಮೋಟರಿನವರದಿರಬೇಕು'ಎಂದೆ. ಅದಕ್ಕೆ ಪ್ರತಿಯಾಗಿ ಮೋಟರಿನ ಕಂಡಕ್ಟರ್ 'ನಮ್ಮ ಬಸ್ ನಿಮ್ಮಲ್ಲಿಯ ಬಸ್ಸಿನಂತಲ್ಲ ಸಾರ್' ಎಂದ.

ನಾನು ಈ ಮೊದಲು ಗೌರಮ್ಮನವರ ಮನೆ ನೋಡಿದ್ದಿಲ್ಲ ; ಆದರೂ ತಲೆ ಏನೇನೋ ಚಿಂತಿಸುತ್ತಿತ್ತು; 'ಒಂದು ಸುಂದರವಾದ ಮನೆ. ಅದರಲ್ಲಿ ಅದರ ಸ್ವಾಮಿನಿ -ಗೌರಮ್ಮ - ತನ್ನ ಪತಿಯೊಡನೆ ಕುಳಿತಿದ್ದಾರೆ. ನಡುನಡುವೆ ನಗೆ ...' ಬಸ್ಸಿನವನು 'ಹೋಲ್‌ಡಾನ್' ಎಂದ; 'ಸುಂಟಿಕೊಪ್ಪ ಸಾರ್' ಎಂದ. ನಾನಿಳಿದೆ. ನಾನು ಬರುವ ದಿವಸ ತಿಳಿಸಿ ತಪ್ಪಿಸಿ ಅಂದು ಬರುತ್ತೇನೆಂದು ತಿಳಿಸಿದ್ದಿಲ್ಲವಾದರೂ ಒಬ್ಬನು ಬಂದು 'ಕುಲಕರ್ಣಿಯವರೇ?' ಎಂದ. ನಾನು 'ಯಾರು?' ಎಂದೆ. 'ಗೌರಮ್ಮನವರು ತಮ್ಮನ್ನು ಕರೆದುಕೊಂಡು ಬರಲು ಕಳಿಸಿದ್ದಾರೆ' ಎಂದ. ಅವರ ಟಪ್ಪಾಲಿಗೆ ಬರುವ ಹುಡುಗನಾತ. ನಾನು ಅವನೊಡನೆ ಹೊರಟೆ. 'ನಿಮಗೆ ತುಂಬಕಾಗದ ಬಂದಿದೆ ಸಾರ್, ಅಮ್ಮಾ ಅವರು ನಿಮ್ಮ ದಾರೀ ನೋಡಿ ಬೇಸತ್ತಿದ್ದಾರೆ ಸಾರ್' ಎಂದ. ನನಗೆ ಹಿಗ್ಗು ಉಕ್ಕಿ ಬರುತ್ತಿತ್ತು. 'ಎಂಥ ಜನರು ಇವರು !' ಎಂದು ಮೆಚ್ಚಿದೆ ; ಕೂಡಿ ಹೊರಟೆವು.

ಅಂತೂ ಅಲ್ಲಿಂದ ಹೊರಟು ಸುಂದರವಾದ ಕಾಫಿ ತೋಟಗಳನ್ನು ನೋಡುತ್ತ ಸೀಳಿದ ದಾರಿಗುಂಟ ಸಾಗಿದೆವು. ದಾರಿಯಲ್ಲಿಯ ಗಿಡಗಳು ದಾರಿಕಾರರನ್ನು ಸ್ವಾಗತಿಸಲು ನಿಂತಿವೆ. ಚವರಿ ಗಿಡಗಳು ಚವರಿ ಬೀಸಿದವು. ದಟ್ಟವಾದ ನೆಳಲು, ಆಗಾಗ ರಿಟಾಯಿರ್ ಆಗಲು ಬಂದು ಸೂರ್ಯನ ಹೊಂಗಿರಣಗಳು ತೂರಿ ಬರುತ್ತಿದ್ದವು. ಎಂತಹ ಸೊಗಸಿನ ನಾಡಿದು ! ಆದುದರಿಂದಲೇ ಗೌರಮ್ಮನವರು ಅಷ್ಟು ರಸಿಕರು, ಅಂತಹ ಸೌಂದರ್ಯೋಪಾಸಕರು !

ಒಂದು ಬಯಲಿಗೆ ಬಂದೆವು. ಅಲ್ಲಿಯೇ ಗೌರಮ್ಮನವರ ಪತಿದೈವ ಮ್ಯಾನೇಜರರಾಗಿದ್ದ ಎಸ್ಟೇಟಿನ ಒಡೆಯರ ಮನೆ. ಒಂದೆಡೆಗೆ ಎತ್ತರವಾಗಿ ದೂರದರವರೆಗೆ ಹಬ್ಬಿದ ಬೆಟ್ಟವು ಮಂಜಿನ ಕಿರೀಟ ಧರಿಸಿ ನಿಂತಿದೆ. ಇನ್ನೊಂದೆಡೆಗೆ ದೂರದವರೆಗೆ ಬಯಲು ಹಸಿರು ಹಾಸಿ ಹೊದ್ದಿದೆ. ಅಂತಹ ರಮಣೀಯ ಸ್ಥಳದಲ್ಲಿ ಶ್ರೀ ಮಂಜುನಾಥಯ್ಯನವರ ಬಂಗ್ಲೆ. ಅಲ್ಲಿಂದ ಎರಡು ಫರ್ಲಾಂಗು ದೂರ ಗೌರಮ್ಮ ನವರ ಬಂಗ್ಲೆ. ಅದಕ್ಕೂ ಒಂದು

ಕಾಫಿ ತೋಟದಲ್ಲಿ ಸೇರಿ ಹೋಗಬೇಕು. ಹೋಗುತ್ತಲೇ ಸ್ವಲ್ಪ ಎತ್ತರದಲ್ಲಿ ಒಂದು ಬಂಗ್ಲೆ. ಅದರ ಸುತ್ತ ಮುತ್ತ ಹಿಂದು ಮುಂದು ಹೂದೋಟ. ನಾನು ಹೋದಾಗ ಗೌರಮ್ಮನವರೇ 'ಪೂಗಿಡಗಳ್ಗೇ ನೀರೆರೆ'ಯುತ್ತಿದ್ದರು. ಒಂದು ನಾಯಿ 'ವೊವ್' ಎಂದಿತು. ಗೌರಮ್ಮನವರು 'ಓ' ಎಂದು ಓಡಿಬಂದರು. ಅಂದಿನ ಅದೇ ನಗೆ, ಅದೇ ನಿಲುವು ಅದೇ ಬಟ್ಟೆ ಅದೇ ವೇಷಭೂಷಣ ! 'ನಮಸ್ಕಾರ ಮಹಾಶಯರೇ, ಅಂತೂ ಒಮ್ಮೆ ಬಂದಿರಾ ?' ಎಂದರು. ಉಕ್ಕಿ ಬರುವ ನಗೆಗೆ ಸ್ವಾತಂತ್ರ್ಯ ಕೊಟ್ಟುಬಿಟ್ಟೆ 'ಸ್ವಲ್ಪ ನಿಲ್ಲಿ, ನಿಮ್ಮನ್ನು ಬೈಯಬೇಕಾಗಿದೆ. ಇಲ್ಲ, ಒಳಗೆ ಬನ್ನಿ ; ಅಲ್ಲಿಯೇ ಬಯ್ಯುತ್ತೇನೆ!' ಎಂದು ಒಳಗೆ ಕರೆದೊಯ್ದರು.

ಒಂದು ಕೋಚು, ನಾಲ್ಕು ಖುರ್ಚಿ. ನಡುವಡುವೆ ಹೂಪಾತ್ರೆಗಳನ್ನು ಹೊತ್ತ ಚಿಕ್ಕಮೇಜುಗಳು. ಒಂದೆಡೆಗೆ ಚಾಪೆ ಹಾಸಿದೆ. ನಾಲ್ಕು ಮೂಲೆಗೆ ನಾಲ್ಕು ಸಣ್ಣ ಮೇಜುಗಳು. ಖಾದಿಯ ಬಟ್ಟೆ ಹೊದ್ದು ಹೂಪಾತ್ರೆಗಳಿಂದಲಂಕೃತವಾಗಿವೆ. ಸಾಲದುದಕ್ಕೆ ಬೇಬಿಯ ನಾನಾ ಭಂಗಿಯಲ್ಲಿ ನಿಂತ, ಆಡಿದ, ಓಡುತ್ತಿರುವಾಗಿನ ಭಾವಚಿತ್ರಗಳು. ಅಲ್ಲಿ ಗೌರಮ್ಮ ಕೂಡುವುದು ಕಡಿಮೆ. ಅದನ್ನು ದಾಟಿ ಮೊಗಸಾಲೆ; ಮುಂದೆ ಹೂದೋಟ. ತರತರದ ಹೂಗಿಡಗಳು-ಎಲೆಬಳ್ಳಿ ; ಅರ್ಧಪರಿಘದಂತೆ ಒಂದು ಕಿತ್ತಳೆಯ ಸಾಲು ಹೂದೋಟ ವನ್ನಾಕ್ರಮಿಸಿದೆ. ಗೊಂಚಲು ಗೊಂಚಲಾಗಿ ಕಿತ್ತಳೆಗಳು ಗಿಡಗಳನ್ನು ಬಾಗಿಸಿವೆ. ಅಲ್ಲಿ ಒಂದು ದೊಡ್ಡ ಮೇಜು. ಅದರ ಮೇಲೆ ಲೇಖನ ಸಾಹಿತ್ಯ - ಗೌರಮ್ಮನವರ ಸಾಹಿತ್ಯ - ಇಂಗ್ಲೀಷು , ಕನ್ನಡ ಪುಸ್ತಕ.- ಪತ್ರಿಕೆಗಳು ಹರಡಿವೆ. ಅಲ್ಲಿ ನಾಲ್ಕು ಖುರ್ಚಿಗಳು ಮೇಜನ್ನು ಸುತ್ತುವರಿದಿವೆ ; ಒಂದು ಮುರುಕು ಖುರ್ಚಿಒಂದು ಮೂಲೆಗಿದೆ. ಅದರ ಬೆತ್ತದ ಜಾಳಿಗೆ ಹರಿದಿದೆ. ಅದರ ಬುಡದಲ್ಲೊಂದು ಸ್ಟೂಲನ್ನು ಸರಿಸಲಾಗಿದೆ. ನನಗೆ ಅದನ್ನು ನೋಡಿ ಆಶ್ಚರ್ಯವಾಯಿತು. ಅದರ ಹತ್ತಿರ ಕಾಯ್ದೆ. 'ಹಾ! ಅದು ನನ್ನ ಸ್ಫೂರ್ತಿದಾಯಕ ಖುರ್ಚಿ. ನೀವು ಓದಿದ ಕತೆಗಳು ಅದರ ವರಗಳು. ನೀವು ಇತ್ತ ಬರಬೇಡಿಯ ನನ್ನ ಸ್ಫೂರ್ತಿ ನಿಮ್ಮದಾದೀತು' ಎಂದು ಒಂದೇ ಉಸುರಿನಲ್ಲಿ ಹೇಳಿದರು. ನಾನು ಹಟದಿಂದ ಅದರ ಕಡೆಗೆ ಹೋದೆ. ಬುಡದ ಸ್ಟೂಲನ್ನು ಎಳೆದರು. ಜಾಳಿಗೆ ಜೊಳ್ಳು ಬಿತ್ತು . ನಾವಿಬ್ಬರೂ ಮೇಜಿನ ಹತ್ತಿರ ಬಂದೆವು. ಒಂದೊಂದು - ಆಸನವನ್ನು ಆಕ್ರಮಿಸಿದೆವು. 'ಎಲ್ಲ ಸುದ್ಧಿ ಹೇಳಿ' ಎಂದರು. 'ನನ್ನ ಕಾಗದಗಳಿವೆಯೇ?' ಎಂದೆ. 'ಅದಿರಲಿ - ಮೊದಲು ಸುದ್ದಿ ಹೇಳಿ'ಎಂದರು. ನಾನು ಕೈಯಲ್ಲಿದ್ದ ವೃತ್ತಪತ್ರ ಚಾಚಿದೆ. ಅದನ್ನಿಸಿದುಕೊಂಡು ಮೇಜಿನ ಮೇಸಲೆದು 'ಎಂಥ ಜನ ನೀವು !' ಎಂದರು. 'ನನಗೆ ಅಂದು ಬರಲಿಕ್ಕೆ ಆಗಲಿಲ್ಲ' ಎಂದೆ. 'ಅದು ನನಗೆ ಗೊತ್ತು - ಯಾಕೆ ಆಗಲಿಲ್ಲ ಹೇಳಿ!' ಅಯ್ಯೋ ನಿಮ್ಮನ್ನು ಹಾಗೆ ಕೂರಿಸಿದೆನಲ್ಲಾ! ಸರಸ್ವತೀ ಕಾಫಿ ! ರುಕ್ಮಾ, ಹಣ್ಣು ! ' ಎಂದು ಕೂಗಿಕೊಂಡು ತಾವು ಹೋಗಿ ನನ್ನ ಕಾಗದಗಳನ್ನು ತಂದುಕೊಟ್ಟರು. ನಾನು ಅವುಗಳನ್ನು ಓದಲು

ಆತುರನಾಗಿದ್ದೆನಾದರೂ ಅವರೊಡನೆ ಮಾತನಾಡಲು ಅದಕ್ಕೂ ಹೆಚ್ಚು ಆತುರನಾಗಿದ್ದೆ. 'ಮೊದಲು ಕಾಫಿ ಕುಡಿಯಿರಿ, ಕಾಗದ ಆಮೇಲೆ ಓದಿದರಾಗದೇ? ಅಯ್ಯೋ ಇವರೆಲ್ಲಿ? ಮನೆಗೆ ಜನ ಬಂದಾಗ ಇವರಿರುವುದೇ ಇಲ್ಲ' ಎಂದು ಒಂದೆಡೆಗೆ ಓಡಿದರು. ಎರಡು ನಿಮಿಷಗಳಲ್ಲಿ ಮತ್ತೆ 'ಹೋ'ಎನ್ನುತ್ತ ತಮ್ಮ ಪತಿ ಶ್ರೀ ಗೋಪಾಲಕೃಷ್ಣರ (ಗೋಪಾಲಯ್ಯ ಎನ್ನುವುದೂ ಉಂಟು)ಕೈ ಹಿಡಿದುಕೊಂಡು ಬರುತ್ತಿರುವುದನ್ನು ಕಂಡೆ. ಎರಡೂ ಒಂದೇ ಬಗೆಯ ಬೆಳಕಿನ ಮುಖ. ಒಂದು ನಗೆ. ಎರಡು ದೇಹ. ಒಂದೇ ಗಾತ್ರ – ಗತಿ, ಇಬ್ಬರೂ ಸಮನಾಗಿ ಹೆಜ್ಜೆ ಹಾಕುತ್ತ ಬರುತ್ತಿದ್ದರು. ಅವರು ನಡೆದು ಬರುತ್ತಿದ್ದ ಆ ನೋಟ 'ಅವರಿನ್ನೂ ದೂರದಿಂದ ಬರುತ್ತಿರಬೇಕು. ಇಲ್ಲವೇ ನಾನೇ ಹಿಂದೆ ಸರಿಯುತ್ತಿರಬೇಕು. ಅವರು ಹಾಗೇ ಬರುತ್ತಲೇ ಇರಬೇಕು. ನಾನು ನೋಡುತ್ತಲೇ ಇರಬೇಕು ' ಎನಿಸಿತು. ಎಂತಹ ಜೊತೆ ಅದು ! ಸರ್ವಜ್ಞಕವಿ ಇಂತಹ ಒಂದು ದಾಂಪತ್ಯ ನೋಡಿಯೆ 'ಸ್ವರ್ಗಕ್ಕೆ ಕಿಚ್ಚು ಹಚ್ಚು' ಎಂದಿರಬೇಕು.

ನಾವು ಅಲ್ಲಿ ಕೂಡಿ ಆಡಿದ ಮಾತಿಗೆ ತುದಿಮೊದಲಿರಲಿಲ್ಲ. ಸಾಮಾನ್ಯವಾಗಿ ಸಾಹಿತ್ಯದ ಮಾತುಗಳೇ ಹೆಚ್ಚು, ನಾನು ಪ್ರೊ. ಗೋಕಾಕರು ಇಂಗ್ಲೆಂಡಿನಿಂದ ಬಂದ ಮೇಲೆ ಧಾರವಾಡಕ್ಕೆ ಮೊದಲು ಬಂದಾಗಿನ ನಮ್ಮ ಉತ್ಸಾಹವನ್ನು ಹೇಳಿದೆ. ಅದನ್ನು ಕೇಳಿ ಅವರು 'ಇನ್ನಿಷ್ಟು ಹೇಳಿ – ಇನ್ನಿಷ್ಟು!' ಎಂದರು. ಶ್ರೀ ಬೇಂದ್ರೆ– ಮಾಸ್ತಿ ಎಂದರೆ ಅವರಿಗೆ ಬಹಳ ಭಕ್ತಿ. ಅವರನ್ನೊಮ್ಮೆ ಕೂಡಿಯೆ ತಮ್ಮ ಮನೆಗೆ ಕರೆಯಬೇಕೆನ್ನುತ್ತಿದ್ದರು. ಬೇಂದ್ರೆಯವರ , –'ರತ್ನ'ರ ಕವಿತೆಗಳು, ಮಾಸ್ತಿಯವರ ಕತೆಗಳು ಆಗಿನ ನಮ್ಮ ಮಾತಿನಲ್ಲಿ ಹಾಸುಹೊಕ್ಕಾಗಿದ್ದವು. ಏನಾದರೂ ಮಾತು ಬಂದಾಗ ಅದರೊಡನೆ ಒಂದು ಕವಿತೆಯ ನುಡಿಯೊ, ಕತೆಯ ಒಂದು ಮಾತೋ ಬರುತ್ತಲೇ ಇತ್ತು. ಈ ಮೊದಲು ವರ್ಣಿಸಿದ ಹಾಲಿನಲ್ಲಿ ಒಂದು ಸಣ್ಣ ಮೇಜಿನ ಮೇಲೆ Golden Treasury, ಅದರೊಂದಿಗೆ 'ಶ್ರೀ' ಅವರ **ಇಂಗ್ಲಿಷು ಗೀತೆಗಳು.** ಅಲ್ಲಿಯೇ ಉಮರನ ಒಸುಗೆ, ಒಂದು ಬದಿಗೆ ಓದಿ ಓದಿ ಜೀರ್ಣವಾದ ಗರಿ–ಗರಿಯಾದ 'ಗರಿ' ಯೊಂದು. Golden Treasury, ಹೊಟ್ಟೆಯಲ್ಲಿ ವಿ.ಸೀ. ಅವರ **ಮನೆತುಂಬಿಸುವುದು** ಕವಿತೆಯದೊಂದು ಕಾಗದ ಇತ್ತು. ಇವುಗಳನ್ನಿಟ್ಟು ಚಿಕ್ಕ ಮೇಜಿಗೆ ಹೊದಿಸಿದ್ದ ಬಟ್ಟೆಯ ಮರೆಗೆ – ಬುಡದಲ್ಲಿ, ಶ್ರೀ ಗೋಪಾಲಯ್ಯನವರು ಓದುವ ಪಂಪಭಾರತ, ಜೈಮಿನಿ ಭಾರತ ಇರುತ್ತಿದ್ದವು. ಇವರ ಒಬ್ಬ ಗೆಳೆಯ ತಾಯಿ ಮಕ್ಕಳ 'ಕಾಟ'ದಿಂದ ರೇಗಿದಾಗ **ಯಾಕೋ ಕಾಣೆ** ಎನ್ನುತ್ತಿದ್ದರಂತೆ. ಹಿಂದಿನಿಂದ ಗೌರಮ್ಮನವರು **ರುದ್ರವೀಣೆ ಮಿಡಿಯುತಿರುವುದು** ಎಂದು ಗೆಳತಿಯ ಕಿವಿಯಲ್ಲಿ ನುಡಿಯುತ್ತಿದ್ದರಂತೆ.

ಇವರಿಗೆ ಇಂಗ್ಲಿಷ್ ಕವಿತೆಗಳನ್ನೋದುವುದು ಬಹಳ ಮೆಚ್ಚುಗೆ. ಒಮ್ಮೆ ಒಂದು ಕಾಗದದಲ್ಲಿ 'ಮೊನ್ನೆ ಮೊನ್ನೆ 'Great Stories of the World' ಎಂಬ ಪುಸ್ತಕವನ್ನು ಓದಿದೆ. ಬಹಳ ಚೆನ್ನಾಗಿದ್ದ ಕತೆಗಳಿದ್ದವು. ಓದಿ ಎನಿಸಿತು : ಅಯ್ಯೋ, ಈ ಕತೆಗಳ ಮುಂದೆ ನಮ್ಮ ಪ್ರಯತ್ನವೇ 'ಎಂದು. ಮತ್ತೆ ಅವನ್ನು ಅನುವಾದಿಸಲೇ - ಎಂದುಕೊಂಡೆ. ಬೇಡ ಇಷ್ಟೊಂದು ಸುಂದರವಾದವುಗಳನ್ನು ನನ್ನ ಬರೆಹದ ಮೂಲಕ ವಿರೂಪಗೊಳಿಸಬೇಕೇಕೆಂದು ಸುಮ್ಮನಾದೆ' ಎಂದು ಬರೆದಿದ್ದರು. ಅನುವಾದಗಳು ಚೆನ್ನಾಗಿರದಿದ್ದರೆ ಅವರಿಗೆ ತುಂಬ ಬೇಸರವಾಗುತ್ತಿತ್ತು. ಒಮ್ಮೆ ನಾನು ಕಳಿಸಿದ ಒಂದು ಅನುವಾದಿತ ಪುಸ್ತಕ ಓದಿ 'ನಿನ್ನೆ ರಾತ್ರಿ '......' ಓದಿದೆ. ಚನ್ನಾಗಿಲ್ಲದ ಅನುವಾದಗಳನ್ನು ಓದುವುದಕ್ಕಿಂತಲೂ ಓದದಿದ್ದರೆ ಒಳ್ಳೆಯದೆನಿಸುವುದು. ಮುದ್ರಾರಾಕ್ಷಸಗಳು ತುಂಬಿಹೋಗಿವೆ. ಸಾಲುದುದಕ್ಕೆ ಅನುವಾದವೂ ಅಷ್ಟು ಚೆಂದ !' ಎಂದು ಬರೆದರು.

ಅಲ್ಲಲ್ಲಿಯ ಸಾಹಿತ್ಯದ ಚಟುವಟಿಕೆಗಳನ್ನವರು ಬಹಳ ಕುತೂಹಲದಿಂದ ನಿರೀಕ್ಷಿಸುತ್ತಿದ್ದರು. 'ಬಳ್ಳಾರಿ ಸಮ್ಮೇಲನಕ್ಕೆ ಬನ್ನಿ'' ಎಂದು ಬರೆದಿದ್ದೆ. ಅವರಿಗೆ ಬರಲಿಕ್ಕಾಗಲಿಲ್ಲ. ನಾನು ತಿರುಗಿ ಬಂದ ಕೂಡಲೇ ಉತ್ತರ ಬರೆಯಲಿಲ್ಲ. ಆಗ ಬಂದ ಗೌರಮ್ಮನವರ ಕಾಗದ ಹೀಗಿದೆ ;

> 'ಸಾಹಿತ್ಯ ಸಮ್ಮೇಲನವಾಗಿ ಒಂದು ವಾರ ಕಳೆದರೂ ನಿಮ್ಮ ಪತ್ರವೇ ಇಲ್ಲ. ನನಗಂತೂ ನಿಮ್ಮ ಪತ್ರದ ಹಾದಿ ನೋಡಿ ನೋಡಿ ಕಣ್ಣುನೋವು ಬಂದುಹೋಗಿದೆ. ಸಾಹಿತ್ಯ ಸಮ್ಮೇಲನದ ವಿಷಯ ಪೇಪರ್‌ಗಳಲ್ಲಿ ಓದುವುದಕ್ಕಿಂತಲೂ ನಿಮ್ಮ ಪತ್ರದಲ್ಲಿ ಓದಿದರೆ ಹೆಚ್ಚು ಚೆಂದವೆಂದು ನನ್ನ ಭಾವನೆ. ಆದರೆ ನೀವು ಎಲ್ಲವನ್ನೂ - ಒಂದೂ ಬಿಡದೆ -ನನ್ನ ಗೆಳತಿ ಕುಮಾರಿ ಪದ್ಮಾವತಿಯ ವಿಷಯ ಸಹ- ಬರೆಯಬೇಕೆಂದು ಆಸೆ ನನಗೆ. ಪತ್ರಿಕೆಗಳಲ್ಲಿ ಕೇವಲ ಅ-ನ ದ ಜಗಳಗಲ್ಲದೆ ಬೇರೇನೂ ಇಲ್ಲ. ಹೇಗೆ ? ಬರೆಯುವಿರೋ ಇಲ್ಲವೋ? ....'

ಗೌರಮ್ಮನವರಿಗೆ ಪ್ರಕೃತಿ ಸೌಂದರ್ಯನಿರೀಕ್ಷಣೆಯ ದೃಷ್ಟಿ ಚೆನ್ನಾಗಿತ್ತು. ನಾನಲ್ಲಿದ್ದಾಗ ದಿನಾಲು ತಿರುಗಾಡಲು ಹೋಗುತ್ತಿದ್ದೆವು - ಒಬ್ಬಬ್ಬರ ಇಷ್ಟದ ಸ್ಥಳಗಳಿಗೆ. ಮೊದಲದಿನ ಶ್ರೀ ಗೋಪಾಲಕೃಷ್ಣರ ಸರತಿ ; ಅವರು ಕಾಫಿಯ ಕಾಡು ತೋಟದಲ್ಲಿ, ಕಡಿದಾದ ದಾರಿಯಲ್ಲಿ ಕರೆದೊಯ್ದರು. ಗಿಡಗಳಿಗೆ ಸುತ್ತಿಕೊಂಡ ಬಳ್ಳಿಗಳ ಕುಡಿಗಳು ನಮಗೂ ಸುತ್ತಿಕೊಳ್ಳುತ್ತಿದ್ದವು. ನಾನು, ಗೌರಮ್ಮ, ಗೋವಿಂದಯ್ಯ (ಗೌರಮ್ಮನವರ ನೆಚ್ಚಿನ ಮೈದುನ) ಗೋಪಾಲಕೃಷ್ಣರ ಹಿಂದಿಂದೆ ಮುಗ್ಗರಿಸುತ್ತ ಸಾಗಿದ್ದೆವು. ಗೌರಮ್ಮನವರ ಸೀರೆಯ ಸೆರಗನ್ನು ಒಂದು ಮುಳ್ಳುಕಂಟಿ ಹಿಡಿಯಿತು. ಹುಸಿ ಸಿಟ್ಟುತೋರಿ 'ಎಂತ ದಾರಿ ನಿಮ್ಮದು ? ಇನ್ನು ನೀವು ಕರೆದೊಯ್ಯುವುದಾದರೂ ಎಲ್ಲಿಗೆ? ನಮ್ಮನ್ನೂ ನಿಮ್ಮ

ಕೂಲಿಗಳೆಂದು ತಿಳಿದಿರಾ? -' ಎನ್ನುತ್ತ ನಿಲ್ಲಲಾರದೆ ನಡೆದು ಬರುತ್ತಿದ್ದರು. ಅದೇ ಕಾಡಿನಲ್ಲಿ ದಿನಾಲು ತಿರುಗುತ್ತಿದ್ದ ಮ್ಯಾನೇಜರ್ ಗೋಪಾಲಕೃಷ್ಣರಿಗೇನು ತೊಂದರೆ? ಹಿಂದಿರುಗಿ, ತಮ್ಮ ಕೈ ಹಿಡಿದಾಕೆಯ ಅವಸ್ಥೆ ನೋಡಿ ಕೈಕೊಟ್ಟು ಕರೆದುಕೊಂಡು ನಡೆದರು. ನಾವು ಒಂದು ಕಾಡುಹೊಳೆಗೆ ಬಂದೆವು. ದಾರಿಗೆ ಅಡ್ಡವಾಗಿ ಬಾಚಿ ಬಂದ ಗಿಡದ ಬೇರು ಹಿಡಿದು ನೇತಾಡಿದರು ಗೋವಿಂದಯ್ಯನವರು. ಅಂಥದೇ ಎರಡೂ ಬದಿಗೆ ಹಿಡಿದುಕೊಂಡು ಇನ್ನೊಂದು ಬೇರಿಗೆ ಜೀಕವಾಡಿದರು ಗೌರಮ್ಮನವರು. ನಡುನೀರಿನವರೆಗೆ ಚಾಚಿಕೊಂಡ ಒಂದು ಗಿಡ ಬಳನ ಹೋಗಿ, ನಾನು -ಗೋಪಾಲಕೃಷ್ಣಯ್ಯ ನಿಂತಿದ್ದೆವು. ಅಲ್ಲಿ ನೀರು ಬಲು ಆಳವಾಗಿದೆಯಂತೆ. ಗೋವಿಂದಯ್ಯ ಒಳ್ಳೆಯ ಈಜುಗಾರರು, 'ಹಾರಲೇ ಅಣ್ಣಯ್ಯ?' ಎಂದರು. 'ಹೂ'ಗುಟ್ಟಿದರು. ಗೌರಮ್ಮ. 'ಮೊಸಳೆಗಳಿವೆ' ಎಂದರು ಗೋಪಾಲಯ್ಯ . ಸುಮ್ಮನೆ ನಿಂತ ಗಿಡಗಳನ್ನೂ ನೋಡುತ್ತ 'ನೋಡಿ, ಎಂತಹ ರಮಣೀಯ ದೃಶ್ಯ' ಎಂದರು ಗೋಪಾಲಯ್ಯ. 'ನಮಗೆ ನಿಮ್ಮ ಕಣ್ಣಿಲ್ಲ' ಎಂದರು ಗೌರಮ್ಮ. 'ಮತ್ತೆ ನಿಮ್ಮ ಸ್ಥಳವಾವುದು?' ನಾನಂದೆ. 'ನನ್ನದು ಬಹಳ ಸುಂದರವಾಗಿದೆ. ನಾವಿಬ್ಬರೇ ಹೋಗೋಣ. ಈ ಜನದ ದೃಷ್ಟಿ ತಾಕೀತು ನನ್ನ ಆ ಸ್ಥಳಕ್ಕೆ' ಎಂದರವರು.

ಅದರಂತೆಯೇ ಮರುದಿನ ನಾವಿಬ್ಬರೂ ಹೊರಟೆವು : ಅದೂ ಕಾಡಾದರೂ ದಾರಿಯಿತ್ತು. ಸ್ವಲ್ಪ ದಿಬ್ಬ ಹತ್ತಿದ ಮೇಲೆ, ಕೆಳಗೆ ದೂರದವರೆಗೆ ಬಯಲು ಹಬ್ಬಿದೆ. ಅಲ್ಲೊಂದು ಹೊಳೆ. ಥಳಥಳ ಹೊಳೆಯುತ್ತ ಸಾಗಿದೆ. ನಾನು ಹೋದ ಸಮಯದಲ್ಲಿ ಬಂಜೆಭೂಮಿ; ಬೆಳೆಗಾಲದಲ್ಲಾದರೆ ಬಯಲೆಲ್ಲ 'ಹಸಿರು ಹಸಿರು ಹಾಸಿ'ನಂತಿರುತ್ತದಂತೆ. ಅಲ್ಲಿಯೇ ಒಂದು ಕೃತ್ರಿಮ ಆಸನ ಸಿದ್ಧಪಡಿಸಿದ್ದಾರೆ ಗೌರಮ್ಮನವರು.. ತಾವೊಬ್ಬರೇ ಒಂದು ಹಾಗೆಯೇ ನೋಡುತ್ತ ಕೂಡುವುದಕ್ಕೆಂದು. ಮಳೆಗಾಲದಲ್ಲಿ ಮಳೆಯ ಪರಿವೆಯಿಲ್ಲದೆ ಅಲ್ಲಿ ನೋಡುತ್ತ ಕುಳಿತಿರುತ್ತಿದ್ದರಂತೆ ಗೌರಮ್ಮ. ಅಲ್ಲಿಂದ ಇಳಿಯುತ್ತ ಇಳಿಯುತ್ತ ನದಿಯ ದಾರಿಗೆ ಬಂದೆವು. ಒಂದು ಲಾರಿ-ಇವರದೇ- ಕಾಫಿ ಬೀಜ ತರುವಂತಹದು - ಬರುತ್ತಿತ್ತು. 'ಅವರಿದಾದರೆಯೇ ನೋಡಿ' ಎಂದರು. 'ಮುಂದೆಯೇ ಇದ್ದಾರಲ್ಲ! ಕಾಣುವದಿಲ್ಲವೇ ನಿಮಗೆ?' ಎಂದೆ. ಅವರು ಬಿದ್ದು ನಗಹತ್ತಿದರು. ನಾನು ಪೆಚ್ಚುಬಿದ್ದು ಕೇಳಿದೆ ; 'ಏನದು?' ಎಂದು. ಅವರು ಹೇಳಿದರು : 'ನೋಡಿ , ನಾನು ಮೊನ್ನೆ ಮಡಿಕೇರಿಗೆ ಹೋದಾಗ ದಾರಿಯ ಒಂದು ಬದಿಯಿಂದ ಹೋಗುತ್ತಿದ್ದೆ. ನನ್ನ ಹಿರಿಯಣ್ಣ ಅದೇ ದಾರಿಯಿಂದ ಎದುರಾಗಿ ಬರುತ್ತಿದ್ದ. ನನಗೆ ಕಾಣಲಿಲ್ಲ. 'ಏನು ಗೌರಮ್ಮ, ಯಾವಾಗ ಬಂದೆ? ಹಾಗೇ ಹೊರಟಿದ್ದೀಯಲ್ಲ !'ಎಂದು ಆರಂಭಿಸಿದ. ನನಗೆ ಬಹಳ ನಾಚಿಕೆಯಾಯಿತು. ಈಗ ಬೇಗನೆ ಕಣ್ಣಿನ ಚಿಕಿತ್ಸೆ ಮಾಡಿಸುವುದೆಂದು ನಿರ್ಧರಿಸಿದ್ದೇನೆ. ತಾರೀಖು ಗೊತ್ತಾಗಿದೆ. ನನ್ನಣ್ಣನೊಡನೆ ಬೆಂಗಳೂರಿಗೆ ಹೋಗಲಿರುವೆ

'ನಾಲ್ಕುಕಣ್ಣು' ಆಗದಂತೆ ಕಳೆಗೊಳಿಸಲು ಕೇಳಿಕೊಂಡಿದ್ದೇನೆ. ಡಾಕ್ಟರನ್ನು-ನೋಡಬೇಕು''ಎಂದರು.

'ಹಾಗಾದರೆ ನೀವೇ ಹಾಕಿಸಿದ ಆ ಆಸನದ ಮೇಲೆ ಕುಳಿತು ನೀವು ನೋಡುತ್ತಿರುವುದೇನು?'ಎಂದು ಕೇಳಿದೆ. 'ದೃಷ್ಟಿ ದೂರ ಹರಿಯಲೆಂದೇ ಅದನ್ನು ಹಾಕಿಸಿರುವೆ. ನನ್ನ ಕಣ್ಣಿನ ಅವಸ್ಥೆ ಇನ್ನೂ ಬಹಳ ಜನಕ್ಕೆ ಗೊತ್ತಾಗಿಲ್ಲ. ಚಿಕ್ಕ ಚಿಕ್ಕ ಅಕ್ಷರ ಓದಿ ನನ್ನ ಪಾಡು ಹೀಗಾಗಿದೆ!' ಎಂದರು. ಅಲ್ಲಿಂದ ಹೊಳೆಯ ತೀರಕ್ಕೆ ಬಂದೆವು. ಒಂದು ಸೀಳು ದಾರಿಯಿಂದ ಮುಂದೆ ಸಾಗಿದೆವು. ನಾವು ಹಿಂದಿನ ದಿನ ತಿರುಗಾಡಲು ಹೋದ ಹೊಳೆಗೆ ಮತ್ತೊಂದು ಬದಿಯ ಬೆಟ್ಟದಿಂದ ಇನ್ನೊಂದು ಹೊಳೆ ಹರಿದು ಬಂದು ಕೂಡಿದೆ. ಆ ದೃಶ್ಯ ಬಹಳ ರಮಣೀಯವಾಗಿದೆ. ನಾವು ಸುತ್ತಲೂ ನೀರಿದ್ದ ಒಂದು ಕಲ್ಲುದಿಬ್ಬಕ್ಕೆ ಬಂದೆವು. ಅಲ್ಲಿ ಕುಳಿತು ಹಿಂದೆ ತಿರುಗಿ ನೋಡಿದರೆ - ಆ ಕೂಡು ಹೊಳೆಯು ಹರಿದು ಬರುವುದು; ಅದರ ಹಿಂದಿನ ಎರಡೂ ಬದಿಯಿಂದ ಬೆಟ್ಟ ಹಬ್ಬಿ ಒಂದೆಡೆಗೆ ಕೂಡಿರುವುದು. ಬೆಟ್ಟದ ಮೇಲಿನ ಮರಗಳು ಮುಗಿಲನ್ನು ಚುಚ್ಚುವ ಸೊಕ್ಕಿನಲ್ಲಿ ಬೆಳೆದಿವೆ. ನಾವು ಕೂತಲ್ಲಿಂದ ಮುಂದೆ ಸ್ವಲ್ಪ ಮರಳು. ಅಲ್ಲಿಂದ ದಾಟಿ ನೀರಿನಲ್ಲಿ ಬುಟ್ಟಿಯಂತೆ ಬೆಳೆದು ನಿಂತ ಒಂದು ಹುಲ್ಲುಗಡ್ಡೆ -ಕತ್ತರಿಸಿ ಬೆಳೆಸಿದಂತೆ- ಬೆಳೆದು ನಿಂತಿದೆ. ಬಹಳ ದಿವಸಗಳಿಂದಲೂ ಅದು ಹಾಗೆಯೇ ಇದೆಯಂತೆ ಆ ಸ್ಥಳ. 'ನಿಜವಾಗಿಯೂ ಸುಂದರವಾಗಿದೆ ನೋಡಿ ಕುಲಕರ್ಣಿಯವರೇ , ನನ್ನ ಸ್ಥಳ ! ಬೇಂದ್ರೆಯವರನ್ನು ಇಲ್ಲಿಗೆ ಕರೆದುತಂದು ಕೂರಿಸಿದರೆ ಎಂತಹ ಕವಿತೆ ಹುಟ್ಟಬಹುದು? ' ಎಂದು ಕೇಳಿದರು. ಬೇದ್ರೆಯವರೆಂದರೆ ಅಷ್ಟು ಇಷ್ಟ ಅವರಿಗೆ. ಒಬ್ಬ ಲೇಖಕರಿಗೆ ಇವರು ಬೇಂದ್ರೆಯವರ ವಿಷಯವನ್ನು ಹೇಳುತ್ತಿದ್ದಾಗ ಅವರು 'ಬೇಂದ್ರೆ ಎಂದರೆ ಯಾರು?' ಎಂದರಂತೆ. ಅದಕ್ಕವರು ಹೀಗೆ ಹೇಳಿದರಂತೆ. :

'ನಮಗವರ ಮಾತನ್ನು ಕೇಳಿ ಆಶ್ಚರ್ಯವಾಯಿತೆಂದರೆ -ಆಶ್ಚರ್ಯವೇನು ಹೇಳಿ! 'ಬೇಂದ್ರೆ ಎಂದರೆ ಯಾರು?' ಕನ್ನಡದಲ್ಲಿ ನೂರಾರು ಕತೆಗಳನ್ನು ಬರೆದು ಹೆಸರು ಹೊಂದಿದ ಇವರಿಗೆ ಬೇಂದ್ರೆ ಎಂದರೆ ಯಾರು ಎಂದು ಗೊತ್ತಿಲ್ಲವಂತೆ! ಉಕ್ಕುತ್ತಿದ್ದ ನಗುವನ್ನು ತಡೆದುಕೊಂಡು ಹೇಳಿದೆ : 'ಅಂಬಿಕಾತನಯದತ್ತರು ಗೊತ್ತಿಲ್ಲವೇ ನಿಮಗೆ? ಕನ್ನಡ ನಾಡಿನ ಶೇಕ್ಸ್‌ಪಿಯರ್ ಅವರು. ಕೇವಲ ಕನ್ನಡ ನಾಡಿನಲ್ಲಿ ಏಕೆ ? ರವೀಂದ್ರರಿಗೆ ದೇಶಬಂಧುಗಳು ದೊರೆತಂತೆ ಅಂಬಿಕಾತನಯರ ಕವಿತೆಗಳನ್ನು ಇಂಗ್ಲಿಷಿಗೆ ತರ್ಜುಮೆ ಮಾಡಬಲ್ಲವರು ಯಾರಾದರೂ ಇದ್ದಿದ್ದರೆ, ಇಂದು ಬೇಂದ್ರೆಯವರ ಹೆಸರು ವಿಶ್ವ ಸಾಹಿತ್ಯದಲ್ಲಿ ಮೆರೆಯುತ್ತಿತ್ತು. ಅವರ

ಕವಿತೆಗಳನ್ನು ಓದಿಲ್ಲವೇ ನೀವು? – ಇನ್ನೂ ಬಹಳ ಮಾತುಗಳು ಉಕ್ಕಿ ಬಂದುವು.' ಎಂದು ಬರೆದಿದ್ದಾರೆ.

ಗೌರಮ್ಮನವರಿಗೆ ಪ್ರಾಣಿದಯೆ ತುಂಬ ಇತ್ತು. ಮನೆಯಲ್ಲಿ ನಾಯಿ, ಬೆಕ್ಕು, ಹಸು, ದನ ಎಲ್ಲ ಇದ್ದವು. ನಾಯಿಗೆ ಇವರು 'ಫ್ರೆಡ್ಡಿ', 'ಗ್ರೇಟಾ' ಎಂದು ಕರೆಯುತ್ತಿದ್ದರು. 'ನಾಯಿಗೆ ಇಂಗ್ಲಿಷ್ ಹೆಸರೇಕೆ?' ಎಂದು ನಾನು ಕೇಳಿದ್ದಕ್ಕೆ 'ಇಂಗ್ಲಿಷು ಹೆಸರು ನಾಯಿಗೂ ಒಪ್ಪುವುದಿಲ್ಲವೋ?' ಎಂದು ಅವರು ಕೇಳಿದರು.

ಗೌರಮ್ಮನವರ ಪತಿಭಕ್ತಿ ಅಪಾರವಾಗಿತ್ತು. ದುಡಿದು ಬಂದ ಗಂಡನ ಸ್ವಾಗತಕ್ಕಾಗಿ ಬಾಗಿಲಲ್ಲಿ ನಿಂತು ಗೌರಮ್ಮ, ಗಂಡ ಬರುತ್ತಲೇ 'ಹಲ್ಲೋ' ಎಂದು ಕೈಹಿಡಿದು ಕರೆದುಕೊಂಡು ಬಂದು ಕುರ್ಚಿಯಲ್ಲಿ ಕೂರಿಸಿ , ಬೂಟು –ಕಾಲುಚೀಲ ಬಿಚ್ಚುತ್ತಿದ್ದರು. ಒಳಗಿನಿಂದ ತಾವೇ ಕಾಫಿ ತಂದುಕೊಡುತ್ತಿದ್ದರು. ಎಂತಹ ಆಯಾಸವಾಗಿದ್ದರೂ ಗೋಪಾಲಯ್ಯನವರಿಗೆ ಆಗ ಹಗುರೆನಿಸುತ್ತಿರಬಹುದು. 'ಇವರಿಗೆ ತುಂಬ ಕೆಲಸ. ನಾನಿವರಿಗೇನೂ ಸಹಾಯ ಮಾಡಲಾರೆನಲ್ಲಾ!' ಎನ್ನುತ್ತಿದ್ದರು. ಒಂದು ದಿನ ಊಟವಾದ ಮೇಲೆ ನಾವು ಮೂವರು ಮಾತನಾಡುತ್ತ ಕುಳಿತಿದ್ದೆವು. ಆಯಾಸವಾಗಿತ್ತೆಂದು ಕಾಣುತ್ತದೆ– ಗೋಪಾಲಯ್ಯನವರು ಕುರ್ಚಿಯಲ್ಲಿಯೇ ನಿದ್ದೆ ಹೋದರು. ಅದನ್ನು ಕಂಡ ಗೌರಮ್ಮನವರು ನನ್ನನ್ನು ಸನ್ನೆಯಿಂದ ಸುಮ್ಮನಿರಿಸಿ, ಎರಡು ಮೆತ್ತೆ ತಂದು ತಲೆಯ ಬುಡದಲ್ಲೊಂದನ್ನು ಮೆಲ್ಲಗಿರಿಸಿದರು. ಇನ್ನೊಂದನ್ನು ಕಾಲಬುಡದಲ್ಲಿ ಸರಿಸಿ, ನನ್ನನ್ನು ಒಳಗೆ ಕರೆದು ನಮ್ಮ ಮಾತು ಅವರಿಗೆ ಕೇಳಿಸಿ ಎಚ್ಚರಾಗದಂತೆ ಕನ್ನಡಿಯ ಬಾಗಿಲನ್ನು ಎಳೆದರು. ಅದರಂತೆಯೇ ಶ್ರೀ ಗೋಪಾಲಯ್ಯನವರೂ ಗೌರಮ್ಮನವರನ್ನು ತುಂಬ ಪ್ರೀತಿಸುತ್ತಿದ್ದರು. ಗೋಪಾಲಯ್ಯನವರು ಬರೆದ ಒಂದು ಕಾಗದದಲ್ಲಿ ಹೀಗಿದೆ : 'ನೀವು ನನ್ನ ಗೌರಮ್ಮನಿಗೆ ಬರೆದ ಕಾಗದ ನೋಡಿದೆ. ಅದರಲ್ಲಿ ಮಾಸ್ತಿಯವರು ಮತ್ತೆ ಬೇಂದ್ರೆಯವರೂ ಸಹ , ರಾಮ – ಲಕ್ಷ್ಮಣರಂತೆ ನಮ್ಮ ದಂಡಕಾರಣ್ಯಕ್ಕೆ ಬರುವವರಾಗಿ ತಿಳಿದೆ. ನನ್ನ ಗೌರಮ್ಮ-ಶಬರಿಗಂತೂ ಹಿಗ್ಗೇ ಹಿಗ್ಗು. ನೀವು ಪ್ರಕಟಿಸುವ 'ಚಿಗುರಿ'ಗಿಂತಲೂ ಚಿಗುರಿಬಿಟ್ಟಿದ್ದಾಳೆ.

ಗೌರಮ್ಮನವರಲ್ಲಿ ದೇಶಭಕ್ತಿಯೂ ಉಜ್ವಲವಾಗಿತ್ತು. ಹತ್ತು ಹನ್ನೆರಡು ವರುಷಗಳಿಂದ ಸಂಪೂರ್ಣವಾಗಿ ಖಾದಿ ಧರಿಸುತ್ತಿದ್ದರು. ಖಾದಿಯನ್ನು ಉಡು–ತೊಡುವವರನ್ನು ಕಂಡರೆ ಅವರಿಗೆ ತುಂಬಾ ಸಂತೋಷ. ಮಹಾತ್ಮಾಗಾಂಧಿಯವರೊಮ್ಮೆ ಕೊಡಗಿಗೆ ಬಂದಾಗ, ಮಂಜುನಾಥಯ್ಯನವರಲ್ಲಿ ಬಂದರಂತೆ. ಆಗ ಗೌರಮ್ಮವವರು ತಮ್ಮ ಮನೆಗೂ ಮಹಾತ್ಮರನ್ನು ಕರೆದರಂತೆ. ಸಮಯವಿಲ್ಲದ್ದರಿಂದ

ಅವರು ಹೋಗಲು ಅಷ್ಟು ಆತುರಪಡಲಿಲ್ಲವಂತೆ. ಗೌರಮ್ಮನವರು 'ಫಾಸ್ಟ್' ಆರಂಭಿಸುವೆನೆಂದು ಹೇಳಿ ಕಳಿಸಿದರು ; ಹೆದರಿ ಬಂದ ಮುದುಕ. ಗೌರಮ್ಮ ತಮ್ಮ ಮೈಮೇಲಿನ ಆಭರಣ ಬಿಚ್ಚಿಕೊಟ್ಟುಬಿಟ್ಟರಂತೆ. 'ಮಹಾತ್ಮರು ಗೋಪಾಲಯ್ಯನವರನ್ನು ಕರೆದು ನಿಮ್ಮ ಆಕ್ಷೇಪಣೆ ಇಲ್ಲವಷ್ಟೇ?' ಎಂದರಂತೆ. 'ಅವಳಿನ್ನು ಆಭರಣ ಬೇಡದಿದ್ದರಾಯಿತು!' ಎಂದು ನಕ್ಕು ನುಡಿದರಂತೆ ಗೋಪಾಲಯ್ಯ. ಆಗ **ಹರಿಜನದಲ್ಲಿ ಮಹಾತ್ಮರು ಈ ವಿಷಯದಲ್ಲಿ ಒಂದು ಲೇಖನ ಬರೆದರಂತೆ.** ನನಗಿದನ್ನು ಮಡಿಕೇರಿಯಲ್ಲಿ ಒಬ್ಬ ಸ್ನೇಹಿತರು ಹೇಳಿದರು. ನಾನು ಬಂದು 'ಈ ವಿಷಯ ನೀವು ನನಗೆ ತಿಳಿಸಲಿಲ್ಲವಲ್ಲ!' ಎಂದೆ. 'ಇಲ್ಲಿಯ ಬಹಳ ಜನರಿಗೆ ಈ ವಿಷಯ ಸೇರುವುದಿಲ್ಲವೆಂದು ನಾನೀ ವಿಷಯವನ್ನು ಎತ್ತುವುದಿಲ್ಲ' ಎಂದು ಹೇಳಿದರು. 'ಕೊಡಗು ಬ್ರಿಟಿಷ್ ಕನ್ನಡನಾಡಿನೊಡನೆ ಒಂದಾಗದೆ ಗತಿಯಿಲ್ಲ !' ಎಂದು ಇವರು ಅಲ್ಲಿಯ ಏಕೀಕರಣ ಪಕ್ಷದ ಮುಖಂಡರಾಗಿ ಕೆಲಸ ಮಾಡುತ್ತಿದ್ದರು.

ಇವರ ತಂದೆಗೆ ಇವರ ಬರಹಗಳ ಮೇಲೆ ತುಂಬಪ್ರೀತಿ ಇತ್ತು. ಮೊನ್ನೆ ಮೊನ್ನೆ ಅವರು ತೀರಿದಾಗ ಗೌರಮ್ಮವರು ವ್ಯಸನಪಟ್ಟು ಹೀಗೆ ಬರೆದರು :

'ನಿಮ್ಮ ಕಾಗದ, ಅದರೊಡನೆಯೇ ಇನ್ನೊಂದು ಟೆಲಿಗ್ರ್ಯಾಮ್. ನಿಮ್ಮ ಕಾಗದ ಒಡೆಯುವ ಮೊದಲೇ ಅದನ್ನೊಡೆದು ಓದಿದೆ ನನ್ನ ತಂದೆ- ತಾಯಿಯಿಲ್ಲದ ನನ್ನನ್ನು ತಾಯಿತಂದೆಗಳ ಭಾರವನ್ನು ಹೊತ್ತು ಸಾಕಿದ ನನ್ನ ತಂದೆ - ಇನ್ನಿಲ್ಲವೆಂದು ಓದಿದೆ. ಅವರನ್ನು ನೋಡದೆ ಎರಡು ತಿಂಗಳಾಗಿತ್ತು. ಏನೋ ಒಂದು ದಿನ ಸ್ವಲ್ಪ ಜ್ವರವಿತ್ತಂತೆ. ಅಷ್ಟರ ಸಲುವಾಗಿ ಕಾಗದವೇಕೆ? ಎಂದು ನಾನು ಬರೆದಿರಲಿಲ್ಲ. ಮರುದಿನ ಸ್ನಾನ ಮಾಡಿ ಆಯಾಸವೆಂದು ಮಲಗಿದರಂತೆ. ಹತ್ತೇ ನಿಮಿಷದೊಳಗಾಗಿ ಆಯಾಸ - ನರಳುವಿಕೆ ಇಲ್ಲದೆಡೆಗೆ ಹೋಗಿ ಬಿಟ್ಟರವರು. ಆ ದಿನದಿಂದ ಈಚೆಗಿನ ಕಾಲವೆಲ್ಲ ನನ್ನ ಜೀವನದ ಅತ್ಯಂತ ದುಃಖದ ದಿನಗಳಾಗಿವೆ. ನೀವು ಪ್ರಸಿದ್ಧಿಸುವ ನನ್ನ ಪುಸ್ತಕ ನೋಡಲಿಲ್ಲ ಅವರು.''

ಈ ಸಂಗ್ರಹಕ್ಕೆ ಮೊದಲು 'ಚಿಗುರು' ಎಂದು ಹೆಸರಿಟ್ಟಿತ್ತು. ಮೊನ್ನೆ ಮೊನ್ನೆ ಗೌರಮ್ಮನವರು ಅದನ್ನು 'ಕಂಬನಿ' ಎಂದು ಮಾರ್ಪಡಿಸಿ ತಾವೂ ಪುಸ್ತಕ ನೋಡದೆ, ಕನ್ನಡಿಗರೆಲ್ಲ ಕಂಬನಿಗರೆಯುವಂತೆ ಮಾಡಿ ನಮ್ಮನ್ನಗಲಿ ಹೋದರು.

ಇವರ ಕತೆಗಳಿಂದ ಚಿಗುರಿದ ಹೆಣ್ಣುಮಕ್ಕಳ ಸಾಹಿತ್ಯ , ಕನ್ನಡ ಸಾಹಿತ್ಯದಲ್ಲಿ ಮಂಗಲಪ್ರದವಾಗಿ ಬೆಳೆಯುತ್ತಿರುವ ಈ ಕಾಲದಲ್ಲಿ, ಇವರ ಮರಣದಿಂದ ಕನ್ನಡ ನಾಡೇ ಮರುಗುವಂತಾಯಿತು. ಗೌರಮ್ಮನವರ ಆರು ವರ್ಷದ ಎಳೆಯ ಮಗು ವಸಂತ (ಬೇಬಿ)

ಚಿಗುರುವ ತನ್ನ ಆಯುಷ್ಯದಲ್ಲಿ , ಇಂತಹ ಎಳೆಯತನದಲ್ಲಿ - ತನ್ನ ತಾಯಿಯಂತೆ - ಪರದೇಶಿತನವನ್ನು ಭೋಗಿಸಬೇಕಾಗಿ ಬಂತು, ಇವರ ಪತಿಗೆ ಒಮ್ಮೆಗೆ ಘಟಿಸಿದ ಸಹಿಸಲಾರದ ಈ ಒಂಟಿಗತನದ ದುಃಖದಲ್ಲಿ ....!

ಇಷ್ಟೆಲ್ಲ ಆಟವಾಡಿದ ಗೌರಮ್ಮವರು ಇನ್ನಿಲ್ಲ , 'ಓ' ಕೊಡದ ನಾಡಿಗ ನಡೆದುಬಿಟ್ಟರವರು. ಈ ಎಲ್ಲ ಸವಿ ನೆನಪುಗಳ ಹಿಂದೆ ಒಂದು ಕರಾಳಸತ್ಯವು ತಾಂಡವವಾಡಿ ಅವರ ಬಳಗವನ್ನೂ - ಕನ್ನಡ ನಾಡನ್ನೂ ಅಪಾರ ಶೋಕಕ್ಕೀಡುಮಾಡಿದೆ. ನುಗ್ಗಿ ಬರುವ ಇಂತಹ ನೆನಪುಗಳೊಡನೆ 'ಇನ್ನು ಅವರಿಲ್ಲವಲ್ಲಾ' ಎಂಬ ನೆನಪು ದುಃಖವನ್ನು ನೂರ್ಮಡಿಸುತ್ತದೆ. 'ಅವರಿಲ್ಲವೆಂಬ ದುಃಖ, ಈ ನೆನಪುಗಳಲ್ಲಿ ಒಂದು ನಿಮಿಷವಾದರೂ ಮರೆತರೆ ಅದೇ ರಸನಿಮಿಷ !' ಇಂಥ ಪವಿತ್ರ ಆತ್ಮಗಳೂ ಇಲ್ಲದಾಗುತ್ತಿರಬಹುದೇ?

ಧಾರವಾಡ
೨೦-೪-೧೯೩೯

ದತ್ತಾತ್ರೇಯ ಕುಲಕರ್ಣಿ

● ಶ್ರೀಮತಿ ಗೌರಮ್ಮನವರು ಕ್ರಿ.ಶ. ೧೯೧೨ರಲ್ಲಿ ಕೊಡಗಿನ ಮಡಿಕೇರಿಯಲ್ಲಿ ಹುಟ್ಟಿದರು. ಇವರ ತಂದೆ ಶ್ರೀ ಎನ್.ಎಸ್. ರಾಮಯ್ಯನವರು ಮಡಿಕೇರಿಯಲ್ಲಿ ವಕೀಲರಾಗಿದ್ದರು. ಶ್ರೀಮತಿಯವರು ಅವರ ಕನಿಷ್ಠ ಪುತ್ರಿ. ಕ್ರಿ.ಶ. ೧೯೨೫ರಲ್ಲಿ ಶುಂಠಿಕೊಪ್ಪದ ಶ್ರೀ ಬಿ.ಟಿ. ಗೋಪಾಲಕೃಷ್ಣಯ್ಯನವರೊಡನೆ ವಿವಾಹವಾಯಿತು. ಕ್ರಿ.ಶ. ೧೯೨೧ರಲ್ಲಿ ಇವರಿಗೆ ಗಂಡು ಸಂತಾನವಾಯಿತು. ಅದೇ ಮಗು ವಸಂತಕುಮಾರ (ಬೇಬಿ). ಚಿಕ್ಕಂದಿನಲ್ಲಿ ಮಡಿಕೇರಿ ಕಾನ್ವೆಂಟಿನಲ್ಲಿಯೂ ಮದುವೆಯಾದ ಮೇಲೆ ಮಡಿಕೇರಿ ಹಾಯಸ್ಕೂಲಿನಲ್ಲಿಯೂ V formನ ವರೆಗೆ ವಿದ್ಯಾಭ್ಯಾಸವಾಗಿತ್ತು. ಕ್ರಿ.ಶ. ೧೯೩೬ರಲ್ಲಿ ಹಿಂದೀ ಅಭ್ಯಾಸಮಾಡಿ 'ವಿಶಾರದ' ಪರೀಕ್ಷೆಯಲ್ಲಿ ಮೊದಲನೆಯ ತರಗತಿಯಲ್ಲಿ ತೇರ್ಗಡೆ ಹೊಂದಿದ್ದರು.

ತಾ|| 1೩-೪-೧೯೩೯ನೆಯ ದಿವಸ ತಮ್ಮ ಮನೆಯ ಬಳಿಯ ಹರದೂರು ಹೊಳೆಯಲ್ಲಿ ಈಸು ಕಲಿಯುತ್ತಿರುವಾಗ ಕೈಸೋತು ಮುಳುಗಿ ಮೃತರಾದರು.

❒

ಇಂದಿಗೂ ಪ್ರಸ್ತುತವಾಗುವ ಗೌರಮ್ಮ

ಗೌರಮ್ಮ ಎಂಬುದು ಕನ್ನಡ ಸಾಹಿತ್ಯ ಕ್ಷೇತ್ರದಲ್ಲೊಂದು ಮುದ್ದಾದ ಹೆಸರು. ಸಣ್ಣ ಕತೆಗಳ ಮೂಲಕ ಕೊಡಗಿನ ಗೌರಮ್ಮ ಎಂದು ನಾಡಿನ ಜನತೆಗೆ ಪರಿಚಯರಾದ ಗೌರಮ್ಮ ೨೬ರ ಎಳೆ ವಯಸ್ಸಿನಲ್ಲಿ ತೀರಿಹೋಗಿ ಈಗ್ಗೆ ೫೦ ವರ್ಷಗಳಾದವು.

ನವೋದಯ ಕಾಲದಲ್ಲಿ ಬಂದ ಗೌರಮ್ಮ ಕನ್ನಡದ ಪ್ರಥಮ 'ಬಂಡಾಯ' ಮತ್ತು 'ಸ್ತ್ರೀ ವಿಮೋಚನಾವಾದಿ' ಮನೋಭಾವದ ಲೇಖಕಿ.

ಮುವ್ವತ್ತರ ದಶಕದಲ್ಲೇ ಮಹಿಳೆಯರ ಸಮಸ್ಯೆ ಕುರಿತು ಬರೆಯುವ ಗಟ್ಟಿತನ ತೋರಿದ್ದು ಹೆಮ್ಮೆಯ ವಿಚಾರ ಮಾತ್ರವಲ್ಲ, ಅದು ಸಾಹಿತ್ಯದ ಚೌಕಟ್ಟಿನಲ್ಲಿ ಕಲೆಯಾಗಿ ಅರಳುವಂತೆ ಸಾಧಿಸಿದ್ದು ಗಮನಾರ್ಹ ಸಂಗತಿ.

ಗೌರಮ್ಮನವರ **ಆಹುತಿ** ವರದಕ್ಷಿಣೆ ಸಮಸ್ಯೆ ಕುರಿತಂತೆ ಕನ್ನಡದಲ್ಲಿ ಬಂದ ಆರಂಭದ ಕಥೆಗಳಲ್ಲಿ ಒಂದು ಅಥವಾ ಅದೇ ಮೊಟ್ಟಮೊದಲ ಕತೆ ಆಗಿದ್ದರೂ ಆಗಿದ್ದಿರಬಹುದು. ಮೇಲುನೋಟಕ್ಕೆ ಅದೊಂದು ಸರಳ ಕತೆ.

ಲಂಡನ್‌ಗೆ ಹೋಗಿ ಓದಬೇಕೆಂಬ ಆಸೆಯಿಂದ ಪದವೀಧರನೊಬ್ಬ ತನ್ನ ತಂದೆ ನೋಡಿದ ಬಡ ಹುಡುಗಿಯನ್ನು ತಿರಸ್ಕರಿಸುತ್ತಾನೆ. ಆದರೆ ಕಾರಣಾಂತರದಿಂದ ಅದೇ ಹುಡುಗಿಯಲ್ಲಿ ಅನುರಕ್ತನಾದ ಆತ, ನಿಜಸಂಗತಿ ತಿಳಿವ ವೇಳೆಗೆ ಆ ಹುಡುಗಿ ತನ್ನ ತಂದೆ ಆರಿಸಿದ ಮುದುಕನನ್ನು ಮದುವೆಯಾಗಲು ನಿರಾಕರಿಸಿ ಈ ಜಗತ್ತನ್ನೇ ತ್ಯಜಿಸುತ್ತಾಳೆ.

ಮೇಲೋಡ್ರ್ಯಾಮಾಟಿಕ್ ಅಂಶ ಇದ್ದರೂ ಇದೊಂದು ಒಳ್ಳೆಯ ಕತೆ. ವರದಕ್ಷಿಣೆ ಪ್ರತ್ಯೇಕ ಸಮಸ್ಯೆ ಅಲ್ಲ, ಅದು ಇತರ ಸಾಮಾಜಿಕ ಸಮಸ್ಯೆಗಳ ಜತೆ ಹೊಂದಿಕೊಂಡಿದೆ ಎಂದು ತೋರಿಸುವ ಕತೆಯ ಪಾತಳಿಯಲ್ಲಿ ಸಂಕೀರ್ಣತೆ ಇದೆ.

ಗೌರಮ್ಮ ಬರವಣಿಗೆಗೆ ತೊಡಗಿದಾಗ ವರದಕ್ಷಿಣೆ ಸಮಸ್ಯೆ ಮಾತ್ರ ಇತ್ತು. ಆದರೆ ಕೇಳಿದಷ್ಟು ವರದಕ್ಷಿಣೆ ತಾರದೇ ಹೋದ ಕಾರಣ ಹೆಣ್ಣುಮಕ್ಕಳನ್ನು ಸುಡುವ ಭೀಕರ ಮತ್ತು ಅಮಾನುಷ ಪರಿಸ್ಥಿತಿ ಆಗಿನ್ನೂ ಕಾಣಿಸಿಕೊಂಡಿರಲಿಲ್ಲ. ಆದರೆ ಅದರ ಬೀಜರೂಪವನ್ನು **ಆಹುತಿ**ಯಲ್ಲಿ ಕಾಣಬಹುದು. ವರದಕ್ಷಿಣೆ ತರದ ಕಾರಣ ಸೀಮೆ ಎಣ್ಣೋ ಹಾಕಿ ಬೆಂಕಿಯಿಂದ ಸುಟ್ಟುಹಾಕುವುದು ಮತ್ತು ಬಡತನದಲ್ಲಿ ಬಂದ ಹುಡುಗಿ ವರದಕ್ಷಿಣೆ ಶಾಪ ತಾಳಲಾರದೆ ಆತ್ಮಹತ್ಯೆ ಮಾಡಿಕೊಳ್ಳುವುದಕ್ಕೂ ಅಂತರ ಹೆಚ್ಚೇನಿಲ್ಲ.

ಸಾಮಾಜಿಕ ಪರಿಸ್ಥಿತಿ ಗೌರಮ್ಮನವರ ಕಾಲಕ್ಕೂ ಇಂದಿಗೂ ಕೆಲವೊಂದು ವಿಚಾರದಲ್ಲಿ ಬದಲಾಗಿರುವುದು ನಿಜ. ಆದರೆ ಕೆಲವೊಂದು ವಿಚಾರದಲ್ಲಿ ಹದಗೆಟ್ಟು ಹಿಂದಕ್ಕೆ ಹೋಗುತ್ತಿರುವುದು ಅಷ್ಟೇ ವಾಸ್ತವ. ಮರೆತುಹೋಗಿದ್ದ ಸತೀ ಪದ್ಧತಿಯ ವೈಭವೀಕೃತ ಮರುಕಳಿಕೆ ಉತ್ತಮ ನಿದರ್ಶನ. ಸತಿಪದ್ಧತಿ ಮತ್ತು ವರದಕ್ಷಿಣೆ ಸಾವಿನ ನಡುವಣ ಅಂತರ ಕೇವಲ ತಾತ್ವಿಕವಾದುದು ; ಒಂದು ಗಂಡ ಸತ್ತನಂತರ ; ಮತ್ತೊಂದು ಗಂಡ ಇದ್ದಾಗಲೇ ಹೋಗುವುದು.

ಈ ಹಿನ್ನೆಲೆಯಲ್ಲಿ ನೋಡಿದರೆ ಗೌರಮ್ಮ ಮತ್ತು ಆಕೆ ಪ್ರತಿಪಾದಿಸುವ ಮೌಲ್ಯಗಳು ಮತ್ತು ಆಕೆಯ ಸಾಹಿತ್ಯ ಸ್ಮರಣೆ ಎಂದಿಗಿಂತ ಹೆಚ್ಚು ಅಗತ್ಯವಾಗಿದೆ. ಗೌರಮ್ಮನ ಕೃತಿಗಳು ೩೦ರ ದಶಕದ ಸಾಮಾಜಿಕ ಸಮಸ್ಯೆಗಳ ಸಾಹಿತ್ಯದ ದಾಖಲೆ ಮತ್ತು ಪ್ರಾಮಾಣಿಕ ಪ್ರತಿಫಲನ.

ಗೌರಮ್ಮ ಹುಟ್ಟಿದ್ದು ೧೯೧೨ರಲ್ಲಿ ಮಡಿಕೇರಿಯಲ್ಲಿ. ತಂದೆ ಎನ್. ಎಸ್. ರಾಮಯ್ಯ ವಕೀಲರಾಗಿದ್ದ ಕಾರಣ ಅವರಿಗೆ ಮೆಟ್ರಿಕ್ಯುಲೇಶನ್‌ವರೆಗೆ ಶಿಕ್ಷಣ ನೀಡಲಾಗಿತ್ತು. ಅವರ ಗಂಡ ಬಿ.ಟಿ. ಗೋಪಾಲಕೃಷ್ಣ ಆಗರ್ಭ ಶ್ರೀಮಂತ ಜಿ.ಎಂ. ಮಂಜುನಾಥಯ್ಯ ಎಂಬುವರಲ್ಲಿ ಮ್ಯಾನೇಜರ್ ಆಗಿದ್ದು ಕಾಫಿ ಎಸ್ಟೇಟ್ ನೋಡಿ ಕೊಳ್ಳುತ್ತಿದ್ದರು. ಶಿವರಾಮ ಕಾರಂತ, ಮಾಸ್ತಿ ವೆಂಕಟೇಶ ಅಯ್ಯಂಗಾರ್, ದ. ರಾ. ಬೇಂದ್ರೆ ಇತ್ಯಾದಿ ಘಟಾನುಘಟಿಗಳು ಸೋಮವಾರಪೇಟೆ ತಾಲ್ಲೂಕು ಮಾದಾಪುರ ಸಮೀಪದ ಗುಂಡುಗುಟ್ಟಿಯಲ್ಲಿದ್ದ ಮಂಜುನಾಥಯ್ಯ ಅವರ ಮನೆಯಲ್ಲಿ ಆಗಾಗ್ಗೆ ಮೊಕ್ಕಾಂ ಮಾಡುತ್ತಿದ್ದುದು ಉಂಟು. ಕಾರಂತರು ಬೆಟ್ಟದ ಜೀವ ಬರೆದದ್ದು ಅದೇ ಪರಿಸರದಲ್ಲಿ. ಬೇಂದ್ರೆಯವರು ತಮ್ಮ ಕವಿತೆ ಒಂದರಲ್ಲಿ ಗೌರಮ್ಮನನ್ನು 'ಗೌರವಸ್ತ್ರಗೌರಸ್ಮಿತ ಗೌರವದೀ ಗೌರಿ'' . 'ಮಿಂಚಿದಳೋ ಬಾನಂಚಿಗೆ ಕಾವೇರಿಯ ಕುವರಿ' ಎಂದು ಕಂಡಿದ್ದಾರೆ. ಅಲ್ಲದೆ ಗೌರಮ್ಮ ಅವರ ಪ್ರಥಮ ಕಥಾಸಂಕಲನ **ಚಿಗುರು**ಗೆ ಮುನ್ನುಡಿ ಬರೆದು ಬೇಂದ್ರೆ ಹರಿಸಿದ್ದಾರೆ.

ಅದು ಬರುವುದರೊಳಗಾಗಿ ಗೌರಮ್ಮ ತಮ್ಮ ಮನೆ ಸಮೀಪ ಹರಿವ ಹಾರಂಗಿ ನದಿಯಲ್ಲಿ ಈಜಲು ಹೋಗಿ ೩೮ರ ಬೇಸಿಗೆಯಲ್ಲಿ ಮುಳುಗಿದವರು ಮತ್ತೆ ಮೇಲೇಳಲೇ ಇಲ್ಲ. ಹಾಗಾಗಿ ಅವರ ಕತೆಗಳು ಪುಸ್ತಕದ ರೂಪದಲ್ಲಿ ಬೆಳಕು ಕಂಡಿದ್ದು ಸತ್ತನಂತರವೇ.

ಹತ್ತೊಂಬತ್ತನೇ ವಯಸ್ಸಿನಲ್ಲಿ **ಪುನರ್ವಿವಾಹ** ಎಂಬ ಕತೆಯ ಮೂಲಕ ೩೧ರಲ್ಲಿ ಸಾಹಿತ್ಯಕ್ಷೇತ್ರ ಪ್ರವೇಶಿಸಿದ ಗೌರಮ್ಮ ಸಾಯುವ ವೇಳೆಗೆ ೨೧ ಕತೆಗಳನ್ನು ಮಾತ್ರ ಬರೆದಿದ್ದರು. **'ಚಿಗುರು'**ನಲ್ಲಿ ೯ ಮತ್ತು ಕಂಬನಿಯಲ್ಲಿ ೧೨ ಕತೆಗಳು ಅಡಕವಾಗಿದೆ.

ಅವರು ಸಾಯುವ ಮೊದಲು ಬರೆಯುತ್ತಿದ್ದ ಕತೆಯನ್ನು **ಮುನ್ನಾದಿನ** ಎಂಬ ಹೆಸರಿನಲ್ಲಿ ಸಂಕಲನದಲ್ಲಿ ಅಡಕಗೊಳಿಸಲಾಗಿದೆ. ಸಾಯುವುದಕ್ಕೆ ಒಂದು ದಿನ ಮೊದಲು ಬರೆಯುತ್ತಿದ್ದ ಕತೆ ಎಂಬುದನ್ನು ಸೂಚಿಸಲು ಅದಕ್ಕೆ **ಮುನ್ನಾದಿನ** ಎಂಬ ಹೆಸರನ್ನು (ಸಂಬಂಧಿಕರು) ನೀಡಿರುವಂತೆ ತೋರುತ್ತದೆ. ಅದೊಂದು ಅಪೂರ್ಣ ಕತೆ. ಆದರೂ ಗೌರಮ್ಮನ ಬರವಣಿಗೆಯ ದೃಷ್ಟಿಯಿಂದ ಮುಖ್ಯವಾದುದು.

ಮುನ್ನಾದಿನ ಮತ್ತು **ಹೋಗಿಯೇಬಿಟ್ಟಿದ್ದ** ಕತೆಗಳು ಗೌರಮ್ಮನ ಸಂಕಲನದಲ್ಲಿ ತುಸು ಭಿನ್ನವಾದವು. ಆ ಎರಡರಲ್ಲಿ ಮಾತ್ರ ಕಾರ್ಮಿಕ ವರ್ಗಕ್ಕೆ ಸೇರಿದವರು 'ನಾಯಕ'ರಾಗಿ ಬರುತ್ತಾರೆ.

ಇಬ್ಬರೂ ಅನಾಥರು ಮತ್ತು ಮುಸ್ಲಿಂ ಯುವತಿಯರ ಪ್ರೀತಿಯಲ್ಲಿ ಸಿಕ್ಕಿಹಾಕಿ ಕೊಂಡವರು. ಅಪೂರ್ಣ 'ಮುನ್ನಾದಿನ' ಕ್ಕಿಂತ 'ಹೋಗಿಯೇ ಬಿಟ್ಟಿದ್ದ' ಕತೆ ಸತ್ವಶಾಲಿ. ಆದರೆ 'ಮುನ್ನಾದಿನ'ದಲ್ಲಿ ಕೆಲವು ಕುತೂಹಲಕಾರಿ ಅಂಶಗಳು ಅಡಕಗೊಂಡಿವೆ.

'ಹೋಗಿಯೇ ಬಿಟ್ಟಿದ್ದ' ಕತೆಯ ನಿರೂಪಣೆಯಲ್ಲಿ ಹೊಸತನ ಇದೆ. ಚಲಿಸುತ್ತಿರುವ ರೈಲಿನಲ್ಲಿ ಒಬ್ಬ ಮುದುಕ ಐದಾರು ಕಾಲೇಜು ಕಲಿಯುವ ಯುವಕರ ಎದುರು ಕತೆ ಹೇಳಲು ತೊಡಗುತ್ತಾನೆ. ಅವರು ಕೇಳಬೇಕೆಂದೇನೂ ಅವನು ನಿರೀಕ್ಷಿಸುವುದಿಲ್ಲ ಅಥವಾ ತನಗೇ ತಾನೇ ಆತ ಹೇಳಿಕೊಳ್ಳುತ್ತಿರುತ್ತಾನೆ. ಆ ಎರಡೂ ಅರ್ಥ ಬರುವಂತೆ ನಿರೂಪಣಾ ಶೈಲಿಯನ್ನು ನಿರೂಪಿಸಲಾಗಿದೆ. ಆ ಮುದುಕ ತನ್ನ ಕತೆಯನ್ನೇ ಹೇಳುತ್ತಿದ್ದಾನೆ ಎಂಬುದು ಕೇಳುವವರಿಗೆ ಕೊನೆಯವರೆಗೂ ಗೊತ್ತಿರುವುದಿಲ್ಲ.

ಚಲಿಸುತ್ತಿರುವ ರೈಲು ಬದುಕಿಗೆ ಸಂಕೇತ. ಆದರೆ ಮುದುಕನ ಬದುಕು ಚಲನಶೀಲತೆಯನ್ನು ಕಳೆದುಕೊಂಡು ಎಷ್ಟೋ ವರ್ಷಗಳಾಗಿವೆ. ತಾನು ಹೇಳುವುದು ಮುಗಿದ ತಕ್ಷಣ ಮುದುಕ 'ಬಿಡುಗಡೆಯಾಯಿತು. ಇನ್ನೇನು ಹೋಗಬಹುದಲ್ಲ?' ಎಂದು ಹೇಳಿ ರೈಲಿನಿಂದ ಹೊರನೆಗೆದು ಬದುಕಿಗೆ ವಿದಾಯ ಹೇಳುತ್ತಾನೆ. ಆಗಲೇ ಕೇಳುವವರಿಗೆ ಗೊತ್ತಾಗುವುದು ಮುದುಕ ತನ್ನ ಕತೆಯನ್ನೇ ಹೇಳುತ್ತಿದ್ದ ಎಂದು.

ಆತ ಯೌವನದಲ್ಲಿ ಮುಸ್ಲಿಂ ಯುವತಿಯನ್ನು ಪ್ರೀತಿಸಿದ್ದು ಮದುವೆಗೆ ಮತೀಯತೆ ಅಡ್ಡಬಂದ ಕಾರಣ ತಾನು ಪ್ರೀತಿಸಿದವಳನ್ನು ತನ್ನ ಕೈಯ್ಯಾರ ಕೊಲ್ಲುತ್ತಾನೆ. ಬೇರೊಬ್ಬನ ಜತೆ ಬದುಕುವುದಕ್ಕಿಂತ ತನ್ನ ಪ್ರಿಯಕರನ ಕೈಯಲ್ಲಿನ ಸಾವೇ ಮೇಲೆಂದು ಆಕೆ ಬಯಸುತ್ತಾಳೆ. ಪರಿಣಾಮ ಆತ 30ವರ್ಷಗಳ ಕಾಲ ಹುಚ್ಚರ ಆಶ್ರಮದಲ್ಲಿ ಕೊಳೆಯಬೇಕಾಯಿತು.

ಮತ, ಜಾತಿ, ಇತ್ಯಾದಿ ಕಟ್ಟುಪಾಡುಗಳಿಗೆ ಅನಗತ್ಯ ಪ್ರಾಮುಖ್ಯತೆ ನೀಡಿ ಎರಡು ಸರಳ ಜೀವಿಗಳನ್ನು ಬಲಿತೆಗೆದುಕೊಂಡ ಸಮಾಜ ಆರೋಗ್ಯಕಾರಿ ಸಮಾಜವಲ್ಲ, ಅದೊಂದು ಅಸ್ವಸ್ಥ ಸಮಾಜ ಎಂದು ಸಾಂಕೇತಿಕವಾಗಿ ತೋರಿಸಲಾಗಿದೆ. ಜತೆಗೆ ಬೇರೆ ದಾರಿಯೇ ಇಲ್ಲದೆ ಯುವಕರು ರೈಲು ನಿಲ್ಲಿಸಬೇಕಾಗುತ್ತದೆ. ಅಂದರೆ ಈ ಅಸ್ವಸ್ಥ ಸಮಾಜಕ್ಕೆ ತಡೆಹಾಕದೇ ಮನುಷ್ಯ ಮನುಷ್ಯನಾಗಿ ಬದುಕಲಾರ ಎಂಬುದು ಕತೆಯಲ್ಲಿ ಅಡಕವಾಗಿರುವ ಅಂಶ.

ಮುನ್ನಾದಿನ ದಿನ ಕತೆಯಲ್ಲಿ ಇನ್ನೊಂದು ಹೊಸ ಮಜಲು ಅಡಗಿದೆ. ತನ್ನ ಮಾಲೀಕರ ಮೆಚ್ಚಿಗೆಗಾಗಿ ಕ್ರಿಶ್ಚಿಯನ್ ಆದ ಕಾರ್ಮಿಕನೊಬ್ಬ ಮುಂದೆ ತಾನು ಪ್ರೀತಿಸಿದ ಹುಡುಗಿಯನ್ನು ಪಡೆಯಲು ಅಷ್ಟೇ ಸಹಜ ಮತ್ತು ಸರಳವಾಗಿ ಇಸ್ಲಾಂ ಧರ್ಮ ಸ್ವೀಕರಿಸುತ್ತಾನೆ. ಕಾರ್ಮಿಕನ ಸರಳ ಮತ್ತು ನಿರ್ಮಲ ಮನಸ್ಸಿಗೆ ಮತ ಅಷ್ಟಾಗಿ ಮುಖ್ಯ ಅನ್ನಿಸುವುದೇ ಇಲ್ಲ, ದುಡಿವ ಜನರದೇ ಒಂದು ಧರ್ಮ. ಅವರಿಗೆ ಜಾತಿ, ಮತ ಇಲ್ಲ ಎಂಬು ನಿಲುವನ್ನು ಈ ಕತೆ ಪ್ರತಿಪಾದಿಸುತ್ತದೆ ಎಂದು ಕೆಲವರಿಗಾದರೂ ಅನಿಸಿದರೆ ಆಶ್ಚರ್ಯವಿಲ್ಲ. ಇದರಿಂದ ಮಾರ್ಕ್ಸ್‌ವಾದಿಗಳಿಗೆ ಖುಷಿಯಾಗಬಹುದು.

ಅಸಹನೆ ಸಿಟ್ಟು ಮತ್ತು ಸಾಮಾಜಿಕ ಅನಿಷ್ಟಗಳ ಬಗೆಗಿನ ಕಳಕಳಿ ಕಥಾಚೌಕಟ್ಟಿನ ಒಳಗೆ ಕಲಾರೂಪ ಪಡೆದುಕೊಳ್ಳುವುದು ; ಆ ಕಾರಣ ಗೌರಮ್ಮನ ಕತೆಗಳು ಇಂದಿಗೂ ತಾಜಾ ಅನ್ನಿಸುತ್ತದೆ. ಅಲ್ಲಿನ ಸರಳತನ ಅನನ್ಯವಾದದು. ನಿರಾಡಂಬರ ಮತ್ತು ನೇರ ಬರವಣಿಗೆಯ ಶೈಲಿ, **ಕತೆಗಳ ಆಧಾರದ ಮೇಲೆ ಗೌರಮ್ಮನ ಚಿತ್ರ ಬರೆಯುವುದಾದರೆ ಆಕೆ ಜಾತ್ಯಾತೀತ ನಿಲುವಿನ ಸ್ತ್ರೀ ಸಮಾನತಾವಾದಿ ಮತ್ತು ಮಾನವೀಯ ಅಂತಃಕರಣ ತುಂಬಿದ ಮಹಿಳೆಯಾಗಿ ಕಾಣಬರುತ್ತಾರೆ. ಜಾತಿ, ಮಡಿವಂತಿಕೆ ಮತ್ತು ಮತಗಳ ಕಲುಷಿತ ವಾತಾವರಣದಿಂದ ಕಿಂಚಿತ್ತೂ ಮಲಿನಗೊಳ್ಳದ ಮನಸ್ಸಿನವರಾಗಿರಬೇಕು ಅನ್ನಿಸುತ್ತದೆ.**

ಮಡಿ ಮೈಲಿಗೆ ಇತ್ಯಾದಿ ಬ್ರಾಹ್ಮಣಿಕೆ ಪರಿಸರದಲ್ಲಿ ಬೆಳೆದು ಅಲ್ಲೇ ಕೊನೆ ಉಸಿರೆಳೆದ ಗೌರಮ್ಮ, ಅದನ್ನು ಮೀರಿ ಬೆಳೆದದ್ದು ಅದ್ಭುತವೇ ಸರಿ.

ಅನೇಕ ಜಾತಿ ಮತಗಳಲ್ಲಿ ಮಹಿಳೆಯರು ಹಂಚಿಹೋಗಿದ್ದರೂ ಮಹಿಳೆಯರ ಸಮಸ್ಯೆಗಳು ಒಂದೇ ತರದವು ಮತ್ತು ಮಹಿಳೆಯರೇ ಪ್ರತ್ಯೇಕ ವರ್ಗ ಅಥವಾ ಜಾತಿ ಎಂಬ ನಿಲುವಿಗೆ ಗೌರವಮ್ಮ ಪ್ರಜ್ಞಾಪೂರ್ವಕವಾಗಿಯೋ ಅಥವಾ ಅಪ್ರಜ್ಞಾ ಪೂರ್ವಕವಾಗಿಯೋ ಬಂದಂತೆ ಕಾಣುತ್ತದೆ.

ಮಹಿಳೆಯರ ಸಮಸ್ಯೆ ಕುರಿತಂತೆ ಗೌರಮ್ಮ ಬರೆದ ಬಹುಪಾಲು ಕತೆಗಳಲ್ಲಿ ಜಾತಿ ಮತ್ತು ಪ್ರಾದೇಶಿಕ ವಿವರಗಳು ಬರುವುದೇ ಇಲ್ಲ , ಆದಷ್ಟು ಮಟ್ಟಿಗೂ ಮಹಿಳಾ ಸಮಸ್ಯೆಯನ್ನು ಮತ ಅಥವಾ ಜಾತಿಯಿಂದ ಪ್ರತ್ಯೇಕಿಸಿ ನೋಡಲಾಗಿದೆ. ಜೊತೆಗೆ ಹೆಸರು ಕೊಡುವಾಗಲೂ ಎಚ್ಚರಿಕೆಯಿಂದ ರಾಜ, ಲಿನ್ನಿ, ವಾಣಿ, ಶಾಂತಿ, ರತ್ನ ಇಂದು ಇತ್ಯಾದಿ ಜಾತಿಸೂಚಕವಲ್ಲದ ನಾಮಪದಗಳನ್ನೇ ಬಳಸಲಾಗಿದೆ.

ಕೊಡಗಿನ ಗೌರಮ್ಮ ಎಂದು ಹೆಸರಾದ ಗೌರಮ್ಮನ ಕತೆಗಳಲ್ಲಿ ಕೊಡಗಿನ ಪರಿಸರದ ಯಾವುದೇ ಸೂಚನೆ ದೊರಕುವುದಿಲ್ಲ. ಅದೊಂದು ತಂತ್ರ ಇರುವಂತೆಯೂ ತೋರುತ್ತದೆ. ಗೌರಮ್ಮನಿಗೆ ವರ್ಣನಾ ಸಾಮರ್ಥ್ಯ ಇಲ್ಲದಿದ್ದರೂ, ಆ ತಂತ್ರದ ಕಾರಣ ಕೊರತೆ ಅನಿಸುವುದಿಲ್ಲ. ಏಕೆಂದರೆ ಜಾತಿ ಮತ ಮತ್ತು ಪ್ರಾದೇಶಿಕ ಪರಿಮಿತಿಯಿಂದ ದೂರ ನಿಂತು ರಾಷ್ಟ್ರೀಯ ಹಿನ್ನೆಲೆಯಲ್ಲಿ ಮಹಿಳೆಯರ ಸಮಸ್ಯೆಗಳನ್ನು ನೋಡಲು ಸಾಧ್ಯವಾಗಿದೆ ಅನ್ನಿಸುತ್ತದೆ.

ಅಪರಾಧಿ ಯಾರು? ಎಂಬ ಕತೆಯಲ್ಲಿ ಜಾತಿ, ಮತ ತರಲಾಗಿದೆ. ಅದು ಕತೆಗೆ ಅಗತ್ಯವೂ ಅಹುದು (ಪಾಪನ ಮದುವೆಯಲ್ಲಿ ಜಾತಿ ವಿವರ ಇದ್ದು ಅದು ಮುಖ್ಯ ಕತೆ ಏನಲ್ಲ) ಕತೆಯನ್ನು ಪತ್ರ ವ್ಯವಹಾರದ ಮೂಲಕ ನಿರೂಪಿಸಲಾಗಿದೆ. ಬ್ರಾಹ್ಮಣ ವಿಧವೆ ಮುಸ್ಲಿಂ ಧರ್ಮ ಸೇರುವುದು ಇಲ್ಲಿನ ವಸ್ತು. ತಮ್ಮ ನೀಚತನ ಮುಚ್ಚಿಕೊಳ್ಳಲು ಮತದ ಮೊರೆ ಹೋಗುವ ಗಂಡಸರ ಕುಯುಕ್ತಿ ಮತ್ತು ಕುತಂತ್ರ ಎಷ್ಟು ಚೆನ್ನಾಗಿ ಕತೆಯಲ್ಲಿ ಮೂಡಿದೆ ಎಂದರೆ ಅದನ್ನು ಓದಿಯೇ ಅನುಭವಿಸಬೇಕು.

ಪಾರ್ವತಿ : ಬ್ರಾಹ್ಮಣ ಜಾತಿಗೆ ಸೇರಿದ ಯುವವಿಧವೆ ಹಾಗೂ ಒಂದು ಮಗುವಿನ ತಾಯಿ. ತಮ್ಮ ಮನೆಯಲ್ಲಿ ಊಳಿಗಕ್ಕಿದ್ದ ಪಾರ್ವತಿಯನ್ನು ಆಕೆಯ ಮೇಲಿನ ತನ್ನ ಆರ್ಥಿಕ ಹಿಡಿತ ಬಳಸಿ ಸುಖಿಸಿದ ನಾಗೇಶರಾಯರು ಗರ್ಭಿಣಿ ಆದ ನಂತರ ಜಾತಿಯಿಂದ ಆಕೆಯನ್ನು ಹೊರಹಾಕಿಸುತ್ತಾರೆ. ಮಗುವಿನ ಸಮೇತ ಆತ್ಮಹತ್ಯೆಗೆ ಯತ್ನಿಸಿದ ಪಾರ್ವತಿಯನ್ನು ಮುಸ್ಲಿಂ ಸ್ನೇಹಿತ ಬಚಾವ್ ಮಾಡಿದಾಗ, ಬೇರೆ ದಾರಿಯೇ ಕಾಣದ ಪಾರ್ವತಿ ರಜಿಯಾ ಆಗಬೇಕಾಗುತ್ತದೆ.

ಈ ಕತೆಯನ್ನು ಗೌರಮ್ಮ ಕೊನೆ ಮಾಡುವುದು ಈ ರೀತಿ : ತಾರೀಖು 8ರ ಸ್ಥಳಿಕ ಪತ್ರಿಕೆಯೊಂದರಲ್ಲಿ ಹೀಗಿತ್ತು :

''ಮೊನ್ನೆ ಹಿಂದೂ ರಮಣಿಯೊಬ್ಬಳು ಮುಸಲ್ಮಾನ ಧರ್ಮ ಸ್ವೀಕರಿಸಿದ್ದು ಊರಿನ ಹಿಂದೂಗಳಿಗೆಲ್ಲ ಬಹಳ ವಿಷಾದವನ್ನುಂಟು ಮಾಡಿದೆ. ಇನ್ನು ಮುಂದೆ ಈ ರೀತಿ ಸಂಭವಿಸದಂತೆ ನೋಡಿಕೊಳ್ಳುವುದಕ್ಕಾಗಿ ಊರಿನ ಪ್ರಮುಖ ಹಿಂದುಗಳ ಸಭೆಯೊಂದು

ಶ್ರೀಮಾನ್ ನಾಗೇಶರಾಯರ ಅಧ್ಯಕ್ಷತೆಯಲ್ಲಿ ನಡೆಯಿತು. ಸಭೆಯಲ್ಲಿ ಸರ್ವಾನುಮತದಿಂದ ಹಿಂದೂಧರ್ಮದ ರಕ್ಷಣೆ ಮಾಡಬೇಕೆಂದು ತೀರ್ಮಾನವಾಯಿತು.

ಪಾರ್ವತಿಯ ದುರಂತಕ್ಕೆ ನಾಗೇಶ ರಾಯರೇ ಕಾರಣ ಎಂಬುದನ್ನು ಗೌರಮ್ಮ ಮತ್ತೆ ಮತ್ತೆ ನೆನಪಿಸುತ್ತಾರೆ. ರಜಿಯಾ ಆಗಿಯಾದರೂ ಅವಳ ಜೀವನವು ಸುಖಮಯವಾಗಿರಲೆಂದು ದೇವರಲ್ಲಿ ನನ್ನ ಬೇಡಿಕೆ ಎಂದು ಕತೆಯಲ್ಲಿ ಪ್ರಾರ್ಥಿಸಲಾಗುತ್ತದೆ. ಗೌರಮ್ಮನದು ಎಂತಹ ವಿಶಾಲ ಮನೋಭಾವ !

ಭಾಷೆ ಬಳಸುವುದರಲ್ಲೂ ಗೌರಮ್ಮ ಬಹಳ ಎಚ್ಚರ ವಹಿಸುತ್ತಾರೆ. ಸಾಮಾನ್ಯವಾಗಿ ಕನ್ನಡ ಆಡುಭಾಷೆ ಜಾತಿಸೂಚಕವಾದುದು. ಅದರಿಂದ ತಪ್ಪಿಸಿಕೊಳ್ಳುವ ಉದ್ದೇಶದಿಂದಲೋ ಏನೋ ಗೌರಮ್ಮ ಸರಳ ಸಾಮಾನ್ಯ ಭಾಷೆಯನ್ನು ಬಳಸುತ್ತಾರೆ. ಅದು ನೇರ ಆಡುಭಾಷೆಯೂ ಅಲ್ಲ ಮತ್ತು ಆಡುಭಾಷೆಯಿಂದ ದೂರಸರಿದ ಕೃತಕ ಗ್ರಾಂಥಿಕ ಭಾಷೆಯೂ ಅಲ್ಲ.

ವಾಣಿಯ ಸಮಸ್ಯೆ ಗೌರಮ್ಮನ ಪ್ರಮುಖ ಕತೆಗಳಲ್ಲಿ ಒಂದು. ಅದು ಆಕೆಯ ಉತ್ತಮ ಕತೆಯೂ ಹೌದು. ಇಂದೂ ಯುವ ವಿಧವೆ. ಸ್ನೇಹಿತರಿಲ್ಲದ, ನೆಂಟರಿಲ್ಲದ ಬದುಕು. ಗಂಡ ಬಿಟ್ಟುಹೋದ ಒಂಟಿಮನೆಯಲ್ಲಿ ನಗು ಗೊತ್ತಿರದ ಮುಖ. ಪಕ್ಕದ ಮನೆಗೆ ಕುಟುಂಬವೊಂದು ಬರುವವರೆಗೆ ಆಕೆಯ ಬದುಕಿನಲ್ಲಿ ಅಂತಹ ವ್ಯತ್ಯಾಸ ಇರುವುದಿಲ್ಲ.

ಇಲ್ಲಿ ಬರುವ ಡಾ. ರತ್ನನ ಹೆಂಡತಿ ವಾಣಿ, ಸೋಮಾರಿ ಮಾತ್ರವಲ್ಲ ಬೇಜವಾಬ್ದಾರಿ ಹೆಂಗಸು. ಆ ಕಾರಣವೋ ಏನೋ ವಾಣಿಯ ಗಂಡ ರತ್ನ ಮತ್ತು ವಿಧವೆ ಇಂದೂ ಪರಸ್ಪರ ಆಕರ್ಷಿತರಾಗುತ್ತಾರೆ. ನನಗೂ ಒಬ್ಬ ಗಂಡ ಇದ್ದಿದ್ದರೆ ಎಂಬ ಸಹಜ ಭಾವನೆ ಇಂದೂಗೆ ಬರತೊಡಗುತ್ತದೆ. 'ಹುಚ್ಚು ಯೋಚನೆ' ದೂರ ಮಾಡುವ ಇಂದೂನ ಮುಖದಲ್ಲಿ 'ಮೋಡ ಮುಚ್ಚಿದ ನಗು' ಎಂದು ಗೌರಮ್ಮ ವರ್ಣಿಸುತ್ತಾರೆ.

ವಾಣಿ ಇಲ್ಲದೇ ಇದ್ದಾಗ ಹತ್ತಿರ ಬರಲು ರತ್ನ ಯತ್ನಿಸಿದಾಗ ಇಂದೂ ಹೇಳದೇ ಕೇಳದೇ ದೂರ ಹೊರಟುಹೋಗುತ್ತಾಳೆ.

ಬೇರೊಬ್ಬಳ ಗಂಡನ ಜತೆ ಅನೈತಿಕ ಸಂಬಂಧ ಬೆಳೆಸಿ - ಆ ಮೂಲಕ ಒಂದು ಕುಟುಂಬದ ನೆಮ್ಮದಿ ಕೆದಕುವ - ಬದುಕು ಮಾತ್ರವೇ ವಿಧವೆಯರಿಗಿರುವುದೇ? ಎಂಬ ಪ್ರಶ್ನೆಯನ್ನು ಗೌರಮ್ಮ ಆ ಕತೆ ಮೂಲಕ ಕೇಳುತ್ತಾರೆ.

ಮೊದಲು ಕತೆ **ಪುನರ್ವಿವಾಹ**ದಲ್ಲಿ ಗಂಡಸರ ಇಬ್ಬಂದಿ ನೀತಿ ಟೀಕೆಗೊಳಗಾಗುತ್ತದೆ. ತಾನು ಆರಿಸಿದ ೧೬ ವರ್ಷದ ಹುಡುಗಿ ಬಾಲ ವಿಧವೆ ಎಂದು ಗೊತ್ತಾದಾಗ ವಿಧುರನೊಬ್ಬ ಆಕೆಯನ್ನು ವಿವಾಹವಾಗಲು ನಿರಾಕರಿಸುತ್ತಾನೆ. ಕೊನೆಯಲ್ಲಿ ಆ ಹುಡುಗಿ ವಿಧವಾ ಉದ್ಧಾರ ಕುರಿತಂತೆ ಮಾಡುವ ಭಾಷಣ ಬಿಟ್ಟರೆ ಉಳಿದಂತೆ ಒಳ್ಳೆಯ ಕತೆ.

ಸೂಳೆ ಕುರಿತಂತೆ **ಮನುವಿನ ರಾಣಿ** ಮೇಲುನೋಟಕ್ಕೆ ಮಾಮೂಲಿ ಕತೆ ಅನ್ನಿಸಿದರೂ ಅಲ್ಲೊಂದು ಹೊಸ ಅಂಶ ಇದೆ. ಸೂಳೆಯರೆಲ್ಲ **'ಅನೈತಿಕ ಜೀವಿಗಳು'** ಎಂಬ ನಂಬಿಕೆ ಹೊಂದಿದ ವೈದ್ಯರ ಪತ್ನಿಯು ಆ ತರಹ ಅಭಿಪ್ರಾಯ ಹೊಂದುವುದೇ ಕೊಳಕು ಮನಸ್ಸಿನ ಸೂಚಕ ಎಂಬ ತಿಳುವಳಿಕೆ ಪಡೆಯುತ್ತಾಳೆ.

ಯಾರು? ಹಲವಾರು ಕಾರಣಗಳಿಂದ ಕುತೂಹಲಕಾರಿ ಕತೆ. ಗಂಡನಿಂದ ಪರಿತ್ಯಕ್ತೆಯಾದ ಹುಡುಗಿಯೊಬ್ಬಳು ಸ್ವತಂತ್ರವಾಗಿ ಬದುಕು ರೂಪಿಸಿಕೊಳ್ಳುವ ಬೆಳವಣಿಗೆಯನ್ನು ಅದು ನೀಡುತ್ತದೆ ಆ ಕಾರಣ ಗೌರಮ್ಮನ ಕತೆಗಳಲ್ಲೇ ಇದು ವಿಶಿಷ್ಟವಾದುದು ಮತ್ತು ಆಧುನಿಕವಾದುದು.

ಅತಿ ತುಂಟ ಮತ್ತು ದಿಟ್ಟ ಹುಡುಗಿಯೊಬ್ಬಳು ತುಂಟತನದ ಮೂಲಕವೇ ಜೀವನ ಸಂಗಾತಿಯನ್ನು ಆರಿಸಿಕೊಂಡು ಉತ್ತಮ ಗೃಹಿಣಿಯಾಗಿ ಪರಿವರ್ತನೆಗೊಳ್ಳುವ ಚಿತ್ರಣ ನೀಡುವ **ಮರದ ಗೊಂಬೆ** ಗೌರಮ್ಮನ ಕತೆಗಳಲ್ಲೇ ಹೆಚ್ಚು ಸಾಂಕೇತಿಕವಾದದ್ದು. ಮನಶ್ಶಾಸ್ತ್ರಜ್ಞರ ಪ್ರಕಾರ ೧೨ರಿಂದ ೧೬ ರವರೆಗಿನ ಘಟ್ಟ ಹುಡುಗಿಯರ ಬೆಳವಣಿಗೆಯಲ್ಲಿ ಅತ್ಯಂತ ನಾಜೂಕಾದ ಅವಧಿ. ಆ ಸಂಕೀರ್ಣ ಕಾಲ ಚಿತ್ರಣವನ್ನು ಬಹಳ ಸಂಯಮದಿಂದ ನಿರೂಪಿದ್ದಾರೆ.

ಸುತ್ತಮುತ್ತಲ ಸಮಾಜದ ಕಠಿಣ ಪರಿಸ್ಥಿತಿ ಮತ್ತು ಅನುಭವವೇ ಬಹುಪಾಲು ಗೌರಮ್ಮನನ್ನು ಈ ರೀತಿ ರೂಪಿಸಿರುವಂತೆ ತೋರುತ್ತದೆ. ಗೌರಮ್ಮ ತಮ್ಮ ಬರವಣಿಗೆಯಲ್ಲಿ ಅನುಭವಕ್ಕೆ ಮತ್ತು ಗ್ರಹಣಶಕ್ತಿ ಪರಿಮಿತಿಗೆ ನಿಷ್ಠರಾಗಿದ್ದಾರೆ ! ತನ್ನ ಈ ಮಿತಿಯಿಂದಾಚೆ ಹೋದ ಉದಾಹರಣೆ ಇಲ್ಲ, ಆ ಕಾರಣವೇ ಆಕೆಯ ಬರವಣಿಗೆ ಜೊಳ್ಳಾಗಲಿಲ್ಲ.

ಕೊಡಗಿಗೆ ಮಹಾತ್ಮಾಗಾಂಧೀಜಿ ಬಂದಾಗ ಉಪವಾಸ ಕುಳಿತು ತನ್ನ ಮೈಮೇಲಿನ ಆಭರಣ ನೀಡಿದ್ದು ಉಂಟು. ಅದಕ್ಕೆ ಬದಲಿ ಆಭರಣ ಧರಿಸುವುದಿಲ್ಲ – ಎಂಬ ಭರವಸೆ ನೀಡಿದ ನಂತರವೇ ಗಾಂಧೀಜೀ ಆಭರಣ ಸ್ವೀಕರಿಸಿದ್ದು. ಆದರೆ ಆ ಪ್ರಸಂಗವಾಗಲೀ ಅಥವಾ ಸ್ವಾತಂತ್ರ್ಯ ಆಂದೋಳನವಾಗಲೀ ಗೌರಮ್ಮನ ಕತೆಗಳಲ್ಲಿ ಎಲ್ಲೂ ಬಿಂಬಿತವಾಗಿಲ್ಲ, ಕಾರಣವಿಷ್ಟೇ . ಅದು ಆಕೆಯ ಅನುಭವವಲಯ ಮೀರಿದ್ದಾಗಿತ್ತು.

ಗಾಂಧೀಜಿ ಬಂದಾಗ ಗೌರಮ್ಮ ಬಹಳ ಭಾವೋದ್ವೇಗಕ್ಕೆ ಒಳಗಾಗಿದ್ದರು ಎಂಬ ಒಂದು ಮಾತಿದೆ. ಶ್ರೀಮಂತರಾದ ತೋಟದ ಮಾಲೀಕರ ಮನೆಗೆ ಬಂದಿದ್ದ ಗಾಂಧೀಜಿ ಪಕ್ಕದಲ್ಲೇ ಇದ್ದ ತಮ್ಮ ಮನೆಗೆ ಬರಲಿಲ್ಲ ಎಂಬ ವರ್ಗದ ಪ್ರಜ್ಞೆಗೆ ಗೌರಮ್ಮ ಒಳಗಾಗಿರಬಹುದು. (ಗಾಂಧೀಜಿ ಗುಂಡುಗುಟ್ಟಿಗೆ ಬಂದಿದ್ದರು) ಮತ್ತು ಇನ್ನೂ ಕೆಲವು ತರಹದ ನೈತಿಕ ಒಳತೋಟಿಗೆ ಗೌರಮ್ಮ ಒಳಗಾದ ನಿದರ್ಶನ ಇದೆ. ಆದರೆ ಅದಾವುದೂ ಆಕೆಯ ಕತೆಗಳಲ್ಲಿ ಪ್ರತಿಫಲಿತವಾಗಿಲ್ಲ.

ಗೌರಮ್ಮನ ಅಕಾಲಿಕ ನಿಧನದಿಂದ ಕನ್ನಡಕ್ಕಾದ ಹಾನಿ ಅಷ್ಟಿಷ್ಟಲ್ಲ ಎಂಬ ಬೇಂದ್ರೆಯವರ ಮಾತು (ಚಿಗುರು ಸಂಕಲನಕ್ಕೆ ಬರೆದ ಮುನ್ನುಡಿಯಲ್ಲಿ) ಉತ್ಪ್ರೇಕ್ಷೆ ಎನಿಸುವುದಿಲ್ಲ. ಸಮಾಜದ ಮೇಲ್ಪದರದ ಬದುಕು ಮಾತ್ರ ಗೌರಮ್ಮನ ಕತೆಗಳ ಮೂಲ ಸಾಮಗ್ರಿ ಆಗಿತ್ತು ಎಂಬುದನ್ನು ಮರೆಯಬಾರದು.

ಗೌರಮ್ಮ ಸತ್ತು ಈಗ್ಗೆ ೫೦ ವರ್ಷಗಳಾದವು. ಹುಟ್ಟಿ ೭೫ ವರ್ಷಗಳ ಮೇಲಾಯಿತು. ಆ ಸ್ಮರಣಾರ್ಥ ಸೂಕ್ತ ಕಾರ್ಯಕ್ರಮ ಹಮ್ಮಿಕೊಳ್ಳಬೇಕೆಂದು ಅಭಿಮಾನಿಗಳ ಹಾರೈಕೆ. ಗೌರಮ್ಮ ಬರೆದ ಪತ್ರಗಳು ಮತ್ತು ಅದರ ಸಮಕಾಲೀನರು ಗೌರಮ್ಮನನ್ನು ಕುರಿತಂತೆ ನೀಡುವ ಸೂಕ್ತ ಮಾಹಿತಿಯನ್ನು ಸಂಗ್ರಹಿಸಿ ಪ್ರಕಟಿಸಬೇಕು. ಇಲ್ಲದಿದ್ದಲ್ಲಿ ಅವು ನಾಶವಾಗುವ ಅಪಾಯ ಇದೆ ಎಂಬ ಅಭಿಪ್ರಾಯ ಇದೆ. ಅಭಿಮಾನಿಗಳು ಈಗಾಗಲೇ ಸುಮಾರು 20,000 ರೂ. ಸಂಗ್ರಹಿಸಿ ಇಲ್ಲಿನ ಸರ್ಕಾರಿ ಕಾಲೇಜಿನಲ್ಲಿ ಗೌರಮ್ಮ ಸ್ಮಾರಕ ಚಿನ್ನದ ಪದಕ ಸ್ಥಾಪಿಸಲಾಗಿದೆ. ಎರಡನೇ ಪಿ.ಯು.ಸಿ. ಪರೀಕ್ಷೆಯಲ್ಲಿ ಕನ್ನಡ ಮಾಧ್ಯಮದ ಮೂಲಕ ಇತಿಹಾಸ, ರಾಜ್ಯಶಾಸ್ತ್ರ, ಮತ್ತು ಐಚ್ಛಿಕ ಕನ್ನಡ ವಿಷಯದಲ್ಲಿ ಅತೀ ಹೆಚ್ಚು ಅಂಕ ಪಡೆದವರಿಗೆ ಪದಕ ನೀಡುವ ವ್ಯವಸ್ಥೆ ಮಾಡಲಾಗಿದೆ.

ಸುಚೇತನ ಸ್ವರೂಪ

[ಪ್ರಜಾವಾಣಿ : ೨-೧೦-೧೯೮೧]